क्रांतीचे चित्र आणि चरित्र

माओ

वि. ग. कानिटकर

दिलीपराज प्रकाशन प्रा. लि.®

२५१ क, शनिवार पेठ, पुणे -४११०३०.

AA000703

वि.ग.कानिटकर

क्रांतीचे चित्र आणि चरित्र

माओ

Mao Krantiche
Chitra Ani Charitra

प्रकाशक : श्री. राजीव दत्तात्रय बर्वे, मॅनेजिंग डायरेक्टर
दिलीपराज प्रकाशन प्रा. लि. २५१ क,
शनिवार पेठ, पुणे -४११०३०.

© ज्योत्स्ना रविंद्र बेहेरे
भ्रमणध्वनी- ९८२२०३५२६४

लेखक : वि. ग. कानिटकर
प्रकाशन क्रमांक : २३४६
प्रथमावृत्ती : १९७१ । **द्वितीयावृत्ती :** १९७७
तृतियावृत्ती : २००९ । **चतुर्थआवृत्ती :** १५ जुलै २०१७
पाचवी आवृत्ती : २५ जुलै २०२१
ISBN : ९७८-९३-५११७-१६६-९
मुखपृष्ठ : संतोष घोंगडे

मुद्रक : पितृछाया मुद्रणालय, २५१ क,
पहिला मजला, शनिवार पेठ, पुणे -४११०३०.

Website : www.diliprajprakashan.in
Email : info@diliprajprakashan.in
Follows Us-
Online available- www.diliprajprakashan.in | available at amazon
दूरध्वनी : (०२०) २४४७१७२३, २४४८३९९५, २४४९५३१४

मूल्य ₹ ६५०/-

कै. भास्कर रामकृष्ण देवल
(जन्मतारीख : ९ एप्रिल १९०२, निधन : १० मे १९७५)

ती. भाऊ देवल यांना -

दिवस कठीण होते तेव्हापासून
तुमची सोबत होती.

— वि. ग.

दुसऱ्या आवृत्तीच्या निमित्ताने

'माओ क्रांतीचे चित्र आणि चरित्र' या प्रस्तुत पुस्तकाचे लेखन मी १९७० मध्ये केले. सुरुवातीची काही प्रकरणे 'एकता' या मासिकात प्रसिद्ध झाली. संपूर्ण लेखमाला प्रसिद्ध करणे कालांतराने या मासिकाला अडचणीचे ठरले. परंतु संपूर्ण लेखन तयारच असल्याने 'इनामदार बंधू प्रकाशना'ने हा ग्रंथ डिसेंबर १९७१ मध्ये प्रसिद्ध केला. पुढे ६ ते ७ वर्षे पुस्तक बाजारात उपलब्ध राहिले. तरी आवृत्ती संपल्यालाही आता जवळजवळ वीस वर्षे झाली. अभ्यासक व वाचक या पुस्तकासाठी वारंवार माझ्याकडेच विचारणा करीत. परंतु पुस्तक उपलब्ध करणे माझ्या हाती नव्हते.

कार्लाईल म्हणतो की जगाचा इतिहास म्हणजे कर्तबगार पुरुषांची चरित्रेच असतात. या दृष्टीने या पुस्तकात माओपूर्व चीन व माओने घडवलेल्या कम्युनिस्ट क्रांतीचे चित्रण, माओच्या चरित्राच्या अंगाने आलेले आहे.

लेनिनने घडवलेली रशियातील मार्क्सवादी क्रांती हीच माओचे प्रेरणास्थान होती. आज रशियात मार्क्सवाद व कम्युनिझम इतिहासजमा झालेले आहेत. १९५६ मध्ये क्रुश्चेव याने स्टॅलिनच्या दुष्कृत्यांचा व जुलमाचा पाढा वाचून तेथील कम्युनिस्ट राजवटीचे वस्त्रहरण केले. यामुळे पुढे १९८५ ते १९८७ या काळात गोर्बाचेव्ह यांना असे प्रतिपादन करण्याचा धीर झाला की 'समाजवादाच्या भूमिकेत क्रांतीकारी बदल करून सर्व समाजाची नवरचना (पेरेस्त्रोइका) करायला हवी' आणि हे करायचे तर 'सर्व प्रकारची गुप्तता, कट, कारवाया हा कम्युनिस्ट राजवटींचा कालखंड संपुष्टात आणून, मुक्त विचारांना वाट करून देण्यासाठी, मुक्त विचार प्रदर्शन (ग्लासनोस्त) अस्तित्वात आणायला हवे. दडपशाही, सक्ती, लाचलुचपत, मोडतोड, तुरुंग या मार्गाने फक्त काही काळ राज्य करता येते.'

मार्क्सचे हे म्हणणे बरोबर होते की अर्थकारण राजकारणाला रेटत असते. पण मार्क्सच्या रशियातील अनुयायांनी याचा नीट अर्थ लावला नाही. एकाधिकारशाही निर्माण करून, आज्ञेबरहुकूम अर्थकारण त्यांनी सुरू केले. त्यात शेतकरी व कामकरी यांचेच शोषण होत राहिले. सत्तेत भागीदारी असणारा एक जुलमी अत्याचारी नवा वर्गच अशा कम्युनिस्ट राजवटीतून निर्माण झाला. ज्याला मिलोवन जिलास याने 'दी न्यूज क्लास' संबोधून कित्येक वर्षांपूर्वी इशारा दिला होता. परंतु सत्तेची झिंग चढलेल्या रशियन कम्युनिस्ट नेत्यांनी, जिलाससारख्यांनाच जीवनातून उठवले. अखेर ज्यात शेतकऱ्यांना व काम करणाऱ्यांना उत्पादनात कसलाही रस नाही, अशा या अर्थरचनेला आतून सुरुंग लागला. उत्पादन घटले. अर्थरचनेचा डोलारा कोसळू लागला. कम्युनिझम अपयशी ठरला, हे सत्य उमजूनही बोलायचे धाडस कोणी बरीच वर्षे करत नव्हते. गोर्बाचेव्ह याने ते केले.

रशियात गोर्बाचेव्हने जे केले ते पहायला माओ हयात नव्हता. परंतु क्रुश्चेव याने रशियात कम्युनिस्ट राजवटीविरुद्ध पहिला गौप्यस्फोट केला तेव्हा माओ हयात होता. क्रुश्चेव्ह याच्या कृतीबद्दल माओ नाराज झालेला असला, तरी तो मूलतः प्रखर राष्ट्रवादी असल्याने, क्रुश्चेवच्या कृतीचा योग्य तो मतितार्थ त्याने काढला. त्याने त्याच क्षणी, बुद्धिवंतांना मोकळेपणाने कम्युनिस्ट पक्षावर टीका करण्याला प्रोत्साहन देणाऱ्या मोहिमेची सुरुवात केलेली दिसते.

चीनमधील कम्युनिस्ट राजवट, माओच्या हयातीत व नंतर कोणत्या वळणाने गेली हा संपूर्ण स्वतंत्र पुस्तकाचा विषय आहे. मात्र ९ सप्टेंबर १९७६ या दिवशी माओचे निधन होईपर्यंत चीनमध्ये ज्या महत्त्वाच्या घटना घडल्या त्याचा त्रोटक आढावा 'क्रांतीनंतरचा चीन' या परिशिष्टांत मी दिलेला आहे.

दि. ०८-०४-१९९७ **वि. ग. कानिटकर**

प्रस्तावना : तिसरी सुधारित आवृत्ती

तळागाळातील कोट्यावधी चिनी शेतकरी वर्गाला आधुनिक करणे, विज्ञानसन्मुख करणे ही खरी काळाची गरज होती. एक प्रकारे हे सांस्कृतिक उत्थानच अभिप्रेत होते. राजकीय क्रांतीपेक्षा हे काम अधिक बिकट होते. माओने हे घडवून आणले. या दृष्टीने माओ क्रांतीचा उहापोह करणारे हे पुस्तक मला सर्वात महत्त्वाचे वाटत आले आहे.

त्याची ही सुधारित तिसरी आवृत्ती अस्मिता प्रकाशनाने काढली याचा मला फार आनंद होतो. श्री. रवि बेहेरे यांचे यासाठी मी अभिनंदन करतो.

दि. २६-०१-२००९   वि. ग. कानिटकर

सामान्यांचे आयुष्य
आणि
मानवतेची कहाणी
हा इतिहासाचा विषय असतो.

- लिओ टॉलस्टॉय

पार्श्वभूमी

चीनचा अखंडपणे ज्ञात असलेला इतिहास हा पाच हजार वर्षांचा आहे. या प्रदीर्घ कालखंडात तेथे साम्राज्ये निर्माण झाली आणि लयाला गेली. सुपीक नदीखोऱ्यांवरून आक्रमकांच्या झुंडी आल्या आणि त्यांच्या घोड्यांच्या टापांची धूळ पुरती खाली बसते न बसते तोच तेथील भूमीने त्यांना पचवून टाकले. चिनी माणसांची मने बुद्ध धर्म, टाओ धर्म व कन्फ्युशियसच्या शिकवणीने सुसंस्कृत झाली, कला जन्मल्या आणि नष्ट झाल्या, पुनः फुलारल्या.

१९४९ सालानंतर मात्र या पुरातन देशात एक नवी संस्कृती रुजू पाहात आहे. तिथे जुने आणि जुनाट असे जे जे होते, त्याला चूड लागली आहे. तेथे आज या क्षणाला राज्य करणारी शक्ती ही हन किंवा टंग, सुंग, मिंग, या इतिहासजमा झालेल्या राजघराण्यांच्या रियासतीप्रमाणे नामशेष होणारी नसून, या शासनाने शेतमजुरांवर आधारलेल्या साम्यवादी विचाराच्या आधाराने समग्र चीन हाच मुळी आमूलाग्र बदलून टाकलेला आहे. मार्क्समुनीच्या स्वप्नातही नव्हता असा निराळाच साम्यवाद तिथे आज ठामपणे उभा झालेला आहे, ही वस्तुस्थिती आहे. अर्थात तेथील साम्यवाद हा चिरंजीवित्वाचा ताम्रपट घेऊन आलेला आहे, असे भाकित करण्यात अर्थ नाही. चीन देशाची लोकसंख्या ऐंशी कोटीच्या घरात पोचलेली आहे. लवकरच सर्व जगाच्या लोकसंख्येच्या १/३ एवढी लोकसंख्या केवळ चिनी माणसांचीच होणार आहे. यामुळे दुसऱ्या महायुद्धानंतर चीन देशात जे काही घडले आहे, ते जगाच्या इतिहासातील अत्यंत लक्षणीय असे पान आहे ही गोष्ट नाकारण्यात अर्थ नाही.

भारताप्रमाणे चीन देशाचा अवाढव्य विस्तार, हाच त्याला अनंतकाळ शाप ठरत आलेला होता. चीन म्हटले की डोळ्यांपुढे काहीतरी धुरकट सीमारेषांचा प्रदेश येत असे- आणि या सीमाप्रदेशांत सतत बंडाळ्या माजलेल्या आहेत एवढेच ध्यानात येत असे ! यांगत्सीच्या खोऱ्यात, पेकिंगला, एखादी नाममात्र मध्यवर्ती सत्ता लुकलुकते आहे आणि मांचुरिया, मंगोलिया, सिंकियांग हे दूरदूरचे भूभाग अंधारात आणि बंडाळीत बुडालेले आहेत, असे हे विषण्ण करणारे चित्र होते.

एखादा मॉर्कोपोलोसारखा प्रवासी या प्रदेशातून जाऊन आला की जगाला सांगे- 'अतर्क्य असा हा देश आहे !' नंतर तेथे देशोदेशींचे गोरे व्यापारी पोचले व सबंध एकोणिसावे शतक हे कलह व यादवी यांनी भरून गेले. विसाव्या शतकाची सुरुवात

झाली आणि प्रथम सन्यत्-सेन यांनी लोकशाहीचा पाश्चिमात्य विचार तेथे मांडायला सुरुवात केली.

सन्यत्-सेन यांच्या उत्साही अनुयायांतच माओ-त्से-तुंग, हा अठरा वर्षांचा एक किरकोळ शरीराचा विद्यार्थी होता. पेकिंग विश्वविद्यालयात ४ मे १९१९ या दिवशी जो विद्यार्थ्यांचा हरताळ झाला व पाश्चात्य उपऱ्यांविरूद्ध उग्र निदर्शने झाली, त्या दिवशी चीनमधील साम्यवादी चळवळीचा श्रीगणेशा झाला. १९२१ साली तर चीनमधील कम्युनिस्ट पक्षाची पहिली काँग्रेस भरली ! म्हणजे चीनमध्ये साम्यवादी विचार येऊन, जेमतेम पन्नास वर्षेच झालेली आहेत. माओ विद्यार्थीदशेपासून प्रखर राष्ट्रवादी म्हणून या पक्षात दाखल झालेला होता. चाऊ-एन-लाय हा त्या वेळी फ्रान्समध्ये दहशतवादी चळवळ्यांचे संघटन करीत होता. चिनी साम्यवादी पक्षाच्या संवर्धनात सुरुवातीपासून जे अग्रेसर होते, त्यांतील अनेकजणांची पुढे झालेल्या यादवीत डोकी मारली गेली. अनेकजण चँग-कै-शेकला सामील झाले, काही निधन पावले. परंतु यातल्या ज्या दोन व्यक्तीच अखेरपर्यंत झगडल्या व आजतागायत चीनवर अधिराज्य गाजवीत आहेत, त्या म्हणजे माओ-त्से-तुंग व चाऊ-एन-लाय !

चीनच्या प्रचंड भूमीवर एकमुखी सत्ता गाजवणारा हा मार्क्सवादी हुकुमशहा आहे तरी कसा ? या माणसाने कधी मुसोलिनी, हिटलर वा रूझवेल्टप्रमाणे जगाला उद्देशून गर्जना केल्या नाहीत. वरून शांत दिसणारा, अंतर्यामी गुप्त हेतूंचे गर्भ वाढवणारा, अनुयायांना विवक्षित अंतरावर खेळवणारा, पाहुण्यांशी खेळकरपणाने आणि नम्रतेने वागणारा परंतु निर्णयाला खंबीर आणि कधी कधी क्रूरदेखील होऊ शकणारा हा पुरुष घडला तरी कसा ? हा साधासुधा राहतो. लेनिनप्रमाणेच हा ऐषारामांचा द्वेष्टा आहे, आणि लेनिनइतकेच बुद्धिसामर्थ्य याच्यापाशीही आहे. अंतःकरणाचा हा कवी आहे. बुद्धिमान विद्यार्थी व कवी म्हणून तर त्याचा प्रथम बोलबाला झाला ! लाँग मार्चचे नेतृत्व करीत रानावनांतून यात्रा करताना याच्या ढगळ कोटाच्या खिशांत एखादी चिनी ललित कलाकृती सतत असे. अगदी अक्षरगण, मात्रा, वृत्त यांची बंधने संभाळून हा उत्तम काव्य रचू शकतो. उंचापुरा, रुंद खांद्याचा, विशाल भालप्रदेशावरून काळे केस मागे फिरवलेला, गुबगुबीत चेहऱ्याचा, अंगाने काहीसा सुटलेला, अशा या माणसाचे छायाचित्र आता सर्वांना परिचित आहे. परंतु कर्तृत्वाबरोबरच याने आपल्या देशात

स्वतःची व्यक्तिपूजा भयानक स्वरुपात उभी केली आहे.

या भूमीत आता वैचारिक बंड अशक्यच झाले आहे. येथे कोटी चिन्यांच्या अंगावर निळ्या कापडाचा चढलेला गणवेश सैलसा असला, तरी त्यांची मने ही करकचून बांधून टाकण्यात आलेली आहेत. सर्व चीन देश हा कळसूत्री बाहुल्यांचा प्रचंड कारखाना झालेला आहे. एवढ्या अवाढव्य प्रमाणावर निर्माण झालेला असा हा पहिलाच कारखाना असेल !

या साम्यवादी बंधनांनी जखडलेल्या यंत्रणेतून चांगले काय आणि वाईट काय याची निवड करायची कशी ? चिनी कम्युनिस्टांनी देशातील संपूर्ण भिकारी नाहीसे केलेले आहेत. तिथे आज वेश्याव्यवसाय औषधाला नाही. भांडवलदार वर्गही निकालात निघाला आहे. परंतु याची दिली गेलेली किंमत याहून भयानक आहे. या वातावरणात आता विरोधी स्वतंत्र विचार जन्मच घेऊ शकत नाही. जर जन्म झालाच तर जन्मतःच त्याच्या नरडीला नख लावण्यासाठी कंसशाही तेथे सदैव सज्ज आहे.

गुन्हेगारी नष्ट झाली हे कौतुकास्पद होय; परंतु केवळ निराळ्या विचारांचा आहे या गुन्ह्याखाली लाखो लोकांना गुन्हेगार समजणारी आणि तारांच्या काटेरी कुंपणाआड त्यांना दुरुस्त करू पाहणारी राजवट ही कितपत स्वागतार्ह आहे?

एवढ्या प्रचंड प्रमाणावर लोकांच्या शरीर व मनावर कब्जा मिळविल्यामुळे, माओने काही नेत्रदीपक विजय संपादन केलेले आहेत. देशातील माश्या ह्या रोग फैलावतात, म्हणून त्यांचा संहार करण्याचे ठरले; आणि हां हां म्हणता 'माशी' हा प्राणी नाहीसा झाला ! चिमण्या व पाखरे धान्य खातात, म्हणून या पाखरांची हत्या करा, असा इशारा होताच सगळा चिवचिवाट समाप्त करण्यात आला. या संहार-भूषणांचे 'राष्ट्रीय वीर' म्हणून ठिकठिकाणी सत्कार घडू लागले. या संहाराने संभ्रमित असे एखादे कविमन तिथेही असले पाहिजे, की ज्याने म्हटले असेल- 'पाखरा येशिल कधि परतून ?' पण ते मनातल्या मनात ! कारण या उद्गारांची वेध घेणारी रसिकता आता तिथे शिल्लकच नसावी.

आजचा साम्यवादी चीन, हा बऱ्या-वाईटाचे एक अजब रसायन आहे खरे ! लाल चीनला भेट देऊन आलेला पाहुणा तेथील सहजता निपटून काढलेले जीवन पाहून आणि कृत्रिम तऱ्हेने चाललेला मंत्रघोष ऐकून संत्रस्तपणे म्हणतो - 'दिवसभर काम करून शिळोप्याच्या चार गप्पा करणारी, मुक्तपणे हसणारी खिदळणारी, अशी स्त्री - पुरुष माणसे इथे कुठेच कशी दिसत नाहीत ! या माणसांचे इथल्या राज्यकर्त्यांनी असे निर्माल्य का करून टाकले आहे ?'

देशाचे दैन्य आणि सामाजिक विषमता, यांच्याविरूद्ध भारतातही लढा सुरू आहे.

लोकशाही आणि साम्राज्यवाद यांच्या आधाराने संथपणे वाटचाल करू पाहणाऱ्या राष्ट्रवादी शक्ती चीनमध्ये होत्याच ! परंतु त्या साम्यवादापुढे पराभूत झाल्या आणि त्यातूनच आज हा मानवनिर्माल्य निर्माण झालेला आहे. जवळ जवळ सर्व आर्थिकदृष्ट्या मागसलेल्या व नुकत्याच स्वतंत्र झालेल्या देशांत, हा अनर्थ झालेला आहे, किंवा होऊ पाहात आहे. हा अनर्थ ज्यांना टाळावयाचा असेल, त्यांनी माओच्या क्रांतीचे चित्र आणि चरित्र समजून घेणे नितांत आवश्यक आहे. इतिहासाच्या सनावळ्यांत आणि बखरींत जे कालखंड बिचारे मूक आणि निर्वासित जीवन जगत असतात, त्यांतूनच कुठल्या तरी नव्या पिढीच्या जीवनांना सह-संवेदना लाभून पुनर्जन्म मिळू शकतो. यासाठी हे कालखंड जिवंत करावे लागतात. कालखंड जिवंत होतात ते प्रमुखत: त्यातील माणसे जिवंत झाली तरच. माणसे जिवंत झाली की मानवी जीवनाच्या मर्यादा स्वच्छ व स्पष्ट होतात. माणूस स्वार्थासाठी जेव्हा एखादी गोष्ट करतो, तेव्हा त्याच्या वागण्यावर काही मर्यादा आपोआपच पडतात. परंतु एकदा का देशप्रेमाची, त्यागाची वगैरे भूमिका स्वीकारली की त्याच्या कृतीचे मूल्यमापन करणे अवघड होऊ लागते. राजकीय परिवर्तनात सामील झालेले 'महात्मे' हे बहुश: सर्वात जास्त हत्या करतात वा घडवतात ! देशभक्त म्हणणारा मानव जेव्हा अहिंसक किंवा हिंसक हुकुमशहा होतो तेव्हा त्याच्या परिणामांना पारावार राहात नाही.

चालू शतकातील जीर्णशीर्ण चीनला नरकातून लाल ताऱ्याकडे नेणारा, माओ हा असाच एक मानव आहे ...!

* * *

अनुक्रम

वि. ग. कानिटकर यांची उपलब्ध पुस्तके

इतिहास व चरित्रे -

अॅडॉल्फ हिटलरची प्रेमकहाणी (दुसरी आवृत्ती)

हिटलरचे महायुद्ध (चौथी आवृत्ती)

विन्स्टन चर्चिल (चौथी आवृत्ती)

अब्राहम लिंकन : फाळणी टाळणारा महापुरुष (तिसरी आवृत्ती)

रक्तखुणा

महाभारत : पहिला इतिहास (चौथी आवृत्ती)

इस्रायल : युद्ध, युद्ध आणि युद्धच (दुसरी विस्तारित आवृत्ती) (महाराष्ट्र शासन पुरस्कार)

फाळणी : युगांतापूर्वीचा काळोख (दुसरी आवृत्ती) (साहित्यसम्राट न. चिं. केळकर पुरस्कार)

कालखुणा

नाझी भस्मासुराचा उदयास्त (२० वी आवृत्ती)

माओ क्रांतीचे चित्र आणि चरित्र (तिसरी आवृत्ती)

व्हिएतनाम : अर्थ आणि अनर्थ (तिसरी आवृत्ती)

संपादित

धर्म : म. गांधींचा आणि स्वा. सावरकरांचा (ना. ह. आपटे पुरस्कार)

दर्शन ज्ञानेश्वरी

गाजलेल्या प्रस्तावना (दुसरी आवृत्ती)

मुलांसाठी चरित्रे

फ्रँक वॉरेल

रोहन कन्हाय

प्रवास

दूरदूरच्या वाटा

परिभ्रमणे कळे कौतुक

आत्मकथा

स्वाक्षरी

कादंबरी

खोला धावे पाणी

शहरचे दिवे (तिसरी आवृत्ती)

होरपळ (दुसरी आवृत्ती)

महाराष्ट्र शासन पुरस्कार

कथासंग्रह

मनातले चांदणे

आसमंत

सुखाची लिपी

पूर्वज (महाराष्ट्र शासन पुरस्कार)

लाटा

आणखी पूर्वज

जोगवा

कळावे, लोभ असावा

उपहास

मुक्ताफळे

अनुवाद

संस्कार (तिसरी आवृत्ती) (मूळ कन्नड लेखक : अनंतमूर्ती)

सहाय्य : रं. शां. लोकापूर

वय नव्हतं सोळा (मूळ कन्नड लेखक : र. शां. लोकापूर)

एक रात्रीची पाहुणी (मूळ हिंदी लेखक : गुलशन नंदा)

अकथित कहाणी (मूळ इंग्रजी लेखक : लेफ्ट.जन.जी.एम.कौल)

अयोध्या आणि हिंदू समाजापुढील प्रश्न (मूळ इंग्रजी लेखक : कॉर्नाड अेल्सट)

१८५७ चे स्वातंत्र्य युद्ध : पेटलेला दक्षिण हिंदुस्थान (मूळ इंग्लिश : डॉ. वा. द. दिवेकर)

१

□

शतकांची समाधी

१ मे १९०९. पेकिंग शहराभोवतीची दगडी वेस ओलांडून एक प्रचंड शवयात्रा शहराबाहेर येत होती. शवाभोवती धूप ज़ाळला जात होता. त्याचे मोठाले लोट मागे-पुढे रेंगाळत होते. शवयात्रेत सामील झालेल्या जनसंमर्दाच्या पायातून उडालेली धूळ त्यात मिसळत होती. वसंत ऋतूतील सकाळचे ऊन धुपाच्या आणि धुळीच्या लोटांवर प्रकाशाचे फवारे मारीत होते.

शवगाड्याच्या आसपास चालणारे बुद्धभिक्षू मोठ्याने हेल काढून रडत होते. त्याचाच काय तो आवाज मोठ्याने होत होता. १२० मजूर शवअंबारी ओढीत होते. चीन देशाचा अखेरचा म्हणण्यासारखा मांचू राजा सम्राट कुआंगसू मरण पावला होता. देशात मांचू राजवटीविषयीचा असंतोष शिगेला पोचलेला होता. परकीयांनी देशात घुसून राजवट खिळखिळी केलेली, बॉक्सर बंडामुळे राजवट बदनाम झालेली, आणि आता तर राजाच मेला होता ! ही प्रेतयात्रा फक्त एका राजाची नव्हती. सारी राजवटच स्मशानाकडे निघालेली ! नंतर गादीवर येणारे पोरटे फक्त चार वर्षांचे होते. या सम्राटाला आपली चड्डी अजून घालता येत नव्हती, आणि त्याला मिसरूड फुटण्यापूर्वीच सिंहासन फुटणार होते.

कॅन्टोन, जपान, सिंगापूर, सायगाव या ठिकाणी चिनी क्रांतिकारक दबा धरून होते. सन्यत्-सेन पॅरिसमध्ये क्रांतीसाठी पैसा जमा करीत होता. फक्त दोन वर्षांच्या अवधीत मांचू सिंहासनाला सुरूंग लावणारा भडका उडणार होता.

९ ऑक्टोबर १९११ या दिवशी हँकौ येथील एका खाजगी कारखान्याच्या आवारात क्रांतीची दुंदुभी ठरणारा पहिला बाँबस्फोट झाला तो केवळ अपघाताने. तिथी ठरली होती आठवड्यानंतर ! परंतु एका क्रांतीकारकाच्या लहानशा चुकीने बाँबचा भडका उडाला. मंगल पांडेने झाडलेल्या गोळीने १८५७ चे फसलेले स्वातंत्र्य समर ठरल्या

मुहुर्ताआधीच भडकले, तसेच हे सर्व घडले.

या बाँबस्फोटातून निर्माण झालेल्या ज्वाळांनीच १२ फेब्रुवारी १९१२ या दिवशी हजारो वर्षांच्या जुन्या पुराण्या बादशाही परंपरेला भडाग्नी दिला !

मांचू राजवटीला जनतेला भडाग्नी द्यावा लागला, कारण मंत्राग्नीने लोक साक्ष शुद्धी स्वीकारण्याची या राजवटीची तयारी नव्हती. हा महान देश आपल्याच इतिहासाच्या आणि परंपरेच्या शृंखलांच्या कैदी होऊन पिचत पडला होता. अखंडपणे बदलत्या जगात जुनाटपणे राहण्याचा चिनी लोकांचा अट्टाहास नाही म्हटले तरी दोन हजार वर्षे चालू राहिला.

किमान चार हजार वर्षे चिनी लोक त्याच भागातून राहात आले आहेत. पाश्चिमात्यांच्या सांस्कृतिक क्रांतीचा मध्यबिंदू भूमध्यपूर्वेतून, ग्रीस, रोममधून फ्रान्स ओलांडून, इंग्लंडमार्गे - अटलांटिक महासागर पार करून अमेरिकेपर्यंत गेला याची गंधवार्ता ही या देशाला कधी लागली नाही. कारण चीन देशाच्या भौगोलिक सरहद्दीबाहेरच्या घटनांची दखल घेण्याची जरूरी पडू नये अशी भक्कमच आहेत.

पश्चिमेकडे डोंगराळ प्रदेश आणि वाळवंटे, उत्तरेकडे प्रदीर्घ लांबलचक माळराने व गवताळ भाग, दक्षिणेकडे घनदाट जंगले आणि पूर्वेकडे अमर्याद सागर या नैसर्गिक चतु:सीमेत चिनी लोकांचे जीवन हळूहळू आकार घेत गेलेले आहे. पाश्चिमात्यांनी नौकानयन आत्मसात केले. दूरवरच्या सफरी अंगिकारल्या, भूमध्य समुद्राच्या किनाऱ्यावर वसाहती केल्या. परंतु या कशाचीही चिनी शेतकऱ्याला गरज नव्हती. आपल्या साम्राज्यात ते सुखी होते. या सरहदीत चिनी जनतेचे बंदिस्त जीवन पीत नदीपासून ते यांगत्से खोऱ्यापर्यंत व सर्व दक्षिण चीन व्यापून थबकलेले होते.

निद्रिस्त देश

हा स्वत:ला कोंडून घेतलेला मानव समूह, बाह्य जगाशी संबंध तोडून समाधिस्त झाल्यासारखा दडलेला होता. खऱ्या अर्थाने ही समाधीच होती. कारण सर्व बाह्य संपर्क टाळलेल्या या लोकांची मानसिक वाढ कौतुकास्पद रीतीने होत होती. व्यक्तिपेक्षा राष्ट्र मोठे होय हा महत्त्वाचा मंत्र या लोकांनी पचवला होता आणि उत्तम राज्यकारभार कसा करावा याचा आदर्श त्यांनी निर्माण केला होता.

चीन देशाच्या भौगोलिक एकाकीपणाला त्याच्या भाषेने अधिकच खतपाणी पुरविले व भाषा आणि सांस्कृतिकदृष्ट्याही ही माणसे जगावेगळी होत गेली. चिनी भाषेची लिपी ही चित्रांची लिपी होय. ही चित्रे म्हणजे काहीकाही सांस्कृतिक परंपरा दाखवणाऱ्या खाणाखुणा आहेत. जो चिनी संस्कृतीत व परंपरेत वाढला नाही त्याला ही भाषा समजणे कठीण असले, तरी ज्याला ह्या दोन्ही गोष्टींचा अंतर्भेद करता येत असे,

त्याला ती इतर भाषेपेक्षा समजायला सोपी असे. यामुळे जिथे जिथे चिनी भाषा पोचली तो तो भूभाग हा सांस्कृतिक नात्याने व पारंपारिक अभिमानाच्या नात्याने 'देशाशी संपूर्णपणे एकरूप झालेला भूभाग' होऊन जात असे. चिनी भाषा अशीच भक्कम राष्ट्रवादाचे बीज पेरीत पेरीत चीनच्या कानाकोपऱ्यात पसरली. भाषेच्या या कवच-कुंडलांमध्ये अर्थातच बाह्य जगाशी भाषेच्याद्वारे होणारा संपर्कही चिनी जनतेला अशक्य झाला. बाह्य जगात तारायंत्रे आली तरी तारायंत्राचे चित्र चिनी भाषेत नसल्यामुळे असे काही शोध बाह्य जगात लागले आहेत याची पुसट कल्पनाही सामान्य चिनी माणसाला येण्याचा सूतराम संभव नव्हता. सर्व भारतीय भाषांत 'रेडिओ' या शब्दाला प्रथम प्रतिशब्द नव्हता - परंतु रेडिओ या शब्दाची ध्वनीनिर्मित कल्पना सर्व कानाकोपऱ्यात पोचायला त्यामुळे प्रत्यवाय आला नाही. काही काळ, जवळजवळ सर्वच भाषांनी रेडिओ हाच शब्द भाषेत अंतर्भूत करून टाकला. भाषेच्या दास्यत्वामुळे चिन्यांना या साध्यासुध्या गोष्टी अशा पद्धतीने आत्मसात करणे अशक्य होत असे.

चीनची एकात्मकता अशी मूलत: चटकन सांधलेली असल्यामुळे ती पुन: पुन: भंग पावूनही चटकन साधली जात असे. भंग पावे तेव्हा तो दोन-चार महत्त्वाकांक्षी क्षात्रतेजाचा संघर्ष असे. सत्तेमागोमाग येणाऱ्या सुखसमृद्धीपोटी केलेल्या त्या लढाया असत. ख्रिस्तशकापूर्वी सहा शतके, सर्व चिनी प्रदेशात दहा लहान मोठी राज्ये अस्तित्वात आली होती. पुढच्या चार शतकांत 'च-इन' चा चीन हा अपभ्रंश झाला व इंग्रजांनी त्याचे चायना केले. या अवाढव्य 'च-इन' भूभागावर सुमारे चारशे पन्नास वर्षे हन राजांनी राज्य केले. हन राजे हे खरेखुरे सम्राट म्हणून वावरले. निरंकुश सत्ता त्यांनी उपभोगली.

शतकानुशतके निरंकुश सत्ता एकाच राजघराण्यात राहण्याचा हा चमत्कार घडला कसा ? जास्तीतजास्त वीस-पंचवीस वर्षांत बलाढ्य साम्राज्ये जमीनदोस्त होणे हा सृष्टिक्रम असताना हे कसे घडले ? 'शक्तीने मिळती राज्ये' हे गृहीत धरले तरी शतकानुशतके राज्य करण्याची युक्ती चिनी राज्यकर्त्यांना कुणी सांगितली ?

कन्फ्युशिअसचा वारसा

कन्फ्युशिअसने हा चमत्कार घडवला. ख्रिस्तशकापूर्वी पाच शतके हा विचारवंत होऊन गेला. या तत्त्वज्ञानी साधुतुल्य पुरुषाने त्याच्या काळातील राज्यकर्त्यांना राज्यकारभाराबाबत फार मोलाचा उपदेश करून ठेवलेला आढळतो. सत्ता मिळवावी कशी, ती टिकवावी कशी आणि मुख्य म्हणजे सत्ता नुसती न टिकवता राजकीय स्थैर्य देशात कसे ठेवावे याची सूत्रे या ऋषीने सांगून ठेवलेली होती.

हे कन्फ्युशिअसचे सर्व ग्रंथित अग्रंथित शहाणपण या चिनी राजांनी तंतोतंत

आत्मसात केले, शिरोधार्य मानले. हे शहाणपण अखेर होते काय जातीचे ? एखादे कन्फ्युशिअसचे वचन पाहिले तरी या व्यवहाराची जात त्वरित ध्यानी येईल. एका ठिकाणी त्याने सांगितले आहे :

"Where a prince's personal conduct is correct, his government is effective without the issuing of orders. If his personal conduct is not correct, he may issue orders but they will not be followed."

(''राजाचे वैयक्तिक वागणे हे काटेकोर सरळ असले, तर त्याचे राज्य हे परिणामकारक ठरते. मग त्याने आज्ञा काढाव्या वा काढू नयेत. परंतु जर राजाची वैयक्तिक चाल खराब असेल तर त्याने कितीही आज्ञा काढल्या तरी त्याला कवडीची किंमत राहणार नाही.'')

कन्फ्युशिअसचे हे सांगणे भारतीय भाषेत सांगायचे, तर 'यथा राजा तथा प्रजा' याच सूत्रातील आहे.

परमेश्वर हा प्रत्येक जातीला त्यांच्याच भाषेत संदेश देणारा पाठवीत असतो. कुणाही एका जातीने हा संदेश देणारा फक्त आमच्याच जातीत परमेश्वराने धाडला, असा आग्रह धरून पुंडावा करण्याचे कारण नाही. भारतात चाणक्य जन्माला येईल, एखादा व्यास जन्माला येईल, चिनी जनतेतही कन्फ्युशिअस जन्म घेऊन तेच सांगेल.

आपल्या राष्ट्रात, जातीत जन्मलेल्यांनी, आपल्या देशाच्या हिताच्या काय गोष्टी सांगून ठेवल्या आहेत, ते ऐकणारे कान मात्र सामान्य असून चालत नाहीत. हे इंद्रिय परंपरेच्या अभिमानातून निर्माण व्हावे लागते. सुदैवाने चिनी राजांना कन्फ्युशिअसचे ऐकण्याचे सुबुद्धी झाली, आणि शतकानुशतके ही बुद्धी कायम राहिली.

राज्यकर्त्याजवळ सद्गुण हवेत. तो नैतिकदृष्ट्या जनतेपेक्षा अंगुलीभर तरी वर हवा एवढे आग्रहाने सांगितल्यानंतर, अशा या मोठे नैतिक अधिष्ठान लाभलेल्या राज्यकर्त्याबद्दल जनतेने काय भावना ठेवावी हे कन्फ्युशिअस सांगतो :

'प्रजेने हे समजून चालले पाहिजे की, निसर्गाची ऋतुचक्रे, प्राणिमात्राची जीवनचक्रे, शुक्लपक्ष, कृष्णपक्ष, पावसाळा येताच तरारून उठणारी शेतातील बी-बियाणी, माणसाचे जन्म-मृत्यू-याचप्रमाणे मानवसमूहाचे सामाजिक अस्तित्व, हेदेखील निसर्गाचाच एक घटक आहे. निसर्ग आणि मानव यांच्यात एकतानता यावी यासाठी परमेश्वरी शक्ती सतत प्रयत्नशील असतेच. मग राजा काय करतो ?

'या अज्ञात सर्व शक्तिमान परमेश्वराला आपलासा करण्यासाठी राजाने सर्व यज्ञयाग यथासांग केले पाहिजे. काळाचे चाक राजानेच सुरू केलेले आहे. अवर्षण पडले, पूर आले, धरणीकंप झाले किंवा अन्य काही निसर्गकोपाने प्रजेवर संकटे आली, तर या

सर्वांची जबाबदारी राजावर राहील. त्याच्या हातून काहीतरी वावगे घडले म्हणूनच या गोष्टी घडल्या, असे त्याने समजून, या संकटातून प्रजेला वाचविण्याचे आटोकाट प्रयत्न तो करीलच करील. देशाचे हेच कार्य करण्यासाठी सर्व आयुधांनी नटलेला भगवानच राजाच्या रूपाने अवतरलेला आहे,' अशी राजाविषयी विलक्षण भक्ती कन्फ्युशिअसने प्रजाजनांना शिकवली.

श्रद्धेत बळ असते आणि सद्बुद्धित दिशा असते. कन्फ्युशिअसला प्रजेकडून श्रद्धा हवी होती. म्हणजे राष्ट्र शक्तीमान होणारच होते आणि राजापाशी सद्बुद्धी असावी हा त्याचा आग्रह - प्रजेची श्रद्धा अप्रतिहत टिकावी व देशाला दिशा लागावी यासाठी होता.

कन्फ्युशिअसच्या या शिकवणुकीचा परिणाम चिनी राज्यकर्त्यांवर अखंड पडलेला आढळेल. चँग-कै-शेक किंवा माओ-त्से-तुंग या विसाव्या शतकातील नेत्यांचा दावा असाच आहे, की ते आपल्या प्रजेपेक्षा नैतिक मूल्यांच्या दृष्टीनेही अंगुलीभर उंच आहेत. हा दावा प्रत्यक्षात खरा असो वा खोटा, राजासारखीच लोकांत व्यक्तिपूजा बांधल्याखेरीज राज्य करणे माओलाही कुठे शक्य झाले आहे ?

कन्फ्युशिअसच्या पद्धतीत मग राजाची धोरणे ही त्याच्या सद्गुणी वर्तणुकीचीच एक अविभाज्य अंगे ठरतात. राजाच्या एखाद्या आज्ञेवर टीका करणे हे त्याच्यावर वैयक्तिक दोषारोष करणेच होय असे ठरते. भ्रष्ट राजा राज्यावर असू नये हे ओघानेच येत असे.

पश्चिमेकडून आलेल्या लोकशाही व्यवस्थेत, विरोधी पक्षाला सत्ताधाऱ्याविरूद्ध प्रच्छन्नपणे आरोप करता आले, तरी त्यांना मते देणारी बहुसंख्य मंडळी ही जर राज्यकर्त्यांइतकीच नादान करण्यात सत्ताधाऱ्यांना यश लाभले तर मग बेवकूफ लोक राज्यावर राहू शकतात. परंतु कन्फ्युशिअसच्या शिकवणीने भारलेल्या चिनी प्रजाजनांना भ्रष्ट व नादान राजा अधिकारावर राहणे ही गोष्टच फार काळ मान्य होणारी नव्हती.

राजा सत्ताप्रमुख म्हणून असला तरी प्रत्यक्ष राज्यकारभार कोणामार्फत होत असे ? कल्पना करा तेरा शतकांपूर्वी यासाठी चीनमध्ये सरकारी कायदेकानूनच्या परीक्षा घेतल्या जात असत ! प्रशासक मिळविण्यासाठी परीक्षा घेण्याचा शोध पाश्चिमात्यांना अगदी अलिकडे लागला, परंतु चिनी राजांच्या आमदानीत, तेरा शतकांपूर्वी अशा परीक्षा होत असत. समाजातील कोणाही हुशार विद्यार्थ्यांला या परीक्षा देऊन राज्यकारभारात दाखल होता येत असे. शिक्षणक्रम दहा ते पंधरा वर्षांचा असे. या शिक्षणात प्रमुख अभ्यास असे तो कन्फ्युशिअसच्या तत्त्वज्ञानाचा, व्यावहारिक शहाणपणाचा. शतकानुशतके फक्त या एकाच पद्धतीने चिनी राजांनी प्रशासकांच्या पलटणी उभ्या केल्या.

एखादी कथा-कादंबरी लिहावी अथवा बंडखोर विचार मांडावा, असे मानसिक वेगळेपण मात्र या साच्यात कधी क्वचितच निर्माण होत असे !

राज्याचे प्रशासक आणि न्यायदान करणारी माणसे ही राज्ययंत्राची अब्रू सांभाळतात किंवा घालवतात ! कन्फ्युशिअसने घालून दिलेली न्यायपद्धती अशीच व्यवहार आणि शहाणपण यावर आधारलेली होती.

कुटुंबातील प्रत्येक प्राणिमात्र हा परस्परांच्या कृतींना जबाबदार असे. प्रत्येकजण हा शेजारच्या कुटुंबाच्या कृतीला जबाबदार असे. जर तुमचा भाऊ हा गुन्हेगार व डँबिस निपजला, तर त्याचा भुर्दंड त्या मुलाचे आई, बाप, बहीण, भाऊ या सर्वांवर बसे. अर्थातच प्रत्येक कुटुंब हे आपल्यात असा 'कुलदीपक' निपजणार नाही याची काटेकोर काळजी घेऊ लागे. परस्परांवर अशा लक्ष ठेवण्याच्या या शिकवणुकीमुळे सरकारला तकलीफ न पडता, राज्यात गुन्हेगारीला आळा बसलेला होता. एखाद्या शेजारच्या कुटुंबातील गुन्हेगार प्रवृत्तीच्या व्यक्तीच्या कृत्यावर, कुटुंबातील माणसे पांघरूण घालून त्याला पर्यायाने साहाय्य करू लागली तर सरकारला हे कळविण्याची जबाबदारी शेजार-पाजाऱ्यांवर असे. 'मला काय करायचे आहे, शेजारच्या कुटुंबात रोज हाणामाऱ्या चालल्या तर !' असे म्हणायची तूर्त आपल्याला असलेली मुभा त्या काळात चीनमध्ये नव्हती आणि अशा तऱ्हेने शेजारच्या कुटुंबातील कुसळे, सरकारला कळवली म्हणून शेजाऱ्यांत वितुष्टही येत नसे. कारण सर्व शेजारीपाजारी झालेली गोष्ट योग्यच झाली असे समजत ! पोलीस खात्यात आज जे 'खबरे' नेमण्याची पद्धत आहे, त्यांची सुरुवात तेरा शतकांपूर्वी चीनमध्ये ही अशी झालेली आहे. मात्र ज्या देशात पोलीसच बदनाम झालेले आहेत, त्या देशात त्यांच्या कानाशी लागणाऱ्या 'फरकॅप'वाल्या खबऱ्यांना समाजात फारशी किंमत असण्याचे कारण नाही !

अशा तऱ्हेच्या असंख्य शासकीय कृतींनी समाजात असणारी कुटुंबे व वसाहती गुण्यागोविंदाने नांदत असत. दहा-पंधरा वर्षे अभ्यास करून, शासकीय अधिकारी झालेल्या चिनी कलेक्टर आणि मुन्सफांना मॅनडारिन म्हणत असत. शेतकरी, कामकरी, व्यापारी व सामान्य जनता यांच्या परस्परसंबंधाची देखभाल करणारे हे मॅनडारिन आपल्या कामात अतिशय कुशल असले तरी वृत्तीने स्वाभाविकच अत्यंत सनातनी होते.

चीनमधला चीन

परंतु या विस्तीर्ण देशाचे दोन चेहरे होते. एकाच्या पोटात एक असे दोन वेगवेगळे चीन होते असे म्हटले तरी चालेल. खेडोपाडी पसरलेला आणि जमीन कसून जगणारा शेतकरी वर्ग हा चार-पंचमांश संख्येने होता. या वर्गाच्या माथ्यावर शहरांतून आणि मोठ्या गावांतून राहणारा जो दुसरा वर्ग होता तो जमीनदार, सरकारी नोकर, विद्वान

आणि व्यापारी यांचा वर्ग होता. चीनमध्ये जातिव्यवस्था कधीच नव्हती. हे दोन वर्ग मात्र स्पष्ट होते. यापैकी वरच्या कुलीन (Gentry) समजल्या जाणाऱ्या वर्गाच्या हातात सर्व आर्थिक व राजकीय सत्ता खेळत असे. येथे कुलीन याचा अर्थ घरदार असलेला श्रीमंत वर्ग असा घ्यायचा आहे. जे श्रीमंत जमीनदार होते त्यांची मुले पंधरावीस वर्षे शिकू शकत असत. ते सरकारी परीक्षा देऊन मॅनडारिन होत असत. हे सरकारी खात्यांत अधिकारी झालेले तरूण मग वडिलोपार्जित जमीनदारीचे आर्थिक हितसंबंध अधिक सुदृढ करीत. यामुळे वर राज्यकर्त्यांशी आणि खाली शेतकरीवर्गाशी या 'जेन्ट्री' वर्गाचे घनिष्ट संबंध असत. याच वर्गाच्या आधाराने आणि मध्यस्थीने पेकिंगची राज्यसत्ता राज्यकारभार करीत असे.

कधीही कात टाकू न इच्छिणारा हा प्रचंड मानवी अजगर वेटोळे घालून सुस्तपणे शतकानुशतके पडलेला होता. इतर जगाची त्याला जरूरी नव्हती. जगापासून अलिप्तपणे बंदिस्त होऊन पडलेला हा मानवसमूह असा निवांत पडून राहू इच्छित असला, तरी चिनी सरहद्दीला लागून असलेल्या तुर्की व मंगोली टोळीवाल्यांची वासना या भूभागावर गेल्याशिवाय कशी राहील ?

या टोळीवाल्यांनीच चीनची ही प्रचंड कालखंडाची सुखनिद्रा तेराव्या व चौदाव्या शतकात संपुष्टात आणली !

चीनच्या सरहद्दीवर उभारलेली शेकडो मैलाची अजस्त्र भिंत, ही जगातील एक आश्चर्य आहे. या भिंतीआड जगणारी माणसे ही तुर्की व मंगोली टोळीवाल्यांना याहून आश्चर्यजनक वाटत. गोषातली स्त्री तर अकारण सुंदर वाटते, झाकलेल्या गोष्टी उगाचच कुतूहल वाढवतात.

ऐंशी टक्के शेतकरी असलेल्या समृद्ध चीन देशात लुटण्यासारख्या असंख्य गोष्टी असतील, या कल्पनेने हे आशियातील टोळीवाले सरहद्दीवरची अजस्त्र भिंत ओलांडून चीन देशात घुसत असत.

लूटमार करून परत फिरावे यासाठी देशाच्या सरहद्दी पार करून आलेले धाडसी लोक चीनमधील सुसंस्कृत जीवनाने बरेच वेळा दिपून जात. बाहेरून आलेला प्रत्येकजण अतिथी समजावा - मग तो चोर का असेना - या शिकवणुकीमुळे, भोळे-भाबडे चिनी शेतकरी उलट त्यांचे स्वागत करीत. या अडाणी परंतु निर्मळ प्रजेच्या तोंडून चिनी राजाची स्तुती कानांवर गेली की टोळीवाल्यांचे म्होरके सांगत. 'आम्ही काही वाईट हेतूने आलो नव्हतो. तुमच्या राजाला तर आम्ही खंडणी घेऊन आलो आहोत.' खंडणी म्हणून काही द्रव्य, दागिने चिनी बादशहाच्या पायांवर घालण्याकरता मग टोळीवाल्यांचे म्होरके पेकिंगवारी करीत. नऊ वेळा साष्टांग दंडवत व तीन वेळा कमरेत वाकून पेकिंगच्या

बादशहासमोर अदबीने उभे राहात. खंडणीची ताटे नजर करीत. प्रजेकडून फक्त थैल्या घेण्याचीच प्रथा त्यावेळी नव्हती ! राजा मिळालेल्या खंडणीची परतफेड दामदुपटीने या टोळीवाल्यांनासुद्धा देत असे. सापांना दूध पाजून माणसाळवण्याचा हा प्रकार अखेर आत्मघातकी ठरला !

राष्ट्रवादाला पक्षघात

मंगोली टोळीवाल्यांनी पेकिंगच्या राजाचा घात करून गादी बळकावली. १२७९ ते १३६८ ही नव्वद वर्षे मंगोली टोळीवाल्यांपैकी लोकांनीच पेकिंगचे राज्यपद भोगले. हन राजे गादीवरून हाकलले गेले. तिथे मंगोली आले. तसेच काही शतकांनी १३६८ मध्ये मंगोली सत्ता उलथून तेथे मांचुरियातील टोळीवाल्यांचे मांचू घराणे गादीवर बसले. पेकिंगच्या गादीवर या उलथापालथी चालू असताना देशाचा राज्यकारभार करणारे मॅनडारिन हे स्थितप्रज्ञासारखे- याचे कसलेही सोयरसुतक न धरता राज्यकारभार ठरलेल्या चाकोरीतून हाकतच राहिले.

आक्रमकांच्या टाचेखाली वर्षांनुवर्षे मार खाणारी आत्मविस्मृत जमात पुष्कळ वेळा हा सर्व प्रकार फार सोप्या भाषेत मांडून स्वत:ला व जगाला फसवू पाहते ! तसाच प्रकार येथे झाला. मॅनडारिन सांगत, 'मंगोली येऊ द्या, मांचू येऊ द्यात. चिनी संस्कृती सगळ्यांना पचवून टाकते !' मोगल बादशहाच्या जनानखान्यात पोटच्या मुली धाडून, रजपूतांनी मोगलांना पचवले, तसे हे पचविणे असते. फक्त ढेकरा दुसरे देतात ! आक्रमकांच्या राजवटीत आक्रमण केलेल्या देशावर प्रमुख आघात कोणता करत असतील, तर त्या देशाचा राष्ट्रवाद ते कायमचा पांगळा करून ठेवतात. पक्षघात झाल्यासारखा तो देश मग मरत नाही म्हणून जिवंत असतो इतकेच. चीनचे मंगोली आणि मांचूंनी तेच केले. मंगोली आणि मांचू राजवटीला चिन्यांनी पत्करले, याची जबर किंमत त्यांना द्यावी लागली. चीनमध्ये राष्ट्रवादाला नंतर कधीही बाळसे चढले नाही.

चिनी राष्ट्रवादाशी इमान नसलेल्या या राजवटींनी मग देशाची चौफेर सुरू झालेली अवनती स्वार्थासाठी तशीच चालू राहू दिली. कन्फ्युशिअसच्या शिकवणुकीप्रमाणे प्रजेकडून मिळणारी साथ त्यांना हवी असल्यामुळे, त्यांनी कारभारात मात्र मॅनडारिन पद्धतीचाच पाठपुरावा केला. त्याचबरोबर चिनी जनतेत राष्ट्रवादी वृत्ती वाढणार नाही याचीही काळजी घेतली. १३ व्या शतकात म्हणजे मंगोली राजांच्या अमदानीत मार्कोपोलो हा चीनमध्ये गेला होता. हँगचौ शहराचे वर्णन करताना त्याने लिहिले आहे;

'एकाच गल्लीत जे लोक राहतात ते स्त्री-पुरुष केवळ शेजारपणाच्या नात्याने बांधलेले

असूनही, एका कुटुंबातील वाटावे असे वागत होते.'

पुढील पाच शतकात मांचू राजे गादीवर आले व राजवट बदललीच, परंतु युरोपात अनेक दिशांनी जी प्रगती होत होती त्याचा संपर्क देखील चीनला झालेला नव्हता. असे असूनही इंग्लंडचा तिसरा जॉर्ज याने १७९३ मध्ये मांचू राजाला जेव्हा विनंती केली की, इंग्लंडची चीनशी व्यापारी संबंध जोडण्याची इच्छा आहे, कारण त्यात परस्परांचे हित शक्य आहे, तेव्हा मांचू राजा चेन लुंग ने कळविले -

'आमच्या दैवी सिंहासनाधिपतीची किर्ती व दबदबा चौफेर दूरवर पसरला असल्याने, ठिकठिकाणाचे राजे कानाकोपऱ्यातून कधी खुष्कीने तर कधी जलमार्गाने आमच्या देशात येतात. येताना ते बरोबर नानाविध महाग वस्तू घेऊन येतात. परिणामी आम्हाला कशाची ददात अशी नाही. परदेशांतून येणाऱ्या चमत्कारिक वस्तूंचा साठा करण्याचा हव्यास आम्हाला नको आहे !'

बुडणारे तारू

प्रत्यक्ष इंग्लंडच्या राजाला 'इतर राजे येतात त्याप्रमाणे तुला वाटले तर खंडणी घेऊन ये, परंतु व्यापारी संबंध वगैरे निर्माण करण्याची आम्हाला काही गरज नाही,' असे बजावणारी चिनी मांचू राजांची राजवट ही स्वतःच्या देशासंबंधी अवाच्यासवा कल्पना करणारी व कथलाचे वाळे खुळखुळवणारी सोनूबाई होती ! खरे पाहता महत्वाकांक्षी झगडा करायला मागेपुढे न पाहणारे युरोपियन लोक हे आधुनिक जीवनाच्या पूर्ततेसाठी आवश्यक ती सळसळती जिद्द निर्माण करण्यात गढलेले होते. राष्ट्रवादाची लाट व्यक्तिस्वातंत्र्याचा पुरस्कार, मिशनरी चळवळीचा विस्तार, विज्ञानाची वाढ, भांडवलशाही, औद्योगिक क्रांती, वसाहतवाद-या कोणत्याही नावाखाली या चळवळीचे पृथक्करण केले, तरी नव्या जीवनासाठी चाललेली या मागची धडपड कुणाला नाकारता येईल ? १८ व्या शतकापर्यंत युरोपियनांनी जवळजवळ सर्व जग पादाक्रांत केलेले आढळते परंतु वाळूत तोंड खुपसून बसलेल्या चिनी शहामृगाला आपल्याला यापैकी कशाचीही गंधवार्ता नाही - याची हळहळ वाटत नव्हती. जगात निर्माण होणारे हे वादळी वारे आपल्या सरहद्दीवर लवकरच टकरा घेऊ लागणार आहेत, याची यत्किंचित कल्पनाही त्यांना नव्हती. इंग्लंडच्या राजाचा - तिसऱ्या जॉर्जचा - निरोप घेऊन येणारा ब्रिटिश वकील अर्ल ऑफ मॅकार्टनी, हा आपल्या दैनंदिनीत लिहितो -

'चीनचे हे प्रचंड साम्राज्य म्हणजे एके काळी पराक्रम केलेल्या, परंतु आता वृद्धापकाळी म्हातारचळ लागलेल्या माणसासारखे जीर्ण झालेले आहे. कदाचित हे तारू झपाट्यासरशी बुडणार नाही, काही काळ छिन्नविछिन्न अवस्थेत ते पाण्यावर हेलकावे खात राहील आणि अखेर किनाऱ्यावर आपटून त्याचे तुकडेतुकडे होतील. एक गोष्ट

निश्चित अशा जुन्या पुराण्या पायावर या देशाला पुन: उभे करणे ही गोष्ट अशक्य होय.'

एकोणसावे शतक सुरू झाले. पानिपतावर १७६१ मध्ये जायबंदी झालेली भारतातील मराठ्यांची शक्ती पुन: पूर्वीच्या तडफेने कधीच उभारी धरू शकली नाही. दुसरे बाजीराव स्नानसंध्येला ब्रह्मावर्ताला निघून गेले आणि १८१८ मध्ये पेशवाईचा अंत होऊन इंग्लंडमधून तागडी घेऊन आलेला गोरा साहेब भारतासारख्या प्रचंड देशावर राणीच्या नावाने राज्य करू लागला. याचा एक परिणाम असा झाला की, ब्रिटिश व्यापाऱ्यांनी भारतातील अफू चीनमध्ये नेली व तिथे तिचा व्यापार त्यांनी सुरू केला. ब्रिटिश सत्तेने त्यांना सर्व सुविधा आता उपलब्ध केल्याने हा व्यापार राजरोस सुरू झाला. चीनी लोकांनी अफूचे व्यसन ताबडतोब आत्मसात केले. त्यांच्या बेवकूफीत आता अफू मिसळली ! १८०० सालापूर्वी ज्या देशात अफू हा पदार्थ माहीत नव्हता त्या देशात ब्रिटिश व्यापाऱ्यांनी वीस-तीस वर्षांत अफूचा प्रचंड व्यापार सुरू केला. भारताने ब्रिटिशांचे जोखड पत्करून, चीनला फक्त अफू निर्यात करण्याचेच पाप केले नाही, तर त्याने आणखी त्याहून घातक प्रकरण तिकडे धाडलेले होते ! केरळात जन्माला आलेल्या एका नंबुद्री ब्राह्मणाने इसवी सनाच्या पहिल्या शतकाच्या अखेरीस भारतातून बुद्ध धर्माला पिटाळून लावले. कालडीच्या शंकराचार्यांचा जन्म इ. स. ७७५ मधील. अवघ्या ३२ वर्षांच्या आयुष्यात यांनी श्रृती, गीता, ब्रह्मसूत्रे यांनी या प्राचीन देशाला पुन: भारून टाकले ! कुमारील भट्टासारखा बुद्ध धर्माचा विद्वान प्रचारक, बुद्ध धर्माचा त्याग करून हिंदू धर्मात परत फिरला. उत्तरेत बद्रीकेदारला, पश्चिमेकडे द्वारका येथे, पूर्वेला जगन्नाथपुरीला व दक्षिणेस श्रृंगेरीला हिंदू धर्माची चार पीठे शंकराचार्यांनी स्थापन करून बौद्धाला भारतातून हुसकले.

बुद्धधर्म भारतातून परागंदा झाला तो चीनमध्ये मूळ धरून उभा राहिला. चित्ताचे शेत ज्ञानाने नांगरावे, पारलौकिक धन हेच खरे धन, शेती ही हिंसाप्रधान म्हणून संन्यासाला त्याज्य ! क्षमा हेच शस्त्र, वासनेचा त्याग करण्यासाठी संसाराचा त्यागच करायला हवा. कामिनी, कृषी आणि कृपाण या सर्वच गोष्टी माणसाची अधोगती करतात. सर्व राष्ट्रच्या राष्ट्र हे युद्धविन्मुखच केले पाहिजे. असली आत्मघातकी शिकवण देण्यात धन्य मानणारा हा धर्म चीनमध्ये झपाट्याने पसरला. काही शतकात कन्फ्युशिअस आणि बुद्ध या दोघांनी निर्माण केलेल्या रसायनाने या महान देशाचा कब्जा केला. दयेने दुष्टता, कारूण्याने क्रोध, अहिंसेने हिंसा, शास्त्राच्या बडबडीने शस्त्र असा मुकाबला करता येतो, अशा आत्मवंचक शिकवणुकीने, मांचू राजांच्या आणि प्रजेच्या क्षात्रतेजाला कायमचे ग्रहण लागले. राष्ट्रात दुबळा संन्यासधर्म हाच सर्वोच्च धर्म समजला जावा

यापरते त्या राष्ट्राचे दुर्दैव ते कोणते? मांचू राजेच स्वत:ला बुद्धाचे अवतार समजू लागले ! आपल्या राष्ट्राच्या चिरंतन हानीलाभाचा विचारच मग गळून पडला.

अफू आली !

अशी वर्षांमागून वर्षे जात होती. १९०० व्या शतकाच्या सुरुवातीला चीनमध्ये लोकसंख्येचा बोजा मांचू राजांना जाणवू लागला. खाणारी तोंडे आणि श्रमणारे हात यांचे प्रमाण व्यस्त झाले होते. देशाबाहेर व्यापार वाढवून पैसा खेचावा लागतो ही गोष्ट चिनी माणसांना आकलन होणारी नव्हती. ते त्यांचे बुद्धीपलीकडचे होते. फक्त कॅन्टोन बंदरात काही परदेशी व्यापारी माल घेऊन येत व चिन्यांशी व्यापार करीत. या व्यापारी लोकांना चिनी समाजात फारसे मानाचे स्थान नव्हते. व्यापार हा शुद्र, हलका धंदा समजला जाई. चहा, रेशीम, चिनी मातीची भांडी आणि कलाकुसरीच्या चीनमध्ये तयार होणाऱ्या वस्तू यांना युरोपात सतत मागणी होती. ब्रिटिश व अमेरिकन व्यापारी सोने-चांदी देऊन चिन्यांकडून हा माल खरेदी करीत. ब्रिटिशांना भारतातून मुबलक सोने-चांदी उपलब्ध होत होती. अमेरिकनांना मेक्सिकोहून आणता येत होती.

सोने व चांदी या वस्तू खाता येत नाहीत. त्याचा हव्यास असतो तोही संपत्ती गुंतवून त्यातून पुन: संपत्ती निर्माण करायची असली तर ! चिन्यांना व्यापार हा राजांनी करायचा असतो असे माहीत होते. उलट व्यापार म्हणजे उन्नती, व्यापार म्हणजे प्रगती, - व्यक्तीची - मग समाजाची, आणि राष्ट्राची, हे समीकरण पाश्चात्यांचे होते. पण चिनी लोक व्यापाराला उत्सुक होण्यासाठी काय करावे हे त्यांना समजत नव्हते ! जे चीनमध्ये पिकत नाही परंतु जे देशात आले नाही तर लोक बैचेन होतात, अशी काही तरी वस्तू चीनमध्ये सोडणे आवश्यक होते. ब्रिटिश व अमेरिकन व्यापाऱ्यांनी अफू चीनमध्ये सोडली ! अफूच्या व्यसनात चिनी गुरफटताच ब्रिटिश व चिनी व्यापाऱ्यांचा प्रश्न मिटला. चिनी व्यापारी आता पाश्चात्यांच्या मागे लागू लागले. त्यांच्या वाटेकडे डोळे लावून बसू लागले. चहा देतो पण अफू द्या ! रेशीम घ्या पण अफू द्या ! चिनी मातीची भांडी न्या अन् अफू ठेवा, असा व्यापारी तगादा सुरू झाला. व्यसने घेऊन लक्ष्मी चीनमधून बाहेर पडू लागली. ब्रिटिशांना भारतातून अफू उपलब्ध होती, अमेरिकनांना तुर्कस्थानातून !

अफिमबाज झालेल्या या बौद्ध देशात आज आपण अफू विकत आहोत, यामुळे झपाट्याने इथे संपत्तीचा धूर होत आहे, लवकरच हा देश भिकारी झाला, अन्नान्न झाला की यांना आपण धान्यही विकू शकू, असा हिशेब व्यापारी करू लागले. कॅन्टोन बंदरात या परदेशी व्यापाऱ्यांवर चिन्यांचे जाचक निर्बंध होते. आता गबर होत चाललेल्या व संख्येने वाढू लागलेल्या व्यापाऱ्यांना, या निर्बंधाविरुद्ध आवाल करण्याची हिंमत होऊ

लागली. संपर्कातून संघर्ष उडू लागले.

राजाला जाग आली. १८३९ मध्ये मांचू राजाने अफूच्या व्यापारावर निर्बंध आणले. या व्यापारासाठी जबर खंडणी लागू केली. ब्रिटिश व्यापारी आता कॅन्टोन बंदरात एकटे नव्हते. त्यांची वसाहत वाढलेली होती. व्यापाऱ्यांमागोमाग तोफा आणि बंदुकी संरक्षणासाठी म्हणून आलेल्या होत्या. धर्मोपदेशकांचे तांडेही आलेले होते. ब्रिटिशांनी ही संधी साधली व पुरातन जीर्ण वृक्षावर पहिला घाव घातला. १८४० ते १८४२ मध्ये ब्रिटिशांनी चिन्यांशी कॅन्टोन येथे युद्ध केले.

ब्रिटिशांनी शस्त्र उपसताच, क्षात्रतेज जाऊन निष्प्राण झालेला बौद्धधर्मीय प्रचंड चीन देश गर्भगळीत झाला. नाक मुठीत धरून मांचू राजाने ब्रिटिशांशी तह केला. नानकिंगचा हा तह १८४२ मध्ये झाला. ब्रिटिशांनी तहाची कलमे लावली ती अशी :

'मुक्त व्यापाराचे तत्व चिनी राजाने मान्य करावे. कॅन्टोनप्रमाणेच अमॉय, फूचौ, निंगपो, शांघाय या आणखी बंदरातून आम्हांला व्यापार करता येईल.

'चिनी सरकार जाहीर करील ती जकात आम्ही भरू, परंतु या पलीकडे कसलेही खंडणीचे निर्बंध मानणार नाही.

ही दोन कलमे न्याय्य होती. आडमुठ्या चिन्यांना ती अपायकारक वाटली, तरी त्यांचे समर्थन होऊ शकते. परंतु नानकिंग येथे चिन्यांना डसलेल्या ब्रिटिश विंचवाचे विष या तहाच्या नांगीत होते.

कलम तिसरे होते, 'चिनी भूमीवर ब्रिटिशांच्या ज्या व्यापारी वसाहती आहेत त्यांना ब्रिटिश सरकारचे कायदेकानून लागू राहतील.'

आणि चवथे भयंकर कलम होते - 'या देशात ख्रिश्चन धर्मोपदेशकांना येथील लोकांना बाटवण्याचे स्वातंत्र्य राहील.'

भूमीवर ब्रिटिश पाय रोवीत होते आणि धर्मांतराचा उद्योग सुरू करीत होते. या दोन्ही गोष्टी मांचू राजांनी कबूल केल्या, कारण त्यांनी मार खाल्ला होता ! जबड्यात मान धरलेल्या व्याघ्रापुढे गोमातेच्या मुखातले धर्मपदाचे अनुष्टुपही गारद झाले होते. १८४२ साली झालेला हा राष्ट्रघातकी तह, १९४३ मध्ये संपुष्टात आला ! मिशनऱ्यांच्या पाठीत पुढे माओने लाथा घातल्या, तेव्हा ते चीनमधून निघून गेले.

या तहात मांचू राजाला काय मिळाले? अफूचा व्यापार आम्ही करणार नाही, असे फक्त तोंडी आश्वासन ! ब्रिटिशांना हे ठाऊक होते की, या आश्वासनाला अर्थ नाही. चिनी लोकांना आता अफू सतत लागणार आहे. चोरून मारून हा व्यापार तेजीतच राहणार आहे. आपल्या वसाहतीत आता राजरोस अफूच्या वखारी निर्माण झाल्या तरी त्यांना धक्का लावण्याची ताकद या चिनी अजगरात नाही. पुढच्या पंधरा वर्षांत अफूचा

व्यापार आणि किंमतीही अमाप वाढल्या.

१८५८ साली अफूचा व्यापारही ब्रिटिशांनी कायदेशीर करून घेतला ! चीनची ही दुर्दशा अटळच होती. एक अत्यंत लबाड आणि विस्तारवादी शत्रु देशाच्या सरहद्दीत घुसल्यावरही कानात निरर्थक आणि अनर्थक शिकवणीचे बोळे घालून बसलेली, फक्त क्षेत्रफळाने मोठी असलेली मांचू राजवट, शस्त्र सावरण्याऐवजी पांघरुण सावरून पुनश्च गाढ झोपी गेली.

* * *

२

हुंगचे बंड

नानकिंगच्या तहाने ब्रिटिशांच्या जे पदरात पडले ते त्यांच्या व्यापाराला पुरेसे असले, तरी त्यांच्या 'अव्यापारेषु व्यापारा' चे समाधान करणारे नव्हते. पश्चिमेकडून आलेल्या या आक्रमकांची विशेष दखल न घेता मांचू राजवटीचा अंमल रडतखडत का होईना, सर्व चीनवर चालूच राहिला.

समाजाच्या सर्व थरातून लाचखाऊ वृत्ती बोकाळलेली होती व मांचू राजवटीविरुद्ध असंतोष आणि द्वेष प्रतिदिनी वाढत होता. तरी या विरूद्ध प्रत्यक्ष बंड उभे राहीपर्यंत ब्रिटिशांना चिन्यांच्या अंतर्गत कलहात हस्तक्षेप करता येणार नव्हता.

जुलमी आणि अत्याचारी सैतानांविरूद्ध प्रथम बंड होते ते बहुधा केंद्रसत्तेपासून दूर असलेल्या एखाद्या डोंगरदऱ्यातील स्वाभिमानी जमातीत. दिल्लीच्या मोगली सत्तेविरूद्ध सह्याद्रीच्या कुशीतून ज्याप्रमाणे पहिला हुंकार आला, त्याचप्रमाणे पेकिंगपासून हजारो मैल दूर असलेल्या दक्षिण चीनमधील क्वांगटुंग प्रांतातील एका मागासलेल्या जमातीत बंडाची प्रथम ठिणगी पडली.

नवा अवतार

या प्रांतात कॅन्टोन शहराच्या आसपास हक्का नावाची जमात वास्तव्य करून होती. त्यांची भाषा निराळी होती, चालीरिती निराळ्या होत्या. डोंगराच्या कुशीत राहणाऱ्या या जमातीच्या टोळ्यांतील लोक अंगापिंडाने काटक व शूर होते. या ठिकाणी एका झोपडीत 'हुंग' नावाचा एक मुलगा वाढत होता. १ जानेवारी १८१४ ही त्याची जन्मतारीख. कन्फ्युशिअसच्या सनातन शिकवणुकीत वाढत असणारा हा पोरगा अतिशय चुणचुणीत होता. साहजिकच त्याच्या शेतकरी बापाची अशी इच्छा होती की याने खूप शिकावे, सरकारी परीक्षा द्याव्यात, मांचू राजांच्या दरबारी मोठी मुन्सफी मिळवावी.

मुलाच्या मनात मांचू राजवटीविषयी प्रेम निर्माण करणारे वातावरण मात्र चीनच्या दक्षिण भागात अजिबात नव्हते. मांचू राजे गादीवर येण्यापूर्वी चीनवर ज्या मिंग राजांनी राज्य केले, त्या राजघराण्याशी हक्का जमातीचे खूप विवाहसंबंध घडून आलेले असल्याने त्या राजाच्या जागी आलेल्या मांचू राजांना हक्का जमातीने मनाने कधीच पत्करलेले नव्हते. मांचू राजांना उखडून त्यांच्या जागी पुन: मिंग राजांना आणण्यासाठी गुप्त मंडळ्या स्थापन करून बंडे करावी असे विचार सर्वत्र बोलले जात असत. शिवाय एखादा मनुष्य हुशार आहे, बुद्धिमान आहे, एवढ्याच भांडवलावर सरकारी परीक्षा पास होणे कठीण होते. सरसकट सर्व सरकारी पेपर तपासनीस आता पैसे खात असत व भरपूर पैसे चारल्याखेरीज परीक्षा पदरात पडणे कठीण होते.

वयाच्या सोळाव्या वर्षी म्हणूनच हुंग याने एका खेड्यात मास्तरकी पत्करली. मास्तरांना त्यावेळीही पगार बेताचाच असे. जी काही मिळकत होती त्यातला मोठा भाग सरकारी करात जात असल्याने हुंग याला जवळजवळ दारिद्र्यातच दिवस काढावे लागत होते. तशातच हुंगला मोठ्या आजाराने घेरले. या आजाराचे नेमके निदान झाले नसले, तरी हा आजार दीर्घ मुदतीच्या तापाचा असावा. कारण या आजारातून उठल्याबरोबर हुंगची प्रकृती एकदम कमालीची सुधारली. आजारी असताना जेव्हा त्याचा ताप विलक्षण वाढे, तेव्हा त्याच्या त्या काहीशा बेभान अवस्थेत तो नेहमी एक दृश्य पाहात असे ; 'हातात तलवार घेऊन तो लढाई करत आहे आणि पृथ्वीवर माजलेल्या राजांना कंठस्नान घालीत आहे !'

या दृश्याचा कायम परिणाम त्याच्यावर झाला होता. आता तो जुलमी सत्तेविरुद्ध लोकांना चिथावणी देणारे स्फूर्तीदायक काव्य रचू लागला. मांचू राजांविषयी फारसे भय बाळगण्याचे कारण नाही, असा विश्वास वाढविणारी एक घटना याचवेळी घडली. ही म्हणजे ब्रिटिशांनी केलेल्या मांचू राजवटीचा दारूण पराभव ! अफूच्या व्यापारासाठी ब्रिटिशांनी सुरू केलेल्या युद्धात मांचू राजांना अखेर पराभव पत्करावा लागला. हाँगकाँग बंदर ब्रिटिशांना द्यावे लागले. शांघाय व इतर ठिकाणी व्यापारी सवलती द्याव्या लागल्या. मांचू राजवटीची पत यामुळे एकदम घसरली. या घटनेच्या हुंगवर असा परिणाम झाला की, त्याचा आत्मविश्वास बळावला. नेकीच्या विश्वासाच्या काही सहकाऱ्यांसह मांचू राजवटीकविरूद्ध आपण लोकक्षोभ निर्माण करू शकलो तर ही राजवट उलथवणे शक्य आहे, ही गोष्ट त्याने हेरली.

हुंगच्या मनात असे बंडाचे विचार घोळत असतानाच, एका ख्रिश्चन पाद्र्याने त्याला कधीतरी दिलेल्या कागदावर तो नजर फिरवित होता. या कागदावर बायबलची वचने व उतारे दिलेले होते. हुंग वाचू लागला -

" They have rebelled against me.... I girded thee though thou has not known me..... Act as a revenger to execute the wrath upon him that doeth evil..."

आजारातून उठल्यापासून हुंगला असे वाटत असे की, आपण परमेश्वरी अवतार आहोत. आपण उन्मनी अवस्थेत जे चित्र डोळ्यांपुढे पाहिले त्याचा अर्थ हाच होता की, आसपास जो अन्याय आपण पाहात आहोत, त्याच्या निराकरणासाठीच आपला अवतार आहे. आता तो विचार करू लागला की, कुठल्या तरी दाढीवाल्या गोऱ्या धर्मोपदेशकाने, ही वचने असलेले कागद नेमके आपल्याच हातात का द्यावेत ? यामागे काही ईश्वरी संकेत आहेच आहे. त्या पाद्र्याचा येशूदेखील मला सांगतो आहे :

'हे सर्व माझ्या शिकवणुकीविरूद्ध वागत आहेत. तुला हे कदाचित ठाऊक नसेल, परंतु त्या पतितांच्या संहारासाठीच मी तुला जन्म दिलेला आहे. सूड घे ! जे जुलमी आहेत, अन्यायी आहेत त्यांचा नाश कर...'

सूड घे - सूड घे !

चिनी माणसांच्या धर्मश्रद्धा या तीन प्रकारच्या शिकवणुकीतून तयार झालेल्या असत. कन्फ्युशिअस, लाओत्सु आणि भगवान बुद्ध. या तिघांच्या शिकवणुकीतून चिनी मन तयार होत असे. कन्फ्युशिअस व लाओत्सु हे दोघे समकालीन तत्ववेत्ते होते.

जुलमी राजवट ही कन्फ्युशिअसला विषासमान होती. एकदा एका डोंगरात एका बाईचे रडणे कन्फ्युशिअसने ऐकले. कन्फ्युशिअसने आपल्या शिष्याला सांगितले : "जा, आणि त्या विलाप करणाऱ्या स्त्रीला काय दुःख आहे ते पाहा !" कन्फ्युशिअसचे शिष्य त्या स्त्रीजवळ गेले तेव्हा ती म्हणाली, "काही दिवसांपूर्वी माझा सासरा इथे वाघाने खाऊन टाकला आणि काल तर माझा नवरा व मुलगा या दोघांना त्या वाघाने ठार मारले."

शिष्यांनी विचारले, "मग बाई तू ही जागा सोडून दुसरीकडे का जात नाहीस ?" ती बाई म्हणाली, "बाळांनो, इथे माणसे मारणारा वाघ असला तरी इथला राजा जुलमी नाही !" शिष्य परतले व त्यांनी झालेला संवाद कन्फ्युशिअसला सांगितला. यावर कन्फ्युशिअसने सांगितले, "विद्यार्थ्यांनो, हे नीट लक्षात ठेवा की, जुलमी राजा हा वाघासारख्या पशूपेक्षा अधिक भयावह असतो !"

माणसाच्या वासना जेव्हा अमर्याद होतात तेव्हा समाजात अनाचार व गोंधळ माजतो. यासाठी राजाने प्रजेला आदर्श घालून दिला पाहिजे. राजा सद्‌गुणी व लोकांच्या मनात आदर उत्पन्न व्हावा असा असला तर समाज सुदृढ राहील, अशी त्याची खात्री होती. तो म्हणे "जर राजा माझ्या आज्ञेप्रमाणे तीन वर्षे वागेल तर माझ्या सर्व इच्छा

फलद्रुप होतील अशी आदर्श परिस्थिती मी निर्माण करून दाखवीन.'' कन्फ्युशिअसची शिकवण ही बऱ्याच प्रमाणात रोकडा व्यवहार आणि परिणाम सांगणारी होती.

याउलट लाओत्सु हा सांगे : ''निसर्गाकडे पाहा ! जीवनाचे शास्त्र तिथे शिकता येते. निसर्गात जे उत्स्फूर्त चैतन्य आहे तेच जीवनशास्त्र आहे.'' यालाच तो टाओ म्हणतो. टाओ म्हणजे मार्ग. लाओत्सुने लिहिलेल्या ग्रंथात जी शिकवण आढळते ती मुक्त जीवनाचे स्तोत्र सांगणारी आहे. कुठल्याही प्रकारचे शासन हे लाओत्सुला मंजूर नाही. प्रत्येकाने बंधमुक्त होऊन निसर्गाशी तद्रूपता साधली की झाले ! सामाजिक नाती आणि बंधने ही कटुता वाढवतात व संघर्ष निर्माण करतात. म्हणून ती नकोतच. टाओवादाची (Taoism) खूपशी शिकवण ही बुद्धाच्या शिकवणुकीसारखी आहे. लाओत्सु म्हणतो :

''ज्याने इतरांवर विजय मिळविला तो शक्तिवान असला, तरी ज्याने स्वतःवर विजय मिळवला तो सर्वशक्तिवान होय !''

दुसऱ्या ठिकाणी तो म्हणतो :

''वासना चाळवणाऱ्या वस्तूंकडे पाहणे यासारखे मोठे पाप नाही, असंतुष्ट राहणे यासारखी मोठी आपत्ती नाही, हाव असणे यासारखे महासंकट नाही !''

निवृत्तीकडे वळवणारा टाओवाद काय, किंवा सर्व दुःखाचे मूळ राजा होय हे सांगणारा कन्फ्युशिअसचा धर्मवाद काय, लोकांना 'शत्रूवर एकवटून घसरा' असे सांगणारा 'समर्थ' या दोन्ही शिकवणुकींत आढळत नाही. 'बैसोनिया तक्ता, अन्नेवीण पीडिती लोका !' अशा राजवटीविरुद्ध बंड करून उठा, सूड घ्या, अशी हाक देण्याची ताकद चिनी धर्मश्रद्धेत अभावानेच होती.

अशी निवृत्तीपर शिकवणुकीत वाढलेला, परंतु आसपास चालू असलेल्या मांचू राजवटीतील अन्यायाने प्रक्षुब्ध झालेल्या हुंगने जेव्हा येशूचे वचन वाचले, 'सूड घे ! जे जुलमी आहेत, अन्यायी आहेत त्यांचा नाश कर... मी तुझ्या पाठीशी आहे !' तेव्हा तो एकदम प्रभावित झाला. कॅन्टोन येथील मिशनच्या दिशेने त्याने एकदम धाव घेतली.

कॅन्टोन येथील मिशनमध्ये तेथील पाद्र्यांना जेव्हा हुंग सांगू लागला की, 'मी परमेश्वराचा प्रेषितच आहे !' तेव्हा या तरुण पोराला , 'एक चक्रम माणूस' म्हणून त्यांनी हुसकून लावला ! परंतु यापूर्वी हुंगने या मिशनऱ्यांकडून बाप्तिस्मा मात्र घेतला होता.

ख्रिश्चन झालेला हुंग लोकांना सांगू लागला, 'आकाशातला बाप परमेश्वर, त्याचा थोरला मुलगा म्हणजे येशू आणि धाकटा मुलगा म्हणजे मी !' हुंगच्या या धर्मात सामील होणाऱ्यांना एक गोष्ट करावी लागे. शुद्ध होण्यासाठी, तोपर्यंत केलेली सर्व पापे एका कागदावर लिहावयाची व तो कागद जाळून टाकायचा, की माणूस तत्क्षणी

पापमुक्त होत असे ! पापमुक्त झालेला तो माणूस हुंगचा ख्रिश्चन अनुयायी होत असे.

हुंगने आपल्याभोवती हळूहळू मोठ्या संख्येने चिनी शेतकरी गोळा केले. 'नवा धर्म' सापडलेले हे शेतकरी शतमुखांनी आपल्या बांधवांना सांगू लागले, "आमच्या धर्मात या ! पंचमहाभूतांना वश करण्यासाठी या धर्मात पैसे खर्चावे लागत नाहीत ! कुटुंबाला आरोग्य व शांती लाभावी यासाठी इथे धर्मगुरुंना पैसे चारावे लागत नाहीत. हा धर्म सोपा आहे. अंधश्रद्धा सोडा, रूढी मोडा, आणि हुंगच्या या नव्या धर्मात या !"

काही कालापूर्वीचा हा शाळामास्तर हां हां म्हणता ख्रिस्ती धर्म स्वीकारून बाटलेल्या हजारो लोकांचा धर्मप्रमुख आणि सेनाप्रमुखही झाला. भाले, तलवारी, बंदुका यांची जमवाजमव हुंगने सुरू केली. मांचू राजांची सल्तनत उलथवण्यासाठी नियतीने आपलीच योजना केली आहे, याविषयीचा त्याचा विश्वास दिवसेंदिवस वाढतच जाऊ लागला.

पूर्व क्वांगसी भागात कन्फ्युशिअस धर्मपंथाची प्रार्थनामंदिरे उद्ध्वस्त होऊ लागली. बुद्धाचे पुतळे फुटू लागले. मांचू राजांविरुद्ध क्वांगसी व क्वांगटुंग प्रांताच्या डोंगराळ सरहद्दीवर द्वेषमोहिमेला हळूहळू तोंड लागले.

याच सुमारास हुंग याला अशी बातमी लागली की क्वांगटुंग प्रांतात मिंग राजवटीच्या प्रेमी लोकांनी मांचूविरुद्ध बंडाची तयारी केली असून लवकरच या विद्रोहाला सुरुवात होणार आहे. यासाठी त्या भागात काम करणाऱ्या ज्या गुप्त मंडळ्या होत्या त्यांना त्रिआद म्हणत असत. 'चू' हा त्यांचा नेता होता. हुंग याने 'चू' याची गाठ घेतली व प्राथमिक बोलणी करून तो परत पूर्व क्वांगसीत आला.

बंड पेटले !

१८५० च्या जुलै महिन्यात त्रिआदांनी उठाव केला. हुंग याने पहिल्याच भेटीत 'चू'ला जोखला होता. बंडाला तोंड लागताच हुंग याने आपल्या निवडक लोकांना पाठवून 'चू'लाच क्वांगसीला पळवून आणला. 'चू'च्या अनुयायांना हुंग याने सांगितले की, सर्वांनी क्वांगटुंग प्रांतातून निघून क्वांगसीला यावे. 'चू'चे सर्व सैन्य हुंगला येऊन मिळताच सर्व बंडाचा कब्जा हुंगकडे आला. याचे कारण त्रिआदांचा पुढारी चू हा हुंगच्या मानाने अगदीच शेळपट होता. या संयुक्त आघाडीत जो अधिक कावेबाज, अधिक धोरणी होता त्याच्याच तंत्राने आघाडी चालणार होती, ही गोष्ट स्पष्ट होती. काही कर्तृत्वहीन पुरुष हे मोठाल्या उलाढालीत अनेक वेळा इच्छेविरुद्ध गोवले जातात, त्यातला चू होता. यामुळे लाभणारा मोठेपणा त्यांना सोडवत नाही, परंतु अंगावर येणारी जबाबदारी पेलण्याची शक्ती व बौद्धिक कुवतही त्यांच्यात नसते. पेचात सापडलेले अशा चळवळीचे असे कर्तृत्वशून्य पुढारी मग जो अधिक महत्त्वाकांक्षी

असतो, अशा एखाद्याच्या हाती सर्व सूत्रे देऊन त्याच्यामागून लळत-लोंबकळत वाटचाल करीत असतात.

हुंग याने एकवटलेल्या सैन्याचे चार भाग केले. या प्रत्येक भागावर त्याने एक अधिकारी नेमला. याला तो 'प्रिन्स' म्हणे. कारण या चारी 'प्रिन्स' चा तो स्वत:ला पिता समजत असे. यापैकी पूर्व भागाचा व पश्चिम भागाचा प्रिन्स म्हणून त्याने दोन मेहुण्यांची - बायकोच्या भावांची - वर्णी लावली. 'प्रिन्स यांग' हा पूर्व भागावर व 'प्रिन्स शिसो' हा पश्चिम भागावर त्याने नेमला. आपला आणखी एक नातेवाईक 'फेंग' याला त्याने दक्षिण भागाचा प्रिन्स नेमले. सैन्याच्या तीन भागांवर स्वत:चे नातेवाईक नेमून त्याने ते आपल्याशीच इमानी राहतील याची काळजी घेतली, व चौथ्या उत्तर भागावर मात्र 'वेई' या आपल्या धनाढ्य उपकारकर्त्याला कब्जा दिला. हुंगच्या चळवळीला आतापर्यंत लागलेला सर्व पैसा या 'वेई' नेच पुरविला होता. त्याची ही परतफेड होती.

क्वांगसी व क्वांगटुंग येथील सरकारी शिबंदी एक लाख सैनिकांची होती. परंतु या दोन्ही ठिकाणी हुंगने झपाट्याने कब्जा केला. याचे मुख्य कारण, लढाई करण्यापेक्षा मांचू सरकारचे सैन्य बंडखोरांना वाटेल तेवढा पैसा व शासकीय अधिकार बहील करून उत्तरेत पेकिंगला खोटाच अहवाल पाठवीत की, 'बंडखोरांचा पराभव झाला व ते निघून गेले !' पेकिंगच्या सत्ताधाऱ्यांना दक्षिणेत इतक्या दूरवर आपले सैन्य झोपा काढते की लढते आहे हे कळणेदेखील कठीण असे. परंतु हुंगचे बंड हाताबाहेर जाईल व तो स्वत:ला राज्याभिषेक करून मांचू राजवटीची झोप उडवील, अशी या मूर्खांना प्रथम कल्पनाच आली नाही. इतर सर्व बंडे हळूहळू विझतात तसे विझणारे हे बंड नव्हते.

'चलो पेकिंग'

१८५१ च्या जानेवारी महिन्यात हुंगने मोठा दरबार भरवला. ख्रिश्चन धर्माच्या दहा आज्ञा सर्वांनी पाळाव्या, असा फतवा त्याने यापूर्वी काढला होता. दरबारात मांचू राजासारखे सिंहासन मांडलेले होते. मांचू राजाच्या अंगावर असे तसाच सॅटीनचा झगा अंगावर घालून हुंग या तख्तावर बसला. राज्याभिषेक करून घेताना त्याने 'तिअन-वाँग' (परमेश्वरी राजा) हे बिरुद घेतले. आपली निर्माण होणारी राजवट ही मांचू राजाप्रमाणेच अन्यायाची, अधर्माची, असंस्कृत राजवट नाही हे जाहीर होण्यासाठी हुंगने राजवटीचे नामकरण केले - 'ताईपिंग-तिअन-को' शांततेचे आणि समृद्धीचे देवप्रणीत राज्य !

मांचू राजे उरावर असतानाही आपले राज्य निर्माण झाले आहे हे सर्व अनुयायांना

पटावे, जनतेच्या मनावर ठसावे यासाठी हुंगने हा उद्योग केलेला होता. सिंहासनावरून सेनेला त्याने आज्ञा केली -

"चलो पेकिंग ! माझ्या सेनापतींनो, वाघासारखी त्या जुलमी राजवटीवर झडप घाला. या आपल्या मायदेशात पुन: एकदा खऱ्या अर्थाने सुवर्णयुग अवतरण्यासाठी आपल्याला ही यादवी मांडावी लागत आहे."

चीनच्या इतिहासात ताईपिंगचे बंड म्हणून नमूद झालेल्या अंतर्गत यादवीची ही सुरुवात अशी झाली. हुंग हा 'तिअन-वाँग' झाल्याची बातमी पेकिंगला पोहोचली आणि तात्काळ सेनेला हुकुम सुटले - 'हुंगला जिवंत वा मेलेला, कसाही पेकिंगला हजर करा !'

* * *

३

□

तिअनस्टिनचा तह : ब्रिटिशांची पाचर

'ताईपिंग-तिअन-को' - शांततेचे व समृद्धीचे राज्य निर्माण करण्यासाठी पेकिंगवर निघालेले बंडखोर त्या दिशेने हुंगच्या नेतृत्वाखाली निघाले. दोन हजार मैलांचे अंतर हळूहळू काटू लागले. वाटेतील शहरे ताब्यात घ्यावीत व आवश्यक ते अन्न, वस्त्र, पैसा, शस्त्रास्त्रेही तेथून ताब्यात घेऊन, शहराचा कब्जा सोडून पुढे सरकावे असे बंडखोरांचे तंत्र होते.

अनुयायांत कमालीची शिस्त राहावी याची हुंग काळजी घेत होता. यासाठी लष्करी शिस्तीची कास धरून केवळ भागण्यासारखे नव्हते. परमेश्वरी दहशत यासाठी राबवणेही इष्ट होते. यासाठी मधून मधून हुंग अनुयायांपुढे सांगे, ''कालच रात्री येशू ख्रिस्त माझ्याशी बोलला-'' आणि पुढचे सगळे तो येशूच्या नावे सांगे :

'येशूची आज्ञा आहे - लुटालूट करू नका. लुटालूट करणाऱ्याला देहान्त शासनच योग्य आहे.' बलात्कार, रंडीबाजी, शिंदळकी, अफूसेवन इत्यादी गोष्टी येशूच्या नाराजीच्या दहशतीने, त्याने बराच काळ अनुयायांत फैलावू दिल्या नाहीत.

सैनिकांचे लढाईव्यतिरिक्तचे दिवस लष्करी कवायती, तलवारीचे शिक्षण इत्यादी आनुषंगिक गोष्टीतच जातील याची काळजी हुंग घेत असे. याशिवाय येशूच्या दहा आज्ञा व प्रार्थना प्रत्येक सैनिकाला पाठ करावी लागे. जर कुणी या दैनंदिन गोष्टी चुकवू लागला तर त्याला फटक्यांची शिक्षा मिळू लागली.

ताईपिंग बंडखोरांनी पहिले आठ महिने अखंडपणे विजयामागून विजय मिळवले. हुंगने जाहीर केले की मांचू राजांना असलेले दैवी अधिष्ठानच आता येशूने काढून घेतलेले आहे. अखेर पेकिंग राजवटीला या बंडाची गंभीरपणे दखल घेणे भाग पडले व पेकिंगच्या सरकारी फौजांनी बंडखोरांना थुंग्नान शहरात कोंडून धरले. या ठिकाणच्या लढाईत त्रिआद नेता चू मारला गेला व याशिवाय सुमारे दोन हजार बंडखोर कामास

आले.

पुढल्या सहा महिन्यांत हुंगने पुनश्च जमवाजमव करून १८५२ च्या एप्रिलात यांगत्सीचे खोरे उतरण्यास सुरुवात केली. बंडखोर डोंगरपठार सोडून आता खाली मैदानात उतरू लागले. हुनान प्रांताची राजधानी चांगशाकडे नदीपार करून जात असताना, सरकारी फौजांनी पुनश्च बंडखोरांना झडपेसरशी घेरले व या चकमकीत प्रिन्स फेंग ठार झाला. प्रत्यक्ष चांगशा शहराला वेढा घातल्यानंतर प्रिन्स शिसो याच्या शरीराचीही एका तोफगोळ्याने चाळण करून टाकली.

हुंगचे दोन सरदार अशा रीतीने मरण पावले तरी हुंग खचला नाही. त्याने यांगत्सी खोऱ्यातील वाटचाल तशीच चालू ठेवली आणि जानेवारी १८५३ मध्ये हनियांग, बुचांग आणि हँकौ ही तीन शहरे कब्जात घेतली.

आता मात्र पेकिंगची राजवट हादरली. बंडाच्या ज्वाला ड्रॅगन सिंहासनाला वेढू लागणार की काय, या भीतीने राजवाड्यातील एक व्यक्ती आता या बंडाळीत जातीने लक्ष घालू लागली. मांचू राजाची एके काळची रखेली ही आता राज्ञीपदावर चढलेली होती. राणी येहोनालाने आपल्या विलक्षण सौंदर्याच्या प्रभावाने शासनाधीश राजाला नजरबंद करून टाकले होते. आता राजवटीला धोका येताच हळूहळू चतुराईने तिने राजकारणातही सूत्रे हलवायला प्रारंभ केला.

राणी येहोनालाला यावेळी स्मरण झाले ते त्सेंग-कुओ-फॅन या एका निवृत्त मंत्र्याचे. मंत्रीपदावरून निवृत्त होऊन हा माणूस त्या वेळी हुनान प्रांतात आपले उर्वरित आयुष्य 'हरी हरी' म्हणत घालवत होता. एके दिवशी राणी येहोनालाचा दूत त्याच्यापुढे येऊन ठाकला व राणीच्या निरोपासरशी त्सेंग पेकिंगला दाखल झाला. राजापुढे त्याला हजर करून राणी येहोनालाने राजाला गळ घातली, "मध्य चीनमधील सरकारी फौजा या माणसाच्या अधिपत्याखाली ताबडतोब देण्यात याव्या ! बंडखोरांचा बीमोड करण्याची ताकद आणि चातुर्य फक्त या माणसात आहे."

मांचुरियातून आलेले हे मांचू राजघराणे आता चिनी संस्कृतीत रूळलेले आहे व त्याच्यातील सर्व परकेपणा संपला आहे असे त्सेंग मानीत असे. कन्फ्युशिअसच्या तत्त्वज्ञानात मुरलेल्या या त्सेंगला ख्रिश्चन धर्म कवटाळलेल्या ताईपिंग बंडखोरांविषयी पराकाष्ठेचा द्वेष व तिरस्कार वाटत होता.

स्वतःच्या हुनान प्रांतात हे बाटगे शिरावेत, त्यांनी पुंडावा करावा, ही गोष्ट त्या खेड्यापाड्यांतील चिनी शेतकऱ्यांपुढे त्याने त्वेषाने मांडली, व 'हुनानचे वीर' या नावाखाली शेतकऱ्यांचे सैन्य उभारायला ताबडतोब सुरुवात केली. सरकारी पगारी सेनेपेक्षा ताईपिंग बाटग्यांविरूद्ध पोटतिडकीने उठाव केलेल्या या शेतकरी सेनेचे शौर्य

हे अधिक ठरले यात नवल ते काय?

हुंगने ओळखले की, या प्रतिक्रियेपुढे आपला पाडाव लागणे कठीण आहे. मग त्याने बंडखोरांचे धैर्य टिकावे यासाठी नेहमीची युक्ती केली. त्याने हुनानचा नाद सोडला व पूर्वेकडे वळून नानकिंगच्या दिशेने वाटचाल सुरू केली.

नानकिंग शहरातील सरकारी प्रतिकार ताबडतोब थंडावला व हुंगने नानकिंगमध्ये 'तिअन-वाँग' म्हणून मोठ्या दरबारी थाटामाटाने प्रवेश केला. सरकारी प्रतिकारकांपैकी हजारो लोकांना बंडखोरांनी कंठस्नाने घालून यांगत्सी नदीत त्यांची प्रेते फेकून दिली. प्रेतांचा खच नदीत इतका झालेला होता की, तिअन-वाँग-हुंग ला घेऊन येणारी होडी नदीच्या पात्रात पुढे सरकणे कठीण झाले होते.

ब्रिटिशांचा हस्तक्षेप

नानकिंगमधील या कत्तलीच्या बातम्या शांघायला पोचल्या, तेव्हा तेथील ब्रिटिश प्रजाजनांनी हाय खाल्ली. तेथील चिनी व युरोपियन कुटुंबांना बंडखोर आपलीही अशीच कत्तल उडवणार, अशी धास्ती वाटू लागली. हाँगकाँगचा ब्रिटिश गव्हर्नर सर जॉर्ज बोनॅम याने तातडीने ताइपिंग बंडखोरांकडे बोलणी सुरू करण्याच्या दृष्टीने हुंगची भेट मागितली.

सर जॉर्ज बोनॅमचा अंदाज सपशेल चुकला. हुंग याने ब्रिटिश लोक या झगड्यात तटस्थ राहतील, हे ब्रिटिश तुणतुणे ऐकण्याची आपली इच्छा नाही, असे या गोऱ्या राज्यपालाला सांगितले. ब्रिटिशांकडे त्याने एक लेखी मसुदा धाडला व कळवले, 'ब्रिटिशांच्या चिनी भूमीवरील व्यापारावर ताईपिंग सरकारचे नियंत्रण रहाणार आहे. ब्रिटिशांनी या राजवटीची यथायोग्य सेवा करावी.'

सर बोनॅम हा काही दुधखुळा नव्हता. त्याने हुंगला कळवले,''आम्ही ब्रिटिश प्रजाजन तुमच्या राजवटीचे दास नाही. पेकिंग सरकारच्या परवानगीने व तहान्वये आम्ही इथे व्यापार करतो आणि जर आपण आमच्या प्रजाजनांच्या केसाला धक्का लावलात, अथवा त्यांच्या मालमत्तेला हात लावलात, तर आम्ही नानकिंग कब्जात घेतल्याशिवाय राहणार नाही.'' ब्रिटिशांच्या पाठोपाठ फ्रेंच व अमेरिकन लोकांनी हुंगला असेच कळवले. अखेर चिन्यांविरूद्ध सर्व गोरे एक होणार होते तर !

ताईपिंग बंडखोरांनी या धमकीनंतर चपळाईने शांघाय ताब्यात घेतले खरे, परंतु ब्रिटिशांच्या धमकीचा परिणाम अखेर झालाच. बंडखोरांनी गोऱ्यांच्या वाटेला न जाण्याचे ठरवले.

हुंगच्या पाठीवर सुटलेल्या त्सेंगने हनियांग, बुचांग आणि हँकौ ही तीन शहरे पुन: जिंकून तेथून बंडखोरांना हुसकावले. परंतु यांगत्सी खोऱ्यात व नानकिंगमध्ये तळ

देऊन बसलेल्या बंडखोरांना अनेक हल्ले चढवूनही पराभूत करणे त्याला जमले नाही.

शांघायला मात्र सरकारी सेनेने वेढा घातला. पाच महिने बंडखोरांनी दाद दिली नाही. पण फ्रेंच आरमाराविरूद्ध त्यांनी कारवाई करण्याची चूक करताच, फ्रेंचांच्या मदतीने पेकिंग राजवटीने शांघाय पुनश्च जिंकून घेतले.

हुंग आता काहीसा भानावर आला होता. पेकिंग जिंकण्याची घोषणा वल्गनाच ठरली होती. सरकारी सेनेने व हँकौ सरकारच्या वतीने त्सेंगने शांघाय जिंकून टाकले होते. १८५५ साल हुंगने नानकिंगमध्येच दबा धरून काढण्याचे ठरविले. बंडखोरांची कोंडी झालेली असली तरी त्यांच्यावर हल्ला करून त्यांना शरण यावयास लावण्याची ताकद व आत्मविश्वास सरकारी सैन्याजवळ नव्हता. ब्रिटिश आदी गोऱ्या लोकांनी तटस्थता पत्करलेली होती, यामुळे नानकिंग आघाडी धुमसत होती तरी पेट मात्र घेत नव्हती.

१८५६ साल उजाडले. आदल्या वर्षीची शांतता ही वादळापूर्वीची होती. मात्र हे बंडखोरांना घेरणारे वादळ - बाहेरून येणारे नव्हते. फितुरी व परस्पर हेवेदावे यांनीच अखेर ताईपिंग बंडखोरांचा घात केला.

कलहाची लागण

हुंग याने प्रिन्स नेमलेल्या चार सरदारांपैकी दोन लढाईत मरण पावले होते. उरले होते प्रिन्स यांग व प्रिन्स वेई ! वेई याला सेनानी होण्याची संधी लाभली ती केवळ त्याने हुंगला बंडाच्या बाल्यावस्थेत पुरवलेल्या पैशाची परतफेड म्हणूनच ! हुंग हा आपल्या हातातला बाहुला राहावा, अशी सुप्त महत्त्वाकांक्षा त्याच्या ठिकाणी प्रथमपासून होती. प्रिन्स यांग हा तिअन-वाँग-हुंगचा सख्खा मेहुणा होता. अर्थातच यांग-हुंग ही युती वेईला नेहमीच भारी ठरणार होती.

बंडखोरांचा सरसेनानी झालेला यांग, व तिअन-वाँग झालेला हुंग यांना फोडल्या-खेरीज आपले आसन स्थिर नाही, हे वेई याने ओळखले होते. त्यामुळे वेई ताबडतोब हे 'सिंडिकेट' नामोहरम करण्याच्या प्रयत्नाला लागला.

एका बाजूला त्याने यांगशी असे बोलणे लावले की, ताईपिंग बंडखोरांचा खरा आधार तोच आहे. नेहमी होते तसे झाले. वेईच्या मनात आलेल्या या विचारांना, चर्चा करण्याच्या ओघात यांगने केव्हा तरी साथ दिली. हे घडताच वेईने हुंगच्या कानात विष ओतले. यांग माजला आहे ! स्वत: वाँग होण्याची स्वप्ने पाहात आहे. वेईच्या म्हणण्यावर ताबडतोब विश्वास ठेवण्याइतका हुंग बेसावध नव्हता. परंतु तत्पूर्वी एका घरगुती विषयात यांगने हुंगची जाहीर कानउघाडणी केली होती. जाहीरपणे त्याने सांगितले होते, 'हुंग हा आपल्या बायकांना नीट वागवीत नाही. त्यांचे हाल करतो.' यांगची

स्वत:चीच बायको ही तर हुंगचीच सख्खी बहीण होती. तिच्याकडून या गोष्टी यांगला कळल्या असाव्या. या आरोपाने काहीशा खवळलेल्या हुंगने वेईवर विश्वास ठेवून यांगचा काटा काढण्याचे ठरवले.

यांगची फितुरी स्पष्ट व्हावी अशासाठी मग वेईने दुसरा डाव टाकला. त्याने यांगला सांगितले, 'चिरंजीव हा किताब फक्त हुंगनेच का मिरवावा ? तू पण हा किताब मागून घे !'

यांगची ही नवी मागणी पुढे येताच हुंग खवळला. त्याने वेईला बोलावून घेतले व संतापाने सांगितले -

"यांगला जिवंत ठेवण्यात आता अर्थ नाही. आज हा माझा किताब मागतो, उद्या सिंहासन मागेल !"

वेई धूर्त होता. त्याने कालहरण करण्याचे ठरविले, व तो म्हणाला -

"महाराज, असे एकदम काही करू नका ! आपल्या फौजा मोहिमेवर आहेत. तुम्ही यांगची मागणी आज मान्य करून टाका. आपल्या फौजा परतल्या की काय ते करू ! आजच भांडण मांडले तर यांग आपलाच काटा काढेल."

हुंग याने यांगला हवा असलेला किताब देऊन टाकला. वेईने हे मुद्दामच घडवले होते. नवऱ्याला किताब मिळाला तर कोणत्या बायकोला आनंद होणार नाही ? मिळालेला सन्मान हा नवऱ्याने कसल्या उचापती करून मिळवला या गोष्टीची चौकशी बायका करीत नाहीत. हरामखोरीने आपला नवरा मोठा होतो आहे हे काय बायकांना समजत नाही ? वेईला यांगचा समूळ काटा काढायचा होता. यांग, त्याची बायको, पोरेबाळे, या सगळ्यांचा निकाल त्याला एकदमच लावायचा होता. कारण यांग-वेई यांच्यात झालेल्या बोलण्याची साक्षीदार होण्याची एकाच व्यक्तीची शक्यता होती आणि ती म्हणजे यांगची बायको, हुंगची सख्खी बहीण !

मेव्हण्याच्या अन्याय्य मागण्या द्याव्या लागत आहेत हे पाहून हुंगही खवळलेला होता. लवकरच वेईने हुंगला कळवले, "महाराज, आपल्या पुरेशा फौजा आता नानकिंगला परतल्या आहेत. हुकुम व्हावा !" हुकुम झाला. कट शिजला. मारेकरी ठरले.

यांगला व त्याच्या बायकोला वेईने भोजनाचे सहपरिवार निमंत्रण दिले. बायको, पोरेबाळे घेऊन यांग वेईकडे जेवायला आला. पाने मांडली गेली आणि 'सहनौभुनक्तु' सुरू होण्यापूर्वी, वेईच्या गारद्यांनी दिवाणखान्यात रक्ताचे 'पाट' मांडले ! एकच हाहा:कार उडाला. यांग, त्याची बायको, नातेवाईक - सर्व खलास केल्यावर, वेईच्या सैन्य तुकड्या यांगच्या सैन्यावर तुटून पडल्या. भयानक कत्तल झाली. हजारो माणसे

वेईने कापून काढली.

वेईच्या भीषण कत्तलीने हुंग सर्दावला. आपली बहीण मारली जावी, आपली भाचरे खलास करावी असे हुकुम नसताना, वेईने हे केले हे पाहूनदेखील हुंगला काही करणे अशक्य होते. कारण सगळे सैन्य हे आता वेईच्या हुकमतीखाली गेलेले होते. हुंग केवळ नावाचा राजा होता. शेताच्या मेरीवरचे बुजगावणे उरला होता.

बुजलेल्या आणि वेईची तलवार आता आपल्या मानेवरून फिरते की काय या घोळात पडलेल्या हुंगने सर्व आशा सोडली होती. परंतु परकीयांशी जोशाने न लढणारी माणसेही आपसातील यादवी फार त्वेषाने लढतात ! त्यांचे सगळे वैयक्तिक मान आणि अपमान हे धुवून काढल्याखेरीज त्यांना स्वस्थ राहता येत नाही. हुंगपाशी एक असा बहादूर सेनानी निघाला की, ज्याने वेईविरुद्ध पवित्रा उचलला. त्याचे नाव होते शिह-ताकाई ! नानकिंगबाहेर हा निसटला व अजून बाहेर असलेल्या फौजा एकत्रित करून त्याने नानकिंगमध्ये प्रवेश केला.

फासा उलटला होता. हुंगने शिह-ताकाईला सांगितले - ‘‘माझ्या बहिणीला ठार मारणाऱ्या वेईला ठार करा !’’ शिह-ताकाई व वेई यांच्यात घनचक्कर उडाली व अखेर वेईला पकडून ठार करण्यात आले.

ज्या क्षणी वेई ठार झाला त्याच क्षणी फितुरीचा, यादवीचा अंत झाला. परंतु त्याच क्षणी ताईपिंग बंडाचाही जवळ जवळ शेवट झाला. निदान शेवटाची सुरुवात झाली. हुंगने नेमलेल्या चार प्रिन्सपैकी फेंग आणि शिसो हे लढाईत मारले गेले होते आणि यांग आणि वेई यांनी असे आता परस्परांचे खून पाडले. अशा रीतीने बंडखोरांनीच ‘ताईपिंग’ राजवटीचे मृत्यूपत्र आपल्या हाताने लिहिले. बंड अजून काही काळ धगधगणार होते, परंतु ज्वाला संपल्या होत्या ! दाहकता विझू लागलेली होती. पृथ्वीवर शांततेचे व समृद्धीचे दैवी राज्य निर्माण करण्यास निघालेल्या या लोकांनी नानकिंगमध्ये रक्तपाताचा आणि कत्तलीचा नरक फक्त निर्माण करून ठेवला होता.

काही काळ मात्र हुंगच्या नशिबाचे चक्र पुन: एकदा सुलट फिरले. ताईपिंग बंडखोरांवर कोसळलेल्या या आपत्तीचा फायदा पेकिंग राजवटीला मिळू नये, अशी पहिली घटना या सुमारास घडली . ही घटना म्हणजे चीनच्या या राजकारणात ब्रिटिशांनी टाकलेले पाऊल.

क्वांगटुंग प्रांतात ताईपिंग बंडखोरांचा बीमोड करून सत्तर हजार बंडखोरांना कंठस्नाने घातल्याचा दावा सांगणारा, पेकिंगच्या मांचू राजवटीचा एक सरदार येह याचे व कॅन्टोन येथील ब्रिटिश वकील हॅरी पार्क्स यांचे वितुष्ट आलेले होते. ब्रिटीश चोरून अफूचा व्यापार करीत होतेच. ब्रिटीश निशाण फडकावणाऱ्या एका बोटीला येहने कॅन्टोन बंदरात

अडवले. या जहाजात अफू सापडली, या आरोपावरून त्याने कॅन्टोनमधील ब्रिटीश व्यापाऱ्यांचा 'कायदेशीर' छळ सुरू केला होता. साल होते १८५६. क्रिमियन युद्धातून ब्रिटीश आता मोकळे झालेले होते. क्रिमियात दगडाखाली हात असताना छळ सोसणारे ब्रिटीश, आता तथाकथित चिनी अन्यायाचा प्रतिकार करण्याची भाषा वापरू लागले. हॅरी पार्क्स याने येहला धमकीपत्र धाडले -

"आमचे जहाज सोडा. पकडलेले ब्रिटीश व्यापारी सोडा, नाहीतर हाँगकाँगहून ब्रिटीश आरमार मागवले जाईल व परिणाम गंभीर होतील."

येहने या धमकीपत्राला केराची टोपली दाखवली. लंडनमध्ये चक्रे हालू लागली आहेत याची त्याला कल्पना नव्हती. काही हिंदी सैन्य व फ्रेंच सैन्याची मदत घेऊन लॉर्ड एल्गीन हा कॅन्टोनच्या वाटेवर होता. एल्गीनचे सैन्य पोचताच, हाँगकाँगहून आलेल्या ब्रिटीश आरमारी बोटींनी कॅन्टोनवर भडिमार सुरू केला ! सप्टेंबर १८५७ मध्ये ब्रिटीशांनी कॅन्टोनचा लष्करी कब्जा करून येहला पकडले.

ब्रिटीशांच्या या विजयाची वार्ता जेव्हा नानकिंगला ताईपिंग गोटाला कळली, तेव्हा तिथे आनंदीआनंद झाला. मांचू राजवटीच्या सरदाराची नांगी ठेचणारे ब्रिटीश व इतर गोरे हे आपलेच जातभाई असल्याने, ते आता आपल्याशी हातमिळवणी करणार या विचाराने हुंग हुरळला. परंतु हा आनंद फारच अल्पकाळ टिकला.

तिअनस्टिनचा तह

कारण मांचू राजवटीने ब्रिटीशांची ताकद ओळखून तिअनस्टिन येथे ब्रिटीश संगिनीच्या पहाऱ्याखाली त्यांच्याशी समझोता करून टाकला. या तहात एक कलम होते -

'यांगत्सी नदीवर हँकौपर्यंत व्यापार करण्याची परवानगी ब्रिटीशांना देण्यात येत आहे. तूर्त या भागातील शांतता काही बंडखोरांनी भंग केलेली आहे तेवढीच काय ती अडचण आहे. या भागात शांतता निर्माण करण्यास ब्रिटीशांनी मदत करावी.'

ब्रिटीश व फ्रेंचांच्या मदतीने मांचू सरकारला नामोहरम करण्याची हुंगची आशा अशा रीतीने मावळली. नानकिंगमध्ये तर चहू बाजूंनी पेकिंग सरकारच्या सैनिकांच्या टापांचे आवाज ऐकू येऊ लागलेले होते. जादा कुमक मिळालेला मांचू सेनापती त्सेंग याने नानकिंग घेरायला सुरुवात केली होती. अखेरचा प्रयत्न म्हणून हुंगने एल्गीनकडे मुद्दाम दूत पाठवून त्याला निमंत्रण धाडले. लॉर्ड एल्गीन म्हणजे 'यू यू' करताच अपमान गुंडाळून बेसावधपणे धावणारा कुत्रा नव्हता. त्याने हुंगला कळवले, 'मी येऊ शकत नाही. आमचे एक शिष्टमंडळ पाठवत आहे.'

एल्गीनचे शिष्टमंडळ नानकिंगला आले. हुंगचा आदरसत्कार एकीकडे उपभोगताना

त्यांनी बारकाईने बंडखोरांचे निरीक्षण केले व कॅन्टोनला परतताच एल्गीनला अहवाल दिला -

'ताईपिंग बंडखोर हे निव्वळ रानटी लुटारू आहेत ! ते केवळ नावाला स्वत:ला येशूचे अनुयायी समजतात, परंतु त्यांच्यावर विसंबण्यात अर्थ नाही. ते आपल्या धर्माचे समजण्यात तर मुळीच अर्थ नाही. जितक्या लवकर या लुटारुंचा उच्छेद होईल तितक्या लवकर यांगत्सी नदी आपल्या व्यापाऱ्याला मुक्त होईल. सुसंस्कृत देशाला तर असे रानटी लोक म्हणजे कलंकच आहे.'

ताईपिंग बंडखोरांचा हात ब्रिटिशांनी झिडकारला खरा, परंतु त्यांनी पेकिंगच्या मांचू राजवटीशी जोडलेले संबंध हे वर्षभरातच अनैतिक ठरले ! तिनस्टिन येथे वर्षभरापूर्वी केलेल्या तहाच्या कलमांना मांचू राजाची लेखी मान्यता घेण्यासाठी लॉर्ड एल्गीनचा भाऊ सर फ्रेडरिक ब्रुश व एक फ्रेंच मंत्री असे दोघे निघालेले असताना, पेकिंगच्या जलमार्गावर असलेल्या टाकू किल्ल्यातून पेकिंग सैन्याने ब्रिटिशांच्या या काफिल्यावर गोळ्यांचा व तोफांचा वर्षाव केला. तीन ब्रिटीश लढाऊ जहाजे व सात-आठशे माणसे पेकिंग चिन्यांनी खलास केली. ब्रुश व फ्रेंच अधिकारी यांना घेऊन काफिल्याने शांघायच्या दिशेने पळ काढला.

संघर्षाच्या राजकारणात अशा तऱ्हेची हरामखोरी ब्रिटिशांनी कशी सहन करावी ? ब्रिटीश हे फार सज्जन मुळीच नव्हते. करारमदार करताना त्यात फटी ठेवण्याची कारवाई ते अवश्य करीत असत. परंतु त्यांच्यावर अन्याय न करता म्हणायचे तर केलेल्या तहाची अशी शाई वाळण्याच्या आत वासलात लावण्याचे दुष्कृत्य त्यांनी सहसा केलेले नाही. अर्थातच या पाठीत खंजीर खुपसणाऱ्या चिनी वर्तणुकीला जबर शासन करण्याचा निर्णय ब्रिटीशांनी तडकाफडकी घेतला. अशी ही पेकिंगची मांचू राजवटच शिल्लक ठेवायची नाही, असे त्यांनी ठरवले. पेकिंग-स्वारीची तयारी जोमाने सुरू झाली. एल्गीनच्या आधिपत्याखाली १२,००० ब्रिटीश व ६,००० फ्रेंच सैन्य जुलै १८६० मध्ये पेकिंगच्या रोखाने चढाईला निघाले. या ब्रिटीश सेनेत अर्थातच हिंदी फौज होती, शीख होते, गुरखे होते, पंजाबी होते.

ज्या टाकू किल्ल्यातून चिन्यांनी ब्रिटीश आरमारावर तोफा डागल्या होत्या त्या टाकू किल्ल्याला ब्रिटीशांनी प्रथम मोर्चे लावले. जोराचा प्रतिकार मोडून काढून एल्गीनने किल्ला घेतला, व ऑगस्ट अखेरीस एल्गीन तिअनस्टिनला पोचला. मांचू सेनेने तहाची बोलणी लावली. शीख सैनिकांची तुकडी बरोबर घेऊन काही ब्रिटीश अधिकारी जेव्हा तहाची बोलणी करण्यासाठी गेले तेव्हा बोलाचाली होऊन, मांचू सेनेने या सर्वांना गिरफ्तार करून पेकिंगला नेले व तुरूंगात डांबून ठेवले. जगात इतके तह तोपर्यंत

झाले, परंतु बोलणी करायला आलेल्यांनाच तुरूंगात डांबण्याचा हा प्रकार नवीन होता ! संतापलेल्या एल्गीनने पेकिंगवर जोमाने चाल केली. मांचू राजा राजधानीतून जेहोलला पळाला व ६ ऑक्टोबर १८६० या दिवशी अँग्लो-फ्रेंच फौजा पेकिंगमध्ये शिरल्या. मांचू राजांचा उन्हाळी निवास म्हणून ओळखल्या जाणाऱ्या विस्तीर्ण राजवाड्यातच एल्गीनने मुक्काम ठोकला !

राजवाडा भस्मसात

अघटित घडले होते ! पेकिंगचे दैवी सिंहासन ब्रिटीश-फ्रेंचांनी पालथे घातले होते. एल्गीनने शहरात प्रवेश करताच पेकिंगच्या तुरूंगात खितपत पडलेल्या शीख, ब्रिटीश, फ्रेंच लोकांची मुक्तता करण्यासाठी तुरूंगाकडे तो स्वत: गेला. परंतु मांचू चिन्यांनी निर्घृणपणे या सर्व लोकांचे हालहाल करून त्यांना ठार केलेले होते ! या भयंकर पापाचा बदला कसा घ्यावा, या विचाराने एल्गीनचे माथे भणाणून गेले. रक्ताचा बदला रक्ताने घ्यायचा, तर काही अपराधी व निरपराधी चिन्यांची कत्तल करायला हवी होती. निदान पेकिंगच्या चिन्यांकडून सामुदायिक दंड वसूल करता आला असता. लॉर्ड एल्गीनने यातले काहीही केले नाही. त्याने एकच हुकूम दिला -

''या क्रूर राजवटीचे प्रतीक असलेला पेकिंगमधला मांचू राजाचा राजवाडा - समर पॅलेस भस्मसात करा.''

या राखेत एकदा कोल्ही-कुत्री लोळू लागली की चिन्यांना कायमची आठवण राहील. युद्धाचेदेखील काही नियम असतात. पाठीत वार करण्याची नीती सोडली नाही तर सिंहासन पालथे घालू - राजवाडा भस्मसात करू !

ऑक्टोबर महिन्यात एका सायंकाळी पेकिंगमधील मांचू राजाचा विलासी निवास उसळत्या ज्वालांनी घेरला. वास्तू धडाडून पेटू लागली. आसमंत पेटल्यासारखे लालभडक झाले. पेकिंगची चिनी जनता ही गोऱ्या साहेबाने लावलेली भीषण आग तळतळून पाहात होती.

सूडाची ठिणगी अशीच, अन्यायाची प्रतीके भस्मसात करणारी असावी लागते !

* * *

४

□

ताईपिंग बंडाची इतिश्री

पेकिंगमध्ये पेटत्या राजवाड्याचा धूर सर्वत्र कोंदत असताना, इकडे नानकिंगमध्ये या घटनेचे उत्साहाने स्वागत करण्यासारखी बंडखोरांची परिस्थिती राहिलेली नव्हती. मांचू -राजवटीचा प्रतिनिधी असलेल्या त्सेंगच्या सेनेने, नानकिंगमध्ये ताईपिंग बंडखोरांना कोंडून धरलेले होते व गुदमरलेल्या अवस्थेत त्यांच्यापुढे एकच मार्ग शिल्लक होता ! द्यावी लागेल ती किंमत देऊन, नानकिंगचा वेढा फोडून, जास्तीतजास्त संख्येने तेथून निसटणे.

१८६० च्या वसंत ऋतूत हुंगला मागे ठेवून बरेच बंडखोर वेढा फोडून निसटले व त्यांनी शांघायच्या रोखाने जाताना वाटेतील महत्वाचे शहर शूचौ ताब्यात घेतले. शूचौ हे शांघायपासून पन्नास मैलांवर होते. वेढा फोडण्याची ही धाडसी कामगिरी हुंगचा आता सरसेनानी झालेल्या ली याने पार पाडली. ली हा यांग किंवा वेईप्रमाणे क्रुर नव्हता. त्याने शूचौ शहरातील जनतेला आपलेसे करण्याच्या दृष्टीने पावले उचलली. लोकांना पैसे वाटले व साहाय्याची विनंती केली. आक्रमक नेहमी अत्याचार करतात या भीतीने पळून गेलेली, शूचौची जनता हळूहळू शहरात परतली. शांघाय शहराभोवतीच्या तटाबाहेर येईपर्यंत याच तंत्राने ली वागत आला होता. शांघायमध्ये असलेल्या ब्रूस आदी लोकांबरोबर तह करण्याची तयारी त्याने दर्शवली, परंतु ताईपिंग 'लुटारू'शी कसलाही संबंध ठेवायचा नाही, असा शासकीय निर्णय झाला असल्याने, शहराच्या तटबंदीवरून ब्रिटिश व फ्रेंचांनी तोफांचा माराच सुरू केला.

ली याने गोऱ्या साहेबाचे हे उत्तर पाहून त्यांना पत्राने कळवले - 'साम्राज्यवादी पेकिंग सरकारशी तुमची दोस्ती राहिली, तर यांगत्सी नदीवर व्यापार चालवणे तुम्हांला आम्ही अशक्य करून टाकू याची याद ठेवा.' ब्रिटिशांना या वेळीं युद्ध नको होते. त्यांनी लीबरोबर बारा महिन्यांचा शांततेचा करार केला ! इकडे याच सुमारास पळालेल्या

मांचू राजाचे निधन झाले ! राजाच्या मरणानंतर उद्ध्वस्त व भस्मसात झालेल्या राजवाड्यातील क्रांतीने, राजाची एके काळची रखेली व आता राणीपद मिरवणारी राणी येहोनाला हिच्याकडे कारभार आला. सत्ता हाती येताच, येहोनालाने ताईपिंग बंडखोरांचा काळ ठरलेला त्सेंग याला सरसेनापतीपद दिले. सर्व सेनेची सूत्रे हाती येताच आता पेकिंगहून वाटेल तेवढी कुमक मागवून नानकिंग विभागातून बंडखोरांचे समूळ उच्चाटन करण्याचा बेत त्सेंगने केला.

बंडखोरांना शांघायच्या दिशेने रेटायचे, म्हणजे पिछाडीकडून सिद्ध असलेल्या ब्रिटिश-फ्रेंचांशी त्यांचे शत्रुत्व होताच बंडखोर चिमटीत सापडतील, अशा रीतीने त्सेंगने हालचाली सुरू केल्या.

पाहुण्याकडून साप मारावा !

शांघायच्या गोऱ्या व्यापाऱ्यांनी स्वसंरक्षणार्थ इमानी चिनी लोकांची एक भाडोत्री सेना आता उभारली होती. या सेनेचा प्रमुख म्हणून फ्रेडरिक वॉर्ड या अमेरिकन माणसाला नेमण्यात आले होते.

त्सेंगची चढाई १८६१ च्या अखेरीस सुरू झाली. ताईपिंग बंडखोर अपेक्षेप्रमाणे शांघायच्या दिशेने माघार घेऊ लागले व पसरलेल्या फासात त्यांची मान अलगद अडकण्यास सुरुवात झाली.

बंडखोरांनी शांघायपासून शंभर मैलावर असलेले निंगपो हे ठिकाण ताब्यात घेताच त्यांना तेथून हुसकण्यासाठी ब्रिटिशांनी त्सेंगबरोबर हातमिळवणी केली. फेब्रुवारी १८६२ मध्ये बारा महिन्यांचा करार संपणार होता. ब्रिटिशांच्या त्सेंगबरोबर चाललेल्या चुंबाचुंबीने संतापलेल्या लीने, कराराची मुदत संपताच आपण शांघायवर हल्ला करणार असल्याचे जाहीर करून टाकले.

शांघायमध्ये या धमकीचा परिणाम असा झाला की, तेथील युरोपियन व चिनी जनतेने शांघायच्या आसपास तीस मैलांच्या टापूत कुणी घुसल्यास त्याला अद्दल घडवण्याचा निश्चय केला. त्यांनी साळसूदपणे जाहीर केले -

'पेकिंग सरकार व ताईपिंग यांच्यातील लढाईचे आम्हाला सोयरसुतक नाही. परंतु शांघायला झळ पोचता कामा नये !'

जानेवारी १८६२ संपत आला होता. चिडलेल्या लीने शांघायवाल्यांचा इशारा न मानता शूचौ येथून आपले लोक पुढे काढले. बंडखोर शांघायपासून १४ मैलांवर येऊन थडकल्याचे वृत्त येताच फ्रेडरिक वॉर्ड याच्या पगारी सेनेने त्यांच्याशी पहिला मुकाबला सुरू केला. परंतु या अननुभवी प्रतिकाराची वासलात लावून बंडखोर पुढे सरकू लागलेले पाहताच, ब्रिटिश व फ्रेंच सेनेने स्वत:च प्रत्यक्ष लढाईला सुरुवात केली. चढाई थंडावली.

चार महिन्यांच्या झटापटीनंतर लीने पुनश्च नानकिंगच्या दिशेने मागे पळण्यास सुरुवात केली.

सर्व यांगत्सी खोरे साफ करून, त्सेंग याचीच वाट पहात बसला होता. शांघायकडून माघार घेऊ लागल्याने ली व हुंगचा उरलासुरला आत्मविश्वास खचत चालला होता. ताईपिंग बंडखोरांची मृत्यूघंटा वाजू लागली होती, याविषयी आता त्सेंगची खात्री पटत असल्याने, नानकिंगची एक बाजू त्याने जाम करून टाकली होती. बंडखोरांवर अखेरचा वार करण्याची तरी जरूरी काय होती ? शांघायकडून येणाऱ्या बातम्यांप्रमाणे ब्रिटिश व फ्रेंच लोकांकडून हा काटा परस्पर निघणार होता. त्सेंग स्वस्थ होता तो यासाठीच ! त्सेंगच्या हे कानी आले होते की, ताईपिंग बंडखोरांचा बीमोड करण्याचा प्रयत्न करताना, शांघायमधील चिनी पगारी सैन्याचा अमेरिकन सूत्रधार फ्रेडरिक वॉर्ड हा एका चकमकीत मारला गेला आहे व बंडखोरांचा काटा काढल्याखेरीज आता शांघायचा गोरा साहेब स्वस्थ बसणार नाही. मग या खटपटीत आपले काही सैनिक मारा कशाला ?

हा गॉर्डन कोण ?

ताईपिंगचा नि:पात करण्याची ही कामगिरी नियतीने ज्याच्यावर सोपविली होती त्याचे नाव आहे चार्ल्स जॉर्ज गॉर्डन. पुढे सुदानमध्ये खार्टुन येथे अन्सार व तुर्क यांच्या यादवीत ११ फेब्रुवारी १८८५ या दिवशी ज्याला अन्सारांनी छातीत भाले भोसकून ठार केले, तोच हा खार्टुमचा हुतात्मा गॉर्डन !

याच्याच खुनानंतर इंग्लंडची महाराणी व्हिक्टोरिया हिने लिबरल पक्षाचा पंतप्रधान ग्लॅडस्टन याला सांगितले, 'गॉर्डनच्या रक्ताचे डाग मला तुमच्या हातावर दिसतात !' आणि पुढे पाच महिन्यात ग्लॅडस्टनचे मंत्रिमंडळ गडगडलेच. इंग्लंडच्या इतिहासात मोठे महत्व पावलेला हा चार्ल्स गॉर्डन, इंग्लिश जनतेच्या मनात भरला तो चीनमधील 'ताईपिंग' लुटारुंचा बीमोड करणारा शूर शिपाई म्हणून ! नुसता शूर माणूस म्हणून नव्हे, तर अंती हुतात्मा म्हणून संतपदी पोचलेल्या या गॉर्डनचा पुतळा आजही लंडनच्या ट्रॅफल्गार चौकात, इंग्लंडच्या भावी पिढ्यांना आपल्या हौतात्म्याची कहाणी सांगत उभा आहे.

२८ जानेवारी १८३३ साली जन्माला आलेला चार्ल्स हा एका स्कॉटिश कुटुंबातील अकरा भावंडांपैकी एक. त्याचा बाप पुढे सैन्यात लेफ्ट. जनरल झाला. आजोबा आणि पणजोबा हे दोघे ब्रिटिश सैन्यातच अधिकारी होते. मोठा भाऊ हेन्री हा सैन्यात शिरलेला होता. घराण्यातील ही सैनिकी परंपरा असल्याने वयाच्या १४ व्या वर्षी चार्ल्स मिलिटरी ॲकेडमीत दाखल झाला. चार-साडेचार वर्षे तो ॲकेडमीत उत्तम सैनिक म्हणून

नावारूपाला आला. परंतु अखेरच्या परीक्षेच्या आधी, त्याने संतापाच्या भरात एका कनिष्ठ अधिकाऱ्याशी मारामारी केली व परिणामी त्याला तोफखान्याच्या वरिष्ठ दलात प्रवेश मिळाला नाही. चटकन वरिष्ठ अधिकारी करणारे लष्करी कमिशन त्याच्या तापट स्वभावामुळे हुकले व कनिष्ठ दुय्यम अधिकारी म्हणून तो ॲकेडमीतून बाहेर पडला. या वेळी तो एकोणीस वर्षांचा होता. सुरुवातीला दीड वर्षे त्याने चॅथम या ठिकाणी लष्करी छावणीत काढले.

१८५४ साल उजाडले. मार्च १८५४ मध्ये तुर्कस्थान व रशिया या दोन देशांत ख्रिश्चन प्रार्थनास्थळांच्या कब्जावरून किरकोळ भांडण पेटले व त्यातून क्रिमिया युद्ध सुरू झाले. इंग्लंडने तुर्कस्थानच्या वतीने रशियाशी युद्ध मांडले. बाल्कन देशात व भूमध्य समुद्रात रशियाला उतरू द्यायचे नाही, ही ब्रिटिश नीती फार जुनी आहे आणि क्रिमियाचे युद्ध हा त्याचाच एक भाग होता.

चार्ल्सचा मोठा भाऊ हेन्री हा क्रिमियात दाखल झालेला होता. चार्ल्सने आपल्यालाही क्रिमियात पाठवा अशी वरिष्ठांकडे मागणी केली. परिणामी १८५४ च्या डिसेंबरात चार्ल्स क्रिमियात युद्धभूमीवर दाखल झाला. युद्धभूमीच्या पहिल्याच दर्शनाने त्याचे मृत्यूचे भय संपले. तेव्हा घरी पाठविलेल्या एका पत्रात तो लिहितो - "I went to Crimea, hoping to be killed". मृत्यूसाठी उत्सुक असलेल्यांना मृत्यू लवकर भेटत नाही ! चार्ल्स गॉर्डन क्रिमियात जबर जखमी झाला, परंतु मरण त्याला तेथे भेटले नाही. सेबॅस्टॅपोलला ब्रिटिश वेढा पडला तेव्हा चार्ल्स त्या कामगिरीवर होता. शहर पेटवून देऊन रशियनांनी ते खाली केले व पुढचे चार महिने सेबॅस्टॅपोल येथील गोदीतील मागे राहिलेले रशियन आरमार नष्ट करण्याची कामगिरी चार्ल्सने केली. मार्च १८५६ मध्ये क्रिमियातील युद्ध संपले. या युद्धात ब्रिटिश कमांडर-इन-चीफ लॉर्ड रॅग्लन मारला गेला. त्याच्याविषयी चार्ल्सने लिहिले - 'रॅग्लनसारख्या दयाळू व प्रेमळ माणसाचा मृत्यू फारच दुःखदायक आहे. परंतु तो उत्तम सेनापती नव्हता... उतारवयात उत्तम कामगिरीची अपेक्षा करणे चूकच आहे !'

यावरून चार्ल्स डोळसपणे सर्व गोष्टी पाहात होता हे लक्षात येते. सैन्यात केवळ वयाने वरिष्ठ म्हणून अधिकार भोगणारे व प्रत्यक्ष पराक्रम न करता युद्धसमाप्तीनंतर सर्व लष्करी पदके व सन्मान उपटणारे जे लोक असतात, त्यांच्याबद्दल चार्ल्सच्या मनात विलक्षण अनादर निर्माण झाला होता. फ्रेंच लोक हे युद्धात रशियनांपुढे टिकणारे नाहीत हे मतदेखील त्याने मांडलेले आहे. चार्ल्सच्या वाट्यालाही लष्करी पदके व बहुमान आले. परंतु त्याच्यावर नव्या नव्या कामगिऱ्या देऊन त्याला इंग्लंडमध्ये येऊ देण्यात आले नाही. १८५८ च्या ऑक्टोबरात त्याची रूसो-तुर्क सरहद्दीवरून सुटका झाली.

युद्धसमाप्तीनंतर ही जी दोन वर्षे त्याने कॉकेशसच्या डोंगराळ भागात काढली, त्याचा परिणाम असा झाला की, त्याला स्वभावत: अशिक्षित व रानटी टोळ्यांच्या जीवनाचे प्रेम निर्माण झाले. शहरात जगणारी मेषपात्रे त्याला आवडेनाशी झाली.

इंग्लंडमध्ये येताच त्याने वरिष्ठांना कळवले - "मला इथे राहवत नाही. इथे रममाण होणे मला कठीण आहे."

आता चार्ल्स गॉर्डन हा कॅप्टन चार्ल्स गॉर्डन झालेला होता. दोन वर्षांत त्याला हवी असलेली संधी मिळाली. लॉर्ड एल्गीन याने मांचू राजाला कायमचा धडा शिकवण्यासाठी पेकींगवर चाल करून जायचे ठरवले होते व यासाठी कर्तबगार लष्करी अधिकाऱ्यांची जमवाजमव तो चीनमध्ये याच सुमारास करीत होता. शांघायला ब्रिटिश सैन्य एकत्रित केले जात होते. शांघायला जाण्यासाठी चार्ल्स गॉर्डनची निवड झाली.

जुलै १८६० मध्ये लॉर्ड एल्गीनने पेकिंगच्या दिशेने पाऊल उचलले. १७ सप्टेंबरला चार्ल्स गॉर्डन एल्गीनच्या सेनेत दाखल होण्यासाठी चीनमध्ये पोचला, तेव्हा ब्रिटिश-फ्रेंच सेनेचा तळ तिअनस्टिन येथे पडलेला होता. एल्गीनने जेव्हा पेकिंगचा कब्जा केला व राजा पळून गेल्यावर मांचू राजवाडा भस्मसात करण्याचे ठरविले, तेव्हा ती कामगिरी त्याने कॅप्टन चार्ल्स गॉर्डनवर सोपविली. राजवाडा जाळण्यापूर्वी गॉर्डन जेव्हा राजवाड्यात फिरून ती देखणी वास्तू निरखू लागला, तेव्हा तो गलबलला. इतक्या सुंदर सुंदर आणि कलात्मक लहानमोठ्या गोष्टी राजवाड्यात होत्या की, इंग्लंडबाहेर कलेची व संस्कृतीची एवढी वाढ पाहून गॉर्डनला धक्काच बसला. परंतु एल्गीनचा हुकुम आणि ब्रिटिश-शीख कैद्यांची राजाने केलेली हत्या यामुळे सूडासाठी पेटलेल्या गॉर्डनने अखेर प्रासादाला चूड लावली.

चीनचा मांचू सम्राट पळून गेला होता. परंतु त्याच्या धाकट्या भावाने एल्गीनकडे क्षमेची व तहाची याचना केली. एल्गीनने घातलेल्या आर्थिक दंडाच्या अटी त्याने मान्य केल्या व हे पैसे वसूल करण्यासाठी तीन हजार ब्रिटिश सेना तिअनस्टिन येथे ठेवून एल्गीनने पेकिंग खाली केले. तिअनस्टिन येथे मागे ठेवलेल्या ब्रिटिश तुकडीचा कमांडर होता जनरल स्टाव्हेली. गॉर्डनचा मोठा भाऊ हेन्री याच्याशी जनरल स्टाव्हेलीच्या बहिणीचे लग्न झालेले होते. यामुळे गॉर्डनला जनरल स्टाव्हेलीच्या तुकडीत नेमणूक मिळू शकली.

१८ महिने गॉर्डन तिअनस्टिन येथे होता. आसपासचा प्रदेश पायी व घोड्यावरून हिंडून या भूभागाचे नकाशे तयार करण्याचे काम त्याच्याकडे दिलेले होते. तिअनस्टिनच्या आजूबाजूच्या सर्व प्रदेशात दूर दूर घोडदौडी करून, सर्व मुलूख त्याने नजरेखाली घातला. या कामात तो गढलेला असताना जनरल स्टाव्हेली याची चीनमधील ब्रिटीश सेनेचा

सरसेनापती म्हणून बढती झाली. शांघायला ताईपिंग बंडखोरांनी याच वेळी धोका निर्माण केलेला असल्याने, शांघायमधील सेनेत वाढ करण्याचे त्याने ठरविले. कॅप्टन गॉर्डनच्या नेतृत्वाखाली दोन रेजिमेंटस् तिअनस्टिनहून त्याने शांघायला आणल्या. तोपर्यंत शांघायला फक्त एक हजार भारतीय सैन्य होते. त्यांना ही नवी कुमक येऊन मिळाली.

गॉर्डन शांघायला पोचून पाच महिने झाले. त्सेंग-पो हे शांघायपासून ३० मैलांवरील शहर मांचू राजवटीच्या सैन्याने चिनी पगारी सेनेमार्फत कब्जात घेतले, परंतु तेथून निसटणाऱ्या ताईपिंग सैन्याने पूर्वी सांगितल्याप्रमाणे शांघायमधील पगारी चिनी सेनेचा सूत्रधार फ्रेडरिक वॉर्ड याला ठार केले. वॉर्ड लढाईत मारला जाताच या सेनेची सूत्रे बर्गव्हाइन नावाच्या फ्रेंच माणसाकडे आली. बर्गव्हाईन हा भाडोत्री पोटार्थी होता. पूर्वी हाच माणूस ताईपिंग बंडखोरांना शस्त्रे विकीत असे ! हा अतिशय क्रूरही होता. हाती लागतील त्या ताईपिंग बंडखोरांना तोफेच्या तोंडी देण्याचा आता त्याने धडाका सुरू केला. बर्गव्हाईनच्या या अमानुष वर्तणुकीच्या बातम्या जेव्हा जनरल स्टाव्हेलीच्या कानावर गेल्या, तेव्हा त्याला हादरा बसला. भारतातील 'टाईम्स ऑफ इंडिया' सारख्या वृत्तपत्रांतून यासंबंधी जोराची टीका सुरू झाली. बर्गव्हाईनविरूद्ध उठलेले वादळ शमण्यासाठी ह्याची अधिकारावरून हकालपट्टी होणे आवश्यक होते. परंतु बर्गव्हाईन हा काही जनरल स्टाव्हेलीचा नोकर नव्हता. शांघाय परिसरातील पेकिंग राजवटीचा प्रतिनिधी होता. मांचू सेनाधिकारी ली-हुंग-चँग यालाच बर्गव्हाईनला हाकलणे व त्याच्या जागी दुसरा कोणी नेमणे हे शक्य होते. कारण बर्गव्हाईनच्या हाताखाली जमा झालेले चिनी शेतकऱ्यांचे सैन्य हे मांचू राजवटीच्या नोकरीतले नसले तरी चिनी सैन्य होते व या सैन्यावरही ली-हुंग-चँगचा सर्वाधिकार चालत असे. बर्गव्हाईनला हाकलून त्याच्या जागी कॅप्टन चार्ल्स गॉर्डनला नेमणे शक्य असल्यास ब्रिटीश सेना त्याला आपल्या सेवेतून मुक्त करेल याचा अंदाज ली-हुंग-चँगला लागताच तो बर्गव्हाईनला हाकलण्याची संधी पाहू लागला. एक ब्रिटीश सेनानी, मांचू राजवटीसाठी लढणाऱ्या चिनी सेनेचा प्रमुख झाला तर ताईपिंग बंडखोरांविरुद्ध सुरू झालेल्या झगड्यात ब्रिटीश हे मांचू राजाच्या वतीने खेचले जातील हा हिशेब ली-हुंग-चँगने मनाशी केलेला होता.

गॉर्डनच्या हाती सूत्रे आली

प्रथम त्याने बर्गव्हाईनला आज्ञा दिली की, त्याने नानकिंगवर ताबडतोब हल्ला चढवावा. अपेक्षेप्रमाणे बर्गव्हाईनने नकार देताच, त्याच्या सेनेचा पगार ली-हुंग-चँगने रोखून धरला. संतापलेल्या बर्गव्हाईनने सरकारी तिजोरीवर हल्ला चढवून ती लुटली व पगारवाटप केले. ह्याच क्षणी ली-हुंग-चँगने बर्गव्हाईनला तडकाफडकी बडतर्फ करून

टाकले. १८६२ च्या डिसेंबरात बर्गव्हाईनची अशी उचलबांगडी झाली.

एखादा ब्रिटीश सेनानी, पगारी चिनी सैन्याचे नेतृत्व करू लागला तर चीनच्या अंतर्गत भांडणात हा हस्तक्षेप ठरतो की काय, याचा खल करण्यात काही दिवस घालवल्यानंतर अखेर जनरल स्टाव्हेलीला लंडनहून परवानगी आली व कॅप्टन गॉर्डनची ब्रिटीश सेनेतून मुक्तता करण्यात येऊन, त्याने बर्गव्हाईनची जागा घेतली.

पेकिंग राजवटीच्या सरकारी सेनेला मदत करणारे हे भाडोत्री लष्कर होते किती? फक्त ३५०० सैनिकांचे - सैनिकांचे म्हणण्यापेक्षा अशिक्षित बाजारबुणग्यांचे हे पोटार्थी दल होते. बर्गव्हाईनच्या कारकीर्दीत जिंकलेल्या प्रदेशात लुटालुट करावी, स्त्रियांवर बलात्कार करावे, दारू व अफूचे अखंड सेवन करावे, अशा कितीतरी गोष्टी हे लोक सतत करीत आलेले होते. गॉर्डनने अधिकार घेताच लुटालुट करणाऱ्याला व स्त्रियांवर अत्याचार करणाऱ्याला देहांत शासन सुरू केले. काहीजणांच्या शिक्षा अंमलात येताच त्याची जरब सर्वांना बसली. सर्वांचे पगार वेळच्या वेळी मिळतील अशी व्यवस्था त्याने करून घेतली.

चीनमध्ये त्यावेळी वाहतुकीचे रस्ते असे नव्हते. नद्यांतून व कालव्यांतून बोटीने व होड्यांनी बहुतेक वाहतुक चाले. रस्ते म्हणजे चिंचोळ्या पायवाटा होत्या. पाऊस पडला की गुडघा-गुडघा चिखलातून मार्ग काढावा लागे. अशा परिस्थितीत पुढे सरकणाऱ्या सैन्याला बरोबर तोफगाड्या नेणे अशक्य होई व पुढे गेलेल्या तुकड्या नेमक्या शत्रूच्या हातात सापडत. गॉर्डनने यासाठी लहानमोठ्या बोटींचा काफिला तयार केला. बंदुका, तोफा ही शस्त्रास्त्रे सैन्यापूर्वी ठराविक ठिकाणी उपलब्ध होतीलच याची काळजी घेण्यास सुरुवात केली. ही शस्त्रे वाहून नेणाऱ्या 'गनबोटी' या जेव्हा कालव्यात पाणी नसेल, तेव्हादेखील ओढून नेता याव्या यासाठी त्यांना खाली चाकांची सोय करून ठेवली. आधुनिक सैन्यात 'अँफिबियन रणगाडे' म्हणून जे ओळखले जातात त्याचीच ही पुराणी आवृत्ती होय. सैन्याची व तोफा-बंदुकांची वेगाने हालचाल करण्याची शक्ती हीच खरी विध्वंसक शक्ती हे गॉर्डनने ओळखले होते.

त्या काळी गरीब चिनी जनतेवर अत्याचार करीत नव्हते कोण ? शहर ताईपिंग बंडखोरांनी जिंकले की अत्याचार होत. पुनः कब्जा सरकारी फौजांकडे आला की सरकारी सैनिक अत्याचार करत. परंतु गॉर्डनने आपल्या सैनिकांना जरब लावली व हा फरक जनतेला हळूहळू जाणवू लागलाच.

पकडलेल्या ताईपिंग बंडखोरांना ठार मारण्याची पद्धत त्याने सक्त बंद केली. या लोकांना चुचकारून मोठ्या संख्येने तो आपल्या सेनेत दाखल करून घेऊ लागला. ली-हुंग-चँगने त्या वेळच्या दैनंदिनीत लिहिलेले आहे :

"हा माणूस खरोखर देवदूतच आहे. आतापर्यंत माझा जेवढ्या गोऱ्या लोकांशी संबंध आला त्या सर्वात गॉर्डन हा अतिशय प्रामाणिक व सच्चा आढळला."

त्सेंगने नानकिंगभोवती आवळत आणलेला फास गॉर्डनच्या आघाताची वाट पाहात होता.

एका वेळेस अवघ्या पश्चिम युरोपएवढे क्षेत्रफळ व्यापलेले व पेंकिंग सरकारला प्रतिस्पर्धी ठरलेले ताईपिंग बंडखोर, आता फक्त १०० मैल लांब व ४० मैल रुंद अशा चौरसात कोंडत आलेले होते. यांगत्सी नदीचा जलमार्ग सरकारी सेनेने अडवून धरला होता व तिकडून रसद येत नव्हती. बंडखोरांचे नानकिंगबाहेरचे महत्वाचे ठाणे होते शूचौ. शूचौच्या पूर्वेकडील क्विनसान् हे शहर ली-हुंग-चँगच्या कब्जात गेलेले होते. दक्षिणेकडून आता गॉर्डन हा शूचौच्या दिशेने वर सरकत होता. आता या कोंडीतून निसटण्याचा एकच उत्तरेकडचा मार्ग शिल्लक होता.

गॉर्डनने बंडखोरांचा हा मार्गही बंद करण्याच्या दृष्टीने झपाट्याने हालचाली केल्या. ऑक्टोबर अखेर शूचौ शहराची कोंडी पक्की झाली.

शूचौ शहरात ३०,००० ताईपिंग सेना होती. परंतु त्यांचे मनोबल पार खलास झालेले होते. शहराबाहेर मुसंडी मारावी तर गॉर्डनच्या बंदुका व तोफा सज्ज झालेल्या होत्या. या बंडखोरांना नानकिंगच्या दिशेने पळून जाऊ द्यायचे नाही, हा गॉर्डनचा निश्चयच झालेला होता. फार काळ शूचौ लढवणेही शक्य नव्हते. कारण दारूगोळा व रसद संपत चाललेली होती.

शरणागती पकरून शहर सरकारी सेनांच्या हवाली करावे, असे शूचौ शहरातील बहुसंख्य बंडखोरांच्या म्होरक्यांना वाटत होते. फक्त एकजण विरोध करीत होता. मोहवाँग हा एकच ताईपिंग सेनानी शरणागतीची भाषा काढणाऱ्यांची मुंडकी उडवीत सुटला होता. अखेर मोहवाँगने सगळ्या साथीदारांना एकत्र केले व त्यांना त्याने सांगितले -

"माझ्याविरूद्ध कट रचला जात आहे व शहर शत्रूच्या हवाली करण्याचे घाटत आहे. परंतु याद राखा -"

मोहवाँगचे वाक्य पुरे होण्यापूर्वीच, त्याच्या पाठीत कटवाल्यांपैकी एकाने खंजीर खुपसला. मोहवाँग गुडघ्यात मोडला व तोंडावर कोसळला ! त्याचे शीर व धड दुसऱ्या कटवाल्याने ताबडतोब वेगळे केले. फितुरीने आपला बळी घेतला होता. शहराचा दरवाजा उघडून बंडखोरांच्या फितुर डरपोक म्होरक्यांनी सरकारी सेनेपुढे लोटांगणे घातली. शहरात घुसल्याबरोबर सरकारी सेनेने लुटालुटीचा व बलात्काराचा कार्यक्रम सुरू केला. गॉर्डनने मात्र आपल्या सैनिकांनिशी ली-हुंग-चँगकडे जाऊन फक्त सैनिकांसाठी एक

महिन्याच्या जादा पगाराची मागणी पदरात पाडून घेतली.

शूचौ पडले ही बातमी ताईपिंगचा राजा तिअन-वाँग-हुंग याला नानकिंगमध्ये कळली तेव्हा त्याची जयाची आशा संपूर्णपणे मावळली. हुंगने नेमलेले चारी प्रिन्स आपसांतील यादवीत ठार झाल्यानंतर, शिह-ताकाई हा एकमेव कर्तबगार पुरुष उरला होता. झेश्वान प्रांतात तात् नदीच्या काठी, त्सेंग-कुओ-फॅन याच्याशी झालेल्या युद्धात तो १८६३ साली मारला गेला व उरल्यासुरल्या ताईपिंग बंडखोरांचा मोठ्या प्रमाणावर खातमा उडाला ! बंड फसले होते. मांचू राजवट लष्करीदृष्ट्या अधिकच जागृत झालेली दिसत होती. हुंगचा एकमेव अखेरचा शूर सरदार ली हा पुनश्च नानकिंगमध्ये हताश होऊन परतला होता. त्याचे हजारो सैनिक कामास आले होते. अनेकजण सरकारी सैन्याला जाऊन मिळाले होते. काही गॉर्डनने फोडले होते. नानकिंगमधून निसटणेही आता हुंगला अशक्य होणार होते.

तिअन-वाँग-हुंग आता म्हातारा झाला होता. त्याची गात्रे थकली होती. डोक्याचे केस व दाढी संपूर्णपणे पांढरी झालेली होती. पराजयाने आणि त्यामुळे निर्माण केलेल्या निराशेने तर तो अधिक म्हातारा झाला होता आणि त्याच्या डोक्यावरही परिणाम झाल्यासारखा झाला होता.

त्याच्याभोवती जमून त्याच्या उरल्यासुरल्या सहकाऱ्यांनी सल्ला दिला - 'आता मरण टळत नाही. इथे राहून लढलो तरी मरणार ! मग आहे त्या शक्तीनिशी नानकिंगबाहेर पडू. यांगत्सीच्या दऱ्याखोऱ्याच आपल्याला दिली तर साथ देतील.

परंतु म्हातारचळाकडे वळू लागलेला हा ताईपिंगचा वृद्ध राजा म्हणाला, "येशूच्या इच्छेनुसार मी राजा झालो आहे. आपली सैनिकी शक्ती संपली असेल. परंतु याहून मोठी अशी दैवी शक्ती माझ्याच पाठीशी आहे. हे राज्य मोठे होणार आहे."

बंडखोरांचा हा राजा हुंग अशा भ्रमात असताना, शूचौ नानकिंग मार्गावरील चांगचौ हे शहर मार्च १८६० मध्ये सरकारी फौजांच्या हाती पडले. चांगचौवर हल्ला चढवला तो सरकारी फौजांनी व चार्ल्स गॉर्डनच्या सैनिकांनी एकत्रितपणे. कारण तत्पूर्वी नानकिंगपासून ४० मैलांवरील किनटांग हे शहर जिंकून गॉर्डन सेनेसह सरकारी लष्कराच्या मदतीला आलेला होता.

त्सेंगच्या ८०,००० सैन्याने व गॉर्डनने नानकिंगला आता विळखा घातलेला होता. नानकिंगभोवती असलेल्या मातीच्या तटावर तोफांचे गोळे आदळू लागले होते व त्याच्या धडाक्याने शहरातील इमारती हादरू लागल्या होत्या. तिअन-वाँग-हुंग हा आता ठार वेडाच झाला असावा. शहरात तांदुळाचा तुटवडा झाल्याने लोक अन्नान्न करीत होते आणि अशा वेळी हुंगने कसलेतरी गवत व पालापाचोळा एकत्र करून

त्याचा रस पिऊन अन्नावाचून जगता येते हे सिद्ध करण्याचा उद्योग सुरू केला.

आत्मसमर्पण

चिनी परंपरेप्रमाणे आत्मसमर्पण हा एकच मार्ग हुंगला दिसत होता. आत्मसमर्पण तर खरेच, परंतु लढता लढता नाही तर विषप्राशन करून ! ३० जून १८६४ या दिवशी हुंगने आपल्या अनुयायांना अखेरचा संदेश मोठ्या ब्रशाने कागदावर लिहिला. येशूवरील दृढ विश्वास व्यक्त करताना या संदेशात हुंगने लिहिले,

"स्वर्गाला, पृथ्वीला व मानवांना मी हे खात्रीपूर्वक सांगतो की, आकशातला आपला बाप हाच सर्वश्रेष्ठ आहे."

हा संदेश लिहिल्यानंतर त्याने १ जुलै १८६४ रोजी आपल्या सोळा वर्षांच्या मुलाला गादी दिल्याचे व तो पुढचा तिअन-वाँग झाल्याचे जाहीर केले. एवढे केल्यानंतर सुवर्णमिश्रित विष कालवलेला मद्याचा चषक त्याने ओठाला लावला. काही क्षणांतच तो आचके देऊ लागला. परंतु शुद्ध हरपण्यापूर्वी त्याने आर्त स्वरात करूणा भाकली - "आकाशातल्या मायबापा, मला क्षमा कर. मी तुझे काम करू शकलो नाही."

१ जुलै याच दिवशी, मध्यरात्री, ताईपिंग बंडाचा हा सूत्रधार, पेकिंगशी पैजा घेणारा हा शूर परंतु अपेशी, असा हा पहिला तिअन-वाँग-हुंग, पोटातील विषाने झालेल्या असह्य वेदनांनी विव्हळ होऊन मृत्यूला सामोरा गेला. हुंगचे प्रेत त्याच्या विश्वासातील लोकांनी गुप्तपणे राजवाड्याच्या उद्यानातील एका जागी पुरून टाकले. हुंगच्या बायकांनी २ जुलैला सकाळी झाडांना टांगून आपला अंत करून घेतला !

पुढचे सोळा दिवस हुंगने आत्महत्या केली आहे ही गोष्ट गुप्त ठेवण्यात आली. १९ जुलैला एका प्रचंड तोफगोळ्याने नानकिंग भोवतालच्या पन्नास फूट रुंद असलेल्या तटाला मोठे भगदाड पाडले आणि त्यातून त्सेंग व गॉर्डनच्या फौजा शहरात घुसल्या.

रणधुमाळी सुरू झाली व या गोंधळात हुंगचा अखेरचा विश्वासू सेनानी ली व हुंगचा मुलगा शहराबाहेर निसटले. लीच्या दुर्दैवाने तो पळून जात असताना पकडला गेला. एका तीन फुटी लाकडी पिंजऱ्यात लीला अडकवण्यात आले. पेकिंगहून हुकुम येईपर्यंत त्याचा शिरच्छेद त्सेंगला करता येत नव्हता. शहराचा कब्जा होताच, पेकिंगला खलिता गेला व लीचा शिरच्छेद करण्याचा हुकुम राणी येहोनालाकडे मागण्यात आला.

पेकिंगची आज्ञा येण्यात जो कालावधी गेला, त्या कालावधीत ली ने आपले मनोगत लिहून काढले. मांचू राजवटीविरूद्ध बंड केल्याबद्दल त्याने यत्किंचितही पश्चाताप व्यक्त केला नाही. आपण देशद्रोह केला आहे, हा आरोपदेखील त्याने झिडकारला. त्याने लिहिले आहे, "मी ज्या कार्याला वाहून घेतले होते ते कार्य मांचू राजपदापेक्षा शतपटीने मोठे आहे."

राणी येहोनालाचा पेकिंगहून त्सेंगला हुकुम सुटला -

"जास्तीतजास्त हाल करून व अत्यंत सावकाशपणे बंडखोर ली चा जीव घेण्यात यावा."

दुर्दैवाने मरण ही एक अशी विचित्र गोष्ट आहे की, तिथे क्रौर्यदेखील हताश होते !

त्सेंगने हुकुम वाचला. ली ची जबानीही वाचली. त्याची खात्री पटली की, ली हा स्वामिभक्त आणि नेकीचा माणूस आहे. याला कुत्र्याच्या मौतीचे मरण देणे हा सैनिकी पेशाचा अपमान होय. त्याने राणीची आज्ञा जवळच ठेवली व ली चा ताबडतोब शिरच्छेद केला. हे काहीसे दयेचे मरण होते !

हुंगचे प्रेत उकरण्यात आले. हुंगचे प्रेत व ली चे मुंडके पेकिंगला रवाना करून त्सेंगने कळवले -

"आपला हालहाल करून मारण्याचा हुकुम उशीरा पोहचला. तत्पूर्वीच लीचा शिरच्छेद करण्यात आला होता.

पेकिंग शहराच्या वेशीवर हुंगचा देह व लीचे मुंडके भाल्यांवर खोचून ठेवण्यात आले. मांचू राजाच्या ड्रॅगन सिंहासनाविरूद्ध बंड करणाऱ्यांची काय दशा होते हे जनतेला कळावे, यासाठी राणी येहोनालाने मुद्दाम हे प्रदर्शन मांडलेले होते.

ताईपिंग वीरांचे बंड असे संपले. चिनी इतिहासातील एक अध्याय समाप्त झाला. एका साध्या शाळामास्तराने उभ्या केलेल्या या विद्रोहात ठार झालेल्यांची संख्या किती असावी ? १९१४ च्या पहिल्या महायुद्धात ठार झालेल्यांच्या संख्येपेक्षा ही संख्या मोठी आहे ! धर्म ही बंदुकीची गोळी बनली की केवढा प्रचंड विद्रोह उभा राहू शकतो, त्याचा हा पेकिंग राजवटीला मिळालेला मोठा धडा होता. एक चिनी शाळामास्तर ख्रिश्चन झाला आणि येशूच्या धर्मप्रसारार्थ सतत १२ वर्षे वनवास पत्करून हा माथेफिरू मांचू राजवटीशी लढत राहिला.

पेकिंगच्या चिनी राजवटीला व्यसनाधीन करणारी अफूची गोळी अतिपरिचयाची होतीच. ख्रिश्चन मिशनऱ्यांनी चीनमध्ये आणलेला येशूचा धर्म ही केवळ अफूची गोळी ठरली नाही. ती बंदुकीची गोळी असू शकते याचा प्रत्यय आता मांचू राजवटीला आला. या बंडखोरांची पुष्कळशी तत्वे आणि कृती ही चिनी परंपरेशी फारकत करणारी होती. एकोणिसाव्या शतकात धर्मांतरापाठोपाठ राजकीय व सामाजिक क्रांती घडवण्याचा ताईपिंगचे बंड हा चीनमधील सर्वात मोठा प्रयत्न होय !

गोऱ्यांचा विळखा

१८६४ साली ताईपिंग बंड असे चिरडले गेले. या कामात मांचू राजवटीला ब्रिटिशांनी व फ्रेंचांनीदेखील मदत केली असल्याने पेकिंग येथील मांचू मध्यवर्ती सत्तेची पत घसरली

ी कायमची. १८५८ साली तिअनस्टिन येथे मांचू सत्तेने ब्रिटिशांशी जो समझोता केला व ज्याच्यावर पेकिंगमधील राजप्रासादाची राख पसरून गोऱ्यांनी शिक्कामोर्तब केले, त्या तहामुळे ताईपिंगना हतबल करणे मांचू राजवटीला सोपे गेले असले, तरी ब्रिटिश-फ्रेंच-अमेरिकनांनी चीनच्या भूमीवर आपले पाय घट्ट रोवले. ही घटना अधिकच चिंता वाटावी अशी असताना, गलथान मांचू राजवटीने तिकडे संपूर्ण दुर्लक्ष केले. १८५८ साली चीनच्या भूमीवर व्यापारासाठी अवतरलेल्या गोऱ्याने मिळवले काय ? या तहाप्रमाणे अकरा नवीन बंदरांतून व्यापाराला मोकळीक देण्यात आली. चीनची सर्वांत मोठी नदी जी यांगत्सी ती ब्रिटिशांना व फ्रेंचांना व्यापारासाठी खुली झाली. अफूचा व्यापार हा कायदेशीर ठरवण्यात आला. ५ टक्क्यांहून अधिक जकात मांचू राजवटीला मिळणार नाही हे त्या राजवटीच्या गळी उतरविण्यात आले व या सर्व परकी सत्तांचे वकील पेकिंगला राहावे असे ठरल्याने, राजवटीला पद्धतशीर पोखरणारे हे पांढरे उंदीर पेकिंगमध्ये मोकाट सुटले ! फ्रेंच मिशनऱ्यांना चीनमध्ये सर्वत्र मुक्त प्रवेश मान्य करण्यात आला. मांचू राजवटीच्या पायात अशा एकाहून एक अवजड बेड्या ठोकण्यात आल्या असूनही, देशात शिरलेल्या साहेबाला प्रथम देशाबाहेर हुसकावा, असा विचारही मांचू राजवटीला सुचू नये, अशी परिस्थिती बंडाच्या नंतर चीनमध्ये निर्माण झाली. कारण सर्व परकी गोऱ्या सत्ता याच मुळी आता मांचू राजवटीच्या मित्र म्हणून मिरवू लागल्या.

राजसत्ता अशी दुबळी, वेंधळी आणि आंधळी होताच, सांस्कृतिक गुलामगिरीचे पर्वही सुरू झाले. वेष करावा साहेबासारखा, खावे-प्यावे साहेबासारखे, आपल्या पोराबाळांनी शिकावे मिशनच्या शाळेत, असे सगळ्या शहरी चिनी 'डॅडी' आणि 'मम्मी'ना वाटू लागले. सुशिक्षित वर्ग आणि सधन वर्ग आपल्या देशबांधवांच्या मागासलेपणाची, अशिक्षितपणाची कीव करीत पाश्चात्य संस्कृतीने वेढला जाऊ लागला. साहेब म्हणू लागला - 'आता चिनी माणूस जागा होऊ लागला आहे ! झोपी गेलेल्यांना जागे करणारे आणि जागे झालेल्यांना उभे करणारे असे आमचे वाघिणीचे दूध पिऊन आता देशाचा लवकर उद्धार झाल्याशिवाय राहणार नाही.'

इंग्लंडमध्ये व्हिक्टोरिया राणीचे राज्य भरभराटीत होते. १८५७ साली भारतातील 'शिपायांचे बंड' मोडून काढून राणीचे राज्य भारतातही स्थिरावत चालले होते. आता चीनमध्ये लढलेल्या कॅप्टन चार्ल्स गॉर्डनचा सर्वमुखी जयजयकार सुरू झाला. २२ जानेवारी १८६४ या दिवशीच्या 'लंडन टाइम्स'मध्ये मोठा मथळा होता -

'Major Gordon captured Soo-Chowi.'

इंग्लंडमध्ये असा आभास निर्माण केला जात होता की, मांचू सत्ता अशी काही

आता उरलेली नाही ! आणि केवळ मेजर गॉर्डनमुळेच या सत्तेचे आज संरक्षण होत आहे. विन्स्टन चर्चिल यांनी या काळासंबंधी लिहिले आहे -

'England was building the Second British Empire'.

दुसरे मोठे ब्रिटिश साम्राज्य उभे होत होते ही गोष्ट काही प्रमाणात खरी होती. पराक्रमासाठी नवी क्षेत्रे धुंडाळीत मोठ्या प्रमाणावर ब्रिटिश तरूण बाहेर पडले होते. इंग्लंडची त्या वेळची लोकसंख्या होती दोन कोटी साठ लाख आणि यातले ६० लाख लोक मायदेश सोडून युरोपात व आशियात नशीब काढीत साम्राज्ये निर्माण करत होते. क्रिमियन युद्धात इंग्लंडची गेलेली अब्रू धुऊन काढली जात होती. जगातील सर्वात मोठी साम्राज्यवादी शक्ती म्हणून ब्रिटनचा उदय झालेला होता.

जित राष्ट्रात एका ब्रिटिश माणसाची किंमत, ही त्या देशातील काळ्या 'स्वाईन'पेक्षा वीस पटीने अधिक धरली जात होती. साधी गोष्ट पाहा, लॉर्ड एल्गीनने मांचू राजवटीकडे शिष्टमंडळातील शीख व ब्रिटिश लोक ठार केल्याबद्दल दंडाची मागणी केली. हा दंड कसा मागितला ?

प्रत्येक ठार केलेल्या गोऱ्या माणसाबद्दल १०,००० पौंड आणि काळ्या हिंदी माणसाबद्दल ५०० पौंड !

चीनमधील ताईपिंग बंडाविरूद्ध मिळवलेल्या सर्व विजयाचा शिल्पकार म्हणून मेजर गॉर्डनची स्तुतिस्तोत्रे उच्चरवाने गायली गेली असली, तरी ताईपिंग बंडाची दिलेली विस्तृत हकीकत वाचल्यानंतर हे लक्षात येते की, या बिरुदावर अधिकार आहे तो त्सेंग-कुओ-फॅन याचा आणि त्याच्या चिनी सैन्याचा ! त्सेंगला राणी येहोनालाने सैन्याचा सरसेनापती नेमताच, त्याने बंडखोरांकडून जिंकलेला प्रदेश हिसकवण्यास सुरुवात केली व बंडखोरांना नानकिंगला कोंडीत ढकलले ! या सरफासाचे एक टोक मेजर गॉर्डनने ओढण्यास फक्त मदत केली. असे असूनही 'चिनी गॉर्डन' म्हणून मेजर गॉर्डनने ओढण्यास ब्रिटिश इतिहासकारांनी व वृत्तपत्रांनी अजरामर करून टाकला ! त्सेंगला तर अनेकांनी अनुल्लेखांनी दृष्टीआड केलेला आहे.

चीनमध्ये तळ टाकलेल्या या गोऱ्या पारध्यांना, सशाला सिंह म्हणणे देखील शक्य होते, मग गॉर्डनसारख्या जातिवंत शिकारी कुत्र्याचा त्यांनी मृगेन्द्र केला यात नवल ते काय ?

* * *

५

□

येहोनाला सर्वेसर्वा झाली

परकीयांच्या मदतीने ताईपिंग बंड मोडून काढण्यात मांचू राजवटीला अति यश आले खरे, परंतु या काळात उद्‌भवलेल्या कलागतींनी सिंहासनाला कायमचे तडे गेले. त्यासाठी बंडकाळात राजवाड्यात घडलेल्या उलथापालथी सांगितल्या पाहिजेत.

इंग्लिश व फ्रेंचांनी पेकिंगमध्ये घुसून १८६० मध्ये जेव्हा राजवाडा पेटवला, तेव्हा मांचू राजा त्सिन-फेंग हा जेहोल येथे पळाल्याची हकीकत पूर्वी सांगितली आहे. राजा पळाला तेव्हा त्याच्या अंतेवासीयांत सोळा माणसे होती. यातले आठजण मंत्री होते आणि उरलेल्या आठांचे राजाभोवती खास वर्तुळ होते. या खास वर्तुळात सुशून नावाची जी एक खास व्यक्ती होती, तिच्याच सल्ल्याने त्सिन-फेंग मुख्यत: वागत असे.

पळून जाताना राजाने आपला धाकटा भाऊ प्रिन्स कुंग याला पेकिंगमध्येच मागे राहण्याची आज्ञा सोडलेली होती. इंग्लिश व फ्रेंचांशी तह उरकण्याचे काम प्रिन्स कुंग हा करणार होता.

जेहोलला राजा पोहोचला, तेव्हा बरोबर त्याची राणी होती आणि येहोनाला ही रखेलीही होती. राणीला मूल नव्हते, परंतु येहोनालाला राजापासून झालेला मुलगा यावेळी चार वर्षांचा होता. परागंदा अवस्थेत जेहोल येथेच त्सिन-फेंग अचानक मरण पावला. अखंड स्त्रीसंग हे त्याचे एकमेव कर्तृत्व होते. त्याने आसपास जमा केलेली मंडळी त्याला बायका पुरवण्याची कामगिरी मुख्यत: करीत आणि या बदल्यात स्वत:च्या तुंबड्या भरून घेत. एखाद्या नादान आणि रंगेल हिंदी संस्थानिकासारखे त्सिन-फेंगचे आयुष्य गेले. मरताना त्याने आपले मृत्यूपत्र केले आणि त्यानुसार आपल्या रखेली-पुत्राला पुढचा राजा म्हणून नियुक्त केले. च-इन हे त्या पोरट्याचे नाव. हा अज्ञान असल्यामुळे राज्यकारभार हाकण्यासाठी राजाने आठ जणांचे मंडळ नेमले. अर्थात या आठांतील प्रमुख म्होरक्या सुशून होता व त्याच्याकडेच राज्यकारभाराची व्यवस्था

दिलेली होती.

राजाने राम म्हटल्याबरोबरच अंत:स्थ कटकटींना तोंड लागले. राजाची शवयात्रा जेहोल येथून निघणार होती. तिला हजर राहण्यासाठी राजाचा भाऊ प्रिन्स कुंग येणार होता. परंतु सुशूनने प्रिन्स कुंगला जेहोलला येण्यास बंदी केली. सुशून याने इतक्या झपाट्याने राज्ययंत्राचा कब्जा घेण्यास सुरुवात करताच, राजाची राणी व रखेली येहोनाला या दोघींच्या अंगाचा तिळपापड सुरू झाला. या दोघींनी प्रिन्स कुंगशी संधान बांधले. या दोघी विधवांना भेटण्यासाठी म्हणून प्रिन्स कुंग बंदी धुडकावून जेहोल येथे आला व खलबत होऊन सुशून याचा काटा काढण्याचे ठरले.

सुशून याच्या धमकावणीला न जुमानता राणी व रखेली ह्या दोघींनी जेहोल सोडले व नव्या राजासह दोघी पेकिंगला येऊन थडकल्या. पेकिंगहून हुकुम सुटला की राजाचे शव घेऊन सुशून यानेच पेकिंगला यावे. हे सर्व कारस्थान येहोनाला व प्रिन्स कुंग ह्या दोघांनी कौशल्याने पार पाडले.

सम्राट त्सिन-फेंगचे शव घेऊन सुशून याने जेहोल सोडताच, दुसऱ्या हुकुमान्वये सुशून व त्याचे सात साथीदार ह्यांना बडतर्फ करण्यात आले. येहोनालाचा मुलगा राजा झाला व राजाचा पालक म्हणून प्रिन्स कुंग याची नियुक्ती झाली.

सुशून त्सिन-फेंग राजाच्या शवासह पेकिंगला पोचताच, सर्व आठजणांना अटक करण्यात आली. यातील बहुतेकांना आत्महत्या करण्याची खास परवानगी देण्यात आली. मात्र प्रिन्स कुंग याने सुशूनचे मुंडके उडविले.

प्रिन्स कुंग, राणी व रखेली या त्रिकुटाचा मार्ग आता निर्वेध झाला. सरकारी कामकाज राणी व रखेली येहोनाला ह्या दोघी स्वत: पाहू लागल्या. दरबारात चिकाच्या पडद्याआड त्या बसत आणि पुढे येणाऱ्या प्रकरणांवर आपल्या अकलेनुसार न्यायनिवाडा देत.

सहज कशी खेळविते निवाडा

पेकिंग राजवाड्यात इतके खून पडले व दोन बायका राज्य चालवू लागल्या आहेत, ही गोष्ट सर्वत्र पसरताच कुजबूज सुरू झाली. 'रखेली-पुत्राला गादी देण्यापेक्षा राजाचा भाऊ प्रिन्स कुंग हाच राजा व्हावयास पाहिजे होता !' दोन विधवांनी राज्यकारभार चालवायचा म्हणजे काय ? चिनी इतिहासात असे कधी घडले नव्हते. सर्व परंपरा गुंडाळून हे काय सुरू झाले आहे !

ह्या दोन विधवांत अखेर वरचष्मा राहणार होता तो रखेली येहोनालाचाच. कारण गादीवरचा राजा तिचाच औरस पुत्र होता.

दरबारी मंडळींना कुणाची खुशामत केव्हा करायची हे उपजतच कळते. राजमाता म्हणून मिरवणाऱ्या डॉवेजर येहोनालाभोवती आता सत्ता केंद्रित होऊ लागणार होती,

हे चतुर राजकारण्यांनी लगेच हेरले.

सुशून ह्याचा काटा निघताच, प्रिन्स कुंगचा राजवाड्यातील उपयोग संपलेला आहे, असा हिशेब येहोनालाने लगेच केला होता. परंतु ताईपिंगचे बंड आटोपेपर्यंत स्वस्थ राहण्याचे तिने ठरवले.

राजाची लग्नाची राणी ही जवळजवळ निरक्षर होती. ह्याउलट गणिकेचा व्यवसाय असल्याने येहोनालाचा संगीत आणि साहित्याशी परिचय होता. पुरुषांना खेळवता खेळवता तर तिने अखेर राजा गाठला होता ! या कलेत तर ती चतुरच होती. कामक्रीडांचा तिचा षौक अजून टिकून होता. राजकारणी पुरुषांना मिठीत कधी घ्यावयाचे आणि राजप्रासादाच्या फटीतून त्यांना बाहेर केव्हा ढकलायचे, ह्या गोष्टींचा चांगला सराव तिने केलेला होता आणि लग्नाने नसली तरी राजाचा गर्भ पोटात वाढविल्याने एका अर्थाने तीच राजमाता होती, या गोष्टींचा फायदा तिला घेता येत असे. तिने मान दिला नाही तर, त्सिन-फेंगची विधवा यापलीकडे औरस राणीला काय स्थान होते ?

१८६४ साली ताईपिंगचे बंड संपले आणि येहोनालाने प्रिन्स कुंगचे महत्व कमी करण्याच्या दृष्टीने पहिले पाऊल उचलले. महत्वाकांक्षी स्त्रियांना पुरुष लागतात, ते त्यांना परवडतील तेवढ्याच कर्तृत्वाचे असावे लागतात. प्रिन्स कुंगपासून आपल्याला धोका आहे ही गोष्ट येहोनाला विसरली नव्हती. संधी लवकरच चालून आली. प्रिन्स कुंग ह्याने आपल्या नातेवाईकांची भरती राज्यकारभारात केली आहे असा ठपका ठेवणारा अर्ज तिच्याकडे आला आणि ह्याचा फायदा घेऊन प्रिन्स कुंग ह्याला राजपुत्राचा पालक म्हणून दिलेले सर्व अधिकार येहोनालाने काढून घेतले. हा अपमान सहन करूनही येहोनालाच्या परिवारातच राहण्याचे जेव्हा प्रिन्स कुंगने ठरविले, तेव्हाच त्याच्या कर्तृत्वाचा खग्रास झाला ! येहोनालाचा हुजऱ्या यापलीकडे प्रिन्स कुंग याला राजकारणात आता किंमत राहिली नव्हती. प्रिन्स कुंगच्या जागी इतर कुणाचीही नेमणूक न केल्यामुळे, राजाच्या पालकत्वाचे अधिकार आपोआप येहोनालाच्या हाती आले.

नव्या मांचू सम्राटाला एकोणिसावे वर्ष लागले. दोघी राण्या त्याच्यासाठी मुली शोधू लागल्या. तरूण राजाचा ओढा आपल्या आईकडे नव्हता ! आईपेक्षाही आपल्या सावत्र मातेवरच त्याची अधिक भक्ती होती. राणीने शोधून काढलेली मुलगी ही सतरा-अठरा वर्षांची होती. येहोनालाने जी मुलगी निवडली ती फक्त १३ वर्षांची होती. वयाने लहान असलेली मुलगी आपल्या ताब्यात राहील, या पलीकडे दुसरा कोणताही विचार तिने केलेला नव्हता. राजाने अठरा वर्षांची मुलगी पसंत केली. परंतु यामुळे खचून जाणारी स्त्री येहोनाला नव्हती. तिने सांगितले, लग्न मुलाच्या इच्छेप्रमाणे होईल. माझ्या सवतीने निवडलेली मुलगी राणी म्हणून राहील व माझ्या निवडीची मुलगी

माझ्या मुलाची पहिल्या दर्जाची 'राख' म्हणून राहील.

१८७२ साली लग्न झाले. १८७३ साली येहोनालाच्या मुलाने कारभार हाती घेतला. येहोनाला ही सत्तापिपासू स्त्री होती. आपल्या अधिकारात आपल्या मुलाचाच अडथळा निर्माण झालेला पाहताच तिने त्याच्यावर ठेवणीतले अस्त्र टाकले.

राजाचा व नव्या राणीचा फारसा संबंध येऊ नये अशी व्यवस्था तिने केली व सुंदर सुंदर मुलींचा राजाशी सतत शरीरसंबंध घडविण्यात तिने पुढाकार घेतला. राजाच्या रात्री रंगू लागल्या आणि त्याचे दिवस भरत चालले. राजा व्याधीग्रस्त झाला. अनिर्बंध स्त्री-संगातून निर्माण होणाऱ्या असंख्य रोगांनी त्याचे आयुष्य सडू लागले.

सत्ता येहोनालाच खेळवीत राहिली. जेमतेम वर्षभर राजा जगला आणि १८७५ साली लैंगिक रोगाने पछाडलेला हा दुर्दैवी प्राणी निधन पावला. मरण्यापूर्वी त्याने आपला वृद्ध शिक्षक ली-हुंग-त्सो याला सांगितले की माझ्यानंतर 'चू' नावाचा राजघराण्यातील एक अल्पवयीन मुलगा हा राजा व्हावा अशी माझी इच्छा आहे. ली-हुंग-त्सो याने ही मृत्यूपूर्व इच्छा लिहून काढली आणि राजमाता येहोनाला हिला भेटावयास हा वृद्ध गेला. येहोनालाने त्यापूर्वीच निराळा डाव टाकलेला होता!

मुलगा मेला हे वृत्त हकिमाकडून कानी येताच, तिने राजवाड्यात हजर असलेल्या राजघराण्यातील सर्व स्त्री-पुरुषांची सभा घेतली. ह्या सभेपुढे तिने मोठे नाट्यपूर्ण भाषण केले :

"सम्राटाचा आजार हा बरा होण्यातील नाही. त्याच्या पश्चात राज्यावर कुणी यावे हे ठरलेले नाही. कोण लायक आहे असे आपणास वाटते?"

जमलेल्या मंडळीत चर्चा सुरू झाली. सर्वांना अचानक एकत्र केल्यामुळे कुणाचेच मत कुणाशी जुळेना. मग हळूच येहोनालानेच प्रस्ताव केला -

"प्रिन्स ई-हुआन ह्यांना तुम्ही ओळखताच, माझ्याच धाकट्या बहिणीचे ते यजमान. माझ्या बहिणीचा मुलगा तीन वर्षांचा आहे. त्यालाच दत्तक घ्यावा असे माझ्या मनात आहे."

येहोनालाने धूर्तपणे दत्तक मीच घेणार आहे, हे सांगून टाकले. कारण जर आपल्या सूनबाईने दत्तक घेतला, तर ती राजमाता होते ना? ही गोष्ट तिने हेरली होती. हातातील सत्ता हातातच राहावी यासाठी टाकलेला हा फासा होता.

येहोनालाच्या इच्छेपुढे बोलण्याची वस्तुतः कोणाचीच प्राज्ञा नव्हती. हे सर्व नाटकच होते. जमलेले सर्वजण तिच्या अधिकाराचे वा पैशाचे, किमानपक्षी तिच्यापासून घेतलेल्या शरीरसुखाचे मिंधे होते! सगळे गप्प राहिले. दत्तविधान मंजूर झाल्यासारखेच होते.

राजा मरण पावल्याचे वृत्त लगेच प्रसृत करण्यात आले. ली-हुंग-त्सो या म्हाताऱ्याची पेकिंगबाहेर हकालपट्टी झाली !

आपल्या धाकट्या बहिणीचे तीन वर्षांचे त्साही-चेन हे कारटे गादीवर बसवून, येहोनालाचा अनियंत्रित कारभार मागील पानावरून पुढे सुरू झाला. आता तिला काहीशी भीती फक्त एकाच व्यक्तीची उरली होती. ती व्यक्ती म्हणजे तिची सवत राणी - जी अजून दुर्दैवाने जिवंत होती. झालेले दत्तविधान हे चिनी तत्त्वज्ञान व परंपरा यांच्याशी संपूर्ण फारकत करणारे होते. दत्तक मुलगा हा पितृ घराण्यातीलच असावा, हा नियम धाब्यावर बसवला गेला आणि तरीही राजवाड्यातील कारभारी मूग गिळून स्वस्थ बसले. याचे कारण होते, येहोनालाने आपल्या विश्वासातले म्हणून जवळ केलेले तृतीय पुरुषी हिजडे !

प्रिन्स कुंग याची बोळवण केल्यानंतर, त्याच्या जागी येहोनालाने आपला विश्वासू हिजडा अन्-ते-हाई याला जवळ केलेला होता. राजवाड्यात राणीसाहेबांचे जे पुरुष नोकर नेमले जात, ते सर्व नपुंसक असले पाहिजेत, असा दंडक होता. यानुसार अशा पुरुषांचा राजवाड्यात सुळसुळाट होता. त्यातलाच अन्-ते-हाई हा एक आडदांड हिजडा होता. या पुरुष नसलेल्या परंतु दाढीमिशा बाळगणाऱ्या माणसावर मांचू राजघराण्याचे परंपरागत बंधन असे होते की, याने कधीही राजवाडा सोडावयाचा नाही. परंतु राजाच्या किंवा राणीच्या खास परवानगीने फार फार तर पेकिंग शहरात त्यांना कामाधामासाठी फिरता येत असे. येहोनालाच्या कारभारात याच मंडळींना आता मानाची पाने पडू लागली असल्याने, येहोनालाने अन्-ते-हाई याला काही कामासाठी कॅन्टोन येथे धाडला.

अन्-ते-हाई हा प्रासादातील हिजडा कॅन्टोनला निघाला, असे येहोनालाच्या सवतीला कळताच, तिने औरस राजमातेच्या अधिकारात शांटुंगच्या गव्हर्नरला त्याला ठार मारण्याचा हुकुम पाठविला. अन्-ते-हाई ने राजवाड्यात जे असंख्य शत्रू निर्माण केले होते, त्यातील कुणीतरी माणसाने येहोनालाच्या सवतीकरवी हे सर्व घडवून आणले होते. शांटुंगच्या गव्हर्नर टिंग याने कॅन्टोनच्या वाटेवर असलेल्या अन्-ते-हाई याला पकडून ठार केले.

अन्-ते-हाई हा मारला गेला हे कळताच येहोनालाने थयथयाट सुरू केला ! परंतु औरस राणीनेच गव्हर्नर टिंग याला हिजड्याला ठार मारण्याचा हुकुम दिला होता हे कळताच येहोनालाचा निरूपाय झाला. १८६९ साली हा प्रकार घडला होता आणि तेव्हापासून सर्वसत्ताधारी असूनही येहोनालाला भीती वाटत होती ती फक्त आपल्या सवतीची !

राजवटीची रचना

मांचू राजांचा राज्यकारभार कसा चालत असे हे समजून घेतल्याखेरीज येहोनाला ही आपल्या हातात सर्व सत्ता हळूहळू कशी घेऊ शकली हे समजणे कठीण आहे.

अठराव्या शतकात ताई-चेन (१७२४ ते १७७७) या विद्वान माणसाने राज्यकारभाराची व्यवस्था प्रमुखत: निर्माण केली. या व्यवस्थेला टाओ व कन्फ्युशिअसच्या तत्वज्ञानाचा आधार आहे. यात लोकशाही राज्यकारभाराची प्राथमिक बीजे आढळतात. जबाबदार मंत्रिमंडळाची कल्पना यात अंतर्भूत आहे.

नेई-को (Nei-Ko) म्हणजे आजकालचे मंत्रिमंडळ. अर्थात हा आजचा अर्थ त्यावेळी नव्हता. राजे मांचू व प्रजा चिनी असल्यामुळे, दोन किंवा तीन मांचू मंत्री व तितकेच चिनी मंत्री, 'नेई-को' चे सभासद नेमले जात. ही संख्या प्रत्येकी तीन-चार देखील होत असे. या प्रत्येक मंत्र्याला उपमंत्री असत. या सर्व मंत्रिमंडळाचे अथवा सल्लागारांचे काम हे असे की, प्रजाजनांकडून आलेले अर्ज, तक्रारी व सूचना या प्रांतांच्या अधिकाऱ्यांकडून दरबारात आल्या की त्यांचा अभ्यास करून, त्या राजापुढे मांडावयाच्या; आवश्यक ती सल्लामसलत करावयाची व निर्णय द्यावयाचे.

या सर्व सल्लागार मंडळाचा प्रमुख म्हणून प्रधानमंत्री असण्याऐवजी, प्रधानमंत्र्याची भूमिका खुद्द राजाच करीत असे ! राजा हाच सर्वसत्ताधारी. त्याच्या इच्छेप्रमाणे सल्लागारमंडळ लहानमोठे होई. परंतु १९०१ पर्यंत म्हणजे सतत १५०-२०० वर्षे, सल्लागार मंडळावर तीन मांचू व तीन चिनी असे सहाच जण असत. कारण राज्यकारभाराचे विषय विद्वानांनी सहाच सांगितले होते, ते असे होते -

१) मुलकी अधिकाऱ्यांच्या नेमणुका करणारे खाते २) करवसुली खाते ३) समारंभ खाते ४) युद्ध खाते ५) गृहखाते आणि ६) रस्ते-धरणे-वाहतूक व्यवस्था खाते. या सहा खात्यांचे सहा मंत्री हुकुम काढीत, परंतु त्यावर सही राजाची लागे.

राज्यकारभार करणारी यंत्रणा सांगितली-यावर नजर ठेवणारी यंत्रणाही होती. लोकशाहीत हिशेब तपासनिसांचे ऑडिट खाते हे जसे बरेचसे स्वतंत्र व स्वातंत्र्य असलेले खाते असते, तशीच नेमकी ही व्यवस्था होती. तू-चा-युआन (Tu-cha-yuan) हे या खात्याचे नाव. याचा शब्दश: अर्थ सेन्सॉर असा होतो. या सेन्सॉरेटची रचना ही जवळजवळ आजच्या ऑडिटर जनरलच्या खात्यासारखी होती. एक अध्यक्ष, त्याखाली आवश्यक तेवढे उपाध्यक्ष, वीस तपासणी करणारे प्रमुख आणि चव्वेचाळीस फिरते तपासनीस. प्रत्येक तपासणी अधिकाऱ्याच्या काम करण्याच्या कक्षा निश्चित होत्या. केवढाही मुलकी वा लष्करी अधिकारी असला, तरी त्याच्याविरूद्ध राजाकडे परस्पर कारवाई करण्याचे अधिकार या सेन्सॉरेटकडे होते. एखाद्या क्रनिष्ठ सरकारी अधिकाऱ्यावर

वरिष्ठाने अन्याय केला, तर कनिष्ठाच्या वतीने चौकशी करून कारवाई करण्याचे अधिकार या सेन्सॉरकडे होते. एक राजा सोडला तर राज्यातील कुणाही व्यक्तीविरूद्ध आरोपपत्र दाखल करण्याचे स्वातंत्र्य या सेन्सॉर मंडळींना होते. यामुळे या मंडळींचा वचक जबर होता.

मुलकी अधिकारी प्रमुखत: दोन असत. प्रत्येक प्रांताचा गव्हर्नर असे व दोन किंवा तीन प्रांतांवर गव्हर्नर जनरल नेमला जाई. परंतु हे दोघे नुसते लहान सही, मोठी सही करणारे अडगळ अधिकारी नव्हते. गव्हर्नर हा राज्यकारभार करणारा अधिकारी, शासनाचा माणूस, तर गव्हर्नरावर गव्हर्नर जनरलचा वचक ! गव्हर्नर जनरल हा सेन्सॉरेटचा माणूस. प्रत्यक्ष राज्यकारभार मात्र गव्हर्नर करीत असे.

मांचू राजवटीतील या राज्यकारभार व्यवस्थेची थोडक्यात ओळख सांगावयाची तर : १) राजाच्या हाती सर्व सत्ता होती. २) प्रत्यक्ष कारभारात परस्पर अधिकाऱ्यांचा परस्परांवर वचक राहील अशी योजना होती.

राणी झालेल्या रखेली येहोनालाचा मुलगा, हा जेव्हा मरण्यापूर्वी वर्षभरच चीनचा सम्राट होता, त्या वेळचे एक प्रकरण त्या दृष्टीने समजून घेण्यासारखे आहे :

पेकिंगमध्ये 'युआन-मिंग-युआन' नावाची मांचू राजांची विलासी बाग होती. १८६० साली ब्रिटिशांनी व फ्रेंचांनी राजवाडा भस्मसात केला, तेव्हा त्यांनी ही बाग उद्ध्वस्त करून टाकली. बागेतील कारंजी, पुतळे, लतामंडप ह्या सर्वांवर लॉर्ड एल्गीनने नांगर फिरवला. या बागेचे वर्णन १७४३ साली ती पाहिलेल्या एका पाद्र्याने करून ठेवले आहे. या पाद्र्याचे नाव फादर अट्राइट. तो लिहितो -

"या बागेत दोनशे लहान लहान प्रासाद आहेत. चंदनी लाकडांनी उभे केलेले हे लहानसे नगरच आहे म्हणा ना ! करड्या रंगाच्या खास बनविलेल्या विटा, पिवळी, तांबडी, निळी अशी रंगीबेरंगी गुळगुळीत कौलारू छपरे, ठिकठिकाणी कोसळणारे कृत्रिम जलप्रवाह, फवारे मारणारी कारंजी आणि विस्तीर्ण हिरवळ. व्हर्साइलची आठवण या ठिकाणी होते."

अशी ही देखणी बाग ब्रिटिशांनी नामशेष करून टाकली. सम्राटाने विचार केला की, ही बाग पुन्हा उभी करावी व आपल्या आईला तेथील प्रासादात राहावयास सांगावे. म्हणजे राजवाड्यातील रोजच्या कटकटी तरी मिटतील. कॅन्टोनहून एक व्यापारी कंत्राटदार आला व त्याने या कामासाठी आवश्यक ते सर्व चंदनी लाकूड देणगी म्हणून पुरविण्याचे कबूल केले. व्यापाऱ्याचा हेतू राजाला खूश करून सरकारात महत्व प्राप्त करून घ्यावे हाच होता. राजाने व्यापाऱ्याला 'हाओटाई' हा किताब दिला व राजबागेचे दुरुस्तीचे काम त्याच्याकडे सोपवले.

कंत्राट हाती येताच व्यापाऱ्याने पैसा करावयास सुरुवात केली. ५० रूपये खर्चाचे कागदोपत्री ५०० रुपये होऊ लागले. राजाचे काम म्हणून त्याने सर्व सरकारी अधिकाऱ्यांना धाब्यावर बसवून खरेदी सुरू केली. यातली निम्मी सरकारी आणि निम्मी खाजगी ! तपासणी अधिकाऱ्यांचे फिरते पथक संशय येऊन या व्यापाऱ्याच्या मागे लागले. राजाकडे अहवाल गेला व 'हाओटाई' तुरुंगात अडकवला गेला.

कन्फ्युशिअसचा आधार

राज्यकारभाराला कन्फ्युशिअसच्या शिकवणुकीचे भक्कम अस्तर आहे ही गोष्ट येहोनालाने ओळखली होती. तिने स्वत: एकही गोष्ट ह्या शिकवणुकीच्या परंपरेनुसार केली नव्हती. परंतु दुसऱ्यांना शिक्षा करताना व सूड घेताना कन्फ्युशिअसच्या वचनांचा आधार ती अचूक घेत असे. एखाद्या राजघराण्यातील व्यक्तीने तिचा अपमान केला की ती व्यक्ती राजाच्या हवाली केली पाहिजे, ही धार्मिक शिकवण तिच्या सतत पथ्यावर पडत गेली. दिवंगत सम्राटाने म्हणजे तिच्या पोराने जवळ केलेल्या रखेलीवर तिची इतराजी झाली, की तिला फटक्यांची शिक्षा देण्यासाठी तिच्याजवळ पूर्वीचा शास्त्राधार सिद्ध असे. दत्तक घेतलेल्या तीन वर्षांच्या शेंबूड पुसू न शकणाऱ्या आताच्या सम्राटासमोर ती सर्वांना वाकायला लावी. कारण कन्फ्युशिअसने राजा हा सर्वश्रेष्ठ पुरुष म्हणून निर्देशिलेला होता.

बंड का कोसळले ?

ताईपिंग बंड मोडून काढल्याखेरीज आपल्या राज्याला शाश्वती नाही ही गोष्ट तिने अचूक हेरली. कारण ताईपिंगचे बंड हा शेतकऱ्यांनी उभा केलेला चीनमधील सर्वात पहिला संग्राम होता. ताईपिंग नेत्यांचे सुरुवातीचे प्रचार अतिशय प्रभावी होते. ऑगस्टस् लिंडले हा युरोपियन माणूस ताईपिंग बंडखोरांत मिसळलेला होता. ह्या बंडखोरांचे जमीनविषयक कायदे काय होते हे त्याने लिहून ठेवले आहे. कायदा असा होता :

"Having fields let them cultivate together and when they get rice, let them eat it together. So that everyone may share alike. Every family must keep only five hens and two pigs. The Taiping official should see to it, that the twentyfive parishes under his charge, have sufficient supply of food and what is over and above, he must deposit in the public granary."

("जी शेते असतील ती सर्वांनी मिळून नांगरावी. जो तांदूळ पिकेल तो सर्वांनी सारखाच खावा. प्रत्येक कुटुंबाने फक्त पाच कोंबड्या आणि दोन डुकरेच पाळावीत. ताईपिंग अधिकाऱ्याने हे पाहिले पाहिजे की, जे पंचवीस परगणे त्याच्या ताब्यात दिले

आहेत त्यात भरपूर धान्य पिकते व ते प्रत्येकाला पुरेसे मिळते. जे जास्त धान्य असेल त्याचा सार्वजनिक धान्यगृहात त्याने भरणा केला पाहिजे.'')

या समाजाभिमुख जनकल्याणाच्या शिकवणुकीतून, कदाचित उद्याची बलिष्ठ अशी राष्ट्रवादी शक्ती निर्माण होईल, व आपल्याला इथून गाशा गुंडाळावा लागेल, या सूज्ञ विचाराने चीनमध्ये घुसलेल्या सर्व गोऱ्या व्यापाऱ्यांनी ताईपिंगविरूद्ध पवित्रा घेतला होता. ताईपिंग बंडखोरांना ठेचण्यासाठीच इंग्रज व फ्रेंच हे मांचू राजवटीला मदत करू लागले. दुसऱ्या देशातील राष्ट्रवादी शक्ती सतत कमजोर राहाव्या, हेच परक्या देशांच्या हिताचे असते. गादीवर असलेले गलथान शासन यासाठी सावरून धरून, सतत शोषण करण्याची ही पाश्चात्य नीती आजतागायत चालूच आहे.

ताईपिंग बंड कोसळले याचे मुख्य कारण त्यांच्यातील नैतिक उत्थानाचा काही वर्षांतच मागमूस उरला नाही. नानकिंग कब्जात घेऊन, बंडाच्या नेत्याने राज्याभिषेक करून घेतल्यावर क्रांतिकारक घोषणा फक्त कागदावर राहिल्या. व्यसनासक्त आणि विलासी जीवन सर्व नेत्यांनी हळूहळू जवळ केले. शांटुंग, किआंगसू, अनवेई, होनान, उत्तर हुपै या प्रांतातील शेतकऱ्यांशी बंडखोरांना जवळीक निर्माणच करता आली नाही. इंग्लिश-फ्रेंचांनी मांचू राजवटीला या क्रांतिकारक चळवळ्यांना नेस्तनाबूत करण्यास मदत केली आणि मांचू राजवटीकडे त्सेंग-कुओ-फॅन, ली-हुंग-चँग, युवान-शिह-काई सारखे कर्तृत्ववान नेते निपजले. बंड फसण्याची ही बाह्य कारणे झाली. ताईपिंग बंड फसले ते आपसांतील कलहांनी आणि नैतिक अधिष्ठानाचे भान सुटल्यामुळे. माओने पुढे जो शेतकऱ्यांचा उठाव केला त्यात, नैतिक मूल्यांचा भक्कम पाया हवा असा सतत आग्रह धरला, तो असे अपयश टाळण्यासाठीच.

येहोनालाजवळ ताईपिंग बंडाचा मुकाबला करू शकेल असा एकही मांचू अधिकारी नव्हता. या रखेलीचे सुदैव मात्र असे की, राणी झालेल्या या बाईला मदत करण्यासाठी चिनी वंशाची काही कर्तृत्ववान मंडळी उपलब्ध झाली. त्सेंग-कुओ-फॅन व ली-हुंग-चँग या दोघांनी ताईपिंगचे बंड चिरडण्यात केवढा वाटा उचलला हे सांगितलेले आहेच. कन्फ्युशिअसची शिकवणच या बाटग्या बंडखोरांनी धोक्यात आणली आहे, या कल्पनेपोटी या दोघांनी शर्थीने मांचू राजाचे सिंहासन शाबूत ठेवले. जोपर्यंत ताईपिंगचा विद्रोह दडपला गेला नव्हता, तोपर्यंत येहोनालाने या दोघांच्यावर संपूर्ण जबाबदारी व विश्वास टाकला. चिनी माणसांकरवी उपद्रवी चिन्यांचा बंदोबस्त करण्यासाठी उपयोगी पडणारे हे तंत्र; बंड संपल्यानंतरही येहोनालाने तसेच चालू ठेवले.

बंड संपताच त्सेंग-कुओ-फॅन याने आपले हुनानी सैन्य बरखास्त केले व तो निवृत्त होण्याची भाषा बोलू लागला. येहोनालाने त्याला चीनमध्ये सिंकियांग विभागात

मुसलमानांनी उभी केलेली लहानसहान बंडाळी ठेचण्याची कामगिरीही दिली व ती त्याने पार पाडताच त्याला लियांग-कियांग या दोन प्रांतांचा गव्हर्नर जनरल म्हणून नेमणूक दिली. १८७२ साली हा त्सेंग-कुओ-फॅन मरण पावला.

ली-हुंग-चँग याची नेमणूक चिहली प्रांतात गव्हर्नर जनरल म्हणून झालेली होती.

कर्तृत्ववान प्रशासक

चिहली प्रांताचा गव्हर्नर जनरल हाच पेकिंगला सर्वात जवळचा अधिकारी असे. त्यामुळे ली-हुंग-चँग याच्यावर येहोनालाची विशेष भिस्त आता राहात होती. व्यापार, परराष्ट्रांशी वाटाघाटी या सर्व बाबतीत येहोनाला ली-हुंग-चँगचाच सल्ला फक्त घेऊ लागली. ली-हुंग-चँग हा अत्यंत कर्तृत्ववान, विश्वासू व राजनिष्ठ चिनी गव्हर्नर जनरल लाभल्यामुळे, येहोनालाही निर्धास्तपणे राजवाड्यातील विलासी आणि वैभवशाली जीवनात रममाण होऊ शकत होती. ली-हुंग-चँगचे स्वतःचे असे मोठे सैन्य त्याच्यापाशी होते. राज्यकारभारात अत्यंत महत्व पावलेल्या व्यक्तींचा निवास हा हळूहळू प्रतिसरकार वाटावा अशा दिमाखाने गजबजू लागतोच. ली-हुंग-चँगच्या बाबतीत आता तेच झाले. त्याच्याभोवती गोऱ्या व्यापाऱ्यांचा गराडा सतत पडू लागला. पाश्चात्यांबरोबर समान नात्याने वागणारा हा माणूस पाश्चात्यांचे चांगले ते घेणारा असल्याने, हळूहळू ली-हुंग-चँग विरोधी असलेला एक सनातनी विचारांचा गटही देशात निर्माण होऊ लागला होता.

ताईपिंग बंडखोरांशी लढत असतानाच लिहिलेल्या एका पत्रात ली-हुंग-चँग लिहितो -

"It is very difficult to commence to learn foreign ways. I only hope the rebellion will be quickly suppressed so that we can study foreign weapons. If only China had two items guns with explosive shells and steamships - the Westerners will immediately behave themselves."

("हे पाश्चात्त्यांचे अनुकरण करणे फारच कठीण आहे. मला आशा एकच आहे की हे बंड लवकर चिरडले जाईल व आपल्याला पाश्चात्त्यांची अस्त्रे अभ्यासण्याची संधी मिळेल. जर चीनजवळ दोनच गोष्टी असतील, तर हे पाश्चात्य अरेरावीने वागण्याचे तात्काळ बंद करतील. एक - त्यांच्याप्रमाणे स्फोटक दारूगोळा फेकणाऱ्या बंदुका हव्यात आणि वाफेवर चालणाऱ्या आगबोटी !")

त्सेंग-कुओ-फॅन याला लिहिलेल्या दुसऱ्या पत्रात ली-हुंग-चँग लिहितो -

"If our weapons were as good as Westeners, we would have more than sufficient power to pacify the rebellions in China and we would also resist the foreign aggression. Russia and Japan knew nothing about gunnery until their rulers became humble and open minded enough to seek knowledge about the secret skills from England and France. If China follows their example, after century, she will be able to stand on her own feet for a long time. I beg you may teach to lead us in their directions."

(''आपली शस्त्रास्त्रे ही पाश्चात्त्यांसारखी चांगली असली, तर आपण आपल्या देशात होणारी बंडे तर चिरडूच परंतु परक्या आक्रमकांशी प्रतिकार करू शकू. रशिया व जपान यांना बंदुकीचे शास्त्र कुठे ठाऊक होते ? पण त्या देशांच्या राज्यकर्त्यांनी नम्रता पत्करली व मोकळ्या मनाने ह्या अस्त्रांचे रहस्य व ती तयार करण्याचे कौशल्य इंग्लंड व फ्रान्सकडून हस्तगत केले. चीनने या देशांचा कित्ता गिरवला तर एका शतकानंतर तरी हा आपला देश स्वत:च्या पायावर दीर्घकाळापर्यंत उभा राहू शकेल. आपण गुरुसमान आहात, आपणच आमचे त्या दिशेने नेतृत्व करावे.'')

टीचभर क्षेत्रफळाचे एखादे गोरे राष्ट्र हातात शस्त्रांचे सामर्थ्य असेल तर जगातले मोठे राष्ट्र समजले जाते. चीनसारखा विस्तीर्ण प्रदेश हा केवळ गोऱ्यांना चरण्याची कुरणे ठरतो, ह्याचा मोठा विषाद ली-हुंग-चँगला वाटत असे. १८६५ सालीच त्सेंग-कुओ-फॅन याच्या मदतीने त्याने किआंगनान व नानकिंग या दोन ठिकाणी बंदुकीचे कारखाने निर्माण केले. फुचौ प्रांतातील मा-वेई या ठिकाणी जहाजे बांधण्याची गोदी १८६६ मध्ये त्याने उभारली. तिअनस्टिन येथे लहान लहान यंत्रे तयार करण्याचे वर्कशॉप १८७० साली सुरू करण्यात आले. युद्धनौकांची बांधणी १८७५ साली सुरू झाली. तर शांघायला कापडाची गिरणी १८८० मध्ये ली-हुंग-चँग ने सुरू केली. तिअनस्टिन येथे पहिली लष्करी अॅकेडमी १८८५ मध्ये लष्करी अधिकारी तयार करू लागले.

आपला देश नव्या विज्ञानाच्या आधाराने एक बलिष्ठ देश करण्याच्या दृष्टीने, या सर्व प्राथमिक हालचाली ली-हुंग-चँग याने केल्या. परंतु तो येथेच थांबला नाही. त्याची दृष्टी अधिक व्यापक होती. देशातील हुशार विद्यार्थी निवडून त्यांना अमेरिकेत शिक्षणासाठी पाठविले. लष्करी अॅकेडमीतून बाहेर पडणाऱ्या अधिकाऱ्यांना पुढील शिक्षणासाठी जर्मनीत पाठवण्याची योजना ली-हुंग-चँग व त्सेंग-कुओ-फॅन ह्या दोघांनी १८७६ साली अंमलात आणली.

ली-हुंग-चँगने पाश्चात्यांच्या अनुकरणाचा घेतलेला हा ध्यास मात्र काहीसा एककल्ली होता. चिनी संस्कृती ही पाश्चात्यांपेक्षा अनेक पटींनी श्रेष्ठ आहे, असा त्याचा आंधळा दावा होता. यामुळे जीर्णशीर्ण चिनी समाज जीवनाचा सर्वांगीण कायापालट करणारे

काहीही पाश्चात्यांकडून घेण्यास त्याचा विरोध कायम होता. सनातनी खोट्या अभिमानावर आधारलेला जो विरोध असतो त्याच जातीचा हा विरोध होता आणि म्हणून समाजसुधारक विचारांची अशी जी काही चिनी मंडळी त्या काळीही होती, त्यातील एक ली-यांगची-चाओ याने ली-हुंग-चँगवर टीका करताना म्हटले आहे :

"Li knows military affairs but does not know civil adminstration. He is familiar with foreign affairs, but does not know domestic matters. He cares for the court but not for the people. He understands foreign matters, but does not understand national problems."

("ली याला लष्करी प्रश्न समजतात, परंतु मुलकी राज्यकारभाराचा त्याला गंध नाही. परराष्ट्राशी होणाऱ्या संबंधाचे त्याला ज्ञान आहे, परंतु घरगुती प्रश्नांत त्याला काहीही कळत नाही. दरबार नीट चालावा ह्याची काळजी त्याला आहे; परंतु जनतेविषयी त्याला कळकळ नाही. राष्ट्रीय प्रश्न तर त्याला मुळीच कळत नाहीत.")

परदेशात धाडलेले चिनी विद्यार्थी तिथे जे काही शिकू पाहात आहेत त्याचा देशाला कवडीचा उपयोग नाही, असा इशारा इंग्लंडमधील चिनी वकिलाने ली-हुंग-चँगला लिहिलेल्या पत्रात आढळतो :

"Political and Economic systems are more fundamental for developing a nation. In my humble opinion the Government students abroad should change their subjects to metallurgy, railroad construction and electricity."

("राष्ट्र बांधणीच्या कार्यात महत्वाची अंगे असतात ती म्हणजे स्वीकारलेली राजकीय व आर्थिक जीवनपद्धती. यासाठी इंग्लंडमधील शिकणाऱ्या सरकारी विद्यार्थ्यांनी भलत्या गोष्टींच्या मागे न लागता, धातु-विज्ञान, रसायनाचे शास्त्र, आगगाडीच्या रूळांची निर्मिती व वीजविषयक ज्ञान या विषयांकडे वळावे.")

हा आग्रह धरणारा चिनी वकील मागासलेल्या राष्ट्रांपुढे सतत उत्पन्न होणारा वादच मांडत होता : देश मोठा करायचा तर आधी शस्त्रास्त्रे की आधी लोकांच्या जीवनमानाची सुधारणा ?

ली-हुंग-चँगने या वकिलाला दिलेले उत्तर मात्र अतिशय योग्य होते. त्याने कळवले -

"शस्त्रे हीच राष्ट्राची महत्वाची गरज असते. आपण सर्वच गोष्टी एकदम करू म्हणू तर काहीच साधणार नाही. मला जे समजले तेवढे मी करतो आहे."

जनतेला बरोबर घेऊन वाटचाल करायची तर नेतृत्वाला ज्या तडजोडी कराव्या लागतात, त्यांची ली याला चांगली जाणीव होती असेच म्हटले पाहिजे. राजकीय

नेतृत्व आणि सुधारकाची भूमिका या मूलत: मागासलेल्या देशात वेगळ्या आघाड्यांवर ठेवाव्या लागतील, असा अनुभव त्याला आला होता. १८६६ मध्ये त्सेंग-कुओ-फॅन व ली ह्या दोघांनी पेकिंग येथे पाश्चात्य भाषा, खगोलशास्त्र, गणित व इंजिनिअरिंग हे विषय शिकविणारी पहिली शाळा स्थापन करताच, राजवटीकडे या सुधारणांविरूद्ध आरडाओरड करणारी अनेक तक्रारपत्रे दाखल झाली होती. या तक्रार-पत्रांचा सूर एकच होता -

'या सर्व बाबतीत चिन्यांना इतरांनी कुणी काही शिकवावे असे जगात काहीही नाही ! बाटग्यांच्या नादी लागून आपल्या भव्य-दिव्य संस्कृतीवर आघात करणारे शिक्षण ताबडतोब बंद करा !'

या शाळेत मध्यमवर्गीय लोक मुले घालीनात. ज्या स्तरात हुषार विद्यार्थी मिळायचे त्याच शिक्षित स्तरात असा विरोध सुरू झाल्याने ली अति सावध झालेला होता. परदेशांत शिकून येणाऱ्यांकडे आदराने पाहण्याऐवजी जनता त्यांच्याकडे बाटगे म्हणून पाहात होती ! अशाच समान परिस्थितीत भारतात लोकमान्यांसारख्या नेत्यालाही परदेशांतील संस्कारांचे पाप धुण्यासाठी प्रायश्चित्ताचे नाटक करावे लागलेच होते ! समाज हा इथून तिथून सारखाच चमत्कारिक असतो.

ली-हुंग-चँग हा चिहली प्रांताचा गव्हर्नर जनरल होण्यापूर्वी, त्या प्रांताचा गव्हर्नर जनरल म्हणून त्सेंग-कुओ-फॅन याची नेमणूक १८६८ साली येहोनालाने केलेली होती. चिहली येथून येहोनालाला भेटण्यासाठी तो अधूनमधून पेकिंगला येत असे. अशाच एका भेटीत जो संवाद झाला तो त्सेंग-कुओ-फॅनच्या चरित्रात नमूद आहे :

येहोनालाने विचारले -

"सध्या चिहलीमध्ये महत्वाचे काय चालू आहे ?"

त्सेंगने उत्तर दिले -

"आम्ही सैन्य उभारण्याचे काम जारीने चालविलेले आहे, २०,००० सैन्य निर्माण करण्याचा विचार आहे !"

"एवढे सैन्य कशाला ?"

त्सेंगने सांगितले -

"सैन्य निर्मिती हीच महत्वाची बाब असते. सैन्याला सैनिकी शिक्षण सतत द्यावे लागते - मग युद्ध चालू असो वा नसो. पुढले एक शतक जरी युद्ध होणार नसले तरी संरक्षणासाठी आपले सैन्य सतत सुसज्जच ठेवले पाहिजे. आपण युद्ध करणार नाही याचा अर्थ युद्ध होणारच नाही असा नाही ! शांतता राखण्यासाठी राष्ट्राने सतत प्रयत्न करावा, परंतु राष्ट्र सतत युद्धसज्जच राखावे. या दोन्ही गोष्टींकडे दुर्लक्ष न करता, दोन्ही

गोष्टी काळजीपूर्वक पार पाडाव्या लागतील !''

त्सेंग-कुओ-फॅन एक गोष्ट नमूद करायला विसरला की राष्ट्राला फक्त बाहेरूनच आक्रमकांची भीती असते अशातला भाग नाही, देशातल्या देशात कॅन्सर निर्माण होऊ शकतात !

लवकरच शेन्सी आणि कनसू या प्रांतात अल्लाहोअकबरच्या गर्जना उठल्या. चिनी भूमीवर अल्लाचा स्वर्ग निर्माण करण्याकरिता मुसलमानांनी बंड उभे केले. चिनी मुसलमानांचा 'कायदे आझम' होता - याकुब बेग !

* * *

६

□

याकुब बेगचे चिनी-पाकिस्तानचे स्वप्न उद्ध्वस्त

चीन देशाच्या ईशान्य भागात पेटलेल्या ताईपिंग बंडाच्या ज्वाला १८६४ अखेरीस शमू लागल्या खऱ्या, परंतु या बंडामुळे चीनच्या वायव्येकडील शेन्सी व कनसू प्रांतांतील चिनी मुसलमानांच्या मनात चिनी भूमीवर मुसलमानांचे स्वतंत्र्य राज्य निर्माण करण्याचे स्वप्न आकार घेऊ लागले.

मुसलमानांचे चिनीकरण ?

चिंगाय, निंगशिया आणि कनसू प्रांतांच्या उत्तर भागांत मुसलमान धर्मियांची लोकसंख्या यावेळी सुमारे सव्वा कोटी होती. अरेबिया आणि तुर्कस्थानमधून आक्रमक म्हणून आलेला मुसलमान धर्म, इथे या भागात खूपच पसरला तो सहाव्या आणि सातव्या शतकांत. तेव्हापासून चिनी राजांविरूद्ध अनेक वेळा मुसलमानांनी बंडे केली. दोन्ही बाजूंनी कत्तली झाल्या.

परंतु अनेक शतके चीनमध्ये राहिलेल्या या मुसलमानांचा 'हुअी' वंश हा चीनच्या पाच प्रमुख वंशांतील एक म्हणून मानला जात असे. हन (चिनी), मान (मांचू), मेंग (मंगोली), हुअी (मुस्लिम) आणि त्सँग (तिबेटी), असे हे चीनमधील पाच प्रमुख वंश होत. कनसू आणि चिंगाय या दोन प्रांतांत मुसलमान आजही बहुसंख्य आहेत. शेन्सी, झेश्वान आणि सिंकियांग प्रांतात त्यांची संख्यादेखील लक्षणीय आहे. १९३६ साली अमेरिकन पत्रकार एडगर स्नो हा जेव्हा या भागात गेला, तेव्हा त्याने जे पाहिले त्यावरून १८६४ च्या सुमारास काय परिस्थिती असेल याची कल्पना करावी. स्नो सांगतो -

"Generally their religious orthodoxy seems to vary according to their strength of numbers in a given spot but in the dominantly Muslim region of North Kansu and Southern Ningshia the atmosphere is distinctly that of an Islamic country. To most of them Turkey - not China, seems to be still the fatherland and pan-Islamism rather than pan-Hanism their ideal.

"More Chinese seem to deny Moslem racial separateness claiming that they have been Sinicized."

(''सर्वसाधारणपणे मुसलमानांचे धार्मिक कडवेपण हे विवक्षित ठिकाणी त्यांची जी संख्या असते त्या प्रमाणात कमीजास्त होते. परंतु उत्तर कनसू व दक्षिण निंगशिया या भागात, ज्या ठिकाणी त्यांची लक्षणीय बहुसंख्या होती, त्या भागातील वातावरण हे एखाद्या मुसलमानी देशातील वातावरणासारखेच होते. बहुतेकांना तुर्कस्थान, चीन नव्हे - आपला पितृदेश वाटत होता व सर्व चिनी तेवढा एक, या भावनेपेक्षा सर्व मुसलमान तेवढा एक हेच ध्येय होते. बहुतांशी चिनी लोक मात्र मुसलमान वंशाचे निराळेपण नाकारतात आणि मुसलमानांचे संपूर्ण चिनीकरण झाल्याचे समजतात.'')

आज माओच्या मार्क्सवादी शासनामुळे चिनी मुसलमानांचे स्वतंत्र्य मुस्लिम राज्य स्थापन करण्याचे स्वप्न पार धुळीला मिळालेले असले तरी १८६४ साली त्यांच्या डोळ्यांसमोर हे एकच स्वप्न तरळत होते.

ति-ओमिंग व ति-ओलिन या मुसलमान झालेल्या दोन बाटग्या म्होरक्यांनी एकत्र येऊन बंड पेटविले. सिंकियांगमधील उरूमची या शहराचा त्यांनी कब्जा केला व स्वतःचे मुसलमानी राज्य स्थापन केल्याची घोषणा केली.

उत्तरेकडील ति-अनशान या प्रमुख ठाण्याकडे जाणाऱ्या मार्गावरील महत्वाची गावे ते काबीज करीत निघाले. ति-अनशानच्या दिशेने मुसलमानांच्या टोळ्या निघाल्याचे वृत्त ति-अनशानच्या दक्षिण भागातील मुसलमानांना कळताच, त्यांनी इस्लामच्या या जिहाद योजनेला उत्स्फूर्त साथ दिली. या गोष्टी मुसलमानांना सांगाव्या लागत नाहीत ! धर्माची हाक त्यांना बरोबर समजते. दक्षिणेकडूनही मुसलमानांच्या टोळ्या याकूब नावाच्या मुसलमानाच्या नेतृत्वाखाली ति-अनशानची कोंडी करू लागल्या.

१८६६ मध्ये इली हे मोठे शहर ति-अनशानच्या उत्तरेकडून येणाऱ्या मुसलमानांनी जिंकले, तर याकुबने ति-अनशानच्या दक्षिणचे काशगर हे मोठे शहर कब्जात घेतले. इली-काशगर रेषेवर इस्लामचा चांद फडकू लागताच याकूबने स्वतःला आता बेग म्हणवून घ्यायला सुरुवात केली. वाढत्या आत्मविश्वासाने, त्याने ति-ओलिन व ति-ओमिंग यांच्या मुसलमानी सैन्यास पराभूत करून, उरूमचीच्या पश्चिमेकडील प्रदेशात आपला अंमल बसवला.

बंडखोरांच्या या मुसलमानी राज्याचा एकमेव नेता १८७० अखेर याकूब बेग हाच ठरला. इंग्लंडने याकूब बेगला गुप्तपणे सर्व प्रकारची मदत करण्यास सुरुवात केलेली

होतीच. कारण पेकिंगची मध्यवर्ती मांचू राजवट जितकी हतबल होईल, तेवढे ते इंग्लंडच्या फायद्याचे होते.

रशियाचा हस्तक्षेप

याकूब बेग हातपाय पसरीत आहे, ही गोष्ट रशियाला मात्र खपणारी नव्हती, कारण रशियन सरहद्दीला लागूनच या सर्व घडामोडी घडत होत्या. मांचू राजवट अजून मुसलमानांची ही बंडाळी परिणामकारक रितीने आवरू शकत नाही, हे ओळखून रशियाने आपले सैन्य चिनी सरहद्दीत घुसविले ! रशियनांनी याकूब बेगकडून इली हे शहर १८७१ मध्ये हिरावून घेतले. इली शहरापाशीच न थांबता, रशियन फौजा उरूमचीकडे वाटचाल करू लागल्या. एकीकडे पेकिंगमधील रशियन वकिलाकरवी रशियनांनी मांचू राजवटीस कळविले - ''इली हे शहर अथवा चिनी प्रदेश जिंकण्याचा आमचा हेतू नाही. मांचू दरबारचे सैन्य इली शहर घेण्यासाठी येताच आम्ही हा प्रदेश खाली करून परत मागे जाऊ. परंतु हा प्रदेश मुसलमान झालेल्या बाटग्या बंडखोरांकडे जाऊ देण्यास आमचा सक्त विरोध आहे.'

वस्तुस्थिती अशी होती की, मांचू दरबार इली शहर ताब्यात घेण्यासाठी कधीकाळी सैन्य पाठवू शकेल, अशी रशियनांची मुळीच अपेक्षा नव्हती आणि म्हणूनच त्यांनी हा साळसूद डाव टाकला होता. अपेक्षेप्रमाणे झाले. आम्ही हा प्रदेश यथावकाश खाली करून जाऊ, असे आश्वासन रशियाकडून मिळताच पेकिंग काही काळ पुनश्च झोपी गेले.

इली शहर खाली करून याकूब बेग मागे हटला खरा, परंतु काशगर शहराच्या आसपास त्याने आपली पकड घट्ट केली. याचा अर्थ चीनच्या उत्तर सरहद्दीवरील काही भूभाग रशियनांनी बळकावला व काही याकूब बेगने ! देशाचा कमकुवत भाग कब्जात घेऊन सरहद्दी कुरतडल्या जात आहेत आणि तरी राज्यकर्ते झोपा काढीत आहेत, हे विषण्ण करणारे चित्र पाहून कष्टी होणारे काही राष्ट्रभक्त पेकिंगमध्ये होतेच. सगळेच काही नादान आणि लाचार नव्हते. ताईपिंग बंडखोरांचा मुकाबला करण्यात महत्वाचा भाग घेतलेला मांचू दरबारचा एक लष्करी अधिकारी त्सो-त्सुंग, याने मांचू दरबारकडे विनंती केली की, सैन्य नेऊन सरहद्दीवरील गमावलेले भूभाग परत घेण्याची आज्ञा मिळावी.

येहोनालाच्या सल्लागार मंडळापुढे हा अर्ज दाखल होताच, बहुतेकांनी सांगितले - याकूब बेगकडे सात-आठ शहरे राहिली म्हणून असे काय मोठे बिघडणार आहे ? ही शहरे परत घेण्यासाठी होणारा खर्च लक्षात घेता ही मोहीम हाती घेणे मुळीच फायद्याचे नाही. स्वत:चा मोठेपणा दाखवण्यासाठी त्सो-त्सुंग याने ही योजना मांडलेली आहे !

पेकिंगमधील गोरा ब्रिटिश वकील सर थॉमस याने फुकटचा सल्ला दिला, ''याकूब बेगचा सवत्ता सुभा मोडण्यासाठी एवढा खर्च करण्याची मुळीच गरज नाही.'' 'तेथे गवताचे पातेही वाढत नाही' असे लोकांना सांगण्याची मात्र सोय दुर्दैवाने नव्हती. कारण हा सर्व आसमंत सुपीक होता.

त्सो-त्सुंग याने ब्रिटिशांचा व रशियनांचा डाव चांगलाच ओळखलेला होता. म्हणून त्याने दरबारला पुनः विस्तृत निवेदन पाठविले. यात तो लिहितो -

''माझे वय आता पासष्ट झालेले आहे. राजदरबारची मेहेरनजर मिळवण्यासाठी सरहद्दीवर लष्करी पराक्रम करून आता मला काय मिळवायचे आहे ? परंतु सध्या जे घडते आहे ते अतिशय घातक आहे. रशियनांनी इली शहर बळकावलेले आहे. याकूब बेगने काशगर आदी बरीच ठिकाणे ताब्यात घेतली आहेत. जर आपण आज काहीच उपाययोजना केली नाही तर भविष्यात यातूनच हजार कटकटी निर्माण झाल्याशिवाय राहणार नाहीत. हा प्रदेश ताब्यात घेतल्यानंतर तेथील डागडुजीसाठी व संरक्षणासाठी आपल्याला बराच पैसा खर्च करावा लागणार आहे.''

याकूबला हिंदुस्थान द्या !

या निवेदनाचा परिणाम दरबारी मंडळींवर झाला व १८७६ साली त्सो-त्सुंग याला ति-अनशानच्या दिशेने सैन्य घेऊन मोहिमेवर जाण्याची परवानगी मिळाली. झपाट्यासरशी त्सो-त्सुंग याने ति-अनशानचे प्रवेशद्वार समजले जाणारे तुरफान हे शहर जिंकले व तो ति-अनशानकडे झपाट्याने वाटचाल करू लागला. याकुब बेग घाबरला आणि नेमका पेकिंगमधील ब्रिटिश वकील त्याच्या मदतीला धावला. मुसलमान मार खाऊ लागले की गोऱ्या साहेबांची छाती धडधडू लागते, हा इतिहास असा फार प्राचीन आहे. आशिया खंडात मुसलमानांना हाताशी धरून आपले बस्तान बसविण्याची कुटील ब्रिटिश नीती चीनमध्येही सुरू होती. या ब्रिटिश वकीलाने बोलणे लावले -

'याकूब बेगला ति-अनशानचा गव्हर्नर करून ति-अनशानला अंतर्गत स्वातंत्र्य द्यावे !'

त्सो-त्सुंग मोहिमेवर असताना त्याच्याकडे हा प्रस्ताव येताच त्याने उलट कळवले -

"Yakub is not without a place to live ! Why is it necessary for the English to favour the establishment of a separate state for him ? Even if this is deemed necessary, the territory could be obtained from someone beyond the boundry, perhaps by ceding Yakub to India."

"England is trying to create buffer state for protection of India - but outwardly, she is compelling us to remove our protection from Sinkiyang. Should we permit her to do so ?"

(''या याकूबला राहायला ठिकाण नाही की काय ? यासाठी चिनी प्रदेशात स्वतंत्र राज्य निर्माण करून त्याच्यावर उपकार करण्याची ब्रिटिशांना काय गरज आहे ? आणि जरी - समजा, हे ब्रिटिशांना करायचेच असेल, तर चीनच्या सरहद्दीपलीकडला इतर कुणाचा मुलुख इंग्लिशांनी त्याला द्यावा, नाही तर हिंदुस्थानच याकूबला बहाल करावा ! इंग्लंड हिंदुस्थानमधील त्यांच्या राज्याच्या रक्षणासाठी याकूब बेगचे 'बफर' राज्य निर्माण करण्याच्या खटपटीत आहे, परंतु वरवर मात्र सिंकियांगमधून आपल्याला असलेले संरक्षण नाहीसे करण्याला इंग्लंड आपणाला सांगत आहे. आपण हे करू द्यायचे की काय ?'')

चिनी प्रदेशात मुसलमानांचे पाकिस्तान निर्माण करण्याचे ब्रिटिश कारस्थान त्सो-त्सुंग याने वेळीच ओळखले हे चिन्यांचे भाग्य होय. याकूब बेगच्या जेव्हा हे लक्षात आले की, शरण जाण्यावाचून आता गत्यंतर नाही, तेव्हा १८७७ मध्ये विषप्राशन करून याकूब बेगने आत्मघात करून घेतला.

याकूब बेगचे चिनी पाकिस्तान असे कोसळले खरे, परंतु इली शहर अजून रशियनांच्याच ताब्यात होते. रशियनांना नोटीस देण्याची वेळ जवळ आली तेव्हा त्सो-त्सुंग याने पेकिंग दरबारला कळवले -

"To pay close attention to Sinkiyang is to protect Mongolia - and to protect Mongolia, is to shield Peking. Russia has been expanding her territory. The two nations are only separated by Mongolia. If we try now to recover our territory - our soldiers will be spurred on by righteous patriotism. It is essential that we establish a new Chinese Sinkiyang."

त्सो-त्सुंग या निवेदनात, सिंकियांग म्हणून ज्याचा उल्लेख करतो ते फक्त एक शहर होते. या नावाचा प्रांत त्या वेळी झालेला नव्हता. त्सो-त्सुंग सांगत होता -

''मंगोलियाचे रक्षण करायचे म्हणजे सिंकियांगकडे लक्ष दिलेच पाहिजे आणि मंगोलियाचे रक्षण हेच पेकिंगचे रक्षण होय. रशिया आपला विस्तार चिनी भूमीवर वाढवीत सुटला आहे. चीन व रशियात अडसर आहे तो मंगोलियाचाच. जर आताच आपण रशियनांनी व्यापलेला प्रदेश मुक्त करण्याचे ठरवले तर आज आपले सैनिक सत्प्रवृत्त देशप्रेमाने भारलेल्या अवस्थेत असतानाच हे काम उरकले पाहिजे व सिंकियांगचा नवा चिनी प्रांतही निर्माण केला पाहिजे.''

त्सो-त्सुंग एक नवा चिनी प्रांत निर्माण करण्याचा आग्रह अशासाठी धरत होता

की, याच सिंकियांग प्रदेशात चिनी तुर्कस्थान हा प्रदेश अंतर्भूत होत होता व चिनी तुर्कीस्थान म्हणून ओळखला जाणारा भूभाग हा वस्तुत: चिनी मुसलमानांनी व्यापलेला होता.

या वेळी रशिया व तुर्कस्थानचे युद्ध पेटलेले होते. इली शहर खाली करण्याचा इशारा त्सो-त्सुंगमार्फत येताच रशियाने जबाब दिला - 'आमच्या सरहद्दीवर चिनी प्रदेशात पुन्हा बंडाळी होऊ देणार नाही अशी हमी चिनी सरकारला द्यावी लागेल. आणि आतापर्यंत आम्ही इली शहराचे रक्षण केले त्याचे काय ? त्याचा खर्च मोजा !'

वाटाघाटी करण्यासाठी पेकिंग दरबारचा वकील चुंग-हो सेंट-पीटस्बर्गला गेला. वर्षभर रशियनांनी त्याला झुलवत ठेवला. इली शहर इतक्यात खाली करण्याचा त्यांचा इरादाच नव्हता. वर्षभराने १८७९ मध्ये लिव्हाडिया येथे रशियन सरकारने चिन्यांशी करार केला. करार काय होता -

१) इली शहर सांभाळण्याचा खर्च म्हणून चिन्यांनी रशियाला ५०,००,००० रुबल्स द्यावे व २) टेकेस् नदीच्या खोऱ्यातील सुपीक भूभाग चिन्यांना रशियाने कायमचा द्यावा. हा प्रदेश इली शहराच्या दक्षिणेकडील होता.

मनात येईल तेव्हा इली शहरावर झडप घालता यावी, असा सापळा तयार करून रशिया शिवाय वर पैसा मागतो आहे, या गोष्टींमुळे येहोनालासह सर्व चिनी दरबार खवळून उठला. चुंग-हो बिचारा करारावर सही घेऊन, शिक्कामोर्तबासाठी पेकिंगला आला. इतक्या भयंकर अटी मूर्खपणाने मान्य केल्या, म्हणून येहोनालाने चुंग-होला देहांत शासन फर्मावले !

चुंग-हो चे डोके मारले जाणे रशियाच्या हिताचे नव्हते. चुंग-हो ची होणारी हत्या हा रशियन सरकारचा पर्यायाने अपमान आहे, असे जाहीर करून रशियनांनी इली शहराकडे अधिक कुमक रवाना केली व चिनी किनाऱ्यावर दहशत निर्माण करण्यासाठी आरमार निघाल्याचे जाहीर केले.

नेहमीच्या पद्धतीने चिनी विद्वान चर्चेला बसले, की 'रशियाशी लढाई करायची की नाही ?' रोज एकेक विद्वान आपले म्हणणे दरबारला लिहून पाठवू लागला.

चांग-चिह-तुंग नावाचा एक तरुण त्या वेळी हानलीन अॅकेडमीत शिकत होता. त्याने दरबारला कळवले,

"रशियाला आपण प्रतिकार सुरू केला तर यश मिळेलच मिळेल. सुरुवातीला काही यश रशियनांना लाभले तरी लवकरच या महान देशाशी लढताना त्यांना अन्नाचा तुटवडा भासू लागेल. रशियन मार खाऊ लागतील. सुरुवातीला रशियनांना अंगावर घेऊ या. घाबरण्याचे कारण नाही. आपण आता लढलो तर या अभागी चीनच्या

इतिहासात नवे पर्व सुरू होईल. आणखी काही वर्षे गेळी तर त्सो-त्सुंग अधिक म्हातारा झालेला असेल आणि ली-हुंग-चँगची उमेदही कमी झालेली असेल. मग त्या वेळी लढाई करायची म्हणालात तरी देशात चैतन्य असणार नाही.''

अमका माणूस म्हातारा होईल, तमक्याची उमेदही खचलेली असेल म्हणून आताच युद्ध करा, असा धरलेला हा आग्रह पोरकट बुद्धीचा निदर्शक असला, तरी या आग्रहामागचे देशप्रेम व युद्ध आवश्यक आहे ही गोष्ट तर खोटी नव्हती !

त्सो-त्सुंग या वेळी शूचौ येथे होता. त्याला ताबडतोब लढाईची तयारी करण्यास पेकिंग दरबारने सांगितले. त्सो त्सुंग १८८० च्या जून महिन्यात हामा येथे यासाठी दाखल झाला. ली-हुंग-चँग याने लढाई सुरू करण्याच्या दृष्टीने पोर्ट आर्थर बंदराची डागडुजी सुरू केली. यासाठी जर्मनीचा व्हॉन व्हॅनकेन नावाचा तज्ज्ञ त्याने बोलावून घेतला. मनातून ली-हुंग-चँगला युद्ध नको होते, परंतु जनतेचा क्षोभ होईल म्हणून तो नाईलाजाने युद्ध - तयारीला लागला होता.

जनरल चार्ल्स गॉर्डन हा इंग्लंडला परतलेला होता. त्याला सल्लामसलतीसाठी ली-हुंग-चँगने बोलावून घेतले. तिअनस्टिन येथे जनरल गॉर्डनने ली ची भेट घेतली व 'या वेळी रशियाशी युद्ध पेटवू नका' असा सल्ला गॉर्डनने दिला. ली बरोबर भेट उरकून गॉर्डन पेकिंगला गेला. तिथे त्याने पेकिंग दरबारला स्पष्टपणे सांगितले -

''युद्ध सुरू झाले तर रशियन सैन्य आमूर नदी उतरून सरळ दक्षिणेकडे पेकिंगवरच घसरेल.''

गॉर्डन परत जायला निघाला तेव्हा त्याला दरबारने निरोप समारंभ आयोजित केला होता. या प्रसंगी भाषण करताना जनरल गॉर्डन म्हणाला :

"So long Peking is the capital, China should never wage war against a foreign country, because Peking is too near to sea-cost and China has no coastal defence !"

चीन सरकारपाशी अजिबात आरमार नव्हते. अशा परिस्थितीत समुद्र किनाऱ्यापासून लगत असलेले पेकिंग शत्रू सरळ कबजात घेऊ शकेल, हा गॉर्डनचा अंदाज बरोबर होता. परंतु याला सोपा मार्ग देशाची युद्धकाळातली राजधानी म्हणून अंतर्गत भागात दुसऱ्या एखाद्या शहराची निवड करणे हा होता ! अर्थात परंपरागत राजधानी बदलण्याची कल्पना चिनी माणसाला सहन होण्यातील नसावी. काहीही असो, जनरल गॉर्डनचा सल्ला व ली-हुंग-चँगचा आग्रह याचा परिणाम म्हणून युद्धाची कल्पना बारगळली. इली शहराबाबत पूर्वी झालेला तह रद्द करून घेण्याची खटपट सुरू झाली. रशियालाही युद्ध नकोच होते. सेंट पीटसबर्ग येथे पुन्हा वाटाघाटी झाल्या व अखेर फेब्रुवारी १८८१

मध्ये नवा करार करण्यात आला. या करारानुसार ५०,००,००० रुबल्सऐवजी ९०,००,००० रुबल्स एवढा पैसा चीनने रशियाला द्यावा असे ठरले. याशिवाय पेकिंगमध्ये रशियाला वकीलात उघडण्यास परवानगी देण्यात आली. अनेक व्यापारी सवलती रशियाने पदरात पाडून घेतल्या आणि या बदल्यात - जे मूळ चीनचेच होते - ते इली शहर रशियनांनी चीनला नजर केले!

सिंकियांगची निर्मिती

याकूब बेगचे बंड मोडले गेले व इली शहराचा प्रश्नही महागात पडून का होईना, परंतु अखेर सुटला, यामुळे त्सो-त्सुंगचे वजन दरबारात वाढले. चिनी तुर्कीस्थान अंतर्भूत करून सिंकियांग नावाचा नवा चिनी प्रांत निर्माण करण्याचा त्सोचा आग्रह यामुळे चिनी दरबारला मानावा लागला. हा भाग आतापर्यंत दुर्लक्षित होता. रयतेच्या सोयी अजिबात पाहण्यात आलेल्या नव्हत्या. लष्करी गव्हर्नररांनी या प्रदेशात आतापर्यंत दंडुक्याच्या जोरावर राज्यकारभार हाकलेला होता. या भागात मुसलमानांची वस्ती भरपूर असल्याने, मुल्ला - मौलवी सतत दंगेधोपे घडवून आणीत. यात भर म्हणून राज्यकर्तेही जुलूम जबरदस्ती करत आणि हे दुष्टचक्र थांबतच नव्हते. त्सो-त्सुंग याने हा प्रश्न कायमचा मिटविण्याच्या दृष्टीने पावले उचलली.

पिकांसाठी विहिरी खणून पिण्याच्या पाण्याचीही सोय करण्यात आली. जमिनीची मोजणी करून सारा पक्का झाला. चिनी नाणी पाडून ती प्रचारात आणण्यात आली. मुख्यत: मोफत शिक्षणाची सरकारी सोय करण्यात आली. या प्रांतातील परिस्थिती आणि भारतात मुसलमानांची बहुसंख्या असलेल्या भागांची आजची परिस्थिती, यात किती साम्य आहे ते पाहा. त्सो-त्सुंग याने सिंकियांगसंबंधी केलेल्या निवेदनात तो म्हणतो :

"In Sinkiyang the Muslims and the Chinese cannot get along together. The officers and the people keep a distance from each other, and it is perfectly difficult to enforce a law or an order. All Govt. regulations are to be explained and publicised by Muslim chiefs and this is a considerable hindrance. It will be necessary to have free schools, where Muslim children are ordered to study our language."

(''सिंकियांगमधील मुसलमान व चिनी यांचे अजिबात जमत नाही. चिनी सरकारी अधिकाऱ्यांपासून आणि परस्परांपासून ते दूर राहतात. एखादा कायदा व नियम हे मुसलमानांना मुल्ला-मौलवी करवीच समजावून द्यावे लागतात आणि हा मोठाच अडथळा आहे. यासाठी सरकारी मोफत शाळा उघडून, तिथे मुसलमान मुलांना आपली

भाषा शिकण्यास भाग पाडण्यावाचून गत्यंतर नाही.'')

आमची भाषा निराळी, आमची संस्कृती निराळी, आमच्या धर्मात कुणाला हात घालता येणार नाही, कुणी हात घालण्याचा प्रयत्न केला तर दंगे करू, याचा मार्गाने चिनी मुसलमान निघाले होते ! या समाजाला चिनी संस्कृतीत पचविण्यासाठी त्यांना राष्ट्रभाषेतून शिक्षण देऊन शिक्षित केले पाहिजे, हे त्सो-त्सुंगचे निदान अगदी अचूक होते. कुणीही शहाणा राज्यकर्ता हेच करील. नुसता जातीयवाद जातीयवाद म्हणून भुई धोपटून असे प्रश्न सुटत नाहीत. समाजाला शिक्षित करण्यास वा आवश्यक कायद्यांनी सुधारणा करण्यास जे कुणी माथेफिरू विरोध करतील, त्यांना निष्ठुरपणे ठेचून काढण्याखेरीज अन्य पर्यायच नसतो.

सिंकियांगची निर्मिती झाली. १८८४ मध्ये पहिला गव्हर्नर नेमला गेला. उरूमची ही प्रांताची राजधानी ठरवण्यात आली. हा भूभाग चिनी भूमीपासून वेगळा करण्याचे मुसलमानांचे स्वप्न कायमचे धुळीला मिळवण्याची कामगिरी त्सो-त्सुंग याने केली !

- हे घडू शकले नसते तर ? जसा चिनी भूमीपासून आज 'इंडोचायना' वेगळा आहे, 'कोरिया' वेगळाच आहे, तसा 'सिंकियांग' वेगळा झाला असता. मुसलमानी देश म्हणून सिंकियांग आज नकाशावर दिसला असता. चीनच्या सरहद्दीवर आंतरराष्ट्रीय कटकटी निर्माण करत तुर्कीस्थानने चीनचे जन्मजात हाडवैर सुरू ठेवले असते.

आता या घटनेला ९० वर्षे होऊन गेली आहेत. तरीही तुर्कीस्थानातून १९४९ साली परागंदा झालेला युसुफमियाँ नुकताच १९७० साली श्रीनगरला रडगाणे गाऊन गेला - ''सिंकियांग हा मुसलमानांचा देश आहे. माओ तिथे आमच्या कत्तली उडवतो !''

जर अजून सिंकियांगमध्ये माओ काही मुसलमानांच्या खरोखरच कत्तली घडवत असेल तर त्याचा अर्थ इतकाच आहे : इतक्या अनंत वर्षांनंतरही स्वतंत्र राष्ट्र निर्माण करण्याचा मूर्ख विचार तेथील मुसलमानांच्या डोक्यातून संपूर्णपणे गेलेला नाही. चीनमधील राजवटीशी इमानाने राहण्याची त्यांची इच्छा नाही. अशी डोकी माओ मारून काढीत असताना, पाकिस्तानचा मैत्रीचा हात माओच्या गळ्यात राहू शकतो ! याचे मर्म इतकेच की, चीनमधील मुसलमानांच्या नावाने गळा काढण्याची पाकिस्तानची प्राज्ञा नाही. माओने निर्माण केलेल्या शक्तीची ही सर्व किमया आहे !

* * *

७

□

सन्यत् सेनच्या उदयापूर्वीची स्थिती

राणी झालेल्या येहोनालाची भ्रष्ट राजवट आणि परंपरागत चिनी जनता, यांच्यातील संघर्षाची कहाणी सुरू करण्यापूर्वी, त्या विस्तीर्ण देशाच्या चारी अंगांनी या देशाच्या सरहद्दीची शत्रूंनी सुरू केलेली कुरतड किती प्रकारची होती, याची काहीशी कल्पना असलेली बरी.

इंडोचायना म्हणून ओळखला जाणारा व आज व्हिएतनाम व अमेरिका यांच्यातील रणधुमाळीमुळे सतत प्रकाशात असणारा भूप्रदेश हा पूर्वी अन्नाम या नावाने ओळखला जात असे. अन्नामी जनतेवर चिनी संस्कृतीची संपूर्ण छाप होती आणि अन्नामचा राजा हा चिनी राजाचे मांडलिकत्व मान्य करून गादीवर बसत असे. प्रतिवर्षी पेकिंगवारी करून भरपूर खंडणी मोजीत असे. थोडक्यात, अन्नामचे राज्य हे चीनचे मांडलिक राज्य होते. अन्नामच्या गादीवर येणारा नवा राजा चिनी दरबारच्या अनुमतीशिवाय सिंहासनावर बसू शकत नव्हता.

अन्नामचा घास

अशा या अन्नाममध्ये फ्रेंच मिशनरी पंधराव्या शतकात दाखल झाले. त्यांनी हळूहळू ख्रिश्चन लोकसंख्या वाढवीत, अखेर अन्नामच्या राजघराण्यात हस्तक्षेप सुरू केला. पाठोपाठ फ्रेंच व्यापारी घुसलेले होतेच. मिशनऱ्यांनी पुढाकार घेऊन सुरू झालेल्या या राजकारणाला अर्थातच फ्रेंच सरकारचा पुरेपूर पाठिंबा होता. ताईपिंग बंडामुळे पेकिंगचा दरबार गडबडला आहे, ही संधी साधून फ्रेंचांनी सायगाववर अंमल बसवला व मेकाँग नदीच्या काठाकाठाने फ्रेंच हे युनानपर्यंत येऊन भिडले. चीनच्या नैऋत्य भागातून चीनमध्ये घुसण्याचा त्यांचा इरादा होता. परंतु मेकाँग नदी ही नौकानयनासाठी योग्य नव्हती. यामुळे नाईलाजाने फ्रेंच हे हाँगकाँगकडे वळले. हॅनॉय फ्रेंचांनी घेतले व लाल नदी म्हणून ओळखल्या जाणाऱ्या नदीच्या आखातावर अंमल बसवला.

फ्रेंचांच्या आक्रमणापुढे शरणागती देऊन अन्नामच्या राजाने १८७४ मध्ये फ्रेंचांशी तह केला. या तहाची तीन कलमे होती :

(१) अन्नाममध्ये परकियांनी आक्रमण केल्यास फ्रेंच अन्नामचे रक्षण करतील.

(२) अन्नामने फ्रेंचांच्या हितसंबंधांविरुद्ध काहीही करता कामा नये.

(३) लाल नदीच्या पात्रातून चिनी बंदराशी फ्रेंच जहाजांना व्यापार करण्यास मुभा असावी.

अन्नामबाबत असलेले सार्वभौमत्वाचे चिनी बादशहाचे अधिकार अशा रीतीने फ्रेंचांनी परस्पर धाब्यावर बसवले व साळसूदपणे या कराराची एक प्रत पेकिंग दरबारात आपल्या वकिलामार्फत सुपूर्द केली. चिनी दरबारने हा तह आपण मानीत नाही असे फ्रेंच वकिलाला बजावले. पण प्रत्यक्ष फ्रेंचांविरुद्ध कारवाई करण्याची ताकद चिनी सरकारात नव्हती.

याचा फायदा फ्रेंचांनी घेतला. १८७४ मध्ये फ्रेंच - अन्नामी करार झाला आणि पुढल्या सहा वर्षांत फ्रेंच सरकारने आपल्या फौजा हॅनॉय व हैपाँग येथे आणून ठेवल्या. लाल नदीवरील किल्ल्याची डागडुजी केली. राज्य अन्नामीचे व मुलूख फ्रेंचांचा, अशी परिस्थिती निर्माण झाली.

युनान प्रांताच्या लगतच फ्रेंचांची ही युद्धतयारी चालू असल्यामुळे, युनानचा गव्हर्नर लीयू-चांग-यू याने पेकिंग दरबारकडे १८७२ मध्ये निवेदन धाडले. युनान, क्वांगटुंग व क्वांगसी या ठिकाणच्या सरकारी सेनेने फ्रेंचांविरुद्ध उपाय योजावेत व हॅनॉय हैपाँगमधून फ्रेंचांना हुसकावे असा अर्ज केला.

या वेळी पेकिंग सरकार मागे सांगितल्याप्रमाणे इली शहराबाबत रशियाशी भांडण उकरत बसले होते.

यामुळे फ्रेंचांनी आता सायगाव कराराचा आडोसा धरून जाहीर केले - 'अन्नामशी चीनचा काय संबंध ? अन्नाम स्वतंत्र आहे. देशात फ्रेंचांना ठेवायचे की नाही हा अन्नामचा प्रश्न आहे !'

फ्रेंचांनी अन्नाम गिळंकृत करण्याचाच डाव टाकल्यामुळे चिनी दरबारला आता स्वस्थ राहणे कठीण होऊ लागले. भारताने तिबेटबाबत जे केले तेच चिन्यांनी अन्नामबाबत केले. अन्नाम हा आमच्या सार्वभौमत्वाखाली पुरातनकाळापासून आहे, असे बेंबीच्या देठापासून मधून मधून ओरडायचे आणि ली-हुंग-चँग याला युद्ध सुरू करून फ्रेंचांना अन्नाममधून हाकलून देण्यास आज्ञा दिली आहे, असा मध्येच पुकारा करायचा ! हा प्रकार चिनी दरबारने सतत तीन वर्षे चालू ठेवला. चीन सरकारात दम नाही, हे फ्रेंचांनी ओळखले होते व अखेर चिन्यांना धडा शिकविण्यासाठी १८८४

साली युनानच्या सरहद्दीत घुसून फ्रेंचांनीच चिन्यांना सरहद्दीवरून पिटाळून लावले ! काही चौरस मैलांचा चिनी प्रदेश फ्रेंचांनी बळकाविला. चिनी जनता संतापलेली पाहाताच येहोनालाने प्रिन्स कुंगला सर्व मानखंडनेबाबत दोषी ठरवून बडतर्फ केले. प्रिन्स कुंग चा कृष्ण मेनन झाला ! फ्रेंचांचे नाक ठेचण्याकरिता जी माणसे या बाईने मग जवळ केली त्यांनी फ्रेंचांविरुद्ध युद्ध केले म्हणता की काय ? छे छे, युद्ध तर करायचे नव्हतेच ! फक्त जनतेला फसवायचे होते. ली-हुंग-चँग याला दरबारने सांगितले, शक्य तो फ्रेंचांशी समझोताच करा !

कॅप्टन फौर्नीर हा फ्रेंच सेनानी व ली-हुंग-चँग यांच्यात मग १८८४ च्या मे महिन्यात समझोता झाला. समझोता काय झाला ?

१) फ्रेंच, चिनी सरहद्दीतून मागे जातील !

२) चिनी दरबार याच्या बदल्यात अन्नामचा राजा व फ्रेंच यांच्या म्होतुराला मान्यता देईल.

३) चिनी सैन्य टोंगकिंग भागात पुढे आले होते, ते २६ जूनपूर्वी मागे नेण्यात येईल.

४) मात्र यापुढे जेव्हा जेव्हा अन्नामचा राजा व फ्रेंच सरकार यांच्यात काही नवे करार - मदार होतील, तेव्हा त्यांत चीनच्या बादशहाचा अपमान होईल अशी काहीही वाक्यरचना करण्यात येणार नाही !

म्हणजे बायको पळविलेल्या नवऱ्याने, बायकोच्या जाराशी समझोता काय केला ? तर नवऱ्याचा अपमान होईल असा काहीही प्रेमालाप बायको व तिचा जार यापुढे करणार नाहीत !

अशा समझोत्यांनी अखेरचे गोते टळत नसतात ! ली-हुंग-चँगवर चिनी राष्ट्रवाद्यांचा भडीमार सुरू झाला. त्या वेळच्या पद्धतीनुसार सत्तेचाळीस चिनी मुत्सद्यांनी ली-हुंग-चँग याला बडतर्फ करा, म्हणून दरबारात अर्ज केले. त्याच्या परराष्ट्र राजकारणातून देशाच्या होणाऱ्या नाचक्कीचा संताप चौफेर उसळू लागला.

एवढ्यात फ्रेंचांनी पुन: चिन्यांची कुचाळकी केली. समझोत्याच्या तिसऱ्या कलमानुसार चिनी सैन्य टोंगकिंग विभागातील लाँगसाँग शहरापासून मागे खेचण्याच्या आज्ञा तेथील चिनी लष्करी अधिकाऱ्यांना अद्याप पोचल्या नव्हत्या. चिन्यांनी करार मोडला या कारणास्तव, लाँगसाँगवर फ्रेंचांनी हल्ला केला. १२ जुलैला फ्रेंचांनी चिनी सरकारला अंतिम खलिता धाडला व २५,००,००,००० फ्रँक एवढ्या नुकसानभरपाईची मागणी केली !

येहोनालाने हे ओळखले की, आता ली-हुंग-चँग जनतेत खूपच अप्रिय झालेला आहे. तेव्हा फ्रेंचांशी मिळते जुळते घेण्यासाठी दुसरा कुणी तरी धाडला पाहिजे. त्सेंग-

कुओ-फॅन, लिआंग-किआंग प्रांताचा गव्हर्नर जनरल होता. त्याला कामगिरी देण्यात आली. जनतेतून युद्धाची मागणी पुढे येत होती. अर्थातच त्सेंगने फ्रेंचांची मागणी वाटाघाटीत फेटाळून लावली आणि फ्रेंचांविरुद्ध कारवाई करण्यासाठी तयारी सुरू केली.

जर लढाई होणारच असेल तर ती सुरू करण्याची तिथी आपणच ठरवून चिन्यांच्या युद्धयोजना उलथ्यापालथ्या कराव्या, या इराद्याने फ्रेंचांनी ५ ऑगस्ट १८८४ या दिवशी फोर्मोसामधील कीलुंग बंदरावर युद्धनौकांतून तोफांचा भडीमार सुरू केला. हा हल्ला चिन्यांनी परतवला आहे हे पाहताच, फ्रेंच आरमार मिन नदीत शिरले व तेथे उभ्या असलेल्या १०-१५ चिनी नौकांची नासधूस करून हे सर्व आरमार फ्रेंचांनी बुडवले. २३ ऑगस्टला फ्रेंचांनीच बांधून दिलेली फुचौ बंदरातील गोदी फ्रेंच आरमाराने उद्ध्वस्त करून टाकली !

रॉबर्ट हार्ट नावाचा एक ब्रिटिश मनुष्य चिनी दरबारच्या नोकरीत कस्टम खात्यात होता. त्याने इंग्लंडमधील आपल्या दोस्तांकरवी फ्रेंच आता वाटाघाटीला अनुकूल आहेत, असा कानोसा घेतला.

पण फ्रेंच वाटाघाटीला अनुकूल झाले होते ते दयाबुद्धीने नव्हे ! लाँगसाँग येथील चिनी शिबंदीवरचा फ्रेंचांचा हल्ला त्यांच्या अंगाशी आला होता. चिन्यांनी लाँगसाँग परत घेतले व तेथील लढाई फ्रेंचांवर उलटली होती. फ्रेंच माघार घेत होते.

वस्तुत: हे चिन्यांचे व फ्रेंचांचे अवघ्या वर्षभराचे युद्ध चिन्यांनीच अंती जिंकले असते. कारण पॅरिसमध्ये या पराजयानंतर मंत्रिमंडळ कोसळले होते. नेहमीच्या गलथानपणाने चिन्यांनी युद्ध जिंकले आणि तह मात्र गमावला !

तिअनस्टिन येथे रॉबर्ट हार्टच्या प्रयत्नाने, फ्रेंच व चिनी सरकार यांच्यात ९ जून १८८५ ला पुन: तह झाला. ठरले काय ? तर -

१) चिनी सरकारने अन्नामवरील आपले सर्व सार्वभौमत्वाचे अधिकार सोडून दिले.

२) लाँगसाँग व लाओके ही दोन्ही चिनी बंदरे व्यापारासाठी मुक्त करण्यात आली.

३) जर चिन्यांनी आपल्या देशात रेल्वे बांधावयाची ठरवली, तर त्यासाठी फ्रेंचांनी आवश्यक ते तंत्रज्ञ व इतर मदत देण्याचे मान्य केले.

४) फ्रेंचांनी आपली नुकसानभरपाईची मागणी मागे घेतली.

या तहावर ली-हुंग-चँगने सही केली. त्याच्या कल्पनेप्रमाणे पाश्चात्यांप्रमाणे आपल्या देशात रेल्वेगाडी व कारखाने उभे केल्याखेरीज चीन देश समर्थपणे उभा राहणार नव्हता. या तहान्वये रेल्वे गाड्या बांधण्याकरिता फ्रेंचांनी साहाय्य देऊ केले होते आणि याची भयानक किंमत म्हणून हजारो वर्षांच्या परंपरेने ज्या भूप्रदेशावर चीन देशाचे सार्वभौमत्व

होते, त्या अन्नाम देशावर, चिन्यांनी १८८५ साली उदक सोडले. फ्रेंचांनी अन्नाम गिळंकृत केला ! अन्नामचे नाव बदलले. तो फ्रेंच इंडोचायना झाला !

कोरियाही गेला !

जसा फ्रेंचांनी दक्षिणेत अन्नाम राज्याचा स्वाहाकार केला, त्याचप्रमाणे जपानने उत्तरेत चीनचे सार्वभौमत्व असलेला कोरिया आपल्या पंखाखाली घेतला !

याची सुरुवात १८७० साली झाली. जपानचा वकील साकिमित्सु हा पेकिंगला आला व त्याने चीनच्या परराष्ट्र खात्याकडे व्यापारासाठी सवलतींची मागणी केली. या सवलती चीनने दिल्या. वर्षभराने तैवान (फोर्मोसा) येथील कोळ्यांनी काही जपानी नाविकांना ठार मारले, हे निमित्त करून जपानने तैवान कब्जात घेऊन टाकले. तैवानबरोबरचे लिऊ चिऊ ही बेटे जपानने घेऊन टाकली. चीनकडून जपान्यांनी ही भूमी हिसकावली व आक्रमणांचा नमुना पक्का करून टाकला ! शंभर रुपयांवर धाड घालायची आणि वाटाघाटीत ७५ परत करून २५ पचवायचे !

या वेळी नेमके हेच झाले. तैवान परत जिंकण्यासाठी चिन्यांनी तयारी सुरू करताच, जपानने चीनशी समझोता केला. तैवान बेट - मारल्या गेलेल्या जपानी नाविकांची नुकसानभरपाई वसूल करून - चीनला परत करण्यात आले. लिऊ-चिऊ बेटे मात्र जपानने तशीच दाबून ठेवली ! चिनी दरबारने या बेटांवरचे आपले सार्वभौमत्वाचे अधिकार आग्रहाने मांडले नाहीत आणि परिणामी जपान्यांनी १८७९ पासून ही बेटे हा जपानी मुलखाचाच एक जिल्हा करून टाकली.

कोरियावर जपानची नजर फार वर्षांपासून होती. कोरियाचा राजा हा चिनी दरबारचा मांडलिक राजा असल्यामुळे कोरियाबरोबर कुरापत काढण्यास जपान अजूनपर्यंत धजावत नव्हता. कोरियाच्या गादीवर या वेळी जो राजा म्हणून होता त्याचे वय बारा वर्षांचे होते. हा पोरगा दत्तक गेल्यामुळे राजा झालेला होता व राज्याचा मालक म्हणून या मुलाचा बाप ताई-योन-चून हा राज्यकारभार करीत होता. हा माणूस अतिशय सनातनी वृत्तीचा होता. जपानमध्ये पाश्चात्य संस्कृतीचा होणारा वाढता प्रसार त्याच्या डोळ्यात सलत असे.

जपानने कोरियाशी मैत्री करण्याचे जे जे प्रयत्न केले, ते सर्व ताई-योन-चूनने उडवून लावले. इतकेच नव्हे तर प्रजाजनांना त्याने जाहीर तंबी दिली होती -

''कुणाही प्रजाजनाने जपानी माणसाशी संबंध ठेवू नये.''

या गोष्टीचा जपानी माणसाला राग येणे स्वाभाविक होते. परंतु राग येणे निराळे आणि या गोष्टीचे निमित्त करून जपान सरकारने कोरियावर झडप घालणे निराळे ! जपानने वकिलामार्फत चिनी परराष्ट्र खात्याला तक्रार दिली, 'कोरिया आमच्याशी

उगाचच शत्रुत्वाने वागतो आहे. त्याला योग्य ती समज देण्यात यावी.'

जपानी वकिलाला चिनी दरबारच्या परराष्ट्र खात्यातील अधिकाऱ्याने सांगितले, "याबद्दल आमचे सरकार काहीही करू शकत नाही. कोरियाचा राजा हा स्वतंत्र आहे. अंतर्गत व्यवहार, परराष्ट्रांशी कसे वागायचे हे त्यांचे त्यांनी ठरवायचे आहे."

चिनी दरबारला या वेळी जपानशी नवी कटकट नको होती. जपानी वकिलाने चिनी दरबारचे उत्तर मायदेशी कळवले. या उत्तरातील पळपुटेपणाचा जपान्यांनी पुरेपूर फायदा उठवला. कोरियावर झडप घातली तर चिनी दरबार काहीही करणार नाही याची ही पावतीच होती ! कोरियावर जपान्यांनी स्वारी केली. जपानी आरमाराने कोरिया किनाऱ्यावरील किल्ले व शिबंदीची ठाणी ही तोफांचा भडीमार करून उद्ध्वस्त करून टाकली. कोरिया लगेच शरण आला व फेब्रुवारी १८७६ मध्ये कोरियाशी जपानने मित्रत्वाचा व व्यापाराचा करार केला. त्यातील दोन कलमे महत्त्वाची आहेत : (१) कोरिया हे स्वतंत्र सार्वभौम राष्ट्र समजण्यात येईल आणि (२) कोरियाचा सर्व किनारा जपानी व्यापाऱ्यांना व्यापारासाठी खुला राहील.

हा तह आणि फ्रेंचांनी अन्नामबाबत केलेला सायगावचा तह यात फरक काय आहे ? कोरियाला चीनपासून वेगळा करण्यात जपानला यश आले आणि कोरियाला आपल्या मांडीखाली ओढण्याच्या दृष्टीने मुक्तपणे व्यापारी हालचालींना मोकळीक मिळाली. कोरियाभोवती फास टाकण्याचे काम जपान्यांनी पुरे केले, फक्त सरकफास ओढण्यास अजून काही काळ जायचा होता.

या तहामुळे कोरियाच्या राजकारणात ताई-योन-चूनचे महत्त्व झपाट्याने कमी होण्याचा धोका निर्माण झाला. जपानधार्जिणे कोरियन व चीनधार्जिणे कोरियन असे दोन मोठे गट निर्माण झाले ! ताई-योन-चूनने कोरियन सेनेतील अधिकारी व सैन्य यांच्यात बंडाची ठिणगी टाकली व असंतुष्ट अर्धपोटी सैनिकांच्या मदतीने त्याने राजवाड्यावरच चाल केली. याचे एक कारण असे होते की, कोरियाची राणी मिन, ही ताई-योन-चूनविरुद्ध असून जपान्यांना अनुकूल होती. किम ओक् नावाचा प्रागतिक पुढारी तिच्या हाताशी होता व ती दोघे कोरियातून चिन्यांची हकालपट्टी करावी या मताची झालेली होती ! राजवाड्यात शिरून बंडखोरांनी राणी मिनचे नातेवाईक मारले व जपानी वकिलात जाळून टाकली. जपानी वकील नागासाकी येथे पळून गेला. राणी मिन जिवंत राहिली. कारण बंडखोरांच्या म्होरक्याचीच ती सून होती व किमच्या नादाने केवळ ती राजकारणात ओढली गेली होती.

वस्तुतः हे बंड जपान्यांविरुद्ध होते. परंतु चिनी दरबारला याचा अर्थ नीट कळला नाही. कोरियाच्या राजाविरुद्ध बंड झाले असे समजून चिनी दरबारने युवान-शिह-काई

या सरदाराच्या हाताखाली सैन्य रवाना केले. पेकिंगचे सैन्य येताच बंडवाल्यांचा मोड झाला व ताई-योन-चून याला पकडून पेकिंगला पाठविण्यात आले. युवान-शिह-काई हा मात्र कोरियातच तळ देऊन बसला. राणी मिनचे मन मग त्याने हळूहळू वळवले व तिला किमच्या पक्षापासून वेगळे काढले. जपानी सरकार आता हात चोळीत पुढील संधीची वाट पाहात बसले. १८८२ पर्यंत या घटना घडलेल्या होत्या. आता चिनी दरबार कोरियाबाबत सावध झालेला होता. युवान-शिह-काई याने राणी मिनबरोबर आता जपानविरोधी संगनमत पुरे केले.

दोन तपे जपान्यांना वाट पाहावी लागली ! किम हा पुन: चिनी वर्चस्व धोक्यात आणण्याची संधी पाहात कोरियातच होता. जपानचा कोरियातील वकील ताकेझो याचे किमला साहाय्य होते. परदेशी वकिलाती प्रामुख्याने आपल्या देशाशी इमान न सांगणाऱ्या पक्षांना पैशाची आणि शस्त्रांची मदत करणाऱ्यांनीच उघडलेल्या असाव्या ! उघड बंड फसताच किम ओक हा दहशतवादी चळवळीकडे वळला. ताकेझो व किम ओक या दोघांनी राणी मिन आदींना ठार करण्याचा कट रचला.

१८८४ मध्ये सेऊल येथे पोस्ट ऑफीसचे उद्घाटन करण्याकरिता कोरियाचा राजा व राणी मिन आलेली होती. ही संधी साधून किम ओकच्या हस्तकांनी शेजारची इमारत पेटवली. समारंभात गोंधळ उडाला. याचा फायदा घेऊन जपानी सैनिकांनी राजवाडा ताब्यात घेतला. जपानी वकील ताकेझो हा स्वत: कोरियाच्या राजवाड्यात जाऊन बसला. युवान-शिह-काई याला कोरियाच्या राजाने विनंती केली - 'आम्हाला वाचवा !' युवान-शिह-काई याने पेकिंगच्या सैन्याकरवी राजवाडा घेरला. घनचक्कर उडाली. परंतु किम ओक व ताकेझो हे दोघे निसटले. जपानला पळाले.

या प्रकरणात ताकेझो याने केलेला उपद्व्याप आपणाला अंधारात ठेवून केला, अशी भूमिका जपान सरकारने साळसूदपणे घेतली व कोरियाबाबत विचारविनिमय करण्याकरिता इटो हिरोबूमी या मुत्सद्याला पेकिंगला पाठवले. इटोशी ली-हुंग-चँगने तिअनस्टीन येथे वाटाघाटी केल्या व एक करारपत्र झाले. या करारपत्रानुसार असे ठरले :

१) कोरियातून चीन व जपान या दोघांनी आपापली सेना परत बोलवावी.

२) जेव्हा कधी कोरियात सैन्य पाठविण्याची वेळ आली आहे असे चिनी वा जपानी सरकारला वाटेल तेव्हा दुसऱ्या सरकारला तसे आधी कळविण्यात यावे !

१८८५ मध्ये झालेला हा तथाकथित समझोता या वेळीही चीनची नुकसानी करणाराच होता. कोरिया हा मूळ फक्त चीनच्या अधिपत्याखालील अंकित देश असताना, तो चीन व जपान या दोघांची संयुक्त जबाबदारी आहे, असे या कराराने ठरविण्यात आले. ली-हुंग-चँगला या वेळी जपान्यांशी कसलीही कटकट नको होती. कारण चीन दरबारचा

फ्रेंचांशी झगडा चालू होता, त्यामुळे हे सर्वस्वी अपायकारक कलम करारात त्याने राहू दिले. परिणामी चीन-कोरिया यांच्या संबंधावर जपान्यांचे कलम पक्के झाले !

युवान-शिह-काई याने कोरियाबाबत केलेली भक्कम कामगिरी लक्षात घेऊन, ली-हुंग-चँग याने त्याची नेमणूक कोरियातील चिनी व्यापाराचा कमिशनर म्हणून केली, व कोरियातच सेऊलला त्याची कचेरी ठेवण्यात आली. पुढली आठ वर्षे आता शांततेची गेली.

कोरियातून पळालेला जपानधार्जिणा कोरियन नेता किम ओक हा जपानमध्ये मात्र स्वस्थ नव्हता. तेथून तो कोरियात बंडाळी माजवण्याचा प्रयत्न सतत करीत असे. कोरियाच्या राजाचा या किमवर तर अतोनात राग होता. कारण राणी मिन ही या माणसानेच काही काळ नादी लावलेली होती. राजाने किमवर मारेकरी सोडले, मारेकऱ्यांनी किमला जपानमधून पळवून शांघायला आणले व तेथील एका जपानी उपाहारगृहात किमचा खून पाडला ! मारेकरी पकडला गेला. कोरियाच्या राजाच्या विनंतीवरून किमचे शव व मारेकरी सेऊल येथे पाठविण्यास चिनी दरबारने अनुमती दिली.

किमचे शव कोरियाला पोचल्यावर, राजाने त्याची खांडोळी करून किम चा मरणानंतरही अपमान केला व मारेकऱ्याला मुक्त केले.

कोरियामध्ये सनातन्यांची एक काहीशी धार्मिक संघटना होती. या संघटनेचे नाव होते टोंगक (Tonghak). कन्फ्युशिअस, बुद्ध, टाओ, यांच्या शिकवणुकीचे अभिमानी असलेल्या या मंडळाचा कसल्याही सुधारणांना सक्त विरोध होता ! लाचलुचपत करणाऱ्या अधिकाऱ्यांची कत्तल करावी अशी त्यांची कोरियाच्या राजाकडे मागणी होती. क्रांती करून कोरियाची भ्रष्ट राजवट उलथवावी म्हणून ही माणसे प्रयत्नशील असत. काही असंतुष्ट कोरियन लष्करी अधिकारी या संघटनेचे सभासद होते. स्वतःच्या देशातील राजवटीविरुद्ध लढताना परकियांना देशात शिरकाव करू देण्याची बेईमानी पुष्कळ वेळा दहशतवादी मंडळी करत असतात. टोंगक पक्षाने जपान्यांशी सूत जमवले होते. किमच्या खुनाचा फायदा घेऊन कोरियामध्ये पेरलेल्या जपानच्या हस्तकांनी या टोंगक मंडळीकडून कोरियात बंड पेटवले. म्हणजे प्रत्यक्षात टोंगक हे देशबुडवेपणाच करू लागले ! मार्च १८९४ मध्ये एका जिल्ह्यात सुरू झालेले हे बंड हळूहळू इतरत्र पसरू लागले. कोरियन सरकार या बंडाचा आपल्या कुवतीनुसार मुकाबला करू लागले.

किमच्या खुनाची संधी घेऊन जपानी सरकार कोरियात सैन्य घुसवील, असा युवान-शिह-काई याचा अंदाज होता व त्याने ली-हुंग-चँगला पत्रावर पत्रे लिहून कोरियात चिनी सैनिक पाठवण्याचा सारखा आग्रह सुरू केला. २५ मे १८८४ या दिवशी ली-हुंग

ने युवान-शिह-काईला तार पाठवली -

"कोरियन राजाने सैन्य पाठवा म्हणून अद्याप विनंती केलेली नाही. जपान सैन्य पाठवीत आहे किंवा काय यासंबंधी माझ्या कानावर काहीही आलेले नाही."

युवान-शिह-काई याचाच तर्क बरोबर होता. १ जून १८९४ या दिवशी जपानी वकिलातीतून सुगीमुरा हा दूत युवान-शिह-काईच्या कचेरीत आला व त्याने सांगितले, 'कोरियात बंडाळी माजली आहे, ती चीनने शमवावी. जर चीन याबाबत काही करणार नसेल तर जपानी व्यापाऱ्यांची होणारी नुकसानी थांबविण्यासाठी जपान सरकार सैन्य पाठविण्याच्या विचारात आहे.'

युवान-शिह-काई याने कोरियन राजाला हे वृत्त कळविताच, 'सैन्य पाठवा' अशी औपचारिक मागणी कोरियाच्या राजाने ली-हुंग-चँगकडे पाठविली. ली-हुंग-चँगने तातडीने १५०० सैनिक रवाना केले व कराराप्रमाणे ही गोष्ट जपान सरकारला कळवून ठेवली.

ली-हुंग-चँगचा खलिता जपानी सरकारला पोचण्यापूर्वीच जपानी वकिलातीकडून कळवण्यात आले की - जपानी सैन्य कोरियाकडे निघाले आहे !

जपानने मात केली होती. चिनी सैन्य येत होते फक्त १५०० व जपानी सैन्य निघाले होते ७०,०००. चिनी सरकार व जपानी सरकार यांनी दोघांनी सैन्य पाठवताच टोंगक अनुयायांनी आपले बंड मागे घेतले.

बंड शमले तेव्हा चिनी सरकारची अपेक्षा होती की, जसे आपले सैन्य आता परत जाईल, तसेच जपानचे सैन्यही जाईल. परंतु एवढ्या संख्येने आलेले जपानी सैन्य आता परत जाण्याची भाषाच करीना. परत जाण्याचा इरादा ठेवून ते आलेलेच नव्हते. जपान सरकारने चिन्यांना कळवले,

"कोरियाची अंतर्गत सुधारणा केल्याखेरीज, तेथील परिस्थिती कायमची सुधारणार नाही. आपण दोघांनी हा प्रयत्न केला पाहिजे. तुम्हाला हे मान्य नसेल तर तुम्ही सैन्य काढून घ्या. आम्ही काढून घेणार नाही !"

कोरियाचे सावज या ना त्या कारणाने आतापर्यंत दोन वेळा जपानच्या हातून निसटले होते. या वेळी मात्र कोरियाचे खाते कायमचे बंद करण्याचाच विचार जपानी सरकारने केलेला होता. जपानी सैन्य रोज वाढत्या संख्येने कोरियात उतरू लागले. युवान-शिह-काई हे सर्व पाहात होता. त्याने ली-हुंग-चँग याला याची कल्पना दिली की, जपान्यांशी कदाचित कोरियात आता आपणाला युद्ध करावे लागणार आहे, नाही तर कोरिया हातातून गेल्यासारखाच आहे.

ली-हुंग-चँगला युद्ध नको होते ! ज्यांना युद्ध नकोच असते ते शांततेला आवाहन

करण्याचा तडाखा चालू ठेवून आपल्या भीरुतेवर चांगुलपणाचे पांघरूण ओढत असतात. ली-हुंग-चँग, या प्रकरणात इंग्लंड वा रशिया मध्यस्थी करतील या आशेवर चालढकल करीत राहिला.

जपानी सेनेने सेऊलवर पूर्ण अंमल बसविला व प्रमुख ठिकाणी नाकेबंदी केली. मध्यस्थी करण्यासाठी गेलेल्या इंग्लिश वकिलाला जपान्यांनी कळविले, ''कोरियाचा राज्यकारभार सुधारावा यासाठी चीन काहीही करणार नसेल, तर आम्ही स्वतंत्रपणे हे करीत आहोत. आता जर चीन त्यात अडथळा आणू पाहील तर तो बाजूस करावा लागेल.''

याचा अर्थ एकच होता - युद्ध आता अटळ होत चालले होते !

कोरियाचे राजघराणे संपूर्णत: जपान्यांच्या कब्जात येताच, जपानी सैन्याने कोरियातील चिनी अधिकाऱ्यांना हाकलण्यास सुरुवात केली. आता मात्र ली-हुंगला शांतीप्रेमाचा बुरखा घेऊन तोंड लपवणे अशक्य झाले.

अजब व्यवस्था

परदेशाशी युद्ध करायचे की नाही ? सैन्य पाठवायचे की नाही ? हे सर्व ठरवण्याची अंतिम जबाबदारी ली-हुंग-चँगवर का पडत होती, हे थोडे समजावून सांगितले पाहिजे. चिनी दरबारची सैन्यव्यवस्था ही एक अजब चीज होती ! प्रत्येक गव्हर्नर जनरलचे सैन्य हे एक स्वतंत्र सैन्य असे. ज्या गव्हर्नर जनरलला ज्या दिशेचे प्रांत दिलेले असत, त्या दिशेने परचक्र आले तर त्या गव्हर्नर जनरलच्या सैन्याने ती कामगिरी करायची अशी पद्धत होती. गव्हर्नर जनरल हाच त्या विभागातील चिनी व्यापाराचाही प्रमुख असे (Superintendent of the Trade). ली-हुंग-चँग हा चिहली प्रांताचा गव्हर्नर जनरल होता, व शिवाय तिअनस्टिन, चेफू व न्युचवाँग या तीन बंदरांतून होणाऱ्या व्यापाराचा प्रमुख होता. कारण ही तिन्ही बंदरे चिहली प्रांताचीच होती. त्या काळी परराष्ट्रसंबंध हे प्रमुखत: व्यापारी असल्यामुळे हाच माणूस त्या विभागाचे परराष्ट्र खातेही सांभाळीत असे ! या तीन बंदरांची आद्याक्षरे वा अंतिम अक्षरे घेऊन पेईयांग (Peiyang) शब्द तयार करण्यात आला होता. ली-हुंग-चँग हा चिहलीचा गव्हर्नर जनरल, पेईयांगचा सुपरिटेन्डेन्ट ऑफ ट्रेड, परराष्ट्रमंत्री - सगळे काही होता. यासाठी त्याचे स्वतंत्र सैन्य होते. या सैन्याला 'पेईयांग आर्मी' म्हणत असत. युवान-शिह-काई प्रथम कोरियात सैन्य घेऊन गेला ते हेच सैन्य होते. पेकिंग येथे जो कोणी मांचू राजा असे त्याचे भवितव्य सर्वस्वी या सैन्याच्याच हातात असे.

आता या वेळी सैन्य पाठवण्याची वेळ येताच ली-हुंग-चँगने पेईयांग लष्करातील ८००० सैन्य ताबडतोब कोरियाला पाठवण्यासाठी चिनी दरबारची अनुमती घेतली.

१६ जुलैला हे सैन्य कोरियाकडे निघाले. जाताना ली-हुंग-चँगने गव्हर्नर जनरल या नात्याने या सैन्याला बजावून सांगितले,

"शक्य तो आपल्याला युद्ध करायचे नाही ! उगाच जपानला दुखावण्यासारखे काहीही करू नका. सर्व गोष्टी सामोपचाराने घ्या."

काय मानसिक अवस्थेत हे सैन्य कोरियाला निघाले होते ते पाहा ! नेते हे इतके भेदरटपणे बोलत असताना सैन्यामध्ये चैतन्य यावे कोठून ? जपानी सैन्य तयारीत होते. चिनी सैन्याचा झटक्यासरशी पराभव करण्याच्या तयारीने वाट पाहात होते. या सैन्याला घेऊन येणारे जहाज काऊर्शिंग २५ जुलै १८९४ रोजी जपान्यांनी झडपेसरशी समुद्रतळी धाडले. उरलेले व वाचलेले चिनी सैनिक आता याशान बंदरात मुक्काम टाकून बसले. त्यांनाही जपान्यांनी चारी अंगांनी घेरले. युद्ध सुरू करण्याची ही धक्कादायक जपानी पद्धती अशी पुरातन आहे ! दुसऱ्या महायुद्धात जपानने अमेरिकेचे पर्ल हार्बरवर हल्ला करून असेच धक्कादायक पदार्पण केले याची आठवण ताजीच आहे.

या वेळीही आधी चिनी सैन्यावर मर्मप्रहार उरकण्यात आला व नंतर १ ऑगस्ट १८९४ या दिवशी जपानने चीनविरुद्ध रीतसर युद्ध घोषित केले ! पेईयांग लष्कर फारच थोडी मजल मारू शकले. जपान्यांनी सेऊलचा बिंदू घट्ट ठेवून चिनी सैन्यांची दाणादाण उडवली. १२ नौकांचे चिनी आरमार यालू बंदराच्या मुखापर्यंत जपान्यांनी येऊ दिले व तिथे त्यावर झडप घातली. ४ जहाजे बुडवली. अर्धा दिवस जेमतेम लढाई झाली. सर्व उरलेसुरले चिनी आरमार मोडक्यातोडक्या अवस्थेत पोर्ट आर्थर बंदरात पळाले ते पुन्हा बाहेर आलेच नाही !

१ ऑगस्टला युद्ध सुरू झाल्यापासून अवघ्या महिन्याभरात या चीन-जपान युद्धातील महत्त्वाच्या लढाया जपान्यांनी जिंकल्या. नोव्हेंबरात जपान्यांनी पोर्ट आर्थरदेखील जिंकले. पोर्ट आर्थरमध्ये नांगरून पडलेल्या, पेकाट मोडलेल्या चिनी आरमाराचा प्रमुख चिनी कमांडर टिंग याने विष घेऊन आत्महत्या केली !

चिनी सैन्याची व आरमाराची जपानने केलेली ही वाताहात पाहून ली-हुंग-चँग विरुद्ध पुन: संतापाची लाट पेकिंगमध्ये व चिहली प्रांतात निर्माण झाली. लीकडून यामुळे लढाईचे अधिकार काढून घेण्यात आले. परंतु लढाईसाठी सेना तयार करण्याचे काम मात्र त्याच्याकडेच ठेवण्यात आले.

लीचे लढाई संपवण्याचे प्रयत्न एकीकडे चालूच होते. अखेर अमेरिकन सरकारमार्फत केलेल्या प्रयत्नांना यश येऊन, जपान्यांनी लढाई संपवून बोलणी करायला तयारी दर्शवली. लढाई थांबवण्याचा प्रश्नच नव्हता. कारण चिनी सैन्य कोरियात कुठेच लढत नव्हते. २१ दिवसांची युद्धबंदी जपानने पत्करली. दरबारच्या वतीने ली-हुंग-चँग

शिमोनोस्की येथे वाटाघाटीसाठी दाखल झाला. १७ एप्रिल १८९५ या दिवशी तांत्रिकदृष्ट्या युद्ध समाप्त होऊन, चीन व जपान यांच्यात तह झाला. हा सिमोनेस्कीचा तह म्हणजे जपानने चिनी सत्तेला लावलेल्या ग्रहणाची सुरुवात होय. या तहाची कलमे काय होती ती पाहा :

(१) कोरिया हा स्वतंत्र स्वयंपूर्ण देश आहे, हे चीनने मान्य करावे.

(२) लिओशूंग द्वीपकल्प, फोर्मोसा व पेनकॅडोर बेटे जपानला देण्यात यावी.

(३) शाशौ, चुंगकिंग, शूचौ व हँगचौ ही आणखी चार बंदरे जपानी व्यापाराला खुली करण्यात यावी.

(४) चीनच्या सर्व व्यापारी बंदरांतून माल पाठवणे, आणणे, विकणे या गोष्टी जकातीशिवाय जपानी व्यापाऱ्यांना करता याव्या. जपानी व्यापारी चीनमध्ये ज्या गोष्टी तयार करतील त्यांच्या निर्यातीवर कसलाही कर राहू नये.

(५) यापूर्वी चीन व जपान या देशांत झालेले सर्व करार रद्द समजण्यात यावे.

या तहातील चौथे कलम हे चिनी व्यापाराचा घात करणारे होते. जपान्यांना अशा भयानक सवलती दिल्या जाताच या सवलती पदरात पाडण्यासाठी इतरही देशांचा त्रास सुरू होणे अपरिहार्य होते. चीनचा सगळा व्यापार हा परकीयांच्या हातात दिल्यानंतर चीन देशात कधीकाळी मोठा देशी उद्योग सुरू होण्याची सुतराम शक्यता आता उरलेली नव्हती.

गिधाडांनी ताव मारला !

या तहावरची शाई वाळते न वाळते तोच, रशियाने जर्मनी व फ्रान्सशी संगनमत करून लिओशूंग द्वीपकल्प हे चिनी दरबारचेच राहिले पाहिजे असा आग्रह धरला ! ही मागणी जपानी सरकारने मान्य केली. कारण या तीन राष्ट्रांचा रोष एकदम अंगावर घेणे जपानला या वेळी शक्य नव्हते. रशियाने लिओशूंग द्वीपकल्प चीनकडे ठेवण्याचा हा आग्रह उगाच धरला नव्हता ! पोर्ट आर्थर व दाईरेन ही बंदरे चिनी दरबारने रशियाला भाडेपट्टीने द्यावी असा आग्रह पाठोपाठ रशियाने धरला. जर्मनीने किमोचौ उपसागर, फ्रान्सने काँगहौ उपसागर आणि इंग्लंडने वेईहाईवेई बंदर मागितले. या सगळ्या मागण्या चिनी दरबारला लिओशूंगबाबत केलेल्या उपकाराची परतफेड म्हणून मान्य कराव्या लागल्या. या सर्व सलगीतील चोरांनीच चीनला सर्वस्वी नागवले.

एखाद्या अजस्त्र प्राण्याच्या शवावर चार गिधाडांनी ताव मारावा, तसे हे दृश्य होते ! आशियातल्या अजस्त्र देहाच्या या देशाचे लचके भराभर तोडले गेले होते. १८७४ साली जपानने लिवू, चिवू बेटे वेगळी काढली. १८८५ मध्ये फ्रेंचांनी अन्नामचा तुकडा पाडला आणि या सर्वांवर कळस म्हणून जपानने आता १८९४ मध्ये चीनचा लष्करी

पराभव करून कोरियावर कब्जा केला होता. जपान्यांशी केलेल्या भयानक तहाचा परिणाम म्हणून चिनी दरबारातील हुजऱ्यांना पैसा चारून रशियाने पोर्ट आर्थर व दाईरेन ही बंदरे भाडेपट्टीने घेतली व मांचुरीयात रेल्वे बांधण्याचे अधिकार मिळवले. इंग्लंडने रेल्वेचे कंत्राट चिहलीमध्ये मिळवले. फ्रेंचांनी कांगचौ उपसागरात आरमारी ठाणी व शिवाय रेल्वे कंत्राटे मिळवली व हाँगकाँगजवळच काही प्रदेश ९९ वर्षांच्या कराराने ताब्यात घेतला. शांटुंग द्वीपकल्पात दोन जर्मन मिशनऱ्यांचा खून झाला, या कारणास्तव जर्मनीच्या कैसर विल्यमने त्सिंगटो शहर ताब्यात घेतले व शांटुंग द्वीपकल्पात स्वत:ची रेल्वे सुरू करण्यास परवानगी मिळवली.

या सगळ्या घातचक्राला राजमाता येहोनालाचा भ्रष्ट कारभार जबाबदार होता यात शंका नाही. राज्यकारभाराच्या आणि साम्राज्याच्या सर्व स्तरांवर येहोनालापासून तो कारकुनापर्यंत सर्वत्र पैसा खाल्ला जाऊ लागला होता. जिथे येहोनाला ही स्वत: लष्करी कामासाठी खर्चावयाचे पैसे स्वत:च्या आलिशान निवासाला खर्च करत होती, तिथे इतरांची काय कथा ? लाच देऊन अधिकाराच्या जागा विकल्या जात होत्या, लाच देऊनच त्या टिकवल्या जात होत्या. पेईयांग सेनेचे बरेचसे लष्करी प्रमुख हे येहोनालाचा हिजडा सेवक लिथेन याच्यापुढे गोंडा घोळत असत. पैसा दाबला जाई तो लष्करी खर्चातला !

कुणाचा पायपोस कुणाच्या ताब्यात नव्हता. ओ. पी. ब्लँड नावाच्या इंग्रजाने - जो त्या वेळी पेकिंगला होता - अशीच एक हकीकत नमूद केलेली आहे !

"चीन-जपान युद्धाला तोंड लागण्यापूर्वी काही दिवस, ली-हुंग-चँगचा जर्मन सल्लागार हॅनिकेन् याने अशी सूचना केली होती की, जर्मनीतील सुप्रसिद्ध क्रप कारखान्यातून तोफगोळे खरेदी करण्यात यावे. ली याने तोफगोळ्यांच्या खरेदीसाठी पत्र लिहून ते दरबारकडे पाठविले. पेकिंगला लष्करी खरेदी खात्याचा अधिकारी चांग-पाईलून याने त्यावर शेरा मारला, 'ही खरेदी म्हणजे पैशाचा अपव्ययच होय.' खरेदी स्थगित झाली. युद्धाला १८९४ मध्ये तोंड लागले. पीत समुद्रात जपान्यांनी चिनी आरमाराचे शिरकाण केले. कारण आरमारी तोफांना तोफगोळेच नव्हते ! जे देशी बनावटीचे तोफगोळे घाईघाईने मिळवण्यात आले, ते कंत्राटदारांनी पैसे खाऊन बनवलेले असल्याने, प्रत्यक्ष उडवले तेव्हा दारूऐवजी त्यातून खिळ्यांचे तुकडे फक्त बाहेर पडले !"

ली-हुंग-चँग हाच एकटा काय तो देशात माजलेल्या भयानक भ्रष्टाचारापासून अलिप्त होता. परंतु देशाची होणारी चौफेर घसरगुंडी थांबविणे त्याच्या आवाक्याबाहेर होते. क्रांती करून पेकिंगची राजवट उलथवल्याखेरीज, देशात परिणामकारक रीतीने कुणालाच काही करता येण्यासारखे नव्हते. पण मांचू राजवटीविरुद्ध बंड करण्याची क्रांतिकारक

कल्पना ली-हुंग-चँगच्या प्रकृतीला मुळीच मानवणारी नव्हती. प्राप्त परिस्थितीत शक्यतो लढाई टाळून नामुष्की टाळावी यासाठी तो प्रयत्न करीत राहिला. अशाने अखेर लढाई टळली नाही आणि नामुष्कीही टळली नाही ! ली-हुंग-चँग हा धड पंतप्रधान नव्हता, की राजा नव्हता. एका सुखलोलुप स्त्रीचा व तिच्या पंखाखालील मांचू राजाचा तो एक सेवक होता, अनेकांपैकी एक.

येऊन जाऊन पेईयांग लष्कर हेच काय ते त्याच्या आज्ञेतील बळ होते. सगळ्या देशाचा पैसा लष्करी तयारीसाठी खर्च करण्याची शक्यता या चमत्कारिक राजवटीत नव्हती. प्रत्येक प्रांताचा गव्हर्नर आपल्या प्रांतातील जमा होणारा कर स्वतःच्या इच्छेप्रमाणे वापरणार ! सर्वांवर केंद्रित नियंत्रण कुणाचेच नाही. नियंत्रण असू शकत होते ते येहोनालाचे. आणि या बाईला तर स्वतःच्या खर्चासाठी सारखा पैसा अपुरा पडत होता. ली-हुंग-चँग एकदा वैतागाने उद्गारला,

"सगळ्या जपान देशाविरुद्ध फक्त माझा चिहली प्रांतच काय तो लढतो आहे... इतरांना त्याचे जणू सोयरसुतक नाही !"

स्थितिप्रियांची शोकांतिका

याउलट चीनचा शत्रू झालेला जपान हा सुस्थिर सरकार असलेला, विज्ञानाभिमुख व पाश्चात्यांशी पैजा घेण्याच्या इराद्याने औद्योगिक क्रांती पचवून उभा राहू पाहणारा चैतन्यशील देश होता. त्याचे सगळे अवयव सळसळत्या रक्ताचे होते. अशा या आत्मविश्वासाने साम्राज्यनिर्मिती करू पाहणाऱ्या देशापुढे, सरंजामशाहीचे जीर्णशीर्ण शरीर धारण करणारा, आणि त्या शरीरात सर्व स्तरांवरील अनैतिक आचरणाने निर्माण झालेल्या दुर्धर रोगांनी जर्जर झालेला असा चीन देश, टिकाव धरणे शक्य तरी होते काय ? जो तो स्वार्थामागे लागलेला होता. सिंहासनाकडे पाहून सामान्य माणसाच्या मनात सद्भावनेचा प्रादुर्भाव व्हावा अशी राजवट उरली नव्हती ! सिंहासनाचे चाकर हे सर्वस्व गमावलेल्या धन्याच्या गुलामासारखे अत्यंत लाचार अवस्थेला पोचलेले होते. चोऱ्यामाऱ्या, घातपात, हेवेदावे यांचा सर्वत्र बुजबुजाट झाला होता. कोरियातील बंड फसल्यानंतर जपानचा इटो व ली-हुंग-चँग हे तिअनस्टिनला प्रथम भेटले, तेव्हा ली-हुंग-चँग म्हणाला,

"तुम्ही या माझ्या देशात अधिकारावर असता तर मला किती अडचणींना तोंड द्यावे लागते याची तुम्हाला कल्पना आली असती !"

यावर इटोने दिलेले उत्तर अधिक भेदक होते. तो म्हणाला,

"महाराज, तुमच्या देशात माझ्यासारख्या माणसाला अधिकार-स्तरापर्यंत पोचताच आले नसते !"

सहजगत्या झालेल्या संभाषणातील या उद्गारांत सत्य जे दडलेले होते ते विदारक होते - आणि कितीही झाकली तरी चीनमधील लाचलुचपतीची राजवट काय आहे हे परके ओळखून त्याप्रमाणे वागत होते.

चीनमध्ये यापूर्वीच राजकीय क्रांती होण्याची नितांत गरज होती. परंतु चिनी मन हे स्थितिप्रिय व सनातनी असल्याने राजकीय व सामाजिक मन्वंतराकरिता उत्सुक असणारेही, अर्ज-विनंत्या करून जे काही होईल त्यावरच समाधान मानीत होते ! अशा परिस्थितीत परराष्ट्रसंबंधात चिन्यांना पाश्चात्यांनी आणि जपानसारख्या आशियातील छोट्या देशाने पुरते नामोहरम केले यात आश्चर्य ते काय ? आता तर जपानने चीनचा लष्करी पराभव करून चीनचा उरलासुरला दबदबा सर्वत्र धुळीला मिळविला होता. स्थितिप्रिय नेतृत्वाची मृत्युघंटाच यामुळे वाजू लागली आणि क्रांतीच्या दिशेने राजकीय क्षितीज उजळू लागले.

चीनच्या राजकीय क्षितीजावर सन्यत्-सेनचा उदय झालेला होता. १८६६ सालचा त्याचा जन्म. म्हणजे या वेळी तो २९ वर्षांचा होता.

* * *

८

□

बॉक्सर बंडाचा अंत

चिन्यांनी हे पाप केले नाही !

"आपल्या हिंदुस्थानच्या किनाऱ्यावर, परकीय देशांतील लोक आपल्यावर उपकार करण्यासाठी आले आहेत, असे शुभ वर्तमान कळताच, आपल्यातील एकेक राजे त्यांच्याकडे जाऊन त्यांना सन्मानाने आपल्या घरी घेऊन आले आणि त्यांच्याकडून आपल्या शेजाऱ्यापाजाऱ्यांची आणि भाऊबंदांची राज्ये पादाक्रान्त करवून झाल्यानंतर खुद्द आपली स्वत:ची राज्येही त्यांच्या पदकमली ते समर्पण करते झाले. हिंदुस्थानने हे जे अद्भुत कार्य इतक्या वर्षांत सर्व जगाला करवून दाखविले, ते कार्य अजूनही चीन देशाला करून दाखविता आले नाही. इंग्लिश, फ्रेंच, जर्मन, रशियन, अमेरिकन, वगैरे सर्व लोक केवळ परोपकार करण्यासाठी चिनी लोकांच्या दारात येऊन बसले असता, कोणीही अजून त्यांना आतमध्ये बोलावीत नाहीत, किंवा कुणीही आपले अर्धे राज्य देऊ करून आपल्याच भावाच्या राज्याचा नि:पात करण्यासाठी त्यांची योजना करीत नाहीत, यावरून चिनी लोकांमध्ये गुणग्राहकतेची किती मोठी उणीव आहे हे स्पष्ट दिसून येते ! उलट त्यांनी याबाबत अगदी निराशाच करून सोडली आहे. डॉ. सन्यत्-सेन यांच्या प्रेरणेने चीन देशामध्ये आता क्रांतीची लाट उसळली असून, आपल्या देशाचे स्वातंत्र्य टिकवले पाहिजे, असा तेथील लोकांचा दृढनिश्चय झालेला आहे."

१९२७ साली कै. शिवराम महादेव परांजपे ह्यांनी लिहिलेल्या 'चीनपासून हिंदुस्थानने काय लुबाडून घ्यावे' या वक्रोक्तीपूर्ण लेखातील हा एक परिच्छेद आहे. चीनच्या अजस्त्र देहाचे पाश्चात्य राष्ट्रांनी १८७४ ते ९५ या कालावधीत भराभर लचके तोडले असले व सरंजामशाहीचे जीर्ण शरीर धारण करणाऱ्या या प्रचंड देशात अनेक दुर्धर सामाजिक रोगांनी घर केलेले असले तरी परकीयांना मनोभावे कवटाळण्याचे पाप या देशातील लोकांनी कधीच केले नाही, ही गोष्ट खरीच आहे. 'इंग्लिश व फ्रेंचांच्या वतीने लढणारे

चिनी' ही जात तेथे कधीच निर्माण झाली नाही ! एकोणिसाव्या शतकाच्या उत्तरार्धात जगात अनेक देशांत औद्योगिक क्रांतीची पहाट झालेली होती. ही पाश्चात्य राष्ट्रे सतत स्वस्त मजुरांच्या शोधात असत. दक्षिण चीनमध्ये ताईपिंग बंडानंतर बेकारी अनुभवणारे हजारो तरूण पोटापाण्याच्या व्यवसायासाठी भराभर चीनबाहेर पडले. ज्या भागात ताईपिंग बंड झाले त्या भागातूनच देश सोडून बाहेर जाणाऱ्या तरुणांचा लोंढा सुरू झाला, हा केवळ योगायोग नव्हता. सुरुवातीला जे बाहेर गेले ते स्वत: या बंडात भाग घेतलेले चिनी होते. परदेशांत जाऊन या चिन्यांनी ज्या स्वत:च्या वसाहती निर्माण केल्या, त्या सर्व मांचूद्वेष्ट्याच होत्या. पाश्चात्यांची प्रगती व सुधारणा प्रत्यक्ष पाहून, आपल्या देशातही असे घडावे, मांचू जुलमी राजवट संपुष्टात यावी आणि सुखासमाधानाने सर्वांनाच जगता येईल अशी परिस्थिती निर्माण व्हावी, अशी आकांक्षा या चिनी माणसांतील जे विचार करू शकत असत, अशांच्या मनांत दृढ होत चालली होती.

क्रांतिकारक सन्यत् सेन

कॅन्टोनजवळच्या एका खेड्यात, एका गरीब शेतकरी कुटुंबात १८६६ साली सन्यत्-सेन हा मुलगा जन्माला आला होता. लहानपणी गावातील वृद्ध लोक तासन् तास ज्या गप्पा मारीत त्या ऐकत बसण्याचा नाद त्याला लागला होता. कारण या गप्पा विशेषत: नुकत्याच होऊन गेलेल्या बंडासंबंधी असत. आपण या बंडात कसा भाग घेतला, मांचू राजवट जवळ जवळ कशी संपत आली होती, अशा अर्थाच्या अनेक खऱ्या - खोट्या सुरस कथा ही माणसे चवीने एकमेकांना सांगत असत. त्याच्या बालमनावर ह्याचा विलक्षण परिणाम होई.

त्याच्या आई-वडिलांनी इतर अनेक कुटुंबांप्रमाणे चीनबाहेर पडण्याचे ठरविले. सन्यत्-सेनचे शिक्षण होनोलुलू व हाँगकाँग येथील शाळांतून यामुळे होऊ शकले. पाश्चात्य ज्ञानाने आयुष्य अधिक संपन्नपणे घालविता येते, हे त्याला समजले. यामुळे अमेरिकन मिशनने कॅन्टोन येथे चालविलेल्या मेडिकल कॉलेजात डॉक्टर होण्यासाठी तो दाखल झाला. हाँगकाँग विद्यापीठात त्याने डॉक्टरची पदवी घेतली. १८८६ मध्ये कॅन्टोन येथे वैद्यकीचा विद्यार्थी असतानाच चँग-सिहालिआँग व सनहुई ह्यांनी स्थापन केलेल्या गुप्त क्रांतिकारक संस्थेशी त्याचा संबंध जडला. हाँगकाँग येथे गेल्यानंतर तेथेही जे थोडे चिनी देशभक्त तरुण होते ते त्याच्याभोवती जमा झाले. या काळातील घटनांविषयी सन्यत्-सेन आपल्या आत्मचरित्रात लिहितो -

"मांचू राजांची सत्ता उलथून टाकली पाहिजे, असे विचार माझ्या मनात दृढ होऊ लागले तेव्हापासून मी आमच्या रुग्णालयाची वास्तू ही माझ्या प्रचाराची मुख्य कचेरी केली आणि माझे वैद्यकीय ज्ञान आणि औषधे ही याच कामासाठी जगात वावरण्याचे

साधन म्हणून उपयोगात आणली.''

("I began to make up my mind to overthrow the Ching Dynasty and from that time on, I was using Hospital school as my headquarters for propoganda and using medicine as a medium for entering the world.")

वैद्यकीय पदवी घेऊन डॉक्टर झालेला १९ वर्षांचा हा तरुण मॅकॉव बंदरात दवाखाना काढून बसला. हे बंदर पोर्तुगीजांनी बळकावलेले होते. पोर्तुगीजांनी 'सन्यत्-सेनने पोर्तुगीजांना औषधे देता कामा नयेत.' असे चमत्कारिक बंधन त्याच्यावर घातले. हा चळवळ्या आपल्या राज्यात नको, यासाठी हा छळवाद त्यांनी सुरू केला होता.

मॅकॉव सोडून डॉ. सन्यत्-सेन कॅन्टोनला परतला. त्याच्याभोवती चिनी तरुणांचे कडे पुन: जमा झाले. मांचू राजे नादान आहेत, त्यांनी नेमलेले अधिकारी नीतीभ्रष्ट आहेत, हे सर्व राज्यच जुलमी आहे, राजनिष्ठ राहण्याची आपल्याला आवश्यकता नाही, लोकशाहीचे राज्य देशात अवतरले पाहिजे, असा सतत प्रचार हे सर्व तरुण करू लागले. कॅन्टोनला थोडासा जम बसल्यावर ठिकठिकाणी क्रांतिकारकांचे जाळे तयार करण्यासाठी सन्यत्-सेन आता सर्वत्र प्रचार करू लागला. त्याच्या चळवळीला परागंदा झालेल्या परदेशांतील चिनी मंडळींकडून भरपूर पैसे येऊ लागले.

मांचू राजवट ही आतून पोखरलेली आहे. एक जोराचा धक्का दिला की ती पाहता पाहता कोसळेल असे त्याचे निदान होते.

सनदशीर कँग

डॉ. सन्यत्-सेनच्या नेतृत्वाखाली क्रांतिकारकांचे गट देशाबाहेर वाढत असताना, चीनच्या भूमीवरील सनदशीर मार्गाने सुधारणांसाठी झगडणारी चळवळ मूळ धरीत होती. या चळवळीचे नेतृत्व कँग नावाचा एक साधुतुल्य आयुष्य घालवणारा पुरुष करत होता. डॉ. सन्यत्-सेन एका शेतकऱ्याचा मुलगा असल्याने, त्याचा संबंध चीनच्या गरिबीशीच जसा अधिक आला होता, त्याप्रमाणे कँग हा एका मातबर सुखवस्तू घराण्यात जन्माला आल्याने, त्याचे मन कन्फ्युशिअसच्या शिकवणुकीने भारून गेले होते. आयुष्यभर खूप वाचावे, मनन करावे आणि आपल्या ज्ञानाचा लाभ लोकांनी घ्यावा, ही त्याची महत्त्वाकांक्षा बनली. त्याचे सर्व घराणेच पंडिताचे होते - याचा हा परिणाम होता.

वयाच्या १८ व्या वर्षी प्राथमिक व शालेय शिक्षण संपल्यावर कँग हा क्वांगटुंग येथे आला व तिथे त्याने चिनी इतिहास व राजघराणी यांचे अध्ययन सुरू केले. चू नावाचा वृद्ध विद्वान क्वांगटुंगला अध्ययन - अध्यापन करीत असे. त्यांचे शिष्यत्व कँगने पत्करले. गुरूच्या मृत्यूनंतर कँग चार वर्षे चिंतनासाठी व मननासाठी 'नान् है' या डोंगरात एकांतात

राहू लागला.

येथपर्यंत कँगला पाश्चात्य शिक्षणाचा गंधही नव्हता. चिनी तत्त्वज्ञानाचा अभ्यास व चिंतन पुरे करून देश पाहण्यासाठी कँग जेव्हा बाहेर पडला, तेव्हा पेकिंगच्या वाटेवर त्याने हाँगकाँग व शांघाय येथे काही काळ वास्तव्य केले. पाश्चात्यांनी जोपासलेल्या या शहरातील नगरपालिकांचा व्यवस्थित कारभार पाहून तो थक्क झाला. जर परकीय देशांत येऊन हे पाश्चात्य इतकी चोख व्यवस्था लावतात तर त्यांनी आपल्या राज्याचा कारभार कसा चालविला असेल याचे चित्र त्याच्या मनःचक्षुंपुढे तरंगू लागले. या ठिकाणी कँगने पाश्चात्त्यांच्या प्रगतीची दोन महत्त्वाची कारणे शोधून काढली. पहिली गोष्ट, या पाश्चात्त्य लोकांना नैतिक व मानवी मूल्यांचा भक्कम आधार असलेले सिद्धांत लाभलेले आहेत व दुसरी गोष्ट, राजकीय तत्त्वज्ञान व विज्ञान ह्या दोन्ही क्षेत्रात त्यांनी भरपूर ज्ञान मिळवले आहे. मिशनऱ्यांनी या शहरात चिनी भाषेत उपलब्ध केलेली अनेक पाश्चात्त्य पुस्तके होती. कँगने ती सर्व वाचून काढली. बायबलचे भाषांतर वगळता ही सर्व पुस्तके प्रामुख्याने धंदेविषयक, शास्त्रविषयक, वैद्यकीय विषयावरील व लष्करी शिक्षणासंबंधी होती.

दोघांतील फरक

कँग व डॉ. सन्यत्-सेन या दोघांचा लोकशिक्षणातील महत्त्वाचा फरक आता लक्षात येईल. डॉ. सन्यत्-सेनचे बालपण शेतकऱ्यांत गेले होते. तिथे सतत जीवनाकरिता झगडा होता आणि जो काही विचार म्हणून होता, तो साधा व रोखठोक व्यवहाराचाच असायचा. कुणाच्याही जुन्या परंपरागत तत्त्वज्ञानाचे ओझे डॉ. सन्यत्-सेन याच्या पाठीवर नव्हते. मात्र अगदी सुरुवातीपासून सन्यत्-सेनला पाश्चात्त्य शिक्षणाचा लाभ झाला व युरोपियन संस्कृतीची ओळख झाली. यामुळे त्याचे विचार चीनच्या राजकीय व सामाजिक प्रश्नाकडे लागलीच वळले. कँगचे तसे झाले नाही. चिनी तत्त्वज्ञान व परंपरा यांच्या मिठीतून त्याची वैचारिक सुटका कधीच झाली नाही. या परंपरांचा घट्ट आधार त्याच्या विचारांना होता. पाश्चात्त्य ज्ञानाशी त्याचा संपर्क आला तो खूपच वाढत्या वयात आला.

कँगचा मार्ग

कँग जेव्हा आपले सुधारणाविषयक विचार व्यक्त करू लागला तेव्हा ते सर्व विचार चिनी जनतेस खूपच ताजे व चिंतन - मननांतून आलेले आहेत हे जाणवू लागले. त्याचा परंपरेचा धागा घट्ट होता. याउलट डॉ. सन्यत्-सेन याच्या विचारांना पाश्चात्त्यांच्या विचारांच्या अनुकरणाचा उग्र वास सतत येत असे.

१८९४ च्या आसपासची परिस्थिती ही कँग याच्या कार्याला अधिक पोषक होती.

सुखवस्तू वर्ग आणि बराचसा मध्यम वर्ग हा क्रांतिकारकांच्या मार्गाने जाण्यास कधीच फारसा उत्सुक नसतो. मागे सांगितल्याप्रमाणे चीन - जपान युद्धाला १८९४ साली सुरुवात होताच, डॉ. सन्यत्-सेन हवाई बेटावर निसटला. तिथे त्याने चीनच्या पुनरुत्थानासाठी त्सिग-चुंग-हुई (Revive China Society) या संस्थेची स्थापना केली. संस्थेचा एकमेव दुसरा सभासद म्हणजे त्याचाच थोरला भाऊ होता !

इकडे कँगच्या मनात चीनच्या राजकारणात इंग्लंडच्या राजाप्रमाणे अथवा जपानच्या राजाप्रमाणे मांचू राजांना नियंत्रित स्थान द्यावे असे होते. रूढ पद्धतीनुसार त्याने राजाला एक सुधारणा मागणारा अर्ज लिहिला. सरकारी नोकरीसाठी निवडलेल्या सुमारे १२०० ते १३०० तरुण शिक्षितांच्या सह्या घेऊन तो त्याने राजाकडे रवाना केला.

तक्तावरील राजा कुआंगसू (येहोनालाच्या बहिणीचा मुलगा) हा विचाराने शहाणा होता. चिनी लोकांच्या हातात अधिक सत्ता दिल्याशिवाय मांचू राजे यापुढे टिकणार नाहीत, हे त्याला समजत होते. सरकारी नोकरीत शिरण्यासाठी आवश्यक असलेली परीक्षा देऊन कँग हा आता पेकिंगला सरकारी नोकरीत दाखल झाला होता. कन्फ्युशिअसच्या शिकवणुकीचा नवा भाष्यकार म्हणून त्याची ख्याती पसरली होती. काही पुस्तके त्याने प्रसिद्ध केली होती. कँग याने कन्फ्युशिअसच्या शिकवणुकीतून असे दाखवूनच दिले होते की, राजाचे अधिकार हे जनतेने नियंत्रित केले पाहिजेत. लोकांचे किमान अधिकार व न्याय मिळवण्याचा हक्क राज्यात अबाधित असला पाहिजे. वाईट चालीरीती नाहीशा करायला कन्फ्युशिअसची आडकाठी नाही व शासनाचे सर्व नियंत्रण हे समतेवर आधारलेले असले पाहिजे - हा देखील कन्फ्युशिअसचा विचार आहेच.

कँगची पुस्तके व लेख हे राजा कुआंगसूपर्यंत पोचायला किंचित काल लागला. परंतु जेव्हा कुआंग सूची खात्री झाली की हा विचारवंत आपल्या राज्याला लाभला पाहिजे तेव्हा जून १८९८ मध्ये कँगची पेकिंगला आपला सल्लागार म्हणून त्याने नेमणूक केली.

लोकाभिमुख कारभार

कँगच्या भोवती आता दरबारी अधिकाऱ्यांचा एक लहानसा गट तयार झाला. राजा हळूहळू कँगच्या सल्ल्याने वागू लागला. ११ जून १८९८ ते १६ सप्टेंबर १८९८ या १०० दिवसात राज्यकारभारात आमूलाग्र सुधारणा करणारे आणि राज्यकारभार लोकाभिमुख करणारे अनेक फतवे राजाने काढले.

आपल्या भाच्याच्या हातून हळूहळू सत्ता मंत्रिमंडळाच्या व पर्यायाने जनतेच्या हाती घरंगळत आहे ही गोष्ट येहोनाला पाहात होती. तिचा संताप हळूहळू वाढत होता.

कँग हा राजापर्यंत पोचू शकत असे. परंतु राजमाता येहोनाला व तिच्या दडपणाखातर चिहली प्रांताचा गव्हर्नर जनरल म्हणून नेमला गेलेला तिचा हस्तक जुंग-लू ही दोघे त्याच्या कक्षेबाहेरची महत्त्वाची प्यादी होती.

येहोनालाचा कट

येहोनालाने जुंग-लूच्या मदतीने राजाला बाजूस सारून सत्ता हाती घेण्याचा कट रचला. जुंग-लूच्या हाताखाली असलेले पेईयांग लष्कर हेच पेकिंगचे रक्षणकर्ते लष्कर होते. तीन लष्करी अधिकाऱ्यांच्या अधिकाराखाली हे लष्कर तयार झाले होते. या तिघातला एक होता युवान-शिह-काई !

येहोनालाच्या व जुंग-लूच्या इशाऱ्यासरशी राजाच्या दरबारात एक अर्ज दाखल झाला की पेईयांग लष्कराची पाहणी राजा कुआंगसूने तिअनस्टिन येथे करावी व त्याच्याबरोबर राजमातेने यावे. राजाला सुरुवातीला कटाची गंधवार्ता नसल्याने त्याने आपल्या मावशीलाही बरोबर येण्याचे निमंत्रण दिले. ही भेट ऑक्टोबरात ठरली.

कटाविरुद्ध उपाययोजना

कँग व त्याच्या सल्लागार मंडळीतील सहकाऱ्यांना काही दिवसांतच, राजाविरुद्ध जुंग-लू व राजमाता यांनी कट केला आहे, याचा सुगावा लागला. युवान-शिह-काई याला आपणाकडे खेचून घ्या असा सल्ला त्यांनी राजाला दिला. राजाने ताबडतोब त्याला लष्करी शिक्षणाचा प्रमुख म्हणून पेकिंगला बढती दिली. युवान पेकिंगला आल्यावर १८ सप्टेंबरला रात्री त्याला राजाच्या हितचिंतकांनी अशी गळ घातली की, पुढील महिन्यात येहोनालासह राजा कुआंगसू तिअनस्टिनला जात आहे, तेव्हा राजाचे रक्षण करण्याची जबाबदारी युवानने घ्यावी. युवानला सुधारणावाल्यांबद्दल फारशी सहानुभूती नव्हती. परंतु राजनिष्ठेपोटी त्याने ही जबाबदारी उचलली.

येहोनालाची चाणक्यनीती

दरबारात चाललेल्या हालचालींवर येहोनालाची नेहमीच करडी नजर असे. कट फसत चालला आहे हे त्या पाताळयंत्री स्त्रीच्या लक्षात आले व जे काही करावयाचे ते ताबडतोब केले पाहिजे, असे तिने ठरवले. पुढच्या तीन दिवसांत किती झपाट्याने तिने राज्याचा कब्जा केला तो पाहा. ही सर्व हकीगत राजवाड्यात वावरणाऱ्या व्यक्तीनेच लिहून ठेवलेली आहे. युवान-शिह-काईला एक आज्ञा १८ सप्टेंबरला मिळाली की, व्हॅलॅडिव्होस्टॉक बंदरापाशी रशियन सैन्याने गडबड उडवल्यामुळे त्याने ताबडतोब तिअनस्टिनच्या रक्षणासाठी यावे. युवान तिअनस्टिनला पोचण्यापूर्वी जुंग-लू हा पेकिंगला गाडीने दाखल झाला. येहोनालाकडून आवश्यक त्या सूचना घेऊन तो पुनः तिअनस्टिनला आला.

जुंग-लू बरोबर आलेल्या त्याच्या शरीररक्षकांना येहोनालाने ठेवून घेतले होते. या सर्वांना आपल्या राजवाड्याचे दरवाजे रोखून धरण्याची कामगिरी येहोनालाने सांगितली. २० सप्टेंबरची सायंकाळ झाली, तेव्हा पेकिंग शहरात येहोनालाचे हिजडे हस्तक अफवा पसरवीत सुटले - 'कँग आणि त्याच्या साथीदारांच्या नादाने कुआंगसू राजाने येहोनालाला दगाफटका करण्याचे ठरवले आहे व उद्या सकाळी गडबड होणार आहे.'

२१ तारखेला पहाटे नेहमीप्रमाणे राजमातेला वंदन करण्यासाठी राजा कुआंगसू पेकिंग शहराबाहेरील राजमातेच्या उन्हाळी राजवाड्याच्या दाराशी आला. दरवाजावर वाढलेला बंदोबस्त पाहून तो थोडासा बावरला.

राजा आत येताच राजवाड्याच्या मागील दाराने येहोनाला बाहेर पडली व पेकिंग शहरातील खुद्द राजाच्या निवासात दाखल झाली. आता मात्र तिने राजाच्या खोलीत जाऊन सर्व सुधारणेच्या फतव्यांचे दप्तर ताब्यात घेतले. राजा कुआंगसू येहोनालाच्या पाठोपाठ आपल्या राजवाड्यात पोचला. येहोनालाने त्याला पाहताच कडकलक्ष्मीचा अवतार धारण केलेला होता.

तिच्यापुढे तो खोलीत येताच ती कडाडली -

"गेली वीस वर्षे तुला मी पोसला, वाढवला, त्याचे चांगले उपकार फेडतो आहेस ! त्या हरामखोराच्या नादी लागून माझ्याविरुद्ध कट करण्यापर्यंत तुझी मजल गेली !"

("I have been feeding you and taking care of you for twenty years and yet you listen to the words of those churls to plot against me.")

कुआंगसूचा भीतीने थरकाप उडाला. त्याच्या तोंडून धड शब्द फुटत नव्हता. उरलेसुरले अवसान गोळा करीत तो पुटपुटला,

"माझा खरंच असा काही इरादा नव्हता -"

येहोनाला या पोराच्या तोंडावर जोराने थुंकली आणि ओरडली,

"मूर्ख कारट्या ! आज जर मी जिवंत नसते तर उद्या तू जिवंत तरी राहशील का ?"

("Stupid son ! If I do not exist today, how can you exist tomorrow ?")

राजा कुआंगसूला तर मूर्च्छा येण्याची वेळ आली. हा प्रकार आटोपल्यावर येहोनालाने तातडीने घोषणा केली -

"राजा अतिशय आजारी झाला आहे. राज्यकारभार मी माझ्या हाती पुन: घेत आहे."

कँग-पर्वाचा अस्त

कँग हा सुदैवाने कुआंगसूकडून पूर्वसूचना मिळाल्यामुळे २० सप्टेंबरला पेकिंगकडून

असटला व यामुळेच केवळ तो येहोनालाने घडवलेल्या नंतरच्या हत्याकांडातून वाचला. त्याला पकडण्याचे हुकूम सुटले तेव्हा देशाबाहेर निघालेल्या एका बोटीवर तो चढलेला होता. इंग्लिश वकिलातीने त्याला पळून जायला सर्व मदत केली. त्याचा कट्टर अनुयायी लियांग हा जपानला पळाला. जे मागे उरले ते त्याचे सहा सहकारी देशद्रोही म्हणून येहोनालाने कापून काढले. देशद्रोही ठरणाऱ्यांच्या शरीराची, त्याला कमरेत कापून सारखी दोन शकले करण्याची त्या वेळी पद्धत होती. कुआंगसू पुढील आयुष्यभर कैदेत पडल्यासारखा झाला. येहोनाला सांगेल तेव्हा दरबारात हजर राहण्यापलिकडे त्याला काम उरले नाही.

कँगच्या हातून पुढे फारसे काहीच घडू शकले नाही. त्याने व लियांग या दोघांनी 'राजाला वाचवा' अशी हाक देणारी संस्था परदेशात जन्माला घातली. कँगच्या सुधारणा चळवळीचा महत्त्वाचा परिणाम हा झाला की, चिनी जनता आणि मांचू राजे यांच्यातील कडवटपणा खतपाणी मिळून जोमाने वाढीस लागला. कँगचे जे सहा सहकारी येहोनालाने कापून काढले ते सर्व चिनी जनतेच्या मनोमनी हुतात्मे ठरू लागले.

चाणाक्ष येहोनाला

राज्ययंत्रावर कब्जा करताच येहोनालाने घड्याळाचे काटे मागे फिरवण्यास सुरुवात केली. सर्व सुधारणा हुकुमाच्या एका फटकाऱ्याने रद्द झाल्या. स्वत:चे हस्तक महत्त्वाच्या जागेवर आणण्याचा कार्यक्रम तिने लगोलग हाती घेतला.

जुंग-लू हा आता ग्रँड कौन्सिलवर पेंकिंगला नेमला गेला व चिहलीचा गव्हर्नर जनरल म्हणून यु-लू याची रवानगी झाली.

येहोनाला ही पाताळयंत्री आणि क्रूर होती, तशीच चाणाक्षही होतीच. आपल्या सत्तेचा उगम पेकिंगच्या दरबारात होत नसून दूरदूरच्या प्रांतांची सदिच्छा हीच खरी आपल्या सत्तेचा आधार होय, ही गोष्ट तिला माहीत होती. चीनमधून पळून गेलेले कँग व लियांग हे परदेशातून तिच्या कचाट्यात सापडलेल्या राजाच्या मुक्ततेचे प्रयत्न करत होते. डॉ. सन्यत्-सेनचे क्रांतिकारक उद्योग चालू होतेच. दक्षिण चीनमधील क्वांगटुंग आणि क्वांगसी प्रांतातूनच या चळवळींना नवीन नवीन माणसे उपलब्ध होत होती. या ठिकाणी पेकिंगशी पक्की निष्ठा असलेला एखादा कर्तृत्ववान माणूसच गव्हर्नर जनरल म्हणून पाठवणे योग्य होते. येहोनालाने धूर्तपणे ली-हुंग-चँग या वृद्ध राजनिष्ठ मुत्सद्याची या प्रांताचा गव्हर्नर जनरल म्हणून नेमणूक केली.

सुदैवी सन्यत्-सेन

मध्यंतरीच्या काळात १८९४ साली कॅन्टोन येथे दाखल झालेल्या डॉ. सन्यत्-सेनने १८९५ पर्यंत क्रांतिकारकांचा एक अठरा जणांचा गट तिथे तयार केला. हे सर्व

मांचू राजवटींविरुद्ध बंड करण्याच्या विचारात आहेत, या आरोपाखाली या सर्वांना पकडण्याचे सरकारी हुकूम सुटले. यातले सतरा जण हाती लागले व त्यांची मुंडकी उडवली गेली. एकच निसटला तो म्हणजे डॉ. सन्यत्-सेन ! त्याच्यावर प्रेम करणाऱ्या एका चिनी अधिकाऱ्यानेच त्याला एका पेटाऱ्यातून शहराबाहेर पोचवला. त्याला जिवंत वा मृत अवस्थेत पकडून आणणाऱ्याला ५०,००० पौंडाचे बक्षीस मांचू राजवटीने जाहीर केले असताना हे घडले, हा केवळ नशिबाचा भाग होता.

डॉ. सन्यत्-सेन देशाबाहेर निसटला व होनोलुलू-अमेरिकामार्गे इंग्लंडमध्ये पसार झाला. १८९६ साल चालू झाले होते. इंग्लंडमध्ये मांचू राजाच्या चिनी वकिलाने त्याला शिताफीने पकडला. त्याची कॅन्टोनमार्गे पेकिंगला रवानगी करण्याचे ठरले होते. वकिलातीतून डॉ. सन्यत्-सेन निसटू शकला हा देखील केवळ दैवयोग होय. अर्ल ऑफ सॅलिसबरी याने चिनी वकिलातीकडे रदबदली करून त्याची सुटका करवली होती. इंग्लंडमार्गे मग डॉ. सन्यत्-सेन जपानला येऊन पोचला.

डॉ. सन्यत्-सेनच्या या उद्योगाचे फारसे ज्ञान सामान्यपणे चिनी जनतेला नव्हते. एक बंडखोर देशाबाहेर निघून गेलेला आहे, एवढीच त्याची जनमानसातील प्रतिमा त्या वेळी होती. त्याला चिनी भूमीवर फारसे अनुयायीदेखील नव्हते. इंग्लिश लोकांचा तो हस्तक आहे व देशाबाहेरच तो असलेला बरा, अशी अपकीर्ती त्याच्यावर उलट लादली जात होती.

जपानमधून डॉ. सन्यत्-सेनने कँगच्या सुधारणावादी चळवळींचा फज्जा उडालेला पाहिला. पेकिंगच्या गादीवर पुन: कैदेत पडलेला कुआंगसू येतो की येहोनालाने निवडलेला नवा बालराजा पू-यी (Pu-yi) बसतो यात डॉ. सन्यत्-सेनला स्वारस्य नव्हते. मांचू राजाचेच काय, कुणाचेच परंपरागत सिंहासन त्याला मंजूर नव्हते. त्याला चीनमध्ये लोकशाही हवी होती, समता हवी होती.

राजकारणात यासाठी आपणाला बराच काळ वाट पाहावी लागणार आहे हे तो जाणून होता. या कालखंडात त्याने पोटासाठी चीनबाहेर पडलेल्या चिनी शिक्षित तरुणांची संघटना व क्रांती-शिक्षण यावर आपले सर्व लक्ष केंद्रित केले. सर्व जनता बंड करून उठेल तेव्हाच मांचू राजवट नाहीशी होणार होती. डॉ. सन्यत्-सेन याने आपल्या आत्मवृत्तात या काळातील त्याच्या परिस्थितीसंबंधी लिहिले आहे.

"१८९५ साली मला पहिले अपयश आल्यानंतर, सर्व राष्ट्र एक तत्त्वशून्य माणूस आणि देशद्रोह करणारा गुंड-पुंड म्हणून माझ्याकडे पाहू लागले. १८९५ ते १९०० हा पाच वर्षांचा कालखंड हा माझ्या क्रांतिकारक जीवनातील सर्वात कठीण काळ होय. याच काळात 'राजाला वाचवा' ही हाक देणारी सोसायटी स्थापन झाली आणि मांचू

राजवटीच्या वतीने, मांचू राजापेक्षा या सोसायटीचे सभासदच अधिक हिरीरीने क्रांतीविरुद्ध उभे राहिले.''

१८९८ पूर्वी परदेशात राहण्याचा खर्च भागेल इतका चिनी माणसाचा पाठिंबा व पैसा डॉ. सन्यत्-सेनलाच उपलब्ध होत होता. आता कँग-लियांग हे चीन देशाबाहेर पडताच, यातील बराच ओघ आता 'राजाला वाचवा' यासाठी धडपडणाऱ्या या मंडळीकडे वळला.

१८९८ मध्ये कँग व लियांग हे दोघे जपानला आले, तेव्हा त्यांचाही देशभक्त असा गौरव मोकळ्या मनाने डॉ. सन्यत्-सेन याने केला. कँगला भेटण्यासाठी तो आपणहून गेला. परंतु डॉ. सन्यत्-सेनसारख्या स्वत: राजनिष्ठा न मानणाऱ्या व हीच निष्ठा चिनी जनतेचा मुख्य रोग आहे असे मानणाऱ्या क्रांतिकारकाला भेटण्यास कँग याने नकार दिला.

फसवणूक

लियांग याने मात्र डॉ. सन्यत्-सेनचे होनोलुलूमधील चिनी जनतेवरचे वर्चस्व उडवून लावण्यास डॉ. सन्यत्-सेनच्या सौजन्याचा उपयोग केला. डॉ. सन्यत्-सेनची गाठ घेऊन दोघांच्या संस्थांचे विलीनीकरण करण्याची बोलणी केली. डॉ. सन्यत्-सेनने, लियांग जेव्हा होनोलुलूला निघाला तेव्हा तिथल्या चिनी व्यापाऱ्यांना ओळखपत्रे दिली. लियांग होनोलुलूला आला. राजाला वाचविण्यासाठी आपल्या सोसायटीची शाखा त्याने होनोलुलूला काढली व सर्व पैशाचा ओघ आपल्या संस्थेकडे वळवला. डॉ. सन्यत्-सेन याच्या फार उशीरा लक्षात आले की, विलीनीकरणाच्या वाटाघाटीत आपण साफ फसवले गेले आहोत !

ख्रिस्ती मिशनऱ्यांच्या कारवाया

डॉ. सन्यत्-सेनच्या क्रांतीकार्याला असे काही काळ ग्रहण लागलेले असतानाच, पाश्चात्त्य मिशनऱ्यांच्या जुलुमाविरुद्ध व अरेरावीविरुद्ध चीनच्या अंतर्भागात जो द्वेष भिनत चालला होता, त्याचा एकदम भयानक उद्रेक झाला. चीनमध्ये पसरलेले पाश्चात्त्य मिशनरी हे राज्यकारभारात ढवळाढवळ करीत. आपआपल्या वकिलातीमार्फत स्थानिक अधिकाऱ्यांवर वाटेल तशी दडपणे आणून ते आता धर्मांतराचे व चर्च बांधणीचे कार्य पुढे रेटत सुटले होते.

या अन्यायाविरुद्ध शांटुंगमध्ये एक ख्रिश्चन-विरोधी संघटना जन्माला आली. गोऱ्या धर्मोपदेशकांवर तिचा रोख असल्याने शांटुंगच्या गव्हर्नराने या संघटनेला सुरुवातीला खतपाणी घातले. १८९७ मध्ये शांटुंगला दोन गोऱ्या धर्मोपदेशकांचे खून पाडण्यात या संघटनेचा हात होता. या संघटनेचे चिनी नामकरण 'आय-हो-तुआन' असे होते. दृढतेने

आणि एकजुटीने लढणारे राष्ट्रभक्त, असा याचा नेमका अर्थ. हा व्यक्त करण्यासाठी मूठ उगारलेले लोक म्हणून या संघटनेच्या सभासदांना 'बॉक्सर' (मुष्टीयोद्धा) ही संज्ञा व्यवहारात मिळाली. बॉक्सर मंडळी धीट होऊन खून पाडू लागताच शांटुंगचा गव्हर्नर बदलण्यात आला.

प्रायश्चित्त

या नव्या गव्हर्नराने तर बॉक्सर संघटनेला उघडच पाठिंबा व्यक्त केला व धीट झालेल्या या स्वयंसेवकांनी आता किरिस्ताव झालेल्या चिन्यांचेही खून पाडण्याचा व ख्रिश्चन धर्माची चर्चेस जाळून टाकण्याचा कार्यक्रम मोठ्या प्रमाणात सुरू केला. शांटुंगमध्येही अत्याचारी चळवळ फोफावू लागताच शांटुंगचा गव्हर्नर म्हणून युवान-शिह-काई या बलाढ्य लष्करी माणसाची नेमणूक झाली. युवानने शांटुंगमधील बॉक्सर संघटनेचा नेता चूइंग याचा शिरच्छेद केला व बॉक्सर संघटनेवर लष्करी वरवंटा फिरवायला सुरुवात केली.

अत्याचारी संघटना

बॉक्सर शांटुंग सोडून पळू लागले, व शेजारच्या चिहली प्रांतात त्यांनी पुनः जमवाजमव सुरू केली. चिहली प्रांतात १९०० साली या वेळी यु-लू हा येहोनालाचा हस्तक गव्हर्नर जनरल म्हणून आलेला होता. यु-लू याने बॉक्सर संघटनेला आपला आशीर्वाद दिला व जे शांटुंगमध्ये घडले ते आता सर्व चिहली प्रांतभर सुरू झाले. सर्वत्र गोऱ्या धर्मोपदेशकांचे व बाटलेल्या चिन्यांचे मुडदे पडू लागले. चर्चची व रस्तोरस्ती उभ्या केलेल्या क्रुसांची जाळपोळ करण्यात येऊ लागली.

बॉक्सर संघटनेला पाश्चात्य मिशनऱ्यांचे व गोऱ्या पलटणीचे चिंनी भूमीवरील अस्तित्व जसे तीव्रतेने सहन होत नव्हते, तितक्याच तीव्रतेने त्यांना मांचू राजांनीही चीनमधून जावे असे वाटत होते. या संघटनेत प्रमुखतः पाश्चात्त्यद्वेषी, चिनी शेतकऱ्यांचाच भाग होता.

चिहली प्रांतात बॉक्सर अत्याचार पसरू लागले, तेव्हा येहोनालाची झोप उडाली. काहीही करून हा सगळा उद्रेक फक्त पाश्चात्त्य उपऱ्यांवरच केंद्रित करण्याच्या प्रयत्नाला ती लागली. बॉक्सर बंडाळी हळूहळू पेकिंगपर्यंत पसरायला वेळ लागला नाही.

पाश्चात्त्यांचे धोरण

पेकिंगमध्ये असलेले मिशनरी व पाश्चात्त्य वकिलाती यांची धाबी दणाणली. इंग्लिश, फ्रेंच, जर्मन, अमेरिकन, रशियन - या सर्व वकिलातींनी दरबारकडे मागणी केली - ''आमचे संरक्षण आम्हाला करू द्या !'' याचा अर्थ पाश्चात्त्यांची एकवटलेली सैन्ये पेकिंगमध्ये रक्तपात करण्याच्या पवित्र्यात आली होती.

१६ जून १९०० या दिवशी राजा कुआंगसू व राजमाता येहोनाला यांनी मंत्रिमंडळाची व सल्लागारांची जी गुप्त बैठक घेतली त्याचा वृत्तांत यूलयुलिंग नावाच्या दरबारातील माणसाने इतिहासात उपलब्ध केला आहे. तो लिहितो,

“११ जून रोजी जपानी वकिलातीचा चिटणीस सुगियामा याचा पेकिंगमध्ये दिवसाढवळ्या खून पाडण्यात आला. ख्रिश्चन झालेल्या निष्पाप बाटग्यांचे रोज शिरकाण होतच होते. १६ जूनला चेंग-यांग-गेट पलीकडची वकिलातीतील घरे पेटवण्यात आली.

“१६ जूनला दरबारची गुप्त बैठक भरली. युआन-चँग या मंत्रिमंडळाच्या सदस्याने सुरुवात केली. तो म्हणाला, ‘बॉक्सर लोक सर्वस्वी अविश्वासार्ह असे आहेत. दंगे तेच करीत आहेत. त्यांच्याजवळ जादूटोणा करण्याचे सामर्थ्य आहे या गावगप्पांत काही अर्थ नाही.”

राजमाता येहोनालाने त्याला मध्येच अडवून म्हटले -

“जादूटोणा विश्वासार्ह नसेल, परंतु त्यांची देशभक्तीने भारलेली मने हीदेखील विश्वासार्ह नाहीत की काय ? आज चीनची शक्ती कमी कमी होत आहे. क्षीणावस्था आलेली आहे. आपण जर आपल्याच लोकांना निरुत्साही केले तर मग या देशाने कुणाच्या तोंडाकडे पाहायचे ? आज राजधानी अशांत आहे. अशी वदंता आहे की परकीयांनी बाहेरून कुमक मागवलेली आहे. याबाबतीत आपण काय करायचे ? जर याबद्दल कुणाला काही सांगायचे असेल तर त्याने ताबडतोब आपला दृष्टिकोन सांगावा.’

“जो तो मग एकदम बोलू लागला. कुणी म्हणाले बॉक्सर चेचून काढले पाहिजेत. कुणी म्हणाले चुचकारून त्यांच्यावर नियंत्रण ठेवले म्हणजे झाले ! मंत्र्यापैकी दोघांनी शहरात जावे व गोऱ्या वकिलातींना येणारी सैन्यमदत येणार नाही, याची व्यवस्था करावी, व त्याचबरोबर बॉक्सर लोकांना शांत राहण्यास सांगावे असा निर्णय घेतला जाऊन ही सभा संपली.”

येहोनालाने डाव कौशल्याने उलटवला होता. बॉक्सरांची बाजू उचलून धरून तिने पाश्चात्त्यांच्या वकिलातींना उलट पेचात धरले होते. बैठक संपली. परंतु हा निर्णय तात्पुरता आहे अशी सर्वांची खात्री असल्याने कुणीच राजवाडा सोडून गेले नाही. कुणी तरी येहोनालाला सुचवले, “परिस्थिती धैर्याने हाताळावी लागणार आहे. शांटुंगचा गव्हर्नर युवान याला ताबडतोब पेकिंगला बोलावून घ्या.”

अर्धसत्य

१७ जून उजाडला. दुपारी २ वाजता पुन: दरबारची गुप्त बैठक भरली. येहोनालाने आता आणखी एक डाव टाकला. तिने सांगितले -

“पाश्चात्त्यांनी अगदी नुकत्याच चार मागण्या दरबारकडे केल्या आहेत. त्यांनी

सम्राटांचा नेमका निवास कोणता हा प्रश्न उपस्थित केला आहे ! दुसरी गोष्ट, सरकारच्या वतीने करवसुली करण्याचे अधिकार त्यांना हवे आहेत. शांततेसाठी आपल्या सैनिकांवर त्यांना अधिकार हवा आहे. या सगळ्या मागण्या मान्य केल्या तर माझे पूर्वज माझ्या तोंडावर थुंकतील. जर आपला देश परकीय जिंकणार असतील, तर निदान अखेरपर्यंत आपण लढा दिलाच पाहिजे.''

येहोनालाचे हे वीरश्रीचे भाषण संपताच, मंत्रीगणांनी जमिनीला मस्तक टेकवून शपथ घेतली - ''जीवात जीव आहे तोपर्यंत देशासाठी आम्ही लढू.'

काहीजण तर अश्रुपात करू लागले.

ज्याने ही सर्व हकीकत सांगितली आहे तो पुढे लिहितो :

''मी या बैठकीनंतर जुंग-लू याला विचारले की, राजमातेने गोऱ्यांच्या तीन मागण्या सांगितल्या, पण त्यांची चौथी मागणी काय आहे ? जुंग-लू म्हणाला, येहोनालाने ही गोऱ्यांची चौथी मागणी सांगितलीच नाही. कारण संपूर्ण सत्य तिला परवडणारे नव्हते.''

दरबारचा गोऱ्यांशी लढाई देण्याचा निर्णय होताच मांचू दरबारचे तीन प्रतिनिधी पाश्चात्त्यांच्या वकिलातीकडे रवाना करण्यात आले. त्यांनी पेकिंगमधील सर्व गोऱ्या लोकांना इशारा दिला की, जर युद्ध वगैरे करण्याचा त्यांचा विचार असेल तर सर्व निशाणे गुंडाळून त्यांनी मायदेशी चालते व्हावे.

युद्ध पुकारले

११ जूनला येहोनालाने सल्लागारांच्या तिसऱ्या गुप्त बैठकीत गोऱ्यांशी युद्ध सुरू करण्याचा निर्णय जाहीर केला ! 'परक्या देशांचे जे प्रतिनिधी पेकिंगला होते त्यांनी ताबडतोब देश सोडून जावे' असा हुकूम तिने काढला असल्याचे सांगितले.

राजा कुआंगसू याला युद्ध नको होते. त्याने राजमातेची विनवणी केली, ''काहीही करण्यापूर्वी पूर्ण विचार व्हायला हवा आहे...''

राजमाता त्याच्या अंगावर ओरडली -

''तू गप्प बसायला काय घेशील ? नाही तर तुझ्याकडेही मला पाहावे लागेल.''

("Hands off Emperor ! Don't invite trouble.")

अपयश

२० जूनला युद्ध जाहीर केल्यापासून, पेईयांग सैनिक व बॉक्सर दहशतवादी यांनी शहरात धुमाकूळ घालायला सुरुवात केली. एकच महत्त्वाची व्यक्ती ते ठार मारू शकले, ती म्हणजे जर्मनीचा पेकिंगमधील प्रतिनिधी व्हॉन केटलर. परंतु कसले युद्ध नि कसले काय ? सैनिकांना व बॉक्सर बंडवाल्यांना पेकिंगमधील गोऱ्या वकिलातीची तटबंदी मोडून आत शिरणे काही शक्य झाले नाही ! लिगेशन क्वार्टरमध्ये सर्व गोरी

माणसे फक्त कोंडून पडली होती.

मांचू सिंहासनाच्या आडोशाने चीन देशाच्या भवितव्याशी लहरीप्रमाणे खेळणाऱ्या पाताळयंत्री आणि कपटी येहोनालाच्या या कारवाईला दक्षिण चीनमधील एकाही गव्हर्नर जनरलने साथ दिली नाही. युवान-शिह-काई (शांटुंग प्रांत), ली-हुंग-चँग (क्वांगटुंग प्रांत), लि-कु-नाई (चियांग प्रांत), चँग-ची (लियांगहु प्रांत) या सर्व गव्हर्नरांनी २० जूनची राजाज्ञा धाब्यावर बसवली. उलट या सर्वांनी जूंग-लू याला पेकिंगला तारा पाठविल्या, 'पेकिंगमधील परिस्थिती चिघळवू नका.'

शांघायमध्ये या गव्हर्नर जनरलांनी गोऱ्यांशी राजकीय बोलणीदेखील सुरू केली.

दुटप्पी जुंग-लू

चिहलीचा पूर्वीचा गव्हर्नर जनरल व येहोनालाचा आताचा प्रमुख सल्लागार जुंग-लू याने या प्रकरणात अतिशय हरामखोरी केली. त्याला हे दिसत होते की, बॉक्सरना पुढे करून गोऱ्या देशांशी युद्ध करण्यात काहीच अर्थ नव्हता आणि हे सर्व साहस अंगाशी येणार होते. युवान-शिह-काईप्रमाणे बॉक्सरांचा बीमोड करणे त्यालाही शक्य होते. त्याने येहोनालाची मर्जी सांभाळण्यासाठी एकीकडे पेईयांग लष्कराला वकिलातीवर चालून जाण्याची आज्ञा दिली व एकीकडे वकिलातीचे संरक्षण करण्याची भाषाही चालू ठेवली.

स्वाभिमानी राष्ट्रे

येहोनालाचा मूर्खपणा होऊन चुकला होता. अमेरिका, जपान, रशिया, इंग्लंड, फ्रान्स, जर्मनी, इटली व ऑस्ट्रेलिया या आठ गोऱ्या राष्ट्रांशी चीनचे एकदम युद्ध सुरू झाले होते ! पेकिंगमध्ये अडकलेल्या देशबांधवांच्या मदतीसाठी या सर्व देशांतून सैन्य घेऊन जहाजे पूर्वीच निघाली होती. चिहलीच्या उपसागरातील टाकू हे बंदर जिंकून, पहिली गोऱ्यांची कुमक १० जून १९०० या दिवशी तिअनस्टिन शहराकडे चाल करू लागली. या पहिल्या आलेल्या सैनिकांत आठ देशांचे मिळून २१०० सैनिक होते. पुढच्या दोन-तीन महिन्यांत, या सर्व देशांतून चीनमध्ये पेकिंगच्या दिशेने निघालेल्या सैन्यांची संख्या ४५,००० झाली. जर्मनीचा कैसर विल्यम याने जर्मन वकिलाचा खून झाल्याचे वृत्त ऐकताच रशियामार्गे ताबडतोब सैन्य तुकड्या पाठवल्या होत्या. या तुकड्यांना निरोप देताना कैसरने सांगितले - ''चिन्यांना जर्मनीची कायमची याद राहील अशी कामगिरी करा. यापुढे एकाही चिन्याची जर्मन माणसाकडे डोळा वर करून पाहण्याची कधीही छाती होता कामा नये.''

("Make the name of Germany known in such a manner in China that no Chinese will ever again dare to look at a German.")

१४ जुलैला तिअनस्टिन गोऱ्या सैनिकांच्या हातांत पडले. पेकिंगमध्ये चिनी लष्कर खूप आहे, या कल्पनेने महिनाभर तिअनस्टिन येथेच अधिक कुमकेची वाट पाहात ही फौज थांबून राहिली. पेकिंगमध्ये वकिलातीच्या तटबंदीआड कोंडल्या गेलेल्या गोऱ्यांनी मोठ्या झुंझारपणे चिन्यांचे हल्ले परतविले होते.

पेकिंग पडले

पुरे पंचावन्न दिवस अनंत हाल या वकिलातीतील लोकांनी अनुभवले. आपआपल्या देशाची सैन्ये तिअनस्टिनमार्गे येत आहेत, या आशेवर त्यांनी शर्थीने दिवस काढले. महिन्याभराने ऑगस्टच्या मध्याला जर्मन सेनानी काऊंट व्हॉन वॉल्डरसी (Walderse) याच्या आधिपत्याखाली सर्व दोस्त गोऱ्या सैन्यांनी पेकिंगचा कब्जा केला.

राजमाता येहोनाला शेतकरी स्त्रीच्या वेषात पेकिंगबाहेर निसटली. सम्राट आधीच पळाला होता ! टाकू ते पेकिंग या मार्गावर बॉक्सर अत्याचारांचा बदला घेण्यासाठी या गोऱ्या लष्कराने वाटेवरची खेडीच्या खेडी जाळली व असंख्य चिनी लोकांची कत्तल उडवली ! पेकिंगमध्ये घुसल्यावर तर या गोऱ्या सैन्याने यथेच्छ लुटालूट करून झालेल्या लढाईला जे जबाबदार होते त्या सर्व मांचू अधिकाऱ्यांची आणि सल्लागारांची मुंडकी उडवली.

चीनच्या इतिहासात विसावे शतक हे असे उजाडले. राजधानी गोऱ्यांनी उद्ध्वस्त केलेली व सम्राट पळून गेलेला ! १९०१ च्या सप्टेंबर महिन्यात अखेर मांचू राजवटीशी गोऱ्या राष्ट्रांनी समझोता केला. तहाला 'बॉक्सर प्रोटोकॉल' असे नाव मिळाले आहे. या तहान्वये पेकिंग शहरातून सर्व गोरे सैन्य काढून घेण्यात आले. परंतु झालेल्या सर्व नुकसानीची भरपाई मागण्यात आली. ही रक्कम इतकी प्रचंड होती की, परक्या देशांचा कर्जफेड गोळा करणारी यंत्रणा - या पलीकडे मांचू राजवटीला यानंतर काहीच किंमत उरली नाही.

बंड मोडले

बॉक्सर बंड चिरडले गेले पण वाया गेले नाही ! गोऱ्या साम्राज्यवादी शक्ती सावध झाल्या. राजमाता येहोनाला व सम्राट यांनी बॉक्सर दंडेलीशी आपण कधीच सहमत नसताना दडपणाखाली युद्धात खेचलो गेलो, अशी भूमिका घेतली. आता गोऱ्यांच्या वतीने बॉक्सर बंडखोरांची उरलीसुरली पाळेमुळे खणून काढण्यात राजमाता येहोनालाने सर्वस्वी पुढाकार घेतला ! पाहुण्यांनी ठेचलेला अर्धमेला शत्रू तिने पुरता ठेचला.

परंतु साम्राज्यवादी गोऱ्या राष्ट्रांच्या हे लक्षात आले की, मांचू राजवट ही तत्त्वशून्य, भ्रष्ट आणि भेकड असली, तरी या देशाला संपूर्णपणे पारतंत्र्यात ढकलणे ही सोपी गोष्ट नाही ! गोऱ्या माणसांचा द्वेष इथल्या भूमीपुत्रांत इतका रोमरोमी भिनला आहे की,

चीनमध्ये गोऱ्या परक्यांचे राज्य दृढ होण्याची शक्यता नाही. "The unfinished revolution of China" या आपल्या पुस्तकात इतिहासकार इपस्टीन म्हणतो :

"The Boxer rebellion probably helped China more than it hurt her. It taught western powers that weak though the country was, it might explode disastrously if they tried to make it India."

("बॉक्सर बंडामुळे चीनवर आघात झाला खरा, परंतु त्याची त्या राष्ट्राला मदतच जास्त झाली. या घटनेने पाश्चात्त्य शक्तींना हा धडा शिकवला की, हा देश कमकुवत असला तरी आपण या देशाचा 'भारत' करू पाहू तर आपले हात या प्रयत्नात पोळल्याशिवाय राहणार नाहीत.")

कै. शिवराम महादेव परांजपे यांच्या ज्या लेखातील उतारा या प्रकरणाच्या हकीकतीच्या सुरुवातीला दिला आहे, त्या लेखात नेमका हाच विचार शिवरामपंतांनी मांडला आहे. या लेखाच्या अखेरीस त्यांनी लिहीले आहे :

"चीनच्या बाहेरचा किनारा परकीयांच्या ताब्यात गेलेला असला तरी चीनचे अंतरंग हे स्वराज्याच्याच हातात राहिले. हिंदुस्थानचे बहिरंग नव्हे तर अंतरंगही परकीय सत्तेमध्ये दंग होऊन गेले. अशा वेळी चीनपासून जेवढे काही राजकीय बाबतीत उपदेशात्मक ज्ञान मिळण्यासारखे आहे ते सर्व चीनपासून हिंदुस्थानने अधाशीपणाने लुबाडून घेतला पाहिजे !"

* * *

९

□

राजाचा बळी घेऊन येहोनालाही मेली !

राष्ट्राच्या जीवनात उत्कर्षाचे आणि अपकर्षाचे कालखंड येणे ही नेहमीचीच गोष्ट होती. चीनदेखील याला अपवाद नव्हता. अपवाद होता तो अपकर्षाच्या काळात या घटनेकडे पाहण्याच्या चिनी दृष्टीचा ! जीवनातील झगड्यांशी जमवून कसे घ्यावे, समाधानाची लय कशी पकडावी, ही गोष्ट कन्फ्युशिअसने त्यांना शिकवली होती, आणि अध्यात्माची गुपिते भगवान बुद्धाने त्यांना शिकवली होती ! जरी देशात बंडासारखा एखादा उत्पात झाला, तरी चिनी शासनाची आणि विचारांची भक्कम चौकट ही कन्फ्युशिअसच्या तत्त्वज्ञानाचीच राहत असे. काय बदल व्हायचे ते या पोलादी चौकटीत !

ताईपिंग बंड झाले तेव्हा ३१ जानेवारी १८५० या दिवशी कार्ल मार्क्सने लिहिले होते -

"जगातील या सर्वात जुन्या आणि भक्कम साम्राज्यात सामाजिक उद्रेक होऊ पाहात आहे, ही मोठी आनंदाची गोष्ट आहे. मानवी प्रगतीच्या दृष्टीने याचे परिणाम महत्त्वाचे ठरतील..."

१८६४ मध्ये ताईपिंग बंड संपले, विसाव्या शतकाच्या उंबरठ्यावर बॉक्सर बंडही असे विझले. चीनची राजेशाही यामुळे हादरली, परंतु कोसळली मात्र नाही ! कारण चिनी माणसांना अजून आपल्यातील कमतरतेचे यथार्थ ज्ञान झालेले नव्हतेच. थोडीशी डागडुजी केली, कन्फ्युशिअसच्या शिकवणुकीला गंज चढला आहे तो थोडा साफ केला, की मग फारसे काही करायला नको आहे अशीच सर्वांची समजूत होती. प्रचंड धरणाखाली गाव सुरक्षित असावे तशी सुरक्षितता कन्फ्युशिअसमुळे सर्वांना वाटे. या धरणाला तडे जात आहेत, नव्या लाटांचा जोर सारखा वाढणार आहे आणि हे धरण फुटणार आहे अशी शंकादेखील कुणाला येत नव्हती.

विसाव्या शतकाच्या सुरुवातीपासून जगात विविध भू-भागांचा राष्ट्रीयत्वाचा शोध सुरू झालेला होता. राष्ट्रीयत्व म्हणजे काय ? विवक्षित भू-भागात राहणाऱ्या जमातीच्या स्वत्वाचा शोध म्हणजे राष्ट्रीयत्व. चीनमधून युरोपात शिक्षणासाठी गेलेल्या चिनी तरुणांना मनांत - 'आपण चिनी आहोत - चिनी हे आपले राष्ट्रीयत्व आहे' हा विचार या सुमारास येऊ लागला. मग पाठोपाठ प्रश्न आला - "मग पेकिंगला राज्य करणारी ही मांचू राजवट कुणाची ? या मांचू राजांना चिनी जनतेच्या सुखदुःखांचे फारसे सोयर-सुतक नाही. ही राजवट आपली कशी ?"

बॉक्सर बंड हे गोऱ्या परकीयांविरुद्धचा संताप होता. येहोनालाने तो कौशल्याने फक्त गोऱ्या आक्रमकांविरुद्धच राबवला. ही तिची व्यक्तिगत चतुराई होती. पण आता जी मांचू राजवटीविरुद्ध चिनी राष्ट्रवादाची लाट उफाळणार होती त्यामुळे मात्र मांचू सिंहासनच फुटणार होते.

चीनमध्ये धुमाकूळ घालू पाहणाऱ्या पाश्चात्त्य गोऱ्या शक्तींनाही काही धडा शिकवून बॉक्सर बंड संपले. या उद्रेकात पेकिंगमध्ये मांचू राजवटीचे वस्त्रहरण चालू असताना, दक्षिण चीनमधील एकाही प्रांताचा गव्हर्नर आपले सैन्य घेऊन पेकिंगला मांचू राजवटीच्या साहाय्याला गेला नाही. या सर्वात महत्त्वाचा गव्हर्नर होता तो म्हणजे शांटुंग प्रांताचा युवान-शिह-काई. जर्मन लष्करी तज्ज्ञांच्या मदतीने तयार केलेले ८००० सैन्य या माणसापाशी या वेळी होते. जर हे सैन्य येहोनालाच्या मदतीला वेळीच जाते, तर परक्या राष्ट्रांना पेकिंगवर कब्जा करणे शक्य झाले नसते.

चिहली प्रांतात पेकिंग असल्याने, त्या प्रांताचा गव्हर्नर जनरल हाच पेकिंगचा रक्षणकर्ता असायचा, असे ठरल्यासारखे होते. परंतु बॉक्सर बंडवाल्यांना यु-लू या चिहली प्रांताच्या गव्हर्नर जनरलचीच फूस असल्याने, चिहली प्रांतात बॉक्सर बंड पसरले होते. परकीय गोऱ्या सत्तांच्या संयुक्त सैन्याने याच प्रांतातून तिअनस्टिनमार्गे पेकिंग गाठताना यु-लू याला ठार केले असल्याने ती जागा आता रिकामी झाली होती. लढाई संपताच त्या जागेवर ली-हुंग-चँगची नेमणूक येहोनालाने जाहीर केली.

१९०१ च्या सप्टेंबर महिन्यात, 'बॉक्सर प्रोटोकॉल' या तहनाम्यावर सह्या होतात न होतात, तोच ली-हुंग-चँग मरण पावला. मरायच्या आदल्या दिवशी या माणसाने लिहून ठेवले होते -

"कर्तृत्ववान पुरुष शोधण्यासाठी जेव्हा मी देशात सर्वत्र नजर फिरवली, तेव्हा युवान-शिह-काईहून अधिक कर्तबगार पुरुष आढळला नाही."

ली-हुंग-चँगच्या या अखेरच्या इच्छेचा मसुदा येहोनालाच्या हाती पडताच, तिने युवानला शांटुंग प्रांताच्या गव्हर्नर पदावरून काढून, त्याची नेमणूक ली-हुंग-चँग नंतरचा

चिहली प्रांताचा गव्हर्नर म्हणून जाहीर केली. पुढच्या घटनांवर महत्त्वाचा परिणाम करणारी अशी ही नेमणूक होती. चीन देशातील सर्वांत बलदंड लष्करी अधिकाऱ्याच्या कब्जात आता पेकिंग राजवटीचे भवितव्य घरंगळले होते.

लियांगचे नेतृत्व

जपान देश हा या वेळी चीनमधून बाहेर पडलेल्या सुशिक्षित क्रांतिकारकांचे मोहोळ झाला होता. मांचू राजा कुआंगसू हा येहोनालाच्या हातातले बाहुले झाला आहे. त्याचा सुधारणांना पाठिंबा आहे. तेव्हा येहोनालाला बाजूला केली की देशात सुधारणा व्हायला उशीर नाही, असे प्रतिपादन करणारा जो यातला गट होता हा सुधारणावादी असला तरी खऱ्या अर्थाने क्रांतिकारक नव्हता. लियांग, कँग या जोडगोळीचे नेतृत्व या गटाला होते. लियांग हा जपानमध्ये 'न्यू पीपल्स मॅगझीन' नावाचे वृत्तपत्र चालवीत असे. त्याने आपल्या पत्रात लिहिलेला हा एक अग्रलेख पाहा. १९०२ सालचे हे त्याचे लेखन आहे.

"वृत्तपत्रकाराने लोकांच्या गरजा ओळखून लिहिले पाहिजे, व एकाच कल्पनेचा पाठपुरावा केला पाहिजे. हे लेखन फक्त मूलभूत तत्त्वावर जोर देणारे असले तरी हरकत नाही. का ? कारण आम्ही आज काही ठामपणे मांडले, तर दुसरा कोणी विरुद्ध बाजू तितकीच ठामपणे मांडतो. इतर काहीजण - मधला प्रश्न दोन्ही टोके टाळून पत्करतात ! लोकांना धक्का देणारे अपरिचित असे काही मांडले म्हणजे लोकांचे शहाणपण हळूहळू वाढते. जर लोकांना सुधारणावादी करायचे असेल, तर एकदम लोकशाहीची भाषा बोला ! जर लोकांना लोकशाहीवादी करायचे असेल, तर क्रांतीचा पाठपुरावा करा ! म्हणजे मग जनता निदान लोकशाहीकडे ती वळेलच वळेल. हे तंत्र समजले तर वृत्तपत्रे खूपच कार्य करू शकतील."

१९०१ ते १९०३ ही दोन वर्षे सन्यत्-सेन याकोहामा येथे राहात होता. अधुनमधून तो जपानला येऊन तेथील चिनी तरुणांत मिसळत असे. चीनमध्ये यापुढे राजा असताच कामा नये व लोकशाहीची स्थापना तिथे झालीच पाहिजे, असे तो सांगे. क्रांती करून मांचू वर्चस्व संपुष्टात आणण्याचा विचार तो सतत मांडीत असला, तरी त्याला संघटनात्मक यश फारसे लाभले नव्हते. १९०३ साल त्याने अन्नाममध्ये काढले. चीनच्या भूमीवर प्रत्यक्ष ज्या किरकोळ दांडगाया क्रांतिकारक अधुनमधून करीत राहिले होते, त्याची सूत्रे सन्यत्-सेनच हालवीत होता. १९०५ सालात तो अमेरिका-युरोपच्या दौऱ्यावर गेला. कारण या दोन्ही ठिकाणी मोठ्या प्रमाणावर चिनी तरुण विद्यार्थी शिक्षणासाठी गेलेले होते. त्यांनी सन्यत् सेनला निमंत्रण देऊन सर्व खर्च अंगावर घेतला होता.

युरोपांत बेल्जियमची राजधानी ब्रुसेल्स येथे चिनी तरुणांशी विचारविनिमय करून, सन्यत्-सेन याने संघटनेचे एक प्रतिज्ञापत्रक तयार केले. हे प्रतिज्ञापत्रक काय होते ? ही प्रतिज्ञा वाचल्यानंतर त्याच्या ठिकाणचे क्रांतिकारकत्व समजणे सोपे जाते. शपथ अशी होती :

"ही प्रतिज्ञा करणारी व्यक्ती अशी शपथ घेते आहे की, मांचू रानदांडग्यांना देशाबाहेर हाकलून चीन देश चिनी जनतेच्या हवाली करण्यास मी बद्ध आहे. चीन देशात प्रजासत्ताक राज्य निर्माण करायचे असून, सर्व जमिनीचे सारखे वाटप करायचे आहे. मी जर ही शपथ पाळली नाही, तर सभासदांनी मला योग्य ती शिक्षा करावी."

सन्यत्-सेन स्वत: ही शपथ देत असे व शपथ ग्रहणानंतर सभासदांशी हस्तांदोलन करताना सांगत असे - "यापुढे आता तुझे मांचू राजाशी कसलेही नाते नाही." बेल्जियमपाठोपाठ जर्मनी, इंग्लंड व फ्रान्स या देशांतील चिनी तरुणांनाही सन्यत्-सेनने आपल्या संघटनेत ओढले. पुढे 'टुंग-मेंग-हुई' या नावाने अस्तित्वात आलेल्या संघटनेची मुहूर्तमेढ अशी युरोपातील या चार देशांत प्रथम रोवली गेली.

क्रांतिकारक संघटना

१९०५ च्या ऑगस्ट महिन्यात सन्यत्-सेन टोकियोला परतला. टोकियोला परतल्याबरोबर युरोपात त्याने जी धडपड केली तिला मूर्त स्वरूप देण्याच्या दृष्टीने त्याने टोकियोमधील चिनी तरुणांबरोबर सल्ला-मसलत सुरू केली. मांचू राजांविरुद्ध सर्वच होते, कारण हा तर साधा राष्ट्रवाद होता. मांचू काही झाले तरी परकी राजे होते. राजे हाकलून दिल्यानंतर लोकांचे राज्य यावे, याबद्दलही मतभेदांना फारशी जागा नव्हती. यामुळे 'चुंग-को-टुंग-मेंग-हूई' (प्रजासत्ताक निर्माण करणारी चिनी लोकांची संस्था) हे संघटनेचे नाव सर्वानुमते मान्य झाले. खळखळ सुरू झाली ती सन्यत्-सेनेने तयार केलेल्या प्रतिज्ञेतील सर्व जमिनीचे सारखे वाटप करण्यात येईल - या मुद्याबाबत ! उच्च शिक्षणासाठी देशाबाहेर पडलेले हे बहुतेक विद्यार्थी जमीनदारांचे पुत्र होते. सर्वांना सारखी जमीन वाटण्याचे हे समाजवादी तत्त्व पत्करणे म्हणजे, ते ज्या फांदीवर बसले होते तीच फांदी तोडण्यासारखे होते. सन्यत्-सेनने सांगितले :

"युरोप आणि अमेरिकेची उत्क्रांती ही तीन प्रमुख तत्त्वाद्वारे झालेली आहे : राष्ट्रवाद, लोकशाही आणि समाजवाद - किंवा जनतेच्या भाकरीचा प्रश्न (People's Livelihood) ही ती तीन तत्त्वे होत. विसावे शतक हे समाजवादाच्या प्रसाराचे शतक म्हणून ठरणार आहे. चीनमध्ये गेली हजारांहून अधिक वर्षे परक्या वंशाने आणि परक्या साम्राज्यवादी व्यक्तींनी वर्चस्व गाजविलेले आहे. यासाठी राष्ट्रवाद व लोकशाही या गोष्टी तर आपल्याला स्वीकारल्याशिवाय गत्यंतर नाही. परंतु याचबरोबर समाजवादाचाही स्वीकार

आपण केला पाहिजे, कारण त्याशिवाय राष्ट्रवाद व लोकशाहीच फक्त पत्करून निभाव लागत नाही, असा युरोप-अमेरिकेचा अनुभव आहे.''

सन्यत्-सेन याने आपले म्हणणे टोकियोतील तरुणांच्या गळी तर उतरवलेच, पण हे विचार साकल्याने व्यक्त करणारा लेख त्याने 'पीपल्स ट्रिब्यून' या नव्यानेच निघालेल्या पक्ष-नियतकालिकाच्या पहिल्याच अंकात प्रसिद्ध केला. आपल्या आत्मचरित्रात सन्यत्-सेनने या कालखंडाविषयी म्हटले आहे :

"I went to Europe to make an investigation on the spot of its politics and customs. In two years, I learned a great deal from what I saw and heard. I began to realise that to make a nation rich and stronger or to promote democracy, was not sufficient to make the people really happy. That is why Europe is still carrying on a movement of social revolution. I wished to make one all out effort to be forever at ease, by adopting the principle of peoples' livelihood, inorder to solve the problems of Nationalism and Democracy simultaneously."

(युरोपातील चालीरीती व राजकारण प्रत्यक्ष पाहावे या हेतूने मी युरोपात गेलो. दोन वर्षांत मी जे ऐकले व पाहिले त्यापासून मी खूपच काही शिकलो. मला याची जाणीव झाली की देश संपन्न झाला, सामर्थ्यवान झाला आणि देशात लोकशाही आली तरीही जनता खरोखर सुखी होईलच असे नाही. याचमुळे अजूनही तिकडे युरोपात सामाजिक क्रांतीची चळवळ सुरू राहिलेली आहे. माझी इच्छा होती की, एकच मोठा प्रयत्न करून हा प्रश्न कायमचा निकालात काढण्यासाठी, लोकांच्या भाकरीचा प्रश्नही राष्ट्रवाद व लोकशाही या प्रश्नाबरोबरच सोडविला पाहिजे.'')

९ सप्टेंबर १९०६ या दिवशी सन्यत्-सेनची ही क्रांतिकारक संघटना टोकियो येथे रीतसर स्थापन झाली. २९ सप्टेंबरपर्यंत संस्थेची घटना सभासदांना वाटली गेली व त्याच दिवशी सभा भरून सन्यत्-सेन हा या संस्थेचा पहिला त्सुंग-ली (प्रमुख) निवडला गेला. एक कनसू प्रांत वगळला, तर सगळ्या प्रांतांतले तरुण या पहिल्या बैठकीला हजर होते.

सन्यत्-सेनचे वृत्तपत्र 'पीपल्स ट्रिब्यून' (मिन-पाओ) व लियांगचे आता नाव बदललेले वृत्तपत्र 'न्यू पीपल्स मिसलेनी' यांच्यात जाहीर वादविवाद आता रंगू लागला. पेकिंगमधील मांचू राजवट तिकडे चीनच्या भूमीवर अधिक अधिक बेलगाम होत चालल्याने, लियांगची भूमिका दिवसेंदिवस झपाट्याने ढासळत चालली होती. शांघायसारख्या शहरात विद्यार्थ्यांच्या ज्या शिक्षण संस्था होत्या त्यांच्या सभातून

सुधारणेचे आणि क्रांतीचे वारे फैलावू लागले होते. सन्यत्-सेनचे विचार देशात आणणारे वृत्तपत्र सुरू होण्यापूर्वीच लियांगच्या वृत्तपत्राने सुरू केलेली ही चळवळ होती. यातला एक भाग म्हणजे तरुणांनी बायकांप्रमाणे लांब वेण्या बांधण्याचे बंधन सोडून केस कापून टाकायला सुरुवात केली ! चिनी पुरुषांनीही केस वाढविले पाहिजेत, अशी मांचू राजाची सक्ती होती. काही वृत्तपत्रांतून जहाल लेख छापले जात होते, त्यांत लिहिलेले असे - ''मांचू ही रानटी जनावरे आहेत. त्या सगळ्यांची कत्तलच केली पाहिजे.'' राजा कुआंगसू हा विदूषक आहे असे उघडपणे बोलले जाऊ लागले. लोकांचा धीर चेपत होता तसतशी राजवट जुलूम करू लागली होती. चळवळीच्या म्होरक्यांना तुरुंगात डांबले जात होते. काहींना फाशीची शिक्षाही दिली जात होती. १९०१ ते १९०६ या पाच वर्षांत हे सर्व घडत होते.

राणीचे नवे नाटक

आणि या पाच वर्षांत येहोनाला सम्राटाच्या नावाने एक नवे नाटक खेळू लागली होती ! चौफेर सुधारणा करण्याचा आव तिने आणला. या सुधारणा काय होत्या ?

१) काही सरकारी अधिकारपदाचे जे जाहीर लिलाव होत असत ते बंद झाले.

२) प्रांताच्या सैन्यात वीस-पंचवीस टक्के कपात करून सर्व प्रांतांत पेकिंगच्या आधिपत्याखाली सैनिकी विद्यालये (ॲकॅडमी) स्थापन करण्यात आली.

३) सर्वत्र शाळांतून परीक्षेच्या बाबतीत एकसूत्रीपणा आणण्यात आला.

४) मांचू व चिनी यांच्यात विवाहसंबंध होण्याला कायद्याची आडकाठी होती ती काढून टाकण्यात आली.

५) स्त्रियांना शिक्षण देण्यात यावे असे ठरवण्यात आले व त्यासाठी कमिशन नेमण्यात आले.

६) परराष्ट्र - संबंधाचे खाते वेगळे काढण्यात आले व त्याची जबाबदारी ई-कुआंग या मांचू मंत्र्याकडे सोपविण्यात आली.

या सर्व सुधारणा राज्यकारभारातील होत्या आणि त्याचा हेतू मांचू राजांची सत्ता अधिक खोल जावी हाच एकमेव होता. मंत्रीमंडळात तीन मांचू आणि तीन चिनी हीच 'पॅरिटी' राखण्यात आली होती.

जुंग-लू व ली-हुंग-चँग निधन पावल्यानंतर, ई-कुआंग व युवान हे दोघे येहोनालाचे प्रमुख आधारस्तंभ झाले. यातला ई-कुआंग हा सम्राटाचा जन्मदाता पिता होता. युवान याने मात्र आपले सर्व लक्ष आपले चिहली प्रांतातले सैन्य कसे वाढेल इकडे दिले होते. ली-हुंग चँगसारखा वागण्याचा तो प्रयत्न करी, परंतु तो फारसा शिकलेला नव्हता. ली-हुंग-चँगची दूरदृष्टी व सचोटी हीदेखील त्याच्यापाशी फार मोठ्या प्रमाणात नव्हती.

परंतु राज्यकारभारात या ज्या काही सुधारणा झाल्या, त्या युवान-शिह-काईच्या सल्ल्याने झाल्या, यात संशय नाही. युवान आपल्यावर उलटणार नाही ना, एवढी एकच भीती येहोनालाला अधुनमधून अस्वस्थ करीत असे ! दोन वर्षांत २४,००० सैन्य त्याने तयार केले. पुढच्या सहा वर्षांत चिनी लष्कराच्या ३६ तुकड्या उभारण्याची योजना त्याने आखली होती. युवान म्हणजे ली-हुंग-चँग नाही, ही गोष्ट या चाणाक्ष बाईने ओळखलेली होती.

रशिया - जपान युद्धाचा परिणाम

१९०१ ते १९०६ या पाच वर्षांत जागतिक राजकारणात अत्यंत महत्त्वाची घटना घडली. जपानने १९०४-१९०५ या वर्षभरातील युद्धात रशियासारख्या प्रचंड देशाचा पराभव केला. शिमोनेस्कीच्या तहानुसार लिओटुंग द्वीपकल्प चीनकडून जपानने घेतले होते. परंतु रशिया, जर्मनी व फ्रान्स यांनी जपानवर दडपण आणून ते चीनला परत करणे जपानला भाग पडले होते. याचा राग जपानच्या मनात होता. चीनमध्ये बॉक्सर बंडाळी माजली ती विझवण्याच्या निमित्ताने रशियाने मांचुरिया बळकावला होता. कोरियावर रशियाची नजर लागलेली आहे, ही गोष्ट जपानने ओळखली होती. १९०४ च्या फेब्रुवारीत जपानने रशियाशी युद्ध घोषित केले. जपानी सैन्य विजयामागून विजय मिळवीत रशियन सरहद्दीपर्यंत आले. १९०५ मध्ये बाल्टिक समुद्रातले रशियन आरमार जपानने नष्ट करून टाकताच रशियाने शरणागती पत्करली ! या विजयाचा मुख्य परिणाम हा झाला की, आशियातील राष्ट्र गोऱ्या राष्ट्राला धूळ चारू शकते, असा आत्मविश्वास इतर आशियाई राष्ट्रांत वाढीस लागला. चीन व रशियाचे लष्करी पराभव करणाऱ्या जपानमध्ये जी नियंत्रित राजेशाही आहे तीच जपानच्या यशाचे रहस्य आहे, अशीही सोयिस्कर समजूत काही क्रांतीविरोधी चिनी नेत्यांनी करून घेतली.

सर्व बाजूंनी येहोनालाकडे अर्ज आले की, चीनमध्ये नियंत्रित राजेशाही आणण्याचा विचार करा. डॉवेजर राणी मोठी हुशार होती. तिने सांगितले -

"घटनाबद्ध राजपद मलाही हवेच आहे. मी निरनिराळ्या देशांत राजेशाही कशी चालते याचा अभ्यास करण्याकरिता माणसे पाठवते. त्यांचा अहवाल हाती आला की लगेच या सूचनांचा विचार अंमलात आणू !"

ऑगस्ट १९०५ मध्ये डॉवेजर राणी येहोनालाने ही घोषणा केली. पाच मंत्री लगेच परदेश-प्रवासास निघाले. ७४ वर्षांची म्हातारी राणी हे सर्व नाटक करीत आहे, वेळ काढीत मरेपर्यंत सत्तेवर राहणे हा तिचा मुख्य 'एक कलमी कार्यक्रम' आहे, असा संशय क्रांतिकारकांना आला होता. हे प्रवासाला निघालेले पाच मंत्री पेकिंगला रेल्वे गाडीत डब्यात चढत असताना, या पंचमहाभूतांवर कुणी तरी हातबाँब फेकला. नेम

हुकला ! पण दोन मंत्री फारच घाबरले. त्यांनी परदेशयात्रा रद्द केली. त्यांच्या जागी दुसरे दोघे मात्र लगेच निघाले.

राणीच्या नव्या सुधारणा

हे पाच मंत्री निरनिराळ्या देशांत भेटी देऊन परतले, व त्यांनी अहवाल दिला. जपानची राज्यघटना ही आदर्श आहे. ती जशीच्या तशी चीनला लागू करावी. लगेच राणीच्या भोवती जो मांचू व चिनी सरदारांचा गोतावळा होता, त्यांनी बैठकी घेऊन चार तथाकथित महत्त्वाचे निर्णय जाहीर केले गेले ते असे :

(१) डॉवेजर राणीच्या इच्छेप्रमाणे ताबडतोब किंवा निदान दहा वर्षांत घटनात्मक सरकार अधिकारावर यावे.

(२) घटना ही जपानच्या घटनेप्रमाणे ठेवावी.

(३) सध्या गव्हर्नर जनरलला जे अधिकार आहेत ते कमी करण्यात यावे.

(४) मध्यवर्ती सरकारकडे प्रांताच्या गव्हर्नर जनरलकडील सर्व लष्करी अधिकार सुपूर्द करण्यात यावेत.

म्हणजे गव्हर्नर जनरल या नात्याने डोईजड झालेल्या युवान-शिह-काई सारख्या प्रांतिक अधिकाऱ्याची गठडी ताबडतोब वळली जावी व सर्व सेना राणीच्या कब्जात यावी असे ठरविण्यात आले. हे कशाच्या मोबदल्यात ? तर दहा वर्षांत जबाबदार सरकार येईल ! याचा अर्थ उघड होता : आपण मेल्यावर काही का होईना, अशा हिशोबाने डॉवेजर राणीची पावले पडत होती. सिंहासनावरून सर्वाधिकारी अवस्थेतच परस्पर स्वर्गात जाण्याचा तिचा ठाम विचार होता !

नवी पार्लमेंट (त्सू-चेंग-युवान) जेव्हा कधी भरावयाची ती भरली तर मंत्रिमंडळात यापुढे ७ मांचू, ४ चिनी, १ मंगोली आणि १ चिनी सरदार अशी वाटणी ठरवण्यात आली. म्हणजे जर राणीचा हा घटनात्मक सरकारचा डाव प्रत्यक्षात कधी आलाच, तरी राजसत्ता मांचू सरदारांच्याच हातात राहील, अशी पक्की व्यवस्था सुचवण्यात आली होती.

युवान-शिह-काईला निष्प्रभ करण्याची कारवाई लगेच उरकण्यात आली. चिहली प्रांतात त्याच्या हाताखाली सहा तुकड्या सैन्य होते. त्यातल्या चार तुकड्यांचा अधिकार मध्यवर्ती सत्तेतील राणी येहोनालाचा मंत्री चिह-ली-यांग याने आपल्याकडे घेतला. युवानला लंगडा करण्यात डॉवेजर राणीला यश आले.

सन्यत्-सेनचे दोन प्रयत्न

पेकिंग दरबारी या घटना घडत असताना, सन्यत्-सेन हा चीनच्या भूमीवर पाऊल रोवण्याच्या प्रयत्नात होता. कुठे तरी पाऊल रोवून संघर्षकेंद्र निर्माण करण्यासाठी १९०६

ते १९०८ च्या काळात त्याने सहा वेळा प्रयत्न केले.

यातला पहिला प्रयत्न १९०६ मध्ये हुनान प्रांतातील दुष्काळाचा फायदा घेऊन करण्यात आला. या प्रांतात दुष्काळ पडला. सन्यत्-सेनचे हस्तक या प्रांतातील दोन शहरांत गेले व त्यांनी दुष्काळग्रस्त जमावाला दंगा घडवून आणण्यास प्रवृत्त केले. या दंग्यामुळे मांचू राजवटीचे अधिकारी सावध झाले व त्यांनी हुनान, हुपे व किआंगसी या तिन्ही प्रांतात दंगेखोरांच्या म्होरक्यांना नेस्तनाबूत केले.

नानकिंग येथे १९०७ मध्ये सैन्यातच क्रांतिकारकांनी क्रांतीचे बीज पेरले. नानकिंगला उठाव होण्यापूर्वीच फितुरी झाली व सेनेतील चिनी नेत्यांना शासन झाले. परिणामी जपान सरकारवर चिनी दरबारने दडपण आणून सन्यत्-सेनची जपानकडून हकालपट्टी झाली. सन्यत्-सेन पुन: अन्नाममध्ये आला. आता लगतचे प्रांत होते युनान, क्वांगटुंग आणि क्वांगसी.

क्वांगटुंग प्रांतात दहा हजार सभासद असलेली मांचूविरोधी संघटना 'मेन क्लब' या नावाखाली उभी झाली होती. राजवटीला कर न देण्याची चळवळ या मंडळींनी चालविली होती. या चळवळीचे दमन करण्याकरिता तीन हजार सैनिकांचे पथक ज्या दोन सरदारांच्या हाताखाली प्रांतात आले, त्यातला जो चिनी वंशाचा होता, तो क्रांतिकारकांनी फितविला. या संघटनेच्या सभासदांना शस्त्रे वाटली तर क्रांतिकारकांशी प्रत्यक्ष लढाई सुरू होईल, या हिशोबाने सन्यत्-सेन याने जपानमधून शस्त्रे खरेदीसाठी माणसे पाठविली. शस्त्रे वेळेवर आली नाहीत, चळवळ दडपशाहीच्या वरवंट्याखाली भरडून निघाली.

हा प्रयत्न फसल्यानंतर काही दिवसांतच शंभर सशस्त्र स्वयंसेवकांसह सन्यत्-सेन अन्नाममधून क्वांगसी प्रांतात घुसला. सरहद्दीवरची तीन डोंगराळ ठाणी त्यांनी कब्जात घेतली. सात दिवसच फक्त सन्यत्-सेन टिकाव धरू शकला. त्याला अन्नाममध्ये पुन: पळून यावे लागले.

चिनी दरबार आता अन्नाम सरकारच्या मागे लागला की, सन्यत्-सेनला अन्नाममधून हाकलून द्या. सन्यत्-सेन आता अन्नाममधून पळाला. जमविलेली शस्त्रास्त्रे व पैसा संपला होता. पुन: काही करायचे तर झोळी घेऊन परदेशात फिरणे भाग होते. हा काल सन्यत्-सेनच्या क्रांतिकारी खंडातील सर्वात निराशाजनक काल होता. सर्वत्र अंधार झाला होता. पुन: सशस्त्र उठावाची संधी कधी येईल कुणास ठाऊक, या विचारात सन्यत्-सेनने युरोपात जाण्यासाठी प्रस्थान ठेवले.

चिऊ-चिनचे बलिदान !

नेता निघून गेला तरी पूर्वीच आखलेले स्फोट होतच राहिले. जून १९०७ मध्ये

अनवेई प्रांतात मोठाच उठाव झाला. हा प्रयत्नही अखेर फसला असला तरी जनतेच्या मांचू विरोधाची धार प्रखर करण्यात या प्रयत्नाचा मोठा वाटा आहे. याकरिता हा प्रयत्नदेखील किंचित विस्ताराने सांगितला पाहिजे.

या वेळी अनवेई प्रांताचा गव्हर्नर एनमिंग हा मांचू सरदार होता. त्सुसिंगलीन नावाच्या चेकिंगसांग गावातल्या एका तरुणाच्या मनात क्रांतिकारकांचे विचार पोचलेले होते. सर्व गुप्त चळवळ्यांशी त्याने संपर्क साधला होता. हा तरुण पेकिंग दरबारच्या नोकरीत होता. शाओसिंग येथील लष्करी विद्यालयात तो शिकवत असे. त्याच विद्यालयात शिकविणारी चिऊ-चिन ही सुशिक्षित तरुणी, हीदेखील जपानमध्ये शिकत असताना सन्यत्-सेनच्या विचारांनी भारलेली स्त्री होती. त्सुसिंगलीन याने गव्हर्नर एनमिंगचा विश्वास संपादन केला व त्याची नेमणूक पोलीस दलाचा प्रमुख म्हणून झाली.

जुलैच्या २४ तारखेस पोलिसांच्या विद्यालयातील नवीन अधिकाऱ्यांना निरोप देण्याचा समारंभ योजण्यात आला. गव्हर्नरासह अनेक सरकारी अधिकाऱ्यांना या समारंभासाठी त्सुसिंगलीनने पाचारण केले होते. सर्वांना एकदमच ठार करून, अनवेई प्रांताचाच कब्जा करावा, असा धाडसी विचार त्याच्या मनात होता. आपल्या अधिकारातील पोलिसांच्या मदतीने त्याने समारंभात गोळ्या झाडण्यास सुरुवात केली. गव्हर्नर एनमिंग ठार झाला. परंतु बाकीचे बहुतेक अधिकारी निसटले. त्सुसिंगलीन व चिऊ-चिन या दोघांना पकडण्यात येऊन फासावर लटकवण्यात आले !

चिऊ-चिन या मुलीचे नाव ज्या कुटुंबातील माणसाने मांचू अधिकाऱ्यांना कळवले, त्याचा लगेचच क्रांतिकारकांनी मुडदा पाडला ! यामुळे मांचू राजवट जरा कुठे सुटकेचा नि:श्वास टाकत होती, तोच तिची पुन: झोप उडाली !

सन्यत्-सेनचा प्रमुख विरोधक लियांग आता टोकीयोत प्रसिद्ध होणाऱ्या आपल्या पत्रात लिहू लागला.

"जर चीन देशाची अधोगती अटळच झाली असेल तर आम्ही क्रांतीचे स्वागत करू. कारण देश कदाचित वाचला तर यामुळेच वाचेल ! जर क्रांतिकारक त्यांच्या अत्याचारांमुळे गुन्हेगार असतील तर अत्याचारी मांचू राजवट ही सहस्रपटीने अधिक गुन्हेगार आहे. निरपराध लोकांची हत्या करून सरकार दरबारी बढती मिळवावी, हाच प्रघात सर्वत्र सुरू झाला आहे. परदेशांत निघून गेलेल्या क्रांतिकारकांच्या नेत्यांना त्या देशांतही राहू न देण्याचा प्रयत्न पेकिंग सरकारने करावा, हे आश्चर्य होय. आंतरराष्ट्रीय कायद्याचे हे उल्लंघन आहे."

एका लेखकाने आपल्या लेखात खालील विचारही प्रसृत केलेला आढळतो :

"मांचू आणि चिनी या दोन जमाती या पृथ्वीवर कुठेही एकत्र नांदणार नाहीत.

आम्ही चिन्यांनी नुसती शाब्दिक टीका केली तर हे आमच्यावर शस्त्रे चालवतात ! आज आम्ही त्यांच्या विरुद्ध बोलू लागलो आहोत. परंतु गेली दोनशे वर्षे या मांचूंनी आमचा फक्त द्वेषच केलेला आहे. आम्ही नमते घेतले तर ते अधिक शिरजोर होतात ! आमचा द्वेष आणि संशय सोडून देऊन, हे मांचू कधी काळी आमच्या राष्ट्रीय जीवनात आमच्या बरोबरीने सहभागी होतील, याची सुतराम् शक्यता नाही. जर चीन देश वाचवायचा असेल, तर या लोकांशी संपूर्ण संबंध तोडून टाकले पाहिजेत. सर्व सत्तास्थानांपासून त्यांना दूर ठेवले पाहिजे.''

१९०८ साल उजाडलेले होते. डॉवेजर राणी येहोनाला व सम्राट कुआंगसू ही दोघे चोवीस तासांच्या अंतराने मरण्याचा क्षण जवळ येत होता !

पाताळयंत्री राणीची अखेर

पाश्चात्त्य राष्ट्रांची सैन्ये १९०० साली पेकिंगमध्ये शिरली तेव्हा सम्राट कुआंगसू सिआन येथे पळून गेला होता, हे मागे सांगितलेलेच आहे. तेथून परतल्यापासून तो जवळ जवळ सक्तीचे रिकामटेकडे निवृत्त आयुष्य जगत होता. एका लहानशा खोलीत टेबलासमोर तो सारखा बसलेला असे. राणी येहोनालाचे वैदू येऊन सारखे सकाळ संध्याकाळ त्याला तपाशीत असत. चौतीस वर्षांच्या या मांचू राजाला काहीही झालेले नव्हते. फक्त त्याचा वेळ जाता जात नव्हता ! भयानक एकांतवास आणि रिकामे जीवन हाच त्याचा एकमेव रोग होता. वैदू आणि वैद्य आले की तो संतापत असे. दिवस असे जात असताना ३ नोव्हेंबर १९०८ हा दिवस उजाडला. आज डॉवेजवर राणीचा ७५ वा वाढदिवस होता. यासाठी तिचे अभिष्टचिंतन करायला कुआंगसू सरदारांची टोळी घेऊन राणीच्या राजवाड्यापाशी आला.

डॉवेजर राणी या वेळी हगवणीने आजारी होती. कुणी तरी राणीला असे सांगितले होते की, तिचे आजारपण ऐकून राजा कुआंगसूला आनंदच झाला. येहोनाला त्या वेळी संतापून म्हणाली, ''मी त्याच्या आधी मरणार नाही.''

३ नोव्हेंबरला या पाताळयंत्री बाईला नमस्कार करण्यासाठी म्हणून राजा कुआंगसू जो तिच्या राजवाड्यात शिरला, तो आत जाताक्षणीच म्हणे एकदम आजारी झाला ! - म्हणजे राणीने तसा मुळी फतवाच काढला !

११ नोव्हेंबरला सकाळीच सम्राटाच्या बापाला म्हणजे ई-कुआंग या प्रमुख हस्तक मंत्र्याला राणीने काही कामानिमित्त पेकिंगबाहेर धाडले. १४ नोव्हेंबरपर्यंत तो परतणार नव्हता !

१२ नोव्हेंबरला आपल्या राजवाड्याचा पहारा राणीने वाढवला. कुणालाही आत सोडण्यास तिने बंदी केली. राजा मेल्याची अफवा पेकिंगमध्ये पसरली. खरे-खोटे देव

जाणे ! परंतु १४ नोव्हेंबरला सकाळी सम्राटाची बायको आजारी सम्राटाच्या खोलीत गेली, तेव्हा तो अंथरुणात मेलेला आढळला ! तो कधी मेला हे कुणालाच माहीत नव्हते. कसा मेला हे फक्त डॉवेजर राणीला माहीत होते. कुआंगसूची बायको रडत खोलीबाहेर आली व तिने डॉवेजरला हे दुःखद वृत्त सांगितले. हगवणीने अंथरूण धरलेली मांचू राजवटीची ही पाताळयंत्री डॉवेजर राणीदेखील मग थोडीशी रडली ! तो दिवस तसाच गेला.

१५ नोव्हेंबर १९०८ ला दुसऱ्याच दिवशी येहोनालाने डोळे मिटले ! ती बोलल्याप्रमाणे राजा कुआंगसूच्या आधी काही मेली नाही ! तिचे मरण ठरलेलेच होते. सोईकरिता राजाचे मरण तिने थोडे अलीकडे आणण्याची व्यवस्था बहुधा केलेली असावी.

१८६१ सालापासून म्हणजे जवळजवळ पन्नास वर्षे रखेलीची राणी बनून अमर्याद सत्ता भोगलेली ही कारस्थानी बाई - राणी येहोनाला, अखेर चीनच्या राजकीय पटावरून आता मृत्यूने दूर केली ! स्वतःला अखेर अखेर म्हातारा, वृद्ध म्हणविणारा, वयाची पस्तिशीदेखील न गाठलेला सम्राट कुआंगसू आपल्या आधीच मरणार हे या स्त्रीला ठाऊकच असावे. कारण निपुत्रिक कुआंगसूच्या नंतर कुणी राजा व्हावे हे तिने ठरवून ठेवले होते. कुआंगसूचा धाकटा भाऊ त्साइ-फेंग (प्रिन्स चून) याचा चार वर्षांचा मुलगा प्यू-ई हा हंशून-टुंग या नावाने गादीवर येईल व त्याचा रक्षणकर्ता कारभारी म्हणून, राजा वयात येईपर्यंत, प्रिन्स चून हा राज्यकारभार करील, हे सर्व तिने नक्की केले होते. या व्यवस्थेला युवान-शिह-काईची संमतीदेखील तिने घेऊन ठेवलेली होती. सम्राट कुआंगसूनंतर एकच दिवसाने आपण मरणार आहोत याची मात्र तिला कल्पना नसावी.

प्रिन्स चून

युवान-शिह-काईपासून काय तो राजाला धोका आहे, ही गोष्ट प्रिन्स चून याने ओळखली. सम्राट कुआंगसूला मरून महिनादेखील उलटला नव्हता. त्याची शवपेटिका अजून राजवाड्यातच होती. ती पुढे १ मे १९०९ या दिवशी मिरवणूकीने मांचू राजाच्या खास दफनभूमीत नेण्यात आली. प्रिन्स चून याने सत्ता हाती येताच महिनाभरात युवानला अधिकारावरून दूर केले, व प्रकृती-स्वास्थ्यासाठी त्याला गावाकडे जाण्यास फर्मावले. वस्तुतः युवानचे डोके मारावे हाच प्रिन्स चूनचा विचार होता, पण त्याने जेव्हा सैन्याचा कानोसा घेतला तेव्हा ही गोष्ट सैन्याला आवडणार नाही व कदाचित बंड होईल अशी भीती त्याला वाटली.

प्रिन्स चून हा बॉक्सर बंडानंतर कैसर विल्यमची समजूत काढण्याकरिता जर्मनीला

जाऊन आलेला होता. जर्मनीचा वकील बंडवाल्यांनी मारल्यापासून जर्मनीशी संबंध बिघडलेले होते. ते बंडाळी आटोपल्यानंतर सावरण्यासाठी तो चीन दरबारच्या वतीने गेला होता. जर्मन राजवंशाला एवढी प्रतिष्ठा व अधिकार कसा काय प्राप्त झाला ? - हा प्रश्न त्याने कैसरला जेव्हा विचारला, तेव्हा कैसरने त्याला सांगितले होते, ज्याच्या हाती लष्कराची हुकूमत असते त्यालाच लोक मान देतात ! इतकी वर्षे प्रिन्स चून हा स्वस्थ होता, परंतु आता गादीवरच्या अज्ञानी सम्राटाचा बाप व पालक म्हणून हाती सत्ता येताच त्याने कैसरचा उपदेश अंमलात आणण्यास सुरुवात केली. त्याने आपल्या धाकट्या भावाच्या हाताखाली नव्या सेनेची उभारणी त्वरित हाती घेतली. तो स्वत: सेनेचा सर-सेनापती, त्याचा धाकटा भाऊ हा सेनापती व दुसरा धाकटा भाऊ हा आरमाराचा प्रमुख झाला.

सर्व प्रांतात लोकप्रतिनिधींच्या असेंब्ली त्याने नियुक्त केल्या. पेकिंगमध्ये सर्व प्रांतांतील निवडक लोकांची नेमणूक करून त्याने राष्ट्रीय असेंब्लीदेखील निर्माण केली. मात्र हे सर्व प्रतिनिधी त्याने निवडलेले होते ! जे मंत्रिमंडळ राज्यकारभार करणार होते त्याचा या प्रतिनिधी मंडळाशी काहीही संबंध नव्हता. वाटल्यास या प्रतिनिधींनी सरकारला काही सूचना कराव्या. त्या ऐकण्याचे बंधन सरकारी मंत्र्यांवर नव्हते. म्हणजे हा सर्व एक सुधारणांचा तमाशा होता ! हा सर्व उद्योग करायला प्रिन्स चूनला दोन वर्षे लागली. एप्रिल १९११ मध्ये त्याने आपले नवे मंत्रिमंडळ जाहीर केले. या मंत्रिमंडळात एकूण तेरा मंत्री होते, त्यांत आठजण हे राज-कुटुंबातले मांचू होते ! हे सर्व प्रिन्स चूनचे काका-पुतणे होते. त्याचा बाप ई-कुआंग हा देखील त्यात होता. म्हणजे नातू राजा, बाप पंतप्रधान व आजोबा प्रमुख सल्लागार ! असे दिव्य मंत्रिमंडळ तयार झाले होते. दिमतीला आजोबाची इतर दोन पोरे सैन्यप्रमुख आणि आरमार-प्रमुख ! मग काय विचारता ? भुताच्या हाती कोलीत मिळावे तसा विल्यम कैसरचा मंत्र प्रिन्स चूनच्या हाती पडला होता. प्रिन्स चूनने सामर्थ्याचा मंत्र मिळवला, पण तो कसा पेलावा याची अक्कल त्याला शिकता आली नाही. मंत्र राजवाड्यात राहिला आणि प्रजेत नवाच जागर सुरू झाला. केवळ सहा महिन्यातच क्रांतीचा डोंब उसळला. प्रिन्स चूनला युवानच्या नाकदुऱ्या काढाव्या लागल्या आणि सिंहासन वाचावे म्हणून केलेला हा प्रयत्नदेखील अंगाशी येऊन, मांचू राजवट चिनी भूमीवरून कायमची उखडली गेली.

ऑक्टोबर १९११ मधील क्रांतीची ही कथा आता सुरू होत आहे.

* * *

१०

□

मांचू राजवटीचा अस्त !

९ सप्टेंबर १९०५ या दिवशी टोकियो येथे 'टुंग-मेंग-हुई' ही क्रांतिकारक संघटना स्थापन झाली व तिचा पहिला 'त्सुंग-ली' (प्रमुख) म्हणून डॉ. सन्यत्-सेन निवडला गेला. 'टुंग-मेंग-हुई' या संघटनेचा उल्लेख यापुढील निवेदनात 'युनायटेड लीग' या नावाने होणार आहे. पाच-सहा वर्षांत या संघटनेचे सभासद चीनच्या प्रांतोप्रांती हजारोंच्या संख्येने वाढू लागलेले पाहून डॉ. सन्यत्-सेनची खात्री पटली की, चिनी क्रांतीचे स्वप्न 'याचि देही याचि डोळा पाहणे' आता शक्यतेच्या कोटीत आलेले आहे.

या वेळी मांचू राजवटीतील कारभाराची व्यवस्था कशी होती ते पाहा. 'प्यू-ई' हा सम्राट ! वय वर्षे चार. 'प्यू-ई' चा पालक म्हणून त्याचा बाप प्रिन्स-चून (त्साही फेंग) हा 'कामचलाऊ' सम्राट. प्रिन्स चूनचा बाप ई-कुआंग हा मुख्यमंत्री ! ई-कुआंग हा दिवंगत सम्राट कुआंगसू याचाही बाप असल्याने, कुआंगसूच्या बायकोकडील मंडळींनाही खूष ठेवणे भाग होते. डॉवेजर राणीची एक बहिण होती. तिचा नवरा त्साही-त्से याला अर्थमंत्रीपद मिळालेले होते. म्हणजे प्रिन्स चून, ई-कुआंग आणि त्साही-त्से या तिघांनी सर्व सत्ता एकवटून घेतलेली होती.

एप्रिल १९११ मध्ये प्रिन्स चून याच्या नव्या मंत्रिमंडळाची नावे जाहीर झाली. यातील तेरा मंत्र्यांत आठवण हे राजकुटुंबातील मांचूच होते ! यामुळे सर्व देशात संतापाची लाट पसरू लागली. चीन भूमीलगतच्या प्रदेशात राहणे मांचू राजवटीने अशक्य केल्यामुळे, डॉ. सन्यत्-सेन हा स्वत: जरी या वेळी जागतिक दौऱ्याला निघालेला होता, तरी त्याने ज्यांच्या हाती क्रांतीची सूत्रे दिलेली होती ते त्याचे सहकारी स्वस्थ बसणार नव्हते. डॉ. सन्यत्-सेनच्या प्रमुख सहकाऱ्याचे नाव होते हुआंगत्सिंग. याने लगेचच क्वांगटुंग प्रांतातील कॅन्टोन शहरात बंडाची ठिणगी टाकण्याचे ठरविले.

कॅन्टोनचा उठाव

१३ एप्रिल हा उठावणीचा दिवस नक्की झाला. आठशे बंडखोरांचे दहा गट करण्यात आले. एकाच वेळी कॅन्टोन शहराच्या ठिकठिकाणच्या सरकारी कचेऱ्यांवर हल्ला चढविण्याची योजना आखण्यात आली होती. परंतु नेहमीप्रमाणे एका अति उत्साही क्रांतिकारकाने घोटाळा केला. ८ एप्रिल या दिवशीच कॅन्टोन येथे एका वरिष्ठ मांचू सरकारी अधिकाऱ्याला या क्रांतिकारकाने गोळ्या घातल्या. यामुळे शहरात ताबडतोब लष्करी कायदा लावला गेला व क्रांतिकारक पेचात पडले.

डाव कुजू लागलेला पाहताच स्वत: हुआंगत्सिंग हा २३ एप्रिलला कॅन्टोन शहरात शिरला आणि सहकाऱ्यांशी वाटाघाटी करून अखेर २७ एप्रिलला उठाव करण्याच्या आज्ञा त्याने क्रांतिकारक गटांना दिल्या. परंतु त्या दिवशीच सकाळपासूनच क्रांति-कारकांच्या धरपकडीला सुरुवात झाली. याचा अर्थ क्रांतिकारकांच्या सर्व हालचाली त्यांना वाटत होत्या तितक्या गुप्त राहिलेल्या नव्हत्या. फितुरी झाली होती. आता या क्षणी काढता पाय घेणे योग्य नाही, हे पाहून २७ एप्रिलला सायंकाळी साडेपाच वाजता हुआंगत्सिंग याने आपल्या शंभर सशस्त्र सहकाऱ्यांसह गव्हर्नर जनरलच्या कचेरीवर हल्ला चढविला.

उठावणीच्या संबंधात परस्परविरोधी निर्णय सतत चौदा दिवस घेतले गेले असल्याने, जरी आठशे जणांनी ठिकठिकाणी हल्ले करावे असे ठरले होते, तरी प्रत्यक्ष चारशेच क्रांतिकारक बंडात उतरले.

गव्हर्नर जनरल चांग-मिंग-ची हा आपल्या निवासाच्या मागील भिंतीला खिंडार पाडून त्यातून निसटला. चांग-मिंग-चीचा सहकारी अॅडमिरल ली-चून याच्या हाताखालील रक्षकांनीही बंड पुकारले होते व हे बंडखोर वेन नावाच्या नेत्याच्या हुकमतीखाली हुआंगत्सिंगच्या मदतीला येत होते. वेनच्या या तुकडीवर गैरसमजाने हुआंगत्सिंगने शस्त्र चालवले व यामुळे क्रांतिकारकांच्याच दोन जमावात युद्ध पेटून परस्पर अगणित हानी झाली. याचा फायदा सरकारी सेनेने घेतला व कॅन्टोनची ही क्रांती सपशेल फसली. हुआंगत्सिंग हाँगकाँगला पळून गेला व सुमारे ७२ क्रांतिकारक या झटापटीत मारले गेले.

सशस्त्र क्रांतिकारकांचा हा दहावा पराभव होता !

दक्षिण चीनमध्ये आतापर्यंत सशस्त्र क्रांतिकारकांनी केलेले उठावणीचे सर्व प्रयत्न फसल्यामुळे, क्रांतिकारकांचे नेते चेन-यिन-शिन, तानशी-बिन वगैरे मंडळींनी आपल्या पुढील हालचालीचे केंद्र मध्यचीनमध्ये नेण्याचे ठरविले. यासाठी यांगत्सी नदीच्या खोऱ्यातील हँकौ, बुचांग, हनियांग हा विभाग त्यांनी निवडला. या ठिकाणी मांचू

राजवटीची लष्करी ठाणी होती. या लष्करी तळावर नव्यानेच सैन्य-भरती झालेल्य। चिनी तरुणांत क्रांतीचे विचार पसरत चालले होते, त्याचा फायदा क्रांतिकारकांना मिळेल असा अंदाज होता.

कर्जच कर्ज !

उठावणीसाठी लागणारे तात्कालिक कारणदेखील या भागात हळूहळू शिजत चाललेले होते. पाश्चात्त्य देशांतून कर्जे घेऊन देशात रेल्वेमार्ग बांधण्याचा उद्योग मांचू राजवटीने सुरू केलेला होता. मांचुरियातील रेल्वेमार्ग हा जपान व रशिया या दोघांनी संगनमताने आपल्या कब्जाखाली ठेवलेला होता. या गरीब देशात पाश्चात्त्य राष्ट्रांनी पैसा बाहेरून आणून रेल्वे बांधायची व मग कर्जवसुलीच्या निमित्ताने त्या मार्गावर आपले वर्चस्व ठेवायचे, हा खेळ सर्वच परक्या राष्ट्रांनी आता सुरू केला.

जपानने २४ मार्च १९११ ला चीनमध्ये रेल्वेमार्ग बांधण्यासाठी १,००,००,००० डॉलरचे कर्ज मांचू राजवटीला मंजूर केले.

इतर सत्ता कशा स्वस्थ बसणार ? १३ मे १९११ या दिवशी झेश्वान-हँकौ व कॅन्टोन-हँकौ हे रेल्वेमार्ग बांधण्यासाठी मांचू राजवटीला इंग्लंड, जर्मनी, फ्रान्स व अमेरिका या चारी राष्ट्रांनी संयुक्तरित्या २०,००,००,००० डॉलर एवढे अवाढव्य कर्ज जाहीर केले.

ही कर्जे मिळवण्याचा उद्योग मुख्यत: त्साहित्से व शेंग या दोघा मांचू अधिकाऱ्यांनी केला. दिवंगत सम्राट कुआंगसूची विधवा स्त्री ही आता डॉवेजर राणी होती. त्साहीत्सेची बायको ही या डॉवेजर राणीची सख्खी बहीण असल्यामुळे व त्साहीत्से हा स्वत:च अर्थमंत्री असल्याने त्याला अडवणार तरी कोण ? शेंग हा १८९४ च्या चिनी-जपानी युद्धात तिअनस्टिन येथे कस्टम अधिकारी होता. तेव्हा त्याने लाचलुचपत केल्यामुळे काही काळ तो गैरमर्जीत गेला होता. राजवाड्यात जी अधिकाराची नवी खांदेपालट झाली, त्यात ही स्वारी रेल्वे-बांधणी प्रमुख या पदावर चढली होती. त्साहीत्से हा अर्थमंत्री आणि शेंग हा रेल्वे बांधणीप्रमुख हा समसमासंयोग झालेला असल्याने, या दोघांनी हाती येणाऱ्या परकीय मदतीपासून स्वत:साठी चांगलाच हात मारण्यास सुरुवात केली. पैसे खाण्याचे तंत्र मोठे चमत्कारिक असते. फक्त एकालाच कुणी पैसे खाऊ देत नाही. खालपासून वरपर्यंत ठगांची टोळीच मग निर्माण होते. शेंग याने सर्व मांचू अधिकाऱ्यांना खालपासून तो तहत अर्थमंत्र्यापर्यंत पैशाचा रतीब सुरू केला होता.

कर्ज आले तेव्हा कंत्राटे द्यायचा प्रश्न पुढे आला. पुन्हा पैसे खाण्याचा नवा योग ! कॅन्टोन-हँकौ रेल्वेमार्ग बांधण्याचे कंत्राट एका अमेरिकन कंपनीला देण्यात येणार होते, ते चिनी व्यापाऱ्यांना मिळावे असा आग्रह चिनी लोकांनी धरला. त्साहीत्से व शेंग या दुकलीने यातून असा मार्ग काढला की रेल्वेमार्गाचे राष्ट्रीयीकरण करायचे ! राष्ट्रीयीकरण

म्हणजे सरकारच रेल्वे बांधणार !

रेल्वेमार्गाचे राष्ट्रीयीकरण होणार ही बातमी पसरताच सर्व व्यापारी वर्गात तीव्र असंतोष पसरला. झेश्वान, क्वांगटुंग, हुनान, हुपै इत्यादी प्रांतांतून या प्रश्नावर सरकार-विरोधी संघटना निर्माण झाल्या. व्यापाऱ्यांची शिष्टमंडळे पेकिंगला रवाना होऊ लागली.

शेंगला याचे सुखदु:ख काहीच नव्हते. त्साहीत्सेचा पाठिंबा त्यालाच होता. मांचू राजवट पैसे चारल्याने तृप्त होती. व्यापारी आणि जनता बोंबलत होती. व्यापारी रेल्वे कंत्राटे मिळावी म्हणून आणि जनता - रेल्वेमार्गासाठी काढलेली कर्जे भागवण्यासाठी सर्व अन्नधान्यांच्या किंमती वाढवल्या गेल्या होत्या म्हणून. शेंग याने प्रांताच्या गव्हर्नरांना हुकूम दिला, रेल्वेमार्गासाठी कंत्राटासाठी जी चळवळ उभी राहात आहे ती नेस्तनाबूत करा. याकरिता जे कुणी चळवळे असतील त्यांना गोळ्या घाला.

अखेर यश आले

२४ ऑगस्टला झेश्वान प्रांतात व्यापाऱ्यांनी हरताळ पाडला व हजारोंच्या संख्येत व्यापारीवर्ग आरडाओरडा करीत रस्त्यांतून फिरला. गव्हर्नर जनरल चाओ-अरफेंग याने व्यापाऱ्यांचे म्होरके पकडले, तेव्हा ७ नोव्हेंबरला गव्हर्नर जनरलच्या कचेरीलाच हजारो लोकांनी गराडा घातला. रक्षकांनी गोळीबार केला व बरीच माणसे मारली गेली, अनेक घायाळ झाली.

लगतच्या झेश्वान प्रांतात वातावरण तप्त होत आहे हे पाहताच हँकौ, बुचांग, हनियांग भागात जमलेल्या क्रांतिकारकांनी उठावणीचा दिवस मुक्रर केला. ६ ऑक्टोबर १९११ या दिवशी हँकौ व बुचांग येथे क्रांती सुरू करण्याचे ठरले. वाटाघाटी करून ही तारीख १६ करण्यात आली. परंतु ९ ऑक्टोबरला हँकौ येथे गुप्तपणे दारुगोळा हाताळीत असताना अपघाती स्फोट झाला व सन-वू हा क्रांतिकारक घायाळ झाला. पोलीस त्या ठिकाणी धावत आले, व क्रांतिकारक पकडले गेले !

हँकौ व बुचांग या दोन्ही शहरांत लगोलग धरपकड सुरू झाली. महत्त्वाची गोष्ट म्हणजे, या धरपकडीत व छाप्यात क्रांतिकारकांच्या नावनिशीवर याद्या मांचू गव्हर्नर जनरलच्या हाती पडल्या.

या वेळी त्सिंग-पिंग-कून या क्रांतिकारकाने घेतलेला धाडशी निर्णय हा केवळ नशिबाने क्रांतिकारकांना फलदायी ठरला. १० ऑक्टोबर या दिवशी त्याने आपल्या मूठभर सहकाऱ्यांनिशी बुचांग येथील लष्करी दारुगोळ्याच्या कोठारावर हल्ला चढविला, व कोठारावरच कब्जा केला. दारुगोळा बंडवाल्यांच्या कब्जात गेला, या बातमीमुळे गव्हर्नर जनरलचे जे सैन्य होते त्यांच्यात घबराट पसरली. गव्हर्नर जनरल ज्यू-चेंग व लष्करी प्रमुख चांग-पिआवो यांसह सर्व सैन्य बुचांग शहरातून पळत सुटले. बुचांग

शहर क्रांतिकारकांच्या ताब्यात येताच, हनियांग व हँकौ या शहरांतूनही मांचू सैन्य पसार झाले.

त्सिंग-पिंग-कून याला वस्तुत: आपल्या प्रयत्नाला एवढे यश लाभेल याची सुतराम् कल्पना नव्हती. क्रांतिकारकांच्या नावनिशीवर याद्या मांचू राजवटीच्या हातात पडल्या आहेत, तेव्हा आता मरण अटळच आहे. मग मारता मारता तरी मरावे, या विचारापोटी त्याने उठाव केला व हीच यशस्वी क्रांती ठरू लागली होती ! ज्यू-चेंग हा गव्हर्नर जनरल पळाला नसता तर चांग-पिआओ पळाला नसता व मग मांचू सैन्यही पळाले नसते.

यश अचानक क्रांतिकारकांच्या अंगावर कोसळले होते. आता प्रश्न होता की या क्रांतीचे नेतृत्व करायचे तरी कुणी ? त्सिंग-पिंग-कून याच्या ठिकाणी मोठ्या राज्य-कारभाराची सूत्रे हाती घेण्याची ताकद नव्हती. हे काम अखेर ली-युवान-हुंग नावाच्या सेनानीने पत्करले. याला क्रांतिकारकांनी नुकताच पकडला होता ! हुपै प्रांतात जे नवे सैन्य मांचू राजवट तयार करीत होती, त्या सैन्यात हा उपसेनानी होता. बुचांग येथे गडबड उडाली, तेव्हा तयार होणारे नवे चिनी सैन्य हे क्रांतिकारकांना सामील होईल या भयाने त्या सर्वांना घरोघर हाकलून देण्यात आले होते व हा सेनानी एकटाच क्रांतिकारकांच्या ताब्यात सापडला. कुठल्या परिस्थितीत आपण क्रांतिकारकांचे नेतृत्व पत्करले यासंबंधी त्यानेच त्या वेळी एका पत्रात सर्व लिहिले आहे. हे पत्र त्याने ॲडमिरल सा-चेन-पिंग नावाच्या आरमारी अधिकाऱ्याला क्रांतिकारकांना सामील होण्याची गळ घालण्याकरिता लिहिलेले आहे. या पत्रात ली-युवान-हुंग लिहितो,

"गव्हर्नर जनरल ज्यू-चेंग पळून गेल्यानंतर क्रांतिकारक सैन्याने माझ्या छावणीला गराडा दिला. मला लगेच अटक करण्यात आली. माझ्या चारी दिशांनी माझ्यावर बंदुका रोखलेल्या होत्या. मी जर या क्रांतिकारकांची - क्रांतीत सामील होऊन नेतृत्व करण्याची विनंती मानली नसती, तर मला जागच्या जागी ठार मारण्यात आले असते. मी अशा परिस्थितीत आठ दिवसांपूर्वीच क्रांतिकारकांच्या सेनेचे अधिपत्य पत्करले असले तरी मला असे आढळून आले की, ही माणसे असामान्य धैर्याने व निष्ठेने शत्रूवर तुटून पडत आहेत. आपल्या असंख्य चिनी बांधवांनी हातात काही आयुध नसताना रेल्वेमार्ग उखडून टाकले आहेत. आपल्या भगिनी या क्रांतिकारकांसाठी चहा व ब्रेड घेऊन उत्साहाने रणक्षेत्राकडे येताना मी पाहतो आहे. ही सर्व परिस्थिती मोठी आशादायक आहे. मांचू राजवटीची चाकरी करून आपल्याच बांधवांवर शस्त्र चालवणे कुणाला हवे होते ? यामुळे मला तरी या अंगीकृत कार्यात यशाबद्दल खात्री वाटते आहे. मी आता प्रतिज्ञाच केली आहे की, मांचू राजवटीखालून चिनी भूमी मुक्त केल्याखेरीज

आता स्वस्थता नाही.''

प्रांतोप्रांती 'युनायटेड लीग' संस्थेच्या क्रांतिकारक सदस्यांनी क्रांतीचा मंत्र पोचवलेला होता. ली-युवान-हुंग यांच्या नेतृत्वाखाली बुचांग येथे प्रतिसरकार निर्माण झाल्याची बातमी सर्वत्र पसरताच ठिकठिकाणाहून स्वातंत्र्य घोषित केल्याचे वृत्त बुचांग येथे आले.

बुचांगच्या दक्षिणेला चांगशा शहर आहे व पूर्वेकडे कियु-कियांग शहर आहे. या दोन्ही शहरांनी स्वातंत्र्य घोषित करताच बुचांग निर्धास्त झाले. आता बुचांग शहराला धोका होता तो फक्त उत्तरेकडून येणाऱ्या मांचू सेनेचाच. पेकिंगजवळच्या शान्सी व शेन्सी प्रांतांनीही मांचू जोखड झुगारून दिल्यामुळे लष्करी शक्ती तिकडे विभागली जाणार होती. हा मोठाच फायदा बुचांग येथील क्रांतिकारकांच्या नवजात सरकारला मिळणार होता. झेश्वानचा गव्हर्नर जनरल चाओ-अरफेंग व त्याचा लष्करी प्रमुख तुआन-फँग या दोघांचे २७ नोव्हेंबरला खून पडले व झेश्वान प्रांतही क्रांतिकारकांना मिळाला. वस्तुत: याच प्रांतात प्रथम प्रत्यक्ष प्रतिकार सुरू होऊन रक्तपात घडला होता.

चेन-यिन-शिन याने शांघायला उठावणी केली व तो नानकिंगकडे वळला. सूचौ, शांघाय, चेकियांग शहरातील क्रांतिकारकांनी एकत्र येऊन नानकिंग शहराला शह देताच, १२ डिसेंबर १९११ या दिवशी नानकिंग शहर क्रांतिकारकांच्या हाती पडले. नानकिंग शहर कब्जात आले खरे, परंतु त्यापूर्वी चारच दिवस मांचू सैन्याने हनियांग शहर परत जिंकून बुचांग शहरावर गंडांतर आणले होते.

या सर्व घडामोडीत आश्चर्याची गोष्ट ही घडली की, सशस्त्र क्रांतीवर विश्वास नसलेले व घटनात्मक मार्गाने लढू म्हणणारे जे मांचू राजवटीचे विरोधक प्रांतोप्रांती होते, त्यांनी आता विनातक्रार क्रांतिकारकांशी सहकार्य सुरू केले.

अशा रितीने केवळ दोन-अडीच महिन्याच्या अवधीत सर्व मध्य चीन क्रांतिकारकांनी हस्तगत केला.

या कालखंडात पेकिंगला महत्त्वाच्या गोष्टी घडत होत्याच.

प्रिन्स चूनचा खग्रास

१० ऑक्टोबरला बुचांग येथे बंड उद्भवल्याची वार्ता पेकिंगला पोचताच १२ ऑक्टोबरला तेथील परागंदा गव्हर्नर जनरल ज्यूचेंग व त्याचा लष्करी सहकारी चांग-पिआवो यांना अधिकारावरून बडतर्फ करण्यात आले. ई-कुआंग हा मुख्यमंत्री होता. त्याने युवान-शिह-काई याला परत बोलवण्याचे ठरवून त्याची नेमणूक हुनान व हुपै प्रांतांचा गव्हर्नर जनरल म्हणून जाहीर केली. युद्धमंत्री यिनचँग हा पेईयांग लष्कराच्या दोन तुकड्या घेऊन लगेचच दक्षिणेकडे बंदोबस्तासाठी निघाला.

पूर्वी मांचू राजवट जेव्हा जेव्हा धोक्यात आली, तेव्हा तेव्हा त्सेंग-कुओ-फॅन म्हणा किंवा ली-हुंग-चँग म्हणा, अशा कुणीतरी स्वामीभक्त चिनी नेत्याने सिंहासन सावरले होते. युवानला मांचू राजवटीचे कसलेही प्रेम तर नव्हतेच, उलट त्याला घरी पाठवण्यात झालेल्या अपमानाने तो खदखदत होता. प्रिन्स चून (त्साही-फेंग) याने केलेला अपमान विसरून लगोलग गव्हर्नर जनरल पदाची वस्त्रे अंगावर चढवण्यास तो मुळीच उत्सुक नव्हता. त्याने ई-कुआंगला कळवले की मी अजून पुरता बरा झालेला नसल्याने लगेच गव्हर्नर जनरलपदाचा स्वीकार करू शकत नाही !

प्रिन्स चूनची क्रांतिकारकांनी फें फें उडवीपर्यंत वाट पाहायची, हा युवानचा स्पष्ट डाव होता. चून हा आता शुद्धीवर आला होता व ही स्वारी जातीने युवानच्या नाकदुऱ्या काढण्यासाठी त्याच्या गावी तातडीने दाखल झाली. बराच वेळ प्रिन्स चूनला वाटाघाटीत घोळवल्यानंतर, युवानने त्याच्यापुढे सहा मागण्या फेकल्या. या मागण्या अतिशय धूर्त होत्या व युवानने किती सावधपणे पावले उचलायला सुरुवात केली होती, याची कल्पना यावरून सहज येते. मागण्या अशा होत्या :

(१) वर्षभरात पार्लमेंट भरले पाहिजे.

(२) पार्लमेंटला जबाबदार असे मंत्रीमंडळ सत्तेवर आले पाहिजे.

(३) क्रांतीमध्ये भाग घेतलेल्या सर्वांना सरसकट माफी जाहीर केली पाहिजे.

(४) क्रांतिकारक पक्षावरची बंदी उठवली गेली पाहिजे.

(५) सर्व लष्करी सत्तेचे लगेचच पुनर्घटन करण्याचे अधिकार युवानकडे सोपवले जावे आणि

(६) यासाठी पुरेसा पैसा मांचू सरकारने ताबडतोब उपलब्ध केला पाहिजे.

युवानच्या या मागण्यांतील पहिल्या चार या क्रांतिकारकांची व चिनी जनतेची सहानुभूती खेचून घेण्यासाठी होत्या. क्रांतिकारक पक्षाशी युवानला तडजोड हवी होती ती मांचू राजवटीचे भले व्हावे यासाठी नाही ! त्याला सत्ता स्वतःकडे हवी होती व क्रांतिकारकांना खिशात घातल्याखेरीज आता सत्ता आपल्याकडे राहणार नाही, ही गोष्ट त्याला सूर्यप्रकाशाइतकी स्पष्ट दिसत होती. क्रांतिकारकांची टांगती तलवार आहे तोपर्यंत मांचू राजर्षि मंडळी वचकात राहतील, हे साधे व्यावहारिक गणित होते. एका बाजूला मांचू सत्ताधीश आणि दुसऱ्या बाजूला चिनी क्रांतिकारकांची शक्ती, यांच्यात मध्यस्थाचे मोठेपण युवानला हवे होते. या दोघांचा परस्परांना धाक ठेवून सत्तेचा मावा खाण्यासाठी तागडी त्याला आपल्या हातात हवी होती.

घटनात्मक सरकार आल्याखेरीज राजपालक झालेल्या प्रिन्स चूनचा काटा निघणार नव्हता. व्यक्तिगत सूडासाठी तरी घटनात्मक सरकारची मागणी रेटणे युवानला भाग

होते. यामुळे सुधारणावादी पक्षही खूष !

चूनने मागण्या वाचताच कपाळाला आठ्या घातल्या. तात्काळ नकार न देता तो पेकिंगला परतला. शक्य असले तर अजून युवानशिवाय राज्यकारभाराचा गाडा रेटावा असे त्याच्या मनात होते.

इकडे यिनचँग हा युद्धमंत्री सैन्याच्या तुकड्या घेऊन दक्षिणेस गेला खरा, पण क्रांतीच्या ज्वाला इतस्तत: पसरत चालल्याच्या बातम्या सारख्या पेकिंगला येत राहिल्या. हुनान प्रांत गेला. शेन्सी गेला. कियूकियांग गेला. २७ ऑक्टोबर उजाडला. काही तरी त्वरित ठरविणे भाग होते. युवानने मागण्या पुढे मांडल्या होत्या, त्या राज्य-सूत्रे हाती घ्यावी लागणार असतील तरच्या होत्या. सेनेचा संपूर्ण कब्जा तत्पूर्वीच मिळण्यासारखा असला तर ती संधी तो सोडणार नव्हता. यामुळे सेनेचे अधिकार यिनचँगकडून काढून युवानची त्याच्या जागी नेमणूक झाली, ती युवानने तांत्रिकदृष्ट्या पत्करली.

भांबावलेल्या प्रिन्स चूनने ३० ऑक्टोबरला मंत्रीमंडळाला बंधनकारक असलेले सर्व कायदेकानून रद्द केल्याचा वटहुकूम काढला व राष्ट्रीय असेंब्लीला देशासाठी घटना तयार करण्याचे अधिकार जाहीर केले. क्रांतिकारकांचा पक्ष हा मान्यता दिलेला राजकीय पक्ष म्हणून आपली मान्यता त्याने जाहीर केली. युवानच्याच काही मागण्या अंमलात आणून युवानचाच डाव स्वत: खेळावा या विचारात प्रिन्स चून ऊर्फ त्साही-फेंग हा आता होता.

ई-कुआंगचे मंत्रिमंडळ याचसाठी १ नोव्हेंबर १९११ या दिवशी त्याने बरखास्त केले व त्याच्या जागी मुख्यमंत्री म्हणून ३ नोव्हेंबरला युवान याची नेमणूक त्याने जाहीर केली. प्रिन्स चूनच्या युवानपुढच्या शरणागतीला आता सुरुवात झाली होती !

इतक्यात शान्सी प्रांत बंडात सामील झाल्याचे वृत्त आले. सात वर्षांचा सम्राट प्यू-ई ऊर्फ हशूनटुंग याला घेऊन राजमाता जेहोल येथे पळून जाण्याची तयारी करू लागली. कारण आता पेकिंगला धोका निर्माण झालेला होता.

युवानने आता आजारपणाचे नाटक बंद केले व १ नोव्हेंबरलाच दक्षिणेकडे सरकारी सेनेचे आधिपत्य करण्यासाठी तो निघाला. निघण्यापूर्वी त्याने पेकिंगला सम्राटाला तार दिली - "तुम्ही कुणी पेकिंग सोडून जाऊ नका. त्यामुळे घबराट माजेल."

वस्तुत: सम्राटाला हाकलून द्यावा हीच युवानची इच्छा होती. परंतु अजून काही काळ राजकीय डावपेचांसाठी मांचू राजाचे अस्तित्व त्याला हवे होते. राजकारणात अशी प्यादी नेहमी इच्छेप्रमाणे सरकवण्यासाठी धूर्त माणसे सांभाळून ठेवत असतात.

८ नोव्हेंबरला राष्ट्रीय असेंब्लीने युवानला मुख्यमंत्री म्हणून मान्यता दिली व ११ नोव्हेंबरला सम्राटाच्या सहीशिक्क्यानिशी मुख्यमंत्रीपदी नेमणूक झाल्याचा हुकूम

युवानच्या हाती पडला. या वेळी तो दक्षिणेत त्सियोकान या ठिकाणी पोचलेला होता. १३ तारखेला पुढचे दक्षिणायन रद्द करून युवान पेकिंगकडे निघाला.

१६ नोव्हेंबरला युवान पेकिंगला पोचला. त्याने प्रथम मंत्रिमंडळ जाहीर केले व सर्व सैन्यावर अधिकाराची जरब टाकली. त्याच्या मार्गात दोन काटे होते : एक प्रिन्स चून - जो अल्पवयी सम्राटाचा पिता आणि पालक होता आणि दुसरा त्साही टाओ - जो राजवाड्यातील सर्व रक्षकदलाचा प्रमुख होता. प्रिन्स चूनने एकंदर रागरंग पाहून आपल्या जबाबदारीचा राजीनामा युवानपुढे ठेवला. त्याला लगेचच रजा देण्यात आली. युवानने मग आपला मोर्चा त्साही-टाओकडे वळवला. त्याला आंजारून-गोंजारून युवानने हे पटवले की त्याच्यासारख्या शूर माणसाने दक्षिणेत जाऊन क्रांतिकारकांचा फडशा पाडणे आवश्यक आहे. त्साही-टाओ हा मनातून ही जबाबदारी घेण्यास नाखूष होता. परंतु तसे सांगणे त्याला शक्य नव्हते. कारण मग तो शूर योद्धा कसला ? शेवटी मनस्तापाला कंटाळून त्याने राजवाड्यातील रक्षकदलाचे प्रमुखत्व सोडण्याची परवानगी मागितली. युवानने त्याच्या जागी आपला विश्वासू फेंग-कुवो-चँग याची नेमणूक केली. सर्व रक्षकदल पेकिंगबाहेर काढून युवानने राजाचे हे खाजगी उन्मत्त सैन्य आपल्या सैन्यात विलीन करून टाकले.

सात वर्षांचा सम्राट प्यू-ई आणि कुआंगसूची विधवा पत्नी ही दोघे आता युवानच्या संपूर्णपणे कब्जात आली. आता ही दोघे फक्त युवानच्या डावपेचातील क्षुद्र प्यादी झाली होती.

१२ डिसेंबरला नानकिंगचा कब्जा क्रांतिकारकांनी करण्यापूर्वीच हुआंगत्सिंग हा नेता - जो कॅन्टोनमधील उठाव फसल्यानंतर हाँगकाँगला निसटला होता, तो बुचांग येथे आता दाखल झाला. हुआंगत्सिंग हा डॉ. सन्यत्-सेनच्या विश्वासातील नेता क्रांतीला लाभताच क्रांतिकारक सैन्याचा तो कमांडर इन चीफ झाला. ली-युवान-हुंग याच्याकडे या सेनेचे दुय्यम नेतृत्व आता आले. नव्या सरकारचा अध्यक्ष व उपाध्यक्ष यांची निवड करण्याकरिता नानकिंग येथे सर्व प्रांतांतील क्रांतिकारकांच्या प्रतिनिधींची परिषद बोलावण्यात आली. नव्या सरकारची राजधानीही बुचांग येथून नानकिंगला आणण्यात आली. कारण बुचांगवर सरकारी फौजांनी हनियांग शहराकडून गोळीबार सुरू केला होता.

सरकार निर्माण करण्यात व सरकारप्रमुख होणाऱ्या अध्यक्षांची निवड करण्यात क्रांतिकारकांचे एकमत होईना. त्यात तीन भिन्न मतप्रवाह दिसत होते :

(१) युवान-शिह-काई जर क्रांतिकारकांना सामील होत असेल, तर त्यालाच नानकिंग येथील सरकारचा प्रमुख नेमावा, असे सांगणारा एक गट होता.

(२) दुसरा हुआंगत्सिंग हा सरकारप्रमुख हवा म्हणणारा गट होता आणि

(३) तिसऱ्या गटाला ली-युवान-हुंग याला सरकारप्रमुख करण्याची इच्छा होती.

हे सर्व मतप्रवाह तुल्यबळ असल्याने, नानकिंग परिषदेत पेचप्रसंग निर्माण होऊ लागला होता.

डॉ. सन्यत्-सेनचे आगमन

चीनमध्ये क्रांतिकारकांचा उठाव यशस्वी होत आहे, अशी तार हाँगकाँग येथूनच हुआंगत्सिंग याने डॉ. सन्यत्-सेन याला केली होती. डॉ. सन्यत्-सेन या वेळी अमेरिकेत कोलंबिया येथे होता. तार मिळताच डॉ. सन्यत्-सेन इंग्लंड-फ्रान्समार्गे मायदेशी यायला निघालेला होता. क्रांतिकारकांचे जे सरकार चीनच्या भूमीवर निर्माण होत आहे, त्याला इंग्लंड व फ्रान्स या देशांनी पाठिंबा द्यावा, यासाठी डॉ. सन्यत्-सेनने प्रयत्न सुरू केले होते. या स्थापन होणाऱ्या सरकारला सुरुवातीला जी आर्थिक अडचण होईल, त्यातून निभावण्यासाठी कर्ज देण्याचे आश्वासन इंग्लंड व फ्रान्स यांनी डॉ. सन्यत्-सेनला दिले होते. निदान या अंतर्गत लढ्यात पाश्चात्त्य राष्ट्रांची सहानुभूती क्रांतिकारकांना असणे आवश्यक होते. ही महत्त्वाची कामगिरी करून डॉ. सन्यत्-सेन २५ डिसेंबरला शांघाय येथे दाखल झाला.

डॉ. सन्यत्-सेन शांघाय येथे पोचताच क्रांतिकारकांच्या तात्पुरत्या सरकारच्या अध्यक्षपदाचा प्रश्न नानकिंगला निकालात निघाला. २९ डिसेंबरला सर्वांनी एकमताने डॉ. सन्यत्-सेन यालाच प्रजासत्ताकाचा पहिला राष्ट्राध्यक्ष निवडले. १ जानेवारी १९१२ या नववर्षांच्या दिवशी प्रजासत्ताक चीनचे पहिले सरकार नानकिंग येथे रीतसर घोषित झाले. त्याच दिवशी डॉ. सन्यत्-सेन नानकिंगला येऊन पोचला. ३ जानेवारीस ली-युवान-हुंग याची उपाध्यक्ष म्हणून निवड झाली.

डॉ. सन्यत्-सेनने मंत्रिमंडळ बनवले त्यात आठ मंत्री जाहीर झाले. खातेवाटप खालीलप्रमाणे केलेले होते -

१) हुआंगत्सिंग : सेनाप्रमुख.

२) हुआंगचुंग : आरमारप्रमुख.

३) वँग-चुंग-हुई : परराष्ट्र व्यवहार.

४) वू-टिंग-फँग : कायदेखाते.

५) चेन-चिन-टाओ : अर्थखाते.

६) त्साई-युवान-मई : शिक्षणखाते.

७) चांग-चईन : उद्योगधंदे.

८) टांग-शो-चईन - दळणवळण.

डॉ. सन्यत्-सेन स्वत:ला प्रजासत्ताकाचा तात्पुरता अध्यक्ष (Provisional President) म्हणवीत होता, कारण डॉ. सन्यत्-सेन याची निवड करण्यापूर्वी युवान व क्रांतिकारक नेते यांच्यात शांततेच्या वाटाघाटी हँकौ येथे झालेल्या होत्या. ही हकीकत सांगितल्याशिवाय डॉ. सन्यत्-सेनच्या पुढील वागणुकीचा उलगडा होणार नाही.

पेकिंगला जाऊन सर्व कब्जा करून होताच युवानने दक्षिणेकडील सैनिकी हालचालींना प्राधान्य दिले. क्रांतिकारकांशी समझोता करण्यापूर्वी क्रांतिकारकांचा लष्करी पराभव करून वाटाघाटीच्या मेजावर आपला वरचष्मा राहील, अशी पक्की व्यवस्था युवानला करायची होती. २७ नोव्हेंबरला हनियांग शहराचा कब्जा सरकारी सेनेने करताच, बुचांग शहरावर मारा सुरू करण्यापूर्वी युवानने वाटाघाटींना हा क्षण योग्य आहे असे ठरवून, आपल्या मुलाला हुआंगत्सिंग याच्या भेटीला धाडले. हँकौ येथील ब्रिटिश वकिलातीमार्फत या वाटाघाटी सुरू झाल्या होत्या. क्रांतिकारकांच्या वतीने आता कायदामंत्री झालेल्या वू-टिंग-फँग याने तडजोडीच्या वाटाघाटी केलेल्या होत्या.

हँकौ येथे शांततेच्या वाटाघाटी चालू असेपर्यंत बुचांगवर सरकारी सेनेने हल्ला करू नये, असे फर्मान युवानने काढले होते.

डॉ. सन्यत्-सेन शांघायच्या वाटेवर आहे, ही गोष्ट तोपर्यंत नानकिंग येथे कळली होती व क्रांतिकारक नेता वू-टिंग-फँग याने युवानला तोपर्यंत अखेरचा शब्द न देता झुलवत ठेवले होते. डॉ. सन्यत्-सेन याची प्रजासत्ताकाचा पहिला अध्यक्ष म्हणून १ जानेवारी १९१२ या दिवशी रीतसर स्थापना होताच युवान संतापला ! क्रांतिकारकांनी वाटाघाटीचा घोळ करून बुचांग वाचवले व अखेर युवानलाच हुलकावणी दिली होती.

डॉ. सन्यत्-सेनला कसलीही वैयक्तिक सत्ताभिलाषा नसल्यामुळे अध्यक्षपदावर निवड होताच त्याने १ जानेवारी १९१२ या दिवशी पहिली काय गोष्ट केली असेल तर युवान याला त्याने खालील तार पाठवली :

"मी पंतप्रधान युवान यांचे लक्ष या गोष्टीकडे वेधू इच्छितो की, दोन दिवसांपूर्वी मी शांघायला पोचताच माझ्या सहकाऱ्यांनी तात्पुरते सरकार बनवण्याची जबाबदारी माझ्यावर सोपवली. मी जरी ही जबाबदारी आता पत्करलेली असली तरी मी खरोखर तुमची वाट पाहतो आहे. माझी इच्छा मी यथावकाश जाहीररीत्या सांगेनच, परंतु तत्पूर्वी तुम्ही आमचा सहकार्यासाठी पुढे केलेला हात स्वीकारण्याचा निर्णय पक्का करावा."

प्रजासत्ताकाच्या अध्यक्षपदाचा मोह आपल्याला नाही ही गोष्ट युवानला कळावी, यासाठी ही तार डॉ. सन्यत्-सेनने केली होती. हे अध्यक्षपद पत्करायचे की नाही, याचा निर्णय युवान-शिह-काईने करावयाचा होता आणि हा निर्णय सोपा नव्हता !

प्रजासत्ताकाचे देऊ केलेले अध्यक्षपद पत्करायचे याचा अर्थ मांचू राजपद संपुष्टात आणायचे आणि मगच या अधिकाराची पायरी चढायची होती ! युवानचा निर्णय होत नव्हता. त्याने वेळ काढण्यासाठी म्हणा किंवा पुढील डावपेच म्हणून म्हणा, २ जानेवारी १९१२ या दिवशी डॉ. सन्यत्-सेनला तारेने उत्तर पाठवले -

("I have received your telegram of the first. The choice between monarchism and republicanism in the political system, is to be decided by public opinion and there is no way to predict, what the decision will be. I dare not participate in the provisional Govt. You have been kind to offer me such great honour but I am sorry to say that I dare not accept it. I hope I shall be excused for doing so.")

(''आपली एक तारखेची तार मिळाली. देशात प्रजासत्ताक राज्यपद्धत हवी की राजेशाही हवी याचा निर्णय राजकारणात लोकमताने करावयाचा आहे आणि लोकांचा निर्णय काय आहे हे अजमावणे मला तूर्त शक्य नाही. यामुळे मला प्रजासत्ताकाच्या तात्पुरत्या सरकारात सामील होता येणार नाही. आपण मोठ्या उदारपणे हा बहुमान मला देऊ केलात, परंतु मी तो स्वीकारू शकत नाही, याचे वाईट वाटते. याबद्दल आपण मला माफी करावी.'')

प्रजासत्ताक राज्यपद्धती हवी की राजेशाही याचा निर्णय लोकमताने करायचा, ही युवानची भाषा फसवेपणाची आहे, ही गोष्ट डॉ. सन्यत्-सेनने ओळखली. प्रजासत्ताकाचा पहिला अध्यक्ष रक्तपाताला घाबरून शांततासूक्त आळवतो आहे अशी युवानची कल्पना होऊ नये, यासाठी डॉ. सन्यत्-सेनने युवानला दुसरी तार पाठविली -

''आपली दोन तारखेची तार पोचली. दक्षिण चीन व उत्तर चीन यांच्यात लढाई पेटली तर त्यात चिनी जनतेचेच नुकसान होणार आहे. यासाठी शांततेची बोलणी करायला मी उत्सुक आहे. जर तुमच्या सहकार्याने युद्ध टाळता आले आणि जनतेला शांतता लाभू शकली तर याचे संपूर्ण श्रेय तुम्हाला देऊन, सर्वात योग्य नेता म्हणून प्रजासत्ताकाचे अध्यक्षपद तुम्हाला देणे हे मी माझे कर्तव्य समजेन. सर्व प्रांतांतील प्रतिनिधींनी प्रजासत्ताकाचा निवडलेला अध्यक्ष म्हणून माझी शांततेची इच्छा, परमेश्वराला व जनतेला जाहीरपणे सांगणे हे माझे काम आहे व ते मी केले आहे. मी तुम्हांला अध्यक्षपदाची लालूच दाखवून मोहात पाडू पाहतो आहे, अशी जर काही आपली कल्पना झाली असेल, तर ती मात्र तुमची गैरसमजूत आहे.''

डॉ. सन्यत्-सेनच्या ठिकाणी असलेली समाजसत्तावादी राज्याची तळमळ आणि निःस्वार्थीपणा यांचे प्रतिबिंब या लहानशा तारेच्या मजकुरात स्पष्टपणे पडलेले

आढळेल. संघर्ष टाळण्यासाठी अगदी भुसभुशीत व लाचारीची भूमिका त्याने पत्करलेली नाही. तर उलट युवान-शिह-काईच्या मनधरणीला बुळबुळीत धोरणाची अवकळा येणार नाही, याची काळजीही त्याने कणखरपणे घेतलेली होती. यादवीची इच्छा नाही, परंतु यादवीला घाबरून तत्त्वभ्रष्टताही पत्करणार नाही, असे रोखठोकपणे वेळीच जाहीर करणे राजकारणात अगत्याचे असते. दळभद्री नेते नाही तर अशा मोक्याच्या वेळी नेहमी कच खातात आणि देशाचे कल्पान्ताचे नुकसान करून ठेवतात !

पाताळयंत्री युवान

एका बाजूला नि:स्वार्थी आणि सच्च्या तळमळीचा डॉ. सन्यत्-सेन आणि दुसऱ्या बाजूला पाताळयंत्री, सत्ताभिलाषी युवान, अशा या लढ्यात आता काय होते ते महत्त्वाचे होते. मांचू राजवटीला यापुढे इंग्लंड, फ्रान्स आदी राष्ट्रांकडून कर्जरूपाने छदाम मिळू नये, अशी व्यवस्था अमेरिकेतून परततानाच डॉ. सन्यत्-सेनने केली होती. आंतरराष्ट्रीय राजकारणाचे अचूक भान सन्यत्-सेनला कसे होते याचा हा पुरावा होय.

युवान-शिह-काई पेचात होता. क्रांतिकारकांशी झगडा त्याला इष्ट वाटत नव्हता, आणि डॉ. सन्यत्-सेनवर विश्वास टाकण्याइतका तो सरळ मनाचा नव्हता ! युवानने डाव टाकला. त्याने आपले लष्करी हस्तक फेंग-कुवो-चँग व तुवान-ची यांना असे सांगितले की, सेनेतील अधिकाऱ्यांनी - आम्हांला मांचू राजपदच चालू राहावे असे वाटते, असे आग्रहाने सांगणारा अर्ज ताबडतोब दरबारकडे धाडावा ! हे नाटक लगेचच घडवण्यात आले. सेनेतील प्रमुख चाळीस अधिकाऱ्यांनी आपल्या १२ मागण्या दरबारला धाडल्या. त्यातली पहिली मागणी होती - 'मांचू राजघराण्याकडेच चीनचे राजपद अबाधित राहावे.'

एका दगडात दोन पक्षी घायाळ करण्याचा युवानचा हा पवित्रा होता. या मागणीला त्याने पाठिंबा दिला तर सर्व मांचूप्रेमी सेनाधिकारी व राजघराणे युवानला वश होऊन शिवाय डॉ. सन्यत्-सेनच्या पायांत लोढणा पडणार होता.

या मागणीवर विचार करण्यापूर्वी क्रांतिकारकांचा बंदोबस्त करण्यासाठी, सेनेच्या खर्चासाठी युवानने दरबारकडे पैशाची मागणी केली. डॉवेजर राणीने सम्राटाच्या वतीने राजघराण्याकडे असलेल्या आठ हजार सोन्याच्या लगडी बाहेर काढल्या व हा पैसा युवानपुढे ठेवला.

सम्राटाचा उरलासुरला पैसा हाती पडताच, युवानने राजपदावरच्या बाहुल्याला लाथ घालायचे ठरवले ! त्याने क्रांतिकारकांशी चाललेल्या वाटाघाटीत एकदम नमते घेतले व खालील अटींवर गुप्तपणे तडजोड पत्करली. गुप्त अटी अशा होत्या :

(१) मांचू सम्राट गादीचा त्याग करून निघून जाईल, अशी व्यवस्था युवान-शिह-

काई करील.

(२) त्यानंतर डॉ. सन्यत्-सेनच्या जागी प्रजासत्ताकाचा अध्यक्ष म्हणून युवानची स्थापना क्रांतिकारकांनी करावी.

मांचू सम्राटाला गादीवरून हुसकवण्यासाठी युवानने आता ई-कुआंग याला हाताशी धरले. हा मांचू म्हातारा म्हणजे प्रिन्स चून (त्साही-फेंग) याचा बाप व सम्राटाचा आजोबाच होता. त्याला युवानने सांगितले, ''एकंदर रागरंग असा आहे की, तू आपल्या नातवाला राज्यत्याग करायला लावून पेकिंगमधून निघून जाणे योग्य आहे.''

ई-कुआंग हा म्हातारा बिलंदर असल्याने तो यावर 'विचार करतो' म्हणाला. परंतु प्रिन्स चून, अपमानाने जळत असलेला पूर्वीचा रक्षकदलप्रमुख त्साहि-टाओ इत्यादी मांचू राजघराण्यातील महत्त्वाकांक्षी मंडळी या सूचनेने बिथरली. युवानने मांचू सम्राटाचा सर्व पैसा लुबाडला व आता तो राजाला हाकलू पाहतो आहे ही गोष्ट तशी संतापजनक होती. राजवाड्यात युवानलाच उठवण्याचा कट शिजला असावा.

या सूचनेच्या दुसऱ्या दिवशी युवान हा दरबारातून बाहेर पडत असताना मारेकऱ्यांनी त्याच्यावर हल्ला केला. परंतु आपल्या जिवाला आता धोका आहे ही गोष्ट लक्षात आलेला युवान सावध होता. त्याचे शरीररक्षक व काही शिपाई मारले गेले. युवान वाचला ! पकडलेल्या मारेकऱ्यांनी मुंडकी मारण्यापूर्वी जबानी दिली - ''आम्ही क्रांतिकारक पक्षाचे आहोत !''

हे मारेकरी क्रांतिकारक पक्षाचे होते की राजवाड्यातील मांचू राजघराण्याचेच हस्तक होते ? याचा नक्की उलगडा झालेला नाही. परंतु युवानच्या हत्येचा झालेला हा प्रयत्न त्याच्या पथ्यावर पडला. डॉवेजर राणीची खात्री झाली की, आपला एकमेव त्राता आता फक्त युवानच आहे.

१७ जानेवारीला निर्णयासाठी दरबार भरला. ई-कुआंग याने प्रथम भाषण सुरू केले. राजाने राज्यत्याग करणे आवश्यक आहे हे तो घोळवून घोळवून सांगू लागला. डॉवेजर राणी मोठमोठ्याने हुंदके देत होती ! तेवढाच काय तो अन्य आवाज तिथे घुमत होता. मग दरबारी मंडळीपैकी कुणी तरी राजमातेची बाजू मांडली, राजत्याग आवश्यक नाही ! काहीच न ठरवता दरबार मोडला.

पुढल्या दोन दिवसांत पुन: उलटापालट झाली. दरबारातील तरुण महत्त्वाकांक्षी मांचू व मंगोलियन सरदारांनी ई-कुआंगला फितवला. त्याच्यासह सर्वांनी मागणी केली -

''पेकिंग व नानकिंग या दोन्ही ठिकाणची सरकारे बरखास्त करावी. तिअनस्टिनला मांचू राज्यपदाच्या छत्राखाली नवे सरकार स्थापन करावे.''

युवानच्या जेव्हा लक्षात आले की, पेकिंग दरबार त्याच्याविरुद्ध जात आहे, तेव्हा आजारीपणाच्या सबबीखाली त्याने दरबारात जाणे बंद करून टाकले. त्याला राजाला उडवून सरळ सरळ क्रांतिकारकांना मिळण्याचीही हिंमत होत नव्हती. कसलाही मोठा धोका न पत्करता त्याला मनाप्रमाणे गोष्टी घडायला हव्या होत्या. त्याच्या या वेळकाढूपणानेच मामला बिघडत चालला होता.

युवान-शिह-काईच्या मुलाशी क्रांतिकारकांच्या वतीने हँकौ येथे पुनश्च वाटाघाटीचा घोळ घालीत बसलेला सन्यत्-सेनचा प्रतिनिधी बू-टिंग-फँग याने नानकिंगला युवानची बदचाल कळविली. नानकिंग येथून तारेने सूचना गेली की, त्याने खालील चार मागण्या निर्वाणीच्या म्हणून आता युवानपुढे ठेवाव्या :

(१) मांचू सम्राटाने राज्यत्याग करून चालते झाले पाहिजे.

(२) नंतर अधिकारावर येणाऱ्या तात्पुरत्या सरकारबाबत कसलीही ढवळाढवळ मांचू राजवटीने करू नये.

(३) प्रजासत्ताकाचे तात्पुरते सरकार हे नानकिंग येथूनच कारभार करील.

(४) प्रजासत्ताक सरकारला सर्व परकीय राष्ट्रांची मान्यता आल्यानंतर मगच डॉ. सन्यत्-सेन त्या सरकारचे नेतृत्व सोडतील आणि डॉ. सन्यत्-सेन यांनी अध्यक्षपद सोडीपर्यंत कारभारात युवानने कसलीही ढवळाढवळ करता कामा नये.

मांचू राजवटीचा अंत !

क्रांतिकारकांशी सुरू असलेली ही सर्व बोलणी गुप्त रीतीने चालू असल्यामुळे त्याचा फायदा घेऊन युवान आपल्या सोयीने राजकीय डावपेच करू लागला आहे, ही गोष्ट आता डॉ. सन्यत्-सेनच्या लक्षात आली.

२२ जानेवारी १९१२ या दिवशी डॉ. सन्यत्-सेनने आपला प्रतिनिधी बू याला आपली पाच कलमी योजना लेखी धाडली व त्याचबरोबर ती वृत्तपत्रांत प्रसिद्धीला दिली ! या लेखी निवेदनात डॉ. सन्यत्-सेन याने आतापर्यंत पडद्याआड चालणाऱ्या वाटाघाटींचा जाहीर उच्चार हेतूत:च केला. या निवेदनात डॉ. सन्यत्-सेन यांनी लिहिले,

"मांचू राजाने राज्यत्याग करताच मी तात्पुरत्या प्रजासत्ताक सरकारचे नेतृत्व सोडीन असे म्हटलेले आहे. याचा अर्थ तत्पूर्वीच राजघराण्याशी सर्व संबंध तोडून युवानने तोपर्यंत प्रजासत्ताक चीनचे नागरिकत्व पत्करले पाहिजे. कारण त्याशिवाय त्याची राष्ट्राध्यक्ष म्हणून निवड करता येणार नाही. त्यानंतर मला आलेल्या तारांवरून माझ्या हे ध्यानात आले की, युवानची मांचू सरकार नष्ट करण्याची इच्छा नसून, उलट क्रांतिकारकांचे प्रजासत्ताक सरकार नाहीसे करून, उत्तर चीनमध्ये स्वत:चे नवे सरकार बनवण्याच्या प्रयत्नात तो आहे ! हे जे नवे सरकार युवान-शिह-काई बनवू इच्छितो, ते

प्रजासत्ताक असेल की मांचू राजाचेच नवीन सरकार असेल यासंबंधी काहीच खुलासा युवान अजून करत नाही. म्हणूनच मी असा आग्रह धरलेला आहे की, नानकिंगच्या सरकारला सर्व ठिकाणाहून मान्यता आल्याखेरीज मी या सरकारचे नेतृत्व सोडणार नाही.''

''मी पुढील योजना यासाठी सुचवली आहे : (१) मांचू राजाला गादीवरून हाकलून द्यावे आणि तसे केल्याचे युवानने आम्हाला कळवावे.

(२) युवानने प्रजासत्ताकाला आपला संपूर्ण पाठिंबा त्वरित जाहीर करावा.

(३) या गोष्टी झाल्या की मी नानकिंग सरकारचे नेतृत्व सोडून देईन.

(४) तदनंतर क्रांतिकारकांचे सिनेट माझ्या जागी युवानला राष्ट्राध्यक्ष म्हणून निवडील.

(५) राष्ट्राध्यक्ष म्हणून सूत्रे हाती घेण्यापूर्वी, या आमच्या सिनेटने तयार केलेली प्रजासत्ताकाची घटना आपल्याला मान्य आहे, असे आश्वासन युवानला द्यावे लागेल.''

वृत्तपत्रातून हा जमालगोटा प्रसिद्ध होताच, पेकिंगला दरबारी मंडळींची धांदल उडाली. ३० जानेवारीला डॉवेजर राणीने युवानला कळवले : ''राजनिष्ठ दरबारी लोकांची लढण्याची इच्छा नाही. सबब माझ्या मुलाने राजत्याग केल्यानंतर, आम्हा सर्वांना चांगली वागणूक मिळेल, अशी हमी तुम्ही क्रांतिकारकांशी वाटाघाटी करून मिळवावी.''

३ फेब्रुवारीला युवानने क्रांतिकारकांचा प्रतिनिधी बू याला तार दिली :

''राजघराण्यातील मंडळींच्या पुढील भविष्यासंबंधी वाटाघाटी करण्याचा अधिकार मला मिळाला आहे.''

६ फेब्रुवारीला नानकिंगहून युवानला क्रांतिकारकांच्याही संमतीची तार मिळाली. १२ फेब्रुवारी १९१२ या दिवशी सम्राटाने राज्यत्याग केला ! राज्यत्याग करताना त्याने जे निवेदन केले, त्याची मांडणीही युवानने आपल्याला हवी तशी करून घेतली होती. या निवेदनात सम्राटाने प्रजाजनांना सांगितले :

''युवान-शिह-काई यांना राष्ट्रीय असेंब्लीने पंतप्रधान म्हणून निवडलेले आहेच. आता दक्षिण चीन व उत्तर चीन यांच्यात एकवाक्यता होण्यापर्यंतच्या काळात युवानने आपले प्रजासत्ताक मंत्रिमंडळ बनवावे. हे अधिकार त्याला देण्यात येत आहेत. पंतप्रधान युवानने नंतर क्रांतिकारक सेनेशी एकत्र येण्याबद्दल वाटाघाटी कराव्या.''

आपणहून राजसिंहासन सोडले, याची कृतज्ञता म्हणून युवानकडून सम्राटाला खालील आश्वासने जनतेच्या वतीने देण्यात आली :

(१) अधिकार नसला तरी 'सम्राट' ही पदवी तशीच चालू राहील. सम्राट आपल्या राजवाड्यात राहील. त्याचे सर्व विशेषाधिकार, रक्षक वगैरे आहे तसेच राहतील. वर्षाला ४,००,००० डॉलर एवढा तनखा राजाला मिळत जाईल.

(२) राजकुटुंबातील सर्व माणसांना संरक्षण दिले जाईल व परंपरागत पदव्या व खाजगी मालमत्ता काढून घेण्यात येणार नाही.

(३) मांचू, मंगोलियन, मुसलमान, तिबेटियन या सर्व जमातींना चिनी लोकांप्रमाणेच सर्व तऱ्हेचे अधिकार राहतील. त्यांचे धार्मिक स्वातंत्र्य अबेधित राहील.

भारतातले संस्थानिक विलीन झाले, तितक्याच सहज रीतीने मांचू राजपद इतिहासजमा झाले ! मांचू सिंहासनाला ग्रहण लावण्यात अप्रत्यक्षपणे युवानची सत्तालोलुपता कारणीभूत झाली असली, तरी या क्रांतीतील सिंहाचा वाटा हा क्रांतिकारकांचा होता. प्रजासत्ताकाचे स्वप्न स्पष्टपणे मांडले होते ते डॉ. सन्यत्-सेनने, व ही त्याचीच स्वप्नपूर्ती होती. युवान आता क्रांतिकारक पक्षाला चुचकारू लागणार होता. याची सुरुवात म्हणून त्याने १३ फेब्रुवारीला नानकिंगला तार पाठविली -

"प्रजासत्ताक राज्यपद्धती ही सर्वात उत्तम राज्यपद्धती होय, हे आता जगात मान्य झालेच आहे. खरोखर तुम्ही मंडळींनी यासाठी गेली अनेक वर्षे जी झीज सोसलीत व रक्ताची किंमत दिलीत, त्यामुळेच आपल्या देशात राजेशाही संपून प्रजासत्ताकाचे युग अवतरू शकले. आता आपण परिश्रमपूर्वक लोकांची उन्नती साधली पाहिजे. मी यासाठी दक्षिणेत येऊन तुमचे विचार ऐकण्यास उत्सुक आहे, परंतु इथे उत्तरेत मी जागेवर नसलो तर विविध स्तरांतून निर्माण झालेल्या आपल्या सेनेवर वचक राहणे कठीण आहे. जर मी येथूनच इतरत्र गेलो तर इथे कदाचित जी कटकट निर्माण होईल, तिचा त्रास सर्व देशाला होईल. यामुळे मी दक्षिणेत येऊ शकत नाही, याबद्दल आपण राग मानू नये. सर्व परिस्थिती तुम्ही जाणताच."

ही तार मिळताच डॉ. सन्यत्-सेनने आपल्या अध्यक्षपदाचा राजीनामा लिहिला. युवानला आपल्या जागी निवडावे अशी शिफारस त्याने सिनेटला याच पत्रात केली.

१४ फेब्रुवारीला डॉ. सन्यत्-सेन नानकिंगला सिनेटच्या बैठकीला हजर राहिला. युवानला राष्ट्राध्यक्ष निवडावे, हा प्रस्ताव त्याच्या उपस्थितीतच सिनेटने संमत केला. ली-युवान-हुंग याची पुन्हा उपराष्ट्राध्यक्ष म्हणून निवड झाली.

आपल्या राजीनाम्याच्या पत्राला डॉ. सन्यत्-सेनने तीन अटी जोडल्या होत्या :

(१) प्रजासत्ताकाचे सरकार नानकिंग येथे राहावे.

(२) युवानने नानकिंगला यावे. नवा अधिकार ग्रहण करावा. यानंतरच पहिल्या अध्यक्षाचा अधिकार संपुष्टात येईल.

(३) सिनेट तयार करील ती घटना, युवानने सरकारप्रमुख म्हणून मान्य केली पाहिजे. घटनेत बदल करण्याचा अधिकार फक्त सिनेटकडेच राहील.

राजधानी नानकिंगला ठेवण्याची डॉ. सन्यत्-सेनची अट युवानला मान्य नव्हती.

राजधानी पेकिंग येथेच ठेवावी, असा एक गट नानकिंगच्या सिनेटमध्येही होताच. परंतु त्याची कारणे भावनात्मक होती. आज शतकानुशतके पेकिंग राजधानी आहे, ती तशीच राहावी, असे आता त्यांना वाटत होते. उलट शतकानुशतकाचे सर्व काही आता मोडले जाणार आहे याची लोकांना स्पष्ट जाणीव व्हावी आणि युवान हा पेकिंगच्या पाशातून खरोखरीच मुक्त व्हावा, यासाठी डॉ. सन्यत्-सेनचा नानकिंग येथे राजधानी कायम करण्याचा हेतू होता.

ही खेळी मात्र पाताळयंत्री युवान-शिह-काईनेच जिंकली !

पेकिंगला जो दरबारी सेनाधिकाऱ्यांचा गट होता त्यांना पेकिंग हीच राजधानी राहावयास हवी होती. शिवाय पेकिंगला 'लिगेशन क्वार्टर' हा भाग पाश्चात्त्य राष्ट्रांच्या वकिलातीचा व निवासाचा भाग होता. या सर्व मंडळींना राजधानी नानकिंगला जाणे इष्ट वाटत नव्हते.

युवान-शिह-काईने काय केले ते पाहा ! त्याला नानकिंगला सन्मानाने नेण्यासाठी क्रांतिकारक पक्षाचे जे शिष्टमंडळ पेकिंगला आले, त्याचे त्यानी अगदी उत्साहाने स्वागत केले. मात्र हे शिष्टमंडळ पेकिंगला असतानाच अचानक पेकिंगला सैनिकांनी दंगली सुरू केल्या ! व्यापाऱ्यांची दुकाने लुटायला प्रारंभ झाला. 'लिगेशन क्वार्टर' - मध्ये घबराट माजली आहे, असे वृत्त चारी दिशांनी प्रसृत झाले. तिअनस्टिन व पाओटिंग या दोन शहरांत हाच प्रकार झाला. सैन्यात जो खास बोनस वाटण्यात यावयाचा होता तो अजून वाटला गेला नाही, हे दंगलीचे तात्कालिक कारण म्हणून सांगण्यात आले.

नानकिंग सरकारचे जे प्रतिनिधी शिष्टमंडळात पेकिंगला आलेले होते, त्यांची यामुळे खात्री पटली की, युवानने पेकिंगला असणेच नितांत आवश्यक आहे ! त्यांनी तारेने नानकिंग सिनेटशी संपर्क साधला व युवानला पेकिंग येथेच राष्ट्राध्यक्ष पद स्वीकारण्याची परवानगी यामुळे नानकिंग येथून आली. या वेळी डॉ. सन्यत्-सेनचे काही चालू शकले नाही असे दिसते.

१० मार्च १९१२ या दिवशी पेकिंग येथेच युवान-शिह-काईने अधिकार ग्रहण केले. नानकिंग सरकारचे प्रतिनिधी या समारंभाला हजर होते. युवानने शपथ घेतली -

"मी, युवान-शिह-काई प्रजासत्ताकाच्या उन्नतीसाठी झटेन. मी काळजीपूर्वक घटनेचे पालन करीन, व लोकांच्या इच्छेप्रमाणे हे राष्ट्र असे बलिष्ठ व सुरक्षित करण्याचा प्रयत्न करीन की, आपले पाचही वंश या ठिकाणी सुखासमाधानाने नांदू शकतील. घटनेनुसार राष्ट्रीय असेंब्लीचे अधिवेशन भरून, पहिला अध्यक्ष निवडला जाईपर्यंत, मी ही जबाबदारी सांभाळीन."

युवानच्या अधिकारग्रहणाचे वृत्त नानकिंग येथे पोचताच ११ मार्च या दिवशी सन्यत्-

सेनने सादर केलेली घटना प्रसिद्ध केली.

युवान प्रजासत्ताकाचा तात्पुरता अध्यक्ष झाला. त्याच्या हाताखाली टँग-शाओ-ई याने मुख्य प्रधानपद स्वीकारून आपले मंत्रिमंडळ जाहीर केले. या मंत्रिमंडळात डॉ. सन्यत्-सेनच्या मंत्रिमंडळातले दोन मंत्री घेतले गेले. ते म्हणजे वँग-चुंग-हुई व त्साही-युवान-पई. या दोघांना अनुक्रमे कायदा व शिक्षण ही खाती मिळाली.

हुवांगत्सिंग याला या पेकिंग सरकारात सेना खाते देण्यास युवानने विरोध केला ! कुठलेच महत्त्वाचे खाते नानकिंगच्या क्रांतिकारक मंत्रिमंडळातील सदस्याला देण्यात आले नाही. हा अपमानही सन्यत्-सेनने या वेळी सहन केला, कारण उत्तर-दक्षिण चीनचे एकीकरण घडत असतानाच आपआपसातले अधिकारपदाचे वादंग शक्य तो त्याला नको होते. सर्व गोष्टी सुरळीत होत आहेत, या कल्पनेने १ एप्रिलला डॉ. सन्यत्-सेनने राष्ट्राध्यक्षपदाची सूत्रे अधिकृतरित्या सोडली. पुढे चारच दिवसांत नानकिंग येथील सरकार सिनेटने बरखास्त केले.

युवानची राजवट आता पेकिंगला सुरू झाली. त्याने निवडलेला मुख्यमंत्री टँग-शाओ-ई हा युवान-शिह-काईबरोबर वर्षानुवर्षे होता. प्रथम युवान कोरियाला सैन्य घेऊन गेला तेव्हा टँग तेथे कस्टम अधिकारी होता. तेव्हापासून दोघांची मैत्री अभेद्य राहिली होती. युवान चिहली प्रांताचा गव्हर्नर जनरल झाला तेव्हा त्याच्या शिफारशीने टँग हा तिअनस्टिन येथे कस्टम खात्याचा प्रमुख झाला. चिहली प्रांताच्या राज्य-कारभारात टँग हा युवान-शिह-काईचा प्रमुख सल्लागार व उजवा हात समजला जात असे. पाश्चिमात्त्य शिक्षण लाभलेला टँग हा आता प्रजासत्ताक मंत्रिमंडळाचा मुख्यमंत्री झाला, तो मात्र त्याने क्रांतिकारक पक्षाचाही विश्वास मिळवला म्हणून.

युनायटेड लीग या संस्थेचे सभासदत्व टँगने पत्करल्यामुळे, तहाच्या वाटाघाटीत क्रांतिकारकांच्या खूपच जवळ आलेला टँग हा मुख्यमंत्री होतो आहे, हे पाहताच क्रांतिकारक पक्षाने हे नाव उचलून धरले होते.

टँग हा युवान-शिह-काईचा मित्र असला तरी तो त्याच्या कच्छपी लागण्याइतका हलक्या बुद्धिमत्तेचा नव्हता. स्वतंत्र विचारशक्ती हा त्याचा मोठा गुण होता. याचमुळे अखेर युवानशी टँग याचे वितुष्ट येणे अटळ होते.

राजेशाही संपली, लोकशाही आली, पण...

क्रांतिकारक पक्षाच्या मंडळींनी या वेळी एक मोठी चूक अशी केली की, सर्वसामान्य जनतेत असलेला मांचू राजेशाहीवरील राग आणि प्रजासत्ताक राज्यपद्धतीवरील विश्वास या दोन्ही गोष्टींची त्यांनी गल्लत केली ! लोकशाही ही सर्व प्रतिगामी कारवाया रोखू शकते, अशी समजूत त्यांनी करून घेतली. परदेशात वापरात असलेल्या राज्यघटनांवर

आधारलेली लोकशाही घटना एकदा चीनने पत्करली, की हां हां म्हणता देश आधुनिक बनत जाऊन शक्तिमान होईल, अशा भ्रमात सर्वजण वावरू लागले. विद्यार्थीदशेत पाश्चात्त्य देशात राहून त्यांनी ज्या लोकशाहीच्या विदेशी कल्पना जशाच्या तशा कवटाळल्या होत्या, त्यातून हे सर्व अपसमज निर्माण झालेले होते. डॉ. सन्यत्-सेन वगळता, सर्व क्रांतिकारक पक्षाची ही शोकांतिका आता सुरू होत होती.

लोकशाहीची मुळे चिनी भूमीत रुजलेली नव्हती. अशा राज्यपद्धतीची मोठी परंपरा किंवा त्यासाठी लाभणारे राष्ट्रीय चारित्र्य आणि सचोटी सर्वसामान्य चिनी जनतेत अजिबात उपलब्ध नव्हती. या पार्श्वभूमीवर बेजबाबदारपणा व लाचलुचपतीसारख्या दुर्धर रोगांनी लोकशाहीच्या या सांगाड्यात लवकरच घरे केली. हा सांगाडा लवकरच कोसळणार आहे, अशी खूणगाठ युवानने बांधली होतीच. कारण त्याची हयात चीनच्या भूमीवर गेलेली होती. चिनी जनतेच्या हाती सापडलेले हे लोकशाहीचे माणिक म्हणजे शृंगारलेल्या माकडाच्या हाती पडलेले रत्न होय, याविषयी त्याला मुळीच शंका नव्हती !

लोकशाही कोसळणार होती. सिंहासन रिकामे होते. या रिकाम्या झालेल्या सिंहासनावर आरूढ होण्याची स्वप्ने लवकरच युवानला पडू लागली. क्रांती जणू झालीच नव्हती ! फक्त तक्तनशीन सत्तेचा चेहरामोहरा बदललेला आहे, असा जगाला भास व्हावा अशा घटना लवकरच घडू लागणार होत्या.

तूर्त मात्र सर्वजण आनंदाने घोषणा करीत होते - 'प्रजासत्ताकाचा विजय असो ! युवान-शिह-काई झिंदाबाद !'

हेच किंवा असेच काहीतरी !

* * *

११

□

युवान-शिह-काईचा मृत्यू व लष्करी धटिंगणांची अंदाधुंदी !

चीनमध्ये आता लोकशाहीचा अजब खेळ सुरू झाला. अध्यक्षपद बळकावलेल्या युवान-शिह-काईला या खेळाचे तेवढेच नियम मान्य होते, की जे त्याच्या पथ्यावर होते. या तमाशातील रंग-बेरंगाकडे परकीय सत्ता कशा रीतीने पाहात होत्या ?

अवती-भोवतीच्या शक्ती

प्रमुख सत्ता होती ती इंग्लंडची. चीनच्या भूमीवर प्रजासत्ताक राज्यपद्धती रुजली, आणि लगतच्या भारतावरील आपल्या साम्राज्यात त्याचे प्रतिसाद उमटले तर ? 'भूप धन्य धन्य-विबुधमान्य' म्हणत इंग्रजी सिंहासनाला भाळू लागलेली भारतीय जनता प्रजासत्ताकासाठी उत्सुक होईल ही भीती इंग्लंडच्या पोटात होती. यामुळे चीनमध्ये लोकशाही रुळू नये, तिथे सतत बेदिली राहावी ही साम्राज्यवादी ब्रिटनची मनोमन इच्छा होती. चीन जागा झाला, बलाढ्य झाला, तर पाश्चिमात्यांची राखीव कुरणे नष्ट होतील, या विचाराने इंग्लंड काय, फ्रान्स काय, अथवा जर्मनी काय, - या कुणाचीच सहानुभूती प्रजासत्ताकाला नव्हती.

जपान तर आता चीनचा कट्टर शत्रूच झाला होता. चीनकडून लुबाडलेले कोरिया, फार्मोसा हे भूभाग जपानला पचवायचे होते. मांचुरियात जपान्यांचा पाय घट्ट झाला होता. तिथल्या प्रदेशावरचे चीनचे स्वामित्व जवळ जवळ नष्ट होत चालले होते. पूर्वेकडे साम्राज्यनिर्मितीची स्वप्ने पाहणाऱ्या जपानला, चीन प्रजासत्ताक होऊन, सामर्थ्यसंपन्न होणे मुळीच फायद्याचे नव्हते.

चीनच्या प्रजासत्ताकाला जन्मत:च नख लागावे, अशी इच्छा असणाऱ्या या साम्राज्यवादी शक्ती अवतीभोवती वावरत होत्या. त्यांच्या अपेक्षेप्रमाणे चीनमध्ये प्रजासत्ताक राजवटीतले मतभेद लवकरच उग्र रूप धारण करू लागले.

टँगचा अस्त

पंतप्रधान झालेल्या टँग-शाओ-ई याला लोकशाही पद्धतीत पंतप्रधान ही काय शक्ती असते याची योग्य कल्पना होती. अध्यक्ष युवानशी त्याने शिस्तीचे कडक धोरण सुरू केले. पार्लमेंटपुढे अध्यक्षाने वाचायचा मसुदा हा पंतप्रधानाने संमती दिलेला मसुदा असला पाहिजे, असा आग्रह त्याने धरला. युवानला टँगचा हा वरचढपणा सहन होणारा नव्हता. परंतु लोकशाहीप्रेमाविषयी संशय निर्माण होईल असे लगोलग काही करणे त्याला इष्ट वाटत नव्हते.

लवकरच चिहली प्रांताचा टुटू (लष्करी प्रशासक) नेमण्याचा प्रश्न पुढे आला. नानकिंग येथे स्वीकृत केलेल्या घटनेनुसार प्रांतांतील गव्हर्नर जनरल पद रद्द होऊन, त्या जागी काही काळ लष्करी गव्हर्नरची राजवट राहावी अशी तरतूद झालेली होती. हा टुटू प्रांतिक असेंब्लीने निवडायचा होता. सन्यत्-सेनच्या चिहली प्रांतातील क्रांतिकारक पक्षाच्या सदस्यांनी बहुमताने वँग-चिहत्सियांग याची या जागेसाठी शिफारस केली.

चिहलीसारख्या पेकिंगलगतच्या महत्त्वाच्या प्रांताचा 'टुटू' हा क्रांतिकारी पक्षाचा पाठीराखा असावा, ही व्यवस्था युवानला मुळीच मान्य नव्हती. या नेमणुकीला पंतप्रधान टँग यानेदेखील उचलून धरताच युवानने आपला डाव रचला.

वँगच्या नेमणुकीला युवान-शिह-काईने तोंडदेखली संमती दिली. वँग याला पेकिंग येथे बोलवून घेण्यात आले व त्याची नेमणूक प्रांतभर जाहीर झाली.

वँग प्रत्यक्ष पेकिंगला पोचला तेव्हा चिहली प्रांतातील पाच लष्करी तुकड्यांच्या प्रमुखांनी वँगची नेमणूक मान्य नाही अशा अर्थाचा खलिता युवानकडे धाडला. या संधीचा फायदा घेऊन युवानने वँग याला नानकिंग येथील सैन्य बरखास्त करण्यासाठी नानकिंगला जाण्याचा हुकूम दिला. टँगने याचा निषेध करताच युवानने सांगितले : "ही लष्करी बाब आहे. या एका बाबीखेरीज बाकी सर्व गोष्टींत पंतप्रधानांचे मत मानण्यास माझी हरकत नाही."

पंतप्रधान टँग याने ओळखले की, या वेळी माघार घेतली तर लोकशाहीतील पंतप्रधानाच्या अधिकाराला कायमचे ग्रहण लागणार आहे. त्याने आपला राजीनामा सादर केला व पेकिंग सोडून तो निघून गेला.

टँगने राजीनामा देताच मंत्रिमंडळात 'टुंग-मेंग-हुई' पक्षाचे जे आणखी चार मंत्री होते त्यांनीही राजीनामा दिली. 'टुंग-मेंग-हुई' या पक्षाने आता अशी मागणी केली की, मंत्रिमंडळ फक्त त्यांच्याच पक्षाचे असावे, कारण सिनेटमध्ये त्यांनाच बहुमत आहे. हातातील होती ती सत्ता सोडण्यात टँग याने चूक केली, असेच पुढील घटनांवरून म्हणावे लागते.

नवे मंत्रिमंडळ

युवानने लू-चेंग नावाच्या शामळू माणसाला पंतप्रधान म्हणून नेमून टाकले. हा लू-चेंग बरीच वर्षे परदेशात होता. परदेशी भाषा उत्तम बोलत असे आणि समाजकारणाची त्याला आवड होती, याच त्याच्या जमेच्या बाजू. फार फार तर भोळा, भित्रा, सज्जन असे याचे वर्णन करता आले असते. राजकारण खेळण्यासाठी कणखरपणा, धडाडी, स्वमतांचा रास्त अभिमान, अभ्यास - या अवश्य लागणाऱ्या गोष्टींचा त्याच्या ठिकाणी संपूर्ण अभाव होता.

युवान-शिह-काईने नुसता पंतप्रधान निवडला नाही. सहा मंत्रीदेखील निवडले, व लू-चेंग याच्या या मंत्रिमंडळाला सिनेटचा पाठिंबा त्याने मागितला. या वेळी रूसो-जपान गट्टी झाली होती व तिबेटबाबत ब्रिटनने चीनला धाब्यावर बसवले होते. या आंतरराष्ट्रीय परिस्थितीचा बाऊ करून, युवानने सिनेटला या मंत्रिमंडळाला पाठिंबा द्या असे सांगितले. २६ जुलै १९१२ ला लू-चेंग मंत्रीमंडळाचे ५ मंत्री सिनेटने पत्करले. फक्त एका नावाबद्दल विरोध केला. अशा रीतीने युवानने काही महिन्यांतच मंत्रिमंडळावर आपले वर्चस्व निर्माण करण्यात यश मिळवले. युवानचे वर्चस्व याचा अर्थ - पेईयांग लष्कराचे वर्चस्व, लष्करी उमरावाचे वर्चस्व.

युवानच्या अरेरावीला कंटाळून २७ जुलैपासून लू-चेंग रजेवर गेला ! पुनः पुनः त्याची रजा सिनेट वाढवू लागले. पंतप्रधान असला काय आणि नसला काय, अशी अवस्था आता निर्माण झाली. चाओ-चिंग-चून हा पंतप्रधानाचे काम पाहू लागला - म्हणजे युवानशी जमवून घेऊ लागला.

चाओ-चिंग-चूनच्या या युवानधार्जिण्या धोरणाला सिनेटमध्ये बहुमत असूनही सन्यत्-सेनचा प्रक्ष विरोध का करू शकला नाही, हे समजून घेण्यासाठी या पक्षाची तूर्त अवस्था काय झाली होती ती पाहू.

सन्यत्-सेनच्या पक्षाची अवस्था

पेकिंगला मांचू राजा होता तोपर्यंत टुंग-मेंग-हुई ही भूमिगत संघटना होती. बुचांग येथे सुरू झालेली क्रांती यशस्वी होताच हा पक्ष उघडपणे राजकीय पक्ष झाला. या क्रांतीच्या कालखंडात सुधारणावादी पक्ष (प्रोग्रेसिव्ह पार्टी) व क्रांतिकारकांचा टुंग-मेंग-हुई हा पक्ष एकत्र काम करू लागले होते. क्रांतिकारक पक्षाच्या त्रिसूत्रीत लोकशाहीची प्रतिष्ठापना व समाजवाद याला जितके प्राधान्य होते, तितके चिनी राष्ट्रवादाला नव्हते. यामुळे टुंग-मेंग-हुई या पक्षात विलीन होऊ नये, असे म्हणणारी मंडळी या प्रोग्रेसिव्ह पार्टीमधून फुटली व त्यांनी 'रिपब्लिकन पक्ष' काढला. टुंग-मेंग-हुई पक्षात सुधारणावादी पक्षाचे विलीनीकरण होऊन या नवीन पक्षाला 'कोमिन्टांग'

असे नाव मिळाले. कोमिन्टांग पक्षाची फेररचना करण्यात ज्या व्यक्तीचा सिंहाचा वाटा होता, त्याचे नाव सुंग-चि-ओजेन. हा टुंग-मेंग-हुई पक्षातील प्रमुख नेता होता व त्या पक्षात डॉ. सन्यत्-सेन व हुवांग यांच्यानंतर त्याचे नाव घेतले जात असे. सिनेटची मुदत आठ-दहा महिन्यांनी संपून नवीन पार्लमेंट त्याची जागा घेणार होते. या पार्लमेंटमध्ये बहुमत मिळवण्याच्या हेतूने या कोमिन्टांग पक्षाची रचना सुंग याने केली. ऑगस्ट १९१२ मध्ये कोमिन्टांग पक्ष या नव्या स्वरूपात चिनी जनतेपुढे आला.

निवडणुकीतील प्रचंड विनोद !

कोमिन्टांग पक्ष हा सर्वात मोठा पक्ष देशात निर्माण झालेला होता, व या पक्षाशी मतभेद असलेले इतर तीन छोटे पक्ष होते. ते म्हणजे १) रिपब्लिकन पक्ष, २) युनिफिकेशन पक्ष आणि ३) डेमोक्रॅटिक पार्टी.

पक्षाचे जाहीरनामे वगैरे नव्हते. होत्या त्या फक्त काही घोषणा आणि चिन्हे. लोकशाहीत एक पक्ष नेहमी दुसऱ्या पक्षाच्या फायदेशीर घोषणा पळवीत असतो ! या न्यायाने या वेळी राष्ट्रीय पक्ष म्हणून हे चार पक्ष असले तरी एकच माणूस हा दोन-तीन पक्षांचा सदस्य असे !

पार्लमेंटमध्ये सुमारे ५२५ जागा होत्या. १९१३ सालच्या फेब्रुवारी महिन्यात निवडणुका पार पडल्या. निवडून आलेल्या सभासदांत आपापले पक्षबल किती आहे ते प्रत्येक पक्ष खालील आकड्यांनी सांगत होता :

कोमिन्टांग पक्ष : ३६०

रिपब्लिकन पक्ष : २५०

युनिफिकेशन पक्ष : १२५

डेमोक्रॅटिक पक्ष : १००

आता या सर्वांची बेरीज किती होते ? ८३५ ! म्हणजे निवडून आलेल्या ५२५ जणांपैकी बरेच जण दोन-तीन पक्षांचे सदस्य झालेले होते हे उघड आहे. निवडणुकीचा हा पहिलाच खेळ असल्याने, हा प्रचंड विनोद सर्वांनीच क्षम्य मानला. एक गोष्ट निर्विवाद होती की सुंग-चि-ओजेन याच्या प्रचारामुळे कोमिन्टांग पक्षाला पार्लमेंटमध्ये निर्विवाद बहुमत मिळालेले होते.

निवडणुका पार पडताच, सुंग-चि-ओजेन याने हुनान, हुपै, अनवेई या सर्व ठिकाणी लोकांपुढे भाषण करून, ''युवान-शिह-काईने अध्यक्ष राहावे, परंतु आता कोमिन्टांग पक्षाचे मंत्रिमंडळ सत्तेवर आले पाहिजे,'' अशी जाहीर मागणी सुरू केली.

वस्तुतः कोमिन्टांग नेता सुंग हा काही जगावेगळे थोडेच मागत होता ? लोकशाही पत्करलीत, निवडणुका झाल्या, लोकांनी आमच्या पक्षाला बहुमताने निवडून दिले

आहे, तेव्हा सत्ता आमच्या पक्षाकडे द्या, अशी ही मागणी होती. परंतु पेईयांग लष्करातले मनसबदार आणि युवान यांना सत्ता सोडण्याची कल्पना सहन होईना.

सुंग याचा काटा निघाला !

२० मार्च १९१३ या दिवशी सुंग हा शांघाय स्टेशनवर गाडीत चढत असतानाच त्याचा गोळ्या घालून खून पाडण्यात आला ! मारेकरी वू आणि यिंग दोघेही जागीच पकडले गेले. या दोघा मारेकऱ्यांच्या घरांच्या पोलिसांनी झडत्या घेतल्या, तेव्हा तिथे सापडलेल्या कागदपत्रांवरून एक गोष्ट शांघाय पोलिसांपुढे निर्विवादपणे आली की, खुनाचे सूत्रधार होते -

१) पंतप्रधान चाओ-पिंग-चून;

२) अध्यक्ष युवान-शिह-काई आणि

३) मंत्रिमंडळाचा चिटणीस हुंग-शुत-त्सू.

या खुनाशी आपला काहीही संबंध नाही असे भासविणारी हालचाल युवानने लगेच सुरू केली होती. त्याने किआंगसू प्रांताच्या टुटूला (लष्करी गव्हर्नरला) खुनाची संपूर्ण चौकशी करण्याचा आदेश लगेच काढला. २६ एप्रिलला किआंगसूच्या गव्हर्नरने खालील अहवाल धाडला :

"१४ जानेवारीला पंतप्रधान चाओ याने मारेकरी यिंग याला लिहिलेले पत्र सापडले. त्यात म्हटले आहे - 'तारेचे गुप्त कोड पाठवलेले आहे. यापुढे आपल्या तारा मंत्रिमंडळाच्या नावाने याव्या.' १ फेब्रुवारीला हुंग-शुत-त्सू याचे यिंगला पाठवलेले पत्र सापडले आहे. त्यात हुंग-शुत-त्सू याने कळवले आहे - 'महत्त्वाचा निबंध लिहिण्याची वेळ आली आहे. स्फोटक कृती करायला हवी आहे. निबंध लिहिण्यापूर्वी, पंतप्रधान चाओ यांना तार करून, याबद्दल किती पैसे मिळतील ते नक्की करून घ्यावे.' २२ फेब्रुवारीला हुंग-शुत-त्सू याने यिंगला पुन: पत्र लिहिले आहे. त्यात मजकूर आहे - 'तुझे पत्र अध्यक्षांना मी स्वत: दिले आहे. त्यांनी ते वाचले आहे. यापुढे गुप्त भाषेतील तारा बंद कराव्या. कारण गुप्त कोड फुटले असावे असा संशय आहे.'"

युवान-शिह-काईलाच तू व तुझा पंतप्रधान हे खुनाचे सूत्रधार आहात, असे सांगणारा अहवाल पाठवणारा हा किआंगसू प्रांताचा टुटू खरोखर धन्य म्हटला पाहिजे ! अहवाल अर्थात त्या वेळी गुप्त होता.

साथीदारांचीही वाट लावली !

हुंग-शुत-त्सूला पकडण्यापूर्वी निसटून जाण्याची संधी युवान-शिह-काईने दिली, व तो शिंगटो येथे पळून गेला. पंतप्रधान चाओ याला रजेवर जाण्याची मुभा युवानने दिली. शांघायला तुरुंगातून मारेकरी यिंग निसटला व तो पेकिंगला आला. युवानकडून

आपणाला अभय मिळावे अशी त्याची अपेक्षा होती, परंतु यिंग जिवंत राहिला, तर कटाचा सूत्रधार म्हणून जनतेपुढे युवान खेचला जाणार होता. हा धोका टाळण्यासाठी १९ जानेवारी १९१४ या दिवशी पेकिंग स्टेशनवर यिंग गाडीत चढत असताना त्याचा खून युवानने घडवून आणला.

यिंग मेला आणि पाठोपाठ चाओ रक्ताच्या थारोळ्यात मेलेला आढळला ! त्याच्या मानेच्या नसा कापण्यात आल्या होत्या. असे म्हणतात की, यिंगचा खून होताच, चाओने युवानला फोन केला व सांगितले - ''यिंगचा खून झाला. तुमच्याकरता यापुढे कुणी काहीही करू नये असा याचा अर्थ आहे !'' यानंतर एक-दोन दिवसांतच चाओ मेलेला आढळला !

एक सुंगचा खून पचवण्यासाठी, युवान-शिह-काईने यिंग व पंतप्रधान चाओ या दोघांचे खून घडवून आणले होते, यात तिळमात्र शंका नाही.

सुंगला ठार मारणे युवानला एवढे अगत्याचे का झाले ? सुंगला ठार मारला तर कोमिन्टांग पक्ष दुर्बल होईल, अशी त्याची अपेक्षा होती. कोमिन्टांग पक्षाचे इतर दोन नेते, डॉ. सन्यत्-सेन व हुआंग यांना मात्र युवान-शिह-काईने मोकळे का सोडले हा महत्त्वाचा प्रश्न पुढे येतो.

डॉ. सन्यत्-सेन या वेळी युवानविरुद्ध राजकीय लढा देण्यास उत्सुक नव्हता आणि हुआंग हा अत्यंत प्रामाणिक साधासुधा उमदा मनुष्य होता. या दोघांपासून युवानला तूर्त काहीच धोका नव्हता. डॉ. सन्यत्-सेन याचा आग्रह या वेळी असा होता की, सत्तेसाठी भांडणे न करता, कोमिन्टांग पक्षाने आता जनतेत मिसळावे, स्थिर राज्यसत्ता या वेळी आवश्यक आहे. सामान्य जनतेत काम करून लोकांना विज्ञानाभिमुख करणे व लोकशाही रुजवणे यासाठी कोमिन्टांगने प्रयत्न करावे. राज्यसत्ता स्थिर राहण्यासाठी कोमिन्टांग पक्षाने युवानला पार्लमेंटमध्ये पाठिंबा द्यावा, म्हणजे देशाचे औद्योगीकरण झपाट्याने घडवून आणता येईल. डॉ. सन्यत्-सेनचा हा विचार अती मूलगामी व देशाच्या सर्वांगीण प्रगतीचा होता. कोमिन्टांग पक्षात यामुळे खूपच मतभेद झाले होते व सुंगची जी सत्तेची मागणी होती ती कोमिन्टांग पक्षाच्या पार्लमेंटरी गटाची फक्त होती. यामुळे सुंग याला ठार करून आपले काम भागेल असे युवानचे गणित होते. सुंग हा एका अर्थाने कोमिन्टांग पक्षात माजलेल्या दुफळीचा बळी झालेला होता !

चोराच्या बोंबा !

शांघाय येथील कोर्टाने सुंग खुनाच्या खटल्यात पुढे आलेला पुरावा जाहीर केला, व पंतप्रधान चाओला साक्षीसाठी बोलावणे धाडले, तेव्हाच चाओलाही नाहीसा करण्याचा निर्णय युवानने घेतला. कोमिन्टांग पक्षाच्या खासदारांची धरपकड केली व

अफवा पसरवली - 'आणखी काही खून पडणार असून, यामागे हुआंग-त्सिंग या कोमिन्टांग नेत्याचाच हात आहे.'

सुंगचा खून हा कोमिन्टांग पक्षातील माणसांनीच घडवून आणला आहे अशी जनतेची दिशाभूल करण्याचा डाव आता युवानने सुरू केला होता. आता देशात पुनश्च यादवी अटळ आहे हे युवानने ओळखले व लष्करी तयारी करण्यासाठी २,५०,००,००० पौंडांचे प्रचंड कर्ज त्याने आंतरराष्ट्रीय बँकेकडून मिळवले. या आंतरराष्ट्रीय बँकेचे भागीदार होते - इंग्लंड, फ्रान्स, जर्मनी, रशिया आणि अमेरिका. २६ एप्रिलला म्हणजे सुंग याच्या खुनानंतर महिनाभरानेच युवानच्या हाती हा प्रचंड पैसाही आला.

डॉ. सन्यत्-सेन आता भानावर आला. युवान आपल्या उदारतेचा गैरफायदा घेऊन, कोमिन्टांग पक्षाच्या मानेभोवती फास टाकीत आहे, ही गोष्ट आता स्पष्टपणे त्याला दिसू लागली. डॉ. सन्यत्-सेन हा सुंग याच्या खुनानंतर जपानला गेला होता. तो आता शांघायला तातडीने परतला. युवानबरोबर घटनात्मक मार्गाने लढणे अशक्य झाल्याने आता युद्धाशिवाय पर्याय नाही हे त्याने ओळखले व युद्धाच्या तयारीला त्याने सुरुवात करण्याचे ठरविले.

परंतु कोमिन्टांग पक्ष काही महिन्यातच खिळखिळा झालेला होता. पक्षाचे उत्तर चीनमधील बरेच सभासद हे युवानकडून लाच खाऊन त्याचे मिंधे झाले होते. युवानशी संघर्ष अटळ दिसत होता, परंतु यादवी युद्धाकडे जरा सबुरीने वाटचाल करावी असे त्यांना वाटत होते. देशात ताबडतोब यादवी युद्ध सुरू करण्याचे डॉ. सन्यत्-सेनचे आवाहन फारसे कुणालाच पसंत नव्हते.

युवानविरुद्ध लढाई करण्याची कोमिन्टांग पक्षाची लष्करी तयारी तरी काय होती ? त्यांची सारी मदार होती ती दक्षिणेतील प्रांतांच्या लष्करी प्रशासकांवर. हे लष्करी प्रशासक - टुटू - कोमिन्टांग पक्षाच्या पाठिंब्याने नेमले गेलेले असले, तरी प्रांतातील सैन्यावर त्यांचा कितपत वचक आहे, याचा अंदाज कोमिन्टांग पक्षाला घेता आला नाही. हुपैचा टुटू ली-युवान-हुंग हा युवान-शिह-काईचाच एकेकाळचा कनिष्ठ लष्करी अधिकारी व पाठीराखा होता. हुनानचा टुटू टॅन-येन-पई याचे नक्की काही सांगता येत नव्हते. अनवेईचा टुटू पो-वेन-वेई याची तीच गत होती. किआंगसूचा टुटू चेंग हा युवान व कोमिन्टांग पक्षांशी सोईनुसार घसट ठेवणारा होता ! कोमिन्टांग पक्षाशी लढाई खेळू शकेल असा एकच टुटू होता, आणि तो म्हणजे किआंगसी प्रांताचा लि-लिअचून.

याउलट पार्लमेंटातील कोमिन्टांगविरोधी तिन्ही पक्षांनी युती करून प्रोग्रेसिव्ह पार्टी बनवलेली होती व या युतीचा युवानला भरघोस पाठिंबा होता. सर्व पाश्चिमात्त्य राष्ट्रे

युवानला हवी ती मदत देण्यास तयार होती.

कोमिन्टांग पक्ष युद्धाची तयारी करीत आहे असे लक्षात येताच, युवाननेच पहिला वार केला. त्याने एका वृत्तपत्रात मुलाखत दिली, व त्यात त्याचा इशारा होता -

"कोमिन्टांग नेत्यांना तुम्ही सांगा की, माझा निर्णय झालेला आहे. डॉ. सन्यत्-सेन, हुआंग-त्सिंग या लोकांची देशात फक्त गोंधळ माजवण्याचीच इच्छा आहे. चाळीस कोटी चिनी जनतेचे जीवित व वित्त याच्या संरक्षणाची जबाबदारी माझ्यावर आहे. हा गोंधळ माजवणाऱ्यांची मी गय करू शकणार नाही. हे सांगतात, मला अध्यक्षपदाची हाव आहे ! खरे सांगायचे तर कुणा लायक व्यक्तीच्या हाती अधिकार द्यायला मी उत्सुक आहे. दुर्दैव असे की, असा मनुष्यच पुढे येत नाही. जर या मंडळींनी प्रतिसरकार वगैरे स्थापन केले, तर ते नष्ट करण्याची ताकद माझ्या मनगटात आहे, हे त्यांनी समजून असावे !"

या मुलाखतीनंतर तीन दिवसांनी, युवान-शिह-काईने जाहीररित्या कोमिन्टांग पक्षाशी आपला संबंध तोडून टाकला. या वेळी १९१३ चा जून महिना उजाडलेला होता. युवानची पावले आता झपाट्याने पडू लागली. हुपै, अनवेई आणि क्वांगटुंग प्रांतांचे लष्करी प्रशासक युवानने बडतर्फ करून टाकले.

आता थांबण्यात अर्थ नव्हता. कोमिन्टांग पक्षाच्या वतीने कियांगसी प्रांताचा लष्करी गव्हर्नर लि-लिहचून याने १२ जुलै १९१३ ला युवानविरुद्ध युद्ध घोषित केले. कोमिन्टांग नेता हुआंग-त्सिंग याने किआंगसू प्रांतात जाऊन तिथल्या लष्करी गव्हर्नरलाही युवान-शिह-काईविरुद्ध युद्ध घोषित करण्यास भाग पाडले. कोमिन्टांग पक्षाने 'दुसरी क्रांती' यशस्वी करण्यासाठी जनतेला आवाहन केले.

दुसरी क्रांती कोसळली

परंतु जनता थंडच राहिली ! हुपै, अनवेई, क्वांगटुंग प्रांतांतील जनतेने टुटू (लष्करी प्रशासक) बडतर्फ झाले, तरी कसलाही संताप व्यक्त केला नाही किंवा कियांगसू व कियांगसी प्रांतांत सुरू झालेल्या युद्धात भाग घेतला नाही ! सर्व कोमिन्टांग-विरोधी युतीच्या वृत्तपत्रांनी कोमिन्टांग पक्षाच्या या खेळीवर शस्त्र धरले. सर्वत्र पत्रांनी सूर धरला - "युवानच्या चुका झाल्या असतील, असे गृहीत धरू. परंतु म्हणून काय यादवी सुरू करायची की काय ?"

'दुसरी क्रांती' सपशेल कोसळली. २६ जुलैला युवानच्या फौजा कियांगसी व कियांगसू प्रांतांत शिरल्या. १८ ऑगस्टला नानचँग पडले. फक्त नानकिंग काही काळ झुंजत राहिले. २९ जुलैला हुआंग-त्सिंग नानकिंगहून निसटला आणि १ नोव्हेंबरला नानकिंगही युवानच्या सेनेच्या कब्जात आले. सगळे यांगत्सी खोरे पुनश्च पेईयांग

लष्कराच्या हातात पडले. नव्या लष्करी प्रशासकांनी या सर्व दक्षिणेतील प्रांतांचा कब्जा केला.

हळूहळू युवानने नेमलेले हे लष्करी प्रशासक पुंड माजोरीपणा करू लागणार होते. केंद्रीय कायदे धाब्यावर बसवून आपल्या ताब्यातील सेनेच्या जोरावर मन:पूत कारभार आता सुरू होणार होता. शेतकऱ्यांची पुनश्च पिळवणूक व भ्रष्टाचार सर्वत्र बोकाळणार होता. पुढची तीस वर्षे लोकमतवादी, उदारमतवादी, समाजवादी - या सर्वांना वाईट दिवस येणार होते, हे भविष्य सामान्य जनतेला दिसू शकले नाही, म्हणून डॉ. सन्यत्-सेनने आग्रहपूर्वक सुरू केलेल्या या युवानविरोधी दुसऱ्या क्रांतीचा फज्जा उडाला.

काही वर्षांनी जनता जागी झाली, तेव्हा खूप उशीर झाला होता. या लष्करी सरंजामदारांचे तोपर्यंत जुलमी सैतान झालेले होते.

क्रांती फसताच, पार्लमेंटमध्ये 'युती' पक्षाला भाव चढला. कोमिन्टांग पक्षातून फोडलेले आणि फुटलेले काहीजण युती पक्षात सामील झाले. वस्तुत: लोकशाही मार्गाने पार्लमेंटात आलेल्या कोणत्याच पक्षाविषयी युवानला प्रेम नव्हते. कोमिन्टांग पक्षाला चाप लावण्यासाठी आतापर्यंत त्याने युती पक्षाचा वापर केलेला होता. अजून काही काळ तरी या नव्या झळाळी लाभलेल्या पक्षाशी सोयरीक ठेवणे त्याला भाग होते.

हुकुमशाहीकडे वाटचाल

कोमिन्टांग पक्षाचे बहुसंख्य सदस्य पार्लमेंटमध्ये युती पक्षाशी सहकार्य करून नव्या घटनेचा आराखडा तयार करू लागले. युती पक्षातील बहुतेकांना लोकशाहीची चाड होती, यामुळे नव्या घटनेत अध्यक्षाचे अधिकार नियंत्रित राहावे या दिशेने घटनालेखन सुरू झाले होते. युवानने काय चालले आहे याचा कानोसा घेऊन ४ नोव्हेंबर १९१३ या दिवशी अध्यक्षांच्या अधिकारात फर्मान काढले -

"कोमिन्टांग पक्ष बेकायदा ठरवण्यात आला असून सर्व कोमिन्टांग पक्षाचे पार्लमेंट सदस्यत्व रद्द करण्यात आले आहे."

वस्तुत: असे काहीही करण्याचा अधिकार तात्पुरत्या अस्तित्वात असलेल्या घटनेतही अध्यक्षांना दिलेला नव्हता. परंतु युवान-शिह-काई विरुद्ध आता कोण बोलू शकत होते ? युती पक्षाचे डोळे या घटनाविरोधी कृत्याने पुन: उघडले. युवानला आवर घातल्याखेरीज देशात लोकशाही नांदणे शक्य नाही, ही गोष्ट आता स्पष्ट झाली होती. काही काळ कोमिन्टांग पक्षाविरुद्ध युवानची साथ करणारा युती पक्ष युवानविरुद्ध कोमिन्टांग पक्षाला मदत देण्यास आता उत्सुक झाला होता.

१० जानेवारी १९१४ या दिवशी अखेर युवान-शिह-काईने पार्लमेंट बरखास्त करून

सगळ्यांनाच घरी पाठवले.

लष्कराच्या दंडुकेशाहीच्या जोरावर लोकशाही नेस्तनाबूत करून, प्रजासत्ताकाला नख लावू पाहणारा हुकुमशहा - म्हणून युवानची नवी प्रतिमा आता जनतेपुढे आली, आणि सर्व लोकशाहीनिष्ठ पक्ष त्याच्या विरोधासाठी एकत्र आले.

प्रांतिक कायदे मंडळ व केंद्रीय पार्लमेंट बरखास्त केलेले होते. कोमिन्टांग पक्ष बेकायदा झाल्याने, त्या पक्षाचे पक्षनिष्ठ पार्लमेंट सदस्य आता पेकिंग सोडून दक्षिणेत निघून गेलेले होते. याच सुमारास केव्हा तरी युवानच्या मनात आपणच राजा होण्याची कल्पना दृढमूल झाली असावी.

१९११ मध्ये क्रांतीच्या भयाने मांचू राजवट संपुष्टात आणावी लागते की काय याचा विचार चालू असताना 'लंडन टाईम्स'च्या बातमीदाराने युवानची मुलाखत घेतली होती. या वेळी त्याने सांगितले होते :

"माझी अशी खात्री आहे की, सत्तर टक्के चिनी जनता ही परंपरानिष्ठ आहे. फक्त तीस टक्के लोक सुधारणावादी आहेत. आता जरी मांचू राजपद आम्ही नष्ट केले तरी पुनश्च येथील जनता राजपद स्थापन केल्याशिवाय राहणार नाही."

जरी सत्ता कब्जात घेण्याची किंमत म्हणून युवाननेच मांचू राजवट इतिहासजमा करून टाकली होती, तरी त्याच्या मनात राजपद - राजघराणी - राजेशाही यांचेच विलक्षण प्रेम होते. राजा होणे जरी ताबडतोब शक्य झाले नाही, तरी आता निर्माण केलेले अध्यक्षाचे अधिकार हे जवळजवळ राजासारखे अनिर्बंध असावेत, याच दिशेने त्याची पावले पडू लागली.

घटना - समिती : मधाचे बोट

त्याने एक घटना समिती (Constitutional Conference) निर्माण केली. या समितीत अजून पेकिंगमध्ये राहिलेल्या पार्लमेंट सभासदांपैकी काहीजण व इतर प्रांतांतील काही कायदा अभ्यासलेले प्रमुख म्होरके यांचा समावेश करण्यात आला. ही घटना समिती कशाकरिता हे त्याने २६ जानेवारी १९१४ या दिवशी म्हणजे पार्लमेंट बरखास्तीनंतर पंधरा दिवसांतच जाहीर केले :

"जी तात्पुरती घटना नानकिंग सिनेटने निर्माण केली होती, त्यात सुधारणा करून या सुधारणांसह ही घटना तूर्त तात्पुरती म्हणून वापरायची आहे. ही सुधारलेली तात्पुरती घटना या घटना समितीने ताबडतोब तयार करायची आहे. दुसरे काम म्हणजे, नवी कायम स्वरूपाची घटना तयार करणे. या दोन्ही घटनांत अर्थात फरक राहणार. कारण कायम घटना अंमलात आणीपर्यंत देशात स्थिरता निर्माण होणे आवश्यक आहे."

तात्पुरत्या घटना निर्मितीसाठी या घटना - समितीला युवान-शिह-काईने काही

मार्गदर्शक तरतुदी कळवल्या. या सात होत्या :

(१) सर्व परदेशव्यवहार अध्यक्षांच्या अधिकारात राहील. लढाई सुरू करणे, तह करणे, परदेशांशी करार-मदार करणे, या सर्व गोष्टी अध्यक्ष करील.

२) मंत्री नेमणे, परदेशात वकील नेमणे, या गोष्टी सिनेटच्या परवानगीशिवाय अध्यक्षाला करता येतील.

३) अध्यक्षीय पद्धत केंद्रात आणावयाची आहे.

४) तयार केलेली घटना ही राष्ट्रीय असेंब्लीने स्वीकारायची आहे. (ही राष्ट्रीय असेंब्ली म्हणजे पार्लमेंट नव्हे, तर विचारवंतांची अध्यक्षानेच निर्माण केलेली जनसभा.) घटना अध्यक्षांनी जाहीर करावयाची आहे.

५) राष्ट्राध्यक्षाला एखाद्याचे नागरिक अधिकार रद्द करण्याचा व ते बहाल करण्याचा अधिकार राहील.

६) राष्ट्राध्यक्षाला वटहुकूम काढता येतील.

७) आणीबाणीच्या परिस्थितीत राष्ट्राध्यक्षाला सर्व तऱ्हेचे आर्थिक अधिकार राहतील.

लोकशाहीची थट्टा

कुठल्याही देशाच्या राजालादेखील जेवढे अधिकार नव्हते, तेवढे अधिकार राष्ट्राध्यक्ष म्हणून युवान-शिह-काईला हवे होते ! ही सर्व लोकशाहीची मोठी थट्टाच होती ! १ मे १९१४ या दिवशी वरील सर्व अधिकार अध्यक्षांना देणारी घटना घटना - समितीने मान्य केली ! आता मुळी घटना - समितीच युवानच्या हातातले बाहुले झाली होती. घटना - समितीने अमेरिकेच्या अध्यक्षांना 'सेक्रेटरी ऑफ स्टेट' म्हणून जसा सल्लागार असतो तसा सल्लागारही युवानला दिला. या जागेचे चिनी नामकरण केले 'कुवो-वू-चिंग'. आता 'चिंग' याचा चिनी अर्थ 'सम्राटाचा सेवक' असा होतो. राष्ट्राध्यक्षाच्या चिटणीसाला 'कुवो-वू-चिंग' म्हटल्याने युवान तर भलताच खूष झाला ! सू-शीह-चँग याला आपला 'कुवो-वू-चिंग' म्हणून त्याने नेमून टाकला. पूर्वी मांचू राजाच्या ग्रँड कौन्सिलरला जे कर्तुमकर्तुम् अधिकार होते, ते सर्व सू-शीह-चँग याला अध्यक्षाच्या नावे आता प्राप्त झाले.

युवान हा मे १९१४ मध्ये अशा रीतीने जगातल्या सर्वांत मोठ्या देशाचा लष्करी हुकुमशहा झाला होता. त्याला थोडा धीर धरता आला असता तर त्याचा मुलगा तरी नक्की राजा झाला असता ! त्याचा मोठा मुलगा युवान-कुओ-टिंग हा बापाचे गुण दाखवू लागलेला होता. महत्त्वाकांक्षा आणि पाताळयंत्रीपणा हे वडिलांचे दोन्ही गुण त्याच्यात उतरलेले होते. परंतु एवढा शहाणपणा युवानला दाखवता आला नाही.

मुलगा राजा झालेला पाहण्यापेक्षा आता तो राजपुत्र झालेला पाहणे त्याला हवे होते ! स्वत:च राजा होण्याच्या दिशेने त्याने वाटचाल चालू ठेवली.

कन्फ्युशिअसचा आधार

सप्टेंबर १९१४ मध्ये युवानने देशात कन्फ्युशिअसची पूजा जनतेने करावी असा हुकूम काढला ! कन्फ्युशिअसला मानणारा राज्यकर्ता देशाला लाभला आहे. अशी जनतेची समजूत राहावी यासाठी त्याने हे केले होते. नाही तर कन्फ्युशिअसची शिकवण आणि युवानचे आचरण याचा तसा काही संबंध राहिला नव्हता. परंपरानिष्ठ जनता आपल्याकडे वळवण्याची ही कृती होती. राज्यकर्ते थोर थोर लोकांचे पुतळे चौकाचौकात स्वहस्ते बसवून आपले व थोरपणाचे नाते सांगतात तसाच हा प्रकार होता.

कन्फ्युशिअस याने राजे लोकांना पुढील उपदेश केलेला आहे : ''राजाने आपल्या प्रधानाची निवड करायची ती प्रजेचे कल्याण नजरेसमोर ठेवून आणि आपल्या विवेकबुद्धीला स्मरून राजाने आपले कर्तव्य करीत असताना ध्यानात ठेवावयाची गोष्ट म्हणजे 'लोककल्याण' ही होय. लोककल्याण हे विश्वप्रेमाचेच एक अंग आहे. अर्थात स्वत:चे दोष संशोधन करून, पूर्णावस्था साधण्याच्या बाबतीत कर्तव्यकर्माचा नियमाला राजा अपवाद नाही.''

मनुष्यस्वभावाच्या जन्मजात चांगुलपणाविषयी कन्फ्युशिअसची पूर्ण खात्री होती. त्याचे सर्व तत्त्वज्ञान या सूत्राभोवती गुंफलेले आहे :

''जीविताच्या प्रवासात मनौदार्य हे विश्रांतिस्थान, सदाचार हा मार्ग, देश - कालानुरूपता हे वस्त्र, ज्ञान हा दीपक, आणि निष्ठा ही अद्‌भुत शक्ती मानली असून, ही साधने सर्वांनी मिळवली पाहिजेत.''

अशा तऱ्हेच्या असंख्य सूत्रांवरून त्याची सर्व उदात्त तत्त्वे ध्यानात येतात. माणूस हा जन्मजात चांगला असेलही, परंतु सत्ता माणसाला भ्रष्ट करू शकते, आणि एकछत्री सत्ता माणसाला संपूर्ण भ्रष्ट करते. (Power corrupts and absolute power corrupts absolutely.) या अनुभवातूनच लोकशाही ही सत्ताकेंद्रीकरणाचा कमीत कमी धोका असलेली राज्यपद्धती ठरली आहे.

युवानला लोकशाही गुंडाळून सर्व सत्ता स्वत:कडे हवी होती व या दृष्टीने कन्फ्युशिअस त्याला उपकारकच होता !

सहाव्या शतकात जन्मलेल्या कन्फ्युशिअसचा जयजयकार देशात सरकारी पातळीवरून सुरू झाला ! जनतेला कन्फ्युशिअसची गुंगी चढू लागताच, युवानने आणखी एक पिलू सोडले. पूर्वी मांचू राजे आकाशातल्या देवतांसाठी यज्ञ करीत असत. हा होमहवनाचा विधी युवानने पेकिंगला जाहीर केला.

महायुद्धाचे विघ्न

यज्ञात विघ्न येणे हा दैवी संकेत असावा ! आपली पुराणे वाचताना यज्ञापाठोपाठ विघ्न दत्त म्हणून उभे राहते. युवानच्या यज्ञात विघ्न आले ते अतिप्रचंड अशा मोठ्या युद्धाचे ! युरोपात १९१४ च्या ऑगस्टमध्ये पहिल्या महायुद्धाचे यज्ञकुंड धडाडू लागले.

आतापर्यंत जपानच्या चीनबाबतच्या हालचालीकडे डोळ्यांत तेल घालून लक्ष ठेवणारी बडी बडी राष्ट्रेच पहिल्या महायुद्धात एकमेकांच्या मानगुटीला बसली. इंग्लंड-फ्रान्स-रशिया एका बाजूला आणि जर्मनी एका बाजूला, असे हे युद्ध सुरू झाले. रुसो-जपान युद्धात रशियाने मार खाल्ल्यापासून दोघांचे सूत नव्हते, तेव्हा या युद्धात जपानला राजी राखणे इंग्लंडला व पाठोपाठ युद्धात उतरलेल्या अमेरिकेला भागच होते. जपान ही संधी सुखासुखी थोडीच जाऊ देणार होता ? चीनसारखा अतिप्रचंड देश, युवानसारख्या लष्करी हुकुमशहाच्या एकछत्री अंमलाखाली फार काळ राहिला तर ते चांगले नाही, आशियात जपानची पत मग काय राहणार ? तेव्हा या युवानचे पितळ एकदा उघडे करावे व आपल्या आक्रमणाचा डावही साधावा असा विचार जपानने केला.

युवानचे आणि चीनचे वस्त्रहरण करायचे, तर चीनची लष्करी तयारी काय किंमतीची आहे, हे जगाच्या रंगभूमीवर एकदा सिद्ध केले की जपानचा डाव साधणार होता. जगात ते राष्ट्र मोठे समजतात - की ज्याची आक्रमणाची आणि संरक्षणाची ताकद विलक्षण असते. युरोपच्या हाणामारीत जपानला रस नव्हताच, तेव्हा बडी धेंडे युद्धात उतरली आहेत ही संधी साधून जपानने युवानकडे २१ मागण्यांचा खलिता धाडला (१८ जानेवारी १९१५)

या एकवीस मागण्यांचे पाच गट केलेले होते. यातले चार गट मान्य करून घ्यायचे, व उरलेल्या पाचव्या गटातील मागण्या तडजोड म्हणून मागे घ्यायच्या, असा हा डाव जपानने टाकला.

परकीय आक्रमणाचा नेहमी होतो तसाच परिणाम या वेळी चीनमध्ये झाला. युवान-शिह-काई मनातून टरकला, कारण ज्यावेळी त्याच्या राज्यारोहणाचा सोहळा म्हणून वाजंत्री वाजायची घटका जवळ येत चालली होती त्याच वेळी हे तोफगोळ्यांचे आणि बंदुकांचे आवाज त्याला नको होते. देशातील सर्व पक्षोपपक्ष मात्र युद्ध झालेच तर सर्व तयारीची आश्वासने देऊ लागले. क्रांतिकारकांच्या पक्षानेही युवानला तार पाठवली : ''डरो मत ! सर्वजण मतभेद विसरून जपान्यांचा मुकाबला करू, परंतु देशाची अब्रू घालवू नका !''

युवानने जपानच्या अपेक्षेप्रमाणे सतरा मागण्या मान्य केल्या, आणि शेवटच्या चार

जपानने तडजोड म्हणून मागे घेतल्या ! या सर्व मागण्यांचा गोषवारा सांगायचा तर चीनने यापुढे जपानच्या अनुमतीशिवाय कसलाही परराष्ट्रीय व्यवहार करू नये, अशा स्वरूपाच्या या सर्व व्यापारी व आर्थिक मागण्या होत्या. चीनच्या भूमीवर फक्त जपानला सर्व सवलती मागणाऱ्या या मागण्या मान्य करणे म्हणजे चीनने जपानचे मांडलिक राष्ट्र राहण्याचे मान्य करण्यासारखेच होते !

'शांतीदूत' युवान

ही सर्व राष्ट्रीय नाचक्की युवान-शिह-काईने पत्करली ! लढण्यासाठी देशातील सर्व तरुण उत्सुक असताना, देशातील पौरुष खच्ची करून, युवानने शेपूट घातले, आणि वर पुन: देशात ढोल बडवले गेले - 'युवाननेच देश वाचवला ! लढाई टाळली ! आशियात शांतता टिकवली !!'

प्रांतोप्रांती युवाननेच नेमलेले जे त्याचे बगलबच्चे लष्करी प्रशासक होते, त्यांनी केंद्र सरकारातील या दिव्य विजयाबद्दल युवानला अभिनंदनाच्या तारा पाठवल्या. शांतता आली, या कल्पनेने युवानच्या चिरंजिवांनी पेकिंगमध्ये सर्व भाटगिरी करणाऱ्या मुत्सद्यांना खाने सुरू केले. पेकिंगमधील राजदूतांनी युवानचे गोडवे गायले. शांततेच्या रक्षणाकरिता, आशियातला शांतीदूत - अशा शब्दात युवानचे गुणगान कोण करू लागले ? - जी राष्ट्रे युरोपात साम्राज्यतृष्णेपोटी एकमेकांच्या नरडीचा घोट घेत होती त्या सर्व राष्ट्रांचे प्रतिनिधी !

पडद्याआड युवानने काय मिळवले ? तर एक सोईस्कर आश्वासन - जर चीनमध्ये राजपदाचे पुनर्जीवन झाले, तर जपानचा त्याला संपूर्ण सहयोग राहील. जपानी पंतप्रधान ओकूमा यांनी जपानी वृत्तपत्राला मुलाखत दिली व सांगितले :

"जपानमध्ये राजपद आहे. जर चीनमध्ये राजा पुन: सिंहासनाधिष्ठ झाला तर दोन्ही देशांतील राज्यपद्धतीत साम्य येईल व चीन - जपान ही राष्ट्रे एकमेकांच्या अधिक जवळ येतील."

युवानला या मुलाखतीनंतर अमेरिकन वार्ताहरांनी गाठले. अजून लोकशाहीचे पांघरलेले कातडे फेकून द्यायची वेळ आलेली नाही, हे ओळखून युवानने अमेरिकेच्या वार्ताहरांना सांगितले :

"आमच्या देशाची राज्यपद्धती ही अमेरिकेच्या राष्ट्राध्यक्ष पद्धतीसारखीच आहे, व ती सुरळीत चालू आहे. देशात लोकशाही दृढमूल व्हावी यासाठी मी प्रयत्न करीत राहणार आहे."

युवानने अधिकारग्रहण केल्यावर एक अमेरिकन सल्लागार जवळ ठेवलेला होता. त्याचे नाव फ्रँक गुडनौ (Goodnow). या सल्लागाराने याच सुमारास आपला खास

अहवाल युवानला सादर केला. यात म्हटले होते, ''चिनी भूमीवर लोकशाही पद्धत रुजणे कठीण आहे. राजपदाची इथे नितांत गरज आहे.'' या निष्कर्षाचा आधार घेऊन सहा विद्वान माणसांनी देशात राजपद आणून चिरशांतता लाभण्यासाठी 'शांतता निर्माण समिती' (Peace Planning Society) या नावाची एक संस्थाच स्थापन केली. यातले तिघेजण हे पूर्वीच्या क्रांतिकारी पक्षाचे होते. या समितीचा प्रमुख यांग-टू हा हुआंग त्सिंग या क्रांतिकारक पक्षाच्या नेत्याबरोबर खूप दिवस काम केलेला व युवानच्या विश्वासातला माणूस होता. ही समिती स्थापन होताच यांग-टू याने एक निबंध प्रसिद्ध केला. 'सनदशीर राजपदातून राष्ट्रोन्नती' हा या निबंधाचा विषय होता व ताबडतोब देशात राजपद निर्माण करण्याच्या आवश्यकतेवर या निबंधात जोर दिलेला होता.

यांग-टू याची इच्छा युवान-शिह-काईने राजा व्हावे अशी होती व एकदा युवान राजा झाला की त्याच्या दरबारात आपल्याला महत्त्व प्राप्त होईलच असा त्याचा हिशोब होता. म्हणजे शांतता निर्माण समिती स्थापन झाली तिचा उपयोग आपल्याला करून घेता येईल, अशी उमेद यांग-टू व युवान हे दोघे बाळगीत होते.

प्रत्यक्षात मात्र कुणी युवानजवळ - त्याने राजा व्हावे असे दूरार्थानेही सुचवले तर तो ताबडतोब ती कल्पना झिडकारून टाकीत असे. नाईलाजाने राजपद स्वीकारावे लागले, असे सर्व नाटक त्याला घडून यायला हवे होते.

यांग-टूची समिती स्वस्थ नव्हती. फ्रँक गुडनौच्या अहवालाची प्रत जोडून एक परिपत्रक सर्व प्रांतिक पुढाऱ्यांना समितीने रवाना केले व या अहवालावर मते मागवण्यात आली. या परिपत्रकात म्हटले होते :

"The purpose of the Peace Planning Society is to study whether monarchism is more suitable to China devoting its discussion solely to academic question of which is right or wrong, and which is advantageous or harmful in practice, other matters are in no way connected with society."

(''पीस प्लॅनिंग सोसायटी या संस्थेचा उद्देश, चीन देशाला राजपद असणे अधिक सोईचे आहे की काय, या प्रश्नाचा अभ्यास करणे हा आहे. काय चांगले, काय वाईट, काय फायद्याचे, काय धोक्याचे, याची तात्त्विक चर्चा आम्हांला अभिप्रेत आहे. बाकीच्या गोष्टींशी आमचा काही संबंध नाही.'')

प्रांतोप्रांती हे परिपत्रक पोचताच, युवानकडे काही लोकांनी तारेने विचारणा केली - ''या समितीच्या हालचालीवर बंदी का घालीत नाही ?''

युवानने उत्तर पाठवले -

विद्वान अभ्यासकांची ही संस्था आहे. देशातील शासन-पद्धतीचा अभ्यास ते करू इच्छितात. जोपर्यंत देशातील शांततेत ही संस्था बाध आणीत नाही, तोपर्यंत सरकारला त्यांच्या आड येण्याचा अधिकार नाही.''

हे उत्तर तसे बरोबर होते, परंतु लोकशाहीप्रेमी लोकांच्या मनात संशय निर्माण झाला होता व युवानकडे या 'शांतता-निर्माण समिती' वर बंदी घालण्याची मागणी वारंवार विशिष्ट लोकांकडून येऊ लागली. समितीचे दहा हजारांवर सभासद झाले होते. समिती वाढत होती, त्या प्रमाणात विरोधकांचा आवाजही वाढत होता.

युवानच्या हातातले बाहुले झालेली 'घटना-समिती' व वरवर पाहता यांग-टूने स्थापन केलेली बिनसरकारी 'पीस प्लॅनिंग सोसायटी' ही दोन्ही परस्परपूरक अशी आता वागू लागली. यांग-टूच्या जिवाला धोका आहे हे लक्षात घेऊन, युवानने त्याच्या घराभोवती सैनिकांचा पहारा दिला.

मतदानाचा तमाशा

२५ ऑक्टोबरला घटना समितीने प्रांतांतून या प्रश्नावर मतदान घेतले. म्हणजे प्रांतिक कायदेमंडळातून मते मागवली. १८ प्रांतांतून सर्व ठिकाणच्या मतपेट्या २० नोव्हेंबरला पेकिंगला पोचल्या. एकंदर १९९३ मते 'देशाला राजा हवा' असे सांगणारी म्हणून मोजली गेली ! विरोधी मते - शून्य ! हे १९९३ लोक अर्थात प्रांतिक सरकारात युवानने नेमलेले लोकप्रतिनिधी होते. या सर्वांनी नुसते राजपद मागितले होते असे नाही, तर राजा कुणी व्हावे यासंबंधी देखील मतदान आपण होऊन केले. प्रत्येक मतपत्रिकेला चिठ्ठी होती -

''आम्ही लोकप्रतिनिधी या नात्याने अध्यक्ष युवान यांना अशी विनंती करतो की, चिनी साम्राज्याचे सम्राटपद त्यांनी भूषवावे. हे सिंहासन वंशपरंपरेने पुढची दहा हजार वर्षे त्यांच्या कुटुंबात राहावे.''

ही चिठ्ठी प्रत्येक मतपत्रिकेला जोडलेली होती हे आश्चर्य !

११ डिसेंबरला युवानच्या घटना समितीने त्याला सिंहासन स्वीकारण्याची विनंती केली. हावरेपणाने लगेच ही विनंती मान्य केली तर वाईट दिसेल, म्हणून युवानने हा लोकाग्रह नम्रपणे लगेच मानला नाही ! १२ डिसेंबर १९१५ या दिवशी पुन: आग्रहाची लेखी विनंती झाली. अत्यंत नाईलाजाने व लोकांच्या आग्रहापोटी आपल्याला राजा व्हावे लागत आहे, असे सर्व नाटक पार पडताच युवानने राज्याभिषेक करून घेण्यास मान्यता दिली. तिसरा अंक संपला. नाटक सुखान्त झाले. १२ डिसेंबर १९१५ या दिवशी युवान-शिह-काई कागदोपत्री राजा झाला !

राज्याभिषेक सोहळा तीन आठवड्याने होणार होता.

युवानच्या लष्करी हस्तकांनी त्याला 'राजा' करण्याचे नाटक इतके बेमालूम वठवले की त्या सर्वांना असे वाटू लागले की हे सर्व घडवायला जरा उशीरच झाला. लोक तर राजा मिळवण्यासाठी आतुरच होते. शंभर टक्के मतदान उगाच का लोकांनी केले ? युरोपात नेपोलियनने राज्याभिषेक करून घेण्यापूर्वी लोकांचा कौल मागितला, तेव्हा त्यालादेखील अनुकूल ३५,७२,३२९ एवढी मते पडली तरी विरोधी मते २५६९ होती. इथे तर शंभर टक्के पाठिंबा !

परंतु ही मंडळी एक गोष्ट विसरली की १९१५ साली १९१३ सालची परिस्थिती देशात राहिलेली नव्हती. १९१३ साली कोमिन्टांग पक्षातील मतामतांच्या गलबल्याला कंटाळून सर्वसामान्य माणसानेही स्थिर सरकारसाठी युवानला अधिकारावर येऊ दिले. जर युवानने लोकांची ही अगतिकता लक्षात घेऊन लोकांना चांगली राजवट दिली असती, तर लोकमत त्याच्या बाजूनेच राहिले असते. कोमिन्टांगवरला 'राग' हे आपल्यावरील प्रेम आहे, अशी चुकीची समजूत करून घेऊन त्याने आता राजपदही बळकावले असले, तरी पेईयांग सैन्याच्या खेड्यापाड्यांतील दडपशाहीला आणि लाचलुचपतीला पुनश्च ऊत आलेला होता. वृत्तपत्रे काही भयाने आणि काही स्वत्व विकून वृत्ते छापीत नसली, तरी लोकांचे चित्त ठिकाणावर नव्हते. वृत्तपत्रांपेक्षा जनतेचे चित्तपत्र राज्यकर्त्यांना वाचता आले पाहिजे. याच सुमारास 'चाय-यिन' (Chia-yin) या मासिकाला एका वाचकाने पाठवलेले हे पत्र पाहा :

''मी माझ्या गावाला परतल्याला बरेच महिने उलटून गेले आहेत. मी इथे आल्यापासून शांतपणे आसपासच्या गोष्टी पाहात आहे. जिल्हा आणि तालुका या ठिकाणच्या प्रत्येक दहापैकी नऊ अधिकारी हे अत्यंत लाच-कोडगे आहेत. त्यांच्या पैसे खाण्याला काही सुमार नाही ! कुणी वृत्तपत्रांत लिहीत नाही, कारण बंडखोर म्हणून शासन त्याची लगेच वासलात लावते ही भीती आहे. सर्वजण असे म्हणतात की, मांचू राजापेक्षा युवानचा हा राज्यकारभार लाचखोरीने बरबटलेला आहे व युवान लवकरच संपला पाहिजे. नुकत्याच काही दहाबारा विद्यार्थ्यांना पोलिसांनी पकडून नेले. दहा ते अठरा वर्षांची ही मुले शाळेतील पाठ्यपुस्तकात - 'बुचांगची क्रांती' हा जो धडा आहे, त्यासंबंधी बोलत होती. त्यात ली-युवान-हुंग याचा उल्लेख आहे. शाळेतून घरी जाताना या व्यक्तीविषयी त्यांचे बोलणे चालू होते. या सर्वांना पोलीसांनी पकडले. त्यांना गोळ्या घातल्या का ? नाही. पण त्यांच्या पालकांनी जेव्हा पैसे दिले, तेव्हा या मुलांची सुटका झाली ! आता पालक मुलांना शाळेतच धाडायला तयार नाहीत.

''गेल्या वर्षी सरकारने दोन वेळा कर्जरोखे काढले. इथल्या मॅजिस्ट्रेटने लोकांना हे कर्जरोखे जबरदस्तीने गळ्यात मारले. ठीक आहे. पैसे दिल्यानंतर कर्जरोखे तरी हातात

मिळाले का ? मॅजिस्ट्रेट साहेबांनी सर्वांना कळवले, 'आधी पैसे आणून द्या, म्हणजे किती कर्जरोखे हवे आहेत ते मला कळेल. त्याप्रमाणे मी गव्हर्नरांना कळवीन. गव्हर्नर पेकिंगला कळवतील, आणि मग तिकडून पोस्टाने रोखे येतील.' महिनेच्या महिने गेले. वर्षे जातील. मध्यंतरी मॅजिस्ट्रेटसाहेब दोनदा बदलले. नवा मॅजिस्ट्रेट मागच्याला नावे ठेवतो - करीत काही नाही ! पूर्वी मांचू राजवटीत निदान कर्जरोखे हातात लगेच मिळत आणि व्यवहारात ते नोटांप्रमाणे वापरता येत. आता नुसतेच पैसे गोळा करण्याचा धंदा सुरू झाला आहे ! मॅजिस्ट्रेटचे पैसे हडप करू लागला आहे. जनतेच्या नशिबात कसली राजवट आली आहे याचे नमुने म्हणून ही दोन उदाहरणे दिली.''

म्हातारा राजा गंमतीला !

अशा तऱ्हेने राज्यकारभाराबद्दल जनतेच्या मनात संताप साचत होता. युवानविषयी प्रेमाचा व आदराचा शब्द सामान्य नागरिकांजवळ नव्हता. प्राणभयाच्या भीतीने भयभीत जनता फक्त प्रत्यक्ष बंड करीत नव्हती.

युवानच्या सत्तेचा मुख्य आधार होता पेईयांग लष्कर ! या लष्करातील सेनानींमध्ये परस्पर द्वेष आणि स्पर्धा होती. राज्यकारभाराला आधार कोण कोण होते ? तीन व्यक्तींचा आधार युवानला होता. एक पंतप्रधानपदावर असलेला सू-शीह-चँग. सू-शीह-चँग याला युवानने राजा व्हावे ही गोष्ट आवडलेली नव्हती. परंतु युवान-शिह-काईविरुद्ध जाण्याचाही त्याचा मानस नव्हता. जमेल तितके दिवस पंतप्रधानपदी राहायचे असे धोरण त्याने स्वीकारले होते. युवानचे इतर दोन महत्त्वाचे साथीदार म्हणजे तुवान-ची-ज्युई आणि फेंग-कुवो-चँग हे होते. तुवान हा पूर्वीचा अनवेई प्रांताचा लष्करी प्रशासक (टुटू) युवानचा युद्धमंत्री होता. फेंग हा किआंगसू प्रांताचा लष्करी प्रशासक होता. या दोघा लष्करी गुंडांना युवाननंतर अध्यक्षपदावर आरूढ होण्याची इच्छा होती. युवान आता म्हातारा होत चालला आहे आणि त्याचे आता फार दिवस राहिलेले नाहीत, हे या दोघांना दिसत होते. परंतु युवान आता राजा झाला ! त्याच्या पश्चात् त्याचा मुलगा गादीवर येणार हे जेव्हा या दोघांच्या लक्षात आले, तेव्हा या दोघांना युवानशी सख्य ठेवण्यात काही मतलब उरला नाही. 'शांतता निर्माण समिती' या संस्थेचे सभासद जेव्हा वाढू लागले, तेव्हा युवानचा डाव सर्व चाणाक्ष साथीदारांच्या लक्षात आला होता. तुवान-ची-ज्युई हा युद्धमंत्रीपदाचे त्यागपत्र देऊन शेन्सी प्रांतात निघून गेला. म्हणजे राजा होण्यापूर्वीच युवानचा प्रमुख साथीदार त्याला सोडून गेला होता.

तुवानचा युद्ध मंत्रीपदाचा राजीनामा ज्या झटपट पद्धतीने युवान-शिह-काईने स्वीकारला ते पाहून फेंग-कुवो-चँग काय समजायचे ते समजला. पुढे वेळ आली तर युवानच्या बाजूने लढायचे नाही हे त्याने नक्की करून टाकले.

कोमिन्टांग पक्षाचे महत्त्वाचे पुढारी देशांतर करून जपानमध्ये पुन: एकवटलेले होते. सन्यत्-सेनने जपानमधून युवानच्या विरुद्ध लढा चालू ठेवण्याचे आवाहन क्रांतिकारक पक्षांच्या सदस्यांना केले. भ्रमनिरास झालेला पक्ष होता - प्रोग्रेसिव्ह पार्टी ! युवान-शिह-काईविरुद्ध लढण्याचे सर्व श्रेय कोमिन्टांग पक्षालाच मिळणे राजकीय डावपेचांच्या दृष्टीने भविष्यात बरोबर होणार नाही, हे या पक्षाला उमगताच, प्रोग्रेसिव्ह पार्टीनेदेखील युवान-शिह-काईविरोधी आघाडी उघडली. या पक्षाचा नेता लियांग-चि-चाओ याने युवानविरोधी आघाडीचे नेतृत्व पत्करल्यामुळे, युवान-शिह-काईला मोठाच हादरा बसला. कारण आतापर्यंत कोमिन्टांग पक्षाच्या विरोधात राहून, या पक्षाने युवानची तळी उचलून धरलेली होती. या पक्षनेत्यांचे आणि पेईयांग लष्करातील म्होरक्यांचे चांगले संबंध जुळलेले होते, हा युवान-शिह-काईच्या दृष्टीने मोठाच धोका होता.

लियांग-चि-चाओ याचा एक अनुयायी व शिष्य त्साही-आवो हा पेईयांग लष्करात महत्त्वपदी चढलेला होता. हुनान प्रांताचा टुटू म्हणून तो त्या प्रांतात थोड्या लष्करावर काही हुकमत असलेला सेनानी झालेला होता. युवानच्या राजा होण्याच्या हालचाली कानावर येताच त्साही-आवो हा लियांन-चि-चाओ याला तिअनस्टिन येथे गुप्तपणे भेटला. लियांगने त्याला सल्ला दिला -

"मी पत्रकार आहे. माझा लढा मी वृत्तपत्रातून सुरू करतो आहे. तू मात्र लष्करी अधिकारी आहेस, तेव्हा प्रत्यक्ष वेळ येईपर्यंत युवानच्या मनात संशय येईल असे तू काही करू नको."

युवानविरुद्ध बंड सुरू करण्याच्या दृष्टीने, त्साही-आवो ही फारच महत्त्वाची व्यक्ती होती. हुनान प्रांताचा टुटू होण्यापूर्वी तो युनान प्रांताचा टुटू होता व त्या प्रांतातही त्याचे खूपच चाहते निर्माण झालेले होते. या प्रांताचा प्रमुख असतानाच त्याने १९११ च्या क्रांतीत क्वेचौ प्रांताचा कब्जा केला होता.

युवानविरुद्ध लष्करी कारवाई सुरू करण्याच्या दृष्टीने कोमिन्टांग पक्षसदस्यांना युनान आणि क्वेचौ हे दोन प्रांत सोईस्कर वाटत होते. परंतु या दोन्ही प्रांतांत प्रभाव होता तो प्रोग्रेसिव्ह पार्टीचा, त्साही-आवो या पक्षाच्या प्रमुखाचा ! हा तर लियांगचा शिष्य होता. या दोन प्रांतांतील सरकारी अधिकाऱ्यांना बंड करण्यासाठी प्रवृत्त करण्याची ताकद त्साही-आवो या एकाच व्यक्तीत होती, कारण राष्ट्रीय संरक्षक सैन्य या लष्करी संघटनेचा अजून त्साही-आवो हाच प्रमुख राहिलेला होता. त्साही आवोकडे हा अधिकार राहू देण्याची चूक युवानने केली होती.

कोमिन्टांग व क्रांतिकारक पक्ष, त्साही-आवो हा युवानविरुद्ध केव्हा बंड करून उठतो याची वाट पहात होते. प्रोग्रेसिव्ह पार्टीच्या गोटातून त्साही-आवो हा क्रांति-

कारकांना लवकरच सामील होईल असा सुगावा कोमिन्टांग पक्षाला लागलेला होता आणि ते वाट पाहात होते.

बंडाची ठिणगी पडली

१ जानेवारी १९१६ या दिवशी युवान-शिह-काई स्वत:ला राज्याभिषेक करून घेणार होता. ही तारीख जाहीर होताच, त्साही-आवो हा १९ डिसेंबरला युवानला येऊन पोचला. युनानचा टुटू टँग-चि-याओ याचा व त्साही-आवो यांचा स्नेह होता. टँग हा तसा संधीसाधू होता. युवानविरुद्ध आपण होऊन त्याने काहीही केले नसते. परंतु त्साही-आवोसारखा युवानचा माजी युद्धमंत्रीच युनानला येताच, त्याने २३ डिसेंबरला युवानला तार दिली -

"सिंहासनाचा हट्ट सोडा आणि यासाठी खटपट करणाऱ्यांना ताबडतोब शासन करा. जर २५ डिसेंबर या दिवशी रात्री १० वाजेपर्यंत आपण यातले काही केले नाही तर आम्ही स्वातंत्र्याची घोषणा करू."

("Give up monarchial plan and punish its instigators. If no reply was forthcoming by 10 p.m. on the 25th we would declare our independence.")

युवानने या तारेला केराची टोपली दाखवली आणि ठरल्या दिवशी युनान प्रांताच्या स्वातंत्र्याची घोषणा झाली. त्साही-आवो याने देशाला वाचवा अशी हाक सेनेला देऊन या सेनेचे अधिपत्य पत्करले. सेनेचे तीन विभाग करण्यात आले. त्साही-आवो एक तुकडी घेऊन झेश्वान प्रांताकडे गेला, एक सैन्य - तुकडी क्वेचौ प्रांताकडे गेली, आणि तिसरी तुकडी दक्षिण युनान प्रांताकडे वळली. या प्रत्येक तुकडीत सुमारे ३००० सैन्य होते. फक्त दोन महिने पुरेल एवढाच अन्नसाठा प्रत्येक तुकडीपाशी होता.

क्वेचौ प्रांताने लगेच या बंडाला पाठिंबा देऊन स्वातंत्र्य घोषित केले.

फेंग-कुओ-चँग याच्या ताब्यात किआंगसू प्रांत होता. फेंग याने बंडवाल्यांचा आग्रह न मानता फक्त युवानशी असहकार पुकारून बंडवाल्यांशी लढण्याचे नाकारले. फेंगची ही तटस्थ भूमिका बंडवाल्यांना फायद्याची ठरली.

फेंगने जे केले तेच क्वांगसी प्रांताचा प्रशासक लू याने केले. त्याने युवानला कळवले : प्रांतात दुष्काळाची परिस्थिती आहे. सैनिकी मदत मी करू शकत नाही."

युवानने क्वांगसी प्रांतातून युनान प्रांतावर सैन्य धाडण्याचा लष्करी पवित्रा घेतला होता, म्हणून त्याने लू याला पैशाची व सैन्याची भरपूर मदत पाठवली. जो पैसा आणि सैन्य क्वांगसी प्रांतात जाई, ते सर्व लू हडप करू लागला. प्रत्यक्ष लढण्याचे तो नाव काढीना ! युवानचा संशय बळावला. त्याने ७ मार्च १९१६ ला लू याची क्वेचौ प्रांताचा

टुटू म्हणून बदली केली. १५ मार्चला लूने क्वांगसी प्रांताचे स्वातंत्र्य घोषित करून, बंडवाल्यांशी उघड हातमिळवणी केली.

आता क्वांगटुंग प्रांतालाच बंडवाल्यांचा धोका निर्माण झाला. बंड चिरडण्याची युवानची आशा आता मावळू लागली. आपल्या राजा होण्याच्या हट्टापायी हा सर्व उद्रेक झाला आहे, याची जाणीव आता त्याला झाली.

अपेक्षेप्रमाणे ६ एप्रिलला क्वांगटुंग प्रांतानेही आपले स्वातंत्र्य घोषित केले. क्वांगटुंग प्रांताचा टुटू लुंग याने बंडवाल्यांशी हात मिळवला.

युवानने आता राज्यपद सोडून दिल्याची घोषणा करीन या अटीवर बंडवाल्याशी काही समझोता करण्याचा प्रयत्न सुरू केला. प्रांतामागून प्रांत त्याच्या कब्जातून निसटत चालले होते. दक्षिण चीनमध्ये गोंधळ माजला होता. ९ मे या दिवशी शेन्सी प्रांत बंडवाल्यांना मिळाला. २२ मे १९१६ ला झेश्वान प्रांताने स्वातंत्र्य घोषित केले. २५ मे या दिवशी हुनाना प्रांत स्वतंत्र झाला.

माजोरी लष्करी धटिंगण

चीन देशात पुढली काही वर्षे जी अंतर्गत भीषण यादवी माजली त्याची बीजे या बंडवाल्यांच्या यशातच साठवलेली होती. हे सर्व प्रांत युवानचा अधिकार ठोकरून स्वतंत्र होत होते म्हणजे नेमके काय घडत होते ? तर या प्रांतांचे जे लष्करी प्रशासक - टुटू होते ते आपआपल्या प्रांतांतील सेनेवर कब्जा करीत होते. यापुढे केंद्रसत्ता अशी नाही, आम्ही आमच्या प्रांताचे स्वामी आहोत, अशी घोषणा होती. हे सर्व लष्करी धटिंगण (war lords) प्रांतोप्रांती आता दादा होऊन बसणार होते.

आतापर्यंत कसे तरी पंतप्रधानपद सांभाळलेल्या सू-शीह-चँग याने २२ एप्रिलला त्यागपत्र दिले. त्याच्या जागी नेमलेला पंतप्रधान तुवान-ची-ज्युई हा सारखा युवानकडे त्याचे सर्व अधिकार मागत होता. युवानला वार्धक्यावस्थेत हा सर्व धक्कादायक प्रकार सहन करणे अशक्य झाले. त्याची प्रकृती ढासळली आणि त्याने अंथरूण धरले. धड राजा नाही - धड अध्यक्ष नाही, कुणाचा विश्वास नाही. देशापुढे भवितव्य नाही. अशा अत्यंत निराशाजनक मन:स्थितीत ६ जून १९१६ या दिवशी युवान-शिह-काई मरण पावला !

ज्या पद्धतीने युवानने काही वर्षांपूर्वी प्रिन्स चून याच्यावर दक्षिणेतील बंडाळीचे दडपण आणून सत्तेचा कब्जा केला, नेमक्या त्याच प्रकाराने मरणापूर्वी युवानकडून तुवान-ची-ज्युई याने सत्ता आपल्याकडे घेतली.

युवान-शिह-काई मरताच उपाध्यक्षपदावर अजून टिकून राहिलेला ली-युवान-हुंग हा राष्ट्राध्यक्ष झाला. पंतप्रधानपद तुवान-ची-ज्युईकडे कायम झाले. ली-युवान-हुंग याने अधिकारग्रहण करताच १९१२ ची घटना पुनश्च देशात लागू केल्याची घोषणा

केली. परंतु देशाचे चित्र आता पालटलेले होते.

युवान सिंहासनावरून खेचला गेला तो लोकशाही व जनकल्याण साधू पाहणाऱ्या क्रांतिकारक पक्षाच्या प्रयत्नाने नाही ! मांचू राजवट उलथवताना डॉ. सन्यत्-सेनसारखा समाजाभिमुख नेता जनतेपुढे होता. युवानला कुणी उलथवला ? त्याच्याच लष्करी टुंटूनी त्याला खाली ओढला होता ! क्रांतिकारक कोमिन्टांग पक्ष अथवा प्रोग्रेसिव्ह पार्टी यापैकी कुणाही नेत्याचे कर्तृत्व यामागे नव्हते. यामुळे युवान मेला तरी प्रजासत्ताकाला आपला पूर्वीचा सूर सापडलाच नाही. चीन देश हा युवान मरताच लष्करी धटिंगणांची भोगभूमी झाला.

मांचू राजवट असताना खेडोपाडी फारसे सैन्य नसे. खेड्यापाड्यातून जमीनदारांचा कारभार होता. शेतकऱ्यांकडून सारा वसूल करून हे जमीनदार श्रीमंत होत असत, ही गोष्ट खरी असली तरी अडीअडचणीच्या काळात शेतकऱ्यांना कधी सारामाफी देऊन, तर कधी कर्ज देऊन, काही मानवी पातळीवरील व्यवहार निश्चित घडत होते. जर हे केले नाही तर भूकबळी होण्यापेक्षा त्रस्त शेतमजूर आपला इमला जाळतील व आपल्या कुटुंबाला जिवानिशीदेखील मारतील, अशी भीतीही जमीनदारांच्या पोटात असे. यामुळे जमीनदार आणि सावकार शेतकऱ्याला पेलतील तेवढेच कर लादीत असत.

एक नैसर्गिक तोल साधला जात होता. ही स्थिती नि:संशय अन्यायकारकच होती, परंतु तरीही शेतकऱ्याला ती बंडापासून दूर ठेवीत असे. शिवाय जी शस्त्रे त्या वेळी सैन्याजवळ असत, तीच शेतकऱ्यांजवळही असत. बंदूक कुणापाशीच नव्हती, मशीनगन अज्ञात होती. भाले-बरच्या-लाठ्या-काठ्या हीच काय ती संहारक अस्त्रे होती. ही शेतकऱ्यालाही उपलब्ध होती, व तो काहीसा सुरक्षित होता.

आता खेडोपाडी चित्र निराळे झाले होते. आता बंदूकधारी सैनिकी टोळ्या खेडुतांकडून वाटेल तशी वसुली मागत. अनाचार करीत. जमीनदार शहराकडे पळून गेले होते. त्यांचे पगारी बेलीफ हे सैनिकांशी संगनमत करून शेतकऱ्याला जास्तीत-जास्त पिळू लागले होते. शेतकऱ्यांपाशी बंदुका नव्हत्या. विरोध झाला तर सैनिकी सैतान त्यांना घायाळ करू लागले होते.

साडेचार वर्षांच्या युवानच्या कारभारानंतर चीन देशात लष्करी धटिंगणांनी अभूतपूर्व अशी अंदाधुंदी माजवली. पेकिंगचे मांचू सिंहासन कायमचे इतिहासजमा झाले आहे; हीच सर्वसामान्य जनतेची भावना दृढ होती. लोकशाहीचा खेळही देशाला परवडणारा नाही, असा अनुभव जनतेला आता आला होता. सर्वत्र पुनश्च अंधाराचे साम्राज्य माजू लागले होते, आणि नवा प्रकाश कोणत्या दिशेने येणार आहे याचा अंदाज कुणालाच करता येत नव्हता.

* * *

१२

□

सन्यत् सेनची माघार - जपानचा चीनवर वार !

६ जून १९१६ या दिवशी युवान-शिह-काईचा मृत्यू ओढवला आणि चीनच्या राजकीय पटावरचे महत्त्वाचे मोहरे इतिहासजमा झाले.

युवान-शिह-काईची कारकीर्द सर्वस्वी अपेशी ठरली याची तीन प्रमुख कारणे होती. पहिली गोष्ट : हा माणूस दगाबाज आणि बेभरंवशाचा निघाला. ज्यांनी त्याच्यावर विश्वास ठेवला व इमान वाहिले त्या सर्वांचा त्याने विश्वासघात केला. सम्राट कुआंगसूने त्याला संरक्षणासाठी बोलावले पण त्याने त्याच्याच विरुद्ध कारवाई केली. नंतर डॉवेजर राणीला सर्व दागदागिने काढून घेऊन त्याने नागवली व प्रिन्स चूनचा काटा काढून अखेर शेवटी त्याने प्रजासत्ताकाचाही घात केला. स्वत: राजा झाला ! दुसरी गोष्ट त्याने जपानकडून जरी कर्जरूपाने पैसा आणला असला तरी जपानने सर्व क्रांतिकारकांना आसरा देऊन त्याच्या शत्रूंना देशाबाहेर तळ निर्माण करू दिला. तिसरी गोष्ट त्याने नेमलेले टुटू हे सर्व महत्त्वाकांक्षी, मत्सरी, लष्करी धटींगण होते. सैन्याच्या आधाराने सर्व सत्ता या मंडळींच्या हातात पडलेली होती. युवान मरण्याचीच ही मंडळी वाट पाहात होती. चीनच्या दक्षिण भागात निर्माण झालेली ही अनियंत्रित लष्करी शक्ती पेकिंग सत्तेला यापुढे मुळीच जुमानणार नव्हती.

यादवीची नांदी

या लष्करी शक्तीचे आधार दोन होते : एक आधार युनान, क्वेचौ, क्वांगटुंग आणि क्वांगसी या चार दक्षिणेतील प्रांतांचे लष्करी प्रशासक (टुटू) यांचा. दुसरा : युवान विरुद्ध बंड करून उठलेला शाही सैन्याचा नेता त्साही आवो याने संघटित केलेल्या सैन्याचा - 'नॅशनल प्रोटेक्शन आर्मी' चा. दक्षिणेतील प्रांतांनी उत्तरेतील पेकिंग सत्तेला मोठे आव्हान दिलेले होते. या बंडखोर नेत्यांनी एक लष्करी मंडळ (मिलिटरी कौन्सिल) स्थापन केले. या मंडळाचे सभासद होते -

टँग-चि-याओ (चेअरमन)

चेन-चून-त्सून (व्हाईस चेअरमन)

लियांग-चि-चाओ (राजकीय व्यवहारप्रमुख)

त्साही-आवो (सभासद)

या मंडळाने ८ मे १९१६ ला घोषणा केलेली होती -

"युवान-शिह-काई याला अध्यक्षपदावरून आम्ही दूर केलेला असून, ऑक्टोबर १९१३ च्या घटनेनुसार, उपाध्यक्ष ली-युवान-हुंग याच्याकडे अध्यक्षपद आलेले आहे."

परंतु या घोषणेनंतर महिन्याभरातच उत्तरेला युवान मेला. युवान मरताच पंतप्रधान असलेल्या तुवान-चि-ज्युई याने, लि-युवान-हुंग याला अध्यक्षपद दिले. प्रथम ली-युवान-हुंग याने युवानची जागा घेण्यास नकार दिला, परंतु तुवान याने सांगितले,

"तुम्ही अध्यक्षपद पत्करले तर पेकिंगमधील शांततारक्षणाची हमी मी घेतो."

लगेच पेकिंगहून ली-युवान-हुंग हा अध्यक्ष झाल्याची घोषणा झाली. परंतु या घोषणापत्रात तुवान याने जाहीर केले -

"१९१४ मध्ये जी सुधारलेली घटना तयार झाली आहे, त्यानुसार उपाध्यक्ष ली-युवान-हुंग हा अध्यक्षांच्या निधनानंतर अध्यक्ष झालेला आहे."

तुवान याला स्वतःचे बस्तान नीट बसेपर्यंत ली-युवान-हुंग हा अध्यक्ष म्हणून हवा होता. यासाठी त्याने घोषणापत्रकात १९१४ च्या घटनेचा आधार दिला होता. ही १९१४ ची घटना युवान-शिह-काईने पार्लमेंट बरखास्त करून स्वतःच्या सोईनुसार तयार केलेली होती व त्यानुसार ली-युवान-हुंग हा तात्पुरता अध्यक्ष अधिकारावर फारच थोडे दिवस राहू शकत होता. पुनः अध्यक्षांची निवड आवश्यक ठरत होती.

दक्षिणेतील नेत्यांच्या या घोषणापत्रकातील ही लबाडी लगेचच लक्षात आली. त्यांनाही ली-युवान-हुंग हा अध्यक्ष हवा होता. परंतु त्याचबरोबर पार्लमेंटचे पुनरुज्जीवन त्यांना अभिप्रेत होते. यामुळे मिलिटरी कौन्सिलने, दक्षिणेतून चाओ-चिंग येथून युवानच्या मृत्यूनंतर पेकिंगला होऊ घातलेल्या या व्यवस्थेला सक्त आक्षेप जाहीर केला. त्यांनी जाहीर केले -

"राष्ट्र जिवंत राहायचे तर त्यासाठी घटनेचे पावित्र्य ठेवले गेले पाहिजे. पार्लमेंट हीच देशाची सर्वोच्च संस्था असली पाहिजे. यासाठी विसर्जित पार्लमेंटचे प्रथम पुनर्जीवन केले पाहिजे. या विसर्जित पार्लमेंटच्या सर्व सभासदांना प्रथम निमंत्रणे धाडून पार्लमेंट भरवावी, म्हणजे भेडसावणारे सर्व प्रश्न सुटू लागतील."

तुवानची घसरगुंडी

तुवान हा काही युवान-शिह-काईइतका आत्मविश्वास असलेला माणूस नव्हता.

प्रथम त्याने दक्षिणेतून आलेल्या या आक्षेपाची हेटाळणी केली, परंतु जेव्हा नाविकदलप्रमुख लि-टिंग याने धमकी दिली, तेव्हा तुवानचा नाईलाज झाला. सर्व आरमार वूसूंग नदीच्या मुखापाशी एकवटून, लि-टिंग याने धमकावले -

"ली-युवान-हुंग यांनी अध्यक्षपद स्वीकारल्यानंतर पेकिंग सरकार अजून युवानने बेकायदेशीरपणे वापरलेल्या घटनेचेच तुणतुणे वाजवीत आहे. असली घटना लोकांची अंत:करणे कशी जिंकू शकेल ? प्रजासत्ताक रक्षणासाठी १९१२ ची घटना मान्य करून, पार्लमेंट बोलवून, रीतसर मंत्रिमंडळ बनवले गेले पाहिजे. असे न होईल, तर आम्ही नॅशनल प्रोटेक्शन आर्मीबरोबर हातमिळवणी करणार आहोत."

या धमकीबरोबर तुवानचे अवसान गळाले व त्याने ली-युवान-हुंग याला अध्यक्ष या नात्याने पार्लमेंट बोलाविण्यास सांगितले. १ ऑगस्ट १९१६ या दिवशी पार्लमेंट भरवली गेली व तुवानच्या नेतत्वाखाली नवे मंत्रिमंडळ ३० ऑगस्टला जाहीर झाले.

हे घडण्यापूर्वी १४ जुलैला दक्षिणेतील 'मिलिटरी कौन्सिल' बरखास्त केल्याची घोषणा झाली. ही घोषणा घाईघाईने करू नये अशी सर्वांची इच्छा असताना लियांग-चि-चाओ (राजकीय व्यवहारप्रमुख) याने हा निर्णय जाहीर करून टाकला.

लियांग-चि-चाओ याने जाहीर केले : "मला मंत्रीपदाची हाव नाही. यापुढे देशात राजकीय पक्षांची आवश्यकता नाही. पंतप्रधान तुवान यांना सर्वांनी पाठिंबा द्यावा."

लियांग-चि-चाओ हा 'प्रोग्रेसिव्ह पार्टी'चा प्रमुख नेता होता. तो आता संपूर्णपणे आपला पक्ष बरखास्त करू या - म्हणत तुवानला पाठिंबा देऊ लागला. लियांग-चि-चाओ याच्या अनुयायांनी पार्लमेंटमध्ये एक गट स्थापन केला. या गटाचे नाव ठेवले गेले - 'कॉन्स्टिट्यूशन रीसर्च अॅसोसिएशन'. म्हणजे पार्लमेंटमध्ये राहून सतत घटनेमध्ये दुरुस्त्या काय कराव्या, यासाठी संशोधन करणारा हा गट झाला. प्रोग्रेसिव्ह पक्षाचेच हे नवे रूप होते.

पार्लमेंटमधील कोमिन्टांग पक्षाच्या सदस्यांनी चेन-चून-त्सून (बरखास्त झालेल्या मिलिटरी कौन्सिलचा व्हाईस चेअरमन) याच्या नेतृत्वाखाली एक गट स्थापन केला. या गटाचे नाव झाले - "सोसायटी फॉर दि डिस्कशन ऑफ कॉन्स्टिट्यूशन गव्हर्नमेंट". हे दोन निरनिराळे गट घटनेत काय दुरुस्त्या सुचवणार होते आणि कसली घटना - चर्चा करणार होते हे एक परमेश्वर जाणे ! परंतु मूळ 'प्रोग्रेसिव्ह पक्ष' व 'कोमिन्टांग' यांचीच पार्लमेंटमधील ही दोन बुद्धिमंत सोंगे होती. या दोन्ही पक्षांच्या प्रांतोप्रांती असलेल्या संघटना आता शिल्लक उरलेल्या नव्हत्या, देशात दोघांनाही फारसा मोठा आधार राहिलेला नव्हता.

खरे तर, राजकीय पक्ष म्हणून राहण्याचीच प्रोग्रेसिव्ह पक्षाची आता इच्छा नव्हती !

कारण सर्व काही तुवान याला सतत पाठिंबा देऊन साधण्याचा त्यांचा विचार होता. कोमिन्टांग गटाला मात्र तुवानवर विश्वास टाकून स्वस्थ राहावेसे वाटत नव्हते.

पहिला प्रहार

तुवान याने आपला शत्रू ओळखला होता. संशोधक गटांची (रीसर्च क्लिक) त्याला भीती वाटत नव्हती, परंतु कोमिन्टांग पक्षातील चळवळ्या मंडळींचा काटा काढल्याखेरीज आपली सत्ता टिकणार नाही, असा हिशोब त्याने मनाशी केला होता. हळूहळू राज्य-कारभारातील कोमिन्टांग पक्षाला सहानुभूती असणाऱ्या माणसांना तुवान याने धक्के देण्यास सुरुवात केली.

तुवानच्या मंत्रिमंडळातील एक मंत्री टँग-शाओई हा कोमिन्टांग नेता होता. परराष्ट्र संबंधाचे खाते त्याच्याकडे होते. शांघायहून या मंत्र्याने जेव्हा प्रांतात दौरा आखला, तेव्हा त्याच्याविरुद्ध निदर्शने घडवून आणण्याची व्यवस्था तुवान याने केली. सर्व प्रांतांचे लष्करी प्रशासक व सेनादलप्रमुख हे तुवानचे हस्तक होते व तुवानला अशी हुकमी निदर्शने घडवून आणणे ही अगदी साधी गोष्ट होती. ही निदर्शने उग्र होती, आणि पेकिंगला पोचताच टँग-शाओई याने मंत्रीपदाचा राजीनामा दिला. कोमिन्टांग गटावर पेईयांग लष्करी धोंडांनी केलेला हा पहिला वार होता !

त्सु-शू-चेंग हा कॅबिनेट सेक्रेटरी, हा तुवानचा हस्तक होता. याला हाताशी धरून तुवानने आता आणखी एका मंत्र्यावर गंडांतर आणले. हल्ली ज्याला ‘गृहखाते’ म्हणतात, त्याला त्या वेळी ‘डोमेस्टिक अ‍ॅफेअर’ खाते म्हणत असत. सर्व लष्करी प्रशासकांच्या व अधिकाऱ्यांच्या नेमणुका, बदल्या, या सर्व गोष्टी या मंत्रालयाकडे असत. या नेमणुकांत व बदल्यांत तुवानच्या वतीने त्सू-शू-चेंग हा ढवळाढवळ करू लागला. या खात्याचा मंत्री सन-हूंग याला या ढवळाढवळीचा संताप आला. आपल्या राजीनाम्यासाठी हा त्रास सुरू झाला आहे, हे सन-हूंग याच्या लक्षात येताच त्याने राजीनामा देण्याचा विचार रद्द केला. अपमान होवो, परंतु मंत्रीपद सोडावयाचे नाही हे त्याने नक्की केले.

ली-युवान-हुंग याच्या कानाशी लागून तुवान याने त्याचे मन सन-हुंगविषयी कलुषित केले व अखेर अध्यक्षांकडून सन-हुंग २० नोव्हेंबर १९१६ ला बडतर्फ झाला ! सन-हुंग हा कोमिन्टांग पक्षाचा आधार होता, व या बडतर्फीने कोमिन्टांग पक्षावर पंतप्रधान तुवान याने हा दुसरा आघात केलेला होता.

नवा उपाध्यक्ष फेंग

यापूर्वी महिनाभर ऑक्टोबरात उपाध्यक्ष - पदाच्या रिकाम्या जागेवर किआंगसू प्रांतांचा टुटू फेंग-कुवो-चँग याची निवड पार्लमेंटने केली. फेंगच्या या निवडीला पार्लमेंट

अनुकूल झाली, कारण जेव्हा युवानविरुद्ध दक्षिणेत बंड उठले तेव्हा फेंग याने युवानच्या वतीने लढण्यास स्पष्ट नकार दिला होता. जर फेंग हा युवानला लाभता, तर राजकारणाला आता मिळालेले सनदशीर वळण किती काळ लांब गेले असते हे सांगता आले नसते. फेंग याला त्याची किंमत देणे भाग होते ! तुवानला फेंगचा पाठिंबा राहणार होता. कारण फेंग व तुवान हे दोघे पेईयांग लष्करातले झुंड होते. फेंग हा उपाध्यक्ष होताच पेईयांग लष्कराचे राज्यकारभारातील वजन अधिकच वाढले.

सन-हुंग याच्या बडतर्फीमुळे कॅबिनेट सेक्रेटरी त्सू-शू-चेंग हा अधिकच शेफारला. त्सू-शू-चेंग याच्यामार्फत तुवानला हवे असतील तसे हुकूम सहीसाठी अध्यक्ष ली-युवान-हुंगपुढे येऊ लागले. अध्यक्ष ली-युवान-हुंग हा आता सावध झाला. तुवान आणि त्याचा कॅबिनेट सेक्रेटरी त्सू-शू-चेंग या दोघांबरोबर ली-युवान-हुंग याचे हळूहळू खटके उडू लागले.

उपाध्यक्ष फेंग-कुवो-चँग याने नानकिंग येथे सर्व प्रांतांच्या टुटूंची सभा घेतली, व अध्यक्ष आणि पार्लमेंट यांना तार केली :

"अध्यक्षांनी आपल्या पंतप्रधानावर संपूर्ण विश्वास टाकला पाहिजे. पार्लमेंटने राज्यकारभारात ढवळाढवळ करता कामा नये. या पार्लमेंटने फक्त घटनेनुसार काम करावे."

या तारेचा अर्थ स्पष्ट होता : उपाध्यक्ष फेंग, पंतप्रधान तुवान आणि प्रांतांचे सर्व टुटू यांना 'रबरस्टॅम्प' अध्यक्ष म्हणून ली-युवान-हुंग हवा होता आणि पेईयांग लष्करातील झुंड विरुद्ध पार्लमेंट असा झगडा हळूहळू सुरू होत होता.

महायुद्धात पदार्पण

तिकडे युरोपात महायुद्धातील महत्त्वाचे पर्व सुरू होत होते. दोस्तांची नाकेबंदी करण्याकरिता जर्मन पाणबुड्यांचा संचार सर्वत्र समुद्रात सुरू होताच जर्मनीशी अमेरिकेने संबंध तोडले व चीननेही तसेच करावे असे आवाहन केले. ९ फेब्रुवारी १९१७ ला पेकिंग सरकारने जर्मनीला निषेधखलिता पाठवला आणि १४ मार्च १९१७ ला जर्मनीविरुद्ध युद्ध घोषित केले.

जर्मनीशी या वेळी चीन युद्ध कसे करणार होता ? जर्मनीशी चीनने संबंध बिघडवू नयेत, असे मत पार्लमेंटमध्ये जोरदार होते. तुवानने हा प्रश्न पार्लमेंटमध्ये ७ मे पर्यंत येऊच दिला नाही.

मध्यंतरीच्या काळात जर्मनीशी युद्ध घोषित केल्याने देशाचा काय फायदा होणार आहे याची चर्चा सर्वत्र सुरू झाली. जर्मनीला चीनने कळविले होते -

१) 'बॉक्सर प्रोटोकॉल प्रमाणे जर्मनी व ऑस्ट्रिया यांना जी नुकसानभरपाई चीन

आतापर्यंत देत आला आहे, ती बंद करण्यात येत आहे. इतर दोस्त राष्ट्रांनाही दहा वर्षे काहीही मिळणार नाही.

२) कस्टम कर - जकात ही पाच टक्क्यांहून अधिक घ्यायची नाही, ही अट चीन यापुढे मानणार नाही. यापुढे तयार मालावर साडेसात टक्के जकात सर्वांना द्यावी लागेल.

३) तिअनस्टिन शहराजवळ, वीस मैलांच्या परिसरात चिनी सैन्य येणार नाही, ही अट यापुढे चीन मानणार नाही. पेकिंग-तिअनस्टिन रेल्वे-मार्गावर व पेकिंग येथील परकीय वकिलातीपाशी यापुढे चिनी सैन्य राहू शकेल.

जर्मनीविरुद्ध युद्ध पुकारण्यात प्रत्यक्ष तोटा काहीच नाही. उलट युरोपातील युद्धाची संधी साधून तुवानचे सरकार चीनची मान अपमानकारक तहातून सोडवीत आहे असे चित्र पालर्मेंटपुढे येताच, पार्लमेंटने ३३१ विरुद्ध ८२ मतांनी जर्मनीशी युद्ध पेटवण्याचा निर्णय मान्य केला.

जंगली झोटिंग

वस्तुतः पार्लमेंटमध्ये या निर्णयाला विरोध करणारे डावे पुढारी अल्पमतात होते. युद्ध करण्याचा निर्णय काही झाले तरी बहुमताने घेतला जाणारच होता. परंतु प्रांतोप्रांतीचे लष्करी प्रशासक पेकिंगमध्ये जमले व त्यांनी मतदानापूर्वी गोंधळ केला. या सर्व लष्करी झुंडांनी पार्लमेंटला गराडा घातला, काही पार्लमेंट सदस्यांना मारहाण केली, शिव्यागाळी केली व धमक्या दिल्या.

या प्रकारामुळे मतदान होताच सभा मोडली. मंत्रिमंडळातील सर्वांनी तुवानपुढे राजीनामे ठेवले व वातावरण तुवानविरुद्ध झाले. सर्वांच्या लक्षात आले की तुवाननेच हा सर्व जंगलीपणा घडवून आणला आहे.

ज्यांनी जर्मनीविरुद्ध चीनने युद्ध पुकारावे या निर्णयाच्या बाजूने मतदान केले होते, त्यांनाही विरोधकांना झालेली मारहाण सहन झाली नाही. सर्व पार्लमेंट हे या प्रश्नावर तुवानविरुद्ध गेले.

अध्यक्ष ली-युवान-हुंग हा दुटूंना वश होईना. उलट तो तुवान याला बडतर्फ करण्याच्या निर्णयावर आला होता. पार्लमेंट हे लष्करी झोंडशाहीच्या विरुद्ध आहे, आणि अध्यक्ष ली-युवान-हुंग हा पार्लमेंटचे पावित्र्य राखणारा आहे, याची जाणीव होताच पेकिंगला जमलेले लष्करी उमराव पेकिंगमधून पसार झाले.

२३ मे १९१७ या तारखेला ली-युवान-हुंग याने तुवान याला पंतप्रधान पदावरून हाकलले व त्याच्या जागी वू-टिंग-फँग याची निवड जाहीर केली.

तुवान याने अध्यक्षांचा हुकूम बेकायदा असल्याचे जाहीर केले ! त्याचे म्हणणे होते की, पंतप्रधानाच्या सहीशिवाय अध्यक्षांचे कोणतेच फर्मान कायदेशीर असू शकत

नाही. पंतप्रधानाच्या हकालपट्टीवरदेखील त्याला पंतप्रधानाचीच सही आवश्यक वाटत होती !

जुना खेळ पुन: सुरू

तुवानची बडतर्फी ही त्याच्या पाठीराख्या सर्व प्रांतिक लष्करी प्रशासकांना इशारा ठरली. नेहमीचे नाटक सुरू झाले ! फेंगटिंन प्रांताचा लष्करी प्रशासक चांग-सो-लीन याने केंद्र सरकारशी संबंध तोडले. शांटुंग, फूकीन प्रांतांनी हेच केले. पाहता पाहता आठ प्रांत तुवानची बाजू घेऊन ली-युवान-हुंग याला आव्हान देऊ लागले. या सर्व प्रांतांच्या टुटूंची संघटना निर्माण झाली.

या वेळी अनवेई प्रांताचा टुटू होता चांग-सून. याने मात्र स्वातंत्र्य घोषित न करता, अध्यक्ष ली-युवान-हुंग याने राजीनामा द्यावा अशी मागणी केली. चांग-सूनच्या मागे इतर १३ प्रांत होते. ली-युवान-हुंग याची कल्पना झाली की, चांग-सून हा तुवान गटाचा कट्टर विरोधक आहे. तेव्हा त्याला पेकिंगला बोलावून घ्यावे व काही मार्ग निघतो का पाहावा. अध्यक्षांकडून निमंत्रण येताच चांग-सून हा फौजफाटा घेऊन निघाला. वाटेत तिअनस्टिन येथे तुवान व त्याचे समर्थक लष्करी उमराव जमलेले होते. चांग-सून याच्या मनात चीनमध्ये पुन: राजपद निर्माण करावे असे होते. मांचू राजवट गेल्यामुळेच देशात स्थिर सरकार नाही, अशी त्याने गैरसमजूत करून घेतली होती. यापायी तुवान व त्याच्या साथीदारांशी चांग-सून याने तिअनस्टिन येथे समझोता केला.

समझोत्याची मुख्य अट ही होती की, ली-युवान-हुंग याला अध्यक्षपदावरून हुसकून पार्लमेंट बरखास्त करावी व पुनश्च पेकिंगला राजपद निर्माण करण्याच्या कार्यक्रमाला तुवान व त्याच्या साथीदारांनी पाठिंबा द्यावा. पंतप्रधानकी गमावलेल्या तुवानला प्रथम पार्लमेंटचा निकाल लागणे आवश्यक वाटत होते. लगेच समझोता झाला.

तिअनस्टिन येथूनच चांग-सून याने ली-युवान-हुंग याला कळवले,

''प्रथम पार्लमेंट बरखास्त करा, तरच मी पेकिंगला येईन.''

पार्लमेंट मोडली - मुकुट चढला !

१३ जून १९१७ या दिवशी ली-युवान-हुंग याने दुसऱ्यांदा पार्लमेंट मोडून टाकले ! १४ जूनला चांग-सून पेकिंगला दाखल झाला. पार्लमेंट मोडण्यापूर्वी काही तरी व्यवस्था व्हावी, म्हणून त्याने ली-चिंगसी या माणसाला पंतप्रधान नेमून टाकलेले होते.

१ जुलै १९१७ या दिवशी चांग-सून याने राज्यत्याग करून वनवासात गेलेला अखेरचा मांचू राजा 'प्यू-ई' याला गादीवर बसवण्याची व्यवस्था केली व पंतप्रधानाला, आपले सर्व अधिकार या मांचू राजाच्या पायाशी सुपूर्द करण्यास सांगितले ! म्हणजे 'देश बादशहा का और अंमल चांग-सून का' अशी व्यवस्था चांग-सूनने करून घेतली.

चांग-सून याने बादशहाच्या नावावर भराभर फर्माने काढायला सुरुवात केली. मध्यंतरी समझोत्यानुसार तुवानच्या पाठीराख्या टुटूंनी केंद्रसत्तेला पुन्हा मान्यता दिली होती. चांग-सून याने आता ली-युवान-हुंग याला 'फर्स्टक्लास ड्यूक' केले. उपाध्यक्ष फेंग-कुवो-चँग याला लियांग-कियांग प्रांतांचा गव्हर्नर नेमले.

गव्हर्नर शब्द पुन: रूढ केला. या सर्व फर्मानात तुवानला मात्र कसलीच जागा चांग-सूनकडून जाहीर होईना !

चांग-सून याने आपल्याला फसवले हे लक्षात येताच तुवानच्या पाठीराख्यांनी पेकिंगवर चाल केली. एकंदर रागरंग पाहून ली-युवान-हुंग जपानी वकिलातीत आश्रय घेऊन राहिला.

लढाई न करताच चांग-सून स्वत: डच वकिलातीत लपून बसला.

१४ जुलैला तुवान हा लियांग चि-चाओसह पेकिंगला पोचताच राजसिंहासनाचे नाटक संपले ! उपाध्यक्ष असलेला फेंग-कुवो-चँग हा ली-युवान-हुंगच्या जागी आता अध्यक्ष झाला आणि तुवान पुनश्च पंतप्रधान झाला !

तुवानपुढे आता दोन प्रश्न प्रामुख्याने होते : जर्मनीविरुद्ध युद्ध घोषित झालेले होते, तेव्हा लढाईचा विचार करणे भाग होते आणि चांग-सून याने भंग केलेली पार्लमेंट पुन: नव्या स्वरूपात उभी करणे हा दुसरा प्रश्न होता. युद्ध घोषित करूनही जर्मनीशी कुठेही युद्ध करायचे नाही आणि युद्ध घोषित न करता देशात मात्र अंतर्गत यादवी लढायची, असे एकंदर तुवानचे धोरण ठरत चालले होते.

तुवानला साथ देणारा बुद्धिमंत होता पूर्वीच्या प्रोग्रेसिव्ह पार्टीचा नेता लियांग-चि-चाओ ! याने जाहीर केले -

''चीनचे प्रजासत्ताक राज्य चांग-सून याने मोडून टाकले व पुन: राजपद आणले. आता पुन्हा नवे सरकार अधिकारावर आले आहे. पूर्वीच्या प्रथेनुसार, ज्याप्रमाणे १९११ साली एक तात्पुरते सिनेट निर्माण करून निवडणुकीचे नियम केले व निवडणुका घेऊन पार्लमेंट निर्माण केले, तसेच आता करावे.''

सन्यत्-सेनचे आगमन

जुनी पार्लमेंट आणि त्यातील पेईयांग लष्करी उमरावांना सतत विरोध करणारा कोमिन्टांग पक्ष हा तुवानच्या डावपेचांना शह देणारा गट होता, तेव्हा जुनी पार्लमेंट ही आपल्या मार्गातून कायमची दूर करण्याची ही चालून आलेली संधी तुवान याला मोठी उपकारक वाटली.

उत्तर चीनमध्ये पेईयांग लष्करी उमरावांनी अध्यक्ष फेंग व पंतप्रधान तुवान यांच्या नेतृत्वाखाली नवी पार्लमेंट निर्माण करण्याचा घाट घातला आहे, हे वृत्त कळताच

दक्षिणेतील प्रांतांत बंडाची हालचाल सुरू झाली. क्वांगटुंग व क्वांगसी प्रांता
लष्करी प्रशासकांनी जाहीर केले –

"एका गटाने निर्माण करू घेतलेली ही नवी पार्लमेंट आम्ही मानत नाही ! आम्ही
स्वतंत्र झालो आहोत. अध्यक्षपद आणि पंतप्रधानपद बळकावण्यापुरतीच या गटाला
जुन्या पार्लमेंटची जरूरी होती ! जर जुनी पार्लमेंट अस्तित्वात नसेल तर हे पंतप्रधानपद
आणि अध्यक्षपद या दोघांना दिले कुणी ?"

युवान-शिह-काईने कोमिन्टांग बेकायदा ठरवून पार्लमेंट बरखास्त केल्यापासून,
वनवासात गेलेला डॉ. सन्यत्-सेन नेमका या क्षणी राजकीय पटावर पुन: धैर्याने पाऊल
उचलताना आपण पाहतो. क्रांतिकारक नेता हा प्रतिभावंत असावा लागतो. जगाच्या
राजकारणाच्या संबंधात स्वत:च्या देशाचे योग्य स्थान हेरण्याची शक्ती आणि क्रांतीचा
योग्य क्षण ओळखण्याचे द्रष्टेपण त्याच्या ठिकाणी देवदत्त असल्याशिवाय त्याला यश
कधी माळ घालत नाही.

१९१७ साल उजाडले तेव्हा रशियात असंतोषाच्या कोठारावर ठिणगी पडली. १२
मार्चला पीटर्सबर्गला क्रांतिकारकांचे हंगामी सरकार स्थापन झाले व १५ मार्च १९१७
ला झार निकोलसने राजत्याग केला. १६ एप्रिलला बोल्शव्हिक नेता लेनिन रशियात
दाखल झाला होता व रशियन जनतेने त्याचे प्रचंड स्वागत केलेले होते.

चीनच्या सरहद्दीलगतच्या रशियासारख्या प्रचंड देशात झारशाहीचा अंत होऊन
तिथे लोकराज्याचा उदय होतो आहे आणि अशा वेळी चीनमध्ये काही लष्करी उमराव
हे प्रजासत्ताकाचा मुडदा पाडीत आहेत हे दृश्य अतिशय उद्वेगजनक होते. आतापर्यंत
गेल्या तीन-चार वर्षांत ज्या घटना घडल्या, त्यात आपले कोण, परके कोण, याचा
निर्णय डॉ. सन्यत्-सेनला करता आला नव्हता.

आता चित्र स्पष्ट झाले होते. फेंग-कुओ-चँग आणि तुवान यांच्या विश्वासावर
प्रजासत्ताक निर्भर होण्याची मुळीच चिन्हे नव्हती. उलट कोमिन्टांग शक्ती कायमची
नेस्तनाबूत करण्याकरताच हा नव्या पार्लमेंटचा बनाव घडत आहे, ही गोष्ट डॉ. सन्यत्-
सेन याच्या लक्षात आली. दक्षिण चीनमध्ये ताबडतोब प्रतिसरकार स्थापन करून
संघर्ष केंद्र (Operation base) निर्माण करून लढण्याचे आवाहन स्वीकारण्याचा हाच
क्षण आहे, असे ठरवून डॉ. सन्यत्-सेन याने कॅन्टोन येथे क्रांतिकारकांचे सरकार स्थापन
केले !

तुम्ही विश्वासपात्र नाही

या सरकारच्या वतीने डॉ. सन्यत्-सेन याने तुवानला जी तार पाठवली, ती अतिशय
सुस्पष्ट व बोलकी होती. या तार-संदेशात डॉ. सन्यत् सेनने तुवानला कळविले :

"It is unfortunate that the republic should have been usurped by the false Manchu - Emperor. This provided the opportunity for you to regain power. I have noticed that China has alternated three times between republicanism and monarchism. This indicates widespread uncertainity about right and wrong, about punishment and reward."

"Last year, the ringleaders of Yuan's monarchical movement were not executed and since they were pardoned other people had nothing to fear."

"You first requested that war be declared against Germany, then you had parliament members beaten, in order to force the motion. You were still not satisfied. You desolved the parliament. Having now gained a victory over the restoration, your merits may balance your faults. But how could you assume the title of premier ? Your dismissal caused war ! It was through warfare that you restored yourself to power. Being alone responsible for such sly tricks, you can hardly be considered a man of integrity."

(''प्रजासत्ताक एका तोतया मांचू सम्राटाने बळकावले हे दुर्दैव होय. परंतु याचमुळे तुम्हांला पुन: सत्ता घेण्याची संधी मिळाली. मी पाहतो आहे - तीन वेळा प्रजासत्ताक ते राजपद अशा कोलांट्या चीनने मारल्या. याचा अर्थ हाच की, योग्य काय आणि अयोग्य काय, शिक्षा द्यावी असे काय आणि बक्षिसी द्यावी असे काय याबाबतीत सर्वत्र संभ्रम झालेला आहे.

''गतवर्षी, युवानला राजा करू पाहणाऱ्या टोळीच्या म्होरक्यांची डोकी मारण्यात आली नाहीत. या मंडळींना क्षमा केली गेली म्हणून इतरांना भीती वाटेनाशी झाली.

''तुम्ही प्रथम जर्मनीविरुद्ध युद्ध पुकारण्याची विनंती करता आणि हा निर्णय पार्लमेंटने मानावा म्हणून पार्लमेंट सभासदांना मारहाण करता ! तरी समाधान झाले नाही म्हणून तुम्ही पार्लमेंट मोडलीत. आता तुम्ही राजपद आणू पाहणाऱ्यांवर विजय मिळविला असल्याने तुमच्या या सत्कृत्याने तुमच्या दोषांचे परिमार्जन झाले असे समजू. परंतु तुम्ही स्वत:कडे पंतप्रधानपद कसे काय घेतलेत ? तुमच्या बडतर्फीमुळे यादवी झाली आणि या यादवीचा परिणाम म्हणून तुम्ही सत्ता पुन: बळकावली आहे. या सर्व लबाडीच्या कृत्यांना तुम्हीच जबाबदार असल्यामुळे, तुम्हांला विश्वासपात्र समजणे कठीण आहे.'')

डॉ. सन्यत्-सेनला पंतप्रधान तुवान हा आपल्याला भीक घालील अशी आशा नव्हतीच. परंतु सन्यत्-सेन याने लोकमताची लाट बरोबर पकडली होती. आरमाराचा पाठिंबा त्याने मिळवला होता. तुवानला धमकी देऊन त्याला पार्लमेंट बोलवण्यास भाग पाडण्याची कामगिरी चिनी आरमारप्रमुखाने एकदा बजावली होती. तुवानने जेव्हा पार्लमेंट मोडली तेव्हा नाविक दलाचा मंत्री चेंग-पी-कुआंग हा राजीनामा देऊन दक्षिणेकडे निसटला होता. २२ जुलैला सर्व आरमार घेऊन चेंग हा वू-सूंग बंदरातून निघून कॅन्टोन येथे आला. याच आरमारासह डॉ. सन्यत्-सेन कॅन्टोन येथे आलेला होता. नाविकदल मंत्री चेन, आरमारप्रमुख लिन-पाओ-ई यांच्या आधारावरच डॉ. सन्यत्-सेन याने कॅन्टोन येथे प्रतिसरकार स्थापन केले.

पार्लमेंट सभासदांना कॅन्टोन येथे पोचण्याचा इशारा मिळताच सुमारे २५० पार्लमेंट-सदस्य २५ ऑगस्टपूर्वी कॅन्टोन येथे दाखल झाले. क्वांगटुंग प्रांतातील सर्व सदस्य, व गव्हर्नर चू हा डॉ. सन्यत्-सेनला मिळालेला दुसरा आधार होता. पार्लमेंट सदस्यांनी निर्णय घेऊन एक लष्करी सरकार तयार केले. या सरकारात एक 'ग्रँड-मार्शल' आणि दोन 'मार्शल' असावे असे ठरले.

३ सप्टेंबरला डॉ. सन्यत्-सेन याची ग्रँड-मार्शल म्हणून निवड झाली. लू-जुंग आणि टँग-चि-यावो हे दोघे मार्शल म्हणून निवडले गेले.

डॉ. सन्यत्-सेनशी सहकार्य करणारे टँग-चि-यावो व लू-जंग हे दोघे प्रजासत्ताक प्रेमामुळे कॅन्टोन सरकारात आलेले नव्हते ! हे दोघे तुवानकडून दुखावले गेलेले होते. तुवानशी वितुष्ट कसे आले, हे थोडक्यात सांगितले पाहिजे.

युवान-शिह-काईने प्रांतावर लष्करी प्रशासक (टुटू) नेमण्याची पद्धत पाडली होती. तुवान याने या पद्धतीत थोडा बदल केला. प्रांतांत लष्करी अधिकारी व मुलकी अधिकारी असे दोन सत्ताधारी त्याने निर्माण केले. लष्करी प्रमुखाला 'टुचून' हे नामाभिमान, व मुलकी प्रमुखाला 'शेंग-चँग' असे नामाभिमान होते. चीनचा राज्यकारभार हा या कालखंडात विशेषत: लष्करी झोटिंग चालवीत असल्याने प्रत्येक प्रांतात 'टुचून' हाच शिरजोर व सत्ताधारी होत गेला. तुवान याने चेन-पी-कुआंग याला क्वांगटुंग प्रांतांचा टुचून नेमला. 'लू-जुंग' याला लियांग-कियांग प्रांताचा संरक्षक म्हणून नेमला. हुनान प्रांत हा लियांग-कियांग प्रांताचा उंबरठा होता. हुनान प्रांताचा टुचून हा कोमिन्टांग पक्षाचा असल्याने, तुवानविरुद्ध जेव्हा प्रांतांनी बंड केले तेव्हा लू-जुंग याने तुवानला इशारा दिला - ''हुनान प्रांतावर सैन्य पाठवाल तर आम्ही स्वस्थ बसणार नाही.'' चेंग यानेही लू-जुंगप्रमाणेच कळवले.

तुवानला हा मोठाच अपमान वाटला. त्याने हुनान प्रांतावर चेंग-पी-कुआंग व लू-

जंग यांचा विरोध पत्करून सैन्य धाडले.

तुवानने सैन्य हुनान प्रांतात शिरल्याने चिडलेला लू-जुंग, डॉ. सन्यत्-सेनला येऊन मिळाला होता. म्हणजे कसलाही वैचारिक कणा नसलेली परंतु सत्तेच्या पटावरची अशी काही महत्त्वाची मोहरी कॅन्टोन सरकारची मदतनीस झालेली होती.

यादवी पेटली

तुवानचे लष्कर हे प्रामुख्याने अनवेई व फुंकीन प्रांतांतील टुचूनचे लष्कर होते. हे लष्कर व कॅन्टोन सरकारचे पाठीराखे सैन्य यांच्यात हुनान प्रांतात चकमकी झडू लागल्या. तुवान याने दक्षिणेत लढाई सुरू करावी ही गोष्ट अध्यक्ष फेंग याला पसंत नव्हती. पेईयांग लष्करातच यामुळे दोन गट झाले. पंतप्रधान तुवान याचा गट आणि अध्यक्ष फेंग याचा गट. या दोन गटांतील दुफळीचा फायदा उठवून दक्षिण चीनच्या सेनेने पेईयांग लष्कराला हुनान प्रांतात धूळ चारली.

हुनान प्रांताचा तुवानने नेमलेला टुचून हुनान प्रांताचे राजधानीचे शहर सोडून पळाला. जे हुनान प्रांतांत झाले तेच क्वेचौ आणि झेश्वान प्रांतात झाले. तुवान हताश झाला.

चिहली, हुपै, किआंगसी आणि किआंगसू या चार प्रांतांच्या टुचूननी १४ नोव्हेंबरला अध्यक्ष फेंग यांना तारेने अर्ज पाठवला -

''तुवान याने सुरू केलेले हे यादवी युद्ध बंद करा. आमचा या युद्धाला विरोध आहे.''

या तारेचा फायदा घेऊन, अध्यक्ष फेंग याने तुवानकडून पंतप्रधानपदाचा राजीनामा मागितला. २० नोव्हेंबरला तुवानने पंतप्रधानकी सोडली. तुवानच्या हे लक्षात आले की हा सर्व बनाव अध्यक्ष फेंग यानेच घडवून आणलेला आहे. आत्तापर्यंत दक्षिणेतील कॅन्टोन सरकारलाच प्रधान शत्रू समजण्यात आपली चूक झाली आहे. फेंग हादेखील आपला नजीकचा शत्रूच आहे.

फेंग व तुवान यांच्यात निर्माण झालेले हे शत्रुत्व, ही वस्तुतः त्सू-शू-चेंग या कॅबिनेट सेक्रेटरीचीच किमया होती. त्याने स्वतःचा वरचष्मा राहण्यासाठी, या दोघांची मने कलुषित होतील अशा लहानसहान गोष्टी केल्या होत्या.

ये रे माझ्या मागल्या

अध्यक्ष फेंग याने तुवान याला पंतप्रधानपदावरून दूर केला खरा, परंतु त्याच्या जागी नेमलेल्या तात्पुरत्या प्रधानाला - वँग याला जर्मनीविरुद्ध सुरू केलेल्या युद्धाचे नेतृत्व झेपण्यासारखे नव्हते. जपानकडून मोठमोठाली कर्जे तुवान याने मिळवली होती. दोस्तांशी कर्जाच्या सर्व वाटाघाटी तुवान याने केलेल्या होत्या. तेव्हा देशाबाहेर लढणाऱ्या चिनी सेनेचा कमांडर म्हणून तुवान याची १८ नोव्हेंबरला नेमणूक जाहीर झाली.

दक्षिण चीनमधल्या प्रांतांची या नेमणुकीने पुन: निराशा झाली. फेंग याला यादवी नको असेल तर तुवान याला कसलाच अधिकार देऊ नये, असा त्यांचा आग्रह होता. तुवान हा मोठा कारस्थानी झोटिंग आहे, सरकारात राहिला तर आज ना उद्या तो पुन: फेंग याला गुंडाळून ठेवील, याबद्दल दक्षिणेतील प्रांतांची खात्री होती. हा धोका टाळण्यासाठी क्वांगसी आणि हुनान या प्रांतांतील सैन्य हुपै प्रांतांच्या दिशेने चढाई करू लागले (२७ जानेवारी १९१८).

तुवानच्या पाठीराख्यांनी आता जोर केला. अध्यक्ष फेंग याच्यामागे त्यांनी घोषा लावला की, दक्षिणेतील बंडाळी थांबवण्यासाठी यादवी युद्धाशिवाय पर्याय नाही. शेवटी अध्यक्ष फेंग याने २३ मार्च १९१८ ला तुवान याला पुन: पंतप्रधान होण्याची विनंती केली !

पेईयांग लष्करात आता दक्षिणेतील बंडाळी चिरडून काढण्याबाबत एकवाक्यता झाली. जनरल वू-पई-फू याच्या अधिकाराखाली मोठे पेईयांग लष्कर आता दक्षिणेकडे घसरले.

उत्तरेत फेंग व तुवान हे दोघे परस्परांशी झगडण्यात गुंतले असताना, याचा पुरेसा फायदा दक्षिणेतील प्रांतांना घेता आला नाही. याचे मुख्य कारण म्हणजे, कॅन्टोन सरकारचे राजकीय नेते आणि या सरकारचे लष्करी पाठीराखे, यांच्यातदेखील बेबनाव होता. डॉ. सन्यत्-सेन हा ग्रँड-मार्शल असला, तरी त्याचे सहकारी मार्शल टँग-चि-याओ आणि मार्शल लू-जुंग हे त्याला मनापासून सहकार्य देत नव्हते. या दोघांना पेकिंगची राजवट हीच जवळची वाटत होती. फक्त तुवान जो बेकायदेशीरपणे पंतप्रधान झाला होता त्याच्याशी वाकडे असल्याने ते कॅन्टोन सरकारात शिरले होते. या दोघांना अध्यक्ष फेंग यांच्याशी संधान बांधण्याची उत्सुकताच फार होती. डॉ. सन्यत्-सेनला मात्र पेकिंग सरकारच मुळी बेकायदेशीर वाटत होते.

कॅन्टोनला जमा झालेल्या पार्लमेंट सदस्यांतदेखील अनेक पंथ-भेद होते. हे सर्वजण प्रामुख्याने मूळचे कोमिन्टांग पक्षाचे सदस्य असले तरी आता त्यांच्यात बुद्धी सांगणारे अनेक निर्माण झाले. या पार्लमेंटला "Extra-ordinary Parliament of South China" (दक्षिण चीनमधील असामान्य पार्लमेंट) म्हणत असत.

ही दक्षिणेतील असामान्य पार्लमेंट डॉ. सन्यत्-सेन कब्जात राखू शकत असला, तरी कॅन्टोन सरकारला प्रत्यक्ष फायदा काहीच नव्हता. हे कॅन्टोन सरकार प्रामुख्याने लष्करी सरकारच होते. त्यांना ताबडतोब यादवी खेळायची होती. परंतु कॅन्टोन सरकारचे यथार्थ वर्णन करायचे तर असे म्हणता येईल की, या लष्करी सरकारच्या सरकार प्रमुखापाशी सरकार असले तरी हुकमी लष्कर जवळ जवळ नव्हतेच. लष्कर होते ते

लष्कर उमरावापाशी - टुचून्सपाशी ! या टुचून्सजवळ सैन्य होते, पण सरकार नव्हते.

उजवा हात तुटला !

ग्रँड-मार्शल सन्यत्-सेन याला मनापासून पाठिंबा होता तो फक्त चेंग-पी-कुआंग या नाविकदल-प्रमुखाचा. कॅन्टोन सरकारचा पाठीराखा म्हणवणारा क्वांगटुंग प्रांतांचा टुचून मो-चिंग-यू याने तुवानशी संधान बांधल्याचा संशय येताच डॉ. सन्यत्-सेन याने मो-चिंग-यू याच्या कचेरीवर नाविकदलाला तोफा डागण्यास सांगितल्या. ३ जानेवारी १९१८ या दिवशी फितुरांना जरब बसावी म्हणून डॉ. सन्यत्-सेन याने हे धाडस केले.

परिणाम असा झाला की २६ फेब्रुवारीला चेंग-पी-कुआंग याचा खून झाला ! डॉ. सन्यत्-सेनचा उजवा हात उखडला गेला.

खरे पाहता युनान, झेश्वान, क्वेचौ, हुनान, क्वांगसी आणि क्वांगटुंग या दक्षिणेतील सहा प्रांतांनी एकजूट केलेली होती, व उत्तरेतील बेकायदा सरकारला विरोध सुरू केला होता. जर कॅन्टोन सरकारचे राजकीय नेतृत्व या सहा प्रांतांतील लष्करी उमरावांनी विनातक्रार मानले असते, तर इतिहास निराळाच झाला असता. परंतु कॅन्टोन सरकार-भोवती जमा झालेल्या लष्करी उमरावांचा स्वार्थही बलवत्तर होता. डॉ. सन्यत्-सेनने उभे केलेले, एकछत्री अंमलाखालील बलाढ्य प्रजासत्ताक चीनचे स्वप्न पेलण्याची त्यांच्या ठिकाणी बौद्धिक कुवतच नव्हती !

जनरल वू-पई-फू याने दक्षिणेची चढाई सुरू करून विजयामागून विजय संपादन केले. २ एप्रिलला चांगशा पडले. १८ एप्रिलला हुनान प्रांताच्या दक्षिणेला जनरल वू-पई-फू येऊन पोचला. हुनान प्रांताचा जेता झालेला जनरल फू आता त्या प्रांताचा टुचून होण्याचे स्वप्न पाहू लागला. परंतु पंतप्रधान तुवान याने ती जागा चँग-यावो याला दिली.

यामुळे जनरल वू-पई-फू बिथरला ! क्वांगटुंग आणि क्वेचौ प्रांतांवर स्वारी करण्याचे काम त्याने स्थगित केले. जनरल वू-पई-फू याच्या जेव्हा लक्षात आले की, आपल्या पराक्रमावर तुवान हा शक्तिमान होणार आहे, तेव्हा त्याने २१ ऑगस्टला तुवानला तार केली -

"यादवी युद्ध बंद करा !"

ही तार मिळताच, पंतप्रधान तुवानचे यादवी युद्ध करून दक्षिणेतील बंडखोर प्रांतांना नामोहरम करण्याचे मनोरथ पुरते ढासळले.

तुवानचे प्रमुख पाठीराखे अनवेई प्रांताचे व फुंकीन प्रांताचे लष्करी धटिंगण होते. या दोन प्रांतांतील लष्करी गटाला 'अन-फू' गट (An-Fu-Clique) म्हणत असत.

पंतप्रधान तुवान व या 'अन-फू' गटाने २३ मार्च १९१८ ते ऑक्टोबर १९१८, या

सहा महिन्यात जपानकडून १२,००,००,००० डॉलर्सचे अधिकृत कर्ज मिळवले. देशाच्या नावावर राजरोसपणे घेतलेले हे कर्ज होते. परंतु याशिवाय जपानचा पंतप्रधान जनरल तेराउचि याने लक्षावधी डॉलर्सची गुप्त कर्जे तुवानला दिली होती. जपानच्या परराष्ट्र खात्यालाही अंधारात ठेवून जनरल तेराउचि याच्या वतीने, 'निशिहारा' (Nishihara) या नावाची अज्ञात जपानी व्यक्ती हा पैसा तुवानला पोचवत असे. 'निशिहारा लोन्स' असा या अधिकृत कर्जांचा कागदोपत्री उल्लेख होत असे.

या प्रचंड जपानी पैशाचा बराचसा भाग तुवानने दक्षिणेतील प्रांतांशी यादवी युद्ध खेळण्यासाठी वापरला. युरोपातील युद्धात भाग घेण्यासाठी जपानी अधिकाऱ्यांच्या देखरेखीखाली चिनी सैन्याच्या तुकड्या उभारण्याचे काम हाती घेण्यात आले होते ते याच पैशातून ! आणि याच पैशाच्या आधाराने तुवानने उत्तरेतील सरकारच्या नव्या पार्लमेंट निवडणुका ऑगस्ट १९१८ मध्ये घडवून आणल्या.

अध्यक्ष फेंग याची अध्यक्ष म्हणून झालेली निवड पाचच वर्षे होती व ती मुदत ऑक्टोबर १९१८ मध्ये संपत होती. त्याच्या जागी दुसरा अध्यक्ष निवडण्याचे काम या नवीन पार्लमेंटकडे आलेले होते.

सन्यत्-सेन पेचात

मध्यंतरीच्या काळात कॅन्टोन येथे महत्त्वाच्या घटना घडल्या होत्या.

कॅन्टोन सरकारमागची महत्त्वाची लढाऊ शक्ती म्हणजे नाविक दलाचा प्रमुख चेंग-पी-कुआंग हीच होती. २६ फेब्रुवारी १९१८ ला त्याचा खून होताच डॉ. सन्यत्-सेनने खुनामागची दक्षिणेतील लष्करी झुंडांची शक्ती हेरली. या मंडळींनी कॅन्टोन येथे पार्लमेंटपुढे असा ठराव आणला की, कॅन्टोन सरकारचा प्रमुख ग्रँड-मार्शल म्हणून डॉ. सन्यत्-सेन हा एकटाच असण्यापेक्षा, त्याच्या जागी एका मंडळाची व्यवस्था व्हावी. याचा अर्थ डॉ. सन्यत्-सेनला हतबल करून, कॅन्टोन सरकारची सत्ता आपल्या कब्जात घेण्याचा डाव आता कॅन्टोन सरकारमागच्या लष्करी उमरावांनी खेळण्यास सुरुवात केली होती.

उत्तरेत तुवानने काही लष्करी धटिंगणांच्या सहकार्याने सत्ता हाती ठेवावी व दक्षिणेत तशाच इतर लष्करी धटिंगणांनी आपल्याला हवा तसा खेळवावा, या सत्तास्पर्धेत डॉ. सन्यत्-सेनला काडीचा रस नव्हता ! कॅन्टोन सरकारातून सन्मानाने बाहेर पडणे चांगले, असा विचार करून ४ मे १९१८ या दिवशी डॉ. सन्यत्-सेनने आपल्या ग्रँड-मार्शल पदाचा राजीनामा दक्षिणेतील पार्लमेंटला सादर केला. आपल्या राजीनाम्याबरोबर पाठविलेल्या पत्रात डॉ. सन्यत्-सेन यांनी पार्लमेंटला बजावले :

"प्रजासत्ताकाची लोकसभा बेकायदेशीरपणे विसर्जित केली गेली तेव्हापासून

चीनमध्ये कायदेशीर शासन नाही. फेंग व तुवान यांनी पेईयांग लष्कराच्या मदतीने सगळा देश विस्कळीत करून टाकला आहे. यातून मार्ग काढण्यासाठी, ऑगस्ट १९१७ पासून कॅन्टोनचे लष्करी सरकार अस्तित्वात आले. मी पुरेसा लायक नसेनही, परंतु मला 'ग्रँड-मार्शल' निवडण्यात आले. क्वांगटुंग, क्वांगसी, युनान, क्वेचौ, झेश्वान आणि हुनान या प्रांतांनी घटनेचे पावित्र्य रक्षण करण्याचा इरादा व्यक्त केला. दुर्दैवाने, घटना-पावित्र्य रक्षणाला सिद्ध झालेल्या लष्करी अधिकाऱ्यांनाच कायदा व लोकमताची अडचण वाटू लागली आहे. रीतसर लष्करी सरकार स्थापन झालेले असूनही, या सरकारचे हुकूम कार्यान्वित करण्याच्या बाबतीत अनेक लष्करी अधिकाऱ्यांनी हेळसांड चालवली आहे. एक्स्ट्रॉ-ऑर्डिनरी पार्लमेंटबद्दल त्यांना कसलाही आदर नाही. आता या पार्लमेंटनेच लष्करी सरकारची पुनर्रचना करण्याचा ठराव स्वीकृत केल्याने मी आतापर्यंतच्या घटना नोंदवून ग्रँड-मार्शल पदाचा राजीनामा देत आहे."

कोमिन्टांग पक्षाची चैतन्यगाथा

कॅन्टोन येथील पार्लमेंट सदस्यांना लष्करी धटिंगणांच्या सापळ्यात त्यांनी अडकू नये, यासाठी डॉ. सन्यत्-सेन यांनी स्पष्ट शब्दात हा इशारा दिलेला होता. परंतु अखेर २० मे १९१८ रोजी कॅन्टोन लष्करी सरकारची पुनर्रचना असामान्य पार्लमेंटने केलीच. ग्रँड-मार्शल पद रद्द झाले ! खालील सदस्यांना सरकारचे सदस्य नेमण्यात आले.

चेन-चून-त्सून (चेअरमन)
सन्यत्-सेन (सभासद)
टँग-शाओ-ई (सभासद)
वू-टिंग-फँग (सभासद)
लू-जुंग (सभासद)
टँग-चि-याओ (सभासद)
लिन-पाओ (सभासद)

डॉ. सन्यत्-सेन याला या सरकारात सभासद म्हणून घेतले गेले, तरी या सरकारवरचा त्याचा विश्वास साफ उडाला. तो आता शांघायला निघून गेला. तिथे त्याने क्रांतिकारक पक्षाची पुन: स्वतंत्रपणे जमवाजमव सुरू केली. निराशा ही शूरांच्या आणि क्रांति- कारकांच्या मनाला स्पर्श करतच नाही असे नाही. परंतु त्यांच्या मनावर निराशेचा कायम पगडा कधीच बसत नाही, हीच गोष्ट खरी. शांघाय येथील या निराशाजनक वास्तव्यातच डॉ. सन्यत्-सेन याने आपले राजकीय विचार ग्रंथगत करण्याचे काम सुरू केले. 'सन-वेन यांचे राजकीय प्रतिपादन' (Sun Wen's Political Theory) या नावाने हे पुस्तक पुढे प्रसिद्ध झाले. कोमिन्टांग पक्षाची पुढे ही चैतन्यगाथा ठरली.

समझोत्यात पेचप्रसंग

ज्या वेळी तुवानचा दक्षिणदिग्विजय करीत निघालेला लष्करी उमराव जनरल वू-फू याने २१ ऑगस्टला यादवी युध्द बंद करण्याचा सल्ला देऊन युद्ध करण्याचे नाकारले, त्याच वेळी या उत्तर-दक्षिण यादवीचा निर्णायक निकाल होण्याची शक्यता संपूर्णतया संपली. कॅन्टोन सरकारात डॉ. सन्यत्-सेनचा वरचष्मा जाऊन त्याच्या जागी चेन-चून-त्सून हा नव्या सरकारचा चेअरमन झाल्यानंतर, जनरल वू-फू याने त्यालाही 'यादवी संपवा' असे तारेने आवाहन केलेले होते. चेअरमन चेन-चून-त्सून याने जनरल वू-फू याला नऊ दिवसांनी उत्तर पाठवले व समझोता करण्यास तयारी दर्शवली.

समझोता झाला तरी आपले आसन घट्ट राहावे या हेतूनेच पंतप्रधान तुवान याने उत्तरेत आपल्या पार्लमेंटच्या नव्या निवडणुका घेतल्या होत्या. अध्यक्ष फेंग याच्या जागी नव्या पार्लमेंटने सप्टेंबर १९१८ मध्ये नवा अध्यक्ष निवडला - त्सू-शिह-चँग. या मवाळ आणि शहाण्या माणसाची नवा अध्यक्ष म्हणून निवड करून उत्तरेत तुवानच्या पार्लमेंटने असा विश्वास व्यक्त केला की, जनरल वू-फू च्या प्रयत्नाने या अध्यक्षाला कॅन्टोन सरकार निश्चित मान्यता देईल. इतकेच नव्हे तर या पार्लमेंटने उपाध्यक्षाची जागा दक्षिणेतील एखाद्या नेत्यासाठी रिकामी ठेवली.

परंतु कॅन्टोन सरकारने त्सू-शिह-चँग याची अध्यक्ष म्हणून झालेली निवड बेकायदा आहे असे कळवले. यामुळे समझोता होण्यात उलट पेचप्रसंग निर्माण झाला.

डॉ. सन्यत्-सेनच्या दुर्दैवाने आणि तुवानच्या सुदैवाने, या वेळी आंतरराष्ट्रीय परिस्थिती एकदम पालटली. चीनमधील यादवी संपवावी असे मोठे दडपण चीनवर आले. युरोपात पहिले महायुद्ध नोव्हेंबर १९१८ मध्ये समाप्त झाले. ऑस्ट्रो-हंगेरियन साम्राज्याला दोस्तांनी इतिहासजमा केले. अमेरिकेचा दोस्तांच्या या विजयात मोठा वाटा होता. चीनने नावापुरते का होईना जर्मनीविरुद्ध युद्ध पुकारलेले होते, यामुळे दोस्तांच्या गोटात चीन होताच. अमेरिकेचा अध्यक्ष वुड्रो विल्सन याने त्सू-शिह-चँग याला अध्यक्षपदावर निवड होताच अभिनंदनाची तार पाठवली व चीनमध्ये लवकरच यादवी समाप्त होऊन शांतता प्रस्थापित होईल, अशी आशा व्यक्त केली.

कॅन्टोन सरकार व सन्यत्-सेन काहीही म्हणत असले तरी अमेरिका-इंग्लंड-फ्रान्स या सर्वांच्या दृष्टीने पेकिंगचे सरकार हेच अजून चीनचे अधिकृत सरकार ठरले होते. अमेरिकेच्या अध्यक्षांच्या पाठिंब्याने पंतप्रधान तुवान व अध्यक्ष त्सू-शिह-चँग यांनाच मोठी प्रतिष्ठा लाभली.

अन्य राष्ट्रांतील स्थान

प्रत्यक्ष तुवानची व्यक्तिगत परिस्थिती आता मात्र अधिकच नाजूक झाली. महा-

युद्धात भाग न घेता त्याने ब्रिटिश कंत्राटदारांना १,४०,००० चिनी मजूर फक्त पुरवले होते. खंदक खणण्याखेरीज या मजुरांना इतर काहीही काम युरोपात देण्यात आले नाही. युद्धात इंग्लंड-फ्रान्स गुंतलेले पाहून तुवान याने त्या देशांना बॉक्सर प्रोटोकॉलनुसार देण्यात येण्याची नुकसानभरपाई बंद करून टाकली होती. युद्ध संपताच इंग्लंड व फ्रान्स यांनी तुवानला या कृत्याचा जाब विचारणारे खलिते धाडले. तुवान आता पेचात पडणार होता.

जपानमध्ये जनरल तेराऊची सरकार जाऊन त्याच्या जागी हारा-ताकाशी याचे लष्करी मंत्रीमंडळ अधिकारावर आले होते. याचबरोबर तुवानधार्जिणेपणा जाऊन जपानने आपले दात दाखवण्यास सुरुवात केली. महायुद्ध संपले तरी तहाच्या वाटाघाटी ठरवायच्या होत्या ! या वाटाघाटीत आतापर्यंत चीनला दिलेल्या पैशाचा मोबदला वसूल करण्याचा क्षण जवळ येत होता. चीनमध्ये तुवानला पाठिंबा देणे हे इंग्लंड-फ्रान्सचे वैर संपादन करण्यासारखे होते. असे केले, तर तहाच्या वाटाघाटीत जपानच्या पदरात जे पडणार होते त्यात इंग्लंड-फ्रान्स विक्षेप आणतील ही भीती जपानी पंतप्रधान हारा-ताकाशी याला होती. त्याने तुवानला कळवले - "आपण आता जावे हे बरे."

दोन नवी खेंगटी

संधीसाधूपणा माणसाला सतत यश देऊ शकत नाही. २३ नोव्हेंबरला संधीसाधू तुवान पंतप्रधानकीवरून दूर झाला व त्याच्या जागी चिअन-नेंग-शून हा पेकिंगला पंतप्रधान झाला.

कॅन्टोन सरकारचा मुख्य दात अध्यक्ष फेंग व पंतप्रधान तुवान यांच्यावर होता. हे दोघे आता पेकिंग सरकारमधून दूर झाल्यामुळे समझोता घडवून आणावा असा विचार सर्वत्र प्रबळ झाला. परंतु प्रत्यक्ष शांतता परिषद भरण्यास आणखी काही महिने लागले. ही परिषद फेब्रुवारी १९१९ पर्यंत भरू शकली नाही, कारण दोन नवीनच खेंगटी मध्यंतरी निर्माण झाली. यापैकी एक म्हणजे सरकारने उत्तरेतील शेन्सी प्रांताच्या टुचूनबरोबर लढाई सुरू करून ठेवलेली होती. या प्रांताने स्वातंत्र्य घोषित केले ! हा टुचून पेकिंग सरकार मानत नव्हता, अथवा दक्षिणेतील कॅन्टोन सरकारचेही त्याला सुखदु:ख नव्हते. तेव्हा युद्धबंदी होऊन उत्तर-दक्षिण यादवी संपली तरी शेन्सी प्रांताबरोबर युद्ध चालूच राहील, असा आग्रह पेकिंग सरकारने धरला.

दुसरी बाब 'वॉर पार्टीसिपेशन आर्मी'संबंधी होती. युरोपातील महायुद्धात भाग घेण्यासाठी नवे लष्कर तुवान याने उभारले होते. तुवान पंतप्रधानकीवरून दूर झाला तरी या सेनेचे आधिपत्य त्याने सोडलेले नव्हते. आता महायुद्ध समाप्त झाले असल्याने, कॅन्टोन सरकारने असा आग्रह धरला की, तुवानचे हे सैन्य आता बरखास्त करावे ! या

सैन्य उभारणीबाबत जपानशी जो करारनामा झाला आहे तो रद्द करण्यात यावा. पेकिंग सरकार या गोष्टीला कबूल होईना.

शांतता परिषद

किआंगसू प्रांताच्या टुचूनने मध्यस्थी करून पेकिंग सरकारला शेन्सी प्रांताबरोबरचे युद्ध समाप्त करण्यास राजी केले व एक अडचण दूर झाली. 'वॉर पार्टिसिपेशन आर्मी'चा प्रश्न शांतता वाटाघाटीत चर्चेला घ्यावा, अशी तोड निघून अखेर शांघाय येथे २८ फेब्रुवारी १९१९ ला शांतता परिषद झाली.

या परिषदेत पेकिंग सरकारच्या वतीने चू-चि-चेन याच्या नेतृत्वाखाली शिष्टमंडळ आले. दक्षिणेतील कॅन्टोन सरकारच्या वतीने टँग-शाओ-ई हा शिष्टमंडळ घेऊन वाटाघाटीसाठी आला.

परिषदेला सुरुवात होताच टँग-शाओ-ई याने मागणी केली, 'वॉर पार्टिसिपेशन आर्मी' आता अस्तित्वात असण्याची गरज नाही. जपानशी हे सैन्य उभारण्याची मदत घेण्याबाबत जे करारमदार झाले आहेत ते शांघाय येथे या परिषदेला सादर करण्यात यावे.

टँग-शाओ-ई याची ही मागणी पेकिंग सरकारच्या वतीने चू-चि-चेन याने मान्य केली व तशा अर्थाची संयुक्त तार पेकिंगला रवाना झाली.

जपानकडून अंधारात वार

या तारेला पेकिंगहून उत्तर तर आले नाहीच, उलट इकडे शांघायला शांतता परिषदेची जुळवाजुळव चालू असताना, ५ फेब्रुवारीला, पेकिंग सरकारने जपानशी जो नवीन करार केला होता त्याची कलमे पेकिंग सरकारने आता जाहीर केली. यातले महत्त्वाचे कलम होते - 'पॅरिसमध्ये दोस्त राष्ट्रे व जर्मनी यांच्यात जो तह होत आहे त्यावर चीन सही देईल !' तुवान हा जपानी सरकारचा कायमचा ओशाळा होता. जपानी अधि- काऱ्यांनी तयार केलेले चिनी लष्कर त्याला आपल्या कब्जात हवे होते. तेव्हा पेकिंग सरकारवर पार्लमेंट सदस्यांकडून दडपण आणून, चीनची मान त्याने पॅरिसमधील तहात गुंतवली.

या प्रकरणात आपण देशाचा केवढा घात करीत आहो, याची तुवानला वा पेकिंग सरकारला कल्पना आली नव्हती. जपानने अंधारात वार केला होता. शांटुंग प्रांतात ज्या सवलती व अधिकार बॉक्सर प्रोटोकॉलप्रमाणे जर्मनीला मिळालेले होते ते सर्व जसेच्या तसे जपानला सुपूर्द करण्यात येतील, असे आश्वासन जपानने इंग्लंड व फ्रान्सकडून मिळवले होते. पॅरिस वाटाघाटीत काय ठरणार आहे याची तुवानला वा पेकिंग सरकारला कल्पना नव्हती ! परंतु जे काही ठरेल त्यावर चीन सही करील, अशी

व्यवस्था या नव्या करारान्वये जपानने करून ठेवली होती.

हा नवा करार प्रसिद्ध होताच, जखमेवर मीठ चोळावे तशी कॅन्टोन सरकारची स्थिती झाली. शांतता परिषद हे केवळ नाटक आहे, ही गोष्ट लक्षात येताच, पेकिंग सरकारच्या उत्तराची वाट पाहून, अखेर २ मार्चला, टँग-शाओ-ई याने शांतता परिषद उधळून लावली.

युरोपात सुरू झालेल्या परिषदेत, शांटुंग प्रांताची जबाबदारी जर्मनीकडून काढून तो प्रांत जपानच्या हवाली करण्याची अट तहात अंतर्भूत करण्यात आली. याबाबत चीनचे म्हणणे विचारात घेण्यासही दोस्त राष्ट्रांनी नकार दिला ! म्हणजे शांटुंग प्रांत चीनचा - तो जर्मनीच्या कब्जात गेलेला असताना जर्मनी पराभूत होतो - आणि तहाच्या वाटाघाटीत दोस्त राष्ट्रे हा प्रांत जपानला बहाल करतात ! हा साराच मामला अतिशय संतापजनक होता. तुवानच्या नादाने, पेकिंग सरकारने आपली मान अशा रीतीने जपानच्या दावणीत अडकवल्याचे वृत्त एप्रिलअखेर पेकिंगमध्ये पोचले.

अगदी प्रथमच नवशिक्षित विद्यार्थीवर्ग खवळून उठला. ४ मे १९१९ या दिवशी विद्यार्थ्यांनी पेकिंग सरकारविरुद्ध उग्र निदर्शने घडवून आणली. तीन हजार जागृत विद्यार्थ्यांनी, जपानपुढच्या या शरणागतीला जे जबाबदार होते त्या तिघा मंत्र्यांची घरे पेटवून दिली. जे पेकिंगमध्ये घडले त्याचे लोण लवकरच इतर शहरांत पोचले. सुमारे २५,००० विद्यार्थ्यांनी राष्ट्रद्रोह्यांविरुद्ध आपला आवाज देशभर बुलंद केला.

चीनच्या आतापर्यंतच्या इतिहासात कधी घडले नव्हते ते अघटित घडले होते. राष्ट्रीय युवक शक्तीचा चिनी भूमीवरील हा पहिला हुंकार होता. विद्यार्थीवर्गाने देशबांधवांना हाक दिली होती -

“आपला देश रसातळाला जातो आहे. बंधूंनो उठा !”

("Our Country is about to be annihilated. Up Brethren.")

* * *

१३

□

माओ वयात येत होता तेव्हाची स्थिती

पॅरिस येथे शांतता वाटाघाटीसाठी जमलेल्या बड्या दोस्तांनी, चीनच्या शांटुंग प्रांतातील पराभूत जर्मनीचे सर्व विशेषाधिकार जपानला बहाल करण्याचा निर्णय घेतला, हे वृत्त एप्रिल १९१९ च्या अखेरीस पेकिंगला पोचले. हलवायाच्या घरावर तुळशीपत्र ठेवण्याचा हा निर्णय कुणाही स्वाभिमानी चिनी नागरिकाला झोंबावा असाच होता. चिनी जनमानसात उद्वेगाची आणि संतापाची एक उग्र लाट हळूहळू पण ताबडतोब पसरू लागली.

पॅरिसमधील या चीनच्या नामुष्कीला जबाबदार कोण ते सांगा, हा आवाज हळूहळू मोठा होऊ लागला. २२ एप्रिलला बड्या चौघांच्या बैठकीत पॅरिस येथे अमेरिकेचे अध्यक्ष वुड्रो विल्सन यांनी चिनी प्रतिनिधीला विचारले -

"सप्टेंबर १९१८ मध्ये दोस्तांचा विजय दृष्टीपथात आलेला असताना आणि लवकरच शांतता परिषद भरेल हे दिसत असताना, जपानची चीनला धमकावण्याची हिंमत नव्हती. त्या वेळी जपान सरकारला, शांटुंग प्रांताबाबतच्या जपानच्या मागण्यांना चिनी सरकार आनंदाने मान्यता देत आहे, असे चिनी सरकारनेच कळविण्याची काय गरज होती ?"

तुवान सरकारची लक्तरे

विल्सन यांनी चिनी प्रतिनिधीच्या गळ्यातच अशा रीतीने त्याच्याच तंगड्या अडकविल्याची ही बातमी तशी साधीसुधी नव्हती. युद्धकाळात तुवान सरकारने जपानकडून पैसा उकळला, लष्करी मदत लाटली आणि त्याच्या बदल्यात चीनच्या भूभागावरही उदक सोडले होते. हा सर्व प्रकार जनतेला अंधारात ठेवून केला गेला होता. त्यावरील पडदा विल्सन यांनी अचानक फाडला होता. तुवान सरकारने जपानला दिलेली लेखी अभिवचने विल्सनसाहेबांच्या हातांत जपानी प्रतिनिधीने दिलेली होती.

१ मे या दिवशी पेकिंगहून प्रसिद्ध होणाऱ्या 'चायना प्रेस' या दैनिकात पॅरिसहून चिनी प्रतिनिधीने पाठविलेला खालील अहवाल प्रसिद्ध झाला. चिनी प्रतिनिधीने चिनी सरकारला कळविले होते :

"येथील वाटाघाटीत चीनला आपली बाजू मांडण्यात जे अपयश आले त्याची प्रमुख कारणे दोन आहेत : एक म्हणजे, जपानने शांटुंग प्रांताबाबत इंग्लंड व फ्रान्स यांच्याकडून मार्च १९१७ मध्येच आश्वासने मिळवली होती. त्यामुळे इंग्लंड-फ्रान्सची तोंडे बंद झाली आणि दुसरी गोष्ट, आपल्या सरकारनेच, सप्टेंबर १९१८ मध्ये या गोष्टीला 'आनंदाने मान्यता दिली' असल्याचे आढळून आले आहे. यामुळे इच्छा असूनही इथे आपल्याला कुणी मदत करू शकलेले नाही."

अमेरिकेचा नागडा स्वार्थ

इच्छा असूनही मदत करण्याची शक्ती होती ती फक्त अमेरिकेची. वुड्रो विल्सन याचा समतेवर जगाची रचना करण्याचा सगळा बकवास वस्तुत: केवळ या दोन कारणांनी थंड का पडावा ? इंग्लंड-फ्रान्स ही साम्राज्यवादी नंगी स्वार्थी राष्ट्रे जपानला त्याचे साम्राज्य वाढविणारी आश्वासने देतात, म्हणून विल्सनसाहेबांनी स्वस्थ का बसावे ? चीनमधील यादवीची संधी साधून, अडचणीत सापडलेल्या तुवानचा फायदा घेऊन, जपान शांटुंगचे गहाणपत्र करून घेते, याबद्दल विल्सनसाहेब जपानला का खडसावू शकले नाहीत ? मनात असते तर विल्सनसाहेब हे करू शकले असते. परंतु चीनसाठी इंग्लंड, फ्रान्स व जपान यांची मैत्री का गमवा, हा स्वार्थी विचार सुटू शकला नाही.

राष्ट्राराष्ट्रांचे व्यवहार स्वत:च्या नागड्या स्वार्थासाठीच घडवण्याचा तो कालखंड होता आणि अमेरिकाही त्याला अपवाद नव्हती. लोकशाही आणि व्यक्तिस्वातंत्र्याचा जप करणाऱ्या विल्सनचे हे नवे रूप ध्यानी आल्यामुळे, चिनी जनता पेकिंगस्थित नालायक राजवटीवर जशी खवळली, तशीच अमेरिकेबाबतच्या भ्रमनिरासाने अधिकच संतप्त झाली.

विद्यार्थी भडकले

सामान्य पोटार्थी जनता कितीही संतापली, तरी तो संताप बहुधा वांझोटा असतो. इतिहास घडवण्याची आणि चुकीचा कारभार पालटवण्याची शक्ती असते ती तरुण विद्यार्थ्यांची ! संतापाचे भीमरूपी महारुद्र स्वरूप हे फक्त तरुण विद्यार्थीवर्गच सिद्ध करू शकतो. ज्या देशात हा वर्ग भ्याड आणि संकुचित असतो, स्वार्थी असतो, त्या देशातले नालायक राज्यकर्ते देशाच्या सीमा कुरतडल्या जात असतानाही भूमीदाने करून सुखाने पुन्हा पुन्हा सत्ताधारी होऊ शकतात ! आतापर्यंत चीनमध्ये हेच चालले होते. परंतु युद्धकाळात चिनी विद्यार्थीवर्गाचे अंतरंग आमूलाग्र पालटले गेले होते.

याच वेळी हा बदल घडण्याची अनेक कारणे होती.

भेडसावणारे भवितव्य

पहिली गोष्ट, परकीय सत्तांनी चीनचे केलेले लाजिरवाणे पराभव पाहून, ही पाश्चात्य माणसे - ज्यांना आपण रानटी आणि संस्कृतीहीन समजत होतो - ती शतपटीने अधिक पुढारलेली आहेत, हा साक्षात्कार हळूहळू चीनमध्ये सर्वांनाच घडत आला होता. प्रदीर्घ उत्तर-दक्षिण यादवीने देश पोखरला जात आहे आणि अर्थव्यवहार कोलमडत चालले आहेत याची खंत आणि बोच सुशिक्षित तरुण विद्यार्थ्यांत सर्वांत अधिक निर्माण झाली होती.

दुसरी गोष्ट, सर्व बहुसंख्य समाज हा निरक्षर, अडाणी असल्याने, आपण जे काही विचार करू शकणारे सुशिक्षित तरुण आहोत, त्यांच्यावरच हा देश वाचवण्याची जबाबदारी आहे, ही जाण विद्यार्थीवर्गात नव्यानेच निर्माण झाली होती.

तिसरी गोष्ट, जीवनात नव्यानेच प्रवेश करू पाहणाऱ्यांपुढे आतापर्यंत सरकारी परीक्षा देऊन सरकारी अधिकारी होण्याची जी स्वप्ने असत, ती सर्व सरकारी परीक्षाच स्थगित व रद्द झाल्याने, आता उरलेली नव्हती. ही स्वप्ने असतात ती बहुधा अतिशय कुशाग्र व हुशार विद्यार्थ्यांपुढे! या विद्यार्थ्यांना भवितव्य भेडसावू लागले होते. या येऊ पाहणाऱ्या नैराश्येतून चळवळी जन्म पावाव्या हे अटळ होते. ही चळवळ रक्तरंजित क्रांतीच्या दिशेने जावी हेदेखील अटळ होते. कारण लोकमताला पायदळी तुडवूनच पेकिंगचे राज्यकर्ते लष्कराच्या बळावर सत्ता भोगीत होते.

पेकिंग, शांघाय व नानकिंग या सर्व ठिकाणी, निरनिराळ्या विश्वविद्यालयांतून जे प्राध्यापक शिकवत होते, ते सर्व विसाव्या शतकाच्या सुरुवातीला जगभर पसरू लागलेल्या नव्या नव्या विचारांचे धन विद्यार्थीवर्गावर उधळीत होते. इंग्लंड, फ्रान्स, जपान या ठिकाणी शिक्षण घेऊन आलेला प्राध्यापकवर्ग हा पाश्चात्त्य तत्त्वज्ञानाशी ओळख झालेला वर्ग होता. जेम्स, ड्यूए, मार्क्स, लेनिन, मिल, लिंकन, रोमाँ रोलाँ, एच. जी. वेल्स, इमर्सन, व्हिटमन्, गॉर्की यांच्या पुस्तकांच्या चिनी भाषांतरांनी पुस्तकांची दुकाने या काळात ओसंडत होती.

वाङ्मयातील फुलोरा

पुस्तकांच्या माध्यमातून चिनी वाङ्मयप्रांतात हा जो नवीन फुलोरा याच वेळी निर्माण झाला, त्याचे रहस्य काय ? हे पूर्वी का घडू शकले नाही ? याचे कारण या कालखंडाच्या आगेमागे, चिनी भाषेला नवी सोपी मुद्रित लिपी प्राप्त झाली ! चिनी लिपी ही परंपरागत चित्रांची लिपी होती. चित्रांची लिपी म्हणजे कशी ? एक लहान वर्तुळ काढून मध्ये टिंब दिले की झाला सूर्य. लहानसा क्रूस काढून आडव्या दांडीच्या

दोन्ही बाजूंना दोन काने खाली ओढले की झाले झाड, अशी दोन झाडे जोडली की झाले जंगल. लहान पोकळ चौकोन काढला की झाले माणसाचे तोंड. परंतु 'उंदीर बिळात शिरला' हे सांगताना, उंदिराच्या पुढे जर पोकळ चौकोन आला, तर त्याचा अर्थ भोक किंवा बीळ ! अशी चित्रे सुमारे २१४ होती. ही २१४ चित्रे म्हणजे चिनी भाषेची मूळाक्षरे झाली ! प्रत्येक चित्राचे संदर्भ लक्षात घेता होणारे पुन: त्यांचे असंख्य अर्थ. अशी ही खेडवळांच्या दृष्टीने अनर्थ करणारी पंडिती भाषा, शेतकऱ्यांच्या मुलांमुलींपासून सहस्त्र योजने दूर राहिलेली होती. परंतु माणसांचे व्यवहार चालतात ते बोलीभाषेतून. लिपी कितीही कठीण असली तरी माणसे शेवटी उच्चारानेच बोलतात. शेतकरी खेडवळ उच्चार करून जी भाषा बोलत ती पंडितांना भ्रष्ट - अपभ्रंशित भाषा वाटायची.

सर्व चिनी प्राचीन वाङ्मय हे चित्रांच्या माध्यमातूनच उपलब्ध होते. हे वाचू शकणाऱ्यांची संख्या अगदीच थोडी असे. सर्व वेदविचार हा संस्कृतात असल्याने ज्याप्रमाणे तो काही शतके सामान्य हिंदू माणसांपर्यंत पोचूही शकत नव्हता, तशी ही परिस्थिती होती. चटकन समजणारे उदाहरण सांगायचे तर मोडी लिपीचे घेऊ ! मोडी लिहीता येते थोड्यांना, परंतु बोलतात कुणीही, कारण मोडीत बोलणे आणि मराठी बोलणे हे एकच आहे. यामुळे नवी धुळाक्षरे शोधून काढून बोलणे होते, त्याच परिभाषेत लेखन उपलब्ध केल्याखेरीज, वाङ्मयनिर्मितीचे कार्य सुकर होणे चिनी भाषेत तरी दुरापास्त होते.

चित्रलिपीचा जाच

चीनमध्ये आलेल्या ख्रिस्ती मिशनऱ्यांना 'बायबल'चे भाषांतर करताना ही अडचण प्रथम आली ! कारण बायबलमधले काहीच तत्पूर्वी चिनी संकेतात नव्हते. म्हणून या मिशनऱ्यांनी प्रथम चिनी 'धुळाक्षरे' निर्माण केली. काही चिनी वाङ्मयसेवकांनी या दिशेने प्रयास चालू ठेवले असले, तरी इंग्रजी ग्रंथांची चिनी भाषेत झालेली सर्व पहिली रूपांतरे ही परंपरागत - मृतप्राय चिनी लिपीतच झालेली होती. शाळा-कॉलेजातील सर्व पाठ्यपुस्तके याच भाषेत असत. यामुळे या लिपीच्या जाचाला कंटाळून, खेडोपाडी उत्पन्न होणारे शिक्षणाचे कोंब पाहता जळून जात आले होते.

नवी लिपी

गावंढळ उच्चारानुसार प्राथमिक चित्राक्षरे निर्माण होऊन जी लिपी तयार झाली ती अशिक्षित लोकांची गावंढळ भाषा म्हणून विद्वान तिची हेटाळणी करीत. या भाषेला व लिपीला 'पई-हुआ' (Pai Hua) म्हणत असत. फार फार तर वृत्तपत्रे या भाषेत छापावीत. परंतु पुस्तके ! पुस्तक म्हणजे केवढे पवित्र ज्ञान, ते या गावंढळ लिपीत छापले जात

नसे. ते छापले जात असे प्राण-शून्य पुरातन चित्रलिपीत ! यामुळे ही भाषा सामान्य माणसांपर्यंत पोचतच नसे.

याविरुद्ध शिक्षित वाङ्मयसेवकांनी बंड केले ! कथा, कादंबऱ्या, कविता या 'पई-हुआ' लिपीतच लिहायला सुरुवात झाली. पुस्तके याच सोप्या चित्राक्षरी लिपीत छापली जाऊ लागताच वाचकांच्या त्यावर उड्या पडू लागल्या. विद्यार्थ्यांनी शाळाचालकांना पाठ्यपुस्तकेदेखील धुळाक्षरी लिपीतच छापण्याचा आग्रह सुरू केला. काही लेखकांचे जे क्षुद्र बंड होते ते हळूहळू चौफेर उसळले आणि सामान्य-जन व ज्ञान यांच्यात शतकानुशतके उभ्या असलेल्या भिंती कोसळू लागल्या. चार्ल्स् डिकन्सची कादंबरी हास्यास्पद पंडिती चित्रांतून वाचण्यापेक्षा जेव्हा 'पई-हुआ' चित्राक्षरांतून वाचकांपुढे आली, तेव्हा ती खेडोपाडी जाऊन थडकली. उलट दिशेने जिवंत आणि रसरशीत अनुभवांचा खळाळ वाङ्मयात सुरू झाला. कारण परंपरागत चिनी चित्रलिपीच्या बंधनातून मुक्त होताच साहित्यनिर्मितीतला मुख्य अडसर आता गळून पडला.

मृत असून ज्या लिपीला अंगडीटोपडी घातली जात होती, ती परंपरागत लिपी इतिहासजमा होऊन तिची जागा बोलीभाषेच्या लिपीने घेताच, साहित्य अनुषंगिक मूल्यांचीही उलटापालट झाली ! नवे नवे प्रयोग साहित्यात दाखल झाले. खेडोपाडीच्या लोककथेतील आणि अपौरुषेय गीतांतले सौंदर्य यांचे पुनर्मूल्यमापन सुरू झाले.

होऊ घातलेल्या जनजागृतीची चाहूल ही साहित्यात नेहमी प्रथम उमटते ! जुन्या अर्थशून्य परंपरा आणि चालीरीती यांच्यावर प्रहार करणारे साहित्य आता सर्रास निर्माण होत होते.

वसतीगृहातील संस्कार

चौथी गोष्ट म्हणजे, श्रीमंत सावकार व सधन शेतकऱ्यांचीच मुले काय ती शहरात उच्च शिक्षणासाठी पोचू शकत होती. यामुळे वाडवडिलांच्या हृदयशून्य सामाजिक संस्कारातून मुक्त झालेली ही मुले, पेकिंगसारख्या शहरातून एकत्र राहात असत. लांबच लांब पत्र्याच्या बराकीत विद्यार्थ्यांची ही वसतीगृहे तेव्हा असत. सामुदायिक जेणखाण, ऊठ-बस, यामधून सामुदायिक प्रतिकारही जन्म घेतो ! क्षुद्र विचार आणि स्वार्थी भावना व्यक्तीच्या ठिकाणी नांदत असल्या, तरी समुदायात या किडी फार काळ वळवळू शकत नाहीत ! सर्वांसाठी सर्वांचे असे जे काही असेल त्यासाठी सर्वजण धडपडू लागतात. मग ते जेवण असो वा अन्यायाविरुद्ध लढा असो.

शिक्षणाच्या अभिलाषेने शहरातून जमा झालेला हा सहस्त्रावधी तरुण विद्यार्थ्यांचा वर्ग सर्वच्या सर्व नव्या उन्मेषांनी भारला गेला होता, असा मात्र याचा अर्थ नाही. शहरी चैनी बाळगणारा आणि ख्याली-खुशालीत वडिलांचे पैसे नासणारा गट हा काही लहान

नव्हता. काही विद्यार्थी हे अभ्यासू वृत्तीने इतके ग्रासले होते की, जगात काय घडते आहे याची त्यांना दाद-फिर्याद नव्हती, सुखदु:ख नव्हते. देशप्रेमाचा आणि देशविषयक कर्तव्याचा स्पर्श असलेल्या विद्यार्थ्यांची संख्या १५-२० टक्केच होती. इब्सेन, टॉलस्टॉय, मोपासाँ, शॉ यांच्या लेखनाने अस्वस्थ झालेला हा गटच काय तो चळवळ्या गट असे. चीनचे भवितव्य आपल्या मनगटाशी निगडित आहे याची जाण असलेला आणि देशप्रेमाची चाड असलेला वर्ग फक्त १५-२० टक्केच असला, तरी एकंदर संख्येच्या मानाने तसा मोठाही होता.

पॅरिस येथील शांतता परिषदेत शांटुंग प्रांताचे उदक जपानच्या हातावर सोडल्याची बातमी पेकिंगला पोचताच ज्या विद्यार्थ्यांची झोप उडाली ते सर्व या तिसऱ्या गटातले विद्यार्थी होते.

दुसरा आघात

२४ एप्रिलला दुसरा आघात झाला. पॅरिस शांतता परिषदेने चीनचे शांटुंग प्रांताचे त्सिंगटो हे बंदरच मुळी जपानला देऊन टाकण्याचे ठरवले. आता मात्र हद्द झाली ! चिनी प्रांतात विशेषाधिकार दिले व ते चिन्यांनी सहन केले, हे पाहताच आता मुळी त्या प्रांताचे महत्त्वाचे बंदरच जपानला बहाल करण्यात आले !

विद्यार्थीवर्गात पसरलेल्या रोषाने आता प्रकट रूप धारण केले. पेकिंग विश्वविद्यालयाच्या परिसरात विद्यार्थ्यांच्या निषेधसभा सुरू झाल्या. सभासभांतून विद्यार्थी नेते गर्जू लागले -

"एखाद्या प्रेषिताच्या आवाजासारखा वुड्रो विल्सन यांचा आवाज जगात दुमदुमला होता : 'दलितांना आम्ही सशक्त होण्यास मदत करू आणि स्वातंत्र्यलढ्यांना पाठिंबा देऊ !' जगाने हा आवाज ऐकला. तो चिनी राष्ट्रही ऐकत होते. आम्हाला सांगण्यात येत होते की, चीनला आपली धंदेविषयक वाढ अनिर्बंधपणे करता येईल. असेही सांगितले गेले की, जर कुणी युद्धकाळात एखादा गुप्त संधी वा करार केला, तर त्याची दखल आम्ही घेणार नाही. यामुळे नव्या युगाची पहाट आता येईल - मग येईल अशी आम्ही वाट पाहात होतो. परंतु 'उजाडले तरी सूर्य कोठे आहे ?' चीनच्या दृष्टीने सूर्यजन्म तर झाला नाहीच, उलट या अर्भक देशाचा पाळणादेखील यांनी पळवला आहे !"

विद्यार्थ्यांच्या घोषणा उठू लागल्या -

"जान कुर्बान करू परंतु त्सिंगटो देणार नाही !"

"जपानी मालावर बहिष्कार घाला."

"चीन-चिनीयोंका ! जपान्यांना हाकला !"

"एकवीस मागण्या मुर्दाबाद !"

राष्ट्रीय नाचक्कीचा दिवस

जपानने १९१५ मध्ये अगदी प्रथम युवान-शिह-काईकडे एकवीस मागण्या केल्या होत्या. ७ मे हाच तो कलंकित दिवस होता. या दिवशी युवानने या मागण्यांपुढे मान झुकवली होती. यापुढचे झालेले व आता होणारे जपान्यांचे आक्रमण ही सर्व या पहिल्या मागण्यांतून निर्माण झालेली खेंगटी होती. तेव्हा ७ मे १९१६ हा दिवस 'राष्ट्रीय नाचक्कीचा दिवस' (National Humiliation day) म्हणून पाळण्याचे पेकिंगमधल्या विद्यार्थ्यांनी ठरवले.

पेकिंगमधील सर्व शाखांतील विद्यार्थ्यांनी ७ मे या दिवशी हरताळ पाळून निषेध व्यक्त करण्याच्या कार्यक्रमाला संमती जाहीर केली. देशातील ठिकठिकाणच्या कॉलेज विद्यार्थ्यांना पेकिंगच्या २५,००० विद्यार्थ्यांच्या वतीने खालील तार १ मे या दिवशी रवाना झाली -

"त्सिंगटो परत मिळण्याची मागणी फेटाळली जाणार आहे. ७ मे दिवस तोंडावर आला आहे. आपल्या सर्व जनतेने जागे होऊन ही परिस्थिती ध्यानी घेतली पाहिजे. आम्हाला आशा आहे की, आपण सर्वजण या दिवशी परकी आक्रमकांविरुद्ध होणाऱ्या निषेध सभांतून सामील व्हाल. याच मार्गाने प्राप्त कठीण परिस्थितीतून आपला देश वाचला तर वाचेल."

चीनचा जपानमधील वकील चांग-त्सुंग हा टोकियाहून चीनला आलेला होता व तिअनस्टिन येथे येऊन थांबला होता.

पेकिंगहून आलेल्या एका वरिष्ठ सरकारी अधिकाऱ्याने तिअनस्टिन येथे चांग-त्सुंग याची भेट घेतली व लवकरच चांग-त्सुंग हा परराष्ट्रमंत्री होऊन पॅरिस येथे चीनचा प्रतिनिधी म्हणून नियुक्त होणार असल्याची बातमी पेकिंगभर पसरली.

यावरून लोकांत हा संशय बळावला की, जपानधार्जिण्या चिनी प्रतिनिधींना हाताशी धरून पेकिंग सरकार चीनच्या भूभागांची जास्त सौदेबाजी करणार आहे. विद्यार्थ्यांप्रमाणेच नागरिकांची सभा भरून २ मे या दिवशी असा निर्णय त्यांनी घेतला की, ७ मे या दिवशीच्या निदर्शनांत सर्व जनतेने व व्यापारी वर्गानेही सहभागी व्हावे.

रक्ताची घोषणा

३ मे या दिवशी काही अधिक चळवळ्या विद्यार्थ्यांनी सायंकाळी ७ वाजता विद्यार्थ्यांची एक सभा घेतली. लॉ स्कूलच्या इमारतीतील असेंब्ली हॉलमध्ये सुमारे १००० विद्यार्थी या सभेला जमले. यि-के-नी हा हुनानी विद्यार्थी सभेचा अध्यक्ष झाला. भाषणे झडू लागली. घोषणा उठत होत्या. रात्रीचे ११ वाजले. सर्वांच्या भावना

तापलेल्या होत्या. कुणीतरी सूचना केली, '७ मे म्हणजे फार उशीर होतो ! सरकारच्या निषेधासाठी उद्या ४ मे लाच सर्व विद्यार्थ्यांनी एकत्र जमावे.'

तेवढ्यात त्सि-शाओ-मिन नावाचा विद्यार्थी पुढे आला व हाताची करंगळी कापून त्या रक्ताने त्याने भिंतीवर मोठ्या अक्षरांत लिहिले - 'त्सिंगटो परत मिळायलाच हवे.'

दुसऱ्या एका विद्यार्थ्याने जाहीर घोषणा केली, 'जर या सभेने ताबडतोब निदर्शनाचा निर्णय केला नाही तर मी आत्महत्या करीन.'

तीन हरामखोर

या सभेत पेकिंग सरकारातील ज्या जपानधार्जिण्या तिघांचा सतत निषेध होत होता ते तिघे म्हणजे -

बँक व्यवहारप्रमुख त्साओ-जू-लीन, जपानमधील चिनी वकील चांग-त्सुंग (जो आता तिअनस्टिनहून पेकिंगला पोचल्याची वार्ता होती), आणि तिसरा लू-त्सुंग-यू हा चलनप्रमुख होता.

जपानकडून पंतप्रधान तुवान याने जे पैसे उकळले, त्या व्यवहारात हेच तिघे त्याचे प्रमुख हस्तक होते यात संशय नाही. परंतु याशिवाय इतरही होतेच. या तिघांचाच नामोल्लेख झाला, तो केवळ कुणा तरी दोघा-तिघांवर आग पाखडायची म्हणून.

पाच निर्णय

४ मे उजाडला. त्या दिवशी रविवार होता. सकाळी १० वाजता, दिवसभराची निदर्शने आखण्याकरिता विद्यार्थी-प्रतिनिधी पेकिंग युनिव्हर्सिटीच्या आवारात एकत्र जमले. इतर तेरा कॉलेज-प्रतिनिधीं बरोबरच 'आर्मी कॅडेट ॲकेडमी' या लष्करी सैनिक शाळेचे प्रतिनिधीदेखील या बैठकीला आले. महत्त्वाचे पाच निर्णय या सकाळच्या बैठकीत घेण्यात आले : १) 'शांटुंगबाबतच्या शांतता परिषदेच्या निर्णयाचा निषेध करा' अशी तार देशात व परदेशांत सर्व चिनी प्रजाजनांना पाठवण्यात यावी. २) देशभर या निर्णयाचा निषेध घडवून आणावा. ३) पेकिंगमध्ये जनतेची जाहीर सभा घेण्यात यावी. ४) सर्व विद्यार्थ्यांमध्ये एकसूत्रीपणा आणण्यासाठी कायम स्वरूपाची विद्यार्थी संघटना निर्माण करावी आणि ५) सायंकाळच्या निषेध-मोर्चाचा मार्ग 'तिआन गेट ते लिगेशन क्वार्टर्सवरून बाजारपेठ' असा ठरवण्यात आला.

रोमांचकारी मोर्चा

निषेध मोर्चा लिगेशन क्वार्टर्सवरून नेण्याचा हेतू उघड होता. पेकिंगस्थित सर्व परदेशी वकिलांचे 'लिगेशन क्वार्टर्स' हे निवासस्थान होते. हा निषेध जपानच्या साम्राज्यतृष्णेचा होता, तसाच तो जपानच्या इंग्लंड, फ्रान्स आदी साथीदार दरोडे-

खोरांचाही होता.

दुपारी १॥ वाजता तीन हजारांहून अधिक विद्यार्थी तिआन गेटपाशी जमा झाले. मध्यंतरीच्या तासात महत्त्वाची घटना घडली होती. पेकिंग राजवटीला हे निदर्शन नको होते. शिक्षणखात्याचा एक प्रतिनिधी सकाळी १२ वाजता विद्यार्थी-वर्गात फूट पाडण्यासाठी आला व त्याने निषेधमोर्चा काढू नये यासाठी बरीच रदबदली केली. परंतु विद्यार्थ्यांनी त्याला हात हालवीत पिटाळून लावला आणि निषेधाचा परिणाम सरकारवर निश्चित होणार याविषयी त्यांचा विश्वास आता द्विगुणित झाला.

तिआन गेटसमोर निरनिराळ्या विद्यार्थ्यांचे थवेच्या थवे येत होते. एका मागून एक छोट्या छोट्या मिरवणुकी मुख्य मिरवणुकीत सामील होत होत्या. गडबड-गोंधळ कुठेही नव्हता. घोषणाफलक हातांत घेऊन सर्वजण शांततेने निरोधन करण्याच्या पावित्र्यात होते. मिरवणुकीत विद्यार्थ्यांचा जाहीरनामा वाटला जात होता. या पत्रकातील अखेरचे शब्द होते -

"आमच्या सर्व देशबांधवांसह दोन प्रतिज्ञा आम्ही करीत आहोत : १) चीनचा प्रदेश हिमत असेल त्याने लढाई करून जिंकावा - त्याचे दान मात्र आम्ही करू देणार नाही. २) कत्तल झाली तरी हरकत नाही, पण आम्ही शरण जाणार नाही. आपला देश विनाश पावण्याचा क्षण जवळ आला आहे - बंधूंनो उठा !"

छापील जाहीरनामा 'पई-हुआ' भाषेत होता ! ठीक २ वाजता निषेध मोर्चा लिगेशन क्वार्टर्सच्या दिशेने हालू लागला. अग्रभागी दोन प्रमुख विद्यार्थी नेत्यांच्या हाती पंचरंगी राष्ट्रीय ध्वज फडफडत होते. त्यामागे दोन 'शव-पत्रके' (Funeral-Scrolls) होती. एखादा मोठा माणूस निधन पावल्यानंतर त्याच्या अंत्ययात्रेत अशी शव-पत्रके मिरवण्याची चिनी चाल होती. त्याचा हा वक्रोक्तीपूर्ण उपयोग केलेला होता. हे दुःखोद्गार (वान-लीन) असे होते :

"त्सो-जू-लीन, लू-त्सुंग-यू आणि चांग-त्सुंग
हजार वर्षे सडत पडोत, दुर्गंधीत !
त्यांच्यासाठी रडतो आम्ही, विद्यार्थी पेकिंगचे !"

मिरवणूक रस्त्यांवरून सरकू लागताच दुतर्फा नागरिकांची गर्दी उसळू लागली. विद्यार्थ्यांच्या हातांत कागदाची वा कापडाची निशाणेच निशाणे होती, आणि त्यावर पूर्वीच्या सभांतून लोकप्रिय झालेल्या विविध घोषणा लिहिलेल्या होत्या.

स्वातंत्र्यभक्त तरुण विद्यार्थ्यांच्या तोंडून उठणाऱ्या प्रचंड घोषणांबरोबर घराघरांतून डोकावणाऱ्या आणि दुतर्फा गर्दी केलेल्या नागरिकांच्या अंगावर रोमांच फुलत होते. सर्व निदर्शन इतके शिस्तीचे व दृढतेचे होते की चीनमध्ये स्थायिक झालेल्या पाश्चात्त्य

गोऱ्या माणसांनीही, आपल्या साहेबी टोप्या उंच उचलून जागोजाग या विद्यार्थी-मोर्चाला सुयश चिंतिले !

अडथळा व शांतताभंग

लिगेशन क्वार्टर्सजवळ येईपर्यंत सर्व मोर्चा शांततेने व शिस्तीने चाललेला होता. लिगेशन क्वार्टर्सच्या पश्चिम दरवाजापाशी मोर्चा आला. तिथे मात्र लिगेशन क्वार्टर्सच्या पोलीस दलाने मोर्चा क्वार्टर्समधून जाऊ देण्यास आडकाठी घेतली. बाचाबाची सुरू झाली. अखेर काही विद्यार्थी प्रतिनिधींनी आपली निवेदने देण्यासाठी फक्त पुढे यावे, असा तोडगा निघाला. क्वार्टर्समध्ये जपानी, इंग्लिश, फ्रेंच व इटालियन वकील नव्हतेच. त्यांच्या दारावर मागणी चिकटवून, विद्यार्थी नेते परत मोर्चाकडे आले.

परंतु तोपर्यंत विद्यार्थी वर्ग त्यांच्या हाताबाहेर गेलेला होता. क्वार्टर्समधून ठरलेल्या मार्गाने मोर्चा पुढे जाऊ शकत नाही हे कळताच भडकलेल्या विद्यार्थ्यांनी पांगापांग सुरू केली. निवडलेल्या तीन हरामखोरांबरोबरच तुवान आणि त्सू-शे-चेंग या दोघांच्या नावाने निषेध सुरू झाला. गोंधळ माजला. स्वयंस्फूर्त नेते पुढे आले व पांगून निघालेल्या विद्यार्थ्यांच्या टोळ्यांचे नेतृत्व त्यांनी घेतले. तीन हरामखोरांच्या घरांच्या दिशेने टोळ्या सुटल्या. या वेळी दुपारचे ४॥ झाले होते.

पलायन

त्साओ-जू-लीनचे घर येताच, घराभोवती पोलीस व रक्षकांचे कडे आहे ही गोष्ट विद्यार्थ्यांच्या लक्षात आली. विद्यार्थ्यांनी ओरडा सुरू केला की, त्साओ याने घराबाहेर यावे व जपानशी का करार केला ते समजावून सांगावे. त्साओ देशद्रोही व हरामखोर आहे या घोषणा सतत चालू होत्याच. घराच्या दिशेने मग दगडफेक सुरू झाली. विद्यार्थ्यांच्या संख्येच्या मानाने रक्षक कमी होते. यामुळे रक्षकांना विद्यार्थी भिडताच चार आडदांड विद्यार्थ्यांनी भिंतीवर चढून, घराच्या छपरावरची कौले उपसली व घरात उड्या टाकून आत प्रवेश मिळवला.

विद्यार्थ्यांची कल्पना होती की, त्साओ आणि इतर दोघेजण त्याच ठिकाणी घरात सापडणार. परंतु घरात त्साओदेखील त्यांना सापडेना ! घरात त्याचा म्हातारा बाप, लहान मुलगा व तरुण रखेली एवढीच होती. या तिघांना आत घुसलेल्या विद्यार्थ्यांनी बाहेर काढले. दरवाजा उघडताच सर्व जमाव आत शिरला.

घरातील सर्व फर्निचर व चीजवस्तू यांची भरपूर नासधूस केल्यानंतर जमावाने घर पेटवले. वस्तुतः त्साहो व चांग-त्सुंग हे दोघे, जमाव घरापाशी आला त्या वेळी शेजारच्या घरात पळालेले होते. जमाव फक्त आपल्यालाच शोधत आहे, या कल्पनेने त्साओ लगोलग वेषांतर करून खिडकीवाटे पसार झाला. चांग-त्सुंग याला निर्धास्त वाटत

होते.

परंतु जमावाने शेजारच्या घरातून चांग-त्सुंग याला खेचून बाहेर काढले. हा दुसरा हरामखोर हाती लागताच त्याला बेदम चोपण्यात आले. रक्ताने माखलेला चांग-त्सुंग मेल्याचे सोंग करून निपचित पडून राहिला.

ज्या वेळी पेकिंग येथे चांग-त्सुंगवर खुनी हल्ला चालू होता, त्याच वेळी तिअनस्टिन येथे विद्यार्थी वर्गाने त्याचे तिथले घर पेटवलेले होते.

हुतात्मा मिळाला

या सर्व गदारोळात विद्यार्थी व पोलीस यांची चकमक उडाली. पोलिसांनी खरे पाहता खूपच शांतता धारण केली होती. बघ्याची भूमिका घेऊन ते सर्व प्रकार पाहात होते. परंतु ते अखेर पेकिंग राजवटीचे सेवक होते. घर पेटले, चांग-त्सुंग बेशुद्ध झाला, तेव्हा त्यांना मारपीट करावी लागली.

या झटापटीत विद्यार्थीनेता कुवो-चिन-कुवांग हा जखमी झाला.

तीन दिवसांनी इस्पितळात हा विद्यार्थी मरण पावला. विद्यार्थी क्रांतीला हुतात्मा मिळाला. घर जाळण्याची घटना व चांग-त्सुंगवर झालेला प्राणांतिक हल्ला दृष्टीआड झाला. हुतात्मा कुवो-चिन-कुवांगच्या सूडाची भाषा विद्यार्थी बोलू लागले.

४ मे दिवशी झालेली दंगल सायंकाळी ५.४५ ला संपली होती. बहुतेक विद्यार्थी घरोघर गेले होते. काही चाळीस-पन्नास विद्यार्थी घटनास्थळाभोवती पुढे काय होते - या उत्सुकतेपोटी रेंगाळत होते.

लष्करी कायदा

इतक्यात तिथे सैन्यतुकडीचे सेनाधिकारी दाखल झाले. सैन्य आलेले पाहताच पोलिसांना जोर चढला. त्यांनी हवेत गोळीबार करून आसपास घोटाळणाऱ्या विद्यार्थ्यांना अटक केली. यि-के-नी-सह ३२ विद्यार्थ्यांना पोलिसांनी पकडले. प्रत्यक्ष हिंसाचारात भाग घेतलेले विद्यार्थी यात नव्हतेच ! नेहमीप्रमाणे भलतीच माणसे पोलिसांनी गुन्हेगार म्हणून निवडली होती.

पाठोपाठ 'लिगेशन क्वार्टर्स' या विभागात लष्करी कायदा पुकारण्यात आला. आगीचे बंब येऊन जळती घरे रात्री आठच्या सुमारास पूर्णपणे विझविण्यात आली. देशद्रोह्यांची घरे विद्यार्थ्यांनी भस्मसात केल्याचे वृत्त तोपर्यंत शहरभर वणव्यासारखे पसरले होते.

लोक म्हणू लागले, ''उत्तर चीनमध्ये सैन्य उभारण्यासाठी आणि शस्त्रास्त्रासाठी ज्या माणसाने एवढा पैसा जमवला आणि ज्याच्या इशाऱ्यासरशी हजारो सैनिक पुढे आले असते, त्याला नि:शस्त्र जमावाने गाठावा, घर पेटवावे, तरी त्याच्या रक्षणासाठी

एक गोळी नाही की कुणी गुद्दा उगारला नाही !''

लोक म्हणत होते ते त्साहो-जू-लीन यालाही पटले असावे. ५ मे ला त्याने आपला राजीनामा दिला. राजीनामा-पत्रात त्साओ याने अध्यक्षांना लिहिले आहे -

"They smashed everything they saw and beat everybody they met. My paralysed father, who was cared for in the house was also beaten. Then they set fire to my house. Mr. chang was violently thrown on the ground and beaten into insensibility with sticks and stones. His head bore nine deep wounds and bled incessantly."

(''जे जे दिसले ते सर्व त्यांनी मोडून-तोडून टाकले. जी जी व्यक्ती भेटली तिला मारहाण करण्यात आली. अर्धांगाने विकल झालेले माझे वडील घरात आजारी होते, त्यांनाही मारण्यात आले. माझे घर त्यांनी पेटवले. मिस्टर चँग यांना जमिनीवर जोराने पाडून, काठ्या-दगडांनी इतके चेचण्यात आले की ते बेशुद्ध झाले. त्यांच्या डोक्यावर नऊ जखमा होत्या आणि सारखा रक्तस्त्राव होत होता.'')

* * *

१४

□

नव्या क्रांतीची पहाट

जर ४ मे या दिवसातील ही घटना एका नव्या क्रांतीची पहाट ठरली नसती, तर या घटनेचे इतके विस्तृत वर्णन करण्याचे कारणच नव्हते. 'शांटुंग प्रश्नावर विद्यार्थ्यांचे एक उग्र निदर्शन झाले' अशा एका वाक्यातही मग ही घटना इतिहासात नमूद करता आली असती.

परंतु पेकिंगचे विद्यार्थी ४ मे नंतर स्वस्थ बसले नाहीत. आपल्या हेतुसिद्धीसाठी त्यांनी राष्ट्रातील सर्व नवशिक्षित बुद्धिवंतांची संघटना बांधण्याचा उद्योग हाती घेतला. सभा घेऊन, पत्रके काढून, लेख लिहून, निदर्शने घडवून आणून, हा प्रश्न खेडोपाडी अशिक्षित जनतेपर्यंत पोचविण्याचा निर्धार त्यांनी केला. या प्रयत्नात हळूहळू व्यापारी, कारखानदार, आणि कामगार यांचाही पाठिंबा त्यांना मिळू लागणार होता. सर्व शहरांतून विद्यार्थीवर्गातून निर्माण झालेले हे नवे वारे, नवे विचार फैलावणार होते. यामुळे ४ मे १९१९ ची ही घटना चीनच्या इतिहासात अनन्यसाधारण महत्त्वाची समजली जाते. काहींना तर ही घटना चीनमधील कम्युनिस्ट चळवळीची जन्मदात्री वाटते.

माओ-जेन-शेंग

ही घटना अनन्यसाधारण ठरली, कारण या चळवळीने काही अनन्यसाधारण माणसे चीनच्या राजकीय पटावर फेकली गेली. यातल्या एकाचा मागोवा आपल्याला आता घ्यावा लागणार आहे. ही व्यक्ती म्हणजे माओ-त्से-तुंग.

हुनान प्रांतांतील शाओ-शान या खेड्यात एका शेतकरी कुटुंबात २६ डिसेंबर १८९३ या दिवशी माओचा जन्म झाला. त्याच्या आईचे नाव वेन-चि-मेई आणि बापाचे नाव माओ-जेन-शेंग.

माओचा बाप हा गरीब शेतकरी होता. अगदी तरुण वयात कर्जापोटी त्याला लष्करात भरती करून घेणे भाग पडले. थोडेफार पैसे गाठीशी बांधून, काही वर्षे सैन्यात नोकरी

केल्यानंतर तो 'शाओ-शान'ला परतला व थोडाफार धान्य व्यापार करून त्याने सावकाराकडे गहाण पडलेले आपले शेत सोडवून घेतले. शेतीचे उत्पन्न बरे होते. घरातील पाच माणसांना वर्षभर पुरुनही वर्षाला १०-१५ मण भात विकता येत असे. भाताची विक्री आणि जोडीला धान्यव्यापार करून माओ-जेन-शेंग याने घर चांगलेच सावरले.

दोन मुलगे, बायको आणि वृद्ध वडील, असा माओ-जेन-शेंग याचा संसार इतर शेतकऱ्यांच्या मानाने आटोपशीर होता ! यामुळे चार पैसे गाठी राहू लागले होते. त्याने या पैशातून आणखी जमीन घेतली आणि वर्षाकाठी मग जवळ जवळ ४० मण धान्य तो विकू लागला. श्रीमंत शेतकऱ्यांत आता या कुटुंबाची गणना होऊ लागली. हातात रोख पैसे वाढू लागताच माओ-जेन-शेंग याने शेतीवरील लक्ष कमी करून, तो आपला बहुतेक वेळ धान्याच्या खरेदी-विक्री व्यवहारात घालवू लागला.

घराच्या शेतीसाठी शेतमजूर नोकरीला आला ! आणि घरातील इतर माणसे शेतावर खपू लागली.

माओ-त्से-तुंग याने आपल्या बालपणापासूनच्या आठवणी सुप्रसिद्ध अमेरिकन पत्रकार एडगर स्नो याला पुढे सांगितल्या व ज्या त्याने आपल्या 'रेडस्टार ओव्हर चायना' या पुस्तकात नमूद केलेल्या आहेत. माओ-त्से-तुंग सांगतो -

"मी वयाच्या सहाव्या वर्षांपासून शेतात काम करू लागलो. माझ्या वडिलांचे धान्याचे दुकान असे नव्हते. गरीब शेतकऱ्यांकडून धान्य गोळा करायचे आणि शहरात जाऊन व्यापाऱ्यांना विकायचे हा माझ्या वडिलांचा आता प्रमुख व्यवसाय झालेला होता.

"गावातल्या प्राथमिक शाळेत आठव्या वर्षांपासून मी जाऊ लागलो. १३ वर्षांचा होईपर्यंत मी त्याच शाळेत जात होतो. अगदी सकाळी व शाळेतून परतल्यावर मला शेतावर काम करावे लागे. मधल्या शाळेच्या वेळात कन्फ्युशिअसने संपादन केलेली चार पुराणे आणि त्याचा 'वसंत पर्जन्य-कथा' हा ग्रंथ याचा अभ्यास चालू होता. माझे चिनी शिक्षक हे 'छडी वाजे छम छम - विद्या येई घम घम' या पंथाचे होते. अत्यंत कडक, कठोर वृत्तीचे हे मास्तर, विद्यार्थ्यांना अनेक वेळा बेसुमार मारीत असत. मी एकदा मास्तरांच्या माराच्या भीतीने घरातून पळलो. माझे वय तेव्हा १० वर्षांचे होते. शहरात जायचे म्हणून मी वाट फुटेल तिकडे निघालो होतो. माझी कल्पना होती की, एक डोंगरदरी ओलांडली की शहर लागेल ! तीन दिवस मी शहर शोधून काढण्यासाठी फिरलो. नंतर माझ्या लक्षात आले की मी घरापासून अडीच-तीन मैलांच्या अंतरावर घराभोवती वर्तुळाकारच फिरत राहिलो होतो ! तिसऱ्या दिवशी घरच्या लोकांना मी

सापडलो.

यशस्वी संप

"मी घरी परतल्यावर मात्र आश्चर्य घडले. परिस्थितीत चांगला बदल झाला. माझे वडीलही जरा जपून बोलू लागले आणि मास्तरदेखील थोडे निवळले. मास्तरांच्या मारझोडीविरुद्ध मी हा जो निषेध प्रकट केला, त्याचा हा परिणाम पाहून मी खूष झालो. माझा संप यशस्वी झाला होता !"

शाळेत मास्तरांनी मुलाला मारले तर मास्तरांविरुद्ध तक्रार नोंदवण्यासाठी पालकांनी शाळेत धावत येण्याचा तो जमाना नव्हता. उलट शाळेत मास्तरांनी एक थोबाडीत मारली तर दोन मारायला हव्या होत्या - असे पालकांचे मत असे ! त्यातून माओ-त्से-तुंगचा बाप हा काहीसा तापट होता. जरा कुणी गैरशिस्त वागताच त्याचा हात पडत असे. मुले सारखी कामात असली पाहिजेत असे त्याचे मत होते आणि माओ-त्से-तुंग हा शाळेत हिशोब वगैरे शिकला, तेव्हा धान्याचे सर्व हिशोब मांडण्याचे कामही बापाने त्याच्या गळ्यात घातले. शेतावर काम करणाऱ्या नोकराला पंधरा दिवसांतून एकदा सुट्टी मिळत असे, परंतु पोटच्या मुलांना सुट्टी अशी कधीच मिळायची नाही.

सत्ताधारी व विरोधी पक्ष

माओ-त्से-तुंग याची आई मात्र उदार मनाची मायाळू स्त्री होती. दाराशी आलेल्या भुकेकंगालांना कधी ती विन्मुख धाडीत नसे. फक्त अशा वेळी नवरा घरात असला तर तिचा नाईलाज होई. कारण भिक्षा घालणे या गोष्टीला माओ-जेन-शेंग याचा तत्त्वत: विरोध असे. भिक्षा घालणे हे ऐतखाऊंना उत्तेजन आहे असे त्याचे मत होते. या प्रश्नांवरून घरात त्याचे बायकोशी नेहमी वितंडवाद होत असत. माओ-त्से-तुंग सांगतो -

"आमच्या घरात दोन पक्ष होते. एक पक्ष वडिलांचा - हा सत्ताधारी पक्ष होता. विरोधी पक्षात मी, माझी आई, माझे भाऊ आणि कधीमधी आमचा शेतमजूर हा देखील सामील असे. मात्र आमच्या या संयुक्त आघाडीतही मतभेद होते. माझ्या आईचे सांगणे असे की, सत्ताधारी पक्षावर सरळ हल्ला करून चालणार नाही. गनिमी काव्यानेच लढले पाहिजे. आम्ही कधी वडिलांविरुद्ध भडकलो वा दांडगाई केली, तर ती म्हणे - 'आपल्या चिनी लोकांत असं वागत नाहीत.' "

माओ-जेन-शेंग हा हळूहळू जसजसा गबर होत चालला होता, तसतशी त्याची घरातली अरेरावी वाढत चालली होती. परंतु मुले आता मोठी झाली होती. मुले त्याच्या 'अरे' ला 'का रे' करू लागली. माओ-त्से-तुंगचा बाप त्याला नेहमी म्हणे, "तू आळशी आहेस आणि वयाला शोभेल असे कर्तृत्व तुझ्यात नाही !" पुष्कळ वेळा हे ऐकल्यानंतर एकदा माओ-त्से-तुंगने बापाला सांगितले :

“कन्फ्युशिअस म्हणतो की, मोठ्या माणसांनी प्रेमळपणाने व उदारपणाने मुलांना वागवावे. असे तुम्ही वागता का ? मोठ्या माणसांनीच लहानापेक्षा जास्त काम करायचे असते. माझ्यापेक्षा तुम्ही तिप्पट मोठे आहात. म्हणून तुम्हीच जास्त काम करायला हवे. मी तुमच्याएवढा होईन तेव्हा तुम्ही आज करता आहात त्यापेक्षा नक्की अधिक उत्साही राहीन.”

धमकी, परिणाम व निष्कर्ष

आपला तेरा वर्षांचा मुलगा आपल्याला असे ऐकवू लागलेला पाहून माओ-जेन-शेंग याने थोडा शहाणपणा दाखवायला हवा होता. परंतु त्याचा मुलावरचा राग अधिकच वाढला. एकदा घरी बरीच माणसे जमली असताना त्यांच्या देखत माओ-जेन-शेंग, माओ-त्से-तुंगला पुन: काही तरी लागेल असा बोलला. माओने उलट उत्तरे दिली व तो त्याच पावली घराबाहेर पडला. मागून त्याची आई धावत निघाली. तळ्याच्या काठावर जाऊन माओने आत्महत्त्येची धमकी दिली, तेव्हा बाप नरमला. पुन: अंगावर हात टाकणार नाही व इतरांच्या देखत अपमान करणार नाही, या अटींवर माओ-त्से-तुंग घरी परतला. या प्रसंगाचे सार सांगताना माओ सांगतो -

“आता माझे व वडीलांचे वितुष्ट संपले. यापासून मी हा धडा घेतला की, जेव्हा माझ्या हक्कांसाठी मी वडिलांविरुद्ध उघड बंड केले व प्रतिकाराला सज्ज झालो, तेव्हाच वडिलांनी लगेच नांगी टाकली ! जोपर्यंत मी गरीबपणाने सर्व सहन करीत होतो तोपर्यंत माझा मार आणि अपमान वाढतच चालला होता.”

बालपणातील जाण

लहानग्या माओने या प्रकरणातून एवढाच बोध काढला असता तर यानंतर हा मुलगा शेफारण्याची भीती होती ! परंतु शक्यतो यापुढे कुणाला आपल्या वागणुकीत दोष काढायला जागा राहणार नाही, अशा काटेकोरपणे आपले वर्तन या मुलाने आता आखून घेतले. पराजयापेक्षा जय पचवणे अधिक कठीण असते, या सूत्राची जाण अगदी बालपणातच या मुलापाशी आढळते.

पुढे मोठेपणी या प्रसंगावर भाष्य करताना माओ सांगतो - “विचार करता मला असे वाटते की, माझ्या वडिलांच्या अती कठोरतेनेच त्यांना नामोहरम केले. मी त्यांचा द्वेष करू लागलो आणि घरातील सर्वजण त्यांच्याविरुद्ध जाऊ लागली. पण मला वाटते, यामुळे माझा काही फायदाही झाला. मी माझ्या कामात अतिशय दक्ष झालो.”

माओचा बाप हा फक्त दोन वर्षे शाळेत गेलेला, अक्षरओळख काय ती असलेला शेतकरी होता. आईला तर अक्षरओळखही नव्हती. कुटुंबात हुषार असा यामुळे माओ-त्से-तुंगच ठरत चालला होता ! कुठलेही पुस्तक अभ्यासाला लावले की नावडते होते.

माओला शाळेत कन्फ्युशिअसची पुराणे शिकावी लागत. यामुळे या पुस्तकांविषयी त्याला विलक्षण तिटकारा निर्माण झाला. बापाने ही नीतिपुराणे कधीच वाचलेली नसल्याने, ती फारच थोर पुस्तके आहेत याविषयी त्याला संशय नव्हता ! प्राथमिक शिक्षण संपताच वयाच्या तेराव्या वर्षी माओची शाळा संपली व तो सर्व वेळ शेतावर काम करू लागला. फावल्या वेळात तो चिनी लेखकांची कहाण्यांची व कवितांची पुस्तके गोळा करून त्यांचा फडशा पाडीत असे. हे वाचण्यापेक्षा मुलगा नीति-पुराणे वाचील तर किती चांगले होईल, या विचाराने बाप त्याच्यावर रुष्ट असला तरी आता तो बोलत मात्र नसे.

लोककथा व प्रज्ञावंत

एकाच रुळलेल्या रस्त्याने हजारो माणसे येतात-जातात, परंतु एखाद्या प्रज्ञावंताला जे दिसते ते इतरांना जाणवत नाही. असंख्य मुले आणि चिनी तरुण चिनी लोककथा आणि कहाण्या वाचत होती, परंतु माओला त्यात काय आढळले ते पाहा :

''एके दिवशी मात्र अचानक असे लक्षात आले की, परंपरागत कथांत आणि कहाण्यांत एक गोष्ट विशिष्टपणे लक्षात येते ती ही की, या कथांत कुठेही शेतात राबणारा शेतकरी नाही ! इथे या कथांत योद्धे आहेत. दरबारी सरदार आहेत. विद्वान आहेत. शेतकऱ्यांचा मागमूस नाही ! एक-दोन वर्षे मी यावर विचार करीत होतो. आणि मग मी या कथांचे सूक्ष्म परीक्षण केले. मला असे लक्षात आले की, ही सर्व लढाया जिंकणारी दिग्विजयी माणसे प्रजेवर राज्य करणारी आहेत. त्यांना शेतात कधीच काम करावे लागत नाही ! कारण या जमिनीचे तेच मालक आहेत. त्यांच्याच तीवर अधिकार आहे आणि शेतकऱ्यांना तिथे काम करायला लावणे त्यांच्या हाती आहे.''

शिक्षणासाठी भांडण

असेच दिशाहीन वाचन चालू असताना, माओच्या हाती 'शेन-शिह-वेई-येन' (सावधान) हे पुस्तक आले. अनेक सुधारणावादी विचारवंत लेखकांचे लेख या पुस्तकात होते. विज्ञानाभिमुख झाल्याशिवाय चीनला तरणोपाय नाही, असे मत या पुस्तकात मांडलेले होते. रेल्वे, टेलिफोन, तारायंत्रे, आगबोटी, या गोष्टी देशात आणल्याखेरीज देशोद्धार अशक्य आहे, ही गोष्ट विद्वान लेखकांनी आग्रहाने यात प्रतिपादन केलेली होती.

या पुस्तकाने माओ अस्वस्थ झाला. आपण शिक्षण थांबवले हे काही चांगले केले नाही, या विचाराने त्याची झोप उडाली. शेतावर नुसत्या शारीरिक श्रमांचा त्याला उबग येत चालला. पुन: शिक्षण सुरू करावे, हा विचार प्रबळ झाला. अर्थात माओच्या बापाला हा विचार पसंत पडणे शक्यच नव्हते. बाप-लेकांचे भांडण झाले व माओ-

त्से-तुंग याने घर सोडले.

गावातल्या एका मित्राच्या घरी त्याने काही महिने काढले, आणि मग एका विद्वान गुरुजींच्या घरी तो स्नातक म्हणून राहू लागला. चीनमध्ये त्या वेळी जशा शाळा होत्या, तशीच गुरुकुलगृहे होती. गुरूजवळ राहावे व विद्या शिकावी अशीही सोय होती. माओने पुन: गावातल्या शाळेत नाव दाखल केले आणि शिवाय गुरुजींजवळ तो जुन्या पठडीतील पद्धतीने विश्वमान्य चिनी नीतिविषयक ग्रंथांचा अभ्यास करू लागला.

सनसनाटी बातमी !

हा पोरगा आता जाणता झाला होता. न्याय-अन्यायाचा, मानव-परमेश्वर संबंधांचा, असे अधिक खोलवर विचार या वेळी माओच्या मनात धुडगूस घालीत असत. एकदा शाळेच्या विद्यार्थ्यांबरोबर माओ शाळेच्या फाटकापाशी उभा असताना रस्त्यावरून चांगशाहून आलेले खूप धान्यव्यापारी घोळक्याने संतापून बोलत चालले होते. माओच्या कानांवर त्यांचे बोलणे आले. या व्यापाऱ्यांच्या भोवती झालेल्या कोंडाळ्यात माओ शिरला. चांगशा शहरात मोठी दंगल झाली आणि हे व्यापारी पळून आलेले होते. धान्यदुष्काळामुळे चांगशा शहरात अनेकजण उपाशी फिरत होते. चिडलेल्या भुकेकंगाल जमावाने गव्हर्नरांच्या निवासावर हल्ला करून, मांचू राजवटीचा ध्वज आदी सर्व निदर्शके फाडून टाकली होती. शहरात लुटालूट सुरू होताच, चळवळ करणाऱ्यांना सरकारी सेनेने पकडून त्यांची शिरे धडापासून वेगळी केली. या दंगलीमुळे व्यापारी शहराबाहेर पडले होते.

व्यापारी हळूहळू पुढे निघून गेले. माओ आणि इतर मुले या गोष्टीची चर्चा करू लागले. बहुतेकजणांची लुटालूट करणाऱ्यांबद्दल सहानुभूती व्यक्त झाली. तरी एखाद्या त्रयस्थाच्या दृष्टीनेच बहुतेकजण बोलत होते. या घडणाऱ्या घटनांचा आज ना उद्या आपल्या आयुष्यावर परिणाम होणार आहे, ही गोष्ट कुणालाच जाणवत नव्हती. फक्त या प्रकारातील सनसनाटी त्यांना आकृष्ट करीत होती इतकेच. माओच्या मनात मात्र या विचाराने खोल घर केले. जे चांगशा शहरात घडले तेच आज ना उद्या 'शाओ-शान'सारख्या आपल्या खेड्यातही घडू लागेल, याबद्दल त्याला शंका नव्हती.

मार्गाबद्दल साशंकता

पुढच्या वर्षी, नवे भात कापणी होऊन बाजारात येण्यापूर्वी, शाओ-शान येथे जुना तांदूळ बाजारात अदृश्य झाला. सधन शेतकऱ्यांकडे धान्यसाठे होते. त्यांच्या दाराशी गोरगरीब शेतमजूर धान्यासाठी दंगा करू लागले. माओचा बाप हा गावातले व आसपासचे धान्य गोळा करून विकण्यासाठी शहराकडे नेतो, ही गोष्ट सर्वांना माहीत होती. अगतिक झालेल्या भुकेल्या गावकऱ्यांनी माओच्या बापाने शहराकडे चालवलेले

धान्य वाटेत अडवून लुटले !

माओ मध्यंतरी पुन: घरी परतला होता. बापाने त्याच्या शिक्षणाला विरोध करण्याचे सोडून दिले होते. माओ सांगतो -

"आमचे विक्रीचे धान्य गावातल्या लोकांनी लुटल्याचे कळताच माझ्या वडिलांचा राग अगदी अनावर झाला. तरीही माझी सहानुभूती वडिलांकडे वळली नाही ! मात्र मला एवढेच वाटले की गावकऱ्यांनी ज्या मार्गाने धान्य हस्तगत केले तो काही चांगला मार्ग नाही."

म्हणजे ज्यांच्यापाशी धान्य आहे ते भुकेलेल्यांना मिळावे याबद्दल माओला आनंद झालेला होता, परंतु यासाठी दंडेली उपयोगात आणावी की नाही याबद्दल तो अजून साशंक होता.

नास्तिकता

या सुमारास त्याच्या शाळेतील एका शिक्षकाचा विलक्षण परिणाम माओवर घडत होता. हा शिक्षक धर्मावर कडक टीका करी. तो सांगे : "परमेश्वराची जरूर काय ? मंदिरे हवीत कशाला ? मंदिरांच्या शाळा करा. शिक्षण वाढू द्या !"

माओचा बाप हा नास्तिकच होता. परंतु माओची आई ही अतिशय भाविक स्त्री होती. बुद्धाची पूजा कधीही चुकत नसे. आपल्या मुलांनाही तिने बुद्धभक्त बनविले होते. यामुळे आपला बाप नास्तिक आहे, देवधर्माचे त्याला काही नाही, याचा विषाद माओ आणि त्याच्या छोट्या भावांच्या मनात नेहमी दाटलेला असे. माओ ८-९ वर्षांचा होता तेव्हा ही परिस्थिती होती. बापाला देवाकडे वळवण्याचे जे त्याच्या आईचे प्रयत्न असत, त्यात माओदेखील उत्साहाने भाग घेत असे. परंतु बापावर कसलाच परिणाम होऊ शकलेला नव्हता.

या बाबतीत मात्र आपण विचाराने बापाच्या अधिक जवळ गेलो आहोत, असे हळूहळू माओला आढळून आले. त्याचे स्वत:चे वाचन आणि शाळेतील या विलक्षण शिक्षकाचे सान्निध्य, याचा परिणाम घडून माओ हादेखील बापाप्रमाणे देवाचे सोपस्कार टाळू लागला. माओच्या आईला याचे फार वाईट वाटू लागले, की - हा पोरगादेखील बापाच्या वळणावर गेला !

कर्मधर्मसंयोग

माओने मनातून देव हाकलला असला, तरी त्याची जागा देशप्रेमाने भरून काढली होती ! जपानने कोरिया, फोर्मोसा या चिनी प्रदेशांचा कब्जा केला आणि इंडोचायनासारख्या या प्रदेशांवरील चीनचे स्वामित्व नष्ट करण्यात आले, या वार्ता येत होत्या. माओच्या मनात देशाच्या भवितव्याची काळजी दाटत चालली होती.

अंथरुणावर पडल्यावर देशाच्या बिकट अवस्थेच्या विचाराने त्याच्या डोळ्यांतून कढत अश्रूंची धार लागू लागली. माओचा बाप हा मात्र करून करून भागला आणि अखेर देवपूजेला लागलाच ! पादणाऱ्याला पावट्याचे निमित्त व्हावे, तसे झाले. एकदा अपरात्री घरी परतत असताना, रस्त्यावर वाघ समोर आला. हा वाघ आपल्याला खाणार अशी जवळजवळ खात्री झाल्याने, माओच्या बापाने देवाचा धावा सुरू केला. कर्मधर्मसंयोगाने वाघ आल्या वाटेने तोंड फिरवून निघून गेला. सगळा योगायोग ! परंतु या घटनेबरोबर माओचा बाप तासन् तास बुद्धापुढे बसून आता धूप जाळू लागला. माओच्या आईला, नवऱ्याचा गड अखेर हस्तगत झाला याबद्दल खरा आनंद झाला. रुखरुख होती ती एवढीच की, धर्माच्या पायाशी गड आला तरी माओ नावाचा सिंह काही आला नाही !

नवी शाळा

माओच्या आईचे माहेर 'त्सियांग-त्सियांग' या गावी होते. अधूनमधून तिच्या माहेरचे कुणी शाओ-शान येथे येत असे. माओचा एक मामेभाऊ याच सुमारास शाओ-शानला आला असताना, त्याने त्सियांग-त्सियांग येथे नव्यानेच सुरू झालेल्या शाळेची माहिती माओला सांगितली. या नव्या शाळेत मास्तर मारीत नसत. इतकेच नव्हे तर मुलांना अभ्यासाची गोडी लागावी म्हणून किती तरी गोष्टी करीत असत. या शाळेत शिक्षणाचा भर जुन्या नीतिग्रंथांवर नव्हता तर शास्त्र, गणित, भूगोल, जगाचा इतिहास, असे परदेशांत शिकवले जाणारे विषय येथे शिकवत असत. या शाळेत विद्यार्थ्यांची राहण्याची सोय पण केलेली होती.

या सर्व हकीगतीने माओच्या मनात या शाळेत जावे असे आले. आईपाशी धरणे धरून, बापाला थोडाफार नाराज करून, अखेर या शाळेत नाव घालण्याची परवानगी आणि पैसे त्याने वडिलांकडून मिळविले. या वेळी माओ १६ वर्षांचा होता. साल होते १९०९. घरापासून दूर असा तो यापूर्वी कधीच राहिलेला नव्हता. यामुळे शाओ-शानपासून ५० 'ली' (सुमारे १७ मैल) एवढ्या दूर जाण्याचा त्याचा पहिलाच अनुभवही होता.

ही शाळा प्रत्यक्ष पाहताच माओ अगदी थक्क झाला.

माओ सांगतो -

''अबब ! एवढी मुले शाळेसाठी एकत्र झालेली मी कधीच पाहिलेली नव्हती. बहुतेक मुले ही जमीनदार-सावकारांची होती. त्यांच्या अंगावर श्रीमंती झुळझुळीत कपडे होते. या शाळेत गरीब शेतकऱ्यांना आपली मुले पाठवणे परवडणारेच नव्हते. यामुळे माझ्या अंगावर इतरांच्या तुलनेने अगदीच साधेसुधे कपडे असत. खरे सांगायचे

तर माझ्यापाशी एकच जरा बऱ्यापैकी कोट आणि लेंगा होता. माझ्या अंगावर नेहमी ठिगळे लावलेले कोट व लेंगे असल्यामुळे इतर मुलांना मी नकोसा वाटत असे.

"माझा इतरांना तिटकारा वाटण्याचे आणखी एक कारण होते. मी काही मूळचा त्सियांग-त्सियांगचा नव्हतो. त्सियांग-त्सियांग प्रांतातला आणि त्यातल्या त्यात विशिष्ट जिल्ह्यातला मुलगा असणे हे अभिमानाचे समजले जाई. या वातावरणामुळे माझ्या चित्तवृत्ती कधीच उल्हसित नसत."

शाळेत मात्र लवकरच माओवर त्याचे शिक्षक निहायत खूष झाले. जुन्या नीति-पुस्तकांचा त्याचा अभ्यास गुरुगृही झालेला होता. यामुळे माओचे विशेषकरून निबंध मोठे भारदस्त भाषेतील असत. यामुळे शिक्षकांना त्याचे विशेष कौतुक वाटे.

परदेशी शिक्षण घेऊन आलेले शिक्षक हे तर नव्या शाळेचे वैशिष्ट्य होते. एक शिक्षक जपानमध्ये शिक्षण पुरे करून आलेले होते. तिकडे असताना त्यांनी आपली केसांची वेणी कापून टाकली होती. परंतु शाळेत विद्यार्थ्यांपुढे शिकवताना हे शिक्षक केसांची कृत्रिम लांब वेणी घालून येत. वर्गातील मुले या 'गंगावनी' शिक्षकाला खूप हसत असत. त्यांची टिंगलही चाले. परंतु एकदा हा शिक्षक इंग्रजी व संगीत हे आपले विषय शिकवू लागला की मुले मंत्रमुग्ध होत असत.

शाओ-शान येथील घराच्या सुरक्षित कोषातून बाहेर पडताच माओच्या ठिकाणचा बाल्यसुलभ भोळेपणा आणि जुन्या नीतिपुराणांच्या अध्ययनाने अंगावर पुढे चढलेले कृत्रिम गांभीर्य गळून पडू लागले. नव्या विचारांचे वारे अंगावर खेळू लागताच त्याच्या ठिकाणच्या देशप्रेमाच्या कक्षा झपाट्याने रुंदावू लागल्या. माओ आठवणीत सांगतो :

देशप्रेमाच्या कक्षा

"मला आठवते, याच वेळी मी सम्राट आणि राजमाता येहोनाला यांची नावे प्रथम ऐकली. ही दोघे निधन पावली होती व नवा सम्राट 'प्यू-यी' हा गादीवर येऊन दोन वर्षे झाली होती. मी अजून सम्राटविरोधी झालेलो नव्हतो. उलट सम्राट आणि सर्व राज्यकारभार करणारे अधिकारी, हे सर्व प्रामाणिक, कुशाग्र व चांगली माणसेच आहेत असा माझा ग्रह होता. फक्त या लोकांनी कँगची मदत घेऊन काही सुधारणा कराव्या म्हणजे झाले ! इतर देशांचा इतिहास व भूगोल याविषयी याच शाळेत मी थोडेफार प्रथम शिकलो. अमेरिका आणि तिथे झालेले स्वातंत्र्ययुद्ध याची हकीगत मी एका लेखात वाचली. या लेखात एक असे काही तरी वाक्य होते : 'आठ वर्षांच्या खडतर झुंजीनंतर वॉशिंग्टनने विजय मिळवला व आपला देश उभा केला.' 'जगातले थोर पुरुष' (Great Heroes of the World) या पुस्तकात मी नेपोलियन, रशियन कॅथरिन, पीटर दि ग्रेट, वेलिंग्टन, ग्लॅडस्टन, रूसो, आणि लिंकन यांच्यासंबंधीही काही वाचले.

"कँग-यू-वेई याच्या सुधारक चळवळीसंबंधीचे विचार लियांग-चि-चाओ याने 'जर्नल ऑफ दि न्यू पीपल' या पुस्तकात संपादित केले होते. हे पुस्तक मी इतक्या वेळा वाचले की ते मला जवळजवळ तोंडपाठ होते. कँग आणि लियांग यांचा तर मी अगदी भक्तच बनलो."

चलो चांगशा

चीनच्या तत्कालीन राजकारणात चांगशा शहराला मोठेच महत्त्व मिळत चालले होते. हसियांग नदीच्या काठावर वसलेले चांगशा शहर हे हुनान प्रांताचे राजधानीचे शहर होते. लाकडावर आणि बांबूवर नक्षीकाम करणाऱ्या कलावंतांचे आणि कापडावर तऱ्हेतऱ्हेची रेशमी कलाकुसर करणाऱ्या कारागिरांचे चांगशा हे माहेरघर होते. हुनान प्रांतातून ठिकठिकाणचा माल घेऊन आलेल्या गलबतांनी हसियांग नदीचे पात्र नेहमी गजबजलेले असे.

राजकारण, कला, शिक्षण आणि व्यापार या सर्व गोष्टींचे आश्रयघर असलेल्या या शहरात आपण जावे, असा विचार माओच्या अधिक प्रगल्भ मनात आता सारखा डोकावू लागला.

चांगशा येथे त्सियांग-त्सियांग प्रांतातील मुलांसाठीच चालवलेली उच्च शिक्षणाची शाळा होती. माओच्या एका शिक्षकाने या शाळेत त्याला प्रवेश मिळवून देण्याचे जेव्हा आश्वासन दिले तेव्हा माओने ठरवून टाकले, "पुढचे पुढे पाहू, प्रथम आता चांगशा गाठायचे."

चांगशा हे गजबजलेले राजधानीचे शहर शाओ-शानपासून सुमारे चाळीस मैल दूर होते. शहरी जीवनाविषयी खेडवळांच्या मनात जे विलक्षण कुतूहल असते, तसेच कुतूहल माओला होते. चार-साडेचार लाख वस्तीच्या अशा मोठ्या शहरात त्याचे पाऊल प्रथमच पडणार होते.

माओपाशी जो एक बऱ्यापैकी बंद गळ्याचा कोट होता तो आणि पायजमा त्याने चांगशाला निघताना अंगावर चढवला. केसांची भला मोठी दुपदरी वेणी पाठीवर सोडलेली होती. खांद्यावरच्या काठीला मोठी वळकटी अडकवून चांगशाला माओ पायीच निघाला होता. तेथील एका प्राथमिक शाळेत प्रवेश मिळाल्याचे पत्र त्याच्यापाशी खिशात होते.

शाळेत प्रवेश मिळण्यात मुळीच अडचण पडली नाही. या शाळेत आता काही वर्षे बिनघोरपणे ज्ञानोपासना करता येईल, अशी उमेद माओला वाटत होती. वडिलांनी पैसे पाठविण्याचे मान्य केले होते, शाळा मनासारखी होती. परंतु विधिलिखित निराळे होते. फक्त सहाच महिने या शाळेत माओला काढता आले. कारण राजकीय घटना

देशात विद्युतवेगाने घडत होत्या आणि यापासून अलिप्त राहणे, निदान चांगशा शहरातील देशभक्त विद्यार्थ्याला तरी अशक्य होते.

वुचांग शहराच्या दक्षिणेला लागूनच चांगशा शहर होते. डॉ. सन्यत्-सेनच्या 'टुंग-मेंग-हुई' या संघटनेच्या क्रांतिकारक सदस्यांनी, दक्षिण चीनमधील क्रांतिकारक उठाव यश देत नाही असे पाहून आपल्या हालचालीचे केंद्र मध्य चीनमध्ये आणले व वुचांग-हनियांग या भागात क्रांतिकारकांचे मोहोळ जमा झाले, ही सर्व हकीगत सांगितलेली आहे. १९११ मध्ये झालेल्या या क्रांतीचे नेतृत्व करण्यासाठी डॉ. सन्यत्-सेन मायदेशी आलेला होता. नानकिंगला त्याने सरकार स्थापन केले व अखेर युवानबरोबर समझोता करून १२ फेब्रुवारी १९१२ या दिवशी चीनमधील बादशाही राजवट इतिहासजमा झाली, हा सर्व इतिहास घडत होता तेव्हाचा तो काळ आहे.

चांगशा येथे शिक्षणासाठी या वेळी दाखल झालेल्या माओ-त्से-तुंग या तरुण मुलावर या घटनांचे काही परिणाम होणे अपरिहार्य होते. सुदैवाने माओने स्वत:च आपला चांगशा येथील सहा महिन्यांचा कालखंड वर्णन करून ठेवलेला आहे. तेव्हा त्याच्याच शब्दांत तो काय सांगतो ते पाहू. माओ लिहितो :

"चांगशा येथे मी पहिले वृत्तपत्र 'मिन-लि-पाओ' वाचले. या दैनिकाच्या अंकात कॅन्टोन येथे सुरू झालेल्या बंडाची हकीगत दिलेली होती. या वेळी हे पत्र यु-यूजेन चालवीत असत. पुढे हे गृहस्थ कोमिन्टांग पक्षाचे मोठे पुढारी झाले. या पत्रातील कॅन्टोन उठावाच्या हकीकती वाचून मी इतका बेचैन झालो की, त्या सपाट्यात मी एक लेख लिहिला आणि तो शाळेच्या भिंतीवर चिकटवला. माझ्या राजकीय मताचे हे पहिलेच प्रदर्शन होते. कँग व लियांग या दोघांविषयीचा माझा ओढा मुळीच कमी झालेला नव्हता. मात्र या दोघांमधील मतभेदांचे स्वरूपही मला समजले नव्हते. म्हणून मी माझ्या या लेखात असे प्रतिपादन केले की, सन्यत्-सेन यांना जपानमधून बोलावून नव्या सरकारचे अध्यक्ष करावे, कँग यांना पंतप्रधान, आणि लियांग यांना परराष्ट्रमंत्री !"

सैनिक माओ

कॅन्टोन येथील उठावाबरोबर मांचूविरोधी लाट विद्यार्थ्यांत पसरली. मांचू राजे चिनी प्रजाजनांना डोक्यावरचे केस कापू देत नसत. पुरुषांच्या डोक्यावरच्या या वेण्यांविरुद्ध पहिले बंड उसळले. माओ आणि त्याच्या मित्रांनी डोक्यावरच्या वेण्या कापून टाकल्या, आणि मग एके दिवशी आणखी दहा विद्यार्थ्यांच्या डोक्यांवरचा हा मांचू राजवटीचा शाप, माओ आणि त्याच्या मित्रांनी बळजबरीने नाहीसा केला. त्सियांग-त्सियांग येथील शाळेत असताना जो मुलगा केसांची कृत्रिम वेणी घालणाऱ्या 'गंगावनी' शिक्षकाला हसत होता, तोच मुलगा चांगशाच्या शाळेत येताच, काही महिन्यांतच

स्वत:ची आणि इतरांची केसांची वेणी कापून टाकण्याइतका बदलला. एखादा राजकीय विचारच माणसात असा मोठा विचारपालट पाहता पाहता घडवून आणू शकतो.

कॅन्टोन पाठोपाठ वुहान (वुचांग आणि हँकौ ही दोन्ही शहरे या एका नावात समाविष्ट होतात.) येथे उठाव झाल्यानंतर, हुनान शहरात लष्करी कायदा पुकारला गेला. प्रांतांचा राजकीय रंग झपाट्याने बदलू लागला होता. माओच्या शाळेतच एक क्रांतिकारक एके दिवशी दुपारी आला व मुख्याध्यापकांच्या परवानगीने त्याने विद्यार्थ्यांपुढे भाषण केले. या भाषणात त्याने मांचू राजवटीविरुद्ध सुरू झालेल्या युद्धात सामील होऊन, प्रजासत्ताक चीनसाठी आवाहन केले.

या भाषणाचा माओवर मोठाच परिणाम झाला व तो शाळा सोडून सैन्यात दाखल झाला. चांगशा शहरात क्रांतिकारकांचे सरकार निर्माण झाले होते. माओला महिना सात डॉलर इतका पगार मिळू लागला. हाती पैसा येताच माओने वृत्तपत्रे खरेदी करून वाचण्यास सुरुवात केली. सुरू झालेल्या क्रांतीची चर्चा या पत्रांतून होत असे. सोशॅलिझम (समाजवाद) हा शब्द माओला आता ओळखीचा झाला. समाजवादी उलट-सुलट होणारी चर्चा त्याला आकर्षू लागली होती.

माओ क्रांतिसेनेत दाखल झाला आणि लवकरच त्याची तुकडी चांगशाबाहेर लढाईसाठी पडणार होती. तेवढ्यात सन्यत्-सेन व युवान-शिह-काई यांच्यात मागे सांगितल्याप्रमाणे समझोता झाला (१९१२). उत्तर व दक्षिण चीनमधील संघर्ष तात्पुरता संपला. नानकिंग सरकार बरखास्त झाले. आता क्रांती संपली या कल्पनेने माओने सहा महिन्यांच्या शिपाईगिरीनंतर राजीनामा दिला. या वेळची मन:स्थिती वर्णन करताना माओ सांगतो :

"मी वृत्तपत्रांतील जाहिराती वाचू लागलो. पुष्कळ नव्या नव्या शाळा या वेळी निघू लागल्या होत्या, व त्या जाहिराती देत असत. माझे नेमके काय करायचे हेच ठरत नव्हते. पोलिस शिक्षणाची शाळा निवडली. प्रवेशासाठी अर्जही केला. परंतु माझी निवड होण्यापूर्वीच मला साबण तयार करण्याच्या शाळेची जाहिरात वाचायला मिळाली. या शाळेत फी नव्हती. राहायला फुकट जागा होती आणि शिवाय पगारदेखील होता. जाहिरातीत साबणाचे सामाजिक फायदे सांगितले होते ! आणि साबणाच्या धंद्यामुळे लोक कसे श्रीमंत होणार आहेत याचे चित्र रंगवलेले होते. मी लगेच विचार पालटला, आणि एक डॉलर भरून या साबण शिक्षणाच्या शाळेत नाव नोंदवले. ही शाळा सुरू व्हायला काही दिवस होते, तेवढ्यात माझ्या काही मित्रांनी कायदा शिकवणाऱ्या शाळेत चलण्याचा आग्रह सुरू केला. तीन वर्षांत मँडारिन होण्याचे स्वप्न मी पाहू लागलो. एक डॉलर भरून या शाळेत मी नाव नोंदवले आणि घरी पत्र लिहिले. नशिबात

ही शाळादेखील नव्हती ! इतर काही मित्र सांगू लागले की, यापुढे देशाची आर्थिक उन्नती करायची तर देशाला अर्थशास्त्रज्ञांची गरज लागणार. अर्थशास्त्रज्ञाला खूप 'स्कोप' आहे ! शेवटी मी 'कमर्शियल मिडल स्कूल' या शाळेत दाखल झालो !''

मुलगा व्यापार शिक्षणाच्या शाळेत जाऊन हिशोब वगैरे शिकणार, हे ऐकून माओचा बाप खूष झाला ! माओ-जेन-शेंग याने मुलाला या उच्च शिक्षणासाठी पैसे पाठवणे सुरू केले. या शाळेत नवीनच अडचण उपस्थित झाली. इथे सर्व विषय इंग्रजी माध्यमातून शिकविले जात असत. माओला इंग्लिश बेताचेच येत होते, यामुळे महिनाभरात तो वैतागला. त्याने पुन: शाळा सोडून दिली.

स्वशिक्षणाचा प्रयोग

पुनश्च हरि: ॐ ! जाहिराती पाहणे सुरू झाले. आता सर्व शाळा सुरू झाल्या तेव्हा धावत पळत माओने 'फर्स्ट प्रॉव्हिन्शिअल मिडल स्कूल' या शाळेत प्रवेश मिळविला. ही शाळा खूप मोठी होती. शिक्षकही चांगले होते. परंतु जे शिकविले जात होते ते अगदीच प्राथमिक ज्ञान होते ! माओचे मन शाळेत रमेना. त्याने शाळेला रामराम ठोकला आणि ठरविले की, आता स्वत:चे शिक्षण स्वत:च करायचे ! तो सांगतो :

''मी अखेर या निर्णयावर आलो की, स्वत:च वाचावे व शिकावे हे उत्तम ! सहा महिने मी तथाकथित शाळेत काढले होते. आता मात्र मी विद्यार्जनाचे वेळापत्रक स्वत:च तयार केले. 'हुनान प्रॉव्हिन्शिअल लायब्ररी'त मी रोज वाचन करू लागलो. रोज नियमितपणे सहा महिने हे जे स्वशिक्षण मी केले ते अतिशय अमूल्य होते. सकाळी वाचनालय उघडताच मी आत शिरत असे. दुपारी भाताच्या दोन मुदा पोटात घालण्यापुरताच मी बाहेर पडत असे. माझा रोजचा आहार एवढाच काय तो मी ठेवला होता. पुन: जो मी वाचावयास बसे तो वाचनालय बंद होईपर्यंत.''

हे अमूल्य स्वशिक्षण कोणत्या ग्रंथांमुळे झाले, हे सांगताना माओ म्हणतो :

''मी खूप पुस्तके वाचली. जगाचा भूगोल अभ्यासला. जगाचा इतिहास वाचला. याच ठिकाणी प्रथम मी जगाचा नकाशा उत्सुकतेने निरखून पाहिला. ॲडम स्मिथचे 'वेल्थ ऑफ नेशन्स', डार्विनचे 'ओरिजिन ऑफ स्पेसिज्', याचबरोबर स्टुअर्ट मिल, रूसो, स्पेन्सर यांची पुस्तके मी वाचून काढली. रशिया, अमेरिका, इंग्लंड, फ्रान्स आणि इतर अनेक देशांच्या इतिहासाचा अभ्यास चालू असताना मी अधूनमधून कथा-कादंबऱ्या आणि ग्रीक देशातील पुराणकथाही वाचीत असे.''.

जवळ थोडेफार पैसे शिल्लक असल्याने पाचसहा महिने स्वयं शिक्षणाचा हा प्रयोग माओ चालू ठेवू शकला. माओच्या बापाला जेव्हा हे कळले की पोराने शाळा सोडली आहे, तेव्हा त्याने पैसे पाठवणे ताबडतोब बंद करून टाकले. मध्यमवर्गीय माणसाला

...चा शिक्षण बंद करतो ही गोष्ट भयानक वाटते. शालेय शिक्षणाव्यतिरिक्त या जीवनात काही महत्त्वाचे असू शकते, असे मध्यमवर्गीयाला कधीच वाटत नाही. यामुळे माओच्या बापाचे फारसे चुकले असे म्हणता येत नाही. परिणामी माओला दुपारची भ्रान्त भेडसावू लागली. बापाचे पैसे सुरू होतील असेच काहीतरी करण्यावाचून गत्यंतर नाही, ही गोष्ट ध्यानी येताच त्याने पुन: जाहिराती धुंडाळायला सुरुवात केली.

'हुनान नॉर्मल स्कूल' या शाळेच्या जाहिरातीत जेवण्याराहण्याची अल्प खर्चात सोय व शाळेत फी नाही, अशा दोन सोयिस्कर गोष्टी माओला आढळल्या. वडिलांना माओने पत्र लिहून या शाळेत दाखल होण्याचा आपला बेत कळवला. हा वीस वर्षांचा वाढलेला घोडा फुकट जातो की काय, अशा काळजीत पडलेल्या माओच्या बापाने माओचा शिक्षण सुरू करण्याचा विचार उचलून धरला व पुन: पैसे पाठवण्यास सुरुवात केली.

या शाळेने माओच्या विचारात प्रगल्भता आणली. या शाळेतही त्याची बंडखोरी लोप पावलेली नव्हती. शाळेमध्ये विद्यार्थ्यांना आवड असो वा नसो, अनंत विषय प्रत्येक विद्यार्थ्याच्या डोक्यात कोंबण्यात येत असत. चित्रकलेची आवड असो वा नसो, ड्रॉईंग काढलेच पाहिजे ! या शाळेत ऑब्जेक्ट ड्रॉईंग, मेमरी ड्रॉईंग प्रत्येकाला काढावेच लागे. याविरुद्ध माओ बरीच गडबड करी. एकदा मास्तरांनी परीक्षेत सूर्योदय रंगवायला सांगितला. माओने कागदावर एक सरळ रेषा ओढली आणि एक अर्धवर्तुळ उपडे काढून हा पठ्ठ्या पेपर टाकून चालता झाला. खाली लिहिलेले होते 'सूर्योदय'. दुसऱ्या पेपरात अंडे काढावयाचे होते. माओने एक दाबलेले वर्तुळ काढले, आणि खाली लिहिले - 'अंडे'. अर्थात या विषयात नापास होऊनही इतर विषयांतील चांगल्या मार्कांमुळे माओचे वर्ष फुकट जात नव्हते.

शिष्याला गुरू भेटला

शाळेतील एका शिक्षकाविषयी माओला विलक्षण आदर वाटे. या अध्यापकाचे नाव होते डॉ. यांग-चेन-ची. या शिक्षकाविषयी माओ सांगतो :

"माझ्यावर एका शिक्षकाचा विलक्षण पगडा होता आणि ते शिक्षक म्हणजे यांग-चेन-ची. हे शिक्षक इंग्लंडमधून जाऊन आलेले होते. आम्हाला ते नीतिशास्त्र शिकवत असत. गृहस्थ मोठा ध्येयवादी आणि अत्यंत सज्जन वृत्तीचा होता. नीतितत्त्वावर त्याची अढळ श्रद्धा होती. विद्यार्थ्यांच्या मनात ही तत्त्वे रुजावी आणि हे सर्व विद्यार्थी समाजाभिमुख असे न्यायी, नीतिमान आणि गुणवान नागरिक व्हावे, यासाठी त्याची अहर्निश धडपड असे. त्याच्याच मार्गदर्शनाखाली नीतिशास्त्रावरील एक ग्रंथ अभ्यासून मी एक मोठा निबंध लिहिला. विषय होता : "The energy of the mind"

(मानसशक्ती). माझ्या या लेखनाचे प्राध्यापक यांग-चेन-ची यांनी अतिशय कौतुक केले.''

एप्रिल १९१७ मध्ये प्रसिद्ध केलेल्या या प्रबंधात सुरुवातीलाच माओने शरीरसंपत्तीचे ऐश्वर्य वर्णन केले आहे. तो लिहितो : ''देशाला ताकद हवी आहे, पण लष्करी वृत्तीचा तर इथे अधिक्षेपच चालू आहे. लोकांची शारीरिक स्थिती दयनीय होते आहे. हे असे फार काळ चालले तर भयावह आहे. आपल्या शारीरिक सामर्थ्याची वाढ हे अंतर्गत कार्य आहे. आपली शरीरे सुदृढ नसली तर शत्रूचे सैनिक पाहताच आपली गाळण उडेल ! मग कसली ध्येयसिद्धी - आणि जगात कोण आपल्याला मानाने वागवणार आहे ?''

पदयात्रेचा हव्यास

हुनानच्याच शाळेत शिकत असताना 'मिन-पाओ' या दैनिकाच्या एका अंकात दोन चिनी विद्यार्थ्यांनी तिबेटच्या सरहद्दीपर्यंत पायी भ्रमंती केली होती, त्याची हकीकत छापून आली होती. ती माओने वाचली. आपणही पायी हिंडून आपल्या मातृभूचा निदान निकटचा भाग पाहावा असा निश्चय माओने केला. आणखी एका विद्यार्थ्याला या पदयात्रेसाठी माओने तयार केले. या विद्यार्थ्याचे नाव होते त्सि-आवो-यू. प्रवासात वाहनापायी दिडकी खर्च करायची नाही या निर्धाराने माओ व यू हे दोघे भ्रमंतीला बाहेर पडले. पाच जिल्ह्यांत माळरानातून आणि डोंगर-दऱ्यांतून दोघांनी पदयात्रा केली. कुणा शेतकऱ्याच्या ओटीवर झोपावे, कुणी भाकर-तुकडा देईल तो खावा अशा पद्धतीने हा सर्व प्रवास दोघांनी केला.

देशातली हलाखी आणि शेतकऱ्यांची परिस्थिती स्वत: हिंडून पाहात असताना, माओच्या मनात आपल्या देशासाठी आपण निर्धारपूर्वक काही केले पाहिजे, हा झपाटणारा विचार वाढत होता. देशप्रेमाचा गर्भ एकटाच वाढू शकत नाही. सारख्या विचारांची, त्यागाला मागेपुढे न पाहणारी माणसे एकत्रित करण्याचे डोहाळे त्याला सुचू लागतात. जाहिराती देऊन अशी माणसे कधी मिळतात का ? परंतु जाहिरातीचे युग सुरू झाले होते. सर्व काही जाहिराती देऊन होत असेल तर पाहू, असा विचार करून माओने वृत्तपत्रांत जाहिरात दिली -

''तरुण पाहिजेत !

कणखर, निश्चयी आणि देशासाठी वाटेल तो त्याग करण्यास सिद्ध असणाऱ्यांनीच लिहावे.

पत्ता : माओ-त्से-तुंग, हुनान नॉर्मल स्कूल.''

साडेतीन शहाण्यांनी जाहिरातीला प्रतिसाद दिला ! यातले तीन पुढे कम्युनिस्ट

पार्टीतही दाखल झाले. ली-लिसान नावाचा एक तरुण माओला भेटायला आला. माओची सगळी बडबड त्याने ऐकली आणि मग काही न बोलता स्वारी निघून गेली ! हा तरुण आला का आणि गेला का हे माओला कळलेच नाही !

माओच्या लक्षात आले की, जाहिरातीची वाट पाहात देशातले तरुणांचे कर्तृत्व अडून बसले आहे अशातली मुळीच गोष्ट नाही. हा कुणी ली-लिसान आला आणि आपली बडबड शांतपणे ऐकून चालता झाला ! त्याला जणू म्हणायचे होते की, चार पैशांची भांग घेतली तर देशहिताच्या याहून सरस योजना काढता येतील ! आपल्या आसपास वावरणाऱ्या आणि सहवासात आलेल्या मित्रमंडळीतूनच आपल्या संघटनेचा श्रीगणेशा करणे भाग आहे, असा माओने मनाशी आडाखा बांधला. ही माणसे नसतील पुरेशी कर्तृत्ववान, पुरेशी हिंमतीची, वा भल्या दानतीची. नसेनात ? संघटना वाढेल तशी योग्य माणसेही मिळत जातील.

माओचे जे विद्यार्थीमित्र होते, त्यांच्याशी विचारविनिमय करून माओने त्सि-मिन-त्सू-हुई (नवजात अभ्यास केंद्र) या नावाने एक मंडळ स्थापन केले. या मंडळात जे विद्यार्थी दाखल झाले त्यांच्यासंबंधी व या मंडळासंबंधी माओ सांगतो :

"अतिशय गंभीर वृत्तीचाच हा लहानसा गट होता. बाष्कळ चर्चा करण्यात आम्हांला रस नव्हता. जे काही करायचे वा बोलायचे त्याला काही निश्चित हेतू नेहमी असे. प्रेमचेष्टिते किंवा प्रणयासाठी आम्हाला वेळ नव्हता. देशाचे दिवस खडतर, अशा वेळी पोरीबाळींची चर्चा वा खासगी भानगडी यांत कालापव्यय करण्याची ही वेळ नव्हती. माझ्या आई-वडिलांनी माझे लग्न वयाच्या चौदाव्या वर्षीच उरकले होते. त्या वेळी बायको होती वीस वर्षांची ! पण तिच्याबरोबर तोपर्यंत मी कधीच नांदलो नव्हतो आणि पुढेही ती वेळ आली नाही. मी तिला आपली बायको समजतच नसे. यामुळे तिचा विचारदेखील माझ्या मनात कधी येत नसे. वस्तुतः आमच्या वयाच्या तरुण मुलांच्या जीवनात स्त्री-सौंदर्य या वेळी केवढा पिंगा घालीत असायचे ! परंतु हा विषय तर आम्हाला वर्ज्य होताच, शिवाय जीवनातल्या इतर सामान्य गोष्टींची चर्चाही आम्ही कधी करत नसू. माझ्या मित्रांचे आणि माझे चर्चेचे विषय असत - माणसाची प्रवृत्ती, मानवी समाजाचे रूप - चीनमधल्या, विश्वातल्या !"

असे मोठाले विचार पेलणारी शरीरे कशी होती ? सर्वसाधारणपणे सामाजिक व राजकीय अभ्यासमंडळांत चर्चेसाठी गर्दी करणाऱ्यात नाजूक तरुणच अधिक असतात, असा अनुभव आहे. जिथे शतकानुशतके फक्त चर्चाच अभिप्रेत असते, तिथे हे ठीक असते ! माओच्या अभ्यास केंद्रात जमा होणाऱ्या तरुणांचा बलोपासनेवर कटाक्ष होता. उन्हातान्हातून भटकावे, ओढे-नद्या पोहून पार कराव्या, डोंगरदऱ्या धुंडाळाव्या, कडक

थडीत उघड्याने निजावे, अशा सर्व तऱ्हेच्या शारीरिक कष्टांनी प्रत्येकाने आपले शरीर काटक व ठणठणीत केले पाहिजे, यावर कटाक्ष होता. माओला पुढे जेव्हा 'लाँग मार्च' मध्ये कणखर शरीरसंपत्तीची जरूर भासली, तेव्हा या कालखंडातील ही शरीरतपस्या त्याच्या कामी आली. या 'लाँग-मार्च'ची हकीकत पुढील निवेदनात येणार आहेच.

राजकारण म्हणजे निवडणुका नाहीत

या अभ्यासमंडळाच्या चर्चेत राजकारणात प्रत्यक्ष भाग घेण्याचा विचार पुढे येत असे. प्रत्यक्ष भाग म्हणजे निवडणुका लढवणे ! माओने सांगितले, "निवडणुका हा पैशाचा खेळ आहे. निवडून येण्यासाठी पैसा हवा, लागेबांधे हवेत ! आपल्यासाठी हा मार्ग नाही." यावर मग, करावयाचे काय हा प्रश्न विचारताच माओने सांगितले, "लियांग-शान-पो वीरांनी जे केले ते करा !" त्या वेळी गाजत असलेल्या एका चिनी कादंबरीतील एका डोंगरमाथ्यावरील दुर्गाचे नाव होते, लियांग-शान-पो. या किल्ल्याच्या आश्रयाने कादंबरीतील स्वातंत्र्यवीर लढतात, असे कादंबरीत दाखवले होते.

अभ्यास-केंद्राचा व्याप माओने हळूहळू वाढविला. इतर शहरांतून आणि गावांतून मित्रांशी आणि विद्यार्थीवर्गाशी माओने पत्राद्वारे संपर्क साधला. सुमारे ७०-८० सभासद माओच्या संघटनेत दाखल झाले. लो-मान, त्सिया-त्सी, कुवो-लियांग, त्साही-हो-शेंग हे पुढे नाणावलेले कम्युनिस्ट नेते या पहिल्या काही सभासदांतूनच पक्षाला उपलब्ध झाले. यातले बरेचसे अर्थात १९२७ च्या यादवीत पुढे मारले गेले.

माओने निर्माण केलेल्या चांगशा येथील या मंडळाप्रमाणेच शांघाय, हँगचौ, हँकौ, तिअनस्टिन अशा ठिकठिकाणी तरुणांची मंडळे निर्माण झाली होती. या सर्वांचे पितृत्व माओकडे अर्थात जात नाही. ही किमया घडवली होती एका नव्या वाङ्मयीन मासिकाने. माओ स्वत: या नियतकालिकाचा गौरव करताना सांगतो :

"या सर्व मंडळांच्या निर्मितीचे श्रेय 'न्यू यूथ' (त्सिन-चिंग-निएन) या सुप्रसिद्ध वाङ्मयीन नियतकालिकाकडे जाते. या मासिकाच्या प्रेरणेनेच ही मंडळे स्थापन झाली होती. वाङ्मयात जी नवी पहाट होत होती त्याचे हे नियतकालिक अग्रदूत होते. नॉर्मल स्कूलमध्ये विद्यार्थी असतानाच मी हे मासिक वाचू लागलो. याचे संपादक होते चेन-तू-त्सियू. संपादकांचे व हू-शिह यांचे या मासिकातील लेखन मला फार आवडे. लियांग व कँग या दोघांची विचारसरणी आता मी भिरकावून दिली होती.

"या वेळी माझे मन हे नाना विचारांचे चमत्कारिक मोहोळ झाले होते. उदार-मतवादाची कल्पना, लोकशाही मार्गाने होणाऱ्या सुधारणांचा विचार आणि आदर्श समाजवाद, ही सगळी गुंतागुंत होऊन मनात रुतली होती. १९ व्या शतकातील या

नव्या लोकशाही कल्पनांविषयी, आदर्श राज्यव्यवस्थेविषयी आणि जुन्या-पुराण्या उदारमतवादाविषयी माझ्या मनातील आत्मीयता अस्पष्ट असली, तरी एक मात्र निश्चित, की मी पक्का साम्राज्य विरोधी व लष्करशाहीविरोधी झालेलो होतो !''

असे हे चार दैत्य

१९१७ सालात आपल्या मनाची काय स्थिती होती हे सांगणारे हे निवेदन माओने जवळजवळ वीस वर्षांनी केलेले आहे. परंतु १९१७ साली तो नीतिशास्त्राची पुस्तके वाचीत असे. त्याच्या एका पृष्ठावर समासात त्याने लिहिलेले आहे :

''व्यक्तिस्वातंत्र्याची गळचेपी यासारखा मोठा गुन्हा नाही. याकरिता आपल्या लोकांभोवतालच्या तिन्ही शृंखला तर तुटल्या पाहिजेतच, परंतु धर्म, भांडवलदार, आणि सरंजामदार मिळून या साम्राज्यशाहीचे हे चारी दैत्य नाहीसे केले पाहिजेत.''

धर्म, भांडवलशाही आणि सरंजामशाही याबरोबर माओ ज्या त्रिशृंखला म्हणतो, त्या म्हणजे कन्फ्युशिअसने उदो उदो केलेली तीन नाती. राजा-प्रजा, मुलगा-बाप, आणि नवरा-बायको ! या तिन्ही नात्यांचा अत्यंत कटू अनुभव माओला तोपर्यंत आलेला होता.

धर्म, भांडवल आणि सरंजामशाही या तिन्ही गोष्टींचा हा स्पष्ट उल्लेख माओने प्रथमच केलेला आढळतो. समाजात आमूलाग्र क्रांती झाली पाहिजे, या विचाराकडे माओ वळत असल्याचे हे चिन्ह होते. 'हुनान नॉर्मल स्कूल' यातील 'स्कूल' हा शब्द शाळा या अर्थाने घ्यायचा नसून तो कॉलेज या अर्थाने घ्यायचा आहे. कारण त्या वेळी शाळा म्हणजे चिनी गुरुकुले व 'स्कूल' म्हणजे धंदे-शिक्षणाची वा उच्च शिक्षणाची कॉलेजे असा अर्थ होत असे. नॉर्मल स्कूलमध्ये १९१२ ते १९१८ अशी सात वर्षे माओने काढली. अखेरच्या वर्षांत तो शिकत असतानाच शाओ-शान येथे त्याची आई निधन पावली. आता शाओ-शानला परतण्यात त्याला काही स्वारस्य नव्हते. बाप हा फक्त पैसे पाठविणारी बँक होता ! माओ व त्याच्या बापात प्रेमाचे कसलेच बंधन कधी निर्माण होऊ शकलेले नव्हते.

हुनान नॉर्मल स्कूलमधून १९१८ मध्ये पदवी घेऊन माओ बाहेर पडला. आता पुढे काय करायचे याचा विचार तो करीत होता. याच सुमारास हुनान प्रांतातून खूपच तरुण विद्यार्थी फ्रान्सला जाऊ लागले होते. फ्रान्समध्ये काही युनिव्हर्सिटीतून नोकरी करता करता शिकण्याची सोय झालेली होती. युद्धकाळात खूपच चिनी तरुण फ्रान्सने या योजनेखाली आपल्या देशात मदतीसाठी बोलावले होते. काही युद्धजन्य काम करून शिवाय अभ्यास करण्याची ही योजना फ्रान्स व चीन या दोन्ही देशांना फायद्याची ठरत आली होती.

अर्थात फ्रान्सला जाण्यापूर्वी तिकडे जाणाऱ्या विद्यार्थ्यांना फ्रेंच भाषा शिकवण्याची सोय पेकिंग विद्यापीठात केली असल्याने, सर्व देशातून चिनी विद्यार्थी पेकिंगला येत असत. माओला या पद्धतीने फ्रान्सला जाणे शक्य होते व अनेक मित्रांनी त्याला तसा आग्रह केला. परंतु माओने सांगितले -

"मला माझा देश पुरेसा माहीत नाही ! फ्रान्सला जाण्यापेक्षा माझ्या या देशात मला माझा वेळ अधिक चांगला कारणी लावता येईल."

पहिली पेकिंग-वारी

माओला स्वतःला परदेशगमनाची ओढ नसली, तरी जे तरुण विद्यार्थी तिकडे जात आहेत त्यांना प्रोत्साहन दिले पाहिजे व सर्वतोपरी मदत केली पाहिजे, असे त्याला वाटत होते. काही हुनानी विद्यार्थ्यांबरोबर अशा तऱ्हेची मदतकेंद्रे निर्माण करण्याकरिता माओ पेकिंगला आला. पेकिंगमध्ये काही पोटाचा उद्योग करणे माओला भाग होते. सुदैवाने माओला ज्याच्याविषयी आदर होता तो नॉर्मल स्कूलमधील नीतिशास्त्राचा अध्यापक (यांग-चेन-ची) हा तत्पूर्वी चांगशा सोडून पेकिंग विश्वविद्यालयात प्राध्यापक म्हणून आला होता. पेकिंगला पोहोचताच माओने यांग-चेन-ची याची गाठ घेऊन, नोकरीची अडचण सांगितली. यांग-चेन-ची याने माओची गाठ पेकिंग विश्व-विद्यालयाचा ग्रंथपाल लि-ता-चाओ याच्याशी घालून दिली. लि-ता-चाओ हा पुढे चिनी कम्युनिस्ट पक्षाचा संस्थापक झाला. या ग्रंथपालाने माओला ग्रंथपाल-साहाय्यक म्हणून पेकिंग विश्वविद्यालयातच नोकरी दिली. पगार महिना आठ डॉलर ठरला.

सर्व प्रागतिक वृत्तपत्रांचे दैनंदिन वाचन ही गोष्ट नोकरीमुळे माओला अतिशय सुलभ झाली. पेकिंग विश्वविद्यालयातील प्राध्यापक मंडळींचे दर्शन आता रोजच माओला घडू लागले. यातल्या काहीजणांचे विचारपरिप्लुत लेखन माओने पूर्वीच वाचले होते. अशा या विचारवंत लेखकांशी प्रत्यक्ष परिचय व्हावा, त्यांच्याबरोबर विचारांची देवाण-घेवाण करता यावी, अशी इच्छा माओच्या मनात सतत निर्माण होत असे. परंतु प्रत्यक्ष व्यवहारात काय घडत असे ते माओ प्रांजलपणे आपल्या आत्मकथनात सांगून जातो :

"मी ग्रंथकचेरीत इतका सामान्य दर्जाचा सेवक होतो की, मला लोक टाळत असत. जे कुणी वाचनालयात वृत्तपत्रे वाचावयास येत त्यांची नावे नोंदणी - पुस्तकात लिहून काढणे हे माझे काम असे. साहित्यातील नव्या युगाचे नेतृत्व करणारे कू-निएन-लो, चाय-लुंग यांच्यासारखे किती तरी लेखक या मंडळीत असत. मला त्यांच्याविषयी फार आदर वाटे. त्यांच्याबरोबर राजकीय व सांस्कृतिक विषयांवर बोलण्याचा प्रयत्न मी करून पाही, परंतु त्यांना वेळ नसे ! ही सर्व फार कामात असलेली माणसे होती.

माझ्यासारख्या दक्षिण चीनमधल्या बोलीत संभाषण करणाऱ्या ग्रंथपाल साहाय्यका-बरोबर घालवायला त्यांच्यापाशी वेळ कुठे असे ?''

परंतु माओ यामुळे निरुत्साही मुळीच झाला नाही. त्याने पेकिंग विश्वविद्यालयातील विविध मंडळांचे सभासदत्व पत्करले. तत्त्वज्ञान मंडळ, पत्रकार-शिक्षण मंडळ, अशा संस्थांत त्याला विविध माणसे भेटत राहिली. राजकारणाचा माओचा अभ्यास हळूहळू वाढत राहिला. देशाच्या राजकारणात घडणाऱ्या घटनांत विलक्षण रस हळूहळू माओ घेऊ लागला.

युरोपात महायुद्ध संपले, पंतप्रधान तुवानने पार्लमेंटच्या निवडणुका घेतल्या. तत्पूर्वी २६ फेब्रुवारी १९१८ ला डॉ. सन्यत्-सेनचा उजवा हात चेंग-पी-कुआंग याचा खून झाला. अखेर ४ मे १९१८ ला डॉ. सन्यत्-सेन याने कॅन्टोन सरकारमधून आपल्या ग्रँड-मार्शल पदाचा राजीनामाही दिला. सप्टेंबर १९१८ मध्ये पेकिंग सरकारचा नवा अध्यक्ष म्हणून त्सु-शिह-चँग याची निवड झाली आणि २३ नोव्हेंबरला पंतप्रधान तुवान याने चिअन-नेंग-शून याच्यासाठी जागा खाली केली. या सर्व घटनांकडे माओचे लक्ष होते.

देशातील या सर्व गोंधळाचा माओवर असा परिणाम झाला की, त्याचे विचार सशस्त्र क्रांतीकडे झुकू लागले. चू-त्सू-पई नावाच्या एका तरुण विद्यार्थ्याने सशस्त्र क्रांतीचा पुरस्कार करणाऱ्या काही पत्रिका या वेळी माओच्या हाती ठेवल्या. देशात बंड करण्याच्या दृष्टीने काय करता येईल याची चर्चा दोघे करू लागले. चू-त्सू-पई याच्या कार्यक्रमातील बहुतेक कलमे माओला मान्य होती.

परंतु या दिशेने माओने फारशी प्रगती या वेळी केलेली दिसत नाही. याचे एक कारण असे असावे की, माओ हा या वेळी प्रेमात पडला होता ! त्याचा उपकारकर्ता व गुरू, प्राध्यापक यांग-चेन-ची याची सुंदर तरुण मुलगी यांग-कुई-हुई हिच्या सहवासात त्याचे कवी मन तासन्-तास रमू लागले होते. परंतु विवाह करावा अशी त्याची आर्थिक स्थिती कुठे होती ? पेकिंगमध्ये एका भिकार निवासात माओ या वेळी राहात होता. एका खोलीत माओ धरून सात वाटेकरी होते. माओ म्हणतो की, अशा ठिकाणी मी आयुष्य काढू शकलो याचे एक कारण - ''या सगळ्यांचा विसर पडावा असे पेकिंग शहराचे सौंदर्य या वेळी होते. शहरातील उद्यानात आणि राजप्रासादाच्या हिरवळीवर वसंत ऋतू अवतरला की मोठी बहार उडत असे. पेकिंगमधील असंख्य वृक्ष मला वेड लावीत असत. कौतुकाने आणि आश्चर्याने मी या ऐश्वर्याकडे पाहात बसत असे.''

प्रा. यांग-चेन-ची यांच्याशी व त्यांच्या घराशी या अशा एका नाजूक धाग्याने माओचा संबंध घनिष्ट होत चालला असला, तरी वैचारिकदृष्ट्या माओ ह्या वेळी लि-

ता-चाओचा भक्त झालेला होता. लि-ता-चाओ हा माओचा वरिष्ठ तर होताच, परंतु रशियातील बोल्शेव्हिक क्रांतीचा एकमेव अभ्यासक विचारवंत-देखील होता. 'त्सिंग-चिंग-निएन' या नियतकालिकात जुलै १९१८ मध्येच त्याचा बोल्शेव्हिक क्रांतीवरील पहिला लेख प्रसिद्ध झाला होता. माओ पेकिंगला आल्यानंतर, ऑक्टोबरात 'बोल्शेव्हिझमचा विजय' हा दुसरा लेखही त्याच नियतकालिकात लि-ता-चाओ याने प्रसिद्ध केला. या लेखात लि-ता-चाओ याने निःसंदिग्धपणे सांगितले :

"ऑक्टोबर क्रांतीचे यश केवळ रशियापुरते मर्यादित राहू शकत नाही. लष्कर-शाहीविरुद्ध आणि सरंजामशाहीविरुद्ध रशियातील ही क्रांती, हा समस्त मानवतेचा पहिला झंकार आहे."

मार्क्सवादी गुरू लि-ता-चाओ

लि-ता-चाओ याने पेकिंग विश्वविद्यालयात लगेचच 'मार्क्सवादी अभ्यास केंद्र' (Marxist study group) सुरू केले. माओ अर्थातच याही मंडळाचा सभासद झालेला होता.

लि-ता-चाओ याने माओला मार्क्सवादाची यथासांग दीक्षा दिली, असे म्हटले तर फारसे चूक होणार नाही. परंतु काटेकोरपणे सांगायचे, तर या वेळी लि-ता-चाओ हा स्वतःच संपूर्ण मार्क्सवादी नव्हता, ही गोष्ट लक्षात घेतली पाहिजे. मे १९१९ मध्ये त्याने 'त्सिंग-चिंग-निएन'मध्ये 'मार्क्सवादासंबंधी माझे विचार' या शीर्षकाखाली जो लेख प्रसिद्ध केला, त्यावरून हे स्पष्ट होईल. या लेखात लि-ता-चाओ याने लिहिले होते :

"मार्क्सवादाला इतर काही कल्पनांची जोड दिल्याखेरीज भागणार नाही. मानवी आत्म्याची वैचारिक सृजनशीलता यावर जास्त भर देणे अतिशय आवश्यक आहे."

("Marxism must be supplemented by other ideas placing greater emphasis on the creative role of the human spirit.")

दुसरी गोष्ट, माओ हा स्वतःच आत्मनिवेदनात सांगतो की, पेकिंगच्या पहिल्या भेटीच्या वेळी, त्याच्यावर चेन-तु-त्सियू या विचारवंताचाच अधिक पगडा होता आणि हा विचारवंत मार्क्सवादाकडे झुकलेला नव्हता ! उलट पार्लमेंट पद्धतीची लोकशाही आणि विज्ञानाचा पाठपुरावा हे त्याच्या दृष्टीने चीनच्या सर्व रोगांवर रामबाण उपाय होते.

अर्थात विचारांची खूपच गल्लत या सुरुवातीच्या कालखंडात निर्माण होणे अपरिहार्य होते. लेनिनचा मार्क्सवाद व लि-ता-चाओला अभिप्रेत असलेल्या मार्क्सवादाशी चिनी राष्ट्रवादाचे नाते आणि चेनु-तु-त्सियु याच्या लोकशाहीप्रणीत राष्ट्रवादाच्या

मार्क्सवादाला भिडणाऱ्या सीमारेषा, हे सर्व वैचारिक बारकावे याच वेळी स्पष्ट दिसणे कुणालाही शक्य नव्हते. वैचारिक गोंधळ अनेक प्रकारचे होते, आणि माओ यातलाच एक यात्रिक या वेळी होता.

पथयात्रिक

१९१९ साल उजाडले. पेकिंग सरकार व कॅन्टोन सरकार यांची शांघाय येथे शांतता परिषद भरण्याचे नक्की झाले. पेकिंगच्या राजकीय वातावरणातील ताण बराच कमी झाल्याचा काही काळ भास निर्माण झाला. ही संधी साधून फ्रान्सला निघालेल्या काही विद्यार्थ्यांना निरोप देण्यासाठी माओ शांघायला जाण्यासाठी निघाला. पण जवळ पैसे कुठे होते ? माओला एक चिनी भाषेतील म्हण मात्र माहीत होती. त्याचा अर्थ असा होता की, 'चालणाऱ्या प्रवाशाचे पाय कुणी रोखू शकत नाही.' (Heaven will not delay a traveller) खरोखरच माओला या प्रवासात हाच अनुभव आला. कुणी उधार दिले, कुणी मदत म्हणून दिले, परंतु माओला मित्रांकडून काही कमी पडले नाही.

नानकिंगच्या वाटेवर असताना, माओने कन्फ्युशिअसच्या समाधीला भेट दिली. कन्फ्युशिअस व त्याच्या शिष्यांनी निवास केलेली अनेक ठिकाणे त्याने डोळ्यांनी पाहिली. याच प्रवासात शांटुंग प्रांतातील ताई-शान या डोंगरातील पवित्र स्थानालाही त्याने आठवणपूर्वक भेट दिली.

हे सर्व शांघायच्या वाटेवर असताना माओने उरकले. फ्रान्सला जाणारे विद्यार्थी शांघाय येथे बोटीवर चढताच त्यांचा निरोप घेऊन माओ चांगशा येथे परतला.

चांगशा ही हुनान प्रांताची राजधानी असल्याने, प्रांतात त्या वेळी माजलेल्या असंतोषाची नाडी तेथे बरोबर समजत असे. हुनान प्रांताचा या वेळी लष्करी प्रशासक (टुचून) जनरल चांग-चिंग-याओ हा सेनानी वृत्तीचा माणूस होता. पेकिंगस्थित सत्तेचा प्रमुख आधार जनरल तुवान आणि त्याचे लष्करी पाठीराखे होते. ही सर्वच टोळी जपानधार्जिणी होती आणि जनरल चांग-चिंग-याओ हा त्यातलाच एक.

४ मे १९१९ या दिवशी पेकिंगला जो विद्यार्थी-संतापाचा उद्रेक झाला त्याचे पडसाद लगोलग हुनान प्रांतात उमटले. ज्या संस्था वा व्यक्ती जपानधार्जिण्या धोरणाच्या विरोधी होत्या त्यांना दडपण्याचे धोरण जनरल चांग-चिंग-याओ याने आखले.

चांगशा येथे परतल्याबरोबर माओ याने हुनान प्रांताची विद्यार्थी-संघटना (युनायटेड स्टुडंटस् असोसिएशन ऑफ हुनान) बांधायला सुरुवात केली.

४ मे १९१९ या दिवशी ज्या जपानधार्जिण्या पेकिंग अधिकाऱ्यांची घरे जाळण्यात आली होती, त्या सर्वांचा शिरच्छेद करावा अशी मागणी करणारे पत्रक छापून माओने ते विद्यार्थी-संघटनेच्या वतीने सर्वत्र वाटले.

विद्वार्थी संघटनेबरोबरच, परकीय मालावर बहिष्काराची चळवळ करणारी 'युनायटेड ॲसोसिएशन फॉर दि नॅशनल गुड्स' ही संघटना आणि कारकून, व्यापारी, कामगार या साऱ्यांसाठी 'युनायटेड असोसिएशन ऑफ ऑल सर्कल्स' अशा आणखी दोन संघटनांचा पसारा माओच्या नेतृत्वाखाली वाढू लागला. या सर्व संघटना परस्परपूरक होत्या.

संपादक माओ

विद्यार्थी-संघटनेमार्फत चांगशा आदी शहरांतून जे निषेधमोर्चे निघत, त्यांत नागरिकांच्या प्रतिनिधी म्हणून या इतर दोन संघटनांचाही भाग असे. १४ जुलै १९१९ या दिवशी विद्यार्थी संघटनेचे मुखपत्र म्हणून (त्सियांग-चिआंग-पिंग-लून) 'त्सियांग रिव्हर रिव्ह्यू' हे साप्ताहिक सुरू झाले आणि त्याचे संपादन माओकडे सोपवण्यात आले. या साप्ताहिकाच्या दुसऱ्या, तिसऱ्या व चौथ्या अंकांत माओचा एक प्रचंड लेख तीन हप्त्यांत प्रसिद्ध झाला. या लेखाचे शीर्षक होते -

'जनसमुदायाची प्रचंड युती'

(The Great Union of the Popular Masses)

माओ या वेळी ज्या संघटनांचे काम वाढवण्याच्या उद्योगात होता, त्या सर्व शहरी समाजापुरत्याच मर्यादित होत्या. परंतु या लेखात मात्र माओने विद्यार्थी, कामगार, कारकून यांच्याबरोबर शेतकरी वर्गाचाही आठवणीपूर्वक उल्लेख केलेला आढळतो. यावरून माओच्या मनात शेतकऱ्यांचा विचार या कालातही जागृत होता, हे लक्षात येते.

'त्सियांग रिव्हर रिव्ह्यू' या साप्ताहिकाच्या पहिल्या अंकाची आवृत्ती दोन हजारांची होती. एका दिवसात या प्रती खपल्या. यापुढचे अंक पाच हजार आवृत्तीचे काढणे यामुळे माओला भाग पडले. 'पई-हुआ' चित्र-लिपीतच हे वृत्तपत्र छापले जात असल्याने, माओचे लेखन सामान्य वाचकांपर्यंत जाऊन पोचू लागले.

माओचे लेखन लगेचच चांग-चिंग-याओ याच्या नजरेत आले आणि त्याच्या साप्ताहिकाचे पाच अंक प्रसिद्ध होतात न होतात तोच या नियतकालिकावर सरकारी वक्रदृष्टी झाली. साप्ताहिकावर सरकारने बंदी घातली. विद्यार्थी संघटनेचेच म्हणून सुरू झालेले दुसरे साप्ताहिक 'त्सिन-हुनान' (नवा हुनान) याचे संपादन लगेच माओकडे आले. चांग-चिंग-याओने या साप्ताहिकाचा आवाजही जप्ती आणून बंद पाडला.

माओचे लेखन फक्त राजकीय विषयांवर होत होते असे नाही. स्त्रियांना समान अधिकार असावे या मताचा माओ हिरीरीने पुरस्कार करीत असे. एका तरुण मुलीने याच सुमारास मनाविरुद्ध विवाहाची सक्ती झाली म्हणून आत्महत्या केली, या निमित्ताने, जुन्या पिढीच्या अशा जुलमाविरुद्ध ओळीने नऊ लेख चांगशा येथून प्रसिद्ध होणाऱ्या

एका दैनिकात माओने लिहून प्रसिद्ध केले.

माओचे प्रासंगिक लेखन दैनिकांतून सुरूच राहिले असले, तरी संपादनाची जबाबदारी सुटली. यामुळे माओला बराच वेळ मिळू लागला. त्याच्या वृत्तपत्रावरील बंदी त्याच्या पथ्यावरच पडली. संघटनेच्या कामात तो आता सर्व वेळ घालवू लागला. चांग-चिंग-याओ याला आपला जय झाला असे वाटू नये, यासाठी डिसेंबर १९१९ मध्ये चांगशा येथे माओने विद्यार्थ्यांचा एक दिवसाचा हरताळ घडवून आणला. विद्यार्थी घोषणा देत होते - ''चांग चले जाव !'' यानंतर तर माओ हा बंडखोर नेता म्हणून चांग-चिंग-याओच्या मनात सलू लागला.

दुसरी पेकिंग भेट

१९२० साल उजाडले आणि जानेवारी महिन्यातच पेकिंग येथे प्राध्यापक यांग-चेन-ची निधन पावला. यांग-कुई-कुई या त्याच्या मुलीला, म्हणजे आपल्या भावी पत्नीला भेटण्यासाठी बहुधा या वेळी माओ पेकिंगला गेला. पेकिंगमधील जाणत्या साहित्यवर्तुळात 'माओ-त्से-तुंग' हे नाव आता काही अपरिचित राहिलेले नव्हते. त्याची चांगशा येथे बंद पडलेली नियतकालिके आणि त्याचे लेखन यांचा खूपच गाजावाजा पेकिंगमध्ये झालेला होता. लि-ता-चाओने त्याचे लेख आपल्या मासिकात उद्धृत केले होते. या वेळी माओ पेकिंगला जरी फार काळ राहिला नाही, तरी त्याची ही पेकिंग-वारी फारच महत्त्वाची ठरली. याचे कारण चिनी भाषेत प्रथमच 'कम्युनिस्ट मॅनिफेस्टो' रूपांतरित होऊन पेकिंगमध्ये अवतरलेला होता ! चिनी भाषेत प्रसिद्ध झालेले मार्क्सवादाचे हे पहिले पुस्तक चेन-वँग-चाओ या लेखकाने अनुवादित केलेले होते. या पुस्तकापाठोपाठ, काउट्स्कीचे 'क्लास स्ट्रगल' आणि कर्कप याचे 'हिस्टरी ऑफ सोशॅलिझम' अशी आणखी दोन पुस्तके पेकिंगमध्ये अभ्यासकाला उपलब्ध झालेली होती. माओने या पेकिंग-भेटीत ही तिन्ही पुस्तके वाचली. याचा त्याच्यावर जो विलक्षण परिणाम झाला तो माओने नोंदवून ठेवला आहे. माओ आठवणीत सांगतो :

''या तीन पुस्तकांनी माझे मानसलेणे निर्माण झाले. मार्क्सवादावर माझी श्रद्धा बसली. इतिहासाचा मार्क्सने लावलेला अन्वय हाच बरोबर आहे, हे मला एकदा पटल्यानंतर माझ्या मनात पुन: कधी संदेह निर्माण झाला नाही.''

("Three books deeply carved my mind and built up in me a faith in Marxism, from which, once I had accepted it as the correct interpretation of history, I did not afterwards waver.")

पेकिंगहून माओ शांघायला आला. ४ मेच्या पेकिंगमधील विद्यार्थी निदर्शकांना पाठिंबा दिल्यामुळे, चेन-तु-त्सियू हा सहा महिने तुरुंगात पडला होता. तुरुंगातून सुटका

होताच तो शांघायला निसटला व तिथेच राहात होता. या वेळच्या शांघाय भेटीत माओ चेन-तु-त्सियू याला भेटला व पेकिंगमध्ये पत्करलेल्या आपल्या नव्या श्रद्धेवर - मार्क्सवादावर - त्याने या विचारवंताशी चर्चा केली. शांघायच्या या वास्तव्यातच, नॉर्मल स्कूलमधील पूर्वीचा एक शिक्षक ई-पई-ची याच्याशी माओची अचानक गाठ पडली. याच माणसामुळे माओला लवकरच चांगशा येथे काही स्वास्थ्याचा काळ प्राप्त झाला.

पेकिंगचा खेळखंडोबा

२ मार्च १९१८ या दिवशी दक्षिण चीनमधील कॅन्टोन सरकारचा प्रतिनिधी टँग-शाओ-ई याने उत्तरेकडील पेकिंग सरकारशी सुरू झालेल्या शांतता वाटाघाटी उधळून लावल्या होत्या.

पेकिंग सरकारातला अध्यक्ष त्सू-शिह-चँग याला निःसंशय शांतता हवी होती व त्यासाठी समझोता हवा होता. परंतु शांतता वाटाघाटीसाठी पाठवलेला सरकारी प्रतिनिधी हा संपूर्णतया तुवानच्या लष्करी गटाचा मिंधा असल्याने, शांतता परिषद मोडावी याचसाठी तो प्रयत्न करीत होता. पंतप्रधान चिअन-नेंग-शून याने या दडपणाला कंटाळून पंतप्रधानकी सोडली. त्याची जागा कुंग-त्सिन-चॅन याने घेतली. या नव्या सरकारने शांतता वाटाघाटीसाठी दुसरा प्रतिनिधी निवडला, त्याचे नाव वँग. पहिला बरा म्हणावा, असा हा प्रतिनिधी इरसाल होता. सर्व पार्लमेंटच तुवान व त्याचा हस्तक त्सू-शू-चेंग यांची मिंधी होती.

वँगची नेमणूक जाहीर होताच दक्षिणेतून जनरल वू-पई-फू याने पेकिंगला तार पाठविली की, वँगची नेमणूक हे दर्शविते की, सरकारला मनातून शांतता प्रस्थापित व्हावी असे वाटतच नाही. वँग हा उत्तर चिनी सरकारचा प्रतिनिधी म्हणून आपण स्वीकारू शकत नाही, असे लगोलग कॅन्टोन सरकारनेही पेकिंगला कळवले. वस्तुतः जनरल वू-पई-फू हा उत्तर चीनच्या सरकारच्या वतीने दक्षिण दिग्विजयासाठी आलेला सेनानी ! परंतु त्यालादेखील पेकिंग सरकार तुवानच्या लष्करी दडपणाखाली शांतता वाटाघाटींना सुरूंग लावत आहे हे स्पष्ट दिसू लागले होते. या प्रकारामुळे शांतता वाटाघाटीतून भाग घेण्याचे दक्षिण चीनमधील सरकारने साफ नाकारले.

त्सू-शिह-चँग हा मात्र अध्यक्षपदाला घट्ट चिकटून बसला होता. पंतप्रधान टिकत नव्हता ! कॅन्टोन सरकारशी समझोता होत नव्हता आणि लढाईलाही तोंड लागत नव्हते. त्सू-शिह-चँग याचा घडणाऱ्या कुठल्याच घटनांवर ताबा राहिलेला नव्हता. परंतु अध्यक्षपद सोडायला मात्र तो मुळीच तयार नव्हता ! पंतप्रधान कुंग-त्सिन-चॅन यानेदेखील २४ सप्टेंबर १९१९ ला पंतप्रधानकी सोडली. पंतप्रधानांना काय तोटा ?

त्याची जागा चिन-युन-पोंग याला मिळाली. हादेखील अन-फू गटाचाच म्हणजे तुवानचाच हस्तक होता.

त्सू-शू-चेंग हा तुवानचा हस्तक मंत्रिमंडळात राहून तुवानच्या वतीने उद्योग करीत असे हे सांगितले आहेच. या माणसाने आता तुवानचा दुसरा पाठीराखा फेंगटीन प्रांताचा लष्करी धटिंगण चांग-सो-लीन याच्यावर मात करण्याचा उद्योग सुरू केला. उत्तरेतील सरकारात तुवान व त्सू-शू-चेंग हे दोघे धटिंगण एका बाजूला आणि चांग-सो-लीन हा धटिंगण दुसऱ्या बाजूला, अशा दोन फळ्या तयार झाल्या आणि एकमेकांचा घात करण्याची संधी दोन्ही बाजू हेरू लागल्या.

तत्त्वशून्य हेवेदावे

उत्तर चीन सरकारात जशी दुफळी माजली तशीच दुफळी दक्षिणेतही माजली. कॅन्टोन सरकारमधून ग्रँड-मार्शल पदावरून डॉ. सन्यत्-सेन याला दूर केल्यानंतर चेन-चून-त्सून याला चेअरमन निवडण्यात आले होते. डॉ. सन्यत्-सेन हा इतर सभासदांप्रमाणे एक सभासद होता. या सरकारातील सभासदांपैकी टँग-शाओ-ई आणि बू-टिंग-फँग हे क्वांगटुंग प्रांताचे पुढारी होते. लिन-पाओ-ई हा नेहमी आरमारावर असे. टँग-चि-याओ हा युनान प्रांताचा पुढारी होता. टँग-शाओ-ई व डॉ. सन्यत्-सेन हे शांघायला असत. कॅन्टोन येथे फक्त चेन-चून-त्सून हा चेअरमन असल्याने तो एकटा पडे व त्याला क्वांगसी लष्करी नेता मार्शल लू-जुंग याच्या तंत्राने वागावे लागत असे. मार्शल लू-जुंग हा डॉ. सन्यत्-सेनचा मुळीच चाहता नव्हता. केवळ तुवानद्वेषाने तो कॅन्टोन सरकारात आला होता, ही गोष्ट पूर्वी सांगितलेली आहेच. पेकिंग सरकारवरील तुवान सरकारची पकड ढिली करण्यासाठी उत्तरेस लष्करी धटिंगण चांग-सो-लीन हा जेव्हा प्रयत्न करू लागला, तेव्हा मार्शल लू-जुंग याने दक्षिणेतून त्याच्याशी संधान बांधले !

याचा अर्थ उत्तरेतील पेकिंग सरकारातील चांग-सो-लीनचा गट आणि दक्षिणेतील कॅन्टोन सरकारातील मार्शल लू-जुंगचा गट, यांची संयुक्त फळी निर्माण झाली आणि हे सर्व उत्तरेतील पेकिंग सरकार व दक्षिणेतील कॅन्टोन सरकार यांच्यात उभा दावा असताना घडत होते !

मार्शल लू-जुंग ने पहिला डाव टाकला ! हुनान प्रांताचा गव्हर्नर चांग-चिंग-याओ हा होता. हा तुवानचा हस्तक वू-पई-फू याच्या आधारावर राज्य करीत होता. जनरल वू-पई-फू याच्या सैन्याला अन्नधान्य पुरवून त्याची उपासमार मार्शल लू-जुंग याने थांबवली व या बदल्यात जनरल वू-पई-फू याने आपले सैन्य ३१ मे १९१९ या दिवशी वुचांगपर्यंत वर खेचले.

हुनानचा गव्हर्नर चांग-चिंग-याओ हा आता उघडा पडला व कॅन्टोन सरकारच्या

वतीने मार्शल लू-जुंग याने हुनान प्रांतात सैन्य घुसवले. चांग-चिंग-याओ हा चांगशा सोडून पळाला !

चांगशामधून तुवानचा हस्तक चांग-चिंग-याओ हा पळाल्याचे वृत्त पेकिंगला येताच, अध्यक्ष त्सू-शिह-चँग याने एक फर्मान काढून तुवानचा हस्तक त्सू-शू-चेंग याला सर्व अधिकारस्थानांवरून बडतर्फ केले (४ जुलै १९१९).

तुवानने ओळखले की हा सारा बनाव योजनापूर्वक त्याच्याविरुद्ध घडत चालला आहे. त्याने अध्यक्ष त्सू-शिह-चँग याच्याकडे त्सू-शू-चेंग याच्या हकालपट्टीवरून तक्रार केली व दक्षिणेत जनरल वू-पई-फू याने जो दगाफटका केला त्याचा बंदोबस्त करण्यासाठी तो त्याच्या ताब्यातील (पूर्वीची वॉर पार्टीसिपेशन आर्मी) नॅशनल पॅसिफिकेशन आर्मी घेऊन दक्षिणेकडे जाण्याची तयारी करू लागला.

तुवानविरोधी कटाचा प्रमुख सूत्रधार मांचुरियातील लष्करी धटिंगण चांग-सो-लीन याने आता (१२ जुलै १९१९) हालचाल केली. आपले सैन्य घेऊन तो 'नॅशनल पॅसिफिकेशन आर्मी'वर तुटून पडला. १४ ते १८ जुलै या पाच दिवसांत तुवानच्या सेनेची चांग-सो-लीन याने हँकौ-पेकिंग मार्गावर नांगी ठेचली. तुवानने शरणागती दिली व २८ ऑगस्टला तुवानला पेकिंगबाहेर हाकलण्यात आले ! अध्यक्ष त्सू-शिह-चँग याने चिन-युन-पेंग याला पंतप्रधान करून नवे सरकार अस्तित्वात आणले.

उत्तरेत तुवान व त्याचा पाठीराखा त्सू-शू-चेंग यांचा असा काटा निघत होता तोपर्यंत मध्यंतरी दक्षिणेत काय घडले ते पाहू !

दक्षिणेतही तेच

जनरल वू-पई-फू याने दक्षिणेतील मार्शल लू-जुंग याच्या संगनमताने हुनानमधून सैन्य बाहेर खेचले, हे पाहताच तुवानने प्रतिडाव टाकला होता. मार्शल लू-जुंग आणि डॉ. सन्यत्-सेन यांच्यात लाथाळी झाली आहे याची कुणकुण त्याला होती. याचा फायदा घेऊन तुवान याने टँग-चि-याओ व डॉ. सन्यत्-सेन यांच्याशी हातमिळवणी केली.

दक्षिणेतील प्रजासत्ताकाचे सरकार मार्शल लू-जुंगच्या तडाख्यातून वाचविण्याची ही एक संधी आहे असा विचार करून डॉ. सन्यत्-सेन या सापळ्यात सरळ चालत गेला. फुंकीनच्या दक्षिणेस असलेल्या कॅन्टोन सरकारच्या काही सैनिकी तुकड्यांनी डॉ. सन्यत्-सेनच्या संमतीने क्वांगटुंग प्रांतातील मार्शल लू-जुंगच्या सैन्यावर हल्लाच चढविला. मार्शल लू-जुंगचे क्वांगटुंगमध्ये असलेले हे सैनिक हे क्वांगसी प्रांतातले होते, तेव्हा हे सैनिक क्वांगटुंगमधून माघार घेत क्वांगसी प्रांतात शिरताच या दोन प्रांतांत लढाई सुरू झाली. तत्त्वांचे भांडण संपून आता या हाणामारीला प्रांतीय द्वेषाचे

रूप आले. (ऑगस्ट १९२०) मग ज्या प्रांताला ज्याची बाजू घ्यावीशी वाटली त्यांच्यात धुमश्चक्री सुरू झाली. झेश्वान प्रांताने मार्शल लू-जुंगची कड घेऊन, डॉ. सन्यत्-सेनकडे निष्ठा ठेवणाऱ्या युनान प्रांतात सैन्य घुसवले. इथे प्रांतांनी याचा अर्थ त्या त्या प्रांताच्या लष्करी प्रशासकांनी असा घ्यायचा. म्हणजे काही दिवसांपूर्वी प्रजासत्ताक वाचवण्यासाठी ज्या दक्षिणेतील प्रांतांनी एकत्र येऊन कॅन्टोन सरकारला आधार दिला, ते प्रांत आता परस्परांच्या उरावर बसत होते.

तुवानचा उत्तरेत चांग-सो-लीन याने काटा काढला हे सोडून द्या, पण जर हे झाले नसते तर तुवानने मार्शल लू-जुंगवर बरोबर डाव उलटवला होता हे लक्षात येईल. उत्तरेतील यादवी जेमतेम महिनाभर चालली व अखेर त्यात तुवान गटाचा निकाल तरी लागला, पण दक्षिणेत मात्र जो यादवीचा गोंधळ सुरू झाला तो लवकर थांबण्याचे चिन्ह दिसेना.

झालाच पाहिजे !

याचे कारण स्वायत्त प्रांताची कल्पना झपाट्याने सर्वांचा कब्जा करू लागली ! क्वांगटुंग प्रांतात क्वांगसी प्रांतातले कुणी अधिकारावर असता कामा नये. युनान प्रांत हा फक्त युनान्यांसाठी असावा. तिथे झेश्वान प्रांतातल्या लोकांचे वर्चस्व कशाला ? होनानमधून हुनान्यांना हाकला - क्वांगसीमधून युनान्यांना हाकला, अशा फुटीर प्रांतीय वादाने सगळा दक्षिण चीन पाहता पाहता ग्रस्त झाला. फेडरल पद्धतीची राज्यघटनाच चीनसारख्या प्रचंड देशाला हवी, असा आवाज अनेक बालबुद्धीचे नेते उठवू लागले. म्हणजे सर्व प्रांतांना संपूर्ण स्वायत्तता आणि अशा स्वायत्त प्रांतांचे 'सैलसर' फेडरेशन ! या सर्व फुटीर कल्पनेच्या मुळाशी होती प्रांतांना वाटणारी परस्परासंबंधीची भीती ! या सर्व भीतीला खतपाणी घालत होते ते प्रांतोप्रांतीचे सेनापती ! आपल्या प्रांतापुरता जो तो राजा होऊ पाहात होता.

लष्करी धटिंगणांनी पोसलेल्या या स्वायत्त प्रांतांच्या कल्पनेतून छिन्नविच्छिन्न चीनचे भीषण दृश्य जाणत्यांच्या नजरेसमोर तरळू लागले. परमेश्वराने एवढा मोठा देश चिनी जनतेच्या हवाली केला असताना, काही कपाळकरंट्यांनी त्याचे प्रांतवार तुकडे करण्याचे राजकारण देशभक्तांच्या हिरीरीने करावे, याचे दुःख प्रामाणिक देशभक्तांची झोप उडवू लागले.

राजकारणाचा प्रवाह जेव्हा अशा दळभद्री मार्गाने सुरू होतो, तेव्हा त्याला काही तशीच बलवत्तर कारणेही असतातच. माणसाचे मोठेपण यात असते की, तात्कालिक राजकारणात निर्माण होणाऱ्या भोवऱ्यात बुद्धी चक्रावून न देता, त्यातून द्रष्टेपणाने वाट काढायची असते.

फेडरल राज्यघटना आणि प्रांतांना संपूर्ण स्वायत्तता या कल्पनांविरुद्ध ठामपणे उभा राहिला तो पुन: सन्यत्-सेनच ! परंतु डॉ. सन्यत्-सेनने याविरुद्ध जी भूमिका घेतली ती सांगण्यापूर्वी ही स्वायत्ती प्रांताची कल्पना कशामुळे फोफावली ते माहीत असणे जरूर आहे.

ही होती हुनानी हाक !

या सर्व प्रांतिक स्वायत्ततेच्या विचारामागे प्रेरणा होती ती हुनानी प्रांताची. याच प्रांतात चांगशा येथे १९२० च्या अखेरीस मार्क्सवाद पत्करलेला माओ-त्से-तुंग येऊन पुनश्च दाखल झालेला होता, हे लक्षात घ्या. हुनान प्रांताचा गव्हर्नर चांग-चिंग-याओ याने माओवर व त्याच्या लेखनावर कसा दात धरला होता हे सांगितले आहेच. चांग-चिंग-याओ याच्याविरुद्ध जनतेचा लढा उभा करताना हुनानी लोकांची घोषणा होती ती स्वतंत्र हुनानची ! हुनानने कोणत्या सरकारचे स्वामित्व पत्करावे ? पेकिंग सरकारचा प्रतिनिधी हाकलण्यासाठी कॅन्टोन सरकारचा आधार घेण्यात तरी काय अर्थ होता ? तुवानची जुलमी लष्करशाही आणि मार्शल लू-जुंगची हुकूमशाही यात जनतेच्या दृष्टीने फरक तो काय राहणार होता ! तेव्हा चांग-चिंग-याओविरुद्ध लढा उभा झाला तो स्वतंत्र-स्वायत्त हुनानसाठी ! हुनानी जनतेने जाहीर केले की, पेकिंग सरकार व कॅन्टोन सरकार यांच्या भांडणात आम्हाला बिलकुल स्वारस्य नाही. कुठल्याच सरकारचे सैनिक आमच्या भूमीवर आम्ही येऊ देणार नाही !

हुनानी जनतेच्या सुदैवाने जनरल वू-पई-फू याने आपले सैन्य हुनानमधून बाहेर खेचताच, पूर्वी सांगितल्याप्रमाणे चांग-चिंग-याओ चांगशा सोडून पळाला. हुनानी सैन्याचा प्रमुख टॅन-येन-कई म्हणून होता. त्याने गव्हर्नर पळून जाताच २२ जुलै १९२० या दिवशी हुनान प्रांत स्वतंत्र झाल्याचे जाहीर केले.

जनरल टॅन-येन-कई याच्या आश्रयाला असलेला माओचा 'नॉर्मल स्कूल' मधील शिक्षक इ-पई-ची हा टॅन-येन-कईचा सल्लागार होता. ४ मे च्या चळवळीत शिक्षा भोगून इ-पई-ची याने पेकिंग सोडलेले होते.

माओ जेव्हा दुसऱ्यांदा पेकिंग-वारी करून शांघायमार्गे चांगशा येथे परतला, तेव्हा वाटेत शांघाय येथे माओ व इ-पई-ची यांची अचानक गाठभेट झाली होतीच. चांगशा येथे माओ आहे हे कळताच इ-पई-ची याने त्याची नेमणूक चांगशा येथील 'नॉर्मल स्कूल'चा डायरेक्टर म्हणून करवून घेतली.

माओच्या आयुष्यात त्याच्या शिक्षकांचे अपार प्रेम त्याला लाभले होते, ही गोष्ट प्रकर्षाने आपल्या ध्यानात येते. त्सियांग-त्सियांग येथील शाळेतून माओ प्रथम चांगशा येथे शिक्षणाला आला, तो त्याच्या एका शिक्षकाने हात दिला म्हणून. चांगशा येथून

माओ पेकिंग विश्वविद्यालयात ग्रंथपाल-साहाय्यक झाला तोदेखील त्याच्यावरील गुरुजनांच्या प्रेमामुळे आणि या वेळीदेखील चांगशा नॉर्मल स्कूलच्या डायरेक्टरपदावर त्याची नियुक्ती झाली ती ई-पई-ची या त्याच्या एके काळच्या शिक्षकाच्या खटपटीमुळे.

माओला या वेळी आर्थिक स्वास्थ्याची अत्यंत निकड होती. पेकिंग सोडताना त्याने आपल्या प्रेयसीला लग्नाचे वचन दिले होते. चांगशा येथे त्याला प्रतिष्ठा आणि काहीसे आर्थिक स्वास्थ्यही प्राप्त झाले होते. आता विवाहाला कसलीच अडचण उरली नव्हती. १९२० च्या हिवाळ्यात माओने गुरुकन्या यांग-कुई-हुई हिच्याशी विवाह करून चांगशा येथेच आपले घर थाटले.

माओच्या मधुचंद्राची हकीकतीची नोंद कुणीही केलेली नाही. परंतु याच मुहूर्तावर (१९२०) लेनिनचा प्रतिनिधी म्हणून कॉम्रेड मारिंग हा शांघायला येऊन पोचला होता. मोठ्या मधुचंद्राची सुरुवात होत होती आणि ही घटना मात्र चिनी इतिहासात अत्यंत महत्त्वपूर्ण ठरणार होती !

* * *

१५

□

पेकिंगचे मध्यवर्ती सरकार अत्यवस्थ

रूसो-चिनी कम्युनिस्टांच्या मधुचंद्राची सुरुवात, हा काही एखादा परिस्थितीजन्य अपघात नव्हता. याची पार्श्वभूमी समजावून घ्यायची तर रशियन क्रांतीचा जागतिक संदर्भ ध्यानात घ्यायला हवा.

रशियात कम्युनिस्ट क्रांती यशस्वी होताच - 'मी या क्रांतीवर थुंकतो' असे जे लेनिनचे उद्गार प्रसिद्ध आहेत, त्याचा अर्थ असा होता की, जगातील क्रांतीचे जे स्वप्न लेनिन पाहात होता, त्याच्या संदर्भात रशियातील क्रांती हा एक लहानसा भाग होता. अजून खूप वाटचाल मार्क्सवाद्यांना करायची आहे, याची जाणीव अनुयायांना देण्यासाठी लेनिनने हे उद्गार काढले होते.

वसाहतवादापासून मुक्त होण्यासाठी, गुलाम राष्ट्रांत सुरू असलेल्या चळवळीचे अगदी यथार्थ मूल्यमापन युरोपियन क्रांतिकारकांत फक्त लेनिननेच केलेले आढळते. आशिया खंडात साम्राज्यवादी देशांनी जो वसाहतवाद पसरवला होता, त्याच्या जोखडाखालून ती राष्ट्रे मुक्त होण्याचा जो जो राष्ट्रीय लढा सुरू होईल, तो मार्क्सवाद्यांना अभिप्रेत असलेल्या क्रांतीला साहाय्यभूत ठरणार आहे, हे त्याचे मत १९०५ साली जपानने रशियावर विजय मिळविला तेव्हापासून ठाम बनत चालले होते. १९२० साली रशियात जी दुसरी 'कोमिन्टर्न काँग्रेस' (Comintern Congress) भरली त्या वेळी लेनिनने आपले यासंबंधीचे विचार सूत्ररूपाने प्रथम मांडले व या काँग्रेसमध्ये संमत केलेल्या ठरावात ते ग्रथित करण्यात आले.

'कम्युनिस्ट इंटरनॅशनल' व 'कोमिन्टर्न काँग्रेस' या दोन्ही परिषदा एकच होत. परंतु १९२७ साली मॉस्को येथे भरलेल्या या विश्वपरिषदेला 'दुसरी कोमिन्टर्न काँग्रेस' व 'तिसरी कम्युनिस्ट इंटरनॅशनल' अशी दोन्ही नामाभिधाने आहेत. पहिल्या दोन कम्युनिस्ट इंटरनॅशनल कोणत्या ? पहिली कोमिन्टर्न काँग्रेस कोणती ?

कम्युनिस्ट मॅनिफेस्टोचा जन्म

कार्ल मार्क्सचा जन्म पेशवाई बुडाली त्या वर्षी झाला (१८१८). वयाच्या पंचविसाव्या वर्षी १८४३ मध्ये विवाह करून तो पॅरिसमध्ये स्थायिक झाला. तेथे ठिकठिकाणच्या देशांतून हद्दपार झालेले देशभक्त गोळा झाले होते. त्यांच्याशी वादविवाद व चर्चा करीत मार्क्सने समाजवादाचा अभ्यास आरंभला. फ्रेंच सरकारने पॅरिसमधून हाकलल्यामुळे कार्ल मार्क्स जर्मनीत गेला व समविचारांच्या लोकांच्या सहकाऱ्याने त्याने 'कम्युनिस्ट लीग' नावाची संस्था स्थापन केली. या लीगमार्फत १८४७ मध्ये मार्क्सने एक जाहीरनामा प्रसिद्ध केला. 'कम्युनिस्ट मॅनिफस्टो' या संज्ञेने प्रसिद्ध असलेल्या या जाहीरनाम्यात जी प्रमुख कलमे होती ती सध्याच्या भारतीय वाचकांनी एकदा सूत्ररूपाने नजरेखालून घातली म्हणजे त्यांना भारताच्या समाजवादी वाटचालीतील मर्म कळेल.

१) जमिनीवर मालकी राष्ट्राची असावी.

२) प्राप्तिकर वाढत्या प्रमाणात घेतला जावा.

३) वारसा हक्क पद्धत अजिबात बंद करावी.

४) श्रीमंत लोकांच्या परदेशातील इस्टेटी जप्त कराव्या.

५) देशात एकच राष्ट्रीय बँक असावी, व बँकेचे भांडवल राष्ट्राच्या मालकीचे असावे.

६) पोस्ट, तारायंत्रे, आगगाड्या, आगबोटी - राष्ट्राच्या मालकीची असावीत.

७) सर्व कारखाने राष्ट्राच्या मालकीचे असावेत.

८) कामगारांना आपले संघ स्थापन करण्याची पूर्ण मुभा असावी.

९) शिक्षण सार्वत्रिक व मोफत असावे.

१०) न्याय मोफत मिळावा व न्यायाधीश लोकनियुक्त असावेत.

पॅरिस कम्यूनचा बोजवारा

जर्मनीतून हकालपट्टी झाल्यामुळे १८४९ साली मार्क्स लंडन येथे पोहोचला. १८६५ साली पहिली 'कम्युनिस्ट इंटरनॅशनल' ही विश्वपरिषद लंडनला भरली. एकंदर कामगार चळवळीला या संस्थेमुळे मोठी गती मिळाली. कार्ल मार्क्स आणि फ्रेडरिक व एंजल्स हे दोघे या संस्थेचे संपूर्ण सत्ताधारी झाले. फ्रेंच व जर्मन कामगार संघटना या संस्थेशी संलग्न होती. यातील फ्रेंच संघटनेने १८७० मध्ये (फ्रँको-जर्मन युद्धात फ्रेंचांचा पराभव होताक्षणीच) पॅरिस शहर ताब्यात घेतले. पॅरिस कम्यून स्थापन केल्याची घोषणा केली. परंतु फ्रेंच सरकारने केवळ दोनच महिन्यांत पॅरिसचा कब्जा करून, कम्युनिस्टांची भीषण कत्तल उडवली. हा प्रयत्न फसताच पहिली इंटरनॅशनल ही संस्था मृतवतच झाली.

मार्क्स हा १८८३ मध्ये निधन पावला. नंतर ६ वर्षांनी १८८९ साली पॅरिस येथे

दुसरी कम्युनिस्ट इंटरनॅशनल या नावाची संस्था जन्माला आली. समाजवादी परंतु क्रांतिपराङ्मुख अशा विचारवंतांचा भरणा यात होता. १८९६ साली लंडन येथे या इंटरनॅशनलचे अधिवेशन झाले. लेबर पार्टी, फेबियन सोसायटी, सोशल डेमोक्रॅटिक पक्ष, अशा इंग्लंडमधील संस्था या दुसऱ्या इंटरनॅशनलची पुढारी मंडळी झाली. परंतु एकंदरीत, क्रांतीवर विश्वास असलेले कम्युनिस्ट या संघटनेपासून दूरच राहिले.

पॅरिस कम्यूनचा प्रयत्न १८७० मध्ये फसल्यानंतर मार्क्सने असा सिद्धांत सांगितला की, कामकरी सत्ता ही पूर्वीच्या अस्तित्वात असलेल्या सत्तेच्या जागी जशीच्या तशी बसविता येत नाही. तसे करण्यापूर्वी पूर्वीच्या सत्तेचे संपूर्ण उच्चाटन आणि सर्व जुनी तत्त्वे व मूल्ये उधळून द्यावी लागतात.

१९१७ साली रशियात बोल्शेव्हिक क्रांती यशस्वी होताच लेनिनने हेच केले. झारशाहीची पाळेमुळे कम्युनिस्टांनी खणून काढली. झारची कोवळी मुलेही यातून सुटली नाहीत. १९१८ मध्ये रशियन कम्युनिस्ट पक्षाने तिसरी कम्युनिस्ट इंटरनॅशनल प्रस्थापित केली व तिची पहिली 'विश्वपरिषद' (Commintern) बोलाविली. या तिसऱ्या कम्युनिस्ट इंटरनॅशनलचीच दुसरी विश्वपरिषद १९२० साली मॉस्को येथे भरली. या परिषदेला दुसरी कोमिन्टर्न काँग्रेस जेव्हा म्हणतात तेव्हा ती तिसऱ्या कम्युनिस्ट इंटरनॅशनलची दुसरी विश्वपरिषद होय, ही गोष्ट लक्षात घ्यावी.

१९२० मध्ये या दुसऱ्या कोमिन्टर्न काँग्रेसमध्ये लेनिन आदी सोविएत नेत्यांपेक्षा वेगळे आणि अधिक मूलगामी विवरण करण्याचे धाडस दाखविले ते एका भारतीय क्रांतिकारकाने ! या बाबतीत सोविएत नेत्यांच्या जबाबदारीचे रूप थोडेसे वेगळे होते. त्यांना जगातील भांडवलशाहीविरुद्ध लढा उभा करायचा तर होताच, शिवाय रशियातील लाल क्रांतीचे भवितव्यही त्यांना रक्षण करायचे होते. राष्ट्रवादाच्या प्रेरणा या नेहमीच प्रखर असल्याने, या दुसऱ्या जबाबदारीला धक्का लागेल असे काही करण्याचे धाडस सोविएत नेते प्रसंगी दाखवत नाहीत, असा स्पष्ट आरोप भाई मानवेन्द्र रॉय यांनी या वेळी केला. रॉय व सोविएत नेते यांच्यातील मतभेद आणि आज चीन-रशिया यांच्यातील संघर्षाचे रूप यांत विलक्षण साधर्म्य आहे.

भाई मानवेन्द्र रॉय यांचे म्हणणे होते - "आशियातील क्रांतीच्या संबंधात सोविएत नेते हे 'बूर्झ्वा' शक्तीशी साटेलोटे करतात आणि आशियाला वेगळीच वागणूक देतात. खरे पाहता आशियातील क्रांतीखेरीज जागतिक क्रांती अशक्य आहे आणि आशियात भांडवलशाहीचे कंबरडे मोडल्याखेरीज युरोपातील जनता भांडवलशाहीविरुद्ध कधीही विजय मिळवू शकणार नाही. सोविएत नेते हे अनुभवाने आणि मानसिक ठेवणीनेदेखील युरोपीय असल्यामुळे आशियातील राष्ट्रांचे प्रश्न समजावून घेण्यात त्यांच्या चुकाच

अधिक होतात."

लेनिनपुढे मानवेन्द्र रॉय यांचा प्रभाव पडू शकला नाही. मानवेन्द्र रॉय यांच्या टीकेचा परिणाम इतकाच झाला की, मार्गदर्शक तत्त्व म्हणून ठरावात थोडी शब्दांची फेररचना झाली. आंतरराष्ट्रीय कम्युनिस्ट चळवळीने 'बूर्झ्वा' प्रवृत्तीच्या लोकशाहीप्रधान (Bourgeois Democratic) चळवळीशी सहकार्य न करता आपला पाठिंबा राष्ट्रीय क्रांतिकारी (National Revolutionary) चळवळीला द्यावा, असे नमूद झाले. परंतु लेनिनने सादर केलेल्या अहवालात मात्र त्याने असे स्पष्ट म्हटले की, वसाहतीतील स्वातंत्र्याच्या लढ्याचे स्वरूप हे नेहमीच बूर्झ्वा प्रवृत्तीचे लोकशाहीप्रधान स्वरूपच राहील ! युरोपातील मार्क्सवादी चळवळ व आशियातील लढा या दोन्ही गोष्टी परस्परपूरक आहेत, असे लेनिनने स्पष्ट केले. या दोन्हीत आशियातील लढा हाच खरा निर्णायक आहे, हे भाई मानवेन्द्र रॉय यांचे मत लेनिनने मान्य केले नाही.

मार्क्सवादाच्या या विवेचनात सतत येणाऱ्या 'बूर्झ्वा' या शब्दाचा डिक्शनरीत दिलेला अर्थ - "a man of middle rank" - मध्यमवर्गीय माणूस असा आहे. परंतु व्यापारी, दलाल, शिक्षक, लेखक, कारकून हा सर्व वर्ग जो स्वत:च्या उत्पादक शारीरिक श्रमावर जगत नाही, तो या 'बूर्झ्वा' शब्दात अंतर्भूत होतो.

असा असतो कम्युनिस्ट पक्ष

१९२० च्या या तिसऱ्या इंटरनॅशनलच्या दुसऱ्या विश्वपरिषदेत सुप्रसिद्ध २१ मुद्दे संमत करण्यात आले. यातले महत्त्वाचे मुद्दे ठाऊक असले तर कोणत्याही देशातील कम्युनिस्ट चाल नेमकी समजू शकते. हे मुद्दे असे आहेत :

१) सर्व वृत्तपत्रे ही कम्युनिस्ट असलेल्या संपादकानेच चालवली पाहिजेत. कामकऱ्यांनी संपूर्ण सत्ता स्थापन करणे या बाजूला प्रचार झुकत राहिला पाहिजे.

२) ज्या संघटनेला तिसऱ्या कम्युनिस्ट इंटरनॅशनलशी संलग्न व्हायचे असेल त्यांनी आपल्या नावात कम्युनिस्ट हा शब्द अंगिकारला पाहिजे. प्रत्येक कम्युनिस्टाने कामकऱ्याला 'कम्युनिस्ट' व इतर कोणताही कामगार पुढारी यातला फरक स्पष्टपणे दाखवला पाहिजे.

३) पक्षातील नुसते शब्दपंडित हाकलून काढावे. मग याकरिता अनुभवी वयोवृद्ध लोकमान्य असे लोक काढून, त्या जागी एखादा हमाल किंवा नांगऱ्या बसवण्याची वेळ आली तरी चालेल.

४) आपले उद्दिष्ट साधण्यासाठी बेकायदेशीर संस्थादेखील स्थापन कराव्या लागतील तर त्या कराव्या.

५) कम्युनिस्ट तत्त्वे लष्करात पसरवणे हे प्रमुख काम आहे. कायदा प्रतिकूल असेल

तिथे हे कृत्य बेकायदेशीरपणे करावे.

६) सामाजिक राष्ट्राभिमान, शांतता, अहिंसा वगैरे गप्पा मारणारी मंडळी ही सर्व अर्थशून्य थोतांडे असून कामगारांचे हितरक्षण ही मंडळी करू शकणार नाहीत. यासाठी सामान्य सुधारणावाद्यांशी संपूर्ण संबंध तोडून टाकायचे असतात.

७) वसाहती व जुलमाने परतंत्र ठेवलेली राष्ट्रे यांच्या बाबतीत कम्युनिस्ट पक्षाला स्पष्ट धोरण ठेवणे अवश्य आहे. आमचे सभासद होणाऱ्या पक्षाने, स्वत:च्या देशास साम्राज्यतृष्णा असेल तर त्यावर स्पष्ट टीका केली पाहिजे.

८) स्वतंत्र देशातील व इतर परतंत्र किंवा वसाहत स्वरूपाच्या देशातील कामकरी वर्गाचे हितसंबंध एकच असल्याने, त्यांची एकमुखी संघटना असली पाहिजे.

९) कामकरी सत्तेने चालणारी सरकारे यांच्याविरुद्ध उपयोगात येणाऱ्या लढाऊ सामानाची चढउतार आपल्या देशातील कामकरी लोकांनी करू नये. या बाबतीत कम्युनिस्ट मताच्या लोकांनी अशा युद्धात आपल्या शिपायांनी लढू नये, हे मतही लष्करात पसरवून देणे हे त्यांचे कर्तव्य आहे.

१०) कम्युनिस्ट संस्थांनी आपले धोरण कम्युनिस्ट इंटरनॅशनलच्या कार्यकारी मंडळाकडून मंजूर करवून घ्यावे. कार्यकारी मंडळाने ते नामंजूर केले तर ते कॉंग्रेसपुढे आणावे. पण सर्व बाबतीत इंटरनॅशनल कॉंग्रेस (कोमिन्टर्न) देईल तोच निकाल निर्णायक समजावा.

(सुप्रसिद्ध भारतीय कम्युनिस्ट नेते एस. ए. डांगे यांनी १९२८ जूनच्या 'चित्रमय-जगत'च्या खास रशिया अंकात, 'कम्युनिस्ट इंटरनॅशनल व राष्ट्रसंघ' या लेखात जे २१ मुद्दे सांगितले आहेत, त्यांचाच या दहा मुद्यांत मी सर्व सारांश दिला आहे.)

सुदैवाने चिनी कम्युनिस्ट चळवळीवर बाल्यावस्थेत लेनिनप्रणीत मार्क्सवादाची अजिबात पकड नव्हती. जे काही विचारवंत मार्क्सवादी झाले होते त्यांनी मुळात मार्क्सच वाचला होता आणि त्या अनुषंगाने चीनचे प्रश्न सोडवण्यात हे मार्क्सवादी चिनी विचारवंत गढून गेले होते. यातील दोन प्रमुख नावे म्हणजे पेकिंगमध्ये असलेला लि-ता-चाओ आणि शांघायला असलेला चेन-तु-त्सियू.

लेनिनचा प्रतिनिधी म्हणून ग्रिगॉर्जी व्हॉइटीनस्कीजी हा कम्युनिस्ट कार्यकर्ता १९२० च्या सुरुवातीलाच पेकिंगला येऊन पोहोचला होता. पेकिंगमधील रशियन वकिलामार्फत त्याने लि-ता-चाओ याच्याशी घनिष्ठ संबंध प्रस्थापित केले. लि-ता-चाओने ग्रिगॉर्जीला ओळखपत्र देऊन शांघायला चेन-तु त्सियू यांच्याकडे धाडले. ग्रिगॉर्जी यांच्या प्रयत्नामुळे 'सोसायटी फॉर दि स्टडी ऑफ मार्क्सिस्ट थियरी' या नावाचे एक अभ्यासकेंद्र मे १९२० मध्ये शांघाय येथे व पाठोपाठ सप्टेंबरमध्ये पेकिंग येथे स्थापन

झाले.

माओचे वेगळेपण

माओची या कालखंडातील हालचाल सांगताना लि-ता-चाओ याच्याशी व चेन-तु-त्सियू याच्याबरोबर माओचे घनिष्ठ संबंध कसे प्रस्थापित झाले होते ते सांगितले आहेच.

माओ या वेळी चांगशा येथे आलेला होता. पेकिंग व शांघाय या दोन ठिकाणी मार्क्सवादी अभ्यास-मंडळे स्थापन झाल्याचे कळताच माओने असेच एक मंडळ चांगशा येथेही सुरू केले. मार्क्सवादाच्या अभ्यासाचे एक केंद्र आणि या केंद्राला पूरक म्हणून 'सोशॅलिटी यूथ कोअर' नावाची एक समाजवादी युवक संघटनादेखील माओने निर्माण केली. हुनान प्रांतात माओची जी 'त्सिन-मिन-त्सुई-हुई' नावाची संघटना होती त्याचेच सभासद प्रामुख्याने माओच्या या दोन्ही नवीन संघटनांतून सामील झाले.

माओ हा लि-ता-चाओ याला आपला मार्क्सवादाचा गुरू मानीत असे. अर्थात पेकिंगमध्ये लि-ता-चाओने ज्या दोन संघटना निर्माण केल्या, त्या त्याच नावाने माओने चांगशा येथे सुरू केल्या. परंतु माओची बुद्धी सर्वस्वी परप्रत्ययनेय नव्हती.

'कल्चरल बुक सोसायटी' या नावाने सांस्कृतिक ग्रंथांचे एक ग्रंथालय माओने जुलै १९२० मध्ये चांगशा येथे निर्माण केले. पेकिंग व शांघाय येथे मार्क्सवादावरची जी नवी नवी पुस्तके व नियतकालिके चिनी वाचकांसाठी निर्माण होत होती, त्यांचा प्रसार चांगशा येथील युवकांत व्हावा, यासाठी माओ जागरूक होता. याच सुमारास चांगशा येथून तुवान गटाचा लष्करी गव्हर्नर चांग-चिंग-याओ पळाला व कॅन्टोन सरकारचा प्रतिनिधी म्हणून जनरल टॅन-येन-कई याने हुनान प्रांताचा कब्जा घेतला, आणि माओचा पूर्वाश्रमीचा शिक्षक इ-पई याच्या खटपटीने माओला जनरल टॅन-येन-कई याने नॉर्मल स्कूलच्या डायरेक्टर पदावर नियुक्त केले, ही सर्व पार्श्वभूमी वाचकांनी ध्यानात घ्यावी.

स्वतंत्र हुनान ?

हुनानचा कर्तुमूकर्तुम् जनरल टॅन-येन-कई याचे व माओचे संबंध वरकरणी तरी असे सलोख्याचे होते. असे असूनही जनरल टॅन याला जनसत्तेचे कितपत प्रेम आहे याचा योग्य अंदाज माओला होता. हुनान प्रांताचा कब्जा करताच जनरल टॅन-येन-कई याने स्वतंत्र हुनानची घोषणा केली होती. असे करण्यात या लष्करशहाचा हेतू प्रांतात लोकप्रतिनिधीचे राज्य यावे असा मुळीच नव्हता. त्याला भीती वाटत होती की, पेकिंगहून एखादा लष्करी धटिंगण सैन्य घेऊन हुनानवर चालून आला तर सर्व हुनानी जनतेचा पाठिंबा या लढाईत आपणाकडे राहावा, यासाठी त्याने ही घोषणा केली होती. या वेळी माओने घेतलेला पवित्रा चाणाक्षपणाचा होता. माओने दोन गोष्टी केल्या : १)

स्वतंत्र हुनान या कल्पनेला त्याने तोंडदेखला पाठिंबा जाहीर केला २) आणि याबरोबर स्वतंत्र हुनानची घटना तयार करण्याचा आग्रह धरला.

माओचा या बाबतीतला डाव असा होता : एकदा घटना तयार होऊन लोकप्रतिनिधी निवडून आले की जनमताची वेसण जनरल टॅन-येन-कई याच्या नाकात अडकवून त्याला जेरबंद करायचा. दुसरी गोष्ट, तयार होणाऱ्या हुनानी घटनेप्रमाणे एकदा व्यक्तिस्वातंत्र्यसारखे जनाधिकार प्रस्थापित झाले, की याचा फायदा घेऊन अशा वातावरणात मार्क्सवादी क्रांतीची चळवळ व्यवस्थित पुढे रेटायची.

२२ जुलै १९२० या दिवशी जनरल टॅन-येन-कई याने स्वतंत्र हुनानची घोषणा केल्यानंतर तो पुरते सहा महिने काही अधिकारावर राहिला नाही ! एकीकडे हुनान प्रांतामधील १५० प्रतिनिधी, स्वतंत्र हुनानची घटनासमिती म्हणून काम करीत असतानाच, जनरल टॅन-येन-कई याचा कनिष्ठ सुभेदार चाओ-हेंग-ती याने जनरल टॅन-येन-कई याच्याविरुद्ध कारवाई करून जनरल टॅन याला हुनानबाहेर पिटाळला ! चाओ-हेंग-ती याने असे जाहीर केले की, फक्त सेनाप्रमुख म्हणून तो यापुढे राहील व हुनान प्रांताचा गव्हर्नर म्हणून प्रांतिक विधिमंडळाने कुणाचीही निवड करावी. हुनानी प्रतिनिधींनी लिन-चिह-यू या गृहस्थाची गव्हर्नर म्हणून निवड केली.

१ जानेवारी १९२२ या दिवशी सर्व हुनानी जनतेने सार्वमताने स्वतंत्र हुनानची लिखित घटना मान्य केली.

या घटनेची काही वैशिष्ट्ये ध्यानात घेण्यासारखी आहेत : पहिली गोष्ट, घटनेत प्रांताचे अधिकार व केंद्राधिकार यांची वेगळी व्यवस्थित नोंद आहे. आज ना उद्या चीनमध्ये केंद्रसत्ता निर्माण झाली व सर्व प्रांतांचे फेडरेशन जन्माला आले, तर प्रांताचे अधिकार काय राहतील हे या घटनेत स्पष्टपणे नमूद केले होते. दुसरी गोष्ट अशी की, स्त्री-पुरुष यांना समान अधिकार देण्यात आला होता. ही गोष्ट अगदी प्रथमच घडत होती. हुनानचे सरकार हे हुनानच्या विधिमंडळाला जबाबदार राहील असा स्पष्ट उल्लेख होता आणि निवडलेल्या गव्हर्नरच्या चौकशीपासून ते हकालपट्टीपर्यंत सर्व अधिकार लोकप्रतिनिधींना दिलेले होते.

हुनानप्रमाणेच स्वत:च्या प्रांताची घटना तयार करण्याचा प्रयत्न इतर प्रांतांतही झाला. परंतु एक हुनान सोडता इतर कुठल्याच प्रांतात घटनाबद्ध सत्ता प्रस्थापित होऊ शकली नाही. कारण लष्करी धटिंगणांच्या टकरीत इतर प्रांतांत सतत बंडाळ्या आणि लढाया चालू राहिल्या.

हुनान प्रांतात मात्र घटनेप्रमाणे सरकार काम करू लागले. ही अवस्था पुढील चार वर्षे अबाधितपणे चालू राहिली. पुढे १९२६ साली या प्रांतात राष्ट्रवादी क्रांतिकारक

सैन्य शिरले आणि ही व्यवस्था कोलमडून पडली. मध्यंतरीच्या काळात अर्थात बरेच काही घडले होते.

चिनी कम्युनिस्ट पक्षाचा जन्म

१९२१ सालच्या एप्रिल-मेपर्यंत चीनमध्ये मार्क्सवाद्यांचे प्रमुख सहा गट ठिकठिकाणी एकत्रित झालेले होते. शांघाय, पेकिंग, चांगशा, वुहान, कॅन्टोन आणि त्सिनान या सहा शहरांत मार्क्सवादी संघटनांची मुहूर्तमेढ रोवली होती. याशिवाय फ्रान्स देशाच्या गरजेकरता म्हणून युद्धकालात जे तरुण चिनी विद्यार्थी पॅरिस येथे गेले होते, त्यापैकी तिघांनी तिथे चिनी कम्युनिस्ट पक्ष स्थापन केला होता. हे तिघे म्हणजे चाऊ-एन-लाय, ली-लिसान, आणि लो-मान हे होत. चिनी भूमीवरील ठिकठिकाणच्या मार्क्सवाद्यांनीही एकत्र येऊन, चिनी कम्युनिस्ट पक्षाची चिनी भूमीवर रीतसर स्थापना करण्याची वेळही आता आलेली होती.

लि-ता-चाओ व प्रा. चेन-तु-त्सियू या दोघांनी पुढाकार घेऊन, १९२१ च्या मे महिन्यात शांघायला ठिकठिकाणच्या कम्युनिस्ट प्रतिनिधींची प्राथमिक बैठक घेतली. लि-ता-चाओ व प्रा. चेन यांच्या निमंत्रणावरून जी मंडळी या प्राथमिक बैठकीस शांघायला जमा झाली, त्यात चांगशाहून आलेला माओ, पेकिंगहून आलेला चांग-कुओ-टाओ, वुहानहून आलेला तुंग-पी-वू आणि कॅन्टोनहून आलेला चेंग-कुन-पो हे मार्क्सवादी तरुण नेते प्रमुख होते. या बैठकीत असा निर्णय घेण्यात आला की, 'क्रांतिकारी श्रमिक कामगार वर्गाची एक संयुक्त राजकीय संघटना म्हणजेच कम्युनिस्ट पार्टी निर्माण करण्यात यावी.' ('A united political party of the Revolutionary proletariat that is to say Communist party must be created.')

या निर्णयानुसार चिनी कम्युनिस्ट पक्षाची पहिली काँग्रेस शांघायमध्ये जुलै महिन्याच्या मध्याला भरवण्यात आली. ही सभा नेमक्या कोणत्या तारखेला भरली हे कुणीच नमूद केलेले नाही. परंतु या काँग्रेसमध्ये लि-ता-चाओ आणि प्रा. चेन या दोघांनी भाग घेतला नाही ही गोष्ट नक्की. या काँग्रेसमध्ये कोमिन्टर्नच्या वतीने दोन प्रतिनिधी हजर होते. यापैकी एक म्हणजे लेनिनचा चीनमधील खास दूत ग्रिगॉर्जी व्हाइटनिस्किजी व डच कम्युनिस्ट कर्यकर्ता मारिंग.

शांघायमधील फ्रेंच वकिलातीतील एका मुलींच्या शाळेत ही चिनी कम्युनिस्टांची पहिली काँग्रेस सुरू होणार असल्याचा सुगावा सरकारी अधिकाऱ्याला लागला व गुप्त वेषातील गुप्तचर या परिषदेत घुसला. सरकारी गुप्तचर सभेत असल्याचे कम्युनिस्ट मंडळींच्या लगेच ध्यानात आले आणि पाहता पाहता जवळजवळ सर्व प्रतिनिधी शाळेच्या आवारातून गायब झाले. फक्त दोघांना पोलिसांनी पकडले.

सरोवरातील कमळ

शांघायमधून निसटलेले माओवादी कम्युनिस्ट प्रतिनिधी चेकियांग प्रांतातील चायहसिंग या शहराच्या सरोवराकाठी जमा झाले. त्यांनी एक मोठी होडी सरोवरात फिरण्यासाठी भाड्याने घेतली. या सरोवरातच चिनी कम्युनिस्ट पक्षाच्या पहिल्या काँग्रेसचे हे अधिवेशन व्यवस्थित पार पडले.

या बैठकीत नवजात चिनी कम्युनिस्ट पक्षाने धोरणाबाबत जे ठराव केले त्याबद्दल आज विरुद्ध टोकाचे मतप्रवाह आहेत. या नवजात पक्षाने श्रमिकांचे क्रांतिकारी सैन्य तयार करून, भांडवलशाहीचा नि:पात करण्याचे ध्येय सर्वानुमते मान्य केले असावे यात संशय नाही. ध्येयाबाबत मतभेद संभवतच नसतात. प्रश्न होता तो तात्कालिक धोरणाचा ! चेन-कुंग-पो याने १९४३ साली या बैठकीसंबंधीचा जो वृत्तांत मांडला आहे त्यात तो सांगतो :

"या बैठकीत असा निर्णय करण्यात आला की, अस्तित्वात असलेल्या चिनी राजकीय पक्षापेक्षा संपूर्णपणे फारकतीचे, चढाईचे व अगदी वेगळे असे धोरण कम्युनिस्ट पक्षाने ठेवावे; श्रमिकांच्या वतीने आपल्या पक्षाने ठामपणे उभे राहावे आणि इतर पक्षांशी व गटांशी कसलाही संबंध ठेवण्यात येऊ नये."

काहींचे असे अजूनही म्हणणे आहे की, या बैठकीत तिसऱ्या कम्युनिस्ट इंटर-नॅशनलशी संबंध ठेवावा असेदेखील स्पष्टपणे ठरविण्यात आले नाही. ही गोष्ट कदाचित सयुक्तिक असेलही, कारण या सरोवरातील अखेरच्या अधिवेशनाला लि-ता-चाओ, प्रा. चेन-तु-त्सियू यांच्याप्रमाणेच लेनिनचे दूत ग्रिगॉर्जी आणि मारिंग हेदेखील हजर नव्हते. ग्रिगॉर्जी व मारिंग यांनी कदाचित असा विचार केला असेल की, कम्युनिस्ट पार्टी एकदा निर्माण झाली की ती स्वेच्छेनेच तिसऱ्या कम्युनिस्ट इंटरनॅशनलची सभासद होईल. हा निर्णय रशियाच्या दूतांच्या उपस्थितीत घेतला गेला असा आरोप उगाचच येऊ नये हे चांगले.

काय झाले असेल ते असो, परंतु या नवजात चिनी कम्युनिस्ट पक्षाने लेनिनच्या धोरणाला छेद देणारा निर्णयही घेतला होता हे उघड आहे. लेनिनचे म्हणणे असे की, चीनमध्ये लोकशाही मूल्य श्रेष्ठ मानणाऱ्या ज्या चळवळी डॉ. सन्यत्-सेन प्रभृती नेते करीत आहेत, त्यांच्याशी चिनी कम्युनिस्ट पक्षाने काही काळ सहकार्य केले पाहिजे. डॉ. सन्यत्-सेनबरोबर कम्युनिस्ट पक्षाला कोठवर जाता येईल याची चर्चा या बैठकीत नक्की झाली. काहीजणांचे असे मत पडले की, डॉ. सन्यत्-सेन काय अथवा उत्तरेतील लष्करी धटिंगण काय, फारसा फरक नाही. सहकार्य कुणाशीच नको. हे मत माओ-त्से-तुंग यानेच पुढे रेटले होते काय ?

याबद्दल निश्चित पुरावा नाही. परंतु जे काही निर्णय चिनी कम्युनिस्ट पक्षाने या स्थापनाप्रसंगी घेतले, त्यावर माओच्या विचारांची जबर छाप असलीच पाहिजे. कारण लि-ता-चाओ आणि प्रा. चेन यांच्यानंतर संस्थापकांत माओचे स्थानच येते आणि माओचे हे दोन्ही मार्क्सवादी गुरू तर या अधिवेशनाला आलेलेच नव्हते. या बैठकीपूर्वी वर्षभर माओने आपला मित्र त्साही-हो-सेन याला पेकिंग येथे जे पत्र पाठविले, त्यात माओने स्पष्टपणे म्हटले होते की, ''श्रमिक संघटनेला लोकप्रेमाचा मोठा आधार निर्माण केल्याखेरीज, कम्युनिस्ट पक्षाच्या कार्यकर्त्यांपुढे अन्य कार्यक्रम तूर्त असू शकत नाही.''

सहकार्य कुणाशी ?

१९२१ च्या उन्हाळ्यात माओचे जे काही विचार असतील ते असोत, परंतु लवकरच बूर्झ्वा राष्ट्रवाद्यांबरोबर सहकार्य करण्याच्या धोरणाला माओ पाठिंबा देऊ लागला. त्या वेळी चीनमध्ये बूर्झ्वा शक्ती दोन प्रकारच्या होत्या. इंग्लिशांचा पाठिंबा लाभलेल्या चीनच्या मध्यविभागात तळ ठोकलेला जनरल वू-पई-फू काय किंवा स्वतंत्र हुनानचा सेनाप्रमुख चाओ-हेंग-ती काय, या दोन्ही शक्ती तशा राष्ट्रवादीच होत्या. फक्त या शक्तींना लोकमताची फारशी कदर नव्हती, वा जरूर वाटत नव्हती. दुसरी शक्ती होती डॉ. सन्यत्-सेन. यापैकी चिनी कम्युनिस्ट पक्षाने कोणाशी जमवून घ्यायचे ? याचा निर्णय अर्थात मॉस्कोचे दूत करणार होते. कारण जरी चिनी कम्युनिस्ट पक्षाने तिसऱ्या कम्युनिस्ट इंटरनॅशनलशी रीतसर नाते जोडले नव्हते, तरी तिसऱ्या कम्युनिस्ट इंटरनॅशनलची अतिपूर्व भागाचे काम पाहण्याकरिता इर्कूत्सक् येथे जी कचेरी होती, त्या कचेरीला दरमहा आपल्या कामाला अहवाल पाठवण्याचे बंधन चिनी कम्युनिस्ट पक्षाने स्वच्छेने पत्करलेले होते. यामुळे चिनी कम्युनिस्ट पक्षाने कोणाशी सहकार्य करावे आणि कुणाशी करू नये; याचा निर्णय मॉस्कोचे वारकरी देणार होते.

डिसेंबर १९२१ मध्ये रशियन दूत मारिंग याने जनरल वू-पई-फू आणि चाओ-हेंग-ती यांची भेट घेऊन बोलणी केली व नंतर तो कॅन्टोनजवळ क्वेइलीन या ठिकाणी डॉ. सन्यत्-सेन याला भेटला. या भेटीत जी चर्चा झाली त्यावरून मारिंग व डॉ. सन्यत्-सेन यांच्या हे लक्षात आले की, चिनी कम्युनिस्ट पक्ष व कोमिन्टांग पक्ष यांनी परस्पर सहकार्य केले तर दोघांचा बरचा फायदा होण्याची शक्यता आहे.

संघटनेचा मजबूत आधार नसल्यामुळे डॉ. सन्यत्-सेनच्या कॅन्टोन सरकारची सतत फरफट चालू होती आणि चिनी कम्युनिस्ट पक्षाजवळ त्या क्षणी जनतेची कल्पनाशक्ती खेचून घेणारा, डॉ. सन्यत्-सेनच्या तोडीचा कुणी नेताच नव्हता. होती ती फक्त अननुभवी परंतु तरुण अशा माओवादी मार्क्सवादी विचारांच्या तरुणांची थोडीफार संघटना. परंतु "Few are always more than the many" या न्यायाने डॉ. सन्यत्-

न याला हा एकदिलाचा व एकविचारांचा मार्क्सवादी गट कोमिन्टांग पक्षाचे भवितव्य उज्ज्वल करील अशी खात्री वाटत होती.

चिनी कम्युनिस्ट पक्ष व डॉ. सन्यत्-सेनचा कोमिन्टांग पक्ष यांच्यात युती घडवण्यासाठी मॉस्कोहून पुढे आदेश आला. परंतु मध्यंतरीच्या काळात माओ या वाटाघाटींवर नजर ठेवून आशाळभूताप्रमाणे स्वस्थ बसला नव्हता. हुनान प्रांतातील चिनी कम्युनिस्ट पक्षाचा चिटणीस म्हणून माओची निवड पक्षाने केली व लगोलग माओ चांगशा येथे परतला. सर्व देशतात मुळी पक्षाचे या वेळी ६० ते ७० सभासद होते ! यातला मोठा गट हा अर्थात हुनान प्रांतातील माओचा गट होता. चिनी कम्युनिस्ट पक्षाचे भवितव्य हे प्रमुखत: माओ आणि त्याचा हुनानी गट यांच्या कर्तृत्वावर उजळणार होते वा काळवंडणार होते.

हा ठसा निराळा होता

पूर्वी सांगितल्याप्रमाणे माओ चांगशा येथे परतल्यावर विद्यार्थी आणि कामगारांच्या विविध संघटनात्मक कार्यात जोमाने भाग घेऊ लागलाच, परंतु याचबरोबर माओने आणखी काही गोष्टी केल्या. त्या इतक्या वैशिष्ट्यपूर्ण आहेत की त्यांची नोंद करणे आवश्यक आहे.

माओने स्वशिक्षण काही काळ केवळ वाचनाद्वारे केले होते. ज्यांना शाळा-कॉलेजपधून शिक्षण घेणे परवडत नाही वा आवडत नाही, अशांना स्वत:चे शिक्षण करता यावे अशी काही योजना माओला अभिप्रेत होती. 'स्वशिक्षणाचे विद्यापीठ' (Self Study University) या नावाची एक संस्था माओने १९२१ ऑगस्टमध्ये सुरू केली. चांगशा शहरात 'वांग-फू-चिह अभ्यास मंडळ' नावाची एक संस्था बरीच वर्षे काम करीत होती.

१७ व्या शतकात वांग-फू-चिह हा हुनानी विचारवंत होऊन गेला होता. मांचू राजवटीशी फटकून राहून या विचारवंताने चीनमध्ये आलेल्या परकीयांविरुद्ध सतत उपदेश केलेला होता. या विचारवंताच्या शिकवणुकीचा अभ्यास करणाऱ्या संस्थेच्या आवारातच माओने आपले 'स्वावलंबी विद्यापीठ' सुरू केले. या विद्यापीठात मार्क्सवादाचा अभ्यास महत्त्वाचा होता. परंतु त्याचबरोबर वांग-फू-चिहसारख्या थोर राष्ट्रीय विचारवंताची शिकवणदेखील अभ्यासिली जाईल अशी व्यवस्था होती. मार्क्सवादाचे चिनीकरण हा माओच्या विचाराचा सतत विषय असलेला आढळतो, आणि म्हणूनच मार्क्सवादाच्या अभ्यासाबरोबर चिनी तत्त्वज्ञान आणि परंपरा यांचाही अभ्यास चिनी तरुणांनी केला पाहिजे, असा आग्रह या स्वशिक्षणाच्या प्रयोगाने माओने धरलेला होता.

साधारणपणे सुशिक्षित विद्यार्थ्यांसाठी वरील प्रयोग माओने सुरू केला. अशिक्षितांचे काय ? कम्युनिस्ट कार्यकर्त्यांनी खेडोपाडी जावे आणि माओने खास आपल्या मार्गदर्शनाखाली तयार केलेल्या बालबोध पुस्तकांच्या आधारे शेतकऱ्यांना व कामकऱ्यांना रशियन क्रांती, मार्क्सवाद, व नवे कम्युनिस्ट तत्त्वज्ञान समजावून सांगावे यासाठी माओने १९२२ अखेरीस तरुणांची पथके निर्माण केली. या तरुणांनी खेडे निवडावे, गावातल्या प्रतिष्ठितांना भेटून त्यांच्या पाठिंब्याने गावकऱ्यांना एकत्र करावे, व समाजातील सर्व संपत्ती ही शेतकरी व कामकरी निर्माण करतात, अशा तऱ्हेचे सोपे सोपे मार्क्सवादी सिद्धांत त्यांनी समजावून सांगावे, हा कार्यक्रम माओने पद्धतशीरपणे आखून घेतला.

या सांस्कृतिक कार्यक्रमाबरोबरच हुनानमधील कम्युनिस्ट पक्षप्रमुख म्हणून माओने मोठीच कामगिरी काही दिवसांत पार पाडली. खाण कामगार, रेल्वे कामगार, छपाई कामगार, गवंडी कामगार, अशा सुमारे २०-२२ व्यवसायांतील कामकऱ्यांच्या संघटना माओने निर्माण केल्या. या सर्व संघटनांची ताकद अजमावण्याची संधी लवकरच चालून आली.

दंड थोपटले !

हुनान प्रांताचा सेनाप्रमुख चाओ-हेंग-ती याने चांगशाच्या दोन बंडखोर नेत्यांना देहदंड दिला. हे दोघे कम्युनिस्ट कार्यकर्ते होते. या कृत्याचा निषेध म्हणून सर्व कामगारांचा संप जानेवारी १९२२ मध्ये माओने घडवला. 'हुनान बंद'च्या या कार्यक्रमाचे यश आणखी दोन सहकाऱ्यांमुळे सुलभ झाले. हे दोघे म्हणजे ली-लिसान आणि लिऊ-शाओ-ची. माओची शक्ती हळूहळू हुनानमध्ये अशी वाढत होती. परंतु अजून चिनी जनतेसमोर क्रांतिकारक नेता म्हणून नाव होते ते डॉ. सन्यत्-सेन याचेच.

डॉ. सन्यत्-सेनचा कोमिन्टांग पक्ष व माओचा कम्युनिस्ट पक्ष यांच्यातील सहकार्य सुरू होण्याचा क्षण आता जवळ आलेला होता. या घटनेचे मर्म समजण्यासाठी या वेळी डॉ. सन्यत्-सेनच्या कॅन्टोन सरकारची काय अवस्था होती ते पाहू.

अशक्त सरकार

आता क्वांगटुंग हा एकच प्रांत कॅन्टोन सरकारचा पाठिराखा उरला होता. प्रांताचा गव्हर्नर जनरल चेन-त्सियुंग-मिंग याची ही कृपा होती. क्वांगसी प्रांताने संबंध संपवले होते. हुनान प्रांत हा स्वतंत्र हुनान झाला होता. कॅन्टोन सरकारचा लष्करी बोजवारा उडालेला होता. जनरल चेन-त्सियुंग-मिंग, डॉ. सन्यत्-सेन, वू-टिंग-फँग व टँग-शाओ-ई या सर्वांनी कॅन्टोन सरकार पुन:प्रस्थापित केले. या सरकारचा अंमल आता फक्त क्वांगटुंग प्रांतातच राहणार होता. कॅन्टोन सरकारचे मूळ सात सभासद होते.

त्यातले तिघे उरले होते. या तिघांतही टँग-शाओ-ई याचे डॉ. सन्यत्-सेनशी मतभेद असल्याने या सरकारचे सर्व उत्तरदायित्व प्रमुखत: सन्यत्-सेन आणि वू-टिंग-फँग या दोघांवरच होते.

हुनान प्रांत हा स्वायत्त झालेला होता, त्याचप्रमाणे क्वांगटुंग प्रांतदेखील स्वायत्त करावा व फेडरल पद्धतीची राज्यघटना चीनमध्ये प्रस्थापित होईपर्यंत आपल्या प्रांताचा कारभार स्वतंत्रपणे हाकावा असे मत जनरल चेन याने व्यक्त केले. डॉ. सन्यत्-सेन याला या प्रांतीय राजकारणात रस नव्हता. सबंध चीन देशाचा नकाशा त्याच्या सतत डोळ्यांपुढे असल्याने जनरल चेन याचा विरोध मोडून काढून ७ एप्रिल १९२१ या दिवशी एक्स्ट्रॉ-ऑर्डिनरी पार्लमेंटचे २०० सभासद कॅन्टोनमध्ये एकत्र जमले. त्यांनी ५ मे रोजी डॉ. सन्यत्-सेन याची कॅन्टोन सरकारचा अध्यक्ष म्हणून पुनश्च निवड केली. हे सरकार अर्थात स्वत:ला चीन देशाचे अधिकृत सरकार समजत होते. पुनश्च अधिकार स्वीकार केल्यानंतर डॉ. सन्यत्-सेन याने देशाला उद्देशून जो जाहीरनामा काढला त्यात तो म्हणतो -

''जनतेच्या मताची पार्लमेंट ही प्रतिनिधित्व करते. पार्लमेंटच्या सभासदांनी देशातील अराजक संपवून, उत्तम सरकार या देशाला देण्याची जबाबदारी पुनश्च माझ्यावर टाकली आहे. मी ती कशी नाकारू शकतो ? मध्यवर्ती सरकार व स्थानिक सरकार यांच्यातील संघर्ष संपवायचा तर प्रांतांना स्वायत्तता हवी. प्रत्येक प्रांताने आपल्या घटना बनवाव्या व गव्हर्नर निवडावा. मध्यवर्ती सरकार प्रांतांना अधिकार देते व प्रांतांनी ते अधिकार जिल्ह्यांना द्यायचे आहेत. प्रत्येक जिल्ह्यातील विविध परंपरेचा आदर करूनही, स्वतंत्र संयुक्त प्रजासत्ताक निर्माण करता येणे शक्य आहे, यासाठी लढाया करण्याची मुळीच गरज नाही.''

डॉ. सन्यत्-सेन याने हा जाहीरनामा मोठ्या कौशल्याने तयार केला होता. प्रांतीय राजकारण खेळणाऱ्या आणि प्रांताची स्वायत्तता मागणाऱ्या सेनापतींना यात दिलासा होता. परंतु यासाठी प्रांत हा घटक न मानता जिल्हा हा घटक मानावा लागेल, हे सुचविलेले होते. प्रांतोप्रांती शिरजोर झालेल्या लष्करी धटिंगणांच्या सत्तेला अडसर घालण्यासाठी हा पर्याय डॉ. सन्यत्-सेनने देशापुढे मांडला होता.

डॉ. सन्यत्-सेन याने आपले सरकार लगेचच जाहीर केले. या सरकारात आता अशी व्यवस्था होती :

डॉ. सन्यत्-सेन : अध्यक्ष

वू-टिंग-फँग : परराष्ट्र - व्यवहार

जनरल चेन-त्सियुंग-मिंग : युद्धमंत्री

त्सू-चईन : कायदामंत्री

टँग-टिंग-कुआंग : आरमारमंत्री

मान-चून-बू : सरचिटणीस

जनरल चेन-त्सियुंग-मिंग याने क्वांगटुंग प्रांताचा गव्हर्नर असताना डॉ. सन्यत्-सेन याच्या मंत्रिमंडळातही युद्धमंत्रीपद पत्करले खरे, परंतु मनातून तो आता डॉ. सन्यत्-सेनचा विरोधक झाला. त्याला संपूर्ण प्रजासत्ताकासाठी चाललेली डॉ. सन्यत्-सेनची धडपड मुळीच आवश्यक वाटत नव्हती.

युद्धमंत्र्याच्या नाकदुऱ्या

दक्षिणेत पुनश्च डॉ. सन्यत्-सेन प्रतिस्पर्धी केंद्र सरकारची जमवाजमव करू लागलेला पाहताच, पेकिंगहून क्वांगसी प्रांताच्या लष्करी प्रशासकाला चिथावणी सुरू झाली की, 'क्वांगटुंगवर हल्ला करा, आम्ही तुमच्या पाठीशी आहोत.' काही दिवसांपूर्वी झालेल्या पराभवाचा वचपा काढण्यासाठी, क्वांगसी प्रांतातले सैन्य क्वांगटुंग प्रांतात शिरले (जून १९२१). परंतु जनरल चेन याने नुसता हल्ला परतवला इतकेच नाही, तर जनरल चेन-चे सैन्य क्वांगसी प्रांतात घुसून २१ जून १९२१ या दिवशी सेनेने बुचौ जिंकले. पाठोपाठ जनरल चेन याने संपूर्ण क्वांगसी प्रांतावर कब्जा केला.

या वेळी जनरल चेन हा आपल्या सैन्यासह नानिंग येथे तळ देऊन होता. डॉ. सन्यत्-सेन त्याला तिथेच भेटला व त्याने आग्रह केला की आता आपण थांबायचे नाही. क्वेइलीन येथून हुनानवर स्वारी करायची. जनरल चेन याला हे उत्तरायण नको होते. त्याने स्पष्ट नकार देताच डॉ. सन्यत्-सेनने त्याला विनवणी केली :

"मला सैन्य व रसद दे. मी उत्तरेकडे चाल करून जातो. जर माझी ही उत्तरेतील मोहीम फसली, तर मला परत यायला तोंड राहणार नाही. मग तुम्ही खुशाल क्वांगसी व क्वांगटुंग या दोन्ही प्रांतांवर राज्य करा. मला आशा आहे की, माझ्या या मोहिमेच्या आड तुम्ही येणार नाही."

लक्षात घ्या की, कॅन्टोन सरकारचा हा अध्यक्ष, मंत्रिमंडळातील युद्धमंत्र्याच्या अशा नाकदुऱ्या काढतो आहे ! जनरल चेन याला डॉ. सन्यत्-सेनची ही नवी उत्तर मोहीम अजिबात मान्य नव्हती. परंतु वरकरणी त्याने त्या वेळी डॉ. सन्यत्-सेनला विरोध केला नाही.

कॅन्टोन सरकारची जी सेना घेऊन डॉ. सन्यत्-सेन उत्तर स्वारीला निघाला ते सैन्य विविध प्रांतांतील तुकड्यांचे होते. युनानी तुकड्यांचा प्रमुख चू-पई-ते होता. किआंगसी सैन्यतुकड्या पेंग-चेंग-वान याच्या हुकमतीखाली होत्या. क्वेचौ प्रांतातले शिपाई कू-चेंग-लून याच्या हाताखाली लढणार होते. याशिवाय कॅन्टोनी सैन्यप्रमुख म्हणून त्सु-

चुंग-चिह होता. मोगल ज्याप्रमाणे रजपूत आणि जाट सरदारांची सैन्ये घेऊन दक्षिणेवर स्वाऱ्या करीत, तसाच हा प्रकार होता. १९२२ च्या वसंत ऋतूत हुनान प्रांतावर घसरायचे असा बेत ठरवण्यात आला.

पाठीत वार

जनरल चेन हा नानिंगहून कॅन्टोनला परतला. त्याने तेथून डॉ. सन्यत्-सेनच्या या धाडसात काड्या घालण्यास सुरुवात केली ! जनरल चेन हा युद्धमंत्री होता. क्वांगटुंग सेनेचा प्रमुख होता. शिवाय क्वांगटुंगचा गव्हर्नर होता. एवढी सत्ता हाती असल्यामुळे त्याची उपद्रवशक्ती खूपच मोठी होती. जनरल चेन याने डॉ. सन्यत सेनला मोहिमेसाठी पैसा पाठवला नाही वा रसदही पाठवली नाही. उलट डॉ. सन्यत्-सेनच्या वतीने पैसा उभा करण्याकरता जो लष्करी प्रतिनिधी कॅन्टोनला आला होता त्याचा २१ मार्च १९२२ या दिवशी कॅन्टोन स्टेशनवरच खून पाडण्यात आला !

पाठीवर हा वार होताच डॉ. सन्यत्-सेन याने मोर्चा फिरवला. उत्तरेकडील कूच रद्द करून त्याने आपले सैन्य मोहरा फिरवून क्वांगटुंग प्रांतांत आणले. डॉ. सन्यत्-सेन वुचौला येताच जनरल चेन याने आपला राजीनामा पाठवला. प्रत्यक्ष भेटण्यास मात्र त्याने नकार दिला.

डॉ. सन्यत्-सेन याने जनरल चेन याला क्वांगटुंग प्रांताच्या गव्हर्नर पदावरून काढून टाकले व त्याच्या जागी जनरल वू-टिंग-फँग याची नेमणूक जाहीर केली. क्वांगटुंग सैन्याचे नेतृत्वदेखील डॉ. सन्यत्-सेन याने स्वत:कडे घेतले. केवळ युद्धमंत्री म्हणून जनरल चेन याला राहता येईल अशी मुभा मात्र हॉ. सन्यत्-सेनने ठेवली. हे सर्व १६ एप्रिल १९२२ ला घडले.

जनरल चेन या अपमानानंतर स्वस्थ बसेल अशी अपेक्षा नव्हतीच. २० एप्रिलला जनरल चेन याने कॅन्टोन सोडले व आपल्या काही बगलबच्च्या हस्तकांसह तो वेचौ (Hweichow) या ठिकाणी गेला. लवकरच लष्करभरती करून जनरल चेन हा यादवी सुरू करणार असा रंग दिसू लागला.

डॉ. सन्यत्-सेन याला पेकिंगच्या दिशेने स्वारी करणे इतके महत्त्वाचे का वाटू लागले ? आणि जनरल चेन हा सारखा त्याच्या मार्गात अडचणी का उपस्थित करीत होता ? याचे कारण पेकिंग येथे जी सुंदोपसुंदी या वेळी सुरू होती त्या परस्परविरोधकांचे डॉ. सन्यत्-सेन व जनरल चेन हा पाठीराखे झालेले होते ! उत्तरेत या वेळी रागरंग काय होता याचा कानोसा घेणे यासाठी आवश्यक आहे.

उत्तरेतील सुंदोपसुंद

तुवान गटाची विल्हेवाट लावल्यानंतर चांग-सो-लीन व वू-पई-फू हे लष्करी सुभेदार

पेकिंगमध्ये एकत्र जमले. जनरल वू-पई-फूला वाटत होते की, तुवान गटाचा पराभव करण्यात सिंहाचा वाटा काय तो त्याचा आहे. चांग-सो-लीन म्हणे, हा जनरल वू-पई-फू कोण लागून गेला ? त्साओ-कून याच्या हाताखालचा हा सेनानी ! केला असेल काही पराक्रम, परंतु याला पेकिंगच्या राजकारणात बोलण्याचे कारण काय ? जेव्हा पेकिंग येथील बैठकीसाठी त्साओ-कून याच्याबरोबर जनरल वू-पई-फू आला तेव्हाच चांग-सो-लीनने विरोध दर्शविला. त्याने विचारले,

"डिव्हिजनल कमांडरच्या रांगेचा हा माणूस इथे कशाला ?" त्साओ-कून याने रदबदली केल्यामुळे जनरल वू-पई-फू या बैठकीला बसू शकला. परंतु या अपमानाबरोबरच चांग-सो-लीन व जनरल वू-पई-फू यांच्यात वैमनस्य प्रस्थापित झाले.

या बैठकीच्या कार्यक्रमपत्रिकेत मुख्य प्रश्न दोन होते :

१) पेकिंगस्थित मध्यवर्ती सरकारवर वचक कसा ठेवायचा ? आणि

२) उत्तर चीनमधील प्रांतांचे गटागटांतले वाटप !

चांग-सो-लीन हा मांचुरिया-मंगोलिया विभागाचा कमिशनर झाला. या विभागात तीन प्रांत येत असत. फेंगटिन, किरीन आणि हेलुंगकियांग. त्साओ-कून हा शांटुंग, चिहली आणि होनान प्रांतांचा कमिशनर ठरला. जनरल वू-पई-फू याला मात्र कुठल्याच प्रांताचा फायदा या वाटपात मिळाला नाही. ही परिस्थिती फार काळ टिकणे कठीणच होते.

पेकिंगस्थित मध्यवर्ती सत्तेचा अध्यक्ष त्सू-शिह-चँग व पंतप्रधान चिन-युन-पेंग या दोघांनी, चांग-सो-लीन व त्साओ-कून या दोन्ही गटांशी जमवून घेऊन जगावे असे पर्यायाने ठरवले. कारण या दोघांना वाटपाला बसलेले लष्करी धटिंगण धूप घालीत नव्हते.

प्रश्न होता तो मध्यवर्ती सरकार चालायचे कसे ? पैसा आणायचा कुठून ? परदेशी पाश्चिमात्य राष्ट्रे पैसे ओतायला तयार होती, परंतु या कर्जाला तारण म्हणून उत्तर व दक्षिण चीन समझोता करून एकच राजवट पेकिंग येथे असावी ही त्यांची अट होती. हे घडणे तर नजिकच्या भविष्यात शक्य दिसत नव्हते.

चांग-सो-लीन हा कागदोपत्री मंगोलियाचा कमिशनर झाला असला तरी मंगोलियावर त्याचे राज्य प्रस्थापित झालेले नव्हते. शिवाय त्याला दक्षिणेकडील एखादा प्रांतही कब्जात हवा होता. जनरल वू-पई-फू याला सुरुवातीपासून सर्वतोपरी मदत देणारा हुपै प्रांताचा टुचून वँग-चॅन-युवान याच्याशी चांग-सो-लीनने यासाठी संधान जुळवले.

सगळेच चोराचे वऱ्हाडी ! त्साहो-कून व जनरल वू-पई-फू ही जोडगोळीही थोडीच

स्वस्थ बसणार ? त्यांनाही शेन्सी प्रांतात पाय रोवायला संधी हवी होती. प्रत्येकाच्या मनात निरनिराळे हिशोब होते आणि या परिस्थितीत २५ एप्रिल १९२१ ला तिअनस्टिन येथे त्साओ-कून, चांग-सो-लीन, वँग-चॅन-युवान आणि पंतप्रधान चिन-युन-पेंग हे वाटाघाटीला बसले. या सर्वांनी संगनमताने पंतप्रधान चिन याला मंत्रिमंडळाची पुनर्रचना करायला लावली.

या वाटाघाटीत जनरल वू-पई-फू याला वगळले, ही गोष्ट जनरल वू-पई-फू याला सहन होणारी नव्हती. वँग-चॅन-युवान हा बड्या तिघांत बसतो आणि आपल्याला मात्र डावलले जाते, हा सर्व बनाव चांग-सो-लीन याचा आहे हे त्याने ओळखले. जनरल वू-पई-फू याच्या सुदैवाने तिअनस्टिनहून वँग-चॅन-युवान हुपैला परत येतो न येतो तोच त्याच्या सैन्यात बंडाळी माजली व हुपै प्रांतातून तो हुसकला गेला. वँग-चॅन-युवान याला हाताशी धरून जनरल वू-पई-फू याला शह देण्याचा चांग-सो-लीन याचा डाव असा फसला !

पेकिंग सरकारच्या तिजोरीत आता अगदी खडखडाट झालेला पाहून, १४ डिसेंबर १९२१ या दिवशी पंतप्रधान चिन-युन-पेंग याने पंतप्रधानकीचा राजीनामा दिला. पुन: पेचप्रसंग आला. चांग-सो-लीन व त्साओ-कून हे उरलेले दोन बडे पेकिंगला धावत आले. या दोघांनी पाच दिवस खलबते केली व लिआंग-शिही याला पंतप्रधान केला. लिआंग-शिही याच्या मंत्रिमंडळात ज्यांचा भरणा झाला ती मात्र सर्व चांग-सो-लीनची प्यादी होती.

जनरल वू-पई-फू याने आपले मरण ओळखले. चांग-सो-लीन हा आता 'किंग-मेकर' झाला होता. त्याला शह देण्याची संधी जनरल वू-पई-फू शोधू लागला. लवकरच ती संधी आली.

या वेळी वॉशिंग्टनला शांटुंग प्रांतात जपानला सवलती देण्याची मसलत रंगात आली होती. पंतप्रधान लियांग-शिही याने जपानचा पेकिंगमधील जो वकील होता त्याच्याशी कर्जाऊ पैशाचे संधान बांधले. या बदल्यात शांटुंग प्रांताबाबत ढिलाईचे धोरण पत्करण्याचे आश्वासन दिले. तशा अर्थाची तार वॉशिंग्टनला चिनी प्रतिनिधींना रवाना झाली.

जनरल वू-पई-फू याने ही संधी हेरली. त्याने पंतप्रधान लियांग-शिही याला तार दिली -

"परकीयांची मेहेरनजर मिळवण्यासाठी आपल्या देशाच्या हितसंबंधाची विक्री करणे यापरती अधिक हरामखोरी असू शकत नाही. शांटुंगचे प्रकरण गेली कित्येक वर्षे चालू आहे आणि अनेक मंत्रिमंडळांनी त्यासंबंधी चर्चा केली आहे. किआचौ-त्सिनान

रेल्वे मार्ग हा खरा वादाचा विषय आहे. चिनी देशबांधवांनी ही रेल्वे विकत घेण्यासाठी देशातच फंड जमा करण्याचा प्रयत्न चालवलेला असताना, जपानकडून कर्ज घेऊन टाकण्याचा निर्णय लियांग-शिही याने कसा केला ? पूर्वीच्या मंत्रिमंडळांना जे करण्याची छाती झाली नाही, ती गोष्ट लियांग-शिही याने केली आहे. स्वतःच्या देशाविषयी इतकी बेफिकीरी आणि परकीयांची हांजी-हांजी का केली जात आहे ? मी वॉशिंग्टनला चिनी प्रतिनिधींना तार करून आपले हक्क जपण्याचा आग्रह करीत आहे. याबाबतीत सर्व जनतेचा त्यांना पाठिंबा राहील.''

जनरल वू-पई-फू याने ७ जानेवारी १९२२ ला लियांग-शिही याच्यावर देशद्रोही हा शिक्का मारून पुन: तार केली. जनरल वू-पई-फू याला शेन्सी, किआंगसी, हुपै, शांटुंग, होनान आणि अनवेई या प्रांतांतील सैन्यप्रमुख टुचूननी पाठिंबा व्यक्त केला.

पंतप्रधान लियांग-शिही गडबडला ! तो आजारीपणाची सबब सांगून रजेवर पळाला. त्याला पाठिंबा होता अर्थात चांग-सो-लीनचा. यामुळे युद्ध अटळ झाले.

चांग-सो-लीन याने उत्तरेकडील भांडणात डॉ. सन्यत्-सेन याची मदत मागितली ! चांग-सो-लीन याचे दूत कॅन्टोनला फेब्रुवारीत दाखल झाले होते.

दक्षिणेकडून उत्तरेकडे सैन्य घेऊन जाण्याची घाई डॉ. सन्यत्-सेन करीत होता तो अशाकरता की, चांग-सो-लीन एका बाजूस व त्साओ-कून आणि जनरल वू-पई-फू दुसऱ्या बाजूला, असे जे भांडण पेकिंगभोवती सुरू झालेले आहे, त्या भांडणात एकाच्या बाजूने भाग घेऊन कालांतराने दोन्ही गटांना नेस्तनाबूत करावे, असा विचार डॉ. सन्यत्-सेनने केला होता. जनरल वू-पई-फू हा जबरदस्त गट होता. या गटाला खिळखिळा करण्यासाठी केवळ, चांग-सो-लीनसारख्या गुंडाला मदत करायला डॉ. सन्यत्-सेन निघाला होता. डॉ. सन्यत्-सेनच्या मनातील हा हेतू जनतेला आकलन होणे अर्थातच कठीण होते.

डॉ. सन्यत्-सेनचा युद्धमंत्री जनरल चेन-त्सियुंग-मिंग हा डॉ. सन्यत्-सेन याचे पाय मागे ओढत होता, कारण जनरल चेन याची सहानुभूती जनरल वू-पई-फू याच्या गटाकडे होती आणि डॉ. सन्यत्-सेन हा जनरल वू-पई-फू चा विरोधक चांग-सो-लीन याच्यावर विश्वास टाकून उत्तरेकडे ससैन्य निघाला होता !

२९ एप्रिल १९२२ या दिवशी पेकिंगमध्ये चांग-सो-लीनचे पाठीराखे सैन्य व त्साओ-कून आणि वू-पई-फू याचे पाठीराखे सैन्य यांच्यात युद्ध पेटले. चांग-सो-लीन गटाचा पराभव झाला. अध्यक्ष त्सू-शिह-चँग याने ५ मे १९२२ रोजी चांग-सो-लीन याला सर्व अधिकारपदांवरून काढून टाकला. पंतप्रधान तर रजेवरच पळालेला होता.

चांग-सो-लीनचा ५ मे १९२२ ला पराभव झाला आहे, ही गोष्ट डॉ. सन्यत्-सेन याला कळायला लगेच मार्ग नव्हता. यामुळे ठरल्याप्रमाणे ६ मे १९२२ या दिवशी डॉ. सन्यत्-सेन याने उत्तरेकडे प्रस्थान ठेवले. १३ जूनपर्यंत डॉ. सन्यत्-सेनचे सैन्य कानचौपर्यंत पोचले. कॅन्टोन सोडून पळालेल्या जनरल चेन याला अजून सन्यत्-सेनच्या पाठीत वार करण्याचा धीर होत नव्हता. एकदा चूक करून तो पस्तावला होता. आता पाऊल सावधपणे उचलायला हवे होते. सन्यत्-सेनचे सैन्य उत्तरेकडे आगेकूच करीत असले तरी स्वत: सन्यत्-सेन १ जून रोजी कॅन्टोनला परतला होता. जनरल चेन हा दगाफटका करील ही शंका त्याला होतीच.

पुन्हा वनवासात

सन्यत्-सेनचे सैन्य कॅन्टोनपासून पुरेसे लांब गेलेले आहे याचा व्यवस्थित अंदाज घेऊन १६ जून १९२२ या दिवशी जनरल चेन याने जमा केलेल्या सैनिकांसह कॅन्टोनमध्ये प्रवेश केला. अध्यक्ष सन्यत्-सेन आपल्या निवासात कोंडला गेला. कॅन्टोन सरकारचा अध्यक्ष व युद्धमंत्री यांच्यातीलच ही चकमक ५० दिवस चालू होती ! सन्यत्-सेनने दूर गेलेल्या सैन्याला परत बोलावण्यासाठी टाकोटाक व्यवस्था केली होती. सैन्य परतण्याची वाट पाहात थोड्याफार सैनिकांच्या आधारावर तो कॅन्टोन शहर लढवत राहिला. जुलै संपला. ऑगस्ट उजाडला. सैन्य परतण्याचे चिन्ह दिसेना. रागरंग पाहून ९ ऑगस्टला डॉ. सन्यत्-सेनने पराभव पत्करला व कॅन्टोन बंदरातून एका गन-बोटीतून तो शांघायला निसटला.

शांघायला पोचताक्षणीच मागे राहिलेल्या सहकाऱ्यांना पाठवलेल्या अहवालात डॉ. सन्यत्-सेन याने म्हटलेले आहे -

"असंख्य वेळा मी जिवावरच्या प्रसंगांत अडकलो व त्याबाहेरही पडलो. यशापयशेही पुष्कळ पाहिली, परंतु मला जे नुकतेच अपयश आले आहे त्याच्याइतके दु:खदायक काही घडले नव्हते. माझी पूर्वीची अपयशे ही शत्रूची किमया होती. या वेळी मात्र माझे शत्रू पराभूत असूनही आज त्यांच्या जागी जनरल चेन-त्सियुंग-मिंग याचा उदय झाला आहे, की जो परवापर्यंत माझा आश्रयदाता होता ! हा माणूस इतका कृतघ्न व उलट्या काळजाचा आहे की, जे माझ्या शत्रूंनी केले नसते ते याने केले. केवळ प्रजासत्ताकाचे हे दुर्दैव नाही, तर घसरत चाललेल्या नैतिक मूल्यांची ही निशाणी आहे."

("It is not only a misfortune for the Republic; but also an indication of a decline in moral integrity.")

डॉ. सन्यत्-सेनच्या यातनांना सामान्य जनतेची सहानूभूती मात्र या वेळी अजिबात

नव्हती ! जनतेला चांग-सो-लीन व जनरल वू-पई-फू या दोघांत जनरल वू-पई-फू हा अधिक विश्वासार्ह वाटत होता आणि पेकिंगला सुरू झालेल्या संघर्षात डॉ. सन्यत्-सेनने नेमकी चांग-सो-लीन याची कड घेण्यासाठी धावपळ केलेली पाहून सर्वसामान्य माणसे दिङ्मूढ झाली होती. जनता यादवीला विटली होती. जनरल चेन हा दक्षिणेतील प्रांतांना लढाईपासून दूर ठेवण्याचा प्रयत्न करीत आहे असा सर्वसाधारण समज होता. यामुळे जनरल चेन याने डॉ. सन्यत्-सेन याला कॅन्टोनहून हुसकले, तेव्हा सर्वत्र समाधानच व्यक्त होऊ लागले. जनरल चेन हा आपले सर्व पत्ते स्पष्टपणे खेळत नव्हता म्हणून आणि डॉ. सन्यत्-सेनचा राजकीय डाव जनतेच्या आकलनशक्तीबाहेरचा होता म्हणून कदाचित असेल, परंतु डॉ. सन्यत्-सेन हा या वेळी अतिशय अप्रिय झाला यात शंका नाही.

उत्तर व दक्षिण चीनमधील प्रतिस्पर्धी सरकारांमधील वर्षांनुवर्षे चालणारा हा संघर्ष संपुष्टात यावा, अशी परिस्थिती मध्यंतरी पेकिंगमध्येही निर्माण झाली होती.

चांग-सो-लीन याचा पराभव करून त्याला पेकिंगबाहेर काढल्यावर १४ मे १९२२ रोजी जनरल वू-पई-फू याने सर्व प्रांतांच्या टुचूनना एक परिपत्रक धाडून जुनी संयुक्त पार्लमेंट भरवण्याचे आवाहन केले.

जनरल वू-पई-फू याच्या या आवाहनाच्या पाठोपाठ १५ मे १९२२ ला यांगत्सी खोऱ्यात बलिष्ठ झालेला एक लष्करी नेता सन-चूआन-फँग याने सर्व प्रांतांत तार दिली : "A short cut to the reunification of the nation is the restoration of the orthodox constitution."

(''देश एकसंघ करण्याचा जवळचा मार्ग म्हणजे जुन्या घटनेचा अंमल पुन: चालू करणे.'')

याच माणसाने पुढे आपल्या तारेत अशीही सूचना केली : ''ली-युवान-हुंग यालाच पुन: अध्यक्ष करावे. एकदा का जुनी राज्यघटना अंमलात आली की मग दक्षिणेतील सरकारच्या अस्तित्वाची गरजच राहात नाही.''

या सन-चुआन-फँगचे नावदेखील आतापर्यंत लोकांना फारसे माहीत नव्हते. हुपै प्रांताच्या उत्तर भागात असलेल्या सैन्याचा तो एक दुय्यम अधिकारी होता. त्याने केलेल्या या सूचना मात्र त्साओ-कून व जनरल वू-पई-फू यांच्या वतीने केलेल्या होत्या, असे पुढील घटनांवरून दिसते. कारण त्साओ-कून व जनरल वू-पई-फू हे दोघे १९१७ च्या काही पार्लमेंट सदस्यांबरोबर तिअनस्टिन येथे गेले व २४ मे १९२२ ला त्यांनी पार्लमेंटशी बोलणी सुरू केली. १ जून १९२२ ला सुमारे १५० सभासदांनी असे जाहीर केले की, उत्तरेतील व दक्षिणेतील सरकारे रद्द करण्यात येत आहेत व नवे

कायदेशीर मध्यवर्ती सरकार लवकरच काम पाहू लागेल.

हा मोह सोड सोड -

जणू काय सरकार बरखास्त होण्याचीच अध्यक्ष त्सू-शिह-चँग वाट पाहात होता ! दुसऱ्याच दिवशी (२ जून १९२२) तो अध्यक्षपदाचा राजीनामा देऊन मोकळा झाला. त्सू-शिह-चँग याने रस्ता मोकळा करताच त्साओ-कून आणि जनरल वू-पई-फू या दोघांनी, प्रांतांचे टुचून व गव्हर्नर यांच्या सह्या गोळा करून ली-युवान-हुंग या सेवानिवृत्तीचे आयुष्य कंठणाऱ्या व जनतेच्या विस्मरणात गेलेल्या सज्जन विद्वानाला अध्यक्षपद देऊ करणारे पत्र रवाना केले.

ली-युवान-हुंग याला त्याच्या अनेक विद्वान आणि सज्जन मित्रांनी सल्ला दिला की, आपल्यासारख्याने या वयात अध्यक्षपदाच्या मोहात गुरफटू नये. परंतु सन्मान कुणाला नको असतो ? ली-युवान-हुंग याने आपल्या अटी कळविल्या :

"जर 'टुचून' हे पद रद्द करून सैनिकांची संख्या कमी करण्यात येईल तर मी अध्यक्ष व्हायला तयार आहे."

त्साओ-कून आणि जनरल वू या दोघांच्या नाकांत वेसण घालणाऱ्या या अटी होत्या. परंतु त्या त्यांनी पत्करल्या ! कारण अटी काय आहेत याचा विचारदेखील करण्याची त्यांना गरज वाटत नव्हती. ली-युवान-हुंगसारखा सज्जन आपल्या गळाला लागला, तरच आपली बाजू बळकट होईल हा साधा हिशोब त्यांनी केला होता.

ली-युवान-हुंग हा असा परत जाळ्यात अडकला !

११ जूनला तात्पुरते अध्यक्षपद स्वीकारण्यासाठी ली-युवान-हुंग पेकिंगला पोचला.

डॉ. सन्यत्-सेन याने त्साओ-कून व जनरल वू-पई-फू या दोघांचा डाव बरोबर ओळखला व तात्काळ जाहीर केले -

"देशाचे चलनवलन ज्यांनी बंद पाडले, त्या टोळीच्या म्होरक्यांना प्रथम शिक्षा झाली पाहिजे. दुसरी गोष्ट, पार्लमेंटचे संरक्षण व्हायला हवे. सैनिकांना कामकरी करून, त्यांच्या हातातील शस्त्रे काढून घेऊन, त्यांच्या हातात कामाची आयुधे दिली जायला हवी. घटनेचे पावित्र्य खरोखरच संरक्षिले जाणार आहे, याचा दिलासा म्हणून चिहली गटाच्या सेनाधिकाऱ्यांनी अर्ध्या सैनिकांना ताबडतोब कामकरी करावे. उरलेले अर्धे देश-संरक्षणासाठी इतर प्रांतांतील सैनिकांसह तसेच राहू द्यावे. ही विनंती चिहली सेनानींना मान्य झाली तर हा अध्यक्ष (कॅन्टोन सरकारचा) देखील, 'युद्ध थांबवून शांतता प्रस्थापित करा व जोडीने देशपुनर्रचना करण्याच्या कामात सहभागी व्हा,' असा आदेश देईल.

("If this request is accepted by the Chihali Generals this president

(Sun-yat-sen) would order the whole nation to stop the war, to restore peace and to plan reconstruction jointly.")

डॉ. सन्यत्-सेन याच्या या आवाहनाला त्साओ-कून व जनरल वू-पई-फू यांनी मुळीच प्रतिसाद दिला नाही. ली-युवान-हुंग हा भोळा नसता तर काळाची पुढची पावले त्याने याच वेळी ओळखली असती.

दुर्दैवाने पूर्वी सांगितल्याप्रमाणे जनरल चेन बरोबरच्या संघर्षात डॉ. सन्यत्-सेन परास्त झाला व ९ ऑगस्टला त्याला कॅन्टोन सोडून पळून जाणे भाग पडले. त्साओ-कून व जनरल वू-पई-फू यांचा दुसरा प्रतिस्पर्धी चांग-सो-लीन हा मंगोलियात निघून गेला होता, परंतु स्वस्थ बसलेला नव्हता. आज नाही उद्या पेकिंगवर पुन: चाल करून जायचे, या इर्ष्येने तो नवी सैन्यपथके उभारण्यात मग्न झालेला होता.

ली-युवान-हुंग हा हंगामी अध्यक्ष, त्साओ-कून आणि जनरल वू-पई-फू हे प्रमुख लष्करी आधारस्तंभ आणि पेकिंगला जमा होऊ शकले त्या सर्व सभासदांची पार्लमेंट, असा राज्यकारभार आता पेकिंग येथे सुरू झाला ! अध्यक्ष ली-युवान-हुंग याने १ जुलैला पत्रक काढले -

"स्थानिक स्वराज्य हा घटनात्मक देशाचा मूलभूत पाया होय. आता पार्लमेंट भरत आहे आणि ती केंद्र सरकार व प्रांतिक सरकारे यांच्यातील संबंधाबाबत घटनेत योग्य तरतूद करील. फेडरल राज्य घटना हीच देशाच्या एकीकरणाची एकमेव आशास्थान आहे."

समर्थांचा सेवक

प्रांतांना संपूर्ण स्वायत्तता देण्याचा विचार जनरल वू-पई-फू व डॉ. सन्यत्-सेन या दोघांनाही मान्य नव्हता. बलिष्ठ केंद्रसत्ता व सर्व देशावर या सत्तेचेच नियंत्रण दोघांना हवे होते. फरक इतकाच की, जनरल वू-पई-फू ही गोष्ट लष्करी कारवाई करून सिद्ध करू पाहात होता. उलट डॉ. सन्यत्-सेन हा लोकमताच्या दडपणाला सतत आवाहन करीत होता. या क्षणी डॉ. सन्यत्-सेन हा वनवासात होता. उलट ली-युवान-हुंग यासारखा मोहरा हंगामी अध्यक्ष करून, जनरल वू-पई-फू हा मात्र प्रत्यक्ष राजकारण खेळत होता. जनरल वू-पई-फूचा एके काळचा वरिष्ठ त्साओ-कून याला मात्र आता अध्यक्षपदाचे डोहाळे लागत होते. हंगामी अध्यक्षाला हुसकून अध्यक्षपद आपणाकडे कधी घेता येईल, ही संधी तो हेरित होता. आपल्या महत्त्वाकांक्षेला जनरल वू-पई-फू कधीही अपशकून करणार नाही अशी त्याची खात्री होती. त्साओ-कून याला हे माहीत नव्हते की, सर्व देश लष्करी बळाच्या जोरावर एकछत्री अंमलाखाली आणीपर्यंत जनरल वू-पई-फू याला आता अध्यक्षपदात खांदेपालट नको होता !

ली-युवान-हुंग हाच ईप्सितासाठी त्याला सर्व दृष्टीने योग्य माणूस वाटत होता आणि म्हणूनच त्साओ-कून याचे अध्यक्षपद बळकावण्याचे जे उद्योग सुरू होते त्याला जनरल वू-पई-फूचा पाठिंबा मुळीच मिळण्यासारखा नव्हता.

१९ सप्टेंबर १९२२ ला वँग-चँग-हुई याच्या नेतृत्वाखाली हंगामी मंत्रिमंडळाचा शपथविधी झाला. या मंत्रिमंडळाचे सर्व सभासद ली-युवान-हुंगच्या सल्ल्याने नेमले गेले असल्याने, सर्व मंत्री अनुभवी व कर्तबगार होते. या मंत्रिमंडळाला यथार्थाने "Able Men Cabinet" (समर्थ माणसांचे मंत्रिमंडळ) असे सर्वजण म्हणू लागले.

जनरल वू-पई-फू याचा या मंत्रिमंडळाला मनापासून संपूर्ण पाठिंबा होता. इतकेच नव्हे तर सन्यत्-सेनची सुप्रसिद्ध त्रिसूत्रीदेखील पत्करण्यास तो तयार होण्याची शक्यता पंतप्रधानाला वाटत होती.

असे काही झाले आणि सत्तेचे नवे समीकरण तयार झाले, तर अध्यक्ष होण्याच्या आपल्या स्वप्नाचे काय, या विचाराने त्साओ-कून याच्या पोटात शूळ उठला. काही पार्लमेंट सदस्यांना हाताशी धरून त्साओ-कून याने पार्लमेंटमध्ये अर्थमंत्री लो-वेन-कॅन याने एका परराष्ट्र व्यवहारात पैसे खाल्ल्याचा आरोप पुढे आणला. इन्कार झाले, परंतु पार्लमेंटमध्ये भांडणारे गट निर्माण झाले. मंत्रिमंडळही हंगामीच होते आणि पार्लमेंटमध्ये या मंत्रिमंडळाला कदाचित पाठिंबा मिळणार नाही अशी शंका निर्माण करण्यात त्साओ-कून याला यश आले.

२५ नोव्हेंबर १९२२ ला वँग चे हंगामी मंत्रिमंडळ बरखास्त झाले. त्याची जागा चांग-शाओ-त्सेंग याने घेतली. जनरल वू चा पाठिंबा असलेले मंत्रिमंडळ नुकतेच कोसळले असल्याने व त्साओ-कून याच्याशी संबंध बिघडविण्यास जनरल वू याने तयारी न दर्शविल्यामुळे मंत्रिमंडळात त्साओ-कूनचे हस्तक समाविष्ट झाले.

त्साओ-कून याला आता अध्यक्षपदाचाच घास हवा होता. सत्तारूढ मंत्रिमंडळाला लाचखोरांचा पाठिंबा कधीही विकत घेता येतो ! पार्लमेंटने आता ठराव केला -

“३१ ऑगस्ट १९२३ पर्यंत नवी राज्यघटना पूर्ण झाली पाहिजे व राष्ट्राध्यक्षाची निवड ३० सप्टेंबरपूर्वी झाली पाहिजे.”

नवी राज्यघटना पूर्ण झाली पाहिजे असा फतवा झाला खरा, परंतु राज्यघटनेच्या किचकट चर्चेत रस कुणाला होता ? कोरमअभावी पार्लमेंट सारखी बंद पडू लागली. लोकशाहीच्या इतिहासात अत्यंत अभिनव असा एक हुकूम या वेळी हंगामी अध्यक्ष ली-युवान-हुंग याने काढला. हुकूम असा होता :

“जो पार्लमेंट सभासद घटनाविषयक तरतुदीच्या चर्चेला सभागृहात हजर राहील, त्याला प्रत्येक दिवशी २० डॉलर जादा भत्ता मिळेल आणि जो गैरहजर राहील त्याला

२० डॉलर दंड भरावा लागेल.''

या तोबऱ्याकरता अंदाजपत्रात महिना १,७०,००० डॉलर्सची तरतूददेखील झाली !

त्साओ-कून याला संशय आला की, पार्लमेंट खिशात घालण्यासाठी पैसेवाटपाचा हा राजरोस कार्यक्रम अध्यक्ष ली-युवान-हुंग याने आखलेला दिसतो. मंत्रिमंडळातील मंत्री त्साओ-कूनच्या अर्ध्या वचनातलेच होते. त्साओ-कून याने इशारा करताच, या अफाट खर्चाचे कारण दाखवून सर्व मंत्रीगणांनी राजीनामे दिले. ६ जून १९२३. चांग-शाओ-त्सेंगचे मंत्रिमंडळही असे बरखास्त झाले !

लोकशाही इस्पितळात !

त्साओ-कून याने विक्षिप्त पद्धतीने अध्यक्षपदावर अखेर जी झडप घातली तो विनोदी प्रवेश आता सुरू होत आहे.

त्साओ-कून याच्या चिथावणीवरून दुसऱ्या दिवशी म्हणजे ७ जूनला, सुमारे ५०० सैनिक व पोलीस यांनी अध्यक्ष ली-युवान-हुंग याच्या निवासाभोवती घेराव टाकला. त्यांचा सर्व थकलेला पगार त्यांना ताबडतोब हवा होता. ली-युवान-हुंग बाहेर आला व त्याने दोन दिवसांत काहीतरी सोय करतो असे थातुरमातुर केले. घेराव उठला. तो ८ जूनला दुसरा घेराव ! पेकिंगमधील असंख्य मवाली गुंड व भिकारी हे पेकिंगचे नागरिक म्हणून तिआन गेटपाशी जमा झाले. त्यांची घोषणा होती -

''ली-युवान-हुंग-मुर्दाबाद !''

रस्त्यारस्त्यांतून हा जमाव फिरू लागला. अखेर सर्वांचा मोर्चा अध्यक्षांच्या घरावर आला. अध्यक्ष महाशयांनी पोलिसप्रमुख व पेकिंगमधील लष्कर-प्रमुखांना बोलावून काहीतरी उपाय करण्यास सांगितले. त्यांनी राजीनामे दिले आणि सांगितले, ''ही जबाबदारी आम्ही घेऊ शकत नाही. हे सर्व भुकेलेले लोक आहेत !''

त्साओ-कून पडद्यामागे राहून अध्यक्षांची ही फजिती पाहात होता. जनरल वू-पई-फू याला त्साओ-कूनच्या मर्जीविरुद्ध अध्यक्षांना पाठिंबा देणे फारसे सोईचे वाटत नव्हते. ज्या दोघांवर विश्वासून ली-युवान-हुंग राष्ट्राध्यक्ष झाला त्यांनीच अध्यक्षांची अशी ससेहोलपट उडवली.

ली-युवान-हुंग हा पेकिंगहून अखेर पळून जाण्याच्या तयारीला लागला. पेकिंग सोडण्यापूर्वी सर्व टुचून व सैन्याचे कमिशनर यांचे अधिकार खतम करणाऱ्या हुकुमावर सही करून, तो हुकूम राष्ट्राध्यक्षांनी खिशात तयार ठेवला होता.

एवढेच करून हा राष्ट्राध्यक्ष थांबला नाही तर अध्यक्षपदाचे सर्व सही-शिक्के आणि मोहरा त्याने 'लिगेशन क्वार्टर'मधील एका फ्रेंच रुग्णालयात लपवून ठेवले. लोकशाही खरोखरच इस्पितळात पोचवण्यात आली ! कशी कोण जाणे परंतु ली-युवान-हुंग

पेकिंगहून तिअनस्टिनला पसार होणार आहे ही बातमी बाहेर फुटली.

१३ जूनला दुपारी ली-युवान-हुंगने पेकिंग सोडले. चिहली प्रांतांचा गव्हर्नर वँग-चेंग-पिन याने त्साओ-कून याच्या संदेशानुसार 'यांग-त्सूई' स्टेशनवर अध्यक्ष पळून जात असलेली गाडी अडवली ! अध्यक्षपदाचे सही-शिक्के हवाली केल्याखेरीज ली-युवान-हुंग याला सोडण्यात येणार नाही अशी धमकी त्याला दिली. ली युवान हुंगने फ्रेंच इस्पितळाचा पत्ता दिल्यावर आणि सर्व सही-शिक्के त्यानुसार तेथून ताब्यात घेतल्यावर, ली-युवान-हुंगची सुटका झाली ! तत्पूर्वी त्याच्याकडून एक तार-पत्रावर जबरदस्तीने सही घेण्यात आली.

हे तार-पत्र म्हणजे राष्ट्राध्यक्षांचा राजीनामा होता ! शिवाय त्यात मंत्रिमंडळाने तूर्त अध्यक्षांचे काम पाहावे अशी सूचनादेखील होती !

राष्ट्राध्यक्ष पळून गेल्यावर सुमारे ५०० पार्लमेंट सभासदांना प्रत्येकी ५००० डॉलर्स लाच देऊन, त्साओ-कून याने स्वतःची राष्ट्राध्यक्ष म्हणून निवड करून घेण्याची पूर्वतयारी पुढच्या चार महिन्यांत केली.

१० ऑक्टोबर १९२३ या दिवशी त्साओ-कून हा राष्ट्राध्यक्ष म्हणून निवडला गेला आणि त्याच दिवशी पार्लमेंटचा स्पीकर वू-चिंग-लीन याने राज्यघटना जाहीर केली. या राज्यघटनेत प्रांताच्या स्वायत्ततेला मुक्त स्वातंत्र्य देण्यात आले होते. पर्यायाने केंद्र सत्तेने आणि मध्यवर्ती लोकशाही यंत्रणेने ही आत्महत्त्याच करून घेतली होती. आता या राज्यघटनेच्या संरक्षणासाठी पूर्वीप्रमाणे कोणीही उभा राहण्याची शक्यताच नव्हती.

१९२३ साल संपले, तेव्हा मध्यवर्ती सत्ता म्हणून त्साओ-कूनचे बुजगावणे उभे होते. आता देशाची एकमेव आशा उरली होती ती म्हणजे कोमिन्टांग पक्ष ! हे सर्व घडेपर्यंत पुनः एकदा कॅन्टोन सरकारचे पुनर्जीवन झालेले होते.

* * *

१६

□

डॉ. सन्यत् सेन कालवश :
कोमिन्टांग लोकप्रियतेच्या लाटेवर

कॅन्टोन सोडून डॉ. सन्यत्-सेनला शांघायला पळून यावे लागले. या घटनेमुळे तो खूपच अंतर्मुख झाला. कोमिन्टांग पक्ष म्हणून जी काही मृतप्राय पक्षसंघटना आता शिल्लक होती तिच्याविषयी जनतेत मुळीच प्रेम उरले नव्हते. जनरल चेन व डॉ. सन्यत्-सेन यांच्यात उडालेला झगडा, हा इतर लष्करी धटिंगणांप्रमाणेच दोन व्यक्तींचा सत्तेसाठी हव्यास आहे, असा समज सर्वत्र पसरला होता. वस्तुत: कोमिन्टांग पक्षाविरुद्ध जनरल चेन याने बंड पुकारले होते व पक्षप्रमुख या नात्याने डॉ. सन्यत्-सेन याला त्याचे आव्हान स्वीकारणे भाग पडले होते. संघर्षाची ही तात्त्विक पार्श्वभूमीच दृष्टीआड झाली होती आणि याचे मुख्य कारण म्हणजे कोमिन्टांग पक्षाची संघटना अशी आता उरली नव्हती. कोमिन्टांग पक्ष दुर्बल झाल्याने डॉ. सन्यत्-सेन याला तत्त्वशून्य तडजोडी पत्करून जनरल चेनविरुद्ध लढावे लागले आणि आता तर अखेर या सत्याग्रहातही तो पराभूत झाला होता.

हे सर्व घडत असताना चिनी कम्युनिस्ट पक्षाची स्थापना होऊन तिसऱ्या कम्युनिस्ट इंटरनॅशनलशी त्या पक्षाचे संबंधदेखील प्रस्थापित झालेले होते. सोविएट रशियाला या वेळी युरोपात कुणी मित्र उरलेला नव्हता. लेनिन पूर्वेच्या दिशेला मित्रांच्या शोधात होता. डॉ. सन्यत्-सेन याने रशियातील क्रांतीचे मन:पूर्वक स्वागत केलेले होते व लेनिनचा प्रतिनिधी मारिंग (Maring) याची १९२१ मध्ये सन्यत्-सेनशी क्वांगसी येथे बोलणीदेखील झालेली होती. हा सर्व वृत्तांत पूर्वीच्या निवेदनात आलेला आहेच.

९ ऑगस्ट १९२२ ला डॉ. सन्यत्-सेन कॅन्टोनहून परागंदा होऊन शांघायला पोचल्यानंतर चारच दिवसांनी १३ ऑगस्टला नवा सोविएट वकील जॉफी (Joffe) हा

पेकिंगला दाखल झाला. मॉस्कोहून येताना तो लेनिनच्या सल्ल्याने निश्चित धोरण घेऊन आला होता. चीनमधील सोविएट वकिलाने दक्षिणेत डॉ. सन्यत्-सेन याच्याशी संबंध प्रस्थापित करून त्याला सर्वतोपरी पाठिंबा द्यावा व उत्तरेत पेकिंगमध्ये जनरल वू-पई-फू व मंगोलियात चांग-सो-लीन या दोघांबाबत राजकीय पातळीवर ते रशियाविरोधी होणार नाहीत इतपत खबरदारी घ्यावी, असे हे निश्चित धोरण होते. यानुसार आल्या आल्या जॉफी याने डॉ. सन्यत्-सेन याच्याशी पत्रव्यवहार सुरू केला. डॉ. सन्यत्-सेन याने जॉफी याला शांघायला येऊन भेटण्याचे निमंत्रण ३० ऑगस्ट १९२२ च्या पत्रात दिले. या पत्रव्यवहारात जॉफी हा पुन: पुन: चिनी कम्युनिस्टांना कोमिन्टांग पक्षात सामील करून घ्या असा आग्रह डॉ. सन्यत्-सेन याला करीत होता.

डॉ. सन्यत्-सेन याने आपले लक्ष कोमिन्टांग पक्ष नव्या जोमाने उभा करण्यावरच केंद्रित करण्याचे ठरवले. ४ सप्टेंबर १९२२ ला निरनिराळ्या प्रांतांतील मिळून ५० कोमिन्टांग कार्यकर्ते शांघायला जमले. पक्षाचा नवा जाहीरनामा तयार करण्यासाठी दोघांची समिती नेमण्यात आली. या समितीने डॉ. सन्यत्-सेनशी पुष्कळ चर्चा करून जाहीरनामा तयार केला व तो डॉ. सन्यत्-सेन याने पक्षाचा अध्यक्ष या नात्याने १ जानेवारी १९२३ ला जाहीर केला.

या जाहीरनाम्यात चिनी क्रांतिकारी पक्ष (Chinese Revolutionary Party) हे पक्षाचे नाव बदलून, 'चिनी कोमिन्टांग' (Chinese Komintang) असे ते सुटसुटीत करण्यात आले. डॉ. सन्यत्-सेनने प्रथमच पुरस्कारलेली 'तीन जनतत्त्वे' ही पुनर्विचार करून नव्या अन्वयासह या जाहीरनाम्यात विशद केलेली आढळतात. या नव्या पक्षाच्या शपथनाम्यातील यासंबंधीचे निवेदन असे आहे :

कोमिन्टांग पक्षाचा जाहीरनामा

१) मांचू राजवट गेली तरीसुद्धा आपले राष्ट्र हे अजून परक्या राष्ट्रांची वसाहत झालेले आहेच. राष्ट्रवादाच्या तत्त्वानुसार आमचा पक्ष, चीन देश व परकीय देशांत, हे जे विषमतेचे नाते निर्माण झाले आहे, ते नष्ट करण्याचा यत्न करील. त्याचबरोबर एकसंघ राष्ट्र म्हणून चीनमधील सर्व जनतेची एकात्मता साधण्याचाही आमच्या पक्षाचा प्रयत्न राहील. देशांतर्गत प्रगतीसाठी स्वयंनिर्णयाचे तत्त्व आम्ही मानतो. आंतरराष्ट्रीय क्षेत्रात चीन देशावर जे अन्यायकारक असमान तह लादले गेले आहेत ते बदलून घेऊन चीन हा आंतरराष्ट्रीय क्षेत्रात मुक्तपणे बरोबरीच्या नात्याने इतर देशांशी

वागू शकेल, अशी परिस्थिती निर्माण करण्यासाठी आमचा पक्ष झटेल.

२) लोकशाहीच्या तत्त्वानुसार, आज देशात ज्या प्रकाराने निवडणुका घेण्यात येतात, त्या आम्हाला मान्य नाहीत ! वर्ग-भिन्नता मान्य करून त्यानुसार निवडणुका घेतल्या जात असल्याने सत्तेचा दुरुपयोग होतो आणि फक्त विशिष्ट गटाचीच मिरास निर्माण होते. यासाठी झालेल्या निवडणुका रद्द करून सर्वांना मताधिकार देऊन पुन्हा निवडणुका घेतल्या जाव्या व या निवडणुकात वर्ग, श्रीमंती यापरत्वे कसलाही भेदभाव केला जाऊ नये. लोकांना भाषण-स्वातंत्र्य, धर्म-स्वातंत्र्य, लेखन-स्वातंत्र्य आणि सभा-मंडळे निर्माण करण्याचा संपूर्ण हक्क असला पाहिजे.

३) आमच्या पक्षाची अशी धारणा आहे की, युरोपियन व अमेरिकन अर्थपद्धतीत जो दोष आहे, तो म्हणजे या अर्थकारणामुळे दारिद्र्याची विषम वाटणी होते व सर्व भांडणाचे हेच मूळ कारण असते. चीनचे अफाट दारिद्र्य निवारण करण्याचा एकमेव उपाय म्हणजे, आपल्या देशातील नैसर्गिक संपत्तीचा शोध घेऊन त्याचा विकास करणे. दारिद्र्याचा प्रश्न सोडवण्यासाठी जमिनीसंबंधी कायदा ताबडतोब केला पाहिजे. याच कायद्यानुसार जमिनीवरील सारा निश्चित करण्यात यावा. जमिनीच्या मालकी हक्काला बंधन घातले जावे व कमाल मर्यादा ठरविण्यात यावी.

४) रेल्वे, खाणी, जंगले, कालव्याची कामे आणि भांडवल गुंतवणुकीचे महत्त्वाचे धंदे व व्यापार, हे सर्व जनतेच्या मालकीचे व व्यवस्थापनाचे असले पाहिजेत. व्यवस्थापनात कामगारांना प्रतिनिधीत्व मिळायला हवे.

५) सर्वांना समान संधी व स्त्री-पुरुषांना समान अधिकार आमचा पक्ष देईल.

६) शेतमजूर आणि जमीनमालक या दोघांना समान पातळीवर आणण्यासाठी शेतीविषयक सुधारणा व खेड्यातील समाजाच्या जीवनमानात सुधारणा करण्याचा कार्यक्रम पक्ष हाती घेईल.

कोमिन्टांग पक्षाचे हे जाहीर ध्येयधोरण राहील. १ जानेवारी १९२३.

पुनरागमन

राजा वनवासात गेला तरी आपले राजेपण विसरू शकत नाही. ज्याच्यामागे जनता येते त्या रामालादेखील वनवास अटळ असतो. कॅन्टोन सरकार ठिकाणावर नव्हते. डॉ. सन्यत्-सेन स्वत: शांघायला वनवासी झालेला होता. अशा या परिस्थितीत कोमिन्टांग पक्षाची पुनर्रचना करून नवा जाहीरनामा फडकवण्याची डॉ. सन्यत्-सेनची ही उमेद खरोखरच कौतुकास्पद म्हटली पाहिजे.

जनरल चेन याने डॉ. सन्यत्-सेनचा पराभव करताच, उत्तरेकडे निघालेल्या सन्यत्-सेन लष्कराच्या दोन प्रमुख चिरफळ्या झाल्या.

त्सु-चुंग-चिह आणि लि-फू-लीन यांच्या सैन्यतुकड्या फुंकीनच्या सरहद्दीकडे मागे हटल्या आणि चू-पई-ते याच्या युनानी सैन्याने, क्वांगसी प्रांतातील क्वेइलीनच्या दिशेने माघार घेतली.

डॉ. सन्यत्-सेन याने त्सू-चुंग-चिह याच्याशी संपर्क साधला व त्याच्या सैन्याने फुंकीनवर हल्ला चढवावा ही योजना त्याने आखली. त्याच वेळी चू-पई-ते याच्या भेटीसाठी डॉ. सन्यत्-सेन याने त्सौ-लू या आपल्या विश्वासू सहकाऱ्याला पाठवले. चू-पई-ते याच्या युनानी लष्कराने, वुचौच्या पूर्वेस जनरल चेनच्या सैन्यावर त्याच वेळी हल्ला चढवावा, अशी योजना ठरवली गेली. वुचौ येथील जनरल चेन याचा कमांडर हा फितूर झाल्याने वुचौ पडले. १५ जानेवारी १९२३ ला जनरल चेन याच्यावर दडपण वाढत गेले व त्याने कॅन्टोनहून पळ काढला.

जनरल चेन कॅन्टोनहून वेचौकडे (Hweichow) पळून गेला, हे वृत्त शांघायला पोचताच, डॉ. सन्यत्-सेनच्या आशा पुन्हा पालवल्या. फेब्रुवारीच्या पहिल्या आठवड्यात त्सू-चुंग-चिह हा ससैन्य कॅन्टोनमध्ये आला व त्याने डॉ. सन्यत्-सेन याला निमंत्रण धाडले. १५ फेब्रुवारीला डॉ. सन्यत्-सेन याने शांघाय सोडले. हाँगकाँगमार्गे कॅन्टोनला पोचायला २१ फेब्रुवारी उजाडली.

मुळीच वेळ न दवडता २४ फेब्रुवारीला डॉ. सन्यत्-सेन याने पुनः ग्रँड मार्शलचा अधिकार स्वीकारण्याचे जाहीर करून, कॅन्टोन लष्करी सरकार अस्तित्वात आणले. दक्षिणेत कॅन्टोन सरकारचा पुनर्जन्म झाल्याचे वृत्त पेकिंगला पोहचताच, त्या वेळी पंतप्रधान असलेला चांग-शाओ-त्सेंग याच्यावर त्साओ-कून आणि जनरल वू-पई-फू यांनी दडपण आणून फुंकीन व क्वांगटुंग हे प्रांत आपल्या हस्तकांना तेथे टुचून नेमून, त्यांच्या हवाली करण्याचे कारस्थान रचले. या दडपणाला ठोकरून पंतप्रधान चांग-शाओ-त्सेन याने मंत्रिमंडळाचा राजीनामा दिला. परंतु मंत्रिमंडळाची वासलात लागताच लष्करी धटिंगणांना हव्या होत्या तशा नेमणुका जाहीर झाल्या.

सन-चुआन-फँग याला फुंकीनचा टुचून व जनरल शेन-हुंग-यिंग याला क्वांगटुंगचा टूचून नेमल्याची घोषणा पेकिंगहून झाली. जनरल शेन याने ताबडतोब डॉ. सन्यत्-सेनला कॅन्टोन सोडून जाण्याचा आदेश जारी केला. डॉ. सन्यत्-सेनचे मदतनीस सैन्य आता उत्साहात होते. मे १९२३ अखेर जनरल शेनचाच धुव्वा उडवला गेला.

डंख धरून वेचौ येथे पळून गेलेल्या जनरल चेन-त्सियुंग-मिंग याने मग गडबड सुरू केली. त्याच्याशी डॉ. सन्यत्-सेनच्या लढाया सुरू झाल्या. या झगड्यात अखेर जनरल चेनचा काटा कायमचा निघाला असला तरी या लढाईत कॅन्टोन सरकार गुंतलेले असताना, पेकिंग येथे पूर्वी सांगितल्याप्रमाणे त्साओ-कूनने धमाल उडवून दिली. १० ऑक्टोबर १९२३ ला त्याने राष्ट्राध्यक्षपद बळकावून तो पेकिंगचा 'चालू दादा' झालेला होता.

म्हणजे १९२३ साल संपले, तेव्हा दक्षिणेत डॉ. सन्यत्-सेनचे सरकार बरेचसे अजातशत्रू होत चालले होते व उत्तरेत पेकिंगला त्साओ-कून याने जनरल वू-पई-फू याला निष्प्रभ करून राष्ट्राध्यक्षपदाचा कब्जा केलेला होता.

चँग-कै-शेकचा उदय

डॉ. सन्यत्-सेन याच्याभोवती जे नव्या जोमाचे तरुण या वेळी पुनश्च जमा झालेले होते, त्यातलाच एक म्हणजे चँग-कै-शेक. ३१ ऑक्टोबर १८८७ या दिवशी चँग-कै-शेक याचा जन्म झाला होता, म्हणजे या वेळी तो ३६ वर्षांचा होता. वयाच्या १९ व्या वर्षी तो पाओतिंग येथील लष्करी शाळेत दाखल झाला व तिथला अभ्यासक्रम पुरा करून त्याने जपानी लष्करात नोकरी पत्करली. यामुळे तो टोकियोला गेला.

१९११ साली डॉ. सन्यत्-सेन जेव्हा प्रथम परागंदा होऊन जपानमध्ये आश्रयाला गेला, तेव्हा चँग-कै-शेकशी त्याचा परिचय झाला. डॉ. सन्यत्-सेनच्या प्रभावी व्यक्तिमत्त्वाने भारला जाऊन, चँग-कै-शेक याने जपानी सैन्यातील नोकरी सोडली, व १९१२ मध्ये तो डॉ. सन्यत्-सेन पाठोपाठ चीनमध्ये परतला. १९१३ साली युवान-शिह-काई विरुद्धच्या झगड्यात पराभूत होऊन डॉ. सन्यत्-सेन पुन: परागंदा झाला व चँग-कै-शेक हा पुनश्च जपानला पळून गेला.

धागा तुटलेला पतंग भरकटावा, तसा चँग-कै-शेक हा दिशाहीन होऊन १९१३ ते १९१५ या कालखंडात वैध-अवैध मार्गाने पैशाच्या मागे लागला. १९१८ मध्ये डॉ. सन्यत्-सेन याने कॅन्टोन येथे क्रांतिकारी सैन्याची जमवाजमव सुरू केल्याची बातमी कळताच, चँग-कै-शेक हा पुनश्च डॉ. सन्यत्-सेनपाशी आला. डॉ. सन्यत्-सेनचा विश्वास त्याने पुन: संपादन केला व क्रांतिकारी सैन्यात मेजर जनरल पदावर त्याची नियुक्ती झाली.

डॉ. सन्यत्-सेन याला १९२३ सालच्या उन्हाळ्यात रशियाला आपला प्रतिनिधी

पाठवण्याची निकड वाटू लागली. या वेळी कॅन्टोन सरकार खूपच स्थिरावस्थेत बराच काळ काढू शकेल अशी चिन्हे दिसू लागली होती. डॉ. सन्यत्-सेनच्या वयोमानाचा विचार करता, त्याला मिळालेली ही जवळजवळ शेवटची संधी ठरणार होती. रशियाकडून या वेळी भरपूर मदत व पाठिंबा मिळाला तर चीनचे एकीकरण 'कोमिन्टांग' तत्त्वावर करण्याचे त्याचे स्वप्न साकार होण्याची ही वेळ होती. चँग-कै-शेक याची आपला प्रतिनिधी म्हणून निवड करून, डॉ. सन्यत्-सेनने चँगला १९२३ च्या उन्हाळ्यात मॉस्कोला रवाना केले.

चँग-कै-शेक मॉस्कोला पोचला, तेव्हा लेनिन आसन्नमरण झालेला होता. चँग-कै-शेकला ट्रॉट्स्की व इतर नेत्यांपर्यंत पोचता आले. सोविएट लष्कर उभारणीची बारकाईने पाहणी करून आणि कम्युनिस्ट पक्षाची कडक पक्षशिस्त किती असते याची माहिती घेऊन चँग-कै-शेक कॅन्टोनला परतला, तेव्हा त्याच्या डोळ्यांपुढे कोमिन्टांग पक्षासाठी शिस्तबद्ध लष्कर लवकरात लवकर उभारण्याचे स्वप्न तरळू लागले होते. सोविएट रशियाशी हातमिळवणी करण्यास उत्सुक व्हावा, अशा तऱ्हेचा आशादायक अहवाल डॉ. सन्यत्-सेन याला मिळाला असला पाहिजे.

कारण वर्षांपूर्वी म्हणजे सोविएट राजदूत जॉफी याच्याशी शांघाय येथे बोलणी केल्यानंतर, २१ नोव्हेंबर १९२२ ला चँग-कै-शेक याला पाठवलेल्या पत्रात डॉ. सन्यत्-सेननेच लिहिले होते :

"Joffe requested the admission of the Chinese Communists to Komintang. The problem is complicated and troublesome."

(''जॉफी याने चिनी कम्युनिस्टांना कोमिन्टांगमध्ये प्रवेश देण्याची विनंती केली. हा प्रश्न गुंतागुंतीचा व त्रासदायक आहे.'')

परंतु आता वर्षभरानंतर डॉ. सन्यत्-सेन याने सल्लागार पाठवा अशी रीतसर विनंती सोविएट रशियाकडे केली. सोविएट कम्युनिस्ट पक्षाच्या धर्तीवर कोमिन्टांग पक्षाची बांधणी करणे क्रांतीकार्याला अत्यंत आवश्यक आहे, असा डॉ. सन्यत्-सेन याचा विचार या वेळी पक्का झालेला आढळतो.

सोविएट दूत आला

डॉ. सन्यत्-सेनच्या विनंतीनुसार एक अत्यंत चाणाक्ष प्रतिनिधी रशियाहून चीनमध्ये दाखल झाला. याचे नाव मायकेल बोरोदीन. चीनमध्ये या कामगिरीवर येण्यापूर्वी त्याने अमेरिका, इंग्लंड, मेक्सिको, अशा निरनिराळ्या ठिकाणी कम्युनिस्ट पक्षाचे

काम संघटित करण्यात यश मिळवलेले होते. आतादेखील चीनमध्ये येण्यापूर्वी मायकेल बोरोदीन याने चीनच्या राजकीय आणि सामाजिक परिस्थितीचा चांगला अभ्यास करून, आपली योजना बरोबर आणलेली होती.

आल्या आल्या बोरोदीन याने डॉ. सन्यत्-सेनला सल्ला दिला की, पक्षसदस्यांनी पक्षाच्या धोरणाबाबत बाहेरच्यांजवळ खाजगी मतप्रदर्शन यापुढे करता कामा नये. पक्षाच्या प्रचारयंत्रणेचे केंद्रीकरण करायला हवे आणि पक्षकार्यकर्ते तयार करण्यासाठी विशेष शैक्षणिक सायास ताबडतोब सुरू केले पाहिजेत.

शक्तिहीन पोकळीत कुठलाच पक्ष जगू शकत नाही. कोमिन्टांग पक्षाने आपली मान देशातील लष्करी गुंडांच्या तडाख्यातून सोडवण्याचा एकमेव मार्ग म्हणजे, पक्षाने लष्करी शिक्षणाची स्वत:ची स्वतंत्र ॲकेडमी निर्माण करणे ! इथे पक्षाचे लष्करी अधिकारी तयार झाले पाहिजेत.

व्हाम्पोआ अकादमीची स्थापना

शहरातून, गावागावांतून, कोमिन्टांग पक्षाच्या शाखा उघडून बोरोदीन याने पक्षसंघटनेचे काम जसे मार्गी लावले तसे यापूर्वी कधीच कुणी लावलेले नव्हते. बोरोदीन याने मॉस्कोहून जनरल गॅलन याला बोलावून घेतले. त्याच्या नेतृत्वाखाली व्हाम्पोआ येथे लष्करी ॲकेडमी स्थापन झाली. लाल सैन्याची संपूर्ण अंतर्गत रचना व लष्करी संघटना याचा अभ्यास करून चँग-कै-शेक परतलेला होता. व्हाम्पोआ येथे जे नौदल शिक्षणाचे विद्यालय होते त्याच संस्थेच्या आवारात 'व्हाम्पोआ मिलिटरी अकादमी' निर्माण करण्यात आली व त्याचा पहिला अध्यक्ष म्हणून मे १९२४ मध्ये चँग-कै-शेक याची नियुक्ती झाली. या अकादमीचे उद्घाटन करताना केलेल्या भाषणात डॉ. सन्यत्-सेनने सांगितले :

"प्रजासत्ताकाचे रक्षण करण्यासाठी जो एक शक्ती-आधार (base) लागतो तोच आतापर्यंत आपण निर्माण केलेला नव्हता. आपल्याजवळ स्वत:चे क्रांतीप्रवण सैन्य नसल्याकारणाने, लष्करी उमरावांनीच प्रजासत्ताकावर अधिराज्य केले व क्रांतीच्या मार्गात त्यांनी अडसर घातला. ही अकादमी स्थापन करण्याचा आमचा हेतू क्रांतिकार्याची पुनश्च सुरुवात करावी हाच आहे. या अकादमीचे विद्यार्थी हेच यापुढील क्रांतिकारी सैन्याचे मूलाधार राहणार आहेत."

या अकादमीत, लष्करी शिक्षणाबरोबरच राजकीय व नैतिक शिक्षणावर भर देण्यात येऊ लागला. निर्माण होणाऱ्या लष्करी शक्तीवर कोमिन्टांग पक्षाचा अंकुश

राहील, यासाठी काय व्यवस्था केली होती हे पाहण्यापूर्वी डॉ. सन्यत्-सेनच्या नवनिर्मित कॅन्टोन सरकारचा थोडा पुढला प्रवास पाहायला हवा.

२१ फेब्रुवारी १९२३ ला डॉ. सन्यत्-सेन शांघायहून कॅन्टोनला पोचला व २४ फेब्रुवारीला त्याने ग्रँड मार्शल पद पत्करून क्रांतिकारी सरकार निर्माण केले खरे, परंतु या सरकारचा निश्चित अंमल कुणावर होता ? कॅन्टोन शहर वगळता, चारी बाजूंनी त्याचे शत्रू दबा धरून बसलेले होते. उत्तर क्वांगटुंग भागात जनरल चेन हा जवळ जवळ ३०,००० सैनिकांचा सुभेदार डूख धरून होता. दक्षिण क्वांगटुंगमध्ये असाच एक दुसरा लष्करी धटिंगण जवळ जवळ एवढ्याच सैनिकांचा पोशिंदा म्हणून स्वतःचे राज्य चालवीत होता. डॉ. सन्यत्-सेनच्या क्रांतिकारी झेंड्याखाली गोळा झालेल्यांत यांग-त्सि-मिनच्या हाताखालील युनानी सैनिक, लियू-चेन-हुआनच्या नेतृत्वाखालील क्वांगसी शिपाई, त्सू-चुंग-चिहचे क्वांगटुंग सैन्य, टॅन-येन-कईचे हुनानी सैन्य आणि काही होनान प्रांतातील तुकड्या असा फौजफाटा होता.

समजावणी फुकट गेली !

यांग-त्सि-मिन आणि लियू-चेन-हुआन, या दोघांनी मुख्यत: जनरल चेनचा पराभव केलेला होता आणि यामुळेच हे दोघे डॉ. सन्यत्-सेनला स्वतःचा आश्रित समजून बरेच उद्धटपणाने वागत असत. प्रसंगी गरिबांना नाडून ते पैसा उकळीत. यावर उपाय म्हणून या दोघांचे कनिष्ठ सैन्याधिकारी डॉ. सन्यत्-सेनने एकत्र केले. त्यांच्यापुढे केलेल्या भाषणात डॉ. सन्यत्-सेन याने त्यांना समजावण्याचा प्रयत्न केला. आपल्या भाषणात तो म्हणाला -

"युनानी आणि क्वांगसी सेनाधिकाऱ्यांनो, तुम्ही जनरल चेनला कॅन्टोनमधून हुसकावलात याबद्दल मी तुमचा ऋणी आहे. मी तर त्या वेळी शांघायला होतो आणि माझ्याजवळ कसली लष्करी शक्ती नव्हती. माझा कॅन्टोनला परतण्याचा इरादाही नव्हता. मी माझी सर्व उरली-सुरली शक्ती काही पुस्तके लिहिण्याकडे लावणार होतो. माझ्या बंधूंना त्यामुळे माझे राजकीय विचार कळू शकणार होते. परंतु तुम्ही मला शांघायला बोलावणे पाठवून आणि पाठिंब्याचे आश्वासन देऊन इथे आणलेत, माझ्या तत्त्वाचे पालन करण्याचेही आपण मान्य केलेत, याबद्दल मी अत्यंत कृतज्ञ आहे.

"परंतु आता माझे निशाण खांद्यावर घेऊन, तुम्ही माझाच मुलूख उद्ध्वस्त करीत सुटला आहात ! मी क्रांतिकारी पक्षाचा सभासद आहे आणि त्यागासाठी मी सदैव

सिद्धच असतो. जर राष्ट्रहित साधणार असेल तर त्यासाठी पडतील त्या यातना सहन करायला माझी तयारी आहे. परंतु माझ्याच प्रांतात लुटालूट करून तुम्ही देशाचे काय भले करणार आहात ? मी तुमच्याशी यापुढे सहकार्य करू शकणार नाही. मी तुमची रजा घेतो.''

डॉ. सन्यत्-सेनच्या या भाषणाचा परिणाम झाला व सर्व सैन्याचा खर्च क्रांतिकारी केंद्र सरकारातूनच चालेल, हा ग्रँड-मार्शलचा प्रस्ताव कागदोपत्री तरी सर्वांनी मंजूर केला. अर्थात व्यवहारात पूर्वीचेच गैरप्रकार चालू राहिले. डॉ. सन्यत्-सेनने नेमलेला अर्थमंत्री लिआवो-चुंग-काई हा याबाबतीत कसलीही सुसूत्रता निर्माण करू शकला नाही.

पहिली नॅशनल काँग्रेस

२० जानेवारी १९२४ ला डॉ. सन्यत्-सेनने सर्व प्रांतांची कोमिन्टांग पक्षाची पहिली नॅशनल काँग्रेस कॅन्टोनमध्ये भरवली. प्रत्येक प्रांतांतून सहा प्रतिनिधी या काँग्रेसला आले होते. अर्थात या सहातील तीन हे डॉ. सन्यत्-सेनने नियुक्त केलेले होते. हे अधिवेशन फक्त कोमिन्टांग पक्षाचे असूनही त्याला कोमिन्टांग काँग्रेस न म्हणता नॅशनल काँग्रेस म्हणण्याचे एक कारण असे होते की, सोविएट प्रतिनिधीच्या प्रयत्नाने या काँग्रेसला चिनी कम्युनिस्ट पक्षाचे सदस्यही उपस्थित होते. यात माओ-त्से-तुंग हा तर प्रमुख होता. पक्षाच्या या पहिल्या अधिवेशनापुढे बोलताना उद्घाटनाच्या भाषणात डॉ. सन्यत्-सेनने सांगितले :

''काही कालापूर्वी चीनमध्ये मोठी उलथापालथ चालू होती व जनतेला नवीन राजकीय विचार अज्ञातच होते. त्या वेळी या देशात 'एकपक्षीय राजवट' असावी असे मी म्हटले. आता मागे वळून पाहता मला असे दिसते की, माझी योजना ही समयोचित नव्हती. अजूनही आपल्या देशात खूप गोंधळ माजलेला आहे आणि आपल्या समाजशरीरात लाचलुचपतीसारखे दुर्धर रोग घर करून आहेत. कोमिन्टांगची पहिली जबाबदारी हा देश एकात्मतेने उभा करणे ही आहे. देशात राज्यकारभार कसा असावा याची चर्चा आताच अप्रस्तुत आहे.

''गेल्या तेरा वर्षांत आपण विविध राजकीय अनुभव घेतले आहेत. अनेक पद्धती आपण पडताळल्या आहेत. प्रांताप्रांतांतून अनेक सहकाऱ्यांना इथे बोलावण्याचा हेतू असा आहे की, नवीन नवीन राजकीय पद्धतींचा आढावा आपण घ्या. प्रगत राष्ट्रांतील क्रांतीची पद्धत आणि मागासलेल्या देशातील क्रांतीची पद्धत, या सर्वांचा

काळजीपूर्वक विचार करून आपण नवा मार्ग आखू या.

"कोमिन्टांगपुढे दोन गोष्टी आहेत ! पक्षाची पुनर्रचना करून ती एक अशी शक्तीशाली राजकीय संघटना बनवायची की जिला खंबीर ध्येयधोरण असेल आणि या निर्माण झालेल्या शक्तीतून आपल्याला राष्ट्राची पुनर्रचना करायची आहे."

पहिल्या काँग्रेसपुढे १ जानेवारी १९२३ ला डॉ. सन्यत्-सेनने तयार करवून घेतलेला कोमिन्टांग पक्षाचा जाहीरनामा ठेवण्यात आला. चर्चा करून योग्य त्या विस्तारासह हा जाहीरनामा पक्षाने मंजूर केला. एक महत्त्वाची व्यक्ती कोमिन्टांग पक्षात या वेळी दाखल झाली होती. ती म्हणजे माओचा राजकीय गुरू लि-ता-चाओ ! या पहिल्या काँग्रेसमध्ये कोमिन्टांग पक्षाची कार्यकारिणी डॉ. सन्यत्-सेनने जाहीर केली. या कार्यकारिणीत (Presidium) पाच सभासद होते. त्यांत लि-ता-चाओ होता.

दहा दिवस चाललेले कोमिन्टांग पक्षाच्या वतीने भरलेले नॅशनल काँग्रेसचे हे पहिले अधिवेशन ३० जानेवारी १९२४ ला संपले. या अधिवेशनाला यश चिंतणारा संदेश रशियाकडून आला होता. मायकेल बोरोदीनच्या सल्लामसलतीने कोमिन्टांग पक्षाची सर्व पुनर्रचना आखण्यात आली. परंतु पाठोपाठ बोल्शेव्हिक क्रांतीचा भाग्यविधाता लेनिन, हा निधन पावल्याचे वृत्तही येऊन थडकले ! लेनिनच्या निधनाबद्दल शोकप्रस्ताव काँग्रेसने मंजूर केला व रशियाशी सहकार्याचे कोमिन्टांगचे धोरण अतिशय स्पष्ट झाले.

डॉ. सन्यत्-सेनसारखा ज्वलंत राष्ट्रभक्त, कोमिन्टांग पक्षाचे नेतृत्व करीत आहे, यामुळे माओचा मार्क्सवादी गुरू लि-ता-चाओ हा तर निर्धास्तपणे कोमिन्टांग पक्षात दाखलच झाला. हा जो विचित्र कालखंड सुरू होत होता त्यापासून माओदेखील दूर राहू शकला नाही.

सोविएट रशियाचे हे नवे चीनविषयक धोरण बरेच धोकादायकही होते. कोमिन्टांग पक्ष बलवान झाला तर मॉस्कोला एक नवा मित्र पूर्वेकडे निर्माण होणार होता, ही गोष्ट रशियाच्या दृष्टिकोनातून स्वागतार्ह होती पण, चिनी कम्युनिस्ट पक्षाला, कोमिन्टांगशी सहकार्य हे आपल्या पक्षाला निष्प्रभ करील ही साधार भीती होती. जर कम्युनिस्ट पक्ष, कोमिन्टांग पक्षाच्या यंत्रणेत मोक्याच्या जागा कब्जात ठेवू शकला, तर कोमिन्टांग पक्षाशी सोयरीक कम्युनिस्ट पक्षाला उपकारक ठरणार होती. पण जर हे साधले नाही तर ? चिनी कम्युनिस्टांनीच सहकार्य देऊन निर्माण केलेले कोमिन्टांग पक्षाचे षड्यंत्र चिनी कम्युनिस्टांना नामशेष करून टाकील, हा धोका अगदी स्पष्ट होता.

प्रखर राष्ट्रवादी माओ

असे असूनही नवजात चिनी कम्युनिस्ट पक्षाचा तरुण नेता माओ-त्से-तुंग याने हा धोका पत्करला. याचे कारण माओ हा प्रथमत: शंभर टक्के राष्ट्रवादी होता ! या कालातील त्याच्या मनावर प्रकाश टाकणाऱ्या एक-दोन गोष्टी सर्वज्ञात आहेत. माओचा एक शाळासोबती अनेक वर्षे परदेशी शिकून शांघायला परतलेला होता. त्याची व माओची शांघायच्या रस्त्यात अचानक गाठ पडली. माओच्या अंगावर जुनेपाने चिनी पद्धतीचे कपडे होते. उलट त्याचा आंग्लविद्याविभूषित मित्र सुटाबुटात, टाय लावून समोर आला होता. माओने मित्राला म्हटले,

"तू हा वेष सोडून दे !"

"का बुवा ?" मित्राने जरा कुर्ऱ्यातच विचारले. माओ काही बोलला नाही. शांघायच्या एका म्युनिसिपल पार्कमध्ये बरोबर चलण्याची त्याने मित्राला विनंती केली. तिथे दरवाजावर जी पाटी होती त्याकडे बोट करून माओने म्हटले :

"हे वाचून काय ते ठरव !"

मित्राने पाटीवरला मजकूर वाचला. पाटीवर लिहिलेले होते : "Chinese and dogs not allowed." (चिनी माणसांना आणि कुत्र्यांना बागेत शिरण्याची बंदी आहे.)

चिन्यांच्या देशात येऊन पाश्चात्त्यांनी अशा 'बागा' लावाव्या आणि चिनी माणसांना कुत्र्याच्या मौतीने मोजणाऱ्या पाट्या या बागांच्या प्रवेशद्वारावर मिरवाव्या, याचा संताप माओसारखा राष्ट्रभक्त सहन करू शकत नव्हता.

याच सुमारास जपानविरोधी लाट चीनमध्ये पसरत चाललेली होती. परंतु हा विरोध काहीसा एककल्ली होता. जपान्यांना मात्र विरोध आणि अँग्लो-अमेरिकनांपुढे हुजरेगिरी, अशा तऱ्हेची उदाहरणे शेकड्यांनी घडत होती. माओने त्या वेळी लिहिलेल्या एका लेखात प्रश्न विचारले होते :

"चिनी लोकांना काय फक्त जपान्यांचाच द्वेष करता येतो काय ? इंग्लंडचाही द्वेष त्यांनी का करू नये ? जपानी साम्राज्यशाहीने केलेल्या आक्रमणापेक्षाही इंग्लिशांनी केलेले आक्रमण हे अधिक संतापजनक आहे, ही गोष्ट त्यांना कळत कशी नाही ?"

जून १९२३ मध्ये भरलेल्या चिनी कम्युनिस्ट पक्षाच्या अधिवेशनानंतर हुनान प्रांतातील कम्युनिस्ट चळवळीचा धडाडीने विस्तार करू लागलेला माओ, कोमिन्टांग पक्षाशी सहकार्य करण्याचा धोका पत्करण्यास तयार झाला याचे कारण स्पष्ट होते. उजाडण्याची घाई त्याला झाली होती. कोंबडे लाल की हिरवे, याबद्दल त्याला या

वेळीच चिंता करावीशी वाटली नाही. यामुळे कॅन्टोनमध्ये भरलेल्या कोमिन्टांग नॅशनल काँग्रेसला माओ हजर राहिलेला होता. याच ठिकाणी त्याची डॉ. सन्यत्-सेन व चँग-कै-शेक यांच्याशी पहिली ओळख झाली. अधिवेशनाच्या दहा दिवसांत माओने निरनिराळ्या चर्चांत भाग घेतला आणि याचा परिणाम असा झाला की, कोमिन्टांगच्या मध्यवर्ती समितीवर कम्युनिस्टांचा एकमेव प्रतिनिधी घेतला गेला तो म्हणजे माओ !

अधिवेशन ३० जानेवारीला स्थगित झाल्यावर मध्यवर्ती समितीच्या बैठकी ७ आणि ८ फेब्रुवारीला कॅन्टोनमध्येच भरल्या. या बैठकींना सभासद म्हणून माओ हजर होता. या बैठकींना जे ठराव आले त्यांत माओच्या विचाराचे स्पष्ट प्रतिबिंब उमटलेले आहे. माओने मांडलेल्या ठरावांत त्याने म्हटले होते, "कोमिन्टांग पक्षाच्या मध्यवर्ती आणि प्रांतिक समित्या या सर्व पोकळ आणि पोशाखी आहेत. पक्ष-सभासदांना परिस्फुरित करण्याची ताकद असते ती शहरातील आणि गावोगावांतील पक्ष-शाखांच्या कार्यकर्त्यांची ! कोमिन्टांग पक्षाजवळ आर्थिक बळ आणि माणूसबळ मर्यादित आहे. शंभर ठिकाणी ते न विखुरता, आठ किंवा नऊ ठिकाणीच ज्या ठिकाणी पक्षाने मूळ धरले आहे या ठिकाणी पक्षाने चळवळ वाढवावी."

माओने चांगशा सोडले

चिनी कम्युनिस्ट पक्षाची मुख्य कचेरी शांघायला होती. आता कोमिन्टांग व कम्युनिस्ट या दोन्ही पक्षांच्या मध्यवर्ती समितीवर माओ आल्यामुळे, दोन्ही जबाबदाऱ्या सांभाळण्यास सोईचे व्हावे म्हणून माओने चांगशा सोडले व त्याने आपला मुक्काम शांघायला आणला. कोमिन्टांग पक्षाच्या पक्षकार्यासाठी माओचे प्रमुख सहकारी होते - कोमिन्टांग पक्षाचे दोन कार्यकर्ते चांग-चिंग-वेई आणि हू-हान-मिन. यापैकी हू-हान-मिन हा कोमिन्टांग सरकारात मंत्री होता. पक्षकार्यकर्ता आणि मंत्रीमहाशय यांच्यात नकळत जे हांजी-हांजीचे नाते निर्माण होते, ते माओ व हू-हान-मिन या दोघांत निर्माण झाले आहे; अशी टीका चिनी कम्युनिस्ट पक्षातच आता माओवर होऊ लागली. चिनी कम्युनिस्ट पक्षाचा चांगशा येथील माओचा सहकारी ली-लिसान हा उघडपणे माओची हू-हान-मिनचा सेक्रेटरी अशी टवाळी करू लागला.

कोमिन्टांग पक्षात माओच्या कामाची जसजशी प्रशंसा होऊ लागली, तसतशी चिनी कम्युनिस्ट पक्षात माओचे वजन घसरत चालले.

माओ आपल्या आत्मनिवेदनात सांगतो की, १९२४ च्या अखेरीस कामाच्या ताणामुळे तो आजारी पडला व प्रकृती सुधारण्यासाठी त्याला शांघाय सोडावे लागले.

शांघाय सोडून तो १९२४ अखेरीस शाओ-शान या आपल्या जन्मग्रामात परतला. माओने हे आजारपण बहुधा राजकीय कारणांसाठी पत्करले असावे. कारण कोमिन्टांग पक्षाचे मनापासून कार्य करीत असूनही त्याच्यावर दोन्ही बाजूंनी मिंधेपणाचा आरोप सारखा केला जाऊ लागला होता. ते काहीही असो, १९२४ साल संपायच्या वेळेला माओ शाओ-शानला विश्रांतीसाठी परतलेला होता.

डॉ. सन्यत्-सेन १२ मार्च १९२५ या दिवशी पेकिंगला निधन पावला. परंतु तत्पूर्वीचे त्याचे एक वर्ष मोठ्या कर्तृत्वाचे वर्ष आहे. तेव्हा या वर्षभरातील डॉ. सन्यत्-सेनच्या हालचालींचा सरळ मागोवा घेऊन नंतर माओच्या पुढील हालचाली विस्तारपूर्वक सांगितल्या तर त्यामुळे निवेदनाचे रूप अधिक सुटसुटीत होईल.

समाधानाचे अखेरचे वर्ष

१९२४ च्या मध्यापर्यंत डॉ. सन्यत्-सेनने अनेक गोष्टी साधल्या होत्या. कॅन्टोनचे सरकार स्थापन होऊन, त्याचे ग्रँड-मार्शल पद अबाधित झालेले होते. व्हाम्पोआ येथील लष्करी अकादमीची स्थापना होऊन चँग-कै-शेकसारख्या तरुण, कार्यक्षम, प्रशिक्षित, कोमिन्टांग पक्षाभिमान्याकडे त्याची देखभाल सुपूर्त झालेली होती. आता डॉ. सन्यत् सेनला पेकिंगच्या दिशेने चढाई करण्याची घाई झालेली होती. काही दिवसांपूर्वी हाती घेतलेली मोहीम जनरल चेनच्या दगलबाजीमुळे त्याला अर्धवट सोडावी लागली होती, याचा विषाद त्याच्या मनात कायम घर करून होता.

वस्तुत: सैन्याधिकारी नुकतेच कुठे तयार होऊ लागले होते. कॅन्टोन सरकारचा मुख्य आधार परप्रांतातील सैनिकांचा असल्यामुळे, स्वतंत्र क्वांगटुंगचे जनरल चेनने उभे केलेले स्वप्न अजून खुद्द कॅन्टोनमध्ये अनेकांना मोह घालीत होते. समस्त व्यापारीवर्ग हा डॉ. सन्यत्-सेनविरोधी झाला होता कारण कारभार परप्रांतांतील सैनिकांच्या हाती गेला, याचे सर्वांना फार वाईट वाटत होते. अशा परिस्थितीत डॉ. सन्यत्-सेन याने उत्तर दिग्विजयाचा बेत आखावा हा खरोखर तसे पाहिले तर आततायीपणाच होता. परंतु हे धाडस केल्यावाचून गत्यंतर नाही अशी परिस्थिती क्वांगटुंग प्रांतात निर्माण झालेली होती !

क्वांगटुंग प्रांतातच गेली कित्येक वर्षे डॉ. सन्यत्-सेनचे सरकार अस्तित्वात येत होते - परांगदा होत होते - पुन्हा जन्म घेत होते ! त्याच्या उद्योगांचा सर्व बोजा क्वांगटुंग जनतेवर पडला होता. व्यापाऱ्यांना भरमसाठ कर द्यावे लागत आणि शिवाय सैनिकांचे तळ सतत या प्रांतातच राहिल्याने, त्यांच्या भरणापोषणासाठी, कधी

जुलूमजबरदस्ती अधिकाऱ्यांकडून होत असे. क्रांतिकार्याचा संपूर्ण ताण एकाच प्रांतावर पडल्यामुळे क्रांती अप्रिय होणे स्वाभाविक होते. तेव्हा क्रांतिकारी सैनिकांचे तळ कॅन्टोनमधून हलवावे, त्यांच्यापुढे काही मोठे स्वप्न ठेवावे व या क्रांतीत सर्व देशाचा सहभाग आहे ही भावना निर्माण व्हावी, यासाठी डॉ. सन्यत्-सेनला नवा जीवनक्रम सैनिकांना देणे आवश्यक झाले होते. दुसरी गोष्ट, त्साओ-कून याने राष्ट्राध्यक्षपद बळकावले होते. त्याची सत्ता तिकडे पेकिंगला मूळ धरू लागली तर दक्षिणेला पुनश्च धोका होता. मंगोलियातून चांग-सो-लीन हा त्साओ-कून याला उखडण्यासाठी टपलेला होता. चांग-सो-लीनचे पक्षपाती आणि त्साओ-कूनचे पाठीराखे लष्करी उमराव यांच्यात किआंगसू आणि चेकियांग प्रांतांत चकमकी सुरू झालेल्या होत्या. याचा फायदा घेऊन उत्तरेत घुसण्याचा निश्चय डॉ. सन्यत्-सेन याने केला.

१३ सप्टेंबर १९२४ या दिवशी डॉ. सन्यत्-सेन याने एक पत्रक काढून त्साओ-कूनविरुद्ध चढाई करण्याचा आपला इरादा जाहीर केला. ग्रँड-मार्शल पदाचे सर्व अधिकार आपल्या पश्चात त्याने हू-हान-मिन याच्याकडे दिले आणि टॅन-येन-काईसह डॉ. सन्यत्-सेन ससैन्य शाओ-कुआन येथे दाखल झाला.

अपेक्षेप्रमाणे बऱ्याच युनानी आणि क्वांगसी तुकड्यांनी या मोहिमेत भाग घेण्यास नकार दिला ! त्याचे अनुक्रमे म्होरके होते यांग-त्सि-मिन आणि लियू-चेन-हुआन. जे तिघे लष्करी प्रमुख डॉ. सन्यत्-सेनच्या साहसात सहभागी झाले, ते म्हणजे हुनानी सैन्यप्रमुख टॅन-येन-काई, होनान तुकड्यांचा प्रमुख फॅन-चूंग-त्सियू आणि युनानी सैन्य-तुकड्या घेऊन निघालेला चू-पई-ते.

एक गोष्ट उघड होती की, ज्यांनी डॉ. सन्यत्-सेनबरोबर जाण्याचे नाकारले ते सर्व कॅन्टोन सरकारवर केव्हा उलटतील याचा नेम नव्हता. कॅन्टोन सरकार ज्याच्यावर अवलंबून राहू शकत होते ते सर्व सैन्य तर ग्रँड-मार्शलसह कॅन्टोनबाहेर पडून शाओ-कुआन येथे गेलेले होते.

व्यापाऱ्यांची दंगल

अशी सुसंधी क्रांतीच्या शत्रूंना पुन: कधी येणार होती ? कॅन्टोनमधील व्यापाऱ्यांची संघटना - मर्चंटस् असोसिएशन - हिचे इंग्लिश - अमेरिकन व्यापारी गटाशी साटेलोटे होते. या संघटनेने परवान्यांचे घोटाळे करून सुमारे ५०० बंदुका पैदा केल्या होत्या. या संघटनेचे कॅन्टोन सरकारला उखडण्याचे मनसुबे सुरू होते.

१० ऑक्टोबरला राष्ट्रीय दिनानिमित्त शहरातून कामगार, विद्यार्थी आणि आसपासच्या गावांतून आलेले शेतमजूर, यांची एक मिरवणूक आयोजित झालेली होती. चिनी प्रजासत्ताक हा स्थापना-दिन होता.

या मिरवणुकीतील लोकांचा व व्यापाऱ्यांचा झगडा उडाला. व्यापाऱ्यांनी बंदुका चालवून काही नि:शस्त्र लोकांचे खून पाडले, काही जखमी झाले. चोरानेच उलट्या बोंबा माराव्या त्याप्रमाणे व्यापाऱ्यांनी लगोलग शहरात पत्रके वाटून संरक्षणाची मागणी करण्याचा कांगावा केला. वदंता अशा होत्या की, काही दिवसांतच यांग-त्सि-मिन आणि लियू-चेन-हुआन हे कॅन्टोनचा कब्जा करतील !

व्हाम्पोआ लष्करी अकादमीतील प्रशिक्षित सेनाधिकाऱ्यांनी या वेळी मोठी समयसूचकता दाखवली ! १४ ऑक्टोबरला अकादमीतील सेनाधिकाऱ्यांनी हाती मिळतील ते सैनिक एकत्र करून व्यापाऱ्यांना धडा शिकवण्याचे ठरवले. 'मर्चंटस् असोसिएशन' या संस्थेच्या कचेरीत जमा केलेल्या बंदुकांचा सर्व साठ्याचा चँग-कै-शेकने कब्जा घेतला. त्याने व्यापाऱ्यांना आव्हान दिले -

"जर खरोखरच तुमच्या अंगात काही दम असेल, ता व्हाम्पोआवर हल्ला करून पहा ! हे जमत नसेल तर तुम्ही गप्प बसलेले बरे."

कोमिन्टांगच्या नव्या सेनाधिकाऱ्यांनी बजावलेली ही पहिली राष्ट्रीय कामगिरी होती ! व्हाम्पोआ अकादमीचा दबदबा यामुळे सर्वत्र पसरला आणि कॅन्टोन सरकारवरील गंडांतर टळले.

अजून डॉ. सन्यत्-सेन शाओ-कुआन येथेच उत्तर मोहिमेची जमवाजमव करीत होता. कॅन्टोन येथील व्यापाऱ्यांची पुंडाई चँग-कै-शेक याने मोडून काढल्याचे वृत्त समजताच त्याला अत्यानंद झाला.

नवा पुरुष फेंग

यानंतर फक्त आठच दिवसांत उत्तरेकडून दुसरे आनंददायक वृत्त डॉ. सन्यत्-सेनला कळले.

पेकिंगमध्ये त्साओ-कून याच्यावर त्याचाच एक लष्करी उमराव उलटला आणि त्याने २३ ऑक्टोबरला पेकिंग कब्जात घेऊन त्साओ-कूनला शरण आणला ! या बंडखोराचे नाव होते जनरल फेंग-यु-शियांग. हे कसे घडले ?

मांचुरिया - मंगोलियात डंख धरून बसलेला चांग-सो-लीन याचा काटा काढण्यासाठी, राष्ट्राध्यक्ष त्सा-ओ-कून याच्या आशीर्वादाने, जनरल वू-पई-फू याने

मोठी लष्करी चढाई आखली. या चढाईत होनान प्रांताचा टुचून जनरल फेंग हा जनरल वू-पई-फू याचा एक सहाय्यक लष्करी उमराव होता ! इतरांप्रमाणे आपल्या कब्जातही एखादा प्रांत असावा अशी त्याला इच्छा होती. होनान प्रांताचा तो टुचून होता खरा, परंतु ही सर्व जनरल वू आणि त्सा-ओ-कून याची मेहेरबानी होती. यासाठी जनरल फेंग याने जनरल वू-पई-फू याच्याकडे किआंगसू प्रांतावर चढाई करण्याची परवानगी मागितली. जनरल वू त्याचे बारसे जेवला होता. जनरल वू-पई-फू याने त्याला ही परवानगी नाकारली व त्याच्या बदल्यात त्याला जेहोल, चहार आणि सुई-युवान या तीन जिल्ह्यांचा पर्यवेक्षक कमिशनर नेमण्याचे आमिष दाखविले. अखेर ही जागादेखील प्रत्यक्षात त्याला दिलीच नाही. झाले ! दोघांचे तेव्हापासून पार बिनसले.

चांग-सो-लीन याच्यावर जे सैन्य धाडायचे होते, त्यातील एका तुकडीचा कमांडर म्हणून फेंगला जनरल वूने नेमले. फेंगच्या सैन्याने जेहोल खिंडीकडे जावे अशी त्याने आज्ञा काढली व तो स्वत: सैन्य घेऊन शान-हैकवानच्या बाजूने लढाईवर निघाला. सर्व रसद व अन्नधान्याचे वाटप जनरल वूने आपल्या हाती ठेवले असल्याने, जे काही मोहिमेवर हाल होऊ लागले ते फेंगच्या सैन्याचे !

जेहोल आघाडीवर पोचताच ९ ऑक्टोबर १९२४ ला जनरल फेंग याने पेकिंगला तार पाठवली -

"अन्नरसद पाठवा."

या वेळी शान-हैकवान आघाडीवर लढाई सुरू झालेली होती व जनरल वू आणि चांग-सो-लीन यांच्यात हाणामारी चाललेली होती.

पुढचे १० दिवस फेंगने रसद येण्याची वाट पाहिली आणि १९ ऑक्टोबरला फेंगने मोर्चा उलट फिरविला ! जेहोल खिंडीतून अचानक खाली उतरून त्याने पेकिंगवरच घसारा केला. २३ ऑक्टोबरला दुपारी दोन वाजेपर्यंत फेंगने अध्यक्ष त्साओ-कून याच्या निवासाला वेढा घातला. फेंगच्या आघाताने त्साओ-कून व जनरल वू-पई-फू हे दोघे हादरून गेले.

त्साओ-कून तर फेंगचा कैदीच झाला ! त्याच्या सहीने फेंगने एक फर्मान काढले. या फर्मानानुसार चांग-सो-लीनविरुद्धचे युद्ध बंद करण्यात आले आणि जनरल वू-पई-फू याची बिरुदे हिरावून त्याला चिघाई प्रांतात 'डायरेक्टर ऑफ लँड कल्टिव्हेशन' म्हणून नियुक्त केल्याचे जाहीर करण्यात आले.

फेंगने आता स्वतःच्या आधिपत्याखाली 'कुओ-मिन-चिन' (राष्ट्रीय सैन्य) तुकड्या निर्माण करण्यास सुरुवात केली. जनरल वू-पई-फू याने फेंगच्या आज्ञा धुडकावल्या. परंतु युद्ध करण्याची हिंमत त्याला नव्हती. आपले सैन्य समुद्र-मार्गाने त्याने दक्षिणेकडे हालवण्यास सुरुवात केली.

फेंग याने हुआंग-फू या आपल्या कच्छपी असलेल्या पार्लमेंट सभासदाला पंतप्रधान केले (२५ ऑक्टोबर). एकंदर रागरंग पाहून त्साओ-कून याने २ नोव्हेंबरला राजीनामा दिला, कारण खूप वाट पाहूनही जनरल वू-पई-फू मदतीला येण्याचे त्याला लक्षण दिसेना. फेंगचा मार्ग निर्वेध झाला. हुआंग-फू यालाच त्याने राष्ट्राध्यक्षाची कामे करायला सांगितली.

फेंग-यु-शिआंग हाच पेकिंग सरकारचा कर्ता पुरुष झाला तर आपली धडगत नाही, हे इतर लष्करी धटिंगणांनी ओळखले. विशेषतः यांगत्सी खोऱ्यातील लष्करी उमरावांनी १० नोव्हेंबरला एका पत्रकाने असे जाहीर केले की, "सर्वांचा तुवानला पाठिंबा आहे !"

तुवान-चि-ज्युई हा राजकीय मंचावरदेखील या वेळी नसताना, त्याच्यामागे उभे राहण्याचे या उमरावांनी ठरवले. कारण फेंगला शरण जाण्यात त्यांना मोठी नामुष्की वाटत होती ! फेंगलादेखील आता लढाई नको होती. त्याने चांग-सो-लीनशी तर मैत्रीच करून टाकली आणि इतर उमरावांचा कल लक्षात घेऊन तोदेखील चांग-सो-लीन सहवर्तमान ११ नोव्हेंबरला तुवानला भेटण्यासाठी तिअनस्टिन येथे आला. तुवान याने पेकिंगला जे सरकार निर्माण होईल त्याचे नेतृत्व करण्याचे मान्य केले.

पेकिंगचे निमंत्रण आले

तुवान काय, चांग-सो-लीन काय, किंवा फेंग काय, यापैकी कुणालाच डॉ. सन्यत्-सेनची फारशी किंमत नव्हती. परंतु डॉ. सन्यत्-सेनच्या मागे उत्तरेतदेखील पेकिंग आदी शहरांतील शिक्षित तरुणवर्ग मोठ्या संख्येने आहे, ही गोष्ट त्यांना दिसत होती. पेकिंगला निर्माण होणाऱ्या सरकारात जर डॉ. सन्यत्-सेन सामील होत असेल तर उगाच तंटा कशाला ? त्याचा आपल्यापुढे काय प्रभाव पडणार आहे ? अशा सर्व आंतरिक हेतूंनी फेंग, चांग-सो-लीन व तुवान यांनी डॉ. सन्यत्-सेनला तार दिली :

"पेकिंगला या. हेच आमचे निमंत्रण समजा."

डॉ. सन्यत्-सेन याने लष्करी उमरावांचा डाव ओळखला होता. परंतु अफझुल-खानाचे पोट त्याच्याच शामियान्यात जाऊन फाडावे, असा विचार करून डॉ. सन्यत्-

सेनने पेकिंगला जाण्यासाठी कॅन्टोन सोडले. कोमिन्टांग पक्ष-सदस्यांत त्याच्या या उत्तरायणाबद्दल मतभेद निर्माण झाले. उजव्या गटाला हे मोठे सुचिन्ह वाटले तर डाव्या गटाने विरोध प्रदर्शित केला. डॉ. सन्यत्-सेन याने १० नोव्हेंबरला जाहीर केले :

"कोमिन्टांग चीनचा त्सुंग-ली (प्रमुख) म्हणून मी पेकिंगला निघालो आहे. राष्ट्रीय क्रांतीचा प्रमुख उद्देश लष्करी उमरावांना धुळीला मिळवणे हा आहे. त्याचबरोबर आतापावेतो चीनशी परकीयांनी जे विषम करारनामे केलेले आहेत त्यांचाही निकाल लावायचा आहे. यासाठी पेकिंगला सर्व राष्ट्रीय जनतेचे अधिवेशन घेऊन सर्वानुमते चीनला राष्ट्रीय सरकार उपलब्ध करणे नितांत आवश्यक आहे."

डॉ. सन्यत्-सेन २७ नोव्हेंबरला शांघायला पोचला. तिथे वृत्तपत्रकारांना दिलेल्या मुलाखतीत डॉ. सन्यत्-सेनने वरील विधानांचा पुनरुच्चार करून अखेर सांगितले :

"मी जी जबाबदारी पत्करून पेकिंगला निघालो आहे, त्यात धोके आहेतच. परंतु जर जनतेने माझे म्हणणे व ध्येये समजावून घेतली, तर मला कसलेच भय असण्याचे कारण नाही."

डॉ. सन्यत्-सेनच्या या परखड बोलण्याने पेकिंगमधील लष्करी उमराव तर चमकलेच, परंतु डॉ. सन्यत्-सेनचे रशियाबाबतचे धोरण स्पष्ट झाल्यापासून खवळलेल्या चीनमधील पाश्चात्त्य वकिलातीतून आणि वसाहतीतून डॉ. सन्यत्-सेनविरुद्ध फुत्कार निघू लागले. चीनमधील एका इंग्रजी भाषेतील वृत्तपत्राने लिहिले :

"डॉ. सन्यत्-सेनचे विचार प्रक्षोभक आहेत. अशा माणसाला शांघायमध्ये राहू देणे कितपत हितकारक आहे ?"

डॉ. सन्यत्-सेन विरुद्ध शत्रूंना दिलेली ही वृत्तपत्रांतील चिथावणी एका जपानी पत्रकाराने डॉ. सन्यत्-सेनला दाखवली. तेव्हा डॉ. सन्यत्-सेनने उद्गार काढले -

"जरी शांघायमध्ये खूपच परधार्जिणे वातावरण असले, तरी शांघाय हा चीनचा भाग आहे ! मी शांघायमध्ये यजमान आहे आणि येथे राहणारे परदेशी नागरिक हे इथले पाहुणे आहेत, ही गोष्ट त्यांनी विसरू नये. यजमानाने काय करायचे ते पाहुण्यांनी ठरवू नये !"

("Although there is much foreign sentiment in Shanghai the city is still in Chinese territory ! I am a host whereas the foreigners in Shanghai are guests. The host can certainly do whatever he likes, his guests cannot interfere.")

डॉ. सन्यत्-सेनला पेकिंगला पोचण्यापूर्वी प्रचाराची राळ उठवून, पेकिंगच्या लष्करी

उमरावांचा अंदाज घ्यायचा होता. यासाठी शांघायहून २२ नोव्हेंबरला तो परस्पर जपानला गेला. तिथून ४ डिसेंबरला तो तिअनस्टिन येथे दाखल झाला.

त्याच्या अपेक्षेप्रमाणे मध्यंतरीच्या काळात त्याचे अंदाज बरोबर ठरत गेले. तुवान याने २१ नोव्हेंबरला जाहीर केले की, महिन्याभरात तो पेकिंगला जनतेची राष्ट्रीय परिषद बोलावीत आहे. डॉ. सन्यत्-सेनला हा काटशह होता. वरवर मात्र डॉ. सन्यत्-सेनला हवे आहे तेच आपण करीत आहोत, असा आभास होता.

तुवान-चांग युती

डॉ. सन्यत्-सेन हा ज्या दिवशी तिअनस्टिनला पोचला, त्याच दिवशी तुवानने पेकिंगमध्ये आपले तात्पुरते सरकार जाहीर केले.

या सरकारला पेकिंगमधील सर्व पाश्चिमात्त्य साम्राज्यवादी सरकारच्या वकिलांनी आशीर्वाद दिला ! पैसे पुरवण्याचे आश्वासन दिले ! पंतप्रधानपदावर अजून असलेल्या (तुवान हा 'एक्झिक्युटिव्ह' झाला होता.) हुआंग-फू याने परदेशी वकिलांना जो मोठा खाना आयोजित केला होता (१४ नोव्हेंबर). त्याचे निमंत्रण सर्व वकिलांनी नाकारले होते. आता मात्र याच वकिलांनी तुवानवर अभिनंदनाचा आणि शुभेच्छांचा वर्षांव सुरू केला ! ताकाला जाऊन त्यांनी भांडे लपविण्याचीदेखील पर्वा केली नाही. काय हवे हे त्यांनी स्पष्टपणे खलिता धाडून कळवले.

९ डिसेंबर हॉलंड, अमेरिका, बेल्जियम, इंग्लंड, फ्रान्स आणि इटली या देशांच्या वकिलांनी तुवानला संयुक्त खलिता दिला. बजावले की, "जे तह झालेले आहेत त्यांना धक्का लागणार नसेल तर आमचा तुम्हाला संपूर्ण सहयोग मिळेल !" प्रत्यक्ष भेटीत या वकिलांनी डॉ. सन्यत्-सेनच्या रशियाप्रेमावर आग पाखडली. ४ डिसेंबरलाच चांग-सो-लीन हा तिअनस्टिन येथे डॉ. सन्यत्-सेनला भेटायला आला होता. बोलणी झाली. त्यानंतर 'पोलिटिकल रिपोर्ट' या नियतकालिकाच्या वार्ताहराला मुलाखतीत चांग-सो-लीनने सांगितले :

"मि. सेन हा आडमुठा मनुष्य आहे असे मला या मुलाखतीपूर्वी वाटत होते. परंतु तो एक मृदू वृत्तीचा सज्जन आहे, असा मला आज अनुभव आला. अडचण एवढीच आहे की, पेकिंगमधील परदेशी वकिलांना तो आवडत नाही. मला वाटते, याचा संबंध सेनच्या रशियामैत्रीशी आहे ! त्याचे रशियाविषयक धोरण बदलायला लावता येईल किंवा नाही याची मला शंका आहे. परंतु जर असे घडले तर परदेशी वकील-देखील त्याच्याशी मैत्रीने वागतील, अशी माझी खात्री आहे."

चांग-सो-लीन कुणाचे 'वेद' म्हणत होता आणि त्याचा ज्ञानेश्वर कोण होता, हे याच वक्तव्यात उघडे झाले होते. चीन हा अखेर आंतरराष्ट्रीय राजकारणातला एक फासा म्हणून परकीय सत्ता वापरू पाहात होत्या.

चांग-सो-लीनची ही मुक्ताफळे वाचून डॉ. सन्यत्-सेनचा या वेळी अगदी संताप झाला. फेंग चांग-सो-लीन आणि विशेषत: तुवान, हा देश परक्यांना विकू पाहात आहे, याबद्दल आता संशय उरला नव्हता.

पेकिंगमध्ये तुवानने बोलावलेल्या राष्ट्रीय परिषदेचे ढोल वाजत होते. या परिषदेला चीनमधील नाणावलेले नेते आणि विद्वान येणार होते. तसेच मोठ्या संख्येने लष्करी उमराव गर्दी करणार होते. वारकरी आणि मारेकरी, कसाई आणि धारकरी यांची दिंडी पेकिंगला भरणार होती. डॉ. सन्यत्-सेनला या बाबतीत कसला सल्लाही विचारण्यात आला नव्हता. त्याला फक्त निमंत्रण आले होते!

परिषदेची तारीख जाहीर झाली - १ फेब्रुवारी १९२५.

डॉ. सन्यत्-सेन तर याच वेळी आजारी झाला. ३१ डिसेंबरला आजारी अवस्थेत तो पेकिंगला आला. त्याच्या स्वागताला विद्यार्थी, प्राध्यापक, कामकरी, मजूर यांनी गर्दी केली होती आणि शिवाय तुवानची स्वारी जातीने हजर होती!

१७ जानेवारीला डॉ. सन्यत्-सेनने परिषदेत भाग घेण्यासाठी कोमिन्टांगच्या दोन अटी तुवानला कळवल्या. त्या अशा होत्या :

१) परिषदेला विद्यार्थी-प्रतिनिधी, प्राध्यापक, मजूर संघटनेचे नेते, विश्व-विद्यालयांचे प्रतिनिधी, शेतकऱ्यांचे प्रतिनिधी असे सर्व बोलावण्यात यावे आणि

२) लष्करी व आर्थिक प्रश्नावर परिषदेने काय ते निर्णय घ्यावेत.

डॉ. सन्यत्-सेनच्या या अटींचा विचार करण्यासाठी लष्करी उमराव एकत्र जमले (२१ जानेवारी). उत्तर रवाना झाले -

"दोन्ही अटी मान्य आहेत. परंतु या तुमच्या सूचनेनुसार बोलावण्यात येणाऱ्या प्रतिनिधींना चर्चेत भाग घेता आला, तरी मतदान करता येणार नाही."

म्हणजे दोन्ही अटी मान्य अशा पद्धतीने केल्या गेल्या की, दुसऱ्या अटीला काही अर्थ नाही, आणि म्हणून मग पहिली अट परिणामशून्य ठरावी!

डॉ. सन्यत्-सेनचा आजार याच वेळी अतिशय गंभीर झाला. तो या दुखण्यातून उठणार नाही अशी लक्षणे दिसू लागली. पेकिंगमधील परिषदेवर बहिष्कार घालावा हे मत कोमिन्टांग गोटात जोर करत होते.

१ फेब्रुवारी १९२५ ला परिषद सुरू झाली आणि दोन तारखेला कोमिन्टांग प्रतिनिधी परिषदेतून बाहेर पडले.

डॉ. सन्यत्-सेन आता ऐहिक प्रश्नाच्या पार गेला होता. त्याला परिषदेत कसलाही भाग घेता आला नाही.

राष्ट्रपित्याचा मृत्यू !

१२ मार्च १९२५ या दिवशी डॉ. सन्यत्-सेनला मृत्यूने गाठले. नुकतीच कुठे त्याने साठी ओलांडली होती. पेकिंगच्या राजवाड्यात डॉ. सन्यत्-सेनचे शव अंत्य-दर्शनासाठी ठेवण्यात आले. सतत चाळीस वर्षे वनवासी असलेला थोर देशभक्त, अखेर चिरविश्रांतीसाठी राजवाड्यात आला होता ! हजारो नव्हे लाखो पेकिंगवासी जनतेने आता राजवाड्यावर गर्दी केली. त्याचे कोमिन्टांग अनुयायी आपल्या प्रिय नेत्यावरील व्यक्त होणाऱ्या प्रेमाने भारावून गेले. जे डॉ. सन्यत्-सेनच्या अनेक आर्जवांनी घडले नसते तो चमत्कार त्याच्या या चटका लावणाऱ्या मृत्यूने घडवला होता ! लष्करी उमरावांच्या दडपणापुढे मान न झुकवता, कणखरपणाने डॉ. सन्यत्-सेनने आपल्या मताशी अखेरच्या श्वासापर्यंत इमान ठेवले. या गोष्टीची जाण येऊन सामान्यांचा सागर हेलावत होता.

दुर्दैवाने आपण लावलेल्या वृक्षाची फळे पाहण्यासाठी डॉ. सन्यत्-सेन जगला नाही, परंतु त्याच्या अनुयायांनी त्याचे कार्य नेटाने पुढे नेले. त्याने जो सर्वांचा विरोध पत्करून पेरले, ते हळूहळू सर्वत्र उगवले. चीनसारख्या प्रचंड पुराण्या राष्ट्राला, नव्या राजकीय सुधारणांकडे वळवणे म्हणजे हिमालय पर्वत हालवण्यासारखे होते. चाळीस कोटींचे पाच हजार वर्षे नांदत असलेले हे राष्ट्र डॉ. सन्यत्-सेनच्या प्रयत्नाने जागे होऊन हळूहळू हालू लागलेले पाहताच, पाश्चात्त्य शक्ती - 'पिवळे भय,' 'पिवळे भय' (Yellow Peril) ओरडत कांगावा करू लागल्या - हे अपेक्षितच होते. डॉ. सन्यत्-सेनच्या मागे जात नव्हते कोण ? तर जपान-इंग्लंड-अमेरिकेच्या पैशावर जगू पाहणारे चांग-सो-लीन, वू-पई-फू यांच्यासारखे लष्करी सुभेदार, तुवान-ची-जुई सारखे घरभेदे मुत्सद्दी आणि पाश्चात्त्यांच्या विद्वत्तेने आणि भौतिक शक्तीने दिपून गेलेले राजकारणी !

अन्यथा देशातील सर्व सुशिक्षित वर्गाला आणि शहाण्यासुरत्या कामकरी-शेतकऱ्याला राष्ट्रीयत्व, लोकसत्ता आणि जनकल्याण ही डॉ. सन्यत्-सेनची तत्त्वत्रयीच आशेचा एकमेव किरण झालेली होती.

डॉ. सन्यत्-सेन झाला नसता तर १९११ ची क्रांती झाली नसती आणि चीनच्या अठरा प्रांतांची पाश्चिमात्त्य साम्राज्यवादी शक्तींनी आपसात विभागणी करून त्यांना कायमचे पांगळे करून टाकले असते ! डॉ. सन्यत्-सेनचा मृत्यू होताच, खोलीतील एकमेव दिवा कुणी तरी उचलून न्यावा, तसे काही तरी घडले. निर्माण झालेली प्रचंड पोकळी सर्वांना खायला उठली. डॉ. सन्यत्-सेनला हयातीत जेवढा मानसन्मान दिला गेला, त्याच्या सहस्त्रपटींनी मोठी कृतज्ञतेची लाट त्याच्या मृत्यूनंतर निर्माण झाली. यात जनतेचा पश्चात्ताप अधिक व्यक्त होत होता.

डॉ. सन्यत्-सेनच्या मृत्यूनंतर लगेच ही जी कोमिन्टांग पक्षाला लोकप्रियतेची लाट लाभली, तिचाच चँग-कै-शेक याला अभूतपूर्व असा फायदा घेता आला.

* * *

१७

□

जनरल चँग-कै-शेक बिथरला !

डॉ. सन्यत्-सेनच्या हयातीतच 'कोमिन्टांग पक्ष' व 'चिनी कम्युनिस्ट पक्ष' यांचे संबंध निश्चित झाले होते. १९२३ च्या अखेरीपासून तो डॉ. सन्यत्-सेनच्या मृत्यूपर्यंत, तिसऱ्या कम्युनिस्ट इंटरनॅशनलतर्फे आलेला सोविएट प्रतिनिधी मायकेल बोरोदीन हा डॉ. सन्यत्-सेनचा प्रमुख सल्लागार झालेला होता. मायकेल बोरोदीन हा केवळ तिसऱ्या कम्युनिस्ट इंटरनॅशनलचा प्रतिनिधी नव्हता तर सोविएट कम्युनिस्ट पार्टीच्या पॉलिट-ब्यूरोची मते चिनी कम्युनिस्ट पार्टीच्या गळी उतरविणे हे त्याचे प्रमुख काम होते.

मधुचंद्राची सुरुवात

१२ जानेवारी १९२३ ला कम्युनिस्ट इंटरनॅशनलने धोरण असे ठरविले होते :

'In so far as the working class is not yet sufficiently differentiated, as an absolutely independent force, it is necessary to co-ordinate the activities of the Komintang and the young Communist Party of China.'

म्हणजे चीनमध्ये कामकरीवर्ग हा स्वतंत्र अशा मोठ्या संख्येने शक्ती निर्माण करू शकत नसल्याने, तूर्त नवजात चिनी कम्युनिस्ट पक्ष व कोमिन्टांग पक्ष यांच्यात सहकार्य आवश्यक आहे.

या ठरावावरून एक गोष्ट स्पष्ट दिसते की, कम्युनिस्ट क्रांती फक्त औद्योगिक कामकरीवर्गच करू शकतो, असा जणू सोविएट कम्युनिस्ट पार्टीचा सिद्धांत होता. जो औद्योगिक कामगार असतो त्याचा जीव जमिनीच्या एखाद्या तुकड्यात अडकलेला नसतो. खासगी मिळकतीचे, स्वामित्वाचे सर्व पाश तोडून तो शहरात आलेला असल्याने क्रांतीकल्पना त्याला एकदम स्वीकारता येते, असा यामागचा कार्यकारणभाव सांगितला जात असे. कामकरी वर्ग मोठ्या संख्येने चीनमध्ये उपलब्ध झाल्याखेरीज वर्गकलह शक्य नव्हता, म्हणून कोमिन्टांग पक्षाशी सहकार्य ! याच ठरावात पुढे मात्र असे सांगितले

आहे -

'The communist party of China is not to merge with Kominting nor to furl its own banner, but it could not be an absolutely independendent force.'

कोमिन्टांग पक्षात विलीन व्हायचे नाही अथवा पक्षाचे स्वत:चे निशाणदेखील गुंडाळायचे नाही, परंतु त्याचबरोबर अगदी स्वतंत्र अशी कम्युनिस्ट शक्तीदेखील तयार करायची नाही, या सर्व शब्दरचनेत जे लपवलेले आहे तेदेखील इतके स्पष्ट होते की, पुष्कळशा चिनी कम्युनिस्ट कार्यकर्त्यांना ही शब्दरचना आवडली. या धोरणाचा अर्थ कोमिन्टांग पक्षात शिरून कब्जा करायचा असा त्यांनी घेतला. यामुळे कम्युनिस्ट कार्यकर्त्यांकडे कोमिन्टांग पक्षाचे अनेकजण संशयाने पाहू लागले.

यामुळे चिनी कम्युनिस्ट प्रश्नावर दुटप्पीपणाचा आरोप येऊ लागताच, चिनी कम्युनिस्ट पक्षाने जून १९२३ मध्ये ठराव केला : ''राष्ट्रीय क्रांतिकारक चळवळीत कोमिन्टांग हीच मध्यवर्ती प्रमुख शक्ती राहील. या क्रांतीचे नेतृत्वदेखील कोमिन्टांगच करील.'

"All work to the Komintang" जे काही कार्य करायचे ते कोमिन्टांग पक्षासाठीच, अशी नवी घोषणा कम्युनिस्टपक्षाने पत्करली आणि यानुसारच माओ हा कोमिन्टांग पक्षाच्या वाढीसाठी शांघायला आलेला होता. माओच्या कामाचा झपाटा मात्र असा होता की लवकरच कम्युनिस्ट पक्षात त्याच्यावर टीका सुरू झाली. माओ आता कोमिन्टांग नेता व मंत्री हू-हान-मिन याचा चिटणीस झाला आहे. अशी त्याची हेटाळणी सुरू झाली ! यामुळे आजारीपणाचे निमित्त करून माओ, हुनान प्रांतातील शाओ-शान या आपल्या जन्मग्रामी विश्रांतीला निघून आलेला होता.

एकीकडे चिनी कम्युनिस्ट पक्षाला अशा तऱ्हेने कोमिन्टांग पक्षाच्या रथाला जुंपण्यात मायकेल बोरोदीन यशस्वी झाला आणि दुसऱ्या बाजूने त्याने कोमिन्टांग पक्षाची सर्व कार्यपद्धती ही रशियन बोल्शेविक पक्षाच्या धर्तीवर आखण्यात यश मिळवले. साधन-शुचितेचा वगैरे विचार यात नव्हता. व्हाम्पोआ येथे लष्करी अकादमी यासाठीच निर्माण झाली. कोमिन्टांग पक्षाचे सैन्य तयार होऊ लागले. उत्तर-चीनमधील लष्करी मुर्दाडांना लष्कराने पराभूत करण्याखेरीज पर्याय नाही, ही गोष्ट कोमिन्टांग नेता आणि व्हाम्पोआ अकादमीचा प्रमुक चँग-कै-शेक याने मनाशी पक्की केलेली होती.

याचबरोबर कोमिन्टांग पक्षाने कामकरी-शेतकऱ्यांचे प्रश्न प्रमुखत: हाती घ्यावे असा निश्चय झाला. शेतकऱ्यांच्या साऱ्यात २५ टक्के कपात आणि कामगारांना लवकरच एक उदार कायदा उपलब्ध करण्याचे आश्वासन कोमिन्टांग पक्षाने जाहीर केले.

मात्र या दोन कामांची वाटणी चमत्कारिक पद्धतीने झाली डॉ. सन्यत्-सेनच्या

पश्चात् चँग-कै-शेकच्या नेतृत्वाखाली लष्करी जय मिळवण्याचे राजकारण करण्यात कोमिन्टांग पक्षाचे कार्यकर्ते रममाण झाले आणि याउलट राजकीय प्रतिमा लपवून कार्य करणारे कम्युनिस्ट कार्यकर्ते, शेतकरी-कामकऱ्यांच्या संघटना बांधण्यासाठी खेडोपाडी पसरू लागले. या विचित्र कार्यवाटणीतून कोमिन्टांग पक्षात जे तणाव निर्माण होऊ लागले होते त्याची कल्पना, सुरुवातीची यशाची झिंग ओसरेपर्यंत कोमिन्टांग पक्षाला आली नाही.

'चिनी लष्करी उमरावांचा नि:पात' आणि 'साम्राज्यवादी शक्तीशी लढा' या बाबतीतले कोमिन्टांग पक्षाचे कम्युनिस्ट पक्षाशी सहकार्य एवढ्या मोठ्या प्रमाणात घडत होते की, या ध्येयपूर्तीच्या पडद्याआड ज्या परस्परहितविरोधी शक्ती संघटित होत होत्या आणि ज्यांचा भीषण स्फोट काही वर्षांनी झाला, त्यांचा अंदाजही या कालखंडात कुणाला आला नाही. या कालखंडातील म्हणजे १९२५ ते १९२७ या काळातील हकीगत आता पाहायची आहे.

धटिंगणांच्या कारवाया

डॉ. सन्यत्-सेनच्या मृत्युसमयी पेकिंग येथे जे सरकार तुवानच्या नेतृत्वाखाली स्थापन झाले, त्याला एक्झिक्युटिव्ह सरकार म्हणत असत. कारण तुवान हा एक्झि-क्युटिव्ह - कार्यकारी प्रमुख होता. या सरकारला प्रत्यक्षात कसलाही कायदेशीरपणा नव्हता. तुवान हा प्रमुख आणि चांग-सो-लीन आणि जनरल फेंग-यु-शियांग हे दोघे त्याचे लष्करी सरदार असा हा तमाशा होता. चार-सहा महिनेच काय ते प्रत्यक्ष कटकटीशिवाय गेले.

परंतु या मधल्या काळात चांग-सो-लीन व जनरल फेंग-यु-शियांग हे दोघे तुवानवर निरनिराळे दबाव आणून, संधी सापडताच स्वतःच्याच लष्करी बगलबच्चांना मोक्याच्या जागी नेमून, परस्परांवर कडी करण्याचा प्रयत्न करीत असत. तुवानला ही सर्कस काही काळ करता आली. अखेर त्याने रागरंग जोखला. चांग-सो-लीनचे सैन्य आणि तुवानपाशी असलेले सैन्य हे प्रांतोप्रांती एकत्र झाले तरी जनरल फेंगच्या तथाकथित 'राष्ट्रीय सैन्या'चा पराभव करू शकतील हे त्याला कळून आले आणि मग तो चांग-सो-लीनच्या डावपेचांना वाव देऊ लागला.

चांग-सो-लीन याने मे १९२५ मध्ये मागणी केली की त्याचा हस्तक चांग-त्सुंग-चँग याला शांटुंग प्रांताचा लष्करी प्रशासक नेमण्यात यावे. ही मागणी तुवानने मान्य करताच यांगत्सी नदीच्या दक्षिणेकडे चांग-सो-लीनला दक्षिण भागावर स्वारी करण्यासाठी उड्डाणभूमी निर्माण झाली.

एवढ्याने चांग-सो-लीनचे समाधान झाले नाही. त्याने आपली बरीच सेना पेकिंग

परिसरात आणली. वरवर चांग-सो-लीन व जनरल फेंग यांचे संयुक्त वर्चस्व असल्याकारणाने, पेकिंगभोवती जनरल फेंगचे बरेच सैन्य असूनही या गोष्टीला त्याला विरोध करता आला नाही.

चांग-सो-लीनला चीत करण्यासाठी जनरल फेंगने एक नवाच पेच टाकला. कुवो-सुंग-लिंग नावाचा चांग-सो-लीनच्या सेनेत जो उमराव होता, त्याच्याशी जनरल फेंगने गुप्त करार केला. कराराची कलमे अशी होती :

१) चांग-सो-लीन याने आता निवृत्त व्हावे अशी मागणी कुवोने करावी. चांग-सो-लीनचा मुलगा चांग-सुयेह-लियांग याने त्याची जागा घ्यावी असे सुचवावे.

२) हे करण्यास नकार मिळताच कुवोने चांग-सो-लीनविरुद्ध बंड करून उठावे.

३) कुवो हा चांग-सो-लीनशी लढण्यात गुंतलेला असताना 'चिहली' प्रांतात ली-चिंग-लीन हा कुवोवर पाठीमागून वार करणार नाही, याची काळजी जनरल फेंग याने घ्यावी.

४) जर लि-चिंग-लीन हा तटस्थ राहिला, तर जेहोल प्रांताचा ताबा लि-चिंग लीनला बक्षिसी म्हणून मिळेल.

या गुप्त कराराप्रमाणे २२ नोव्हेंबरला कुवो-सुंग-लिंग याने चांग-सो-लीनला निवृत्त होण्याची विनंती केली ! विनंती नाकारताच त्याने चांग-सो-लीनविरुद्ध बंड पुकारले. हे सर्व मांचुरियात घडत होते. कुवोने अचानक घाला घातल्याने त्याची सुरुवातीला सरशी होत गेली. डिसेंबर १९२५ च्या मध्यापर्यंत त्याने मुकडेन शहराला शह लावला. तिथे मांचुरियातील रेल्वे रक्षणासाठी असलेल्या जपानी सेनेने चांग-सो-लीनला मदत केली. २२ डिसेंबरला मुकडेनजवळ भीषण लढाई झाली. कुवोच्या दुर्दैवाने ही लढाई त्याच्याविरुद्ध गेली. चांग-सो-लीन याने कुवो व त्याची पत्नी त्यांना पकडून त्यांची डोकी मारली !

मांचुरियात कुवोचे बंड सुरू होताच, जशा त्याच्या जयाच्या बातम्या सुरुवातीला आल्या, तेव्हा जनरल फेंगच्या सैन्याने गुप्त कराराचा भंग करून लि-चिंग-लीनच्या चिहली प्रांतावर हल्ला केला. जेहोल प्रांत नाही तरी या उमरावाला बक्षीस द्यावा लागणार होता ना ? २३ डिसेंरला लि-चिंग-लीनचा पराभव झाला व त्याचे सैन्य शांटुंग प्रांतात पळत सुटले.

कुवो मारला गेला आणि मधल्यामधे जनरल फेंगने चिहली प्रांत मात्र असा बळकावला ! परंतु लवकरच चांग-सो-लीनने प्रतिडाव टाकला.

एकेकाळचा कट्टर शत्रू जनरल वू-पई-फू (जो हुपै प्रांतात पूर्वीच समुद्रमार्गे निसटलेला होता) याच्याशी चांग-सो-लीनने सूत जमवले ! शांटुंग प्रांताचा चांग-सो-लीन याने

नेमून घेतलेला टुचून चांग-त्सुंग-चँग याने ही मध्यस्थी केली. ५ जानेवारी १९२६ ला दोघांचा समझोता झाला.

जनरल फेंगची सत्ता ही होनान व चिहली हे दोन प्रांत व पेकिंग - तिअनस्टिन मार्ग एवढ्यातच आता केंद्रित झालेली होती. आता त्याला तीन बाजूंनी होलपटण्याचे कारस्थान आखले गेले.

उत्तरेकडून मांचुरियातून चांग-सो-लीन आणि त्याचा मुलगा, होनान प्रांताकडून जनरल वू-पई-फू आणि शांटुंग प्रांतातून चांग-त्सुंग-चँग हे सर्व लष्करी उमराव त्याच्यावर तुटून पडणार होते.

नकाशाकडे नजर टाकली तर लक्षात येईल की, उत्तरेकडील लष्करी उमरावांच्या या हाणामाऱ्या मांचुरिया, चिहली, होनान आणि शांटुंग या उत्तरेतील प्रांतांपुरत्याच आता मर्यादित झाल्या होत्या.

जनरल फेंगने आता मात्र सर्व अधिकारपदे सोडून चीनमधून पळ काढण्याचे ठरविले. पुढचे भवितव्य त्याला दिसत होते. तेव्हा त्याने आपल्या ताब्यातील प्रदेशाचे पाच विभाग केले. पेकिंग, चहार, कलगन, सुईयुवान आणि कन्सू हे ते पाच विभाग होत. हे पाचही विभाग पाच सरदारांच्या हवाली केले असल्याचे फर्मान त्याने तुवानकडून काढवले व ९ जानेवारीला जनरल फेंग हा रशियामार्गे युरोपात पसार झाला.

अपेक्षेप्रमाणे चांग-सो-लीन व जनरल वू-पई-फू हे शांटुंग प्रांताच्या टुचूनच्या सहकार्याने जनरल फेंगच्या पाच वारसदारांना घेरू लागले. या सर्व तत्त्वशून्य लढायांचा तपशील देण्यात काही अर्थ नाही. एप्रिल १९२६ पर्यंत जनरल फेंगच्या सर्व सैन्याचा बिमोड झाला.

तुवान आता पुन्हा उघडा पडला. ९ एप्रिलला त्याने 'लिगेशन क्वार्टर्स'मध्ये आसरा घेतला आणि २० एप्रिलला तो पेकिंग सोडून तिअनस्टिनला पळून गेला.

चांग-सो-लीन व जनरल यू-पई-फू यांनी प्रथम कैदेत पडलेला पूर्वीचा 'राष्ट्रपती' त्साओ-कून याला मोकळा केला ! यू-पई-फू याची इच्छा होती की, त्साओ-कून याला पुन्हा अध्यक्ष वगैरे करावा. कारण पूर्वीचे लागेबांधे होते. पण चांग-सो-लीनने हा विचार मोडून काढला. एक-दोन तात्पुरते पंतप्रधान त्याने पाठोपाठ नेमले. परंतु ती केवळ बाहुली होती आणि स्वतःचे महत्त्व सिद्ध करण्याकरिता चांग-सो-लीन जो डाव खेळत होता त्यातली ती हातची पाने होती. अखेर चांग-सो-लीनने जनरल वू-पई-फूला सांगितले -'पेकिंगला गादी माझी, माझा मी डाव मांडिला !' चांग-सो-लीन हा स्वतःच पेकिंग सरकारचा 'ग्रँड मार्शल' झाला ! (१९२७)

उत्तरेत लष्करी उमराव आणि माजोरी लष्करी अधिकारी यांची तत्त्वशून्य अशी ही

सुंदोपसुंदी चालली असताना दक्षिणेत अगदी प्रथमच चँग-कै-शेक याने दक्षिण चीनला, एक संघटित प्रदेशाचे आणि प्रसंगी लष्करी गुंडांना धाक दाखवू शकेल असे सरकार कॅन्टोनला निर्माण केले. त्यांची हकीगत आता पहावयाची आहे.

स्टॅलिनचा वरचष्मा

१९२४ साली लेनिन निधन पावल्यानंतर सोविएट कम्युनिस्ट पार्टीच्या नेतृत्वासाठी जोसेफ स्टॅलिन आणि लिओ-ट्रॉट्स्की या दोघांत एकमेकांचा गळा घोटू पाहणारा झगडा निर्माण झाला. त्यांच्यात जे अनेक मतभेदाचे मुद्दे होते, त्यांत सोविएट पक्षाचे चीनविषयक धोरण हा एक मुद्दा होता. स्टॅलिन सांगत असे -

'Use Komintang like a lemon, Squeeze it until dry and then discard it !'

('कोमिन्टांग पक्षाचा उपयोग लिंबासारखा करा. पिळून पिळून हे लिंबू कोरडे करा आणि द्या फेकून !')

हे धोरण कदाचित यशस्वी झाले असते. परंतु डॉ. सन्यत्-सेन १९२५ च्या मार्च महिन्यात निधन पावल्यावर सोविएट नेतृत्वावर सर्वस्वी विश्वास ठेवणारा आणि चिनी लोकमतावर वचक असलेला नेता रशियाला हाताशी धरण्याकरिता शिल्लकच राहिला नाही !

ट्रॉट्स्की याने स्टॅलिनच्या चीनविषयक धोरणावर शस्त्र धरले होते. त्याची टीका असे : 'कोमिस्टांग पक्षात चिनी कम्युनिस्ट पक्षाने शिरणे म्हणजे आपण होऊन आपली मान खोड्यात अडकवून घेणे आहे. मुकी बिचारी कुणा हाका, या पद्धतीने चिनी कम्युनिस्ट पक्षाचा कोमिन्स्टांग खाटीक बळी घेणार आहेत !'

('To enter the Komintang meant to bring one's head voluntarily to slaughter. The Chinese communists as before are being formed into cattle herds for the Komintang executioners.')

चिनी कम्युनिस्टांच्या दुर्दैवाने स्टॅलिन-ट्रॉट्स्की झगड्यात क्रूरकर्मा स्टॅलिन जिंकला आणि त्याच्या धोरणाचे परिणाम चिनी कम्युनिस्टांना भोगावे लागले. सोविएट कम्युनिस्टांनी आपली क्रांती शहरात घडवली, परंतु चीनमध्ये हे अशक्य होते. तिथे क्रांतीची पहाट खेड्यापाड्यांतून होणार होती. हे चिनी कम्युनिस्ट नेता माओ याने ओळखले असले तरी स्टॅलिनच्या धोरणानुसार त्याला कोमिन्टांगबरोबर काही काळ फरफटावे लागले. यामुळे अखेरची शोकांतिका टळू शकली नाही.

डॉ. सन्यत्-सेन जेव्हा उत्तर दिशेने चढाईसाठी निघाला तेव्हा त्याने टँग-चि-याओ या हुनानी लष्करी उमरावकडे डेप्युटी ग्रँड मार्शल पदाचे अधिकार दिलेले होते. कारण

डॉ. सन्यत्-सेनच्या उत्तर चढाईला त्याने पाठिंबा दर्शविला होता. डॉ. सन्यत-सेन हा पेकिंगलाच मार्च महिन्यात निधन पावल्याचे वृत्त कळताच टँगने आपण डेप्युटी ग्रँड-मार्शल या नात्याने कॅन्टोनला ससैन्य येत असल्याचा निरोप कॅन्टोन येथील क्रांतिकारी सरकारला धाडला. वस्तुत: क्रांतिकारी सरकारचे 'ग्रँड-मार्शल' म्हणून नेतृत्व डॉ. सन्यत् - सेनने पेकिंगला जाण्यापूर्वी सरकारातील ज्येष्ठ मंत्री हू-हान-मिन याच्याकडे दिलेले होते. असे असताना ग्रँड-मार्शलच्या निधनानंतर डेप्युटी ग्रँड-मार्शल हा डेप्युटी ग्रँड-मार्शलच राहतो ! यामुळे क्रांतिकारक सरकारने ताबडतोब टँग-चि-याओला धडा शिकवण्याचे ठरवले. त्याच्यावर सैन्य रवाना झाले.

टँगला या सरकारी सेनेने १२ मे रोजी हातघाईच्या लढाईनंतर नानिंग येथे अडवण्यात यश मिळवले. परंतु टँगचा काटा लगेच उपटला गेला नाही. त्याने आपल्या अधिकारात आपल्या एका माणसाला क्वागसी प्रांताचा गव्हर्नर नेमून तशी घोषणा केली. ही गव्हर्नर झालेली स्वारी त्या वेळी कॅन्टोनच्या उपनगरात होती. त्याने गडबड सुरू करताच जुलै मध्याला या सर्व गडबडीचा कॅन्टोन सरकारने पुरता बिमोड केला. कॅन्टोन सरकारच्या लष्करी ताकदीचा प्रत्यय येताच मात्र टँग-चि-याओ क्वांगसी प्रांतातील नानिंग शहर सोडून ससैन्य युनान प्रांतात पसार झाला ! यामुळे १९२६ च्या वसंतऋतूपर्यंत क्वांगसी आणि क्वांगटुंग या दोन्ही प्रांतांवर कॅन्टोन सरकारची सर्वस्वी हुकूमत निर्माण झाली.

पहिले सबल सरकार

कुणी स्वत:ला डॉ. सन्यत्-सेनचा हवाला देऊन डेप्युटी ग्रँड-मार्शल म्हणवतो, हा प्रकार पुन्हा घडू नये म्हणून कॅन्टोनच्या क्रांतिकारी सरकारने, आपले लष्करी स्वरूप बदलण्याचे ठरवले. ग्रँड मार्शल पदच रद्द करण्यात आले. कॅन्टोन येथे असलेले सरकार हे आता 'पॉलिटब्यूरो' पद्धतीचे एकपक्षीय राष्ट्रीय सरकार करण्यात आले. १ जुलै १९२५ ला तशी घोषणा झाली.

सरकारी उत्तराधिकार मंडळाचे एकंदर सोळा सभासद होते. यात राजकीय धोरणाबाबतचे प्रमुख सभासद असे होते -

अध्यक्ष : वँग-चिंग-वेई

सभासद : हू-हान-मिन, लिआवो-चुंग कई, सन्-को, त्सु-चुंग-चिह, टॅन-येन-कई.

यापैकी त्सु-चुंग-चिह हा युद्धमंत्री व हू-हान-मिन हा दळणवळण मंत्री होता. अर्थखाते लिआवो-चुंग-कई यांच्याकडे देण्यात आले होते.

महत्त्वाचा प्रश्न होता तो राष्ट्रीय सरकारच्या सेनेच्या पुनर्रचनेचा. सरकारपाशी पाच सेना होत्या. पहिली सेना (फर्स्ट आर्मी) ही व्हाम्पोआ अकादमीत शिक्षित असलेल्या

अधिकाऱ्यांच्या हाताखालील सैनिकांची. यात बरेच कॅन्टोनी सैन्य होते व त्यांच्या निष्ठेबद्दल कसलीच शंका नव्हती. नंबर दोनची सेना म्हणजे टॅन-येन-कईच्या आधिपत्याखालील हुनानी फौज. चू-पई-ने याच्या नेतृत्वाखालील युनानी तुकड्या ही तिसरी सेना फुंकीनजवळ असलेली क्वांगटुंग फौज ही चौथी आणि लि-फू-लीन याच्या हाताखालील सैन्य ही पाचवी सेना असे हे पाच विभाग होते.

राष्ट्रीय सरकारने फेब्रुवारी १९२६ मध्ये क्वांगटुंग व क्वांगसी प्रातांचे संपूर्ण एकीकरण घडवून आणले. सैनिक व्यवहार, आर्थिक व्यवहार, परराष्ट्रसंबंध हे दोन्ही प्रांतांचे यापुढे एक राहणार होते. एक जूनला क्वांगसी प्रांतात प्रांतिक सरकार स्थापन झाले. त्याचे राष्ट्रीय सरकारशी केंद्र व प्रांतांचे संबंध मुक्रर करण्यात आले. म्हणजे क्वांगटुंग प्रांतातील कॅन्टोनचे राष्ट्रीय सरकार ही केंद्रसत्ता, या सत्तेपाशी सर्व परराष्ट्र व्यवहार आणि सैनिक प्रशासन.

सल्तनत लोहेसे चलती है !

व्हाम्पोआ अकादमीत देशभक्तीने भारलेले विद्यार्थी आणि शिक्षित कामगार यांच्यातून नव्या उमेदीचे लष्करी अधिकारी निर्माण होऊ लागले. जनरल गॅलनसारख्या सोविएट लष्करी तज्ज्ञाचे मार्गदर्शन या अकादमीला सुरुवातीपासून होते. अकादमीचा अध्यक्ष चँग-कै-शेक आणि डीन म्हणून काम करणारा फ्रान्समधून परतलेला तरुण कम्युनिस्ट नेता चाऊ-एन-लाय, या दोघांनी ही अकादमी पाहता पाहता नावारूपास आणली. जानेवारी १९२६ मध्ये चँग-कै-शेक याने राष्ट्रीय सरकारला अहवाल धाडला-

"अकादमीने निर्माण केलेली राष्ट्रीय क्रांतिकारी सेना (The National Revolutionary Army) ही संपूर्णपणे राष्ट्रीय सरकारच्या अधिकाराखाली आहे. एका आज्ञेबरोबर हे सैन्य आघाडीवर उभे राहील. सैनिकांची संख्या ८५,००० असून सैनिकांचे दैनंदिन जीवन अतिशय सुधारलेल्या वातावरणाचे आहे. याचबरोबर अधिकारी शिक्षणासाठी निवड होते. ६००० कॅडेटस् उच्च शिक्षण घेत आहेत. जर आपल्या पक्षाची ताकद वाढवण्याचा आणि संघटित करण्याचा जोरदार प्रयत्न केला, तर सर्व चीन एका छत्राखाली आणणे मुळीच कठीण नाही."

देशातील परिस्थितीचा, विशेषत: उत्तरेतील घडामोडींचा विचार करून, 'राष्ट्रीय सरकार'ने उत्तरेकडे सैनिकी कारवाई करण्याचा निर्णय घेतला. याचा प्राथमिक भाग म्हणून ६ जून १९२६ ला चँग-कै-शेक याला राष्ट्रीय क्रांतिकारी सेनेचा कमांडर-इन-चीफ नेमण्यात आले. चँग आता जनरल चँग-कै-शेक झाला. ९ जून १९२६ रोजी यासाठी मोठे सैनिकी संचलन व ध्वजवंदना घेण्यात आली.

सहा महिन्यांपूर्वीच पेकिंग येथे जनरल वू-पई-फू आणि चांग-सो-लीन यांच्यात

समझोता होऊन ते दोघे जनरल फेंग याला पेकिंगमधून हुसकावण्याच्या खटपटीत या वेळी होते.

जनरल चँग-कै-शेकने निर्णय घेतला की, चँग-सो-लीनकडे तूर्त दुर्लक्ष करून प्रथम जनरल वू-पई-फू याला नेस्तनाबूत करायचा. या वेळी जनरल वू हा हुनान प्रांतात नानकौ येथे होता. जनरल चँगने हुनान प्रांतात सैन्य घुसवले. १४ ऑगस्टला नानकौ त्याने घेतले आणि त्याच्या सेना हुनानचा कब्जा करून हुपै प्रांताला भिडल्या. पुढच्या पंधरा दिवसात हुपै प्रांताची राजधानी वुचांग जनरल चँगने सर केली. हुनान व हुपै या दोन प्रांतात काय तो जनरल वूचा दरारा होता, तो आता संपला.

चढाई सुरू केल्यापासून जेमतेम दोन महिने होतात न होतात, तोच जनरल चँग-कै-शेकने हुनान व हुपै हे दोन्ही प्रांत अशा रीतीने राष्ट्रीय सरकारच्या अंमलाखाली आणले.

आता जनरल चँगच्या नवजात सैन्याचा आत्मविश्वास आणि उत्साहदेखील ओसंडत होता. चँग-सो-लीनची पर्वा करण्याचे मुळीच कारण नव्हते. जनरल चँग-कै-शैकने आपला मोर्चा आता किआंगसी प्रांताकडे वळवला. किआंगसी प्रांताचा टुचून, चांग-सो-लीनचा हस्तक, सन्-चुआंग-फँग याची त्रेधातिरपीट उडविणे अधिक सोपे गेले. कारण किआंगसी प्रांतात दोन्ही बाजूंनी जनरल चँगने सैन्य घुसवले. हुपै-किआंगसी सरहद्दीवरून राष्ट्रीय सेनेचा एक पंजा पुढे झाला आणि दक्षिणेकडून फुंकीन-किआंगसी सरहद्दीवरून दुसरा पंजा आला. नोव्हेंबर १९२६ मध्ये किआंगसी प्रांताची राजधानी नानचँग हातघाईच्या लढाईनंतर जनरल चँगने जिंकली. सन्-चुआंग-फँग अनवेई प्रांतात नानकिंग येथे पळून गेला.

१९२७ साल उजाडले, तेव्हा कॅन्टोन येथील राष्ट्रीय सरकारच्या अधिकाराचे क्षेत्र पाच प्रांतांत पसरलेले होते. क्वांगटुंग, क्वांगसी, हुनान, हुपै आणि किआंगसी. हे सर्व प्रांत एका केंद्र सत्तेच्या किमान लष्करी वचकाखाली तरी आणले गेले होते.

मार्च १९२७ मध्ये राष्ट्रीय सैन्याने नानकिंग जेव्हा घेतले तेव्हा यांगत्सी नदीच्या दक्षिणेकडील सर्व मुलूख ही राष्ट्रीय सरकारची सरहद्द झालेली होती.

जनरल वू-पई-फू ला बाजूला सारून पेकिंगला उत्तरेतील सरकारचा ग्रँड-मार्शल झालेला चांग-सो-लीन याची घटकाही भरत आली होती. वर्षभरात जनरल चँग-कै-शेकच्या सेना पेकिंगला धडकल्या. मध्यंतरीच्या काळात मात्र कोमिन्टांग-कम्युनिस्ट वैराला अगदी उधाण आले होते. वैचारिक मतभेदांचा हा गुंतागुंतीचा भागही महत्त्वाचा आहे. तो लक्षात घेतल्याखेरीज माओने अंती पत्करलेल्या वनवासाचे रहस्य ध्यानी येणार नाही.

'चिनी कम्युनिस्ट पार्टी'मध्ये होणाऱ्या टीकेला कंटाळून आजाराचे निमित्त सांगून माओ १९२५ च्या वसंतऋतूत शाओ-शानला परतलेला होता.

माओच्यापुढे यावेळी प्रश्न होता तो असा : आशियातील मागासलेल्या चीनसारख्या देशातील कम्युनिस्ट कार्यकर्त्यांने स्वत:च्या देशाचे भले हा एकच विचार उराशी बाळगून धोरण आखावे की त्याने आपल्या देशाचा विचारही जागतिक क्रांतीच्या संदर्भातच प्रत्येक वेळी केला पाहिजे ? माओने याचे स्वत:पुरतेच उत्तर नक्की केले होते की, स्वत:च्या देशातील समाजवादी क्रांती हीच आपले लक्ष्य असली पाहिजे. म्हणूनच जनरल चँग-कै-शेक आणि त्याच्या लष्करी शक्तीवर सर्वस्वी अवलंबून असलेल्या कोमिन्टांग राष्ट्रीय सरकारशी तो एकरूप झाला. सर्व देश एका छत्राखाली आणण्यासाठी जनरल चँगने जी लष्करी चढाई देशभर सुरू केली त्याला माओचा सर्वस्वी पाठिंबा होता.

कोमिन्टांग पक्षाने १९२४ फेब्रुवारीतच Peasant Movement Taining Institute ही शेतकरी चळवळीचे शिक्षण देणारी संस्था कॅन्टोनला सुरू केली. या संस्थेचा पहिला चिटणीस पेंग हा होता. या संस्थेच्या कामात कम्युनिस्ट कार्यकर्ते रस घेत नव्हते. चेन-तु-त्सियू या मार्क्सवादी विचारवंताने तर सांगितले - 'अर्ध्याहून अधिक शेतकरी हे लहान लहान इस्टेटीदार असतात. खाजगी मालमत्तेवर त्यांचे इतके प्रेम आहे की ते कम्युनिझम पत्करतीलच कसे ?'

चेन-तु-त्सियू याच्या मतामागचे अभ्यासकाला आधार वाटणारे मानवी तर्कशास्त्र बरोबर होते. परंतु माओचे क्रांतिकारकत्व अशाकरिता निराळे उठून दिसते की, अतर्क्य गोष्टीची शक्यता तो हेरू शकत होता. लहानशा जमिनीच्या तुकड्याचा मालक असलेला शेतकरी हा इतका निरुपयोगी आहे असे त्याला वाटत नव्हते. अशाच एक शेतकरी कुटुंबातील माओ जर मार्क्सवादी बनू शकतो तर असे असंख्य माओ मार्क्सवादाकडे का वळू शकणार नाहीत ? म्हणून त्याने अशा कुठल्याही पुस्तकी मताला मुळीच किंमत दिली नाही.

हुनान प्रांतातील शेतकरी हा देशात घडणाऱ्या घटनांविषी राजकीय जागृती होऊ लागलेला वर्ग आहे, हे सिद्ध करणारी मोठी घटना नेमकी याच वेळी घडली.

शांघायचा रक्तपात

शांघायमध्ये निरनिराळ्या परकीयांच्या वसाहती होत्या. या वसाहती म्हणजे स्वतंत्र अशी पोटराज्येच होती. कारण जुन्यापुराण्या करारानुसार, त्यांच्या वसाहतीत पेकिंग सरकारचे राज्य नसे. आता तर काय पेकिंग सरकारच दुबळे झालेले. यामुळे परकीयांच्या माजोरीपणाला आता ऊतच आला होता. तेथील एक जपानी मालकीच्या कापड-

गिरणीतील एका चिनी कामगाराला जपानी फोरमनने इतके मारले की - तो कामगार मरण पावला. बातमी वाऱ्यासारखी शांघायमध्ये पसरली.

३० मे या दिवशी शांघायमधील कामगार व विद्यार्थी यांची मोठी निषेध मिरवणूक कारखान्याकडे आली. आंतरराष्ट्रीय पोलीस दल म्हणून या वसाहतीचे जे पोलीसदल होते त्यातील एका ब्रिटिश पोलिस अधिकाऱ्याच्या आज्ञेसरशी या मिरवणुकीवर गोळीबार झाला. त्यात दहा निदर्शक जागच्या जागी ठार झाले. सुमारे पन्नास घायाळ झाले.

प्रकरण आता चिघळले. शांघायमधील चिनी व्यापारी, कारखानदार, कामगार, विद्यार्थी यांनी बेमुदत हरताळ पुकारला. काही विद्यार्थी व कामगार आंतरराष्ट्रीय पोलीसांनी पकडले होते त्यांना सोडण्याची मागणी पुरी होईना. शहरात रोज सभा आणि मोर्चे निघू लागले. महिनाभर हे चालू होते. २३ जूनला पुन्हा गोळीबार झाला आणि यात ब्रिटिश व फ्रेंच पोलिसांनी बावन्न निदर्शक गोळ्या घालून ठार केले.

शांघायला घडलेला हा रक्तपात काही परक्या सत्तांनी केलेला पहिलाच अत्याचार नव्हता. पण आत्तापर्यंत कधीही हुनानमधील शेतकऱ्यांनी काही प्रतिक्रिया व्यक्त केलेली नव्हती. या वेळी मात्र हुनानमधील शेतकरीवर्गाने निषेधसभा घेतल्या आणि शांघाय, हाँगकाँगशी यापुढे कसलाही व्यापार करायचा नाही असे जाहीर केले. शेतकऱ्यांचा हा पहिला स्वाभिमानी बहिष्कार होता. माओ आपल्या आठवणीत सांगतो :

''शेतकरीवर्गात वर्गजागृती इतक्या खोलवर गेली असेल अशी मला तोपर्यंत कल्पना नव्हती. परंतु ३० मे ला या प्रकारानंतर आणि त्यानंतर हुनानी शेतकरी हे एकदम लढ्याच्या पावित्र्यात उभे झाले. मी ताबडतोब घर सोडले आणि ग्रामीण संघटना कार्यासाठी बाहेर पडलो.''

हुनान शेतकऱ्यांत माओ

काही महिन्यांतच माओने वीस ते पंचवीस शेतकरी संघटनांचे जाळे हुनानभर निर्माण केले. त्याने दोन प्रमुख गोष्टी केल्या : एक म्हणजे मार्सवादी घोषणा या शेतकऱ्यांना समजतील अशा सुटसुटीत केल्या. एक घोषणा होती ''लष्करशाहीचा धिक्कार असो!' (Down with the Miliatrists) ही घोषणा शेतकऱ्यांना समजण्यात मुळीच अडचण नसे. कारण शतकानुशतके लष्करी गुंडांनी आणि धटिंगणांनी त्यांना पिडलेले होते. परंतु ''साम्राज्यवाद्यांचा धिक्कार असो !' म्हणजे काय चिनी शेतकऱ्याला याचा अर्थच कळत नसे. अर्थशून्य घोषणा रद्द करणारा माओ हा आशियातील पहिला पुढारी असावा ! माओने सांगितले असे म्हणा : ''गबर परकीयांचा धिक्कार असो !'' शेतकऱ्यांना चटकन अर्थ लक्षात येऊ लागला. दुसरी गोष्ट माओने ही केली की,

शेतकऱ्यांची तरुण पोरे जास्तीत जास्त संख्येने कॅन्टोनच्या शेतकरी चळवळीच्या शिक्षण केंद्रात प्रशिक्षणासाठी जावी, असा जोरदार प्रयत्न केला. परिणाम असा झाला की १ ऑक्टोबर १९२६ ला या शिक्षणकेंद्रातील नवे सत्र सुरू झाले, तेव्हा एकंदर विद्यार्थ्यांच्या चाळीस टक्क्यांहून अधिक संख्या ही मार्सवादी तोंडओळख झालेल्या हुनानी शेतकरी तरुणांची होती !

हुनानी शेतकरी संघटनांच्या लढा अर्थातच गबर जमीनदारांशी सुरू झाला. या जमीनदारांनी हुनानचा गव्हर्नर चाओ-हेंग-ती याच्याकडे माओच्या अटकेची मागणी केली. वस्तुत: चाओ-हेंग-ती याने माओला पूर्वी 'नॉर्मल स्कूल'चा डायरेक्टर केलेला होता. दोघांचे तसे सख्य होते. यामुळे असेल कदाचित, पण माओ हुनानमधून निसटला व १९२५ च्या नोव्हेंबरात कॅन्टोनला आला.

कॅन्टोनसारख्या शहरात यावेळी परिस्थितीत महत्त्वाचा पालट झाला होता. सर्व शहरी कामकऱ्यांना कामगार संघटनेमुळे नव्या शक्तीची जाणीव झाली होती. या सर्व कामकरी संघटना प्रमुखत: कम्युनिस्ट कार्यकर्त्यांच्या हातात होत्या. ३० मे च्या शांघायमधील हत्याकांडानंतर काही काळ सर्व कामकरी वर्ग आणि चिनी कारखानदार यांनी संयुक्तरीत्या परदेशी कारखान्यांविरुद्ध लढा निर्माण केला होता. परंतु परस्परविरोधी हितसंबंध होते ते कारखानदारांचे आणि कामगारांचे ! कारखानदार हा परदेशी गोरा की चिनी पिवळा प्रश्न अंती महत्त्वाचा नव्हता. यामुळे परकीय भांडवलदारांच्या कारखान्यांना टाळी लागली तेव्हा काहीसे आनंदित झालेले चिनी भांडवलदार लवकरच भानावर आले. कामगार संघटना व त्यांच्यातही लवकरच झगडे सुरू झाले. कम्युनिस्टांची 'ट्रेड युनियन' ताकद दिवसेंदिवस वाढत होती.

भीतीचा गोळा पोटात उठला तो काही उजव्या वृत्तीच्या कोमिन्टांग पक्षाच्या अनुयायांत, कोमिंग्टांन पक्षातून कम्युनिस्ट पक्षाला हाकलावे अशी कुजबुज सुरू झाली होती. ऑगस्ट १९२५ मध्ये लिआवो-चुंग नावाच्या प्रमुख कम्युनिस्ट कार्यकर्त्याच्या कॅन्टोनला खून पडला आणि खुनात कोमिन्टांग सरकारातील मंत्री हू-हान-मिन याचा हात असल्याचा संशय सर्वत्र व्यक्त होऊ लागला.

कम्युनिस्ट नेता चेन-तू-त्सियू याने कम्युनिस्ट पक्षाच्या कार्यकारी मंडळाच्या बैठकीत मागणी केली की, ''कम्युनिस्ट पक्षाने कोमिन्टांगमधून बाहेर पडावे.'' परंतु त्याच्या या मागणीला माओ अथवा स्टॅलिन या दोघांचाही पाठिंबा या वेळी देखील मिळू शकला नाही.

प्रचार-प्रमुख माओ

कॅन्टोनला येताच माओ कोमिन्टांग पक्षाच्या प्रचारयंत्रणेचा प्रमुख झालेला होता.

माओचे कोमिन्टांग नेत्यांशी अधिक जवळचे संबंध निर्माण झाले होते. हू-हान-मिन व राष्ट्रीय सरकारचा अध्यक्ष वँग-चिंग-वेई या दोघांबद्दल माओच्या मनात कसलाही किंतू नव्हता. प्रचारयंत्रणेचा प्रमुख म्हणून केलेल्या अहवालात त्यावेळी माओने म्हटले होते -

''पक्षाचे यश हे पक्षाजवळ गुरुत्वमध्य आहे की नाही यावर अवलंबून असते. कोमिन्टांग पक्षाचा गुरुत्वमध्य पिळवणुकीने गांजलेला शेतकरी वर्ग आहे. या गोष्टीकडे प्रचारयंत्रणेने पक्ष-सदस्यांचे लक्ष वेधले पाहिजे.''

कुरबुरींना सुरुवात झाली

कोमिन्टांग पक्षातील उजव्या गटाचे काही कार्यकर्ते डिसेंबर १९२५ मध्ये पेकिंग येथे जमले व त्यांनी डॉ. सन्यत्-सेनच्या थडग्यासमोर कोमिन्टांग पक्षातून कम्युनिस्टांना हुसकावण्याचा कार्यक्रम शपथपूर्वक ग्रहण केला. याबद्दल माओने पक्षाच्या बैठकीत सांगितले :

''सबुरीने घ्या. केवळ या काही मंडळींनी पेकिंगला सभा घेतली म्हणून कारवाई करण्याचे कारण नाही. प्रत्यक्ष शिस्तभंग घडल्याखेरीज घाईने उपाय नको. मला आशा आहे, की वाट चुकलेले हे पक्ष-सदस्य पुनश्च क्रांतिकारी मार्गावर येतील.''

या काळात माओची परिस्थिती चमत्कारिक होती. कोमिन्टांग वर्तुळात माओ हा कम्युनिस्ट म्हणून संशयित मानला जाई आणि कम्युनिस्ट वर्तुळात कोमिन्टांग पक्षाचा मिंधा झालेला कार्यकर्ता म्हणून माओची हेटाळणी होत असे ! या वातावरणातच 'कोमिन्टांग सेंट्रल एक्झिक्युटिव्ह कमिटी'वर पाचव्या कॉंग्रेसमध्ये माओ निवडला गेला. वँग-चिंग-वेई, टॅन-येन-कई, हू-हान-मिन, आणि चँग-कै-शेक यांना प्रत्येकी २४८ मते पडली, लि-ता-चाओ याला १९२, आणि माओला १७३ मते मिळाली. लवकरच मार्च १९२६ मध्ये कोमिन्टांग पक्षाचे वृत्तपत्र 'Political Weekly' सुरू होणार होते. त्याचे संपादन माओवर सोपविण्यात आले.

याच वेळी चँग-कै-शैक याने उत्तरेकडील स्वारीची योजना मांडली आणि राष्ट्रीय सरकारने ती मान्य केली. माओचाही चँग-कै-शेकच्या या लष्करी कारवाईला अर्थात पाठिंबा होता.

सोविएट कम्युनिस्ट पार्टीच्या उच्चाधिकार मंडळाने मात्र मॉस्को येथून चँग-हे-शेकला अपशकून केला. मॉस्कोला जपानशी वाकडे नको होते. यासाठी जपान्यांनी माजविलेला मांचुरियातील धटिंगण चांग-सो-लीन यालाही मान्यता देण्याचे धोरण रशियन पॉलिटब्यूरोने आखले ! कॅन्टोन सरकारबद्दलचा ठराव हा स्वत: स्टॅलिनने दुरुस्त्यांसह मांडला. तो असा होता -

"प्राप्त परिस्थितीत कॅन्टोन सरकारने लष्करी कारवाईचा विचार करता कामा नये, यामुळे साम्राज्यवादी शक्तीदेखील या लष्करी पद्धतीने प्रतिकार करू लागतील."

२५ मार्चला मॉस्को येथे हे खलबत झाले. आता चँग-कै-शेकला मागे खेचण्याची कामगिरी चिनी कम्युनिस्टांवर येणार होती. परंतु २० मार्च १९२६ लाच चँग-कै-शेकने कम्युनिस्टांना धक्का दिला. राष्ट्रीय सैन्यांत जे मॉस्कोधार्जिणे कम्युनिस्ट होते असा संशय होता, त्या सर्वांना अटक करण्यात आली. व्हाम्पोआ अकादमीत जे रशियन लष्करी तज्ज्ञ होते त्यांना त्यांच्या निवासातच नजरबंद करण्यात आले !

मॉस्कोशहांना धडा शिकविण्याचा जनरल चँग-कै-शेकचा हा पहिलाच प्रयत्न होता, त्यात त्याला चांगले यश आले. नको असलेले रशियन व्हाम्पोआ अकादमीतून त्याने हाकलले आणि जनरल गॅलनसारखा आवश्यक असलेला तेवढा सल्लागार ठेवू घेतला. हे हाकललेले रशियन सल्लागार चँग-कै-शेकच्या सेनेत विरोधी गट निर्माण करण्याचा उद्योग करीत होते अशी चँग-कै-शेकची खात्री झालेली होती.

जनरल चँग-कै-शेक याने हा जो मॉस्कोला हिसका दाखविला, यात माओचा त्याला संपूर्ण पाठिंबा होता. चँग-कै-शेकच्या लष्करी कारवाईचे महत्त्व त्याला पटलेले होते. मात्र या वेळी त्याने 'मॉस्को-चँग' यांच्या झगड्यापासून दूर राहता येईल असे काम पत्करले.

चँग-माओ सहकार्य

मे १९२६ मध्ये माओ हा शेतकरी चळवळीच्या शिक्षणकेंद्राचा मुख्याध्यापक झाला. प्रचारयंत्रणेच्या प्रमुख पदावरून तो बाजूला झाला. हा त्याचा संधीसाधूपणा होता की चँग व माओ यांच्यात देशभक्तीचा जो समान धागा होता त्याची ही स्वाभाविक परिणती होती, हे सांगणे कठीण आहे.

१९२६ च्या उन्हाळ्यात माओ एकीकडे कॅन्टोनमध्ये शेतकरी चळवळीची दीक्षा तरुणांना देण्यात गुंतला होता तेव्हा दुसरीकडे चँग-कै-शेकच्या फौजा विजयामागून विजय मिळवीत निरनिराळे प्रांत कॅन्टोन सरकारच्या अंमलाखाली आणीत होत्या. ऑगस्ट १९२६ मध्ये हुनान प्रांत कब्जात घेतल्यानंतर चांगशा येथे केलेल्या जाहीर सभेतील भाषणात जनरल चँग-कै-शैक म्हणाला -

"चीनने साम्राज्यवाद्यांचे जूं झुगारून दिल्याशिवाय स्वातंत्र्य मिळणार नाही. जागतिक क्रांतीच्या संदर्भात 'तिसरी कम्युनिस्ट इंटरनॅशनल' ही 'जनरल स्टाफ' यंत्रणेची भूमिका बजावत असते. जर रशियाने चीनला साम्राज्यशक्तीविरुद्धच्या लढ्यात मदत केली, तर त्याचा अर्थ चीनमध्ये कम्युनिझम यावा यासाठी हे उपकार आहेत असा होतो काय ? कम्युनिस्ट कोमिन्टांग पक्षात आहेत, याचा अर्थ त्यांना कम्युनिझम

वाढवायचा आहे असा होतो काय ? नाही. त्यांनाही डॉ. सन्यत्-सेनच्या तत्त्वत्रयीचा जयच अभिप्रेत आहे. कम्युनिस्ट हे कम्युनिझमच्या प्रचारासाठी आपल्याला सामील झाले आहेत असे मला मुळीच वाटत नाही !''

जनरल चँग-कै-शैकची ही भाषा, माओसारख्या कोमिन्टांग पक्षाशी एकरूप होऊ पाहणाऱ्या कम्युनिस्ट कार्यकर्त्यांना प्रोत्साहित करणारी होती. जुलै १९२६ मध्ये कम्युनिस्ट पक्षाच्या कार्यकारिणीची जी बैठक झाली, त्या बैठकीत शेतकरी वर्गात पक्षाचे काम वाढावे यासाठी कम्युनिस्ट पक्षाचेही एक 'शेतकी खाते' निर्माण करण्यात आले आणि याचे प्रमुखत्व हे ओघाने माओकडेच देण्यात आले. कम्युनिस्ट पक्षाच्या शेतकरी चळवळीचे केंद्र शांघाय येथे ठेवण्यात आले. यामुळे जुलै १९२६ ते ऑक्टोबर १९२६ या काळात माओ अनेक वेळा कॅन्टोन-शांघाय वाऱ्या करीत होता. ऑक्टोबर १९२६ मध्ये शेतकरी चळवळीच्या शिक्षण केंद्रातील एक ज्ञानसत्र (Term) संपले आणि माओ लगेच शांघायला आला. डिसेंबरात तो चांगशा येथे गेला तो हुनानी शेतकऱ्यांच्या मेळाव्यात भाग घेण्यासाठी. यानंतर हुनानमधील शेतकरी चळवळीचा आढावा घेऊन अहवाल तयार करण्याचे काम माओने पत्करले. तो सगळ्या प्रांतभर संचार करू लागला.

अभूतपूर्व वादळ होईल

कोमिन्टांग पक्षाशी कम्युनिस्ट पक्षाचे सहकार्य सुरू झाल्यापासून, दैनंदिन राजकीय कटकटीत, चिनी सामाजिक जीवनातील आमुलाग्र परिवर्तनाचा माओचा आग्रह मागे ढकलला गेला होता. आता हुनान प्रांतात तो फिरू लागताच आतापर्यंत कधीही ज्याचे दर्शन घडू शकले नव्हते, अशा परिवर्तनाची जाणीव हुनानी शेतकरी वर्गात निर्माण झाल्याचे त्याला दिसून आले. आपल्या अहवालात ही गोष्ट नमूद करताना माओ सांगतो :

''लवकरच चीनच्या उत्तर, दक्षिण व मध्य भागातील प्रांतांतून लक्षावधी चिनी शेतकऱ्यांनी निर्माण केलेला एक मोठा प्रपात होईल - प्रचंड वादळ सुटेल ! असे अभूतपूर्व वादळ - की ज्याच्या वेगामुळे आणि विध्वंसापुढे कुठलाही प्रतिकार टिकाव धरू शकणार नाही. शेतकरीवर्गाला बांधून टाकणाऱ्या दास्याच्या जाळ्यात हे वादळ असे घुसेल की पाश तुटून पडतील आणि मुक्त झालेला शेतकरी आपल्या उद्धाराचा मार्ग क्रमू लागेल.''

(In a very short time, several million peasants in China's Central, Southem and Northem provinces will rise like a tornado or tempest - a force so extraordinary swift and violent that no power however great will be able to supress it. They will brake through all the trammels that now bind them and push forward along the road to liberation.)

शेतकरी वर्गाची जी दास्यमुक्ती माओला अभिप्रेत होती, त्याची दोन अंगे होती : सामाजिक आणि सांस्कृतिक, खुळ्या अज्ञानमूलक श्रद्धा आणि समजुती. आंधळे संकेत आणि चालीरीती - ज्यांत जुन्यापुराण्या परंपरांची पूजा आणि पत्नीवरचे पुरुषाचे स्वामित्व या दोन टोकांतील सर्व गोष्टी समाविष्ट होत्या. या गोष्टीबाबत कोमिन्टांग पक्षातील काही वर्ग हादेखील पुरेसा बुद्धिप्रामाण्यवादी आणि म्हणून पुरोगामी होता या संशय नाही. परंतु जमिनीमालकांच्या दास्यातून शेतमजुराची मुक्ती ही जी खरीखुरी दास्यमुक्ती ठरणार होती ती कोमिन्टांग पक्षात नव्याने दाखल झालेल्या किती जणांना मान्य होती ? जवळ जवळ कुणालाच मान्य नव्हती ! कारण यात वर्गलढा अनुस्यूत होता. याबाबत माओ नेहमी कांळजीपूर्वक शब्दरचना करीत असे. खेड्यापाड्यातील ''दुर्जन आणि जुलमी गुंड'' असे शब्द तो वापरी, परंतु कधी कधी मात्र तो स्पष्ट लिहित असे -

''क्रांती हा एक असा हिंसाचार आहे की, ज्यात एक वर्ग दुसऱ्या वर्गाचे वर्चस्व समूळ उपटून टाकतो. ग्रामीण क्रांती म्हणजे ती - की जीत शेतकरी वर्ग हा सरंजामशाही जमीनदारावर्गाचे वर्चस्व फेकून देत असतो.''

("A revolution is an act of violence whereby one class overthrows the authority of another. A rural revolution is one in which the peasantry overthrows the authority of the feudal landlord class.")

स्टॅलिनचा सासुरवास

दुर्दैवाने कोमिन्टांग सैन्याचे बहुसंख्य अधिकारी हे जमीनदारवर्गातून अथवा शहरांतील सुखवस्तू कुटुंबांतून आलेले होते. जमीनदारवर्गाशी त्यांचे अगदी रक्ताचे नाते होते. जनरल चँग-कै-शैक याला प्रथमत: सर्वांचीच सहानुभूती लाभली. याचे कारण गोंधळातून काही व्यवस्था निर्माण करण्याचा त्याचा प्रयत्न स्पष्ट होता. शेतकरी आणि जमीनदार, कामकरी आणि कारखानदार हे सर्व जनरल चँग-कै-शैक याच्यामागे गोळा होत होते. परंतु आज ना उद्या जनरल चँग-कै-शैक निर्माण करत होता ती व्यवस्था काय आहे याचे स्वरूप स्पष्ट होऊ लागले, की संघर्ष अटळ होता ! जर चिनी कम्युनिस्ट पक्षाने या बाबतीतदेखील जनरल चँग-कै-शैक याला 'कोरा चेक' लिहून देण्याचे ठरवले असते, तरच संघर्ष न उडणे ही गोष्ट शक्य होती.

आणि स्टॅलिन, कम्युनिस्ट इंटरनॅशनल नेता या नात्याने नेमके हेच करा असे सतत सांगत होता ! स्टॅलिनचे हे अज्ञान होते की, चिनी क्रांतीविषयी त्याला सोयरसुतकच नव्हते ? दोन्ही गोष्टी काही अंशी खऱ्या आहेत. सोविएट शक्तीचे प्रमुख चार मित्र कोण

आहेत, हे जानेवारी १९२५ मध्येच त्याने एकदा स्पष्ट केले होते

१) प्रगत-विकसित देशातील कामकरी वर्ग

२) अविकसित राष्ट्रातील संत्रस्त जनता

३) भांडवलशाही राष्ट्रातील परस्पर विसंवाद

४) रशियातील शेतकरी वर्ग

स्टॅलिन अत्यंत घमेंडखोर होता. आपल्या देशापेक्षा कितीतरी निराळी परिस्थिती चीन देशात आहे, हे काय त्याला कळत नव्हते ? परंतु तेथील परिस्थितीची यथार्थ कल्पना नसताना, मार्क्सवादाचा हयात द्रष्टा या भूमिकेतून तो स्वत:ला पाहत असे आणि म्हणून आपल्याला सर्व कळते या समजुतीने चिनी कम्युनिस्टांना तो धोरण आखून देऊ पाहत होता.

२० मार्च १९२६ ला जनरल चँग-कै-शैकने मॉस्कोला जो हिसका दाखविला आणि कोमिन्टांग सैन्यातून रशिया-धार्जिण्यांना त्याने अर्धचंद्र दिला, त्याचा एक परिणाम असा झाला की, कोमिन्टांग पक्षातदेखील 'डावा गट' आणि 'उजवा गट' अशा फळ्या पडल्या. कोमिन्टांग पक्षातील डाव्या गटाची भूमिका ही बरीचशी चिनी कम्युनिस्ट पक्षाचीच भूमिका होती. परंतु जे तोंडातून काढायला स्टॅलिनची मना होती, ते चिनी कम्युनिस्ट तरी बोलणार कसा ? तेव्हा जे आपल्याला बोलता येत नाही, ते बोलण्यासाठी कोमिन्टांग पक्षातील डाव्या गटाला प्रोत्साहन देऊन वदवण्याची कामगिरी कम्युनिस्ट कार्यकर्ते करू लागले होते यात संशय नाही.

जनरल चँग-कै-शैकने १९२६ च्या अखेरीस कोमिन्टांग सरकारचे क्षेत्र खूपच विस्तारलेले होते. नव्या जिंकलेल्या प्रांतातील व्यवस्थेत साहजिकच जनरल चँग-कै-शैकचा वर चष्मा राहू लागला होता. काही काही निर्णय घेताना तर जनरल चँग हा पक्षातील नेत्यांना विचारीतदेखील नाही, असा अनुभव येऊ लागला होता. कोमिन्टांग प्रश्न फुटण्याची ही पूर्वचिन्हे होती.

जानेवारी १९२७ मध्ये प्रश्न फुटला ! पक्षातील डाव्या गटाची सरशी होती. त्यांनी वुहान ह्या भागात आपली मंडळी जमा केली. आपल्याबरोबर जे पक्षसदस्य आणि नेते आहेत, तोच खरा कोमिन्टांग प्रश्न असा दावा मांडला गेला. जनरल चँग-कै-शैकने आपल्या अनुयायांसह नानचँग येथे बस्तान मांडले. बोरोदीन आदी रशियन सल्लागार उघडपणे जनरल चँगच्या या विरोधकांना पाठिंबा देऊ लागले होते.

चँगला वेसण

वुहान येथे मार्च १९२७ च्या दुसऱ्या आठवड्यात कोमिन्टांग पक्षाच्या सेंट्रल एक्झिक्युटिव्ह कमिटीची बैठक भरली. या बैठकीत कोमिन्टांग पक्षातील जनरल चँगचे

अस्तित्वच संपविण्याचे राजकारण मुख्यत: शिजले.

कोमिन्टांग सरकारच्या मंत्रिमंडळाचा अध्यक्ष वँग-चिंग हा या वेळी फ्रान्समध्ये गेलेला होता. कोमिन्टांग पक्षाचा व सरकारचा एकमेव नेता म्हणून गैरहजेरीत वँग-चिंग-वेईचे नाव निवडले गेले आणि त्याच्या अनुपस्थितीत त्याची कामे टॅन-येन-कई याने करावी असे सर्वानुमते ठरले. जनरल चँग-कै-शैकला पक्षाच्या शिस्तीला बांधून टाकण्यासाठी आपण चोख व्यवस्था आता केली आहे, अशा आत्मसंतुष्ट अवस्थेत ही बैठक संपली. या बैठकीला अर्थात माओ उपस्थित होता.

कम्युनिस्ट पक्षाचा डाव्या कोमिन्टांग धोरणाला सतत पाठिंबा असल्याकारणाने या बैठकीपाठोपाठ मंत्रिमंडळातजे पाच नवे मंत्री वाढविण्यात आले, त्यात दोन जागा कम्युनिस्ट पक्षाला देण्यात आल्या. टॅन-पिंग-शान हा कम्युनिस्ट कार्यकर्ता शेतकीमंत्री आणि सू-चाओ-चेंग हा कम्युनिस्ट पक्षाचा कार्यकर्ता मजूरमंत्री म्हणून सरकारात आले.

शेतकऱ्यांना नवा मंत्र

माओला मंत्री म्हणून सारकारात घेतले गेले नाही. पण वुहान येथे झालेल्या चर्चेत त्याने भरपूर भाग घेतला होता. सरकारात शिरून हात बांधून घेण्याची त्याची या वेळी तयारी नव्हती, असे मानायला भरपूर जागा आहे. कारण 'शांततामय मार्गाने ग्रामीण भागातील जुलमी दुर्जनांना उलथवणे शक्य नाही याकरता शेतकऱ्यांनी प्रत्यक्ष कृती (Direct Action) केली पाहिजे' असे विचार आता तो उघडपणे व्यक्त करू लागला होता. कोमिन्टांग मंत्रिमंडळाने जमीनविषयक कायद्यांचा विचार करण्याकरता जी समिती नेमली, त्या समितीवर नव्याने मंत्री झालेल्या टॅन-पिंग-शान या कम्युनिस्ट शेतकी मंत्र्याबरोबर माओचीदेखील नेमणूक झाली. या समितीच्या बैठकीत २ एप्रिल १९२७ ला माओने सांगितले :

"जमीन बळकावणे याचा अर्थ सारा द्यायला नकार असा होतो ! दुसरा कोणताही मार्ग अनुसरण्याची गरज नाही. हुनान आणि हुपै प्रांतात या घटकेला शेतकऱ्यांनी साराबंदी पुकारण्यात पुढाकार घेतलेला आहे. जमिनीचा प्रश्न सोडवायचा तर प्रथम काही 'वस्तुस्थिती' निर्माण करायला लागेल आणि त्याला कायद्याची संमती देण्याचा प्रश्न मग नंतर येईल."

माओच्या म्हणण्याच्या अर्थ उघड होता. शेतकऱ्यांनी ऐतखाऊ जमीनदारांकडून जमिनी हिसकाव्या व नंतर सरकारने परिस्थिती व वस्तुस्थिती लक्षात घेऊन त्याला कायद्याने संरक्षण द्यावे.

जमिनी वाटण्याचा जो अहवाल माओने परिश्रमाने तयार केला होता तो समितीपुढे ठेवल्यावर माओने सरकारला सूचना केली.

"ज्यांच्याजवळ ४॥ एकरांपेक्षा अधिक लागवड जमीन आहे असे सर्व श्रीमंत शेतकरी, छोटे, मध्यम व मोठा जमीनदार यांची संख्या लोकसंख्येच्या १३ प्रतिशत आहे आणि हे सर्व क्रांतिविरोधी आहेत.

"आज आपल्याला जे घडवायचे आहे ते जमिनीचे राजकीय कारणासाठी करावयाचे अपहरण आहे. स्थानिक गुंड, दुर्जन, धनिक आणि लष्करी धटिंगण यांच्यापासून आपण जमीन हिसकवणार आहोत. हे पहिले पाऊल आहे. जर आपण आणखी एक पाऊल पुढे टाकले आणि असे ठरविले की, जे जमीन स्वत: कसत नाहीत, त्यांच्याकडूनही ती काढून यायची, तर मात्र हे आर्थिक कारणासाठी करण्याचे अपहरण होईल. अर्थात् अशा तऱ्हेची जमीन बळकाव मोहिम ही हुनान प्रांतातील शेतकऱ्यांनी केव्हाच अंमलात आणून जमीन वाटप केलेले आहे."

माओचे विचार अगदी सुस्पष्ट होते. लष्कर उभे करण्यास जे लोक पैसा पुरवतात आणि देशात यादवी माजवतात, त्यांच्यापाशी असलेली आर्थिक ताकद प्रथम संपुष्टात आणू व नंतर सर्व जमिनीचा प्रश्न सावकाशीने निकालात काढू, असा हा सल्ला होता. डाव्या गटांतील एकांतिक नेत्यांनी माओची सूचना अगदी नेभळट असल्याची टीका सुरू केली. या 'तरुण तुर्कां'ना माओने सांगितले :

"हुनानसारखे पाच प्रांत जरी आज असते, तरी सर्व जमिनीचा प्रश्न एकाच दमात हाताळता आला असता. आज या घडीला मात्र ते शक्य नाही."

ज्या कुणाच्या मनात - एक आतताई नेता अशी माओची प्रतिमा असेल त्यांनी माओचे या कालखंडातील लेखन अवश्य अभ्यासावे.

कोमिंग्टांग सरकारातील दोघे कम्युनिस्ट मंत्री आणि माओ यांच्या नादाने, या सरकारची पावले कुठे वळत आहे ते लक्षात येताच कोमिन्टाँग पक्षातील उजवा क्रांतीविरोधी गट अस्वस्थ झाला. मंत्रिमंडळाचा अध्यक्ष वँग-चिंग-वेई हा स्वत:ला डाव्या गटाचा म्हणत असे, परंतु आता त्याचे पायदेखील लटपटू लागले. हुनानमध्ये शेतकरीवर्ग जे करीत होता ते माओच्याच संघटना-कौशल्याचे आणि शिकवणुकीचे फलित होते आणि ते पाहताना माओला जे भरते येत होते, ते पाहून जनरल चँगच्या सैन्यातील वरिष्ठ अधिकारी उद्विग्न झाले. हो-चईन या वरिष्ट लष्करी अधिकाऱ्याने जाहीरपणे सांगितले :

"अनेक कोमिन्टांग लष्करी अधिकारी आणि बरेच सैनिक यांच्या मालकीच्या जमिनी आहेत आणि शेतीविषयक धोरण ठरविताना सरकारने ही गोष्ट नीट लक्षात ठेवावी."

वर्गद्वेषाचे लोण सर्व थरांत पसरत चालले होते. सर्वसाधारण चिनी कामकरी आणि

सैनिक हा कालचा शेतकरी होता. परंतु व्यापार-उदिमात आघाडीवर असलेले भांडवलदार आणि लष्करातील सर्व वरिष्ठ गट हा अजूनही देशातील ८० टक्के जमिनीचा मालक होता, याचा अर्थ स्वत: जमीन न करता तो शेतकऱ्यांच्या श्रमावर पैसा करीत होता, जोपर्यंत कोमिन्टांग क्रांतीचे स्वरूप ढोबळ देशभक्तीचे होते, तोपर्यंत त्यांना ही क्रांती परवडली होती, पण आता या क्रांतीचे सामाजिक रूप आणि प्रगटू लागलेले अंतरंग हे त्यांना मोठाच अडथळा वाटू लागले.

चँग सावध झाला

चीनमध्ये वास्तव्य करणारे सर्व गोरे परदेशी आणि पिवळे जपानी यांना यावेळी जनरल चँग-कै-शेक हा एकच लष्करी त्राता दिसू लागला. साम्राज्यवादी शक्तीशी सौदा करून जनतेचे प्रगट होणारे नरसिंह रूप ठेचण्यासाठी, जनरल चँग-कै-शेक तयार होण्याची शक्यता होतीच. कोमिन्टांग पक्षातील उजव्या गटाला या परदेशी साम्राज्यवाद्यांकडून मिळू शकणाऱ्या अमाप पैशाच्या राशी दिसू लागल्या ! परदेशातून पैसा आणि आवश्यक ते तांत्रिक ज्ञान उपलब्ध झाले तर देशात आपल्याला वाटेल तेवढी सुबत्ता आणता येईल, याबद्दल त्यांची खात्री होती आणि दुसऱ्यांच्या पैशाने आपली स्वप्ने प्रत्यक्षात उतरवण्याची संधी वारंवार थोडीच मिळत असते ? अशी संधी सहसा मिळत नाही. अशी गंगा तर आता उजव्या गटाच्या दाराशी चालू येणार होती.

जनरल चँग-कै-शेकने १९२७ च्या मार्चपर्यंत इतकी लष्करी उलथापालथ घडवली होती की, तो आता सरळ पेकिंगपर्यंत धडक देणार अशी अपेक्षा होती. परंतु ज्या भीतीचा ब्रह्मराक्षस लष्कराच्या पाठीवर चढला होता, ती डाव्या गटाची भीती त्याला अस्वस्थ करीत असल्याने आणि वुहान येतील कोमिन्टांग पक्षाच्या मध्यवर्ती समितीने जनरल चँग-कै-शेकला पक्षशिस्तीत बांधण्याची कारवाई केल्यामुळे, चिडलेल्या या सेनापतीने पेकिंग-स्वारी रद्द केली ! त्याने आपले कोमिन्टांग लष्कर एकदम मोहरा फिरवून शांघायकडे वळवले.

शांघाय हा तर आंतरराष्ट्रीय उचापतींचा अड्डा होता. चीनमध्ये जे राष्ट्रीय उत्थान घडू पाहात होते, त्याचा अर्थ उमजून न घेता आणि ऐतिहासिक अटळ वळणाशी जमवून न घेता, इंग्लंड, फ्रान्स, अमेरिका या देशांनी शांघायमध्ये आपापले लष्कर ओतायला आता याच क्षणी प्रारंभ केला ! या लष्कराकडे आपापल्या देशाचे आर्थिक हितसंबंध जपण्याचीच फक्त कामगिरी दिलेली होती आणि जर गोऱ्यांच्या वसाहतींवर हल्ले झाले तरच प्रतिकार करण्याच्या सूचना या परकीय फौजांना होत्या. परंतु चीनच्या भूमीवर आपापल्या देशांच्या अर्थकारणाचे रक्षण करण्याकरता रक्तपाताची सिद्धता - हा तर नागडा वसाहतवाद आहे या गोष्टीची फिकीर इंग्लंड, फ्रान्स, अमेरिका करणार

नव्हती.

जनरल चँगच्या फौजा शांघायकडे वळल्या तेव्हा चाऊ-एन-लाय हा पक्षाच्या कामासाठी शांघायला भूमिगत होऊन वावरत होता. शांघायमधील परक्या वसाहतींनी जनरल चँग व शांघायमधील कोमिन्टांग पक्षातील उजव्या गटाचे भांडवलदार - ज्यांनी अफूचा काळा बाजार करून अमाप पैसा या परक्यांच्या साहाय्याने केला होता अशा उजव्या गटातील लोकांशी समझोता केला ! शांघायमधील कोमिन्टांग डाव्या गटांनी आणि कम्युनिस्टांनी जी ट्रेड युनियन संघटना बांधली होती त्याने ही सर्व मंडळी धास्तावली होती. शांघाय शहरात बकाल वस्ती खूपच होती. अफू-दारूचे अड्डे होते. ही व्यसने कामगारांना नव्हती असे नाही, परंतु या गुत्त्याचे आणि अड्ड्यांचे 'दादा' हे सर्व बड्या श्रीमंतांना आणि लष्कराला वश होणारी मिंधी मंडळी होती. शेकडो मवाली आणि हजारो गुंडांना हे सांगण्यात आले की, जनरल चँग-कै-शेकसारख्या थोर देशभक्ताविरुद्ध गडबड करणारी मंडळी शांघायमधून टिपू काढली पाहिजेत ! दारुड्ये आता देशभक्त झाले ! देशाच्या भल्याची गाणी गाऊ लागले ! अफिमबाजांनी डाव्या गटाला नेस्तनाबूत करण्याच्या आणाभाका घेतल्या.

अशुभ छाया

शांघायमधील डाव्या गटाला आणि कम्युनिस्ट कार्यकर्त्यांना वातावरणात वावरू लागलेल्या अशुभ छाया दिसू लागल्या नव्हत्या असे नाही, परंतु कोमिन्टांग पक्षाचा जनरल चँग हा नेता होता. स्टॅलिनचा तर आदेश होता - ''कोमिन्टांगशी भांडण करायचे नाही. जनरल चँग हा तुमचा नेता आहे !''

जनरल चँगने शांघाय घेतले ते लढाई करून नाही ! चाऊ-एन-लाय याने भूमिगत राहून तेथील कामगारांकरवी शहराचा आधीच आतून ताबा घेतला होता. जनरल चँगचे लष्कर सरळ शहरात शिरले तेव्हा प्रतिकार झालाच नाही !

जनरल चँग-कै-शेक हा शहरात आपण जी बहादुरी केली त्याची कृतज्ञता व्यक्त करील या अपेक्षेने डावा कोमिन्टांग गट आणि कम्युनिस्ट कार्यकर्ते मोठ्या आशेने शांघाय शहराच्या वेशीवर वाट पाहात होते.

- आणि चँग-कै-शेकने अघटित घडवले.

डाव्या गटाची आणि कम्युनिस्टांची जनरल चँग-कै-शेकने सरसकट कत्तलच केली.

बेताल नरसंहाराचा हा अशुभ दिवस होता - १२ एप्रिल १९२७ !

* * *

१८

□

चिंगकांगशानच्या पहाडात क्रांतीची पहाट

१२ एप्रिल १९२७.

पहाटे चार वाजता शांघायमधील जनरल चँग-कै-शेकच्या ठाण्यावरून बिगुलचा आवाज पहाटेची शांतता भंग करू लागला. ज्यांना शहरात काय घडणार आहे याची कल्पना नव्हती, त्यांनी त्रासिक मुद्रेने अंथरुणातच कूस बदलली. जवळ जवळ सगळेच शहर साखरझोपेत मग्न होते.

जे जागे होते ते मात्र रात्रभर जागेच होते ! शांघाय शहरातील मवाली दादा, आपल्या गुंडांच्या टोळ्या रात्रभर एकत्र करीत होते. त्यांच्या रक्तपिपासू आणि लुटारू वृत्तीला आज देशभक्तीचा मुलामा चढणार होता. नंतर जो प्रकार राजरोसपणे जनरल चँगचे सैनिक करणार होते त्याची सुरुवात ही मंडळी करणार होती. त्यांना खून चढला होता. शहरातील डावे कोमिन्टांग पुढारी आणि कामगार संघटनांचे कम्युनिस्ट नेते यांची डोकी मारण्यात मोठी देशभक्ती आहे, हे त्यांच्या मनावर बिंबविण्यात आले होते. सर्वांच्या दंडावर चिनी चित्रलिपीतले चिन्ह असलेले पांढरे पट्टे बांधले होते. या चिन्हाचा अर्थ होता 'मजूर' ! सगळे गुंड 'मजूर' झाले होते ! काम सोपे होते. मजुरी खूप मिळणार होती. कारण पैसेवाल्या धनिकांच्या पिशव्या मोकळ्या सुटल्या होत्या.

बिगुलाचा आवाज होताच या टोळ्या सैनिकी बराकीकडे गेल्या. प्रत्येकाला हवे होते ते शस्त्र हाती देण्यात आले. कुणी भाले, कुणी कुऱ्हाडी, कुणी कुकऱ्या ! ज्या तीक्ष्ण हत्याराने माणसाची आतडी लोंबू लागतील अशी नानाविध शस्त्रे आता त्यांच्या हातात तळपू लागली.

संहाराची सुरुवात

हल्ला चढवायचा तो कामगार संघटनांच्या कचेरीवर, कामगार नेत्यांच्या घरादारांवर ! शस्त्रे परजीत हल्लेखोर टोळ्या-टोळ्यांनी निघाले. शांघायमधील डाव्या नेत्यांच्या

संहाराला सुरुवात झाली. मुंडकी धडावेगळी होऊ लागली. दिमतीला जनरल चँगचे सैनिक होते. साडेचार वाजता 'जनरल लेबर युनियन' या सर्वांत मोठ्या कामगार संघटनेच्या कचेरीभोवती गुंडांनी गराडा घातला. कसलीही सूचना न देता गुंड-मवाल्यांनी कचेरीवर गोळीबार सुरू केला. कचेरीत आणि आसपास जे कम्युनिस्ट कार्यकर्ते होते, त्यांनी कचेरीतील बंदुका भाडोत्री मारेकऱ्यांवर रोखल्या. उभयपक्षी गोळ्या सुटू लागल्या. इतक्यात त्सिन-टिंग-यू हा सैनिकी अधिकारी एक सैनिकी तुकडी घेऊन तिथे आला. कचेरीतून कामगार नेता कू-चेन-चुंग याने ओरडून सांगिले, "आमच्यावर विनाकारण हल्ला होतो आहे !"

त्सिनने उत्तर दिले - "दोन्ही बाजूंना नि:शस्त्र करण्यासाठी आम्ही आलो आहोत !"

कू-चेनने सैनिकी अधिकाऱ्याला आत घेतले. रस्त्यावरचा गोळीबार थांबला होता. मारेकरी रस्त्याच्या एका अंगाला झाले होते. त्सिनने सांगितले, "आम्ही बाहेरच्या लोकांची शस्त्रे काढून घेतली आहेत. तुम्ही तुमची शस्त्रे द्या !"

कू-चेनने रागाने म्हटले -

"बाहेरची माणसे गुंड आहेत. आम्हाला नि:शस्त्र करण्याचे कारण काय ? आम्ही सर्व क्रांतिकारी कामकरी आहोत."

त्सिन ऐकेना. कू-चेनने कचेरीतील सहा बंदुका त्याच्या हवाली केल्या ! बंदुका घेऊन त्सिन कचेरीबाहेर पडला. काही मिनिटे गेली. मग एकाएकी सुमारे ३०० सशस्त्र गुंडांनी कचेरीवर हल्ला चढवला. नि:शस्त्रांचे शिरकाण करण्यात आले. कचेरीत रक्ताचा सडा पडला. कू-चेन मात्र या झटापटीत पसार झाला. तो वाचला. त्सिनने सगळी हरामखोरी केली होती. याचा अर्थ उघड होता की शांघायमधील अफीमबाज आणि दारुडे सैतान लष्कराच्या मदतीने शहरातील डाव्या पुढाऱ्यांना कंठस्नान घालणार होते !

दुपारपर्यंत शहरात तीनशेवर माणसे ठार करण्यात आली. स्त्रिया व मुले यांनाही दया नव्हती. जे जे आडवे आले ते ते कापून काढले गेले व त्यांच्या शरीरांची मशीनगनने जाळी करण्यात आली. दुपारी १२ वाजल्यानंतर 'कमर्शियल प्रेस' या संस्थेवर गुंड आले. या ठिकाणी सुमारे चारशे कामगार संघटनेतील माणसे एकत्र झाली होती. बहुसंख्य सशस्त्र होती. हल्ला सुरू होताच सैनिक आले. दोन्ही बाजूंना नि:शस्त्र करण्याचे 'नाटक' त्यांनी सुरू करताच, पहाटेच्या अनुभवामुळे, डाव्या नेत्यांनी शस्त्रे टाकण्यास नकार दिला ! मग काय गुंडांच्या मदतीला सैनिकांनी मशिनगन्सचा मारा सुरू केला. 'कमर्शिअल प्रेस' इमारतीतील जवळ जवळ सर्वांनी गोळ्या संपेपर्यंत प्रतिकार केला आणि अखेर ते सैनिकांच्या गोळ्यांचे धनी झाले.

दुपारपर्यंत मृतांचा आकडा ७०० च्या वर गेला. 'जनरल लेबर युनियन' या कम्युनिस्ट

संघटनेचा अध्यक्ष वँग-शाओ-हुला यांला गुंडांनी आदल्या दिवशी पकडले होते. १२ एप्रिलला शहराबाहेर नेऊन त्याचा शिरच्छेद करण्यात आला.

१२ एप्रिलची भीषण रात्र शांघायवर पसरली. 'जनरल लेबर युनियन'ने रातोरात १३ एप्रिलला सार्वजनिक निषेध हरताळाचा आदेश शहरभर पसरविला. दुसऱ्या दिवशी सुमारे १ लाख कामगार या संपात सामील झाले. सायंकाळी चपेई विभागात निषेध-सभा झाली. जे डावे पुढारी हत्याकांडातून वाचले होते ते धीराने पुढे आले होते. 'जनरल लेबर युनियन'ला संरक्षण द्या, अशी मागणी सरकारकडे करण्यात आली. जनरल चौ-फेंग-ची याच्या लुंग्हूआ येथील छावणीकडे यासाठी मोर्चा निघाला. या मोर्चात हजारो कामगार होते. मुलेबाळे होती. स्त्रिया होत्या. कुणाच्याही हातात शस्त्र नव्हते.

इतक्यात मुसळधार पाऊस सुरू झाला. पाऊस कोसळत असतानाही 'पाओ-शान-रोड'वरून मिरवणूक लष्करी ठाण्याच्या दिशेने मार्ग काटतच राहिली. लष्करी ठाण्याच्याजवळ निदर्शक पोचताच त्यांच्यावर मशिनगनच्या फैरी सुरू झाल्या. रस्त्यांच्या दुतर्फा सैनिकांनी पवित्रे घेतले होते आणि मिरवणुकीवर दोन्ही अंगांनी गोळ्यांचा पाऊस सुरू झाला. स्त्रिया, पुरुष, मुले किंकाळ्या फोडीत रक्ताच्या थारोळ्यात कोसळू लागली. जमाव वेड्यासारखा चौफेर धावू लागला. आसपासच्या गल्ली-बोळातून पळणाऱ्या निदर्शकांवर सैनिकांनी संगिनी, भाले आणि तलवारींनी हल्ला चढविला. सैनिकांनी निदर्शकांचा पाठलागच सुरू केला.

कम्युनिस्टांचे शिरकाण

कामगारांच्या झोपडपट्टीपर्यंत सैनिक पाठीवर आले. जे कामगार घराघरात शिरले त्यांना ओढून बाहेर काढून रस्त्यावर त्यांच्यावर गोळ्या चालविण्यात आल्या. चोहोबाजूंचे रस्ते प्रेतांनी भरून गेले होते. रक्ताचा चिखल सर्वत्र झाला होता. या हत्याकांडात सुमारे चारशे कामगार ठार झाले १४ एप्रिलला शांघायमधील परदेशी वकिलातील परकीय लष्करी अधिकाऱ्यांनी डाव्यांची व कम्युनिस्टांची धरपकड करण्यात उघडपणे भाग घेतला.

जे शांघायला घडले, तेच थोड्याफार फरकाने काही दिवसातच निंगपो, फूचौ, अमॉय, स्वॅटौ आणि कॅन्टोन या शहरांतून घडले.

हे सर्व जनरल चँग-कै-शेकने योजनापूर्वक घडवले होते. सर्व कारखानदार, व्यापारी हे आता जनरल चँग-के-शेकच्या निशाणाखाली एका अटीवर जमा झाले होते. ती अट अशी : 'कम्युनिस्टांचा, बंडखोर कामगारांचा आणि संपवाल्यांचा जनरल चँग-कै-शेकने कायमचा काटा काढला पाहिजे !' चँग-कै-शेकने ही अट सफाईने पुरी

केली. एका ब्रिटिश पत्राने लिहिले -

"उत्तरेतील कुणाही लष्करी उमरावाला जे आपल्या प्रदेशात करणे जमले नसते, वा करण्याचा धीर झाला नसता, असा कम्युनिस्टांचा नायनाट जनरल चँग-कै-शेक याने केलेला आहे."

परंतु हेच वृत्तपत्र पुढे म्हणते :

"कम्युनिस्टविरोधी ही लाट इथेच थांबायला हवी होती. मग जनता सुखी झाली असती. परंतु कम्युनिस्टांना खणून काढण्याच्या नावाखाली, मग अनेकांचा छळ सुरू झाला. लोकांना पळवून नेऊन त्यांच्याकडून लष्करासाठी पैसा उकळण्यात आला. तारतम्य व न्याय मुळी उरलाच नाही. न्यायालयांना तर कुणीच विचारीत नाहीसे झाले... आता कुणीही सुरक्षित नाही. न्यायाधिशांनादेखील कम्युनिस्ट म्हणून पकडण्यात येत आहे."

'न्यूयॉर्क टाईम्स'ने ४ मे १९२७ च्या अंकात लिहिले, "चिनी व्यापाऱ्यांची अवस्था शांघायमध्ये आणि आसपास मोठी करूणाजनक झाली आहे. ते सर्वस्वी जनरल चँग-कै-शेकच्या मर्जीवर अवलंबून राहिले आहेत. कोणत्या क्षणी काय घडेल हे सांगता येत नाही ! बळजबरीने पैसा-अडका हिसकला जाईल, सक्तीची कर्जे लागू केली जातील, शहराबाहेर परागंदा व्हावे लागेल आणि कदाचित डोकेही मारले जाईल...!"

भस्मासुराचा जन्म

हे असेच घडणार होते ! भांडवलदारांनी आणि धनिकांनी निर्माण केलेला जनरल चँगचा भस्मासूर आता त्यांच्याच डोक्यावर हात फिरवू लागणार होता. त्याची 'किंमत' आता तो मागणार होता. किंमत जास्त होती. परंतु त्याचे देणे देऊन जे उरणार होते तेदेखील कमी नव्हते.

जनरल चँग-कै-शेकने नानकिंग येथे लवकरच आपले स्वतंत्र कोमिन्टांग सरकार निर्माण केले. या सरकारभोवती पैशाच्या थैल्या घेऊन पुनश्च हेच व्यापारी आणि कारखानदार उभे झाले. कारण जनरल चँगपेक्षा कम्युनिझमची भीती त्यांना अधिक वाटत होती !

१२ एप्रिलला शांघायची कत्तल सुरू झाली. १३ एप्रिलला तिसऱ्या कम्युनिस्ट इंटरनॅशनलचे चीनमध्ये फिरणारे शिष्टमंडळ हँकौ येथे पोचलेले होते. या शिष्टमंडळाचे नेते होते - सुप्रसिद्ध भारतीय कम्युनिस्ट नेते - भाई मानवेन्द्र रॉय. हँकौ येथे शांघायमधील रक्तपाताच्या बातम्यांपाठोपाठ बातमी आली की, नानकिंग येथे जनरल चँग सवता सुभा निर्माण करणार आहे. तेव्हा मानवेन्द्र रॉय यांनी जनरल चँग-कै-शेकला तारपत्र दिले -

"वँग-चिंग-बेई यांना तुम्ही जे आश्वासन दिले होते की पक्षांतर्गत सर्व विवाद्य प्रश्न हे पक्षाच्या सेंट्रल कमिटीपुढे ठेवून त्यांचा निर्णय करू, ते तुम्ही आता मोडीत आहात. सेंट्रल कमिटीच्या काही सभासदांचीच फक्त नानकिंग येथे तुम्ही बैठक बोलावलेली आहे. यामुळे क्रांतीच्या शत्रूंना आनंद होईल. कोमिन्टांग पक्षात दुफळी माजली आहे, अशी त्यांची खात्री होईल. आमचा तुम्हाला सल्ला आहे की, नानकिंगमधील बैठकीचा नाद सोडून द्या. राष्ट्रीय एकजुटीत फाटाफूट केल्याचे घोर पातक आपल्या शिरावर आपण या गंभीर परिस्थितीत घेऊ नये. जर आमचे म्हणणे तुम्हाला मान्य झाले, तर नानकिंगला येऊन तुमच्याशी सर्व वादग्रस्त प्रश्नांची चर्चा करण्यात आम्हाला आनंद वाटेल." - एम. एन्. रॉय.

(१३ एप्रिल १९२७)

हे तार-पत्र जनरल चँग-कै-शेकच्या हातात पडले, तरी त्याने सुरू केलेल्या रक्तपातात खंड झाला नाही. डोकी मारलीच जात राहिली. क्रेमलिनच्या नेत्यांना चीनमधील परिस्थितीचे यथार्थ आकलन करणे त्यांच्या आवाक्याबाहेरचे झालेले होते.

क्रेमलिनचे मौन होते

मॉस्कोत स्टॅलिनशहा तोंडात गुळणी धरून बसले होते. कण्हत-कुंथत क्रेमलिनने दोन दिवसांनी पत्रक काढले, "शांघायमध्ये राष्ट्रीय सैन्य व सशस्त्र कामगार यांच्यात लढाई झाली, ही गोष्ट दुर्दैवाने खरी आहे." १६ एप्रिलला फ्रेंच वृत्तपत्रांत जर्मन कम्युनिस्ट नेता अर्न्स्ट थाएलमन याने लिहिले - "कोमिन्टांग पक्षातील बूर्झ्वा उजवा गट आणि नेते यांचा १९२६ मध्येच पराभव झालेला आहे. जनरल चँगने माघार घेतलीच पाहिजे."

स्टॅलिनला हा मुखभंग तर अगदी असह्य होत होता. कारण जनरल चँग-कै-शेकच्या कोमिन्टांग पक्षाशी चिनी कम्युनिस्टांना सोयरीक करण्यास सांगणे, हा चिनी कम्युनिस्टांचा आत्मघात ठरणार आहे, असा इशारा ट्रॉट्स्की आदी स्टॅलिन विरोधकांनी दिला होता. त्याकडे दुर्लक्ष करून 'कम्युनिस्ट इंटरनॅशनल'ने चिनी कम्युनिस्टांना जनरल चँगच्या कसाईखान्यात धाडले होते. आता याचा स्पष्ट प्रत्यय येत होता. जनरल चँगचा हा गुन्हा तर स्टॅलिनच्या दृष्टीने महाभयंकर होता की, त्याने आपल्या कृत्याने 'स्टॅलिन लाईन'ची जाहीर छी: थू केली होती ! कोमिन्टांग ऐक्याच्या क्रूसावर त्याने चिनी कम्युनिस्टांना सुळी दिले होते.

पण कोमिन्टांग पक्षाशी चिनी कम्युनिस्ट पक्षाने सहकार्य संपुष्टात आणावे या गोष्टीला स्टॅलिनची मान्यता मिळायला पाच महिन्यांच्या अवधी होता. कारण स्टॅलिन-ट्रॉट्स्की भांडण या वेळी अगदी बहरात होते. स्टॅलिनने या आपल्या पराभवावर मखलाशी केली की जनरल चँग हा कोमिन्टांगमधून फुटणार ही गोष्ट मला दिसतच होती. मी

सहकार्य कोमिन्टांग पक्षाशी करावे असे सांगितले होते, ते बरोबर होते. एका व्यक्तिशी हे सहकार्य नव्हते, यामुळे आता जे कोमिन्टांग सरकार वुहान येथे आहे त्याच्याबरोबर चिनी कम्युनिस्ट पक्षाने सहकार्य चालू ठेवावे.''

लि-ता-चाओ फासावर

ज्यावेळी जनरल चँग-कै-शेकने शांघायला कम्युनिस्ट नेतृत्वाखालील डाव्या आघाडीवर मर्मप्रहार केला, त्याच वेळी येथे तेथील सरकारचा ग्रँड-मार्शल झालेल्या चांग-सो-लीन याने पेकिंगमधील लि-ता-चाओ आदी मार्क्सवाद्यांची धरपकड केली. पेकिंगमधील सोविएट वकिलातीची यासाठी त्याने झडती केली, काही दिवसांतच लि-ता-चाओ याला सहकाऱ्यांसह चांग-सो-लीनने फासावर टांगले. माओच्या मार्क्सवादी आचार्यांचा असा भीषण अंत झाला !

वुहान येथील उर्वरित कोमिन्टांग सरकारचा प्रमुख वँग-चिंग-वेई आणि टँग-शेंग-चिह या दोघांच्या कृपेने माओ मात्र अजून त्यांच्या राज्यात जिवंत राहिलेला होता. आता आपले भवितव्य त्याला स्पष्ट दिसू लागले. आज ना उद्या शांघायमधील कम्युनिस्ट नेत्याप्रमाणे आपलेही डोके मारले जाईल, ही गोष्ट त्याला स्पष्ट दिसू लागली.

कम्युनिस्ट पक्षापुढे दोन पर्याय होते : एक, काय वाटेल त्या तात्त्विक तडजोडी कराव्या लागल्या तरी त्या करीत करीत, मूळच्या वुहान-कोमिन्टांग सरकारला चिकटूनच राहायचे किंवा उघडपणे बंडाचे निशाण उभारून कोमिन्टांगकडून सत्ता हिसकण्यासाठी हिंसक मार्गाने संघर्ष सुरू करायचा ! चिनी कम्युनिस्ट पक्षाने हे दोन्ही एकान्तिक मार्ग पाठोपाठ हाताळून पाहिले आणि या दोन्ही मार्गांनी जेव्हा त्याला अपयश आले, तेव्हा अखेर माओने आपला स्वतंत्र मार्ग आखला.

चिनी कम्युनिस्ट पक्षाची पाचवी काँग्रेस वुहान येथे एप्रिल १९२७ च्या अखेरच्या आठवड्यात भरली. बोरोदीन आणि रॉय हे दोघे मॉस्कोचे प्रतिनिधी म्हणून बैठकीला हजर होते. बोरोदीन याने अशी सूचना केली की कम्युनिस्ट पक्षाने आपले कार्यक्षेत्र चीनच्या किनाऱ्यालगतच्या शहरांतून चीनच्या अंतर्भागात न्यावे. वुहान-कोमिन्टांगचा पेकिंगवर चालून जाण्याचा विचार ठरला, तरी त्याला कम्युनिस्टांनी पाठिंबा द्यावा. याला दोघांनी विरोध केला. कम्युनिस्टांनी आपली शक्ती अशी विखरून टाकण्याच्या कल्पनेला त्यांनी साथ दिली नाही.

परंतु वुहान सरकारची खरी परीक्षा होती ती - ते सरकार जमिनीचा प्रश्न कसा सोडवते यात ! स्टॅलिनचा सक्त इशारा होता : ''चिनी कम्युनिस्टांनी कोमिन्टांगला परवडतील तेच जमीन-वाटपाचे कायदे करण्याचा आग्रह धरावा.''

जमीन-वाटपाबद्दल तीन मतप्रवाह होते -

१) जे क्रांतिकारी राष्ट्रीय सरकारशी शत्रुत्व ठेवतील, अशा जमीनदारांच्या किमान मर्यादेपेक्षा अधिक असलेल्या जमिनी राजकीय कारणांसाठी तूर्त जप्त कराव्या.

२) जे क्रांतिकारी राष्ट्रीय पक्षाशी शत्रुत्व ठेवीत नाहीत, परंतु मदतही करीत नाहीत, अशांच्या किमान मर्यादेपेक्षा अधिक असलेल्या जमिनी जप्त कराव्या.

३) सर्वच जमीनदारांना किमान मर्यादा लावावी व जास्त असेल ती जमीन सरकारने कब्जात घेऊन वाटावी.

माओचा ऐतिहासिक अहवाल

माओ या बैठकीला हजर होता. त्याने या जमीन-वाटपाच्या चर्चेत भाग घेतला होता तो मुख्यत: त्याने नुकत्याच तयार केलेल्या जमीनविषयक अहवालाच्या आधारे. हा अहवाल शांघायचा रक्तपात होण्यापूर्वी महिनाभरच माओने प्रसिद्ध केलेला होता. या अहवालाचे शीर्षक आहे. "Report on an investigation of the Peasant Movement in Hunan." हुनान प्रांतातील शेतकरी चळवळीच्या या अभ्यासपूर्ण अहवालाचे ऐतिहासिक महत्त्व मोठे आहे. माओच्या राजकीय विचारसरणीची वाटचाल या अहवालावरून आपल्याला समजते. कम्युनिस्ट पक्षात दोन प्रवाह होते. चेन-तु-त्सियू याचा ओढा उजवीकडे असल्याने कम्युनिस्ट - कोमिन्टांग सहकार्य करावे म्हणणाऱ्यांचा तो नेता होता. चँग-कुओ-ताओ याच्या नेतृत्वाखाली मंडळी सर्वस्वी कामगार संघटनेवरच भर देणारी होती. चिनी शेतकऱ्यांचे महत्त्व दोघांना वाटत नव्हते. याकरिता या अहवालाकडे थोड्या बारकाईने पहावे लागत.

हा अहवाल तयार करण्यापूर्वी माओ हुनान प्रांताच्या पाच जिल्ह्यांत खूप फिरला होता. ४ जानेवारी ते ५ फेब्रुवारी या ३२ दिवसांत त्याने अनेक शेतकऱ्यांशी बोलणी केली. चळवळीचे पवित्रे जवळून पाहिले. शेतकऱ्यांचे जमीनविषयक प्रश्न त्याने अभ्यासले आणि या प्रांतात शेतकऱ्यांनी केलेल्या उठावांचे क्रांतिकारक स्वरूप त्याने अचूक हेरले. आपल्या अहवालात सुरुवातीलाच माओ म्हणतो -

‘‘शेतकऱ्यांचे बंड हे सर्व साम्राज्यवाद्यांना, लष्करी धटिंगणांना, लाचखाऊ अधिकाऱ्यांना, गावठी गुंडाना आणि दुष्ट दुर्जनांना जमीनदोस्त केल्याशिवाय राहणार नाही. याबाबतीत तीनच पर्याय क्रांतिकारक पक्षांपुढे आहेत. या उठावाचे नेतृत्व पत्करून आघाडीवर चालत राहणे, हा एक पर्याय, या उठावावर टीक करीत आणि अवहेलना करीत मागे रेंगाळत राहणे हा दुसरा पर्याय आणि या उठावाला विरोध करणे हा तिसरा पर्याय. प्रत्येक चिनी प्रजाजनाने यातला कोणताही पर्याय निवडावा. परंतु जे काही करायचे ते त्याने लवकर ठरवले पाहिजे. कारण यासाठी फारसा वेळ मिळण्याची शक्यता नाही.’’

हुनान प्रांतातील शेतकऱ्यांनी निर्माण केलेल्या संघटनांचा झपाटा आणि धाक अत्यंत तीव्र होता. याचे वर्णन करताना माओ लिहितो :

"डॉ. सन्यत्-सेनला जे साधावयाचे होते, परंतु जे त्याला चाळीस वर्षांत साधता आले नाही, ते हुनानी शेतकऱ्यांनी काही महिन्यांतच प्रत्यक्षात उतरविले आहे. आज जर तुम्ही हुनानी खेड्यात जाल तर तुमच्या अंगावर रोमांच येतील. आत्तापर्यंत गुलामीत खितपत पडलेले अगणित शेतकरी, आत्तापर्यंत त्यांचे लचके तोडलेल्यांवर घाव घालीत सुटले आहेत. जुने आणि जीर्ण असे सर्व काही फेकून दिले जात आहे. खेड्यापाड्यापर्यंत जी पोचू शकत नाही ती राष्ट्रीय क्रांती असू शकत नाही. १९११ ची क्रांती म्हणून यशस्वी झाली नाही. आता मात्र हे सर्व घडत आहे."

शेतकऱ्यांच्या या उठावात असे काही प्रकार घडत होते की ज्यामुळे सुसंस्कृत सुशिक्षितांची झोप उडावी. त्यांनी काही हडेलहप्पी मार्ग पत्करले होते. जमीनदारांची घरे त्यांनी लुटली होती. त्यांच्या घरावर हल्ले झाले होते. चीजवस्तू लुबाडली गेली होती. ज्यांनी विशेष जुलूम केले होते अशांना पकडून शेतकऱ्यांनी धिंड काढली होती. या सर्व गोष्टी, गवगवा केला जात होता तेवढ्या अन्यायकारक नाहीत, हे सांगताना माओ लिहितो -

"शेतकऱ्यांची ही प्रतिक्रिया आहे. शतकानुशतके ज्यांनी जुलूम केले, शेतकऱ्यांना पायाखाली तुडविले आणि लुबाडले, त्यांच्याकडेच या घटनांचा दोष जातो. शेतकरी स्वच्छ दृष्टीचा असतो. कोण वाईट आहे, कोण वाईट नाही, कोण हलकट आहे आणि कोण तितकासा वाईट नाही, कुणाला कडक शासन करायला हवे आणि कुणाला अल्प शासन देऊन भागेल, हे सर्व हिशेब त्याच्यापाशी अगदी स्वच्छ असतात. अगदी क्वचित गुन्ह्यांपेक्षा शिक्षा ही अधिक प्रमाणात दिली गेली आहे."

क्रांती म्हणजे जेवणावळ नाही !

एवढे सांगून माओ क्रांतीचे स्वरूप सांगतो :

"A revolution is not a dinner party or writing an essay or painting a picture or doing embroidery. It can not be so refined, so leisurely and gentle, so temperate, kind, courteous, restrained, and magnanimous. A revolution is an insurrection, an act of violence by which one class overthrow another."

("क्रांती म्हणजे काही जेवणावळ नाही की निबंध-लेखन नाही की चित्र काढणे नाही की भरतकाम नाही ! क्रांती ही अशी सुसंस्कृत, धीमी, मृदू, विचारी, नम्र, मर्यादशील आणि उदारही नसते. क्रांती म्हणजे एक उद्रेक असतो, एक अशी हिंसक

कृती असते की - जिच्यामुळे एक वर्ग दुसऱ्या वर्गाचे वर्चस्व झुगारून देतो.'')

शेतकऱ्यांच्या उठावावर उजव्या गटाची आणि त्यामुळे त्रास झालेल्यांची जी नेहमी टीका असते, तिचा समाचार घेताना माओने या अहवालात म्हटले आहे :

''कोमिन्टांग पक्षातील उजवा गट म्हणतो - ''ही शेतकऱ्यांची चळवळ फुकट्या आणि आळशी शेतकऱ्यांची चळवळ आहे.'' चांगशामध्ये मी हे ऐकले. गावोगाव शेतजमीन करणारे सज्जन सांगत - 'शेतकऱ्यांची संघटना निर्माण झाली हे चांगले झाले. परंतु जे लोक या संघटना चालवित आहेत ती मुळीच चांगली माणसे नाहीत.' ज्यांना समाजात स्थान नव्हते, ज्यांना शब्द बोलावयाची चोरी होती, त्यांनी आता धीराने डोके वर उचललेले आहे. त्यांनी नुसते डोके वर काढलेले नसून, त्यांनी हातात सत्ता घेतलेली आहे. आपले मातीने मळलेले हात वर उचलून त्यांनी ते जमीनदारांच्या मानेभोवती अडकवलेले आहेत. जे अगदी दलित अवस्थेत होते ते आता सर्वांत वरचढ आहेत आणि याचाच अर्थ गोष्टी संपूर्णपणे बदलल्या आहेत.''

हुनान प्रांतात शेतकरी संघटनांनी ज्या महत्त्वाच्या गोष्टी घडविल्या, त्या माओने अहवालात नमूद केल्या आहेत. या शेतकरी संघटनांची उभारणी करण्यात माओनेच महत्त्वाचा वाटा उचलला होता हे आपण ध्यानात घेतले पाहिजे. या महत्त्वाच्या गोष्टी कोणत्या ?

१) शेतकरीवर्गाचे ७० टक्के शेतमजूर हे अतिशय गरीब व जवळजवळ भूमिहीन होते. २० टक्के मध्यम दर्जाचे शेतकरी होते आणि १० टक्के हे जमीनदार होते. या सत्तर टक्के शेतकऱ्यांची मंडळे ही निम्म्या प्रांतभर निर्माण झालेली होती. या मंडळांतून जमीनदार आणि लाचखाऊ अधिकारी वर्गाला कटाक्षाने वगळण्यात आले होते.

२) जमीनदारांचे आणि त्यांच्या हस्तकांचे राजकीय वर्चस्व संपुष्टात आणण्यासाठी शेतकरी संघटनांनी पुढील महत्त्वाचे मार्ग अवलंबिले : अ) शेतीकामाचे चोख हिशेब लिहायला सुरुवात झाल्याने पैसे खाण्यावर निर्बंध आला. ब) जर कुणी सभासद हा अफूसेवन करताना सापडला किंवा हिशेब तपासनिसांनी एखाद्या चुकीची जबाबदारी एखाद्यावर शाबित केली, तर या गुन्हेगारांना १० डॉलर ते १०००० डॉलर दंड ठोठावण्यास सुरुवात झाली. क) श्रीमंत जमीनदारांकडून गरीबांच्या मदतीसाठी वर्गणी घेण्यात येऊ लागली. ड) जर एखादा जमीनदार संघटनेशी शत्रुत्व करू लागला तर त्याच्या घरात शिरून निदर्शने करायला शेतकऱ्यांनी सुरुवात केली. इ) गुंडगिरी करणाऱ्यांना लोकांना पकडून गावच्या न्यायालयापर्यंत त्यांची धिंड काढायला सुरुवात केली. ई) जे मवाली गोरगरीबांवर हात टाकीत असत त्यांना जमावाने पकडून ठार मारायलाही कमी केले नाही.

३) हुनान प्रांताबाहेर धान्य पाठविण्यास शेतकरी संघटनांनी बंदी घातल्यामुळे धान्यांच्या किंमती उतरल्या.

४) हुनानच्या पंचाहत्तर परगण्यांत सुमारे ४५,००० बंदुका होत्या. काही जमीनदारांनी सेना पाळलेल्या होत्या. शेतकरी संघटनांनी आपली सशस्त्र दले यापैकी ३५ परगण्यांतून उभी केली व जमीनदारांच्या टोळक्यांकडून बंदुका हिसकावून घेतल्या. भाले, तलवारी, बरच्या या आयुधांनी शेतकऱ्यांची दले सुसज्ज झाली.

५) प्रत्येक लहानसहान भांडण कोर्टात नेण्याचा शिरस्ता मोडण्यात आला. ९० टक्के भांडणांचे निकाल शेतकरी संघटनाच करू लागल्या.

६) टाओ आणि बुद्ध देवळांतून प्रसाद फक्त श्रीमंतांनाच असे. शेतकऱ्यांचे जमाव आता अशा देवळांत घुसून प्रसाद फस्त करू लागले. देवाधर्मावरची निष्ठा, नवस, श्राद्ध, पक्ष या कल्पनांपायी शेतकरी सारखा कर्जबाजारी राहात होता. जमेल तेवढ्या प्रमाणात, परंतु सावधानपणे शेतकरी संघटनांनी या खुळटचटपणावर प्रहार सुरू केले.

७) 'गबर जमीनदारांचा निषेध असो.' 'लाचखाऊंचा निषेध असो.' 'साम्राज्य-वाद्यांचा निषेध असो' या शेतकरी संघटनांच्या घोषणा पुरेशा बोलक्या होत्या. यामुळे खेडोपाडी जी जागृती व राजकीय शिक्षण झाले तेवढे यापूर्वी कधीच झालेले नव्हते.

८) तीन गोष्टींवर संपूर्ण बहिष्कार जाहीर करण्यात येत होता. एक : सट्टा-लॉटरीचे खेळ, दोन : मोठ्या प्रमाणावरच्या सोडती, तीन : अफूचे सेवन.

९) तांदूळापासून हातभट्टी निर्माण करणे, डुकरांची संख्या बेसुमार ठेवणे, मोठमोठ्या जेवणावळी घालणे, गाई-बैलांची हत्या करणे या गोष्टींवर संपूर्ण बंदी घालण्यात शेतकरी संघटनांना यश आले. फक्त आजारी गाय किंवा बैल संघटनेच्या परवानगीने मारता येत असे.

१०) शेतकरी सशस्त्र दलांनी दरोडेखोर, गुंड आणि मवाली यांचा काटा काढला होता.

११) साक्षरता आणि सांस्कृतिक कार्यक्रम यावर विशेष जोर देण्यात आला होता.

१२) सर्व क्षेत्रांत सहकारी सोसायट्या निर्माण करण्यात आल्या.

१३) रस्ते-दुरुस्ती आणि धरण-बांधणी या दोन गोष्टींना प्राधान्य देण्यात आले.

१४) गरीब शेतकऱ्यांना सारा माफी व इतर कर कमी करण्यासाठी शेतकरी संघटनांचे दडपण वाढत चालले होते.

या सर्व कार्यक्रमांकडे नजर टाकली की, माओने शेतकरी चळवळीत नैतिक उत्थानाचा किती आग्रह धरलेला होता हे लक्षात येईल.

माओच्या अहवालातील हा महत्त्वाचा भाग वाचल्यानंतर ध्यानात येते की, १९२७

च्या एप्रिल महिन्यात माओ हा विचारसरणीने चिनी कम्युनिस्ट पक्षातही अधिक डावीकडे होता, परंतु एकान्तिक नव्हता. म्हणूनच या पाचव्या कम्युनिस्ट काँग्रेसमध्ये त्याने बहुधा हुनानमधील शेतकरी ज्या काहीशा दडपण-प्रयोगाने जमिनीचा प्रश्न सोडवीत आहेत, त्याच पद्धतीने तो सोडवावा, या धोरणाला उचलून धरले असावे. परंतु या धोरणाला चेन-तु-त्सियू या कम्युनिस्ट नेत्याचा अथवा वँग-चिंग-वेई आणि टॅन-येन-कई या वरिष्ठ कोमिन्टांग नेत्यांचा पाठिंबा मिळण्यासारखा नव्हता हे त्याला दिसत होते. म्हणूनकाही काळ माओने आपल्या मतांचा आग्रह मागे घेतला.

रॉय यांची चूक ?

या पाचव्या कम्युनिस्ट काँग्रेसला कोमिन्टांग नेता आणि वुहान सरकारचा अध्यक्ष वँग-चिंग-वेई हा, एम्. एन्. रॉय यांचे भाषण ऐकण्यासाठी मुद्दाम हजर होता, हे माहीत असूनही एम्. एन्. यांनी आपल्या भाषणात उद्‌गार काढले :

''कम्युनिस्ट पक्ष हा वुहान सरकारमध्ये सामील झालेला आहे. कारण हे सरकार क्रांतिकारी सरकार आहे. क्रांतीच्या प्रचलित अवस्थेत क्रांतीचे सर्वंकष एकमुखी नेतृत्व हे कामकरी वर्गाकडे असावे लागते आणि क्रांतिकारी राष्ट्रीय सरकारात सामील होण्याचे कारण असे की, हे सर्वंकष नेतृत्व मिळविण्यासाठी (कम्युनिस्ट पक्षाला) सरकारी यंत्रणेचा वापर करता येतो.''

याचा अर्थ अगदी स्पष्ट असा होतो की, ''आम्ही सरकारात आतून कब्जा करण्याकरिता शिरलेलो आहोत !'' मानवेन्द्र रॉय यांनी वँग-चिंग-वेई याच्या उपस्थितीत अशा तऱ्हेने बोलणे हे उचित नव्हते. असे उघडपणे सांगणे हे, कोमिन्टांग राजकारण्यांना आणि सेनाप्रमुखांना, आपापली थडगी आपल्याच हाताने खणून ठेवा, असे सांगण्यासारखे होते. परंतु मानवेन्द्र रॉय हे आपल्या मॉस्कोमधील वरिष्ठाचाच आवाज काढीत होते ! याच वेळी स्टॅलिनने पाचव्या कम्युनिस्ट काँग्रेसला पाठविलेल्या सूचनेत म्हटले आहे :

''शेतकरी-क्रांतीशिवाय जय शक्य नाही. ही क्रांती होऊ शकली नाही तर अविश्वासार्ह लेकरी सेनानी, कोमिन्टांग पक्ष म्हणजे एक घाणेरडे खेळणे करून टाकतील. शेतकरी क्रांतिकारकांच्या हातून काही कमीजास्त घडले तर त्याचा मुकाबला पक्षसंघटनेमार्फत करावा, सेनेने करू नये.

''देशात जे घडते आहे, त्याने कोमिन्टांग पक्षाच्या मध्यवर्ती समितीचे काही सभासद धास्तावलेले आहेत. ते गडबडलेले असल्याने काही तडजोडी करतील. यासाठी मध्यवर्ती समितीवर मोठ्या संख्येने नवे शेतकरी तरुण आणि कामगार नेते यांना खेचले पाहिजे. या लोकांचा धीट आवाज एक तर या नेत्यांना अधिक सन्मुख करील किंवा

त्यांना अडगळीत फेकून देईल.

"बेईमानी लष्करी सेनानींवरचे परावलंबित्व समूळ नष्ट केले पाहिजे. हुनान आणि हुपै प्रांतातून २०,००० कम्युनिस्ट, ५०,००० क्रांतिकारी कार्यकर्ते आणि शेतकरी तरुण सेनाधिकाऱ्यांना जवळ करा आणि विश्वासू असे सैन्य निर्माण करा. वेळ थोडा आहे, परंतु हे केल्याशिवाय दुसरे गत्यंतर नाही."

चीनमधील त्या वेळची परिस्थिती लक्षात घेतली तर या उपदेशातील 'व्यर्थत्व' लक्षात येते. कोमिन्टांग सरकारात टँग-शेंग-चिह हा क्रांतिकारक लष्करी नेता म्हणवीत असे (चँग-कै-शेक वगळता). परंतु त्याच्या सैन्याचा त्याच्यावर विश्वास होता काय ? पश्चिम हुपैमधील इचांग या ठिकाणी जी चौदावी फलटण होती, त्याचा प्रमुख जनरल चँग-कै-शेकच्या चिथावणीने जनरल त्सिया याने १८ मे १९२७ या दिवशी वुहान सरकारविरुद्ध बंड पुकारले. घाईघाईने कम्युनिस्ट सेनानी जनरल-ये-टिंग याने सैन्याची जमवाजमव केली आणि वुहानपासून २५ मैलांवर या बंडखोरांची नांगी ठेचली. हे गंडांतर टळले.

२१ मे या दिवशी कर्नल त्सू-के-शियांग या कोमिन्टांग सेनाप्रमुखाने चांगशा येथे गडबड उडवली. जनरल चँग-कै-शेकच्या हुकमावरून त्याने नजीकच्या वरिष्ठाला गुंडाळून ठेवून एकाएकी कम्युनिस्ट व त्याचे साहाय्यक कार्यकर्ते यांच्यावर घाला घातला. शेकडो कम्युनिस्टांना चांगशामध्ये मशिनगनने उडवण्यात आले. बऱ्याच जणांना अटक करण्यात आली. जनरल त्सियाचा वुहानजवळचा उठाव आणि कर्नल त्सू-के-शियांगचा हा रक्तपात हे एकाच कटाचे भाग होते. कारण जनरल त्सिया याने २१ मे पूर्वी वुहान-चांगशा रेल्वेमार्ग उद्ध्वस्त करून टाकला होता.

टँग-शेंग-चिह, चेन-कुंग-पो हे दोघे चांगशा येथील घातांची चौकशी करण्याकरिता तातडीने चांगशाला यायला निघाले. चौकशी ? कर्नल त्सु-के-शियांगने धमकी दिली, 'टँग-शेंग-चिह चांगशाला आला तर डोके मारीन.' फक्त चेन-कुंग-पो चांगशाला पोचू शकला.

स्टॅलिन कसला उपदेश करीत होता ? त्यावेळी परिस्थिती काय होती ? कोमिन्टांगाचा जो गट चँग-कै-शेकने नानकिंग येथे प्रस्थापित केला होता त्याने तर कम्युनिस्टांचा एप्रिल १९२७ मध्येच काटा काढला होता. माओ कात्रीत सापडलेला होता. कोमिन्टांग पक्षाचा शेतकरी चळवळीचे शिक्षण देणाऱ्या संस्थेचा प्रमुख म्हणून, वुहान येथील कोमिन्टांग सरकारशी प्रत्यक्ष सहकार्य करायचे आणि त्याचबरोबर हुनानमधील शेतकरी संघटना जनरल चँगच्या लष्करी कारवाईतून वाचवायची, अशी दोन कामे त्याने पत्करली होती. ४ जूनला कोमिन्टांग मध्यवर्ती समितीने हुनानी शेतकऱ्यांना इशाला दिला :

“शिपायांच्या कुटुंबियांच्या वाटेला जाऊ नका. अशा वागण्याने प्रतिगामी लष्करी अधिकारी आणि भांडवलदार यांना शिपायांकरवी, शेतकऱ्यांच्या चळवळीवर आघात करण्याची संधी मिळते.”

खरी परिस्थिती अशी होती की जनरल चँग-कै-शेकच्या कम्युनिस्टविरोधी पावलांना चाप लावण्याची ताकदच वुहान येथील सरकारात आता नव्हती. १९२७ च्या या आघातांकडे वळून पाहताना माओने अमेरिकन पत्रकार एडगर स्नो याला १९३६ साली सांगितले : 'Roy had been a fool, Borodin a blunderer and Chein an unconscious traitor.'

(“रॉय मूर्खासारखा वागला. बोरोदीनने घोडचुका केल्या आणि चेन-तु-त्सियू हा अभावितपणे द्रोह करीत राहिला.”)

१९३६ सालीदेखील माओने या तिघांचा कर्ता-करविता जो स्टॅलिनशहा त्याचे नाव घेतले नाही. परंतु पुढे २५ वर्षांनी क्रुश्चेव्ह भेटीच्या वेळी माओने आठवण दिली :

"While defending Stalin, we do not defend his mistakes. Long ago the Chinese communists had first hand experience of some of his mistakes."

(“स्टॅलिनचे समर्थन आम्ही करतो, तेव्हा त्याच्या चुकांचे समर्थन आम्ही करीत नाही. खूप वर्षांपूर्वी चिनी कम्युनिस्टांना त्याच्या चुकांचा प्रसाद भरपूर मिळालेला आहे.”)

माओचे क्रांतिकारकत्व

हे सगळे वाचत असताना प्रश्न असा पडतो की, जर माओ हा त्या वेळी म्हणजे १९२७ साली स्टॅलिनच्या सल्ल्याशी सहमत नव्हता, तर त्याचे नेतृत्व झुगारण्याचे पाऊल त्याने लगेच का उचलले नाही ? याची दोन कारणे असावीत : एक, माओ हा त्यावेळी चिनी कम्युनिस्ट पक्षाचा सर्वांत वरिष्ठ नेता नव्हता आणि शिवाय कम्युनिस्ट होणे याचाच अर्थ मॉस्कोप्रणीत आदेशांचे केवळ पालन करणे हा असतो ! कम्युनिस्ट चळवळ ही जागतिक क्रांतिच्या संदर्भात चालवायची असल्याने, अशी दडपणे कम्युनिस्ट पक्षावर देशोदेशी येत असतात आणि ही जागतिक क्रांती घडवण्याचे सामर्थ्य फक्त क्रेमलिनमधील नेतृत्वातच आहे, असे एकदा मान्य केले की, मग शरण जाण्यावाचून गती राहात नाही. कम्युनिस्ट इंटरनॅशनलकडून येणाऱ्या आदेशांचे बिनडोक पालन, हेच इतर देशांतील कम्युनिस्ट चळवळीचे शक्तीस्थान असते आणि हेच त्यांच्या वारंवार होणाऱ्या अध:पतनाचेही कारण असते.

कम्युनिस्ट चळवळीतील हा धोका माओने याच वेळी ओळखला आणि क्रेमलिनच्या

जोखडाखालून त्याने चीनमधील कम्युनिस्ट क्रांती सोडविण्याचा महान प्रयासाला हात घातला. या गोष्टीत माओचे मोठेपण आणि क्रांतिकारकत्व आहे.

कोमिन्टर्नने चिनी कम्युनिस्टांना वुहान सरकारातून बाहेर पडा, परंतु कोमिन्टांग पक्षातच राहा, असा आदेश आता दिला. जून १९२७ च्या अखेरीच कम्युनिस्ट शेतकी मंत्री टॅन-पिन-शान हा वुहान सरकारातून बाहेर पडला. त्याने बाहेर पडताना कारण दिले, ''शेतकी चळवळीला आवरण्यात मला अपयश आले आहे.'' परंतु ही केवळ तोंडदेखली कारणे होती हे पुढील घटनांवरून स्पष्ट होईल.

कम्युनिस्ट-कोमिन्टांग सहकार्याचा शेवट आता अगदी जवळ आलेला होता. स्टॅलिनच्या तंत्राने चिनी कम्युनिस्ट पक्ष वागत राहिल्याने, कम्युनिस्ट चळवळ खोड्यात अडकवल्यासारखी झाली होती. या अपयशाने खचून जाऊन कम्युनिस्ट नेता चेन-तु-त्सियू हा शांघायला निघून गेला. तरीसुद्धा कम्युनिस्ट मध्यवर्ती समितीचे बरेच सभासद अजून वुहानच्या आसपासच रेंगाळत होते. यावेळी कम्युनिस्ट मध्यवर्ती समितीने असा निर्णय घेतला की, माओने हुनानला जावे व तिथे शेतकऱ्यांच्या उठावाचे नेतृत्व करावे. तेथील शेतकरी संघटनांना कर्नल त्सू-के-शियांगने २१ मेला कलेल्या कत्तलीमुळे मोठाच तडाखा बसलेला होता. माओ हा कोमिन्टांग सहकार्याच्या जाळ्यात फसून हुनान प्रांताबाहेर पडलेला होता. तो मोठ्या उत्साहाने पुनश्च आपल्या प्रांतात या वेळी गेला. कम्युनिस्ट ध्येयवाद आणि कोमिन्टांगच्या क्रांतिविन्मुख धोरणाबरोबरची फरफट या सर्कशीला तो विटला होता.

नानचँगचा उठाव

माओ २० जुलै १९२७ च्या सुमारास हुनान प्रांतात दाखला झाला.

कियुकियांग येथे याच वेळी काही कम्युनिस्ट नेते कोमिन्टांग सैन्यात बंड घडवून आणण्याच्या विचाराने एकत्र जमले होते. (१९ जुलै) यातले प्रमुख तीन म्हणजे ली-लिसान, मंत्रीपद सोडलेला टॅन-पिंग-शान आणि चि-चिवू-पई. नानचँग येथे जी कोमिन्टांग फौज होती ती फितविण्याच्या विचारात हे सर्व होते. चार दिवसांपूर्वीच कोमिन्टांग कम्युनिस्ट-मधुचंद्र संपलेला होता. कम्युनिस्ट मध्यवर्ती समितीचा बंडाला पाठिंबा मिळालेला होता आणि या उठावाच्या पूर्वतयारीसाठी २५ जुलैला चाऊ-एन-लाय हा वुहानहून नानचँगला रवाना झाला होता. नानचँगला जाताना वाटेत चाऊ-एन्-लाय हा कियुकियांग येथे जमलेल्या कम्युनिस्टांना भेटला. लष्करात होणारा उठाव जनरल चँग-कै-शैक विरुद्ध आहे. त्याचे स्वरूप केवळ कम्युनिस्ट उठाव असे राहू नये, यासाठी चाऊने रदबदली केली. याचे कारण असे होते की, बऱ्याच कोमिन्टांग लष्करी अधिकाऱ्यांनाही, जनरल चँगने कम्युनिस्टांविरुद्ध सुरू केलेला रक्तपात मान्य नव्हता.

सर्वांची सहानुभूती जनरल चँग विरुद्धच्या लढ्यात कम्युनिस्टांनी सुखासुखी का गमवावी ? ली-लिसान, टॅन-पिंग-शान आदी सूत्रधारांनी लष्करातील उठावदेखील तूर्त कोमिन्टांग निशाणाखालीच करण्याचे मान्य केले.

नानचँग येथील लष्करी उठावाची मदार ज्या लष्करी अधिकाऱ्यांवर मुख्यत: होती, ते म्हणजे विसाव्या आर्मीचा कमांडर हो-लुंग आणि अकराव्या आर्मीतील कमांडर येह-टिंग. या दोघांचा वरिष्ठ होता जनरल चँग-फाकूई. जनरल साहेबांना चँग-कै-शेक आणि वँग-चिंग-वेई या दोघांचा कम्युनिस्टद्वेष मुळीच मान्य नव्हता. निदान अशी माहिती सोव्हिएट लष्करी सल्लागार जनरल गॅलन याने कटवाल्यांना पुरवलेली होती. जनरल गॅलनचा सल्ला असा होता की, हो-लुंग आणि येह-टिंग हे दोघे मिळून फार तर ५००० ते ८००० सैनिक जमा करू शकतील. पण जर जनरल चँग-फाकूई यालाही संगनमतात घेतले तर सुमारे ३०,००० सैनिक या उठावाला उपलब्ध होतील.

जनरल चँग-फाकूई हा त्या वेळी कोठल्या उद्योगात होता ? ही स्वारी लू-शान येथे चँग-चिंग-वेई याच्याबरोबर कम्युनिस्टांचा काटा काढण्याची मसलत याच वेळी करीत होती. अशा माणसाला संगनमतात घ्या म्हणून जनरल गॅलन सांगत होता ! सुदैवाने जनरल चँग-फाकूईच्या हालचालींची बातमी बंडखोरांना मिळाली आणि कमांडर हो-लुंग आणि येह-टिंग या दोघांच्या जीवावरच लष्करी उठाव करण्याचे ठरले.

१ ऑगस्टला पहाटे हो-लुंग व येह-टिंग या दोघांनी नानचँग येथे बंड पुकारले. सुमारे ११,००० सैनिक जनरल चँग-कै-शेक विरुद्धच्या या उठावात सामील झाले. अपेक्षेपेक्षा हा आकडा अधिकच होता. यामुळे उठावाच्या नेत्यांना यशाची खात्री वाटत होती.

४ आणि ५ ऑगस्टला हे बंडवाले क्वांगटुंगच्या दिशेने माघार घेऊ लागले. या बंडवाल्यांपैकी एक व्यक्ती पुढे महत्पदाला आली, ती व्यक्ती म्हणजे चू-तेह हा लष्करातील अधिकारी. सप्टेंबर १९२७ अखेरीस हे बंडखोर सैन्य स्वाटौ या शहरापर्यंत आले. या लष्करी उठावाच्या नेत्यांनी शेतकऱ्यांमध्ये कसल्याही जागृतीचा प्रयत्न केला नाही. हे बंड कशासाठी, कुणाविरुद्ध आहे, हे जनतेला समजावून सांगण्याचीही जरुरी त्यांना वाटली नाही. अथपासून इतिपर्यंत म्हणजे स्वाटौ येथेच जनरल चँग-कै-शेकच्या सेनेकडून लष्करी पराभव होऊन पळापळ होईपर्यंत, हे एक लष्करी साहसच ठरले. स्वाटौ बंदराचा बंडवाल्यांनी २४ सप्टेंबरला कब्जा केला आणि १ ऑक्टोबरला मोठा पराभव खाऊन बंडवाल्यांची पळापळ सुरू झाली. पराभव होताच पळू लागलेल्या सैनिकांतून सुमारे २००० सैनिकांची पुनश्च जमवाजमव करून चू-तेह हा, चँग-कै-शेकचा युनानी जनरल फँग-शिह-शेंग याच्या आश्रयाने शरणार्थी अवस्थेत जानेवारी

१९२८ पर्यंत दिवस काढीत राहिला. चू-तेह याला जनरल फँग-शिह-शेंगच्या उपकारातून निसटण्याची संधी दोन-तीन महिन्यांतच नियतीने उपलब्ध केली. माओ-त्से-तुंग हादेखील काही महिन्यांतच हुनानी उठावाचे साहस अंगाशी आल्याने हुनान-किंआंगसी सरहद्दीवरील डोंगराळ विभागात निसटला. चिंगकांगशान या दुर्गम पर्वतावर सुमारे १००० सैनिकांनिशी माओ दाखल झाल्याचे वृत्त चू-तेहला कळले.

हुनानी साहस

माओचे हे फसलेले 'हुनानी' साहस कोणते ? माओची तक्रार होती -

''चेन-तु-त्सियू हा कम्युनिस्ट पक्षाचा दादा झालेला आहे. कोमिन्टांगकडून काय आदेश येत असत हे तो सहकाऱ्यांना आता दाखवत नसे.'' या वेळी नेमके कोमिन्टांगकडून बोरोदीनला पत्र आले. जमीनदारांच्या किमान मर्यादेवरची जमीन सरकारने ताब्यात घ्यावी, याला क्रेमलिनची संमती आली (१ जून १९२७). मानवेन्द्र रॉय यांनी या पत्राची एक अस्सल प्रत मिळवली व ती वुहान कोमिन्टांग सरकारचा चेअरमन वँग-चिंग-वेई याला दाखविली. या हलगर्जीपणामुळे वुहान सरकारने कम्युनिस्टांना कोमिन्टांगमधून हाकलण्याचा व जनरल चँग-कै-शेकच्या मदतीने चिरडण्याचा निर्णय केला. कोमिन्टांगशी सहकार्य संपुष्टात येताच माओ २० जुलैला हुनान प्रांतात निघून आल्याचे सांगितले आहेच.

माओ पुढची हकीगत सांगताना म्हणतो :

''१ ऑगस्ट १९२७ या दिवशी हो-लुंग व चू-तेह यांनी इतिहासप्रसिद्ध नानचँगचा लष्करी उठाव घडवून आणला. पुढे जे लाल सैन्य निर्माण झाले त्याची ही गंगोत्रीच होय. हे होताच ७ ऑगस्टला पक्षाच्या मध्यवर्ती समितीने चेन-तु-त्सियू याला पक्षाच्या चिटणीसपदावरून दूर केले. पक्षाचे नवे धोरण आता आखले. कोमिन्टांगबरोबर सहकार्याने काही करण्याचे स्वप्न आता संपविण्यात आले. सत्तेसाठी प्रदीर्घ उघड लढा आता सुरू झाला होता.

''मला पक्षाने चळवळ आखण्याकरिता चांगशा येथे धाडले. प्रमुख पाच गोष्टी ध्यानात ठेऊन मला तेथील कार्यक्रम आखायचा होता : १) कोमिन्टांगपासून प्रांतिक पक्षाला संपूर्णपणे तोडायचा होता. २) शेतकरी कामकरी यांचे सैन्य उभे करायचे होते. ३) छोट्या मोठ्या आणि मध्यम जमीनदारांशी किमान मर्यादेवरची जमीन जप्त करायची होती. ४) कोमिन्टांग पक्षापासून वेगळी अशी कम्युनिस्ट शक्ती निर्माण करायची होती. आणि ५) नवे 'सोविएट' राज्य निर्माण करायचे होते. यापैकी पाचवी गोष्ट ही तूर्त करू नये असा कोमिन्टांगचा आदेश होता.''

यावेळी रशियन सल्लागारांच्या उपदेशानुसार हुनानमधील उठावाचा जो आराखडा

माओकडे पक्षामार्फत पाठवण्यात आला होता, त्यात आदेश होते : अ) उठावापूर्वी काही काळ ग्रामीण भागातील काही उन्मत्त जमीनदारांचे खून पाडण्यात यावे. ब) प्रत्यक्ष उठावात सर्व दुर्जन, स्थानिक गुंड, प्रतिगामी मंडळी आणि शहरातील सरकारी अधिकारी यांना ठार मारण्यात यावे. क) उठाव शहरात सुरू करा व यासाठीच सुरुवातीला फितूर झालेले सैनिक व लुटारू यांचा उपयोग करावा. परंतु शहरातील व ग्रामीण भागातील सर्व उठाव हा मुख्यत: सशस्त्र अशा सामान्य जनतेनेच करावा.

माओला उठावाचे हे स्वरूप मान्य नव्हते ! सैन्याचा पराभव करण्यासाठी शेतकरी, कामकरी यांचे दुसरे सैन्य निर्माण केले पाहिजे हे त्याचे मत होते. सरकारी अधिकाऱ्यांचे आणि जमीनदारांचे खून पाडून, उठावाचा प्रारंभ करण्याची आवश्यकता नाही असा त्याचा वैचारिक कल होता. सप्टेंबर १९२७ पर्यंत माओने बरेच सैन्य एकत्र करण्यात यश मिळविले. पहिली रेजिमेंट ही संपूर्णपणे कम्युनिस्ट अधिकाऱ्यांची होती. वुहान सरकारशी कम्युनिस्टांचे वाकडे येताक्षणीच, कम्युनिस्ट मताच्या लष्करी अधिकाऱ्यांनी आपापल्या तुकड्यांसह वुहानमधून पळ काढला होता. शांघायचा रक्तपात त्यांना डोळ्यांपुढे दिसत होता. असे मरण्यापेक्षा लढून मरावे या इराद्याने हे सर्व सैनिक अधिकाऱ्यांसह नानचँग येथील बंडखोरांशी हातमिळवणी करण्याकरिता ऑगस्टमध्ये त्या दिशेने निघालेले होते. परंतु त्यांना माओ हा अधिक विश्वसनीय वाटल्याने, ते सर्व आता माओकडे आले.

दुसरी रेजिमेन्ट ही आनियुवान येथील खाण-कामगार आणि पिंग-शियांग आणि ली-लिंग येथील शेतकरी यांची बनवलेली होती.

तिसरी रेजिमेन्ट ही हुपै प्रांतातील शेतकरी व कामकरी यांच्यामधून निर्माण केलेली होती... आणि चौथी रेजिमेन्ट ही जनरल त्सिया याचा वुहान सरकार-विरुद्धचा मे महिन्यातील उठाव चिरडल्यानंतर पांगोपांग झालेल्या त्याच्या सैनिकांनी एकत्र येऊन पुनश्च निर्माण केलेली होती.

काळ येऊन गेला !

हे सर्व घडत असताना माओ फार काळ मोकळा राहणे कठीण होते. कोमिन्टांग लष्कराचे मदतनीस म्हणून अनेक सशस्त्र लोक खेडोपाडी काम करीत असत. लष्कराकडून त्यांना पगार मिळत असे. यांना 'मिनतुआन' म्हणत. या वेळी काही मिनतुआन मदतनिसांनी माओला अटक केली ! कम्युनिस्ट हाती लागला की त्याला बहुधा ठार मारले जात असे. माओला पकडून मिनतुआन सैनिक कचेरीत नेत असताना, दोनशे यार्ड अलीकडे माओ निसटला व शेजारच्या शेतातील पिकांत घुसून त्याने सशस्त्र मिनतुआन रक्षकांना गुंगारा दिला. माओ सांगतो :

"एका तळ्याच्या काठावर उंच जागी मी लपून राहिलो. चारी अंगांनी उंच उंच गवत वाढलेले होते. काळोख पडेपर्यंत मी लपलेलो होतो. अनेक वेळा मला शोधत आलेले मिनतुआन सैनिक अगदी नजीकपर्यंत आले, परंतु नशिबाने मी त्यांना सापडू शकलो नाही. कमीत कमी डझन वेळा तरी मी पकडला जाणार, अशी माझी खात्री पटावी इतके माझा शोध करणारे जवळ आले होते. अखेर रात्र पडली आणि माझा शोध त्यांनी सोडून दिला. लगेच मी बाहेर आलो व समोरचे डोंगर रात्रभर ओलांडत चालत राहिलो. पायात काहीही नसल्याने पायांची अगदी चाळण झाली. एका शेतकऱ्याने मला शेजारच्या जिल्ह्याकडे जाणारी वाट दाखवली."

मरणाच्या मैदानातून पुन: पुन्हा जाण्याचे प्रसंग माओवर आले, त्यातला हा पहिला प्रसंग होय ! जर माओ या वेळी पुन्हा पकडला गेला असता, तर माओक्रांतीचे सर्वच महाभारत बहुधा इथे संपले असते. भविष्यतेच्या मनात काही निराळे होते !

भूमिगत झालेला माओ आता लवकरात लवकर सशस्त्र उठावाचा मुहूर्त ठरवायच्या उद्योगाला लागला. हल्ल्याची योजना ठरली. चारी रेजिमेन्टना निरनिराळी कार्यक्षेत्रे वाटून देण्यात आली.

८ सप्टेंबर १९२७ हा उठावाचा दिवस माओने ठरवला.

हुनानमधील लष्करी उठावाला प्रारंभ झाला. चांगशा शहराचे इतर भागाशी असलेले दळणवळण तोडण्यात आले. १० सप्टेंबरला आनियुवान येथे दुसऱ्या रेजिमेन्टने उठाव केला आणि पिंग-शियांगवर हल्ला चढविला. १२ तारखेला या रेजिमेन्टने ली-लिंग शहर घेतले. परंतु १५ तारखेला त्यांना ते पुन्हा सोडून द्यावे लागले. या लढाईत दुसऱ्या रेजिमेन्टचे जवळ जवळ सर्व म्हणजे दोन-तृतीयांश सैनिक कामास आले. तिन्ही-चारी अंगांनी चांगशावर चालून जाण्याचा प्रयत्न फसणार असा रंग दिसू लागला.

माओने १५ सप्टेंबरलाच चांगशा ताब्यात घेण्याची आशा सोडली. चौथी रेजिमेन्टही उद्ध्वस्त झालेली होती. पहिल्या आणि तिसऱ्या रेजिमेन्टमधील सैनिकांसह पराभूत झालेला हा बंडखोर मार्क्सवादी तरुण नेता, चांगशाचा नाद सोडून हुनान-किआंगसी प्रांताच्या सरहद्दीवरील पर्वतमय भागात पसार झाला. या माघारीत काय दैना झाली ती सांगताना माओ सांगतो :

"हजारो कोमिन्टांग सैनिकांच्या पहाऱ्यातून आम्हाला निसटायचे होते. अनेक छोट्या लढाया कराव्या लागल्या. हानीदेखील जबर झाली. आमच्या सेनेला शिस्त बेताची होती. राजकीय शिक्षण तर निकृष्ट दर्जाचेच होते. यामुळे सैनिकांत आणि अधिकाऱ्यांत फितुरीचा आजार निर्माण झाला होता. यू-शाओ-तू (पहिल्या रेजिमेन्टचा कमांडर) आम्हाला सोडून पळाला. त्याच्या जागी चेंग-हाओ नेमला. त्यानेही नंतर विश्वासघात

केला. परंतु पहिल्या रेजिमेन्टपैकी अनेकजण निष्ठावान राहिले. जेव्हा आमची छोटी फौज चिंगकांगशानचा डोंगर चढू लागली, तेव्हा आम्ही सुमारे हजारजणच उरलेलो होतो.

निराशा ! निराशा !!

अपयश पदरी घेतलेल्यांना अन्नदाता भेटत नाही आणि यशासारखे यश नसते ! माओचा चांगशा परिसरातला हुनानी उठाव फसला होता. क्रेमलिनच्या शहाणपणाला शरण गेलेल्या चिनी कम्युनिस्ट पक्षाच्या मध्यवर्ती समितीचा संताप तर आता अनावर झाला. कारण हे अपयश तर होतेच शिवाय क्रेमलिनने आखून दिलेल्या पद्धतीने उठाव करण्याचे माओने नाकारले होते ! म्हणजे समजा, या वेळी उजाडले असतेच, तरी क्रेमलिनला त्यात आनंद नव्हताच. आता तर काय चिनी कम्युनिस्ट पक्षाच्या सनदशीर राजकारणाबरोबर माओने केलेल्या सशस्त्र क्रांतिप्रयत्नाचाही बोजवारा उडालेला होता.

१९ सप्टेंबर कम्युनिस्ट पक्षाच्या मध्यवर्ती समितीने बैठक भरवून, माओने चांगशाचा जो विश्वासघात केला (उठावणी करून चांगशावर हल्ला न चढवताच तो माघार घेऊन पळाला), या त्याच्या लष्करी साहसाबद्दल माओला दोषी ठरविले गेले. मध्यवर्ती समितीचा खरा राग निराळा होता. फक्त लाल निशाण खांद्यावर घेऊनच या उठावात सैनिक लढले. कम्युनिस्ट जीवनपद्धतीवर आधारलेले सोविएट प्रजासत्ताक निर्माण करण्याची ही वेळ नाही, असे सक्त बजावलेले असताना, माओने उठावातील सैनिकांकरवी काही अल्प काळ जो प्रदेश ताब्यात घेतला होता, त्या ठिकाणी 'सोविएट' निर्माण केल्याची घोषणा केली होती. तिसरी गोष्ट, सर्वांच्याच जमिनी सरकारजप्त करण्याचे धोरण अंगीकारल्याचाही जाहीर उच्चार त्याने केला होता.

माओचा गुन्हा हा असा भयंकर होता ! कोमिन्टर्नने जे जे करू नका सांगितले होते ते ते सर्व माओने केले होते. याबद्दल त्याला शासन करणे पक्षाला अवश्य झाले होते. चिनी कम्युनिस्ट पक्षाच्या मध्यवर्ती समितीने नोव्हेंबर १९२७ मध्ये माओला समितीवरून काढून टाकले. हुनानी प्रांतिकचे चिटणीसपदही त्याच्याकडून काढून घेतले.

अर्थात पक्षाच्या मध्यवर्ती समितीने काय शिक्षा ठोठावली आणि कसले ठराव केले, हे त्या वेळी माओला कळण्याचा काहीच मार्ग नव्हता. तो तर चिंगकांगशानच्या शिखरावर 'स्वतंत्र कम्युनिस्ट राज्य' प्रस्थापित करून सर्वांशी संबंध तोडून बसला होता.

माओक्रांतीची सुरुवात

माओ चिंगकांगशानच्या आश्रयाला गेला ही घटना म्हणजेच माओक्रांतीची सुरुवात होती. कोमिन्टर्नशी संपूर्ण फारकत करून आणि चिनी मध्यवर्ती कम्युनिस्ट कार्यकारिणीचे

वर्चस्व झुगारून माओने आपला हा स्वतंत्र मार्ग आखला होता. कसे ते पहा :

नानचँग येथे चिनी कम्युनिस्ट पक्षातील नेते सशस्त्र उठावाच्या विचारात आहेत हे कानांवर जाताच कोमिन्टर्नकडून लोमिनट्झे (Lominadze) या हँकौ येथे असलेल्या कोमिन्टर्न प्रतिनिधीला संदेश आला. हा संदेश २६ जुलैला हँकौ येथे चिनी कम्युनिस्ट पक्षाच्या मध्यवर्ती समितीची जी बैठक भरली त्यात लोमिनट्झे याने वाचून दाखवला. ली-लिसान हा या बैठकीला हजर होता. ली-लिसानच्या सांगण्याप्रमाणे हा संदेश असा होता :

"जर यशाची खात्री असेल तर उठाव करावा, पण जर ही शक्यता नसेल तर आपण कृती करता कामा नये. याऐवजी आपण सैन्यातील आपल्या कॉम्रेडस्ना बाहेर काढून त्यांना निरनिराळ्या भागात शेतकऱ्यांच्यात पाठवावे." (मार्टिन विलबर यांच्या 'दि अ‍ॅशेस ऑफ डिफीट' या पुस्तकात पृ. ११ वर दिलेला तर्जुमा.)

ही तार नेमकी काय होती, यासंबंधी आता खूपच वाद आहेत. काही असले तरी मॉस्कोची ही तार पुरेशी स्पष्ट नव्हती. समजा, उठाव केला आणि अपयश आले तर ? आम्ही उठाव करू नका म्हणून बजावले होते, असे सांगायला मोकळीक आणि यश आले तर ? - उठाव करा हे आमचेही मत होते, असे म्हणायला तयारी ! कारण असा कुठला क्रांतिकारी उठाव असतो की ज्याचे यश पूर्वीच निश्चित समजत असते ?

चाऊ-एन-लाय याने नानचँग येथे हा आदेश धुडकावला व अखेर नानचँगचा उठाव झालाच. हँकौ येथील चिनी कम्युनिस्ट पक्षाच्या समितीने मग असे ठरविले की, बंडवाले स्वॅटौ सर करून कॅन्टोनच्या आसपास आले की कॅन्टोनमध्येही शहरी कामकऱ्यांचे बंड सुरू करायचे. परंतु नानचँगचे बंड फसले. बंडखोरांचा १ ऑक्टोबरला स्वॅटौ येथेच भीषण पराभव झाला. सगळी पळापळ झाली हे आपण पाहिले आहेच.

हा पराभव होण्यापूर्वीच एक दिवस म्हणजे ३० सप्टेंबरला 'प्रवदा' पत्राने अग्रलेखात लिहिले :

"Contrary to the proceeding revolutionary attempts, this one did not originate in towns, but in the peasant guerilla movement, and in those revolutionary divisions of the former Canton army which are winning victories with the help of the peasant risings."

("पूर्वीच्या क्रांती प्रयत्नांहून या क्रांतीचे स्वरूप वेगळे आहे. ही क्रांती शहरात सुरू झाली नसून तिचा उगम शेतकऱ्यांच्या गनिमी चळवळीत आणि कॅन्टोनी सेनेच्या क्रांतिकारी सैनिकी तुकड्यांत झालेला आहे. शेतकऱ्यांच्या उठावाच्या मदतीने या दोन्ही शक्ती विजय मिळवत आहेत.")

अतिशय महत्त्वाचा असा हा धोरणातील बदल होता. पुढल्या माओक्रांतीवर ग्रा बदलाची गडद लांबच लांब छाया पसरलेली आपल्याला दिसेल.

हा 'प्रवदा'चा अग्रलेख प्रसिद्ध होऊन चोवीस तास उलटण्यापूर्वीच स्वॅटौ येथे या नव्या प्रयत्नाचाही गळा घोटला गेला. आता सैनिकी क्रांती जवळ जवळ अशक्य होती. शेतकऱ्यांचे गनिमी काव्याचे सशस्त्र हल्ले आणि शेतकऱ्यांचे बंड हे दोनच मार्ग उरले होते. कॅन्टोनसारख्या शहरात उठाव करण्याचे कारणच उरले नव्हते. प्रथम शहराभोवतालच्या खेड्यांतून शेतकरी उठाव करावे व शहर चहूबाजूंनी घेरल्यानंतरच शहरात उठाव करावा, हे तंत्र चिनी कम्युनिस्ट पक्षाच्या हँकौ येथील मध्यवर्ती समितीनेही आता मान्य केले.

परंतु क्वांगटुंग प्रांताच्या कम्युनिस्ट पक्षाच्या समितीला स्वॅटौचा पराभव इतका निर्णायक वाटत नव्हता ! याला एक कारण होते. जनरल चँग-फाकुई हा क्वांगटुंगमधील कोमिन्टांग सेनेचा प्रमुख व कॅन्टोन शहरामधील कोमिन्टांग सैन्यप्रमुख लि-चि-शेन यांच्यात लवकरच झगडा होईल, अशी क्वांगटुंग प्रांतिक कम्युनिस्ट पक्षाचा चिटणीस चँग-ताई-लोई याला खात्री वाटत होती. याचा फायदा घेऊन कॅन्टोनमध्ये बंड करायचे असे ठरले.

१७ नोव्हेंबरला हा अपेक्षित झगडा उडाला. १६ नोव्हेंबरला काही महत्त्वाच्या बैठकीसाठी लि-चि-शेन हा शांघायला गेला असताना जनरल चँग-फाकूई याने कॅन्टोन ताब्यात घेतले. लि-चि-सेनचे सैन्य कॅन्टोनबाहेर पळाले, परंतु ते पुन्हा शहर जिंकण्याचा प्रयत्न करणार अशी अपेक्षा होती.

कॅन्टोन शहरात कम्युनिस्टांचे सुमारे १२०० स्वयंसेवकांचे सशस्त्र दल तयार झालेले होते. शिवाय विद्यार्थ्यांच्या संघटना रेडगार्डस् म्हणून तयार झालेल्या होत्या. ही संख्या २००० होती. यांच्या जिवावर १३ डिसेंबरला उठाव करायचा असे प्रांतिक कम्युनिस्ट पक्षाने ठरविले. कागदोपत्री 'कॅन्टोन सोविएट' निर्माण केले गेले. या स्वतंत्र सोविएटचा चेअरमन म्हणून चांग-ताई-लोई व कमांडर-इन-चीफ म्हणून येह-टिंग यांची नियुक्ती झाली.

कॅन्टोनला कम्युनिस्ट उठाव होणार अशी शंका शांघायला असलेला वुहान कोमिन्टांग सरकारचा अध्यक्ष वँग-चिंग-वेई याला आली व त्याने जनरल फाकूई याला तार दिली -; "रेड कॅडेट्स आणि रेड गार्ड्स यांना नि:शस्त्र करा."

या तारेचा सुगावा लागताच ११ डिसेंबरला कम्युनिस्टांनी कॅन्टोन शहरात उठाव केला. पंधरा तासांत सर्व प्रमुख ठिकाणे व इमारती कम्युनिस्ट रेड कॅडेट्स आणि रेड गार्ड्सनी कब्जात घेतली. कॅन्टोन सोविएट स्थापन झाल्याचे जाहीर झाले.

कॅन्टोन कम्युनिस्ट हे काय करीत आहेत याची गंधवार्ताही शांघायला मध्यवर्ती चिनी कम्युनिस्ट पक्षप्रमुखांना नव्हती. हा प्रकार वृत्तपत्रांतून वाचताच चेन-तु-त्सियू हा शांघायला सर्दच झाला.

फक्त अडीच दिवसांचे आयुष्य या 'कॅन्टोन सोविएट'ला लाभले ! कमांडर-इन-चीफ येह-टिंग हा स्वॅटौ येथे लढाईत पराभव पत्करून बंडाचे नेतृत्व करण्याकरिता नुकताच कॅन्टोनला आलेला होता. त्याने दोन दिवस कॅन्टोनमध्ये जनरल फाकूईबरोबर लढाई करण्याची हिंमत दाखवली एवढीच जमेची बाजू ! तिसऱ्या दिवशी म्हणजे १३ डिसेंबरला कॅन्टोनमधून येतील त्यांना, बरोबर घेऊन येह-टिंग निसटला ! या दोन दिवसांत व्यापाऱ्यांना लुटणे, जमीनदारांचे खून पाडणे अशा काही घटना फक्त कम्युनिस्टांनी नोंदवल्या ! दि. १२ च्या झटापटीत अल्पजीवी कॅन्टोन सोविएटचा चेअरमन चांग-ताई-लोई मारला गेला. १३ डिसेंबरला कोमिन्टांग सेनेने सूडाचे चक्र उलट फिरविले. २०० कम्युनिस्ट आणि २००० रेडगार्ड्स यांना त्यांनी कंठस्नाने घातली.

'कॅन्टोन सोविएट' निर्माण करण्याचा प्रयोग असा अंगाशी आल्याने, शहरात उठाव करण्यात अर्थ नाही, असा निर्णय चीनमध्ये सर्व ठिकाणच्या कम्युनिस्टांना आता घ्यावा लागला. या कॅन्टोन उठावामागे कोमिन्टर्नचा हात होता असा आरोप कोमिन्टांग सरकारने केला. कॅन्टोन शहरातील मृतांत दहा रशियन्स होते, असेही कोमिन्टांग सरकारने जाहीर केले. याला उत्तर म्हणून कोमिन्टर्नचा अध्यक्ष बुखारिन याने जाहीर केले की, कॅन्टोन उठावाशी कोमिन्टर्नचा कसलाही संबंध नाही. तीन वर्षांनी २६ ऑगस्ट १९३० ला ट्रॉट्स्की याने नेमका हाच आरोप स्टॅलिनवर केला. ट्रॉट्स्कीने जाहीर केले -

"७ ऑगस्ट १९२७ ला चिनी कम्युनिस्ट पक्षाने मॉस्कोच्या सूचनेप्रमाणे सशस्त्र उठावाची तयारी सुरू केली. सोविएट युनियनच्या कम्युनिस्ट पक्षाची पंधरावी काँग्रेस मॉस्कोत भरणार होती. त्याच्या तोंडावरच हा उठाव आखण्यात आला होता. स्टॅलिनचे चीनविषयक धोरण कसे बरोबर आहे हे दाखवून, त्याच्या रशियातील विरोधकांना झाकळवून टाकण्याचा हा स्टॅलिनचा प्रयत्न होता."

कॅन्टोन शहरातील या फसलेल्या बंडाकडे जो तो आपल्या सोयीनुसार पाहात होता, असा याचा अर्थ होतो. परंतु एक गोष्ट नक्की की, कोमिन्टर्नने अधिकृत निवेदनात या उठावाचे पुढे समर्थन केले असले, तरी एक महत्त्वाची गोष्ट कोमिन्टर्नच्या लक्षात आली होती. ही गोष्ट म्हणजे शेतकरी चळवळ ही काही प्रांतांतून चीनमध्ये प्रगतीपथावर होती आणि याउलट शहरातील कामगार चळवळीचा बट्ट्याबोळ झालेला होता. कॅन्टोन उठावाने तर शहरातील कामगार चळवळ नेस्तनाबूतच झाली.

चीनमधील कम्युनिस्ट क्रांतीचे भवितव्य यापुढे फक्त माओच्या कर्तृत्वावरच केंद्रित

झाले.

डोंगराच्या कुशीत

चिंगकांगशानच्या कुशीत माओ शिरण्यापूर्वी तिथे काही डाकू आपला जम बसवून होते. यातले दोन प्रसिद्ध डाकू होते युवान-वेन-त्साई आणि वँग-त्सो. त्यांच्याजवळ प्रत्येकी तीनशे-तीनशे सशस्त्र जवानांच्या टोळ्या होत्या. प्रथम हे दोघे माओ हा आपल्याप्रमाणे डाके घालणारा बंडखोर समजत होते. यामुळे माओने त्यांच्याशी संबंध प्रस्थापित करण्याची खटपट करताच ते लाल सैन्यात माओचे इमानी सरदार झाले ! माओने त्यांना जवळ केले ते लगोलग त्याला हव्या असलेल्या संरक्षणासाठी. जोपर्यंत माओ चिंगकांगशानला होता तोपर्यंत हे दोघे माओच्या वचनात राहिले. त्यांच्यावर कम्युनिस्ट तत्त्वज्ञानाचे थोडे संस्कार माओने केले. परंतु माओची पाठ फिरताच पुढे हे दोघे मूळ पदावर आले. त्यांनी आपला पूर्वीचा लुटालुटीचा धंदा सुरू केला. शेतकऱ्यांनी या दोघांना पकडून यथावकाश ठार केले.

माओने दोन डाकूंनाही जवळ केले ते त्यांच्यात सुधारणा होईल या खात्रीने नव्हे. परंतु या ठिकाणी अपरिहार्यपणे अब्राहम लिंकनची आठवण येते : लिंकनच्या सैन्यात बदचालीचे बरेच सैनिक होते. याबद्दल तक्रारी सुरू होताच लिंकन म्हणाला, ''मला चांगले चारित्र्यवान सैनिक हवे आहेत. परंतु ते मिळेपर्यंत माझ्याबरोबर जे येतील त्यांना घेऊन मला लढत राहिले पाहिजे. लढाई चालू ठेवणे महत्त्वाचे आहे !'' माओचा दृष्टिकोन या वेळी असाच काहीसा होता. काही दिवसांपूर्वीच त्याने आपल्या एका लेखात म्हटले होते : ''पाच वर्गांतून क्रांतिकारकांना लढण्यासाठी माणसे मिळू शकतील. हे पाच वर्ग म्हणजे सैनिकी पेशा पत्करलेले सैनिक, डाकू, दरोडेखोर, भिकारी, आणि वेश्यावर्ग !'' माओच्या सांगण्यात खूपच तथ्य होते. क्रांती म्हणजे जेवणावळ नाही - तो एक हिंसक उद्रेक असतो, हे त्याला माहीत होते आणि अशा उद्रेकात आयुष्य फार न जपणारी माणसेच उपयोगी पडतील, ही समजायला साधी गोष्ट होती. जे जीवन भंगड, उजाड, आणि काहीसे वैराणदेखील असते आणि ज्याला श्रीमंतांच्या आणि मध्यमवर्गाच्या वाट्याला येणारा उबदारपणा कधी आलेला नसतो, ती माणसे अर्थशून्य आयुष्य सहजासहजी फेकून द्यायला तयार होतात. त्यांच्या या समर्पणाला त्यागाची अथवा देशभक्तीची कसलीही झालर नसली, तरी क्रांतीच्या उद्दिष्टांना साहाय्यक भूमिका ते सहज बजावू शकतात, याबद्दल माओच्या मनात संशय नव्हता. अशा भणंग माणसांबद्दल माओला अतिशय सहानुभूती वाटे, त्याचाही कदाचित हा परिणाम असू शकेल.

चू-तेह आला

सप्टेंबर १९२७ ते मे १९२८ हा काल चिंगकांगशानला माओने अगदी एकट्याच्या जिवावर काढला. त्याला साहाय्य होते ते त्याला इमान अर्पण केलेल्या दोघा डाकूंचे. परंतु या वेळी चू-तेह हा नानचँग येथील उठावात पराभव पावून युनानी जनरल फँग-शिह-शेंग याच्या पदरी दयेचे अन्न चिवडीत होता. माओ-त्से-तुंग हा चिंगकांगशानला पोचल्याची बातमी कळताच, चू-तेह आपल्या दोनशे सैनिकांसह चिंगकांगशानचा रस्ता काटू लागला.

१९२८ च्या मे महिन्यात चू-तेह आपल्या दोनशे सैनिकांसह चिंगकांगशानचा पर्वत चढला. चू-तेह सारखा सहकारी माओला येऊन मिळाल्याबरोबर दोघांनी पुढील योजना आखली. माओ सांगतो :

''आम्ही चिंगकांगशानच्या भोवती सहा जिल्ह्यांच सोविएट स्थापन करण्याचे ठरविले. हे संघर्ष केंद्र (Base) कल्पून याभोवती कम्युनिस्ट सत्ता स्थिर करावी व नंतर हळूहळू विस्तार करावा असे आम्ही ठरविले. आमच्या डोळ्यांसमोर त्या वेळी दोन महत्त्वाच्या गोष्टी दिसत होत्या. पहिली गोष्ट, देशात सत्तेचा सवता सुभा निर्माण करून देश दुभंगणे आणि दुसरी सोविएट प्रजासत्ताकाची निर्मिती करणे. हे त्वरित घडावे म्हणून जमावांना आम्ही सशस्त्र करणार होतो. धोरण म्हणून मुक्त व्यापार, पकडलेल्या शत्रु-सैनिकांशी उदार व्यवहार आणि एकंदरीत लोकशाही संयम या गोष्टी आम्ही पत्करल्या.''

लक्ष्मणाच्या नात्याने वनवासी रामाची सोबत करण्यासाठी आलेला हा चू-तेह कोण होता ? एका सामान्य शेतकरी कुटुंबात तो १८८५ साली जन्माला आला. दरिद्री कुटुंबात एक सुखवस्तू 'काका' बहुधा असतोच ! चू-तेहच्या काकाने त्याला दत्तक घेतला आणि त्याला युनानच्या लष्करी शाळेत धाडला. तिथे त्याने आपल्या गुणांचा चांगला विकास केला. १९१३ साली जनरल युवान-शिह-काईने स्वत:ला राजा म्हणून अभिषेक करून घेतला, तोपर्यंत हुनानी सेनेत चू-तेह हा ब्रिगेडियर झालेला होता. पुढे युवानविरुद्ध ज्यांनी लढाया केल्या, त्यांत चू-तेह याने मोठीच मर्दुमकी केली. अस्वलासारख्या घट्ट कातडीचा हा तरुण, बोलण्यात चतुर आणि नाटकी असल्यामुळे त्याच्याभोवती समवयस्कांचा आणि पोरीबाळींचा गराडा असे. स्त्रियांना अभिनय आवडतो आणि चू-तेह हा वर्तनात नाटक्यादेखील होता. परिणामी त्याने पाठोपाठ दोन लग्ने केली आणि शिवाय इतर काही स्त्रिया लग्नाच्या नात्याने त्याच्या सहवासात राहू लागल्या होत्या ! तो लष्करी उमरावांसारखा अफू ओढायचा. तसा सर्वार्थाने फुकट गेलेला असा हा शूर माणूस होता !

परंतु माणसाने दुर्व्यसनांचे टोक गाठले, तरी केव्हा तरी त्याचा वीट येऊन दुसरे टोक

गाठण्याची शक्यता असते. माफक दुर्व्यसने करीत सज्जनपणाच्या बुरख्यात वावरणाऱ्यांना बहुधा कसलेच भव्य भवितव्य नसते. यासाठी व्यसनी माणसाची सद्सद्विवेकबुद्धी मात्र कसल्याही परिस्थितीत किंचित शाबूत असली पाहिजे. चू-तेहची ही धुगधुगी शिल्लक होती.

म्हणूनच वुहान सरकारातून फुटून नानकिंगला बादशहा होऊन बसलेल्या चँग-कै-शेकच्या लष्करी कृतघ्नपणाचा त्याला उबग आला. मार्क्सवादाविषयी त्याला आकर्षण निर्माण झाले. चँग-कै-शेक सारख्याची राजवट उलथवण्यात पुरुषार्थाचे आव्हान होते. एका उपरतीच्या क्षणात त्याने ते पत्करले ! व्यसनांचे ग्रहण सुटावे यासाठी तो एका लांब प्रवासाच्या ब्रिटिश बोटीवर चढला. बोटीवर अफू नव्हती. व्यसनाची वेळ झाली की तो गडबडत लोळून बेशुद्ध होत असे. परंतु असा जिवाच्या कराराचा झगडा करून चू-तेह अफूच्या व्याधीतून बाहेर पडला. महिनाभराने बोट किनाऱ्यावर आली तेव्हा अफूशिवाय जगता येईल असा आत्मविश्वास त्याने मिळविलेला होता. आता चाळिशी गाठलेला हा मनस्वी माणूस फ्रेंच व जर्मन भाषा शिकून मग जर्मनीला गेला. तिथे हॅनोव्हरमध्ये त्याचा जर्मन कम्युनिस्ट चळवळीशी संबंध आला. तेथून तो फ्रान्सला गेला आणि मॉस्को येथे काही दिवस मार्क्सवादाचा अभ्यास करून १९२६ च्या सुरुवातीला तो शांघायला आला.

१९२६ ला शांघायला परतलेला चू-तेह पाहतो तो चीनच्या राजकीय परिस्थितीत क्रांतिकारक बदल घडलेला होता ! युनानी सैन्याचा प्रमुख जनरल चू-पै-ते याने त्याला लगेच आपल्या सेनेत म्हणजे कोमिन्टांग लष्करात दाखल करून घेतले. जनरल चँग-कै-शेकने उत्तर दिग्विजयाला सुरुवात करताच जिंकलेल्या प्रांतांची सुव्यवस्था लावण्याचे काम निर्माण झाले. आता जनरल पदाला आलेल्या चू-तेह याला जनरल चँग-कै-शेक याने कियांगसी प्रांताची राजधानी नानकिंग येथे त्यासाठी पाठवले (१-९-१९२७).

नानचँग येथे त्या वेळी चू-तेह याच्या हाताखाली व्हाम्पोआ अकादमीतून शिक्षण घेऊन बाहेर पडलेले चेन-यी आणि लिन-पियाओ हे दोघे होते. (चेन-यी हा पुढे कम्युनिस्ट चीनचा परराष्ट्रमंत्री झाला आणि लिन-पियाओ हा संरक्षणमंत्री झाला.)

१ ऑगस्ट १९२७ ला नानचँग येथे हो-लूंग व येह-टिंग यांनी जनरल चँग-कै-शेकविरुद्ध उठाव केला. त्यानंतरची स्वॅटौ येथील पराभवाची आणि चू-तेह याच्या पुढच्या हालचालींची हकिगत सांगितलेली आहेच.

माओला वाल्मिकी होऊ पाहणाऱ्या वाल्याविषयी जबर आकर्षण नेहमीच होते. त्याने तरुण वयात वाचलेल्या चिनी कादंबऱ्यांचे नायक असेच होते. विलासी परंतु जीवनाचे पुष्प ओवाळून फेकून देणारे ! रानदांडगे, परंतु अन्यायाने पेटून उठणारे !

विकारवशतेतून निर्माण होणारे, प्रसंगी, अन्याय समजू न शकणारे, परंतु सामाजिक आणि राजकीय अन्यायाचा जिवाच्या कराराने प्रतिशोध घेणारे, चू-तेह असा होता. अशी माणसे स्वत: माओ होऊ शकत नाहीत. परंतु माओ कोण आणि माकड कोण यातला फरक त्यांना समजतो आणि आपले इमान ते तिथे अर्पण करतात.

माओ व चू-तेह यांचे सैनिक आणि त्यांना साहाय्य करणाऱ्या दोन वाल्या कोळ्यांची सुमारे सहाशे सशस्त्र माणसे, मिळून चिंगकांगशान येथील लाल सैन्याची संख्या आता सुमारे चार हजार झालेली होती. एवढ्या मोठ्या संख्येने असलेल्या सैनिकांचे भरण-पोषण सहज घडू शकेल असाच चिंगकांगशानचा परिसर होता.

चिंगकांगशान

ज्या दुर्गम पहाडावर माओने हा आपला स्वतंत्र राज्याचा संसार थाटला होता, त्याचा परिघ सुमारे १५० मैलांचा होता. म्हणजे सुमारे ४ मैल त्रिज्येचे हे मोठे वर्तुळ होते. या पहाडाला स्थानिक लोक 'ता-त्सिओ-वू-चिन' म्हणत असत. वस्तुत: चिंगकांगशान हा नजीकच असलेला निर्मनुष्य डोंगर ! परंतु त्याचेच नाव अवघ्या परिसराला लाभलेले होते. या पहाडावर पाच समृद्ध विहिरी होत्या आणि पहाडाच्या परिसरातील पाच गावे या विहिरींची नावे दिमाखाने मिरवीत होती. छोट्या सैन्याला पुरेल इतके अन्नधान्य पिकत होते. कितीही मोठ्या शत्रूचे वार चारी दिशांनी झेलण्याइतकी या पहाडाची छाती मजबूत होती.

गनिमी काव्याचे अर्धे यश हा कावा ज्या भूमीवर खेळला जातो त्या भूमीचे असते. हुनानच्या डोंगरांनी स्वातंत्र्यवीरांना नेहमीच साथ केली होती, जशी सह्याद्रीने मऱ्हाटी माणसांची केली होती. चिंगकांगशानच्या स्वतंत्र राज्याची राजधानी ठरली निनकांग. छत्रचामरांचा राजा नसलेली, परंतु रजपुतांच्या जातीच्या पराक्रमाचे कवच लाभलेली !

जरा उसंत लाभताच माओने चांगशा येथील कम्युनिस्ट पक्षाच्या शाखेशी संपर्क साधला. २० मे १९२८ ला माओ-पिंग या निंगकांगजवळच्या खेड्यात, हुनान सरहद्दीवरील या फुटीर कम्युनिस्ट पक्षाची पहिली काँग्रेस माओने भरविली. २३ जणांचे मंडळ निर्माण झाले आणि या पक्षाचा चिटणीस म्हणून माओ नियुक्त झाला. चिंगकांगशान भागातील कम्युनिस्ट पक्षाची सर्व सूत्रे माओच्या हाती आली. माओला हुनान प्रांताच्या चिटणीसपदावरून हाकलणाऱ्या कम्युनिस्ट पक्षाच्या मध्यवर्ती समितीला ही चपराक होती.

लाल सेनेचा कमांडर-इन-चीफ म्हणून चू-तेहची नेमणूक झाली. या लाल सेनेला 'चौथी लाल सेना' (Forth Red Army) म्हणत असत. याचे कारण नानचँगच्या लष्करी उठावात पहिली, दुसरी व तिसरी सेना नामशेष झालेल्या होत्या. चौथ्या सेनेतील

सैनिक चू-तेह याने एकत्र करून, ती सेना चिंगकांगशानपर्यंत आणलेली होती. म्हणून या सेनेला 'चौथी लाल सेना' म्हणण्याचा प्रघात चू-तेह याने पाडला. चू-तेह याने सैन्याच्या एकंदर सहा 'रेजिमेंट्स' पाडल्या. यातल्या दोनच रेजिमेंट्स संपूर्ण बंदुकधारी होत्या. इतर चार रेजिमेंट्सचे मुख्य शस्त्र 'भाला' हे होते. एकंदर संख्या हळूहळू दहा हजारांवर गेली.

चिंगकांगशानच्या दिशेने कोण कोण उत्साहाने येत होते ? यात भूमिहीन शेतकरी तरुण होते. जनरल चँग-कै-शेकच्या राजवटीतील दडपशाहीला कंटाळून कोमिन्टांग सेनेतून फुटणारे सैनिक होते ! चिंगकांगशानचा माओ-प्रयोग चांगला मूळ धरू लागला. परंतु हुनान प्रांतिक कम्युनिस्ट पक्षाचे नेतृत्व अजून ही गोष्ट मान्य करायला तयार नव्हते.

मध्यंतरीच्या काळात चिंगकांगशान परिसरातून माओला हुसकण्याचा जनरल चँग-कै-शेकच्या सेनेने अनेक वेळा प्रयत्न केला. परंतु त्या अभेद्य दुर्गाच्या परिसरात प्रत्येक वेळी लाल सेनेने कोमिन्टांग सेनेचा धुव्वा उडवला. प्रत्येक पराभवाबरोबर बंदुका, दारुगोळा माओच्या हातात पडत गेला आणि काही शेकड्यांनी कोमिन्टांग सैनिक हे लाल सैन्यात दाखल होत गेले होते.

जून १९२८ मध्ये प्रांतिककडून दोन माणसे विशेष निरोप घेऊन चिंगकांगशानला आली व एक पत्र त्यांनी माओपुढे ठेवले. माओने समोर ठेवलेल्या पत्रातील मजकुरावरून नजर फिरविली. माओ आणि चू-तेह या दोघांनी ताबडतोब दक्षिण हुनानच्या दिशेने चढाई करावी, अशा आशयाचे ते पत्र हुनान प्रांतिक कम्युनिस्ट पक्षाकडून आलेले होते. हुनान प्रांतिक कम्युनिस्ट पक्षाला तशा आशयाच्या ज्या सूचना मध्यवर्ती कम्युनिस्ट नेत्यांनी पाठवल्या होत्या, त्यांचाच हा तर्जुमा होता. सर्व देशात उठाव करण्यासाठी आता योग्य वातावरण निर्माण झाले आहे, असेही त्या पत्रात सांगितले गेले होते.

माओला ही गोष्ट मान्य नव्हती ! चिंगकांगशानच्या परिसरातून कम्युनिस्ट सत्ता चौफेर पसरत जाईल असा त्याचा विश्वास होता. परंतु चू-तेहचा आग्रह झाला म्हणून कदाचित असेल, दोन रेजिमेंट्स बरोबर घेऊन चू-तेह याने दक्षिण हुनानच्या दिशेने चढाई करण्यासाठी चिंगकांगशान सोडले. माओ स्वत: चिंगकांगशानला थांबला आणि त्याच्या दिमतीला फक्त एक रेजिमेंट ठेवण्यात आली.

चू-तेह चिंगकांगशान सोडून बाहेर पडल्याची बातमी कोमिन्टांग सेनेला लागली. त्यांनी चू-तेहला दूर जाऊ दिला आणि मग युंगशिनजवळ कोमिन्टांग सेनेच्या अकरा रेजिमेंट्स चिंगकांगशानच्या परिसरात घुसल्या. प्रतापगडच्या परिसरात अफजलखानाने शिवाजीमहाराजांची कोंडी केली तसा हा प्रसंग होता ! फक्त एकच रेजिमेंट सैन्य

माओपाशी होते आणि चौफेर शत्रूच्या अकरा रेजिमेंट्स त्याला कोंडीत पकडून वाट पहात होत्या. पंचवीस दिवस माओने चिंगकांगशानचा पहाड झुंजवत ठेवला. कोमिन्टांग सेनेने युंगशिन तर कब्जात घेतलेच परंतु पाठोपाठ निनकांग या राजधानीच्या खेड्याचाही कब्जा घेतला (१५ ऑगस्ट). माओच्या सुदैवाने याच क्षणी कोमिन्टांग सेनेच्या रेजिमेंट्समध्ये दुफळी माजली ! याचा फायदा घेऊन माओ आपल्या सैनिकांसह दक्षिण हुनानच्या दिशेने निसटला. त्याने तातडी करून चू-तेह याला गाठले.

चू-तेह हादेखील त्याचा पूर्वीचा उपकारकर्ता युनानी जनरल फॅन-शिह-शेंग याच्याबरोबर लढताना पराभव खाऊन मागे फिरला होता. २३ ऑगस्टला माओ आणि चू-तेह यांची गाठ पडली. त्यांच्या लक्षात आले की, चिंगकांगशान सोडण्यात सर्व चूक झालेली आहे. पुनश्च चिंगकांगशानच्या दिशेने चू-माओचे सैनिक वाटचाल करू लागले. या चुकीची मोठी किंमत माओला द्यावी लागणार होती, कारण चू-तेह आणि माओ आपल्या लाल सेनेसह चिंगकांगशानच्या परिसरात आले, तेव्हा काही डोंगरमाथे वगळता सर्व गावे व सपाट प्रदेश हे कोमिन्टांग सेनेच्या कब्जात गेले असल्याचे त्यांना आढळून आले. परंतु आतापर्यंत अभेद्य ठरलेल्या चिंगकांगशानच्या पहाडाभोवती कोमिन्टांग सेना आता पोचली होती, ही गोष्ट फारच धोकादायक होती. पुढच्या दोन महिन्यांत चू-तेह आणि माओ यांनी सैनिकांसह पुनश्च चिंगकांगशान पहाड गाठला.

पेंग-ते-हुईची अमोल मदत

या वेळी अचानकपणे नवी सैनिकी कुमक माओला मिळाली. हीच ती पुढे नामकरण झालेली पाचवी लाल सेना. पेंग-ते-हुई या एका हुनानी सेनाधिकाऱ्याने, कोमिन्टांग लष्करी नेता टँग-शेंग-चिह यांच्या पाचव्या तुकडीत बंड करून हे सैनिक अचानकपणे माओकडे आणले होते. पाचव्या तुकडीचा कोमिन्टांग सेनानी होता जनरल हो-चईन. जनरल चँग-कै-शेकच्या इशाऱ्यानुसार हुनानचा गव्हर्नर झालेला जनरल हो-चईन याने नागरिक व आपल्या सैन्यातील कम्युनिस्टधार्जिणे सैनिक काही दिवसांपूर्वीच टिपून मारलेले होते. लिलिंग या एका खेड्यातच जनरल हो याने १५,००० माणसे मारली होती. सुदैवाने पेंग-ते-हुई हा त्यातून वाचला होता.

१९०० साली पेंग-ते-हुईचा एका हुनानी शेतकरी कुटुंबात जन्म झाला. वयाच्या दहाव्या वर्षी तो घरातून पळाला व कधी गुराख्याचे तर कधी खाणकामगारांचे तर कधी चांभाराचे काम करत अखेर १९१६ साली तो हुनानच्या लष्करात दाखल झाला. १९२६ साली चँग-कै-शेकने जी उत्तर मोहीम आखली, त्यात त्याला पाचव्या तुकडीतील पहिल्या रेजिमेंटचा कमांडर नेमण्यात आले. कोमिन्टांग कम्युनिस्ट संघर्षाला तोंड लागल्यानंतर तो वाचला, याचे कारण सैन्यात त्याने तोपर्यंत चांगले नाव मिळवलेले

होते. कोमिन्टांग सेनेत आपल्या जिवाला सतत धोका आहे, ही गोष्ट मात्र त्याला कळून चुकली होती. आपल्या रेजिमेंटमधील इतर अनेक सैनिकांना त्याने फितवले होते. त्याला हवी होती ती संधी हळूहळू चालून आली.

जुलै १९२८ मध्ये पिंगशियांग येथे त्याने जनरल हो-चईन विरूद्ध उठाव केला आणि नोव्हेंबर १९२८ पर्यंत आपले सैनिक घेऊन तो चिंगकांगशानच्या परिसरात माओला मदतनीस म्हणून दाखल झाला. चिंगकांगशान सोडून केलेल्या लढाईत चू-तेहच्या लाल सेनेची जी हानी झाली होती, त्यापेक्षा पेंग-ते-हुई याने आणलेली कुमक खूपच मोठी होती. सुमारे ८००० सैन्य पेंग-ते-हुई याने बरोबर आणले होते. सैनिकांची संख्या खूपच वाढल्यामुळे काय झाले ते माओ सांगतो :

"पर्वतावर इतके जादा सैनिक आल्याबरोबर परिस्थिती फारच कठीण झाली. अन्नधान्याचा तुटवडा भासू लागला. थंडीचे कपडे सैनिकांना नव्हते. अक्षरश: झाडपाला खाऊन आम्ही काही महिने काढले. अखेर आम्ही असे ठरविले की, पेंग-ते-हुई याने चिंगकांगशानच्या परिसराचे रक्षण करावे व आम्ही तेथून निसटावे."

चिनी भूमीच्या अंतर्भागात माओ असे आशा-निराशेचे क्षण अनुभवत असताना किनाऱ्यालगतच्या शहरांतून भूमिगत झालेल्या कम्युनिस्ट कार्यकर्त्यांच्या पदरी सतत निराशा येत होती. शहरातील कामगार हेच कम्युनिस्ट क्रांतीचे अग्रदूत असू शकतात, या क्रेमलिनप्रणीत सिद्धांतानुसार हे चिनी कम्युनिस्ट शहरांतून उठाव करीत होते आणि जनरल चँग-कै-शेक ते निर्घृणपणे दडपून टाकीत होता.

माओपाशी संघर्षासाठी निदान एक भक्कम तळ तरी आतापर्यंत होता. माओ गंमतीने सांगत असे : "ज्या सैन्याला तळ नसतो ते सैन्य कुल्ले नसलेल्या माणसासारखे असते. तुम्हाला विश्रांती घेताच येत नाही, सारखे पळत राहावे लागते !"

चिंगकांगशानला रामराम

परंतु चिंगकांगशानलादेखील किती सैन्य राहू शकेल याची मर्यादा होती. १४ जानेवारी १९२९ च्या संक्रांतीला चू-तेह आणि माओ यांनी दक्षिण कियांगसीकडे जाण्यासाठी चिंगकांगशान सोडले. चू-तेह वर्णन करतो :

"पहाट झाली. हलाखीच्या स्थितीत पोचलेल्या स्त्री-पुरुषांची माळच माळ डोंगराच्या खडबडीत कड्याच्या कडेकडेने एकामागोमाग एक अशी हळूहळू पुढे सरकू लागली. ठिकठिकाणी बर्फाचे पुंजके साचलेले होते. गार झोंबणारे वारे या कुडकुडत्या देहांना झोडपीत सुटले होते. मार्गात प्रचंड शिला लागत होत्या. त्या ओलांडताना खालच्या अंधाऱ्या दरीत निसटून पडण्याची भीती होती. एकमेकांना धरून धरून ही माणसे पोटावर सरकत सरकत मार्ग क्रमीत होती. रात्र पडली तेव्हा हा तांडा उतारावरील

एका खबदाडीत पोचला. बरोबर शिजवून घेतलेल्या भाताच्या गारगोट्या झालेल्या होत्या. त्यातलेच अर्धे अन्न सर्वांनी पोटात घातले. हाताच्या मिठ्या अंगाभोवती घेऊन आणि अंगाच्या जुड्या करून खोकत, कुडकुडत सर्वांनी ती रात्र तेथे काढली.''

- आणि यावेळी जनरल चँग-कै-शेक हा सर्व चीनचा एकमेव कर्ता करवता झाला होता. सर्व पाश्चिमात्त्य राष्ट्रे आणि पौर्वात्य जपान ह्या सर्व साम्राज्यवादी शक्ती, चीनमधील कम्युनिझमविरुद्ध उभा ठाकलेला 'महापुरुष -' असा त्याचा गौरव करत सुटल्या होत्या.

कुणी कुणी कुजबुजत होते, 'या चँगने एवढे सर्व केले... मनात आणील तर हा आता चीनचा राजादेखील होईल !'

* * *

११

□

जपानने मांचुरिया बळकावला !

'चँग-कै-शेक हा उद्या राजादेखील होईल.' असे लोक कुजबुजू लागले. हे साहजिकच होते. १९२७ च्या मार्चपर्यंत जनरल चँग-कै-शेकच्या पराक्रमाने आणि डावपेचांमुळे यांगत्सी नदीच्या दक्षिणेकडचा मुलूख लष्करी सुभेदार धटिंगणांच्या साडेसातीतून मोकळा झाला होता. यांग-त्सी-कँग ही चीनमधील सर्वात मोठी नदी. तिच्या पात्राची लांबी ३४०० मैल ! म्हणजे कलकत्ता ते पेशावर एवढ्या लांबीची लोकमाता, चीनचे उत्तर-दक्षिण असे दोन सरळ भाग पाडते. चँग-कै-शेकने निम्माशिम्मा चीन डॉ. सन्यत्-सेनच्या शिकवणुकीचा वारसा सांगणाऱ्या कोमिन्टांग सरकारच्या अंमलाखाली आता आणलेला होता.

उत्तर-दिग्विजय

याच वेळी कोमिन्टांग-कम्युनिस्ट बेबनाव सुरू झाल्यामुळे, चँग-कै-शेकने नानकिंग येथे आपल्या तंत्राने चालू शकेल असे स्वतंत्र निराळे सरकार प्रस्थापित केले. मूळ कोमिन्टांग सरकार हे हँकौ (वुहान) येथेच राहिले (वुहान याचा अर्थ वुचांग व हँकौ ही दोन्ही शहरे). शांघाय येथे कम्युनिस्टांचे शिरकाण होऊनही, क्रेमलिन आदेशानुसार चिनी कम्युनिस्ट पक्षाने कोमिन्टांग नेता चँग-कै-शेक याला वगळून, वुहानच्या सरकारला सांभाळून घ्यायचे ठरवले होते. नानकिंग सरकारचा प्रमुख म्हणून म्हणवू लागलेला चँग-कै-शेक, लवकरच आपली यांगत्सीच्या पलीकडील अर्धवट टाकलेली मोहीम पुनः हाती घेण्यास तयार झाला. या चढाईला वुहानच्या कोमिन्टांग सरकारने पाठिंबा जाहीर केला.

वुहानशी समझोता झाल्यामुळे त्या दिशेने चढाई शक्य होती. चँग-कै-शेकने आपल्या फौजा त्या दिशेने होनान प्रांतात घुसवल्या आणि नानकिंगकडून चढाई करून त्याने सुचौ हे महत्त्वाचे शहर सर केले (जून १९२७). चँग-कै-शेक हा काही नुसता

पराक्रमी सेनानी नव्हता. तो राजकारणीदेखील होता. कोमिन्टांग पक्षातील आपले अद्वितीयत्व नुसते कागदोपत्री असून उपयोग नाही, प्रत्यक्षात त्याचा पडताळा जनतेला दिला पाहिजे, अशा हिशोबाने त्याने एकदम सत्तासंन्यास जाहीर केला. खड्ग सन्यस्त करून तो जपानला निघून गेला ! त्याच्या नेतृत्वाविरुद्ध ज्या काही उरल्या सुरल्या कुजबुजी होत्या त्यांचाही गळा घोटण्यासाठी त्याने हे नाटक केले होते.

जनरल चँग-कै-शेकची पाठ फिरताच सन-चुआन-फँग या लष्करी सुभेदाराने पुनश्च उचल करून हातातून गेलेला प्रदेश पुन: जिंकला आणि ऑगस्ट १९२७ मध्ये तो नानकिंगला वेढा मारून बसला ! धांदल उडाली. चँग-कै-शेक जाग्यावर नव्हता तरी कोमिन्टांग लष्कराने पहिल्या धक्क्यातून सावरताच लूंग-तान येथे सन-चुआन-फँगच्या सैन्याचा पराभव करून त्याला पिटाळून लावले. पण चँग जाग्यावर नसला तर कोमिन्टांगचा शत्रू चालून येण्याइतका धीट होतो, हा प्रत्यय सर्वांना आला. चँगने सूत्रे हाती घेतल्यापासून अजून कुणी चँगच्या लष्करावरच पळून जाण्याचा प्रसंग आणलेला नव्हता. आलेले संकट टळले म्हणून नानकिंग सरकारने नि:श्वास टाकला खरा, पण चँगला परत बोलवा असा सूर सर्वांनी धरला.

'जातो-जातो' अशी धमकी देणाऱ्या नेत्यांना 'जातोस तर जा' असे कुणी म्हणत नाही. असे कुणी म्हणण्याची तयारी सुरू झाल्याचा नुसता वास लागला की अशा अवजड नेत्यांचे पाठीराखे मोठमोठ्याने आक्रोश सुरू करतात आणि मग वजन अधिकच वाढलेला तो नेता पुनश्च सूत्रे हाती घेतो.

तसेच घडले. नानकिंगच्या कोमिन्टांग सरकारने जनरल चँग-कै-शेकच्या नाकदुऱ्या काढल्या आणि १९२८ च्या जानेवारीत जनरॅलिझिमो चँग-कै-शेक पुनश्च राष्ट्रीय सैन्याचा कमांडर-इन-चीफ झाला. नव्या उत्साहाने त्याने आता पेकिंगवरची धडक मोहीम आखली.

जनरल वू-पई-फू नेस्तनाबूत झालेला होता. ग्रँड-मार्शल झालेला चांग-सो-लीन आता कोंडीत सापडणार होता. कारण एका बाजूने कोमिन्टांग लष्कराचा समुद्र आणि दुसऱ्या बाजूने त्याचा शत्रू फेंग-यू-शियांग याचे सैन्य पेकिंगवर लोटणार होते. जनरल चँग-कै-शेक व फेंग-यू-शियांग यांचे संधान जुळले होते.

जनरल चँग-कै-शेकने एप्रिल १९२८ च्या अखेरीस शांटुंग प्रांताची राजधानी त्सिनान कब्जाखाली आणली. पेकिंगच्या दिशेने फास आवळला जाऊ लागला होता.

चांग-सो-लीनचा अंत

३ जूनला चांग-सो-लीन पेकिंगहून निसटला. दुसऱ्या दिवशी तो पेकिंग-फेंग्टीन मार्गावर रेल्वेने प्रवास करीत असताना हुआंग-कुतून या रेल्वे-स्टेशनवर त्याची गाडी

सुरूंगाने उडवण्यात आली ! चांग-सो-लीनला अत्यवस्थ स्थितीत फेंग्टीनला नेण्यात आले. तिथेच तो मरण पावला. चांग-सो-लीनचा मुलगा चांग-सुयो-लियांग याने रागरंग पाहून टोपी फिरवली ! त्याने जाहीर केले : ''कोमिन्टांग राष्ट्रीय सेनेचे मी पेकिंगला स्वागत करीन, कारण मी त्यांचाच आहे !'' जनरल चँगच्या गोटात सामील झालेला आपल्या बापाचा शत्रू फेंग-यू-शिआंग याच्यावर चांग-सो-लीनच्या हुशार पोराने केलेली ही कडी होती.

जेहोल खिंडीतील लष्करी उमराव फेंगू हा जनरल चँग-कै-शेकच्या प्रेमात कसा काय पडला याचे आश्चर्य वाटेल ! याचे कारण अगदी साधे होते : जनरल चँग-कै-शेक हा धर्माने ख्रिश्चन होता आणि फेंग-यू-शियांग हा तर कडवा ख्रिश्चन होता ! असे सांगतात की, एकदा त्याने होस पाइपने फवारे मारून आपल्या हजारो सैनिकांना सार्वजनिक बाप्तिस्मा दिला होता ! त्याची वाणी मधुर होती. वक्तृत्व फर्मास होते, आणि या जोडीला मिशनऱ्यांची चिकाटी होती. त्याच्या २०,००० सैनिकांपैकी जवळजवळ सर्वजण बाटलेले होते. लढाईला निघण्यापूर्वी बायबलचे वाचन आणि येशूची प्रार्थना हा त्याचा दंडक होता. जनरल चँग-कै-शेक हा देखील धर्मनिष्ठ ख्रिस्ती होता, यामुळे फेंग-यू-शियांगने जनरल चँगशी हातोहात सूत जमवलेले होते.

चँगची येशूभक्ती

याच ठिकाणी जनरल चँग-कै-शेकच्या ख्रिश्चन धर्मावरील प्रेमासंबंधी थोडे सांगितले पाहिजे. म्हणजे 'धर्म ही अफूची गोळी' म्हणणाऱ्या कम्युनिस्टांचा वाटणारा त्याचा द्वेष मग अधिक स्पष्ट होईल. जनरल चँग-कै-शेकच्या येशूभक्तीला धर्मवेडाचे रूप नव्हते. परंतु धर्मश्रद्धेमधून मिळणारी त्यागांची शिकवण, कर्तव्यावरील निष्ठा आणि पारलौकिक सुखाचे आश्वासन, त्याला अतिशय आवश्यक वाटत असे. केवळ ऐहिक मूल्ये सांगणारा मार्क्सवादी विचार हा जसा पंढरीच्या वारकऱ्याला अस्पर्श्य वाटेल, तसा तो चँग-कै-शेकला वाटत होता. १६ एप्रिल १९२८ या दिवशी ईस्टर सणानिमित्त पेकिंग रेडिओवरून त्याने 'माझा येशूवर विश्वास का ?' याचे विवरण करताना सांगितले :

"One who wishes to succeed in his work especially one engaged in a revolutionary task, must be free from superstitions and yet he must be a man of faith. When the evil passions of men are running riot, we need a firm faith in the ultimate triumph of right. Fearlessness and confidence have their roots in an unshakeable faith."

"The first reason why we should believe in Jesus is that, He was the leader of a national revolution, a social revolution and a religious revolution."

"I have often sought to study the secret of Jesus's revolutionary passion. It is found in his spirit of love. With love Jesus sought to destroy the evil in the hearts of men. He belived that all men are brothers; they should love one-another and help one-another in need. Throughout his life he opposed violence and upheld the weak. He gave himself to utter love and sacrifice for others. When He was nailed to the cross, He faced the ordeal with calm and fortitude. What marvellous love !

"We should take His life as our example..."

याचे शब्दश: भाषांतर देण्याची जरूरी नाही. ''येशूनी केलेली क्रांती ही राष्ट्रीय, सामाजिक व धार्मिक क्रांती होती. प्रेमाच्या शस्त्राने येशूला जगातला दुष्टपणा नाहीसा करायचा होता. सर्व माणसे ही परस्परांचे बंधू होत. त्यांनी यासाठी एकमेकांना साहाय्य केले पाहिजे. आयुष्यभर येशूने हिंसेचा प्रतिकार केला आणि सत्याची पाठराखण केली. दलितांसाठी त्याचे हृदय तुटत असे. अखेर त्याला क्रूसावर चढवून शरीरात खिळे ठोकण्यात येत असताना विलक्षण धैर्याने आणि शांत मनाने त्याने हे सर्व सहन केले. येशूचे जीवन हे आपण आदर्श म्हणून पुढे ठेवले पाहिजे.''

चँग-कै-शेकने येशूचे केलेले हे सर्व गुणगान आहे. येशूवर चँग-कै-शेकची श्रद्धा होती. क्रांतिकार्यात पडलेला माणूस दंतकथा मानीत नसला, तरी कशावर तरी त्याची श्रद्धा असली की यश त्याला माळ घालतेच, असा चँगचा विश्वास होता.

सामान्य माणसांचे दुर्दैव इतकेच की, संतांची भाषा बोलणारे राजकारणी आणि राजकारणी व्यवहारात गुंतलेले संत यापैकी कुणी मानवी संहार अधिक घडवला असा प्रश्न नेहमी पडतो ! सुखदु:खांची विषम वाटणी ही संपत्तीच्या विषम वाटपामुळे होत असते. यासाठी व्यक्तिगत धनोत्पादनावर श्रमिकांच्या राज्यसत्तेचा अंकुश राहावा हा मार्क्सवादाचा ऐहिक विचार मात्र पारलौकिक सुखाची भाषा बोलणाऱ्या या लष्करी माणसाला अगदी विषसमान का वाटावा ? त्याने पुढे उघडउघड पाश्चात्त्य साम्राज्यवादी आणि देशी थैलीशहा यांच्या कच्छपी का लागावे ? चिनी जनतेचे हे दुर्दैव होते. जणू काय या सर्व गोष्टी येशूच्या शिकवणुकीचाच भाग होता ! एका हातात कुराण अथवा पुराण घेऊन, दुसऱ्या हाताने कत्तली करणारे सर्वच सत्ताधीश हे आपले आणि परमेश्वराचे असे नाते जोडून ठेवत असतात.

मिशनऱ्यांची चँगला मदत

चँग-कै-शेक हा ख्रिस्ती असल्याकारणाने चीनमध्ये सर्वत्र पसरलेली ख्रिस्त्यांची

मिशने ही चँगसाठी हेरगिरी करीत असत. माओला येऊन मिळालेला हो-लुंग याने बोशार्ड नावाच्या स्विस मिशनऱ्याला पकडले होते. माओच्या लाल सरकारने त्याला तुरुंगवासाची शिक्षा दिली होती. 'लाँग मार्च' ची हकिगत पुढे येणार आहे. हा प्रवास सुरू करतेवेळी बोशार्ड याची शिक्षा भोगून पुरी झालेली नव्हती. जनरल हो-लुंगने याला आपल्याबरोबर प्रवासात फरफटवले ! ज्या वेळी शिक्षा पुरी झाली तेव्हा अर्ध्या वाटेतून युनानफूपर्यंत वाट-खर्चाला पैसे देऊन, हो-लुंगने बोशार्ड याला सोडून दिले. या रेव्हरंड बोशार्ड याने सुटका झाल्यावर डॉ. जोसेफ रॉक या मिशनप्रमुखाजवळ उद्गार काढले :

"जर चिनी शेतकऱ्यांना हे कम्युनिस्ट लोक कसे आहेत हे खरोखर कळले, तर कुणीही त्यांच्यापासून पळून जाणार नाही."

("If the peasants knew, what the Communists were like, none of them would run away.")

मार्क्सवादाचा शत्रू-चँग

चँग ख्रिस्ती होता हे एक आकर्षण झाले. परंतु सर्व साम्राज्यवादी शक्तींनी चँग-कै-शेकला आपला मानावा असे त्याचे दुसरे आकर्षण तरी काय होते ? रशियातील कम्युनिस्ट क्रांती थोपवणे जपान, इंग्लंड, फ्रान्स आदी साम्राज्यवादी सत्तांच्या आवाक्याबाहेरचे होते. ही राष्ट्रे त्या फंदात पडली नाहीत, परंतु आता चीनमध्ये कम्युनिस्ट क्रांतीचे होणारे प्रयत्न चिरडण्यासाठी जनरल चँगसारखा काहीसा कर्तबगार नेता त्यांना हाताशी मिळाला होता.

जनरल चँगने चिनी कम्युनिस्टांशी उभा दावा सुरू करून आता वर्ष उलटलेले होते. बोरोदीन हाकलला गेला होता. कॅन्टोन उठाव चिरडला जाताच देशातील सर्व रशियन वकिलातींना कोमिन्टांग नेत्यांनी कुलुपे ठोकली होती. जनरल चँग-कै-शेकच्या या सर्वंकष कम्युनिस्ट विरोधामुळे साम्राज्यवादी शक्तींना हा आपला माणूस वाटू लागलेला होता.

पाश्चात्त्य राष्ट्रांशी चीनने केलेले अन्याय्य करारमदार मोडून तोडून फेकून देण्यासाठी चँग-कै-शेकने प्रथम रान उठवले व या निर्माण केलेल्या हवेच्या आणि स्वपराक्रमाच्या लाटेवर स्वार होऊन, तो पेकिंगपर्यंत पोचला होता. हाडे खिळखिळी झालेल्या काही लष्करी उमरावांना त्याने ठोकून काढून शरण आणले आणि जमेल त्यांना मांडलिकत्व बहाल केले. कसेही असो, चँग-कै-शेकने चीन देशाला अगदी प्रथमच राजकीय एकात्मता मिळवून दिली, ही त्याची जमेची बाजू होती. परंतु आता तो विचारशून्य वागत होता. रशियात सत्तेवर येताच कम्युनिस्टांनी पहिली कुठली गोष्ट ऐकली असेल,

तर त्यांनी चीनबरोबरचे सर्व विषम करारमदार संपवले होते ! असे असूनही जनरल चँग-कै-शेक आता रशियाशी उभा दावा मांडून बसला व ज्या देशांनी चीनमध्ये प्रत्यक्ष हस्तक्षेप करून, त्यांचे आर्थिकदृष्ट्या शतकानुशतके शोषण केले, त्या इंग्लंड, फ्रान्स, अमेरिकेच्या गळ्यात गळा घालण्यासाठी आता तो उत्सुक झाला होता !

यश पचवणे फार कठीण असते. मिळालेल्या यशाने जनरल चँग-कै-शेक हा धुंद झाला. खांद्याला खांदा लावून जे लढले, अशा सन्मित्रांचा तो अधिकाराच्या गुर्मीत अपमान करू लागला. माणसे दुखावली जाऊ लागली. ज्या पाश्चात्त्य राष्ट्रांची आणि तज्ज्ञांची मदत आता तो मुक्त हस्ताने घेऊ लागला, त्यांच्याशी वागतानाही त्याचा ताठरपणा कायम असे. दान कुणी फुकट देत नसतो. घेणाऱ्याची मानसिक शक्ती गंजविण्याची क्रिया भिकेचे दान करीत असते. यश पाहता पाहता काळवंडू लागले. जनरल फेंग-यू-शियांगने जपान्यांशी संधान बांधले. वुहान कोमिन्टांगचा अध्यक्ष वँग-चिंग-वेई त्याच्यापासून मनाने दूर झाला. ठिकठिकाणी लष्करी सुभेदार पुनः सवते सुभे निर्माण करण्याच्या प्रयत्नाला लागले. सर्व जुन्या रोगांनी पुनश्च उचल केली.

१९२९ साल उजाडले. तेव्हा जगावर आर्थिक मंदीची लाट पसरू लागली ! १९३० मध्ये युरोप आणि अमेरिकेतील बाजारपेठा पाठोपाठ कोसळू लागल्या. बँका बुडू लागल्या. देशोदेशीचे चलन बुडाले. नुकतेच डोके वर काढू पाहणाऱ्या चिनी कारखानदारांना तर या मंदीची जबरदस्त झळ पोचली. शांघाय, तिअनस्टिन मुकडेन, कॅन्टोन येथील कारखाने भराभर बंद पडू लागले.

जपानचे भक्ष्य

जपानचा शतकानुशतके चीनच्या नैसर्गिक संपत्तीवर डोळा होता. कोसळत्या मांचू राजवटीकडून १८९० साली जपानने प्रथम व्यापारी सवलती उपटल्या. १८९५ साली चीनकडून कोरिया, फोर्मोसा आणि लाओटुंग द्वीपकल्प जपान्यांनी लाटले.

बंडाचा फायदा घेऊन १९०० साली जपान्यांनी मांचुरियात रेल्वे बांधून चंबुगबाळे टाकले. पहिल्या महायुध्दाचा फायदा घेऊन त्यांनी चीनच्या शांटुंग प्रांतात बस्तान ठोकले.

१९१५ साली सुप्रसिद्ध २१ मागण्या झाल्या. चांग-सो-लीन मांचुरियात पळून आला तेव्हा त्याची गाडी उडवून त्याचा ४ जून १९२८ या दिवशी निकाल लागला तो जपान्यांनीच लावलेला होता.

१९३१ साली वँग-चिंग-वेई आणि येन-त्सि-शान या दोघांशी सुरू झालेल्या भांडणामुळे जनरल चँग-कै-शेक दुबळा झालेला होता. देशात पुनश्च फुटीरतेचा कॅन्सर झपाट्याने पसरू लागलेला आणि व्यापारी मंदीच्या लाटेत अमेरिका, ब्रिटन, फ्रान्स,

जर्मनी ही सर्व राष्ट्रे गटांगळ्या खाऊ लागलेली. ही संधी साधून जपानी सेनेने मांचुरियावर स्वारी केली. फारसा प्रतिकार झालाच नाही आणि मांचुरिया जपानने गिळंकृत केला.

'तानका' अहवाल !

१९२७ सालापासून जपान मांचुरियाच्या वासावर होता. २५ जुलै १९२७ ला जपानी पंतप्रधान तानका याने बादशहा हिरोहिटो यांच्यापुढे संमतीसाठी मांचुरियासंबंधी आपले धोरण ठेवले. यात पंतप्रधानाने लिहिले होते :

"पहिल्या महायुद्धाच्या समाप्तीपासून जपानची राजकीय व आर्थिक परिस्थिती अस्थिर आहे. याचे कारण मांचुरिया व मंगोलिया या प्रदेशाबद्दल आपण आपले अधिकार प्रस्थापित केले नाहीत हे होय. अतिपूर्वेकडील आपल्या साम्राज्याच्या वाढीसंबंधी विचार करण्याकरिता, २७ जून ते ७ जुलै असे ११ दिवस मांचुरिया व मंगोलियाशी निगडित असलेल्या सर्व लष्करी व मुलकी अधिकाऱ्यांची बैठक झाली. त्यात घेतलेले निर्णय सरकार-स्वारीच्या विचारासाठी पुढे ठेवीत आहोत." हे निर्णय काय होते ?

"मांचुरिया व मंगोलिया हा देश तीन प्रांतांचा बनलेला आहे. हे तीन प्रांत म्हणजे फेंगटीन, किरीन आणि हैलुंग-कियांग. ७४,००० मैल लांबीचा हा प्रदेश आहे. २८,००,००० लोकवस्ती आहे. कोरिया व फोर्मोसा सोडून आपले जे साम्राज्य आहे त्याच्या तिपटीतून अधिक एवढे हे क्षेत्र आहे. इथे दाट जंगल, भरपूर खनिज संपत्ती, धान्योत्पादन यांची रेलचेल आहे. या संपत्तीचा आपल्या साम्राज्याला उपयोग व्हावा म्हणून तर आपण 'दक्षिण-मांचुरिया रेल्वे कंपनी' निर्माण केली !

"आपले उदाहरण मांचुरियातील लोकांपुढे असल्याने, तेथील जनता आता हळूहळू जागी होऊ लागलेली आहे. शिवाय दक्षिण मांचुरियातील व्यापारी सवलतीबाबत आपण धरून नऊ राष्ट्रांनी १९२१ साली जो करार केला, त्यामुळे आपले तेथील स्वातंत्र्य फारच कमी झालेले आहे. आपले लोक मांचुरियात जाऊन स्थायिक होण्यास या कराराची बंधने आडवी येतात. परंतु चिनी लोक मात्र महापुराच्या लोंढ्यासारखे या प्रदेशात येत आहेत. आता आपण अधिक लोकसंख्येचे काय करायचे ? जर येत्या पाच वर्षांत आपण या भागातील चिन्यांच्या संख्येवर बंधन घातले नाही तर ते साठ लाख होतील !

"नुकताच मी युरोप-अमेरिकेचा दौरा करून आलो. गुप्तपणे मी सर्वांकडून हे काढून घेतले की मांचुरिया, मंगोलियात आपली सत्ता वाढली तर बाकीच्या नऊ राष्ट्रांची काही हरकत दिसत नाही. मी शांघायमार्गे परत मायदेशी येत असताना शांघायच्या धक्क्यावर एक चिनी तरुणाने मला ठार मारण्याचा प्रयत्न केला. एक अमेरिकन स्त्री

जखमी झाली, पण मी वाचलो. मी वाचलो तो केवळ सरकारस्वारीच्या पूर्वजांच्या आशीर्वादानेच ! परमेश्वराचीच अशी इच्छा दिसते की मी जगावे व आपण साम्राज्याचा पूर्वेकडील तीन प्रांतांत विस्तार करावा.

"जर आपल्याला चीनवर राज्य करायचे असले तर भविष्यात केव्हा तरी आपल्याला अमेरिकेला चिरडून टाकावे लागेल, परंतु चीनदेखील एकदम जिंकता येणार नाही. प्रथम मांचुरिया व मंगोलियाच जिंकावे लागतील."

जपानी सम्राट हिरोहिटो याने आपल्या लाडक्या पंतप्रधानाचा हा साम्राज्य विस्ताराचा गोड हट्ट लगेच मान्य केला हे निराळे सांगायला नकोच. हिटलरचे 'माइन काम्फ' ज्याप्रमाणे कुणी वेळीच काळजीपूर्वक वाचले नाही त्याचप्रमाणे हा पंतप्रधान तानकाचा अहवालही कुणी वाचला नाही ! निदान अमेरिकन सत्ताधीशांनी तरी याची दखल घ्यायला हवी होती !

जनरल चँग-कै-शेक हा त्या वेळी नानकिंगला होता. त्याने जपान्यांविरुद्ध कसलीही हालचाल न करता 'लीग ऑफ नेशन्स'कडे धाव घेतली ! 'लीग ऑफ नेशन्स' ही इंग्लंड-फ्रान्सची बटीक होती. अमेरिका ही लीग ऑफ नेशन्सची त्या वेळी सभासदसुद्धा नव्हती !

तेरी चूप, मेरी चूप !

जपानविरुद्ध काही करण्याची शक्ती फक्त इंग्लंडमध्ये होती ! परंतु इंग्लंडमधल्या टोरी सरकारने विचार केला : 'जपानने मांचुरिया घेतला त्यात धोका रशियाला निर्माण होतो आहे ! आपला व्यापारी स्वार्थ यांगत्सी नदीच्या दक्षिणेस तर सुरक्षित आहे !'

उलट जपानच्या मांचुरियातील आक्रमणाकडे आपण कानाडोळा केला, तर चीनमध्ये ब्रिटिशांना मिळालेल्या व्यापारी सवलतींबाबत जो आरडा-ओरडा चालू आहे त्याला परस्पर चाप बसेल. कारण प्रत्यक्ष आक्रमणापुढे आपण करीत असलेला अन्याय तर काहीच नव्हे, असे सर्वांना भासेल. शिवाय जपानविरुद्ध लढण्यासाठी चीनला शस्त्रास्त्रे लागतीलच ! ती आपण दिली तर चीन हा कायमचा उपकाराच्या ओझ्याखाली येईल. इंग्लंडचा असा सरळ स्वार्थी हिशोब झाला ! असे स्वार्थी हिशोब करून त्यापायी आशियात कोंबडी झुंजवणे, - ही गोष्ट काही फक्त आजकालची नाही !

इंग्लंडच्या मंत्रिमंडळाचे सभासद लिओपोल्ड ॲमेरी (हे गृहस्थ पुढे भारतमंत्री झाले.) यांनी स्पष्टच कबुली दिली :

"Who is there amongst us to say that Japan ought not to have acted with the object of - defending herself against - a vigorous Chinese Nationalism ? Our whole policy in India our whole policy in Egypt stands condemned if we condemn Japan."

("उसळत्या चिनी राष्ट्रवादापासून स्वत:चे संरक्षण करण्यासाठी जपानने जे केले ते करायला नको होते, असे आपल्यापैकी कोण म्हणू शकणार आहे ? जर आपण जपानचे कृत्य निंदनीय ठरवू - तर आपले भारतविषयक धोरण, आपले इजिप्तमधील धोरण - हे देखील निंदनीय ठरते !")

शाब्बास रे साहेबा ! तीस-चाळीस वर्षांपूर्वी हे इंग्लिश साम्राज्यवादी किती निर्लज्ज होते पाहा ! जपानने मांचुरियाचा लचका तोडला हे निंदनीय नाही ! कारण काय ? तर भारतात आपण तेच करतो आहोत ! इंग्लंडची ही स्थिती, तर अमेरिकाही मांचुरियाचा घास जपानने घेतलेला पाहून अगदी सुखावून गेली होती. तिचेही काही दुखणे होतेच.

हूव्हर साहेबाची झोप

१९१७ साली रशियात बोल्शेविक सत्ता स्थापन झाली असूनही १९३१ सालापर्यंत अमेरिकन सरकारने त्या राजवटीला मान्यतादेखील दिलेली नव्हती. १९४८ सालानंतर १९७१ साली निक्सनसाहेब लाल चीनला मान्यता देण्याची तयारी करू लागला आहे. तसाच हा इतिहास आहे. मूर्ख नेहमी इतिहासाची पुनरावृत्ती होऊ देतातच. मांचुरियावर जपानची स्वारी होण्यापूर्वी फक्त तीनच महिने, 'सॅन फ्रान्सिस्को न्यूज' या पत्राला मुलाखत देताना अध्यक्ष हर्बट हूव्हर म्हणाला होता :

"खरे सांगायचे तर सोविएट रशिया नष्ट करणे ही माझी जीवनाकांक्षा आहे."

("To tell the truth, the ambition of my life is to stamp out Soviet Russia.")

अमेरिकन अध्यक्षांना, जपानचे मांचुरिया कब्जात घेणे ही आपल्या आकांक्षेच्या पूर्ततेला एक पूरक घटनाच ठरेल असे वाटत होते !

मांचुरियातील जपानच्या आक्रमणाचा कडकडीत निषेध फक्त बोल्शेव्हिक रशियानेच केला. असे म्हणता येईल की, स्टॅलिनपुढे मांचुरिया हा संरक्षणाचादेखील प्रश्न होता, तेव्हा त्याने हे केले यात नवल नाही. परंतु 'इझ्वेस्तिया' या कम्युनिस्ट पत्राने चँग-कै-शेक यालाही धारेवर धरले. 'इझ्वेस्तिया' ने लिहिले :

"जनरल चँग-कै-शेक हे काय करतो आहे ? या त्याच्या नव्या आणि अतर्क्य अशा लांच्छनास्पद अधोगतीमुळे, चिनी जनतेच्या हे लक्षात येईल की, कोमिन्टांगने त्यांचा देश केवढा दुबळा करून ठेवलेला आहे. चँग-कै-शेक हा केवळ साम्राज्यवाद्यांचा निर्लज्ज शागीर्द झालेला आहे !"

मांचुरियातून चौफेर पळालेल्या चिनी सैनिकांपैकी काही रशियन सरहद्द ओलांडून रशियात आले. त्यांना रशियाने अभय दिले. ही गोष्ट जपानला झोंबली असली, तरी

एकाच वेळी चीन व रशिया या दोघांवर हल्ला करण्याइतकी ताकद जपानने तोपर्यंत पैदा केलेली नव्हती.

जनरल चँग-कै-शेकने, जपानी फौजांनी आक्रमण करून मांचुरिया गिळंकृत केला तरी जपानशी राजकीय संबंध चालूच ठेवले ! त्याने जपानविषयक नवे परराष्ट्रीय धोरण आखले. या परराष्ट्र धोरणाचे एकमेव सूत्र होते - लांगूलचालन ! लाथा बसल्या तरी पाय सोडायचे नाहीत.

शांघायचा घास पचला

उत्तर चीनमधील जपानी जनरल उमेत्सु (Umetsu) हसत होता. दुसरी लाथ हाणण्याची तयारी त्याने सुरू केली होती.

ही लाथ वर्षभरातच चीनच्या पेकाटात बसली. परंतु ही लाथ फक्त जनरल चँग-कै-शेकच्या पृष्ठभागावर नव्हती ! ती होती इंग्लंडच्या तोंडावरदेखील. कारण १९३२ साली जपानने मुळी शांघायवरच हल्ला चढविला !

जपानी ॲडमिरल शिओसावा याने फेब्रुवारी १९३२ मधील एका सकाळी, बंदरातील वुसुंग किल्ल्यावर जपानी युद्धनौकांतून तोफांचा भडीमार सुरू केला. त्याने पत्रक काढले होते :

'चपेई भागात जपानी लोक मोठ्या संख्येने राहतात ! त्यांच्या जीविताला व मालमत्तेला धोका निर्माण झाल्याने, आम्ही त्यांच्या रक्षणासाठी व कायदा व्यवस्थेसाठी तेथे सैन्य आणत आहोत. मला आशा आहे की, चिनी अधिकारी चपेई भागातील सैन्य मागे घेतील व या भागातील सर्व आक्रमक व्यवस्था काढून घेतील."

सर्व आक्रमक झोटिंग नेहमी उपयोगात आणतात तीच ही क्लृप्ती होती. जपानी लोकांना शांघायच्या चपेई भागात येऊन राहण्याचे चिन्यांनी काय निमंत्रण पाठवले होते की काय ? प्रथम माणसे घुसवायची, मग त्यांच्या संरक्षणाचे कारण दाखवून सैन्य आणायचे आणि मुलुख हडप करायचा, हीच सर्व आक्रमकांची नीती असते !

दोन महिने तरी जपान्यांशी इथे कोण लढले ? चँग-कै-शेक लढला नाही. शांघाय परिसरात स्थानिक लष्करी गटाने जपान्यांशी सामना देण्याचा प्रयत्न केला. देशात आता शहराशहरांतून विद्यार्थी-कामगारांच्या घोषणा उठत होत्या : जपानविरुद्ध युद्ध पुकारा !

'दि चायना विकली रिव्ह्यू' या साप्ताहिकाच्या १२ मार्च १९३२ च्या अंकात त्या पत्राच्या प्रतिनिधीने महिनाभराने शांघाय त्याला कसे दिसले त्याचे वर्णन केले आहे : "वर आकाश स्वच्छ आहे, वसंतऋतूतील आकाशासारखे अगदी निळे निळे. उद्ध्वस्त चपेई भागातून थोडे पुढे येताच शेतांच्या लांबच लांब रांगा दिसू लागल्या. काही

शेतांतून नांगर धरलेले होते. बंदुका-तोफांचे आवाज आता बंद होते. याच शेतांतून काही दिवसांपूर्वी सरसहा कत्तल करीत लष्करे फिरत होती, यावर माझा विश्वासच बसत नव्हता.

"दूरवर धुराचे लोट क्षितिज काळवंडून टाकत होते. रस्त्यावरून चालू लागलो तेव्हा रस्त्यावर मोडतोड होऊन पडलेल्या अनेक मोटारी दिसल्या. एक लष्करी गाडी चिरफाळ्या होऊन पडली होती. रेडक्रॉसच्या एका मोटारीवर बॉम्ब पडलेला दिसत होता. रस्त्याने वळण घेतले. चुराडा होऊन पडलेल्या बसेस दिसल्या. जाळल्या जाणाऱ्या रक्तामांसाच्या वासाबरोबर ताझियांग विभागातून जळक्या लाकडांचा वास सर्वत्र भरलेला होता.

"जपानी लोक अजून उभी राहिलेली काही चिनी घरे पद्धतशीरपणे पेटवत होते! रस्त्यामध्ये मोठी भेग पडलेली होती. ती शिताफीने टाळून ड्रायव्हरने आमची मोटार पुढे काढली. रस्त्यावर सर्वत्र रक्ताने माखलेल्या कपड्यांचे तुकडे-ताकडे विखुरलेले दिसले. आपल्या नव्या धन्यासाठी चिनी मजूर निरनिराळी कामे करीत राबत होते. त्यांच्यावर हातात संगिनी घेतलेले जपानी सैनिक पहारा करीत होते. बायोनेट्स आडवी धरलेली होती आणि एखादा चिनी मजूर काम थंडपणे करतो आहे असे दिसले की त्याच्या ढुंगणावर संगीन टोचण्यात येत होती. सापळ्यात सापडलेल्या उंदरांना काठीने टोचावे, तसा तो मजूर एकदम मग ताठ होत असे.

"जिकडे तिकडे घरांचे ढिगारे पडलेले आहेत. ढिगाऱ्यांखाली हजारो चिनी बायका-मुले, तरुण आणि म्हातारे गाडले गेलेले दिसत होते! मध्येच ढिगाऱ्यांतून कुणाचा पाय तर कुणाचा हात वा मुंडके दिसत होते आणि त्या मांसखंडावर कुत्री तुटून पडत होती. विमानातून झालेल्या अंडीचशे पौंडी बॉम्बवर्षावामुळे सर्वत्र खड्डेच खड्डे झालेले होते.

"आता मला ॲडमिरल शिमाडा याच्या पत्रकातील वाक्यांचा अर्थ लागला. पत्रकात शब्द होते : "आमच्या नाविका विमानांनी आपले कार्य ताझियांग भागात आणि इतर खेड्यांत परिणामकारक रीतीने पार पाडले." मन उद्विग्न करणारी ही 'परिणामकारकता' होती. इथल्या निरपराध माणसांच्या यातना ॲडमिरल महाशयाचे 'कार्य' काय ते सांगत होत्या.

"मी खूप पाहिले. माझ्या मन:पटलावर इथल्या जाळपोळीचे आणि रक्तपातांचे रेखीव चित्र उमटले आहे. वुसूंग, कियांग्वान, चपेई, हाँगक्यू, ताझियांग आणि इतर सर्व ठिकाणी हेच घडले. माझ्या मनात विचार आहे तो हजारो निरपराध साध्याभोळ्या जीवांच्या हत्येचा - नाशाचा! कसलीही सूचना नव्हती. कसलेही कारण नव्हते आणि एकाएकी लष्करी सेनानींनी त्याची कत्तल उडवली. शांघायमध्ये जे घडले ते जपानसारख्या

देशाला काळिमा लावणारे आहे.''

चुलीपुढचा शिपाई

जनरल चँग-कै-शेक हा फक्त घरच्या म्हातारीचा काळ होता. चुलीपुढे शिपाई आणि बाहेर भागूबाई हे त्याचे आताचे रूप होते. त्याने जपान्यांपुढे पुन: लोटांगण घालून सांगितले, ''लढाई बंद केलीत तर मी 'सीझ् फायर' करतो !'' लढाई थांबली. जपान्यांचे आरमार शांघायला राहिले ! ही तर सीझ् फायरची अट होती. ही युद्धबंदी घडवून आणण्यात मध्यस्थ कोण होता ? इंग्रज वकील ! त्याच्या बापाचे यात काय जात होते ? शांघायमध्ये जपानी सैन्य असले तरी त्याला फक्त व्यापाराच्या सवलती अबाधित राहिल्याशी काम होते. शिवाय वर चांगुलपणा-शांततेसाठी खटपट करून ॲवॉर्ड दिल्याचा ! कच्छचे रण नाही का याच साहेबांच्या मध्यस्थीने आपण पाकिस्तानला दिले ? फार जुन्या लबाड्या आहेत या. नव्या वेषात त्या पुन: पुन: केल्या जातात, इतकेच !

चिनी भाषेत एक म्हण आहे : ''जर तुम्ही भुकेल्या वाघाला नाश्ता खाऊ घातलात तर तो पुन: सकाळच्या आणि रात्री जेवणासाठी तिथेच येणार !'' चिनी भाषेतील ही म्हण जनरल चँग-कै-शेक विसरला होता. जपानने नाश्त्यासाठी मांचुरिया मागितला. शांघायची तुपाची धार वर धरून जनरल चँग-कै-शेकने त्याला खूष करण्याचा प्रयत्न केला. हा हिंस्त्र पशू आता सरावला होता !

संगीत श्रीमुखात

१९३३ साली जपान्यांनी प्रख्यात चिनी भिंत ओलांडून पेकिंगच्या आसपास सैन्य घुसवले ! वांझोट्या संतापाची एक लाट पुन: देशाच्या अंगावरून फिरली आणि विरली. या वेळी विद्यार्थ्यांनी थोडा अधिक धीटपणा केला. नानकिंग येथे जनरल चँग-कै-शेकचा परराष्ट्रमंत्री डॉ. सी. टी. वाँग कचेरीत मजेत हसत बसला होता. शहरात जपानी मालावरील बहिष्काराची चळवळ आणि युद्धाची मागणी करणारी चळवळ जोर करीत होती. संतप्त विद्यार्थ्यांची एक टोळी डॉ. वाँगच्या कचेरीत घुसली. विद्यार्थ्यांनी विचारले -

''जपान आपल्या देशाचे लचके तोडतो आहे ! तुम्ही यावर काय करायचे ठरवले आहे ?''

''आम्ही निषेधाचा खलिता पाठविलेला आहे. लीग ऑफ नेशन्सकडे प्रश्न नेलेला आहे. शांततेने आणि वाटाघाटीने प्रश्न सोडवण्याचे आमचे धोरण आहे.'' वाँगची ही स्थितप्रज्ञता चीड आणणारी होती.

एक विद्यार्थी पुढे झाला आणि त्याने वाँगच्या थोबाडीत ठेवून दिली ! मग

विद्यार्थ्यांनी त्याला यथेच्छ तुडवला. कचेरीतील कागदपत्र उद्‌ध्वस्त केले. डॉ. वाँगची बोबडी वळली.

याचा परिणाम म्हणून नानकिंग पोलिसांनी आणि कोमिन्टांग सैनिकांनी विद्यार्थ्यांची धरपकड केली. त्यांना मारहाण केली. खटले भरले. परंतु डॉ. वाँग हा काही पुन: कचेरीत आला नाही ! त्याने घाबरून राजीनामा पाठवून दिला.

पिवळे साम्राज्य

जपानने मांचुरियाचा केलेला ग्रास ही खऱ्या अर्थाने दुसऱ्या महायुद्धाची सुरुवात होती ! बोल्शेव्हिक नि:पातासाठी जपान हे करीत आहे आणि चीनमधील कम्युनिस्टांचे शिरकाण करण्याचा आपला जो कार्यक्रम आहे, त्याला ही गोष्ट पूरक आहे, अशा विचाराने जनरल चँग-कै-शेक हालचाल करत नव्हता. रशियन सरहद्द आणि नानकिंग यांच्यामध्ये पसरणारे जपानचे पिवळे साम्राज्य हे चीनला तितकेसे घातक नाही, असा आत्मघातकी विचार करीत चँग जसा गंमत पाहात होता, त्याचप्रमाणे आणि त्याच न्यायाने युरोपात चित्र पालटणार होते. हिटलर चॅन्सेलर झाला होता. बोल्शेव्हिकांचा नि:पात करणारी ही शक्ती आहे, या विश्वासानेच इंग्लंडचा पंतप्रधान चेंबर्लेन हा युरोपातील त्याच्या आक्रमणापुढे सतत शरणागती देत जाणार होता. हे तंत्र जपानने हिटलरला शिकवले ! हिटलरने हे तंत्र पराकोटीचे यशस्वी केले. परंतु १९३०-३३ चे जपानचे साम्राज्यवादी नेतृत्व हे या तंत्राचे जन्मदाते होते.

यानंतर जेमतेम वर्षभर जपानचे लष्कर स्वस्थ होते. १९३५ साली जपानने नवी मागणी केली : 'पेकिंग व तिअनस्टिन येथून चिनी लष्कर व सरकारी कचेऱ्या हलवा.' या वेळी नानकिंग सरकारचा युद्धमंत्री होता जनरल हो-चईन. जनरल चँग-कै-शेकच्या वतीने वाटाघाटीसाठी हा इसम धावत पळत जनरल उमेत्सुकडे आला. जनरल चँग-कै-शेकच्या सूचनेनुसार जपानच्या मागण्या त्याने एकदम मान्य केल्या. इतकेच नव्हे तर जपानशी केलेल्या नव्या तहात जनरल उमेत्सु खुष होईल अशीही तरतूद त्याने केली होती. तहाचे हे कलम होते : "जे कुणी वाट चुकलेले चिनी तरुण जपानविरोधी कारवाया करीत असतात व ज्यामुळे चीन व जपान या राष्ट्रांच्या मैत्रीला बाध येतो, अशा सर्व कारवाईविरुद्ध कोमिन्टांग सरकारने कडक इलाज करावे." चिनी युद्धमंत्री हो-चईन याने राष्ट्रभक्त चिनी नागरिकांवर शस्त्र धरण्याच्या या आश्वासनावर सही दिली ! कारण यासाठी वेगळे काहीच करायचे नव्हते. १९३० ते १९३४ या चार वर्षांत जनरल चँग-कै-शेकने चिनी कम्युनिस्टांच्या नि:पाताची मोहीम हाती घेतलेली होतीच.

जनरल चँग-कै-शेकच्या दृष्टीने जपान्यांचे आक्रमण हा 'चामडीचा रोग' होता (Disease of the skin). परंतु कम्युनिस्टांचे अस्तित्व हा 'हृदयाचा रोग' होता

(Disease of the heart). आता भूमिगत झालेल्या कम्युनिस्ट चळवळीशी मुकाबला करण्याकरिता जर्मन सेनानी सेक्त (Seckt) याच्या नेतृत्वाखाली आलेल्या जर्मन अधिकाऱ्यांनी सुमारे पाच लाख चिनी सेना चँगला तयार करून दिली. याचे नेतृत्व जनरल सेक्त करीत होता. जनरल चँगच्या लाखावरी फौजा तीन वेळा कम्युनिस्टांपुढे हात टेवून नामोहरम झाल्या. अखेरच्या चढाईत जनरल चँग हा आपले उद्दिष्ट थोडेफार गाठू शकला, परंतु माओने त्याला अखेर झुकांडी दिलीच.

इथे सैन्य हतबल असते

अमेरिकेची आणि इंग्लंडची आर्थिक आणि शस्त्रास्त्र मदत व पहिल्या महायुद्धात कसलेल्या जर्मन सेनानीने प्रत्यक्ष साहाय्य, हे सर्व मिळाले असूनही सोव्हिएट रशियातून आयात झालेला मार्क्सवादाचा विचार जनरल चँग-कै-शेक अखेर चिरडू शकला नाही. जनरल चँग-कै-शेकला हे कधीही कळू शकले नाही की, माओच्या नेतृत्वाखाली उभारली गेलेली चीनमधील कम्युनिस्ट चळवळ आणि रुजू पाहणारा मार्क्सवाद हा काही रशियाचा राजकीय विस्तारवाद नव्हता. आशियातील चीनसारख्या मागासलेल्या देशाकडे पाहण्याचे दोन भिन्न दृष्टिकोन यांचाही तो झगडा होता. चीनचे शोषण करू पाहणाऱ्या साम्राज्यवादी शक्तीचे प्रतिनिधित्व चँग-कै-शेक करीत होता आणि या शक्तींना नेस्तनाबूत करण्यासाठी शेतकरीवर्गाचे नेतृत्व माओ करीत होता. डोके वर काढू पाहणारी चिनी श्रमजीवी जनता आणि त्यांना ठेचू पाहणारी भोवतालची परिस्थिती यांचा तो अटळ झगडा होता. अशा प्रवाहांचे परिणाम जनतेच्या मनात आणि मस्तकात घडत असतात आणि ही अशी ठिकाणे आहेत की, जगातली केवढी ही मोठी सैनिकी शक्ती तिथे पोचू शकत नाही ! जनरल चँग-कै-शेक त्याच्या पाठीशी उभ्या राहिलेल्या सर्व जुलमी साम्राज्यवाद्यांसह अखेर इतिहासजमा झाला, यात आश्चर्य वाटण्याचे मुळीच कारण नाही.

परंतु हे घडेपर्यंत आणखी १७-१८ वर्षांचा प्रदीर्घ लढा माओला द्यावा लागला. रानटीपणातून मानवतेकडे निघालेल्या मानवाच्या इतिहासातील आतापर्यंत घडलेल्या संघर्षांपैकी १९२९ ते १९३५ या काळात चँगशी माओने दिलेला लढा हा अतिशय महत्त्वाचा कालखंड आहे.

* * *

□

१६ ऑक्टोबर १९३४ : लाँग मार्च सुरू झाला

एप्रिल १९२७ मध्ये चँग-कै-शेकने केलेल्या आघातानंतर चीनमधील कम्युनिस्ट चळवळ किनाऱ्यालगतच्या शहरांतून उखडत गेली व तिने चीनच्या अंतर्भागात पाय रोवण्याचा प्रयत्न सुरू केला. कम्युनिस्ट पक्षाच्या मध्यवर्ती नेतृत्वाची तर इतकी वाताहात झाली होती की चिनी कम्युनिस्ट पक्षाची सहावी काँग्रेस ही १९२८ मध्ये मॉस्कोला भरली !

सोविएट म्हणजे काय ?

१९२८ साल संपले न संपले तोच चिंगकांगशान तळावरून माओ व चू-तेह हुसकले गेले. लाल सैन्य आता सपाट प्रदेशात उतरले. तुंगकू व त्सिंग कुवो या परिसरात या सैन्याने तळ ठोकला. याच ठिकाणी माओ व चू-तेह यांनी 'चिनी सोविएट प्रजासत्ताक' (Chinese Soviet Republic) स्थापन केले. ज्युईचीन (Juichin) ही राजधानी ठरली.

'सोविएट' याचा अर्थ राजकीय सत्ता हाती असलेले प्रातिनिधिक मंडळ. १९०५ मध्ये रशियात कामगारांनी असे पहिले 'सोविएट' स्थापन केले होते. भांडवलशाहीकडून समाजसत्तावादाच्या वाटचालीत अशा 'सोविएट'ची निर्मिती नितान्त आवश्यक असते, हे लेनिनने स्पष्ट केलेले होते. १९०५ साली रशियन कामगारांनी 'सोविएट' स्थापन केले खरे, परंतु राजकीय सत्ता लाभलेले पहिले सोविएट १९०७ साली लेनिन-स्टॅलिनच्या बोल्शेव्हिक पक्षाने रशियात निर्माण केले.

माओने किआंगसी प्रांतात ज्युईचीन येथे निर्माण केलेले हे 'सोविएट' चीनच्या एकंदर विस्ताराच्या मानाने ठिपक्याएवढ्या प्रदेशावर राजकीय सत्ता लाभलेले 'सोविएट' होते. चिनी कम्युनिस्ट पक्षाच्या मध्यवर्ती पक्षाची सूत्रे आता ली-लिसान याच्याकडे होती. हाच तो ली-लिसान - की जो माओने 'राष्ट्रभक्त पाहिजेत' अशी जाहिरात दिली तेव्हा माओला भेटायला आला आणि माओची बडबड ऐकून शब्दही न बोलता

चालता झाला होता. आता ली-लिसानकडून माओला पत्र आले. या पत्रात ली-लिसाने कळविले होते : "तुमच्या या उद्योगाला पक्षाचा पाठिंबा नाही. लाल सेनेचे अस्तित्व टिकवायचे असेल तर लहान लहान गट करून हे सर्व सैन्य खेडोपाडी पांगवले पाहिजे. माओ व चू-तेह यांनी तर सैन्याबरोबर मुळीच राहू नये."

तरच हे शक्य असते

मध्यवर्ती कम्युनिस्ट पक्षाचे नेतृत्व झुगारून दिलेल्या किआंगसी-हुनान सरहद्दीवरील कम्युनिस्ट पक्षाच्या दुसऱ्या काँग्रेसपुढे माओने आपला कार्यक्रम सादर केलेला होता. सोविएट स्थापन करण्याची आवश्यकता माओला पटलेली होती. असे 'सोविएट' चीनमध्ये का निर्माण होऊ शकते व इतरत्र ते का शक्य नाही याचा ऊहापोह माओने केलेला आहे. माओने १९२८ सालच्या अहवालात म्हटलेले आहे :

"The phenomenon that within a country one or several small areas under Red political power, should exist for a long time, amid the encirclement of white political power is one that has never been found elsewhere in the world. There are peculiar reasons for this unusual phenomenon. It can exist and develop only under certain conditions."

("एका देशात, लाल राजकीय सत्तेचे अनेक लहान लहान भू-भाग, विरोधकांनी चारी बाजूंनी वेढलेल्या अवस्थेतही प्रदीर्घ काळ टिकून राहावे, ही घटना जगात इतरत्र कुठेही आढळणार नाही. या असामान्य घटनेला तशीच काही विशिष्ट कारणे आहेत. काही विशिष्ट परिस्थितीतच अशी राज्ये जगू शकतात - वाढू शकतात.")

ही विशिष्ट परिस्थिती कोणती ? माओ पुढे सांगतो :

"पहिली गोष्ट, साम्राज्यवादी देशात अथवा संपूर्ण गुलाम देशात असे 'सोविएट' निर्माण होणे शक्य नाही. त्यासाठी चीनसारखा आर्थिक दृष्ट्या मागासलेला, अर्धवट वसाहतवादाची शिकार झालेला आणि साम्राज्यवाद्यांनी आडमार्गाने नागवलेला देशच हवा. दुसरी गोष्ट, देशात जी मध्यवर्ती सत्ता असेल, त्यांच्यात सुंदोपसुंदी निर्माण होऊन सशस्त्र लढाया चालू असणे हे अतिशय आवश्यक आहे. जगातल्या कुठल्याही साम्राज्यवादी देशात ही परिस्थिती नाही. इतकेच नव्हे, साम्राज्यवादी राष्ट्रांनी गुलाम केलेल्या देशातही ही परिस्थिती नाही. यामुळे इतरत्र अशी असामान्य स्थिती निर्माण होऊ शकत नाही."

भारतासारख्या संपूर्ण गुलाम देशात सशस्त्र क्रांतिकारक अयशस्वी का झाले आणि माओ चीनमध्ये यशस्वी का झाला, याचे रहस्य माओच्या या अहवालात नमूद आहे. ५ एप्रिल १९२९ ला म्हणूनच माओने ली-लिसानच्या सूचनेला नकार दिला व पुढे

कळवले :

"परिस्थिती जितकी कठीण तितकी आपले सैन्य एकत्र ठेवण्याची गरज अधिकच आहे. नेत्यांनी तर या झगड्यात कणखर भूमिकाच घेतली पाहिजे.

"जर कुणी असे मानत असतील, की शेतकऱ्यांची शक्ती वाढली तर ते कामगार नेतृत्वाला खाऊन टाकतील आणि असे घडणे हे कम्युनिस्ट क्रांतीला विघातक आहे - तर ही गोष्ट चूक आहे.''

लाल सेनेची जडणघडण

चिंगकांगशानच्या तळावर असल्यापासूनच लाल सेनेतील सैनिकांच्या मनाची उत्कृष्ट बांधणी माओ व चू-तेह यांनी केलेली होती. सुरुवातीला तेथे जमलेल्या सैनिकांना तीन महत्त्वाच्या आज्ञा पाळण्यास सांगण्यात आले होते. त्या आज्ञा होत्या -

१) दिल्या जाणाऱ्या आज्ञेचे तंतोतंत पालन करा.

२) गरीब शेतकऱ्यांकडून काहीही चीजवस्तू जप्त करू नका.

३) जे जे काही जमीनदारांकडून सरकारजमा करण्यात येईल, ते ते सर्व जसेच्या तसे सरकारात जमा करा.

या तीन नियमांचे काटेकोर पालन घडत आहे याची काळजी माओ घेत असे. कारण कम्युनिस्ट चळवळीचे सगळे अस्तित्व या बिनीच्या देशभक्तांच्या वागणुकीवर अवलंबून होते. या नियमांत आणखी काही नियम हळूहळू वाढवण्यात आले. ते असे होते :

१) घर सोडताना दरवाजे जागच्या जागी लावा.

(चिनी घरांचे लाकडी दरवाजे काढता-घालता येत असत. रात्री दरवाजाच्या बिजागऱ्यांतून दरवाजे मोकळे करून दोन लाकडी ठोकळ्यांवर आडवे घातले, की रात्री निजण्याचे लाकडी पलंग तयार होत असत. एखाद्या चिनी शेतकऱ्याच्या घरात सैनिक झोपले, तर सकाळी घर सोडण्यापूर्वी हे लाकडी दरवाजे पुन्हा दरवाजाला अडकवून नंतर घर सोडा. हे काम यजमानाच्या गळ्यात टाकून पसार होऊ नका, असा या नियमाचा अर्थ होता.)

२) जे अंथरूण यजमानाने झोपायला दिले असेल, ते आवरून, चटई गुंडाळून ठेवा. लोकांशी वागताना नम्रता सोडू नका आणि शक्य असेल ती सर्व मदत त्यांना करा.

४) कुणाचे काही उसने घेतलेत तर ते आठवणीने परत करा.

५) जर दुसऱ्याची एखादी वस्तू तुमच्या हातून खराब झाली तर त्याची किंमत भरून द्या.

६) शेतकऱ्यांशी व्यवहार करताना तो अगदी प्रामाणिकपणेच झाला पाहिजे अशी काळजी घ्या.

७) प्रत्येक वस्तूचे पैसे मोजा.

८) स्वच्छता पाळा. विशेषत: मुतारीची जागा ही लोकांच्या राहत्या ठिकाणापासून दूर तयार करा.

यातले शेवटचे दोन नियम हे लिन-पियाओ याने अधिक घातलेले होते. हे आठ नियम लाल सैनिकांच्या आजही नित्य पठणात आणि आचरणात असतात. वागणुकीची ही पद्धत सैनिकांकडून अपेक्षिणे ही अत्यंत दुर्मिळ गोष्ट झालेली होती. खेडोपाडी शेतकऱ्यांनी आणि गावकऱ्यांनी आतापर्यंत पाहिलेले सैनिक हे उर्मट, लुबाडणारे, अन्यायी व स्वार्थी वृत्तीचे होते. लाल सैन्यात ही नीतीची श्रीमंती निर्माण करण्यावरच माओचा कटाक्ष होता.

लाल सैन्यापुढे प्राथमिक कार्यही त्यांना अशाच तीन छोट्या वाक्यांत पटविण्यात आले : १) मरेपर्यंत शत्रूशी लढा. २) जमावांना (Masses) सशस्त्र करा. ३) हा लढा चालविण्यासाठी पैसा निर्माण करा.

माओने लाल सैनिकांचे कार्य विशद करताना बजावले होते :

''क्रांतीचे राजकीय हेतू साध्य करणारी यंत्रणा हे चिनी लाल सेनेचे स्वरूप राहील. विशेषत: सद्य:स्थितीत लाल सैनिकांना केवळ लढाई करून भागणार नाही. शत्रूची लष्करी ताकद एकीकडे खच्ची करत असतानाच आणखी काही महत्त्वाच्या गोष्टींत सैनिकांना वाटा उचलावा लागेल. समाजात शिरून तत्त्वज्ञानाचा प्रचार करावा लागेल, जनतेच्या संघटना बांधाव्या लागतील, लोकांना सशस्त्र करावे लागेल आणि आपल्या पक्षाची यंत्रणादेखील उभी करावी लागेल. हे जर लाल सैनिक करणार नसतील तर त्यांच्या अस्तित्वाला आणि मर्दुमकीला काहीही अर्थ राहणार नाही.''

राजकीय क्रांती - मग ती हिंसक मार्गाची असो वा अहिंसक मार्गाची असो - सद्गुणांचे मोठे अधिष्ठान त्याच्यामागे उभे केल्याखेरीज क्रांतीला यश लाभणे मुळीच शक्य नसते. पैसे खाणारे आणि कर बुडविणारे, व्यसनी आणि विषयी, लोभी आणि लाचखाऊ, स्वकीयांशी गुंड आणि परकीयांशी षंढ अशा नेतृत्वाने समाजहिताचा केवढाही बकवा केला तरी क्रांतीला यश येत नाही यासाठी माओने आपल्या अनुयायांवर सुरुवातीच्या काळात नीतीमत्तेची निकड अती कटाक्षाने बिंबवली !

लाल सैन्याची संख्या कमी होती, शत्रूजवळ सैनिकांचा सागर होता. लाल सेनेजवळ पैसा औषधालाही नव्हता, शत्रूजवळ पैशाच्या राशी होत्या. लाल सैन्याजवळची शस्त्रे आधुनिक नव्हती, शत्रूजवळ आधुनिक शस्त्रांची अमेरिकन द्रौपदीची थाळी होती.

एकच गोष्ट लाल सेनेजवळ जास्त असण्याची शक्यता होती - आणि ती म्हणजे कार्यावरील निष्ठा - बावनकशी इमान ! दणकट मनगट आणि निष्कलंक चारित्र्य याच श्रीमंतीवर माओने आपला पुढला लढा नेटाने आखला होता.

सेनेतील लोकशाही

लाल सैन्याची उभारणी ही केवळ उपदेशांच्या डोसावर होत नव्हती. देशोदेशीच्या सैन्ययंत्रणेत आढळते त्यापेक्षा खूपच वेगळे वातावरण लाल सैनिकाला या माओ-सेनेत अनुभवता येत होते. या वातावरणाचे वेगळेपण माओने सांगून ठेवले आहे :

"साधनसामग्रीची टंचाई असून आणि सतत लढाया करण्याचा प्रसंग येऊनही लाल सैन्याने टिकाव धरला, याचे मुख्य कारण लाल सेनेतील लोकशाहीचे वातावरण. अधिकारी कधी सैनिकांना मारीत नसत. अधिकारी आणि सैनिक यांना समान वागणूक होती. सैनिकांना आपल्या सभा भरवून मनमोकळी टीका करण्याची मुभा होती. क्षुल्लक लष्करी शिष्टाचारांना फाटा देण्यात आलेला होता. हिशोब कुणालाही पाहता येत असत. चीनमध्ये जनतेला लोकशाही वातावरणाची जेवढी निकड होती तेवढीच ती सैन्याला होती ! आमच्या सेनेतील हे लोकशाहीचे वातावरण, हेच भाडोत्री सैनिकांना नामोहरम करणारे आमचे मोठे शस्त्र होते."

लष्करी डावपेच

लढाईची पद्धत कोणती हे माओने अगदी कमीत कमी शब्दात सैनिकांपुढे मांडले होते. लढाईची सूत्रे विशद करताना माओ सांगत असे :

१) शत्रू चालत आला तर आपण माघार घेऊ.

२) जेव्हा शत्रू थांबला असेल व तळ टाकून असेल तेव्हा त्याच्यावर आपण वारंवार छापे घालू.

३) जेव्हा शत्रू लढाई टाळण्याचा प्रयत्न करील तेव्हा आपण हल्ला चढवू.

४) जेव्हा शत्रू माघार येईल तेव्हा आपण त्याचा पाठलाग करू.

ज्युईचीन येथे लाल सैन्य पुन्हा संख्येने वाढू लागले. आसपासच्या प्रदेशातून हजारोंनी चिनी शेतकरी आणि कामकरी लाल सेनेत दाखल झाले. लाल राज्याचा विस्तार करण्याकरिता पुढचे-मागचे असे गावामागे गाव कब्जात न घेता, एखादी लाट जशी पुढे सरकते त्या पद्धतीने नवा प्रदेश या राज्यात समाविष्ट करण्याची पद्धत माओने अंगीकारली. एका केंद्राभोवती घट्ट राहून शक्ती वाढवणे हे माओचे तंत्र होते.

अजून शांघाय येथेच असलेल्या ली-लिसान याने चार-पाच महिन्यातच अखेर हे मान्य केले की, माओचा मार्ग हाच योग्य मार्ग आहे. १९२९ साली अमेरिकेला आर्थिक मंदीचा तडाखा बसला आणि जनरल चँग-कै-शेक व त्याचे सहकारी यांच्यात मतभेद

झाल्याच्या बातम्या पसरल्या. २६ ऑक्टोबर १९२९ ला चिनी कम्युनिस्ट पक्षाला मॉस्कोहून आदेश आला की, शेतकरी व कामकरी यांचे राज्य स्थापन करण्याचा समय अगदी जवळ आलेला आहे. आता मात्र माओला पक्षान्तर्गत होणारा विरोधही मावळला. चिनी कम्युनिस्ट पक्षाच्या मध्यवर्ती समितीने मग माओला परवानगी पाठविली की, पुरेशी ताकद लाल सेनेत आली असेल तर हुनान व किआंगसी प्रांतांतील महत्त्वाच्या शहरांवर लष्करी हल्ले करायला आता हरकत नाही.

पुन: पराभव !

चू-तेह व माओ या दोघांनी नानचँगवर हल्ला चढवावा व पेंग-ते-हुई याने चांगशावर चढाई करावी, अशी योजना मग नक्की झाली. याच वेळी हो-लुंग याने वुहान दिशेने काही वाटचाल करणे जमते का ते पाहावे असेही ठरवण्यात आले.

१५ जुलै १९३० च्या सुमारास सैन्ये बाहेर पडली. २८ जुलैला पेंग-ते-हुईने हुनानची राजधानी चांगशा कब्जात घेतली ! चू-तेह व माओ यांना मात्र नानचँगच्या घनघोर लढाईत पराभव पत्करावा लागला. माघार घेत चू-तेह व माओची सैन्ये परत ज्युईचीन तळावर परतली. सुमारे दहा दिवस चांगशा शहर पेंग-ते-हुईच्या ताब्यात राहिले. कोमिन्टांग सेनेने मग चांगशावर जोराचा हल्ला चढविला व या वेळी मात्र पेंग-ते-हुई हा सैन्यासह चांगशाहून पळाला. पुन्हा सर्वजण ज्युईचीन तळावर एकत्र आले तेव्हा या सर्व साहसात हाती काही लागले नाही, असा हिशोब झाला. हो-लुंगचा वुहान वरील हल्ला आता माओने रोखला व त्याला परत बोलावले.

या पराभवाच्या संबंधात माओ सांगतो -

"हुनानमध्ये लाल सेनेचा प्रभाव मोठा होता. माझे नाव हुनानी शेतकऱ्यांत पुष्कळांना ठाऊक होते. मला व चू-तेह याला आणि इतर लाल नेत्यांना पकडणाऱ्याला मोठमोठी इनामे जाहीर झालेली होती. माझी पत्नी, माझी बहीण, माझे भाऊ माओ-त्से-हुंग आणि माओ-त्से-तान आणि त्यांच्या बायका या सर्वांना चांगशा येथे जनरल हो-चईन याने आता अटकेत टाकलेले होते. दुर्दैवाने चांगशा शहरावरचा आमचा हल्ला फसला आणि आम्हाला पुन: किआंगसीमध्ये परतावे लागले."

ली-लिसानच्या आदेशावरून पत्करलेले हे साहस अंगाशी आल्यावर कोमिन्टर्नला स्वस्थ बसणे अशक्य झाले. मॉस्कोची त्याच्यावर इतराजी होण्याचे आणखी एक कारण होते. ली-लिसान हा माओप्रमाणेच हुनानी शेतकरी होता. फ्रान्सला तो शिकण्यासाठी गेला असताना जगातील कम्युनिस्ट चळवळीशी त्याचा संबंध आलेला होता. शांघाय व हँकौ या दोन शहरांतून तो आलटून पालटून वास्तव्य करीत असे. मॉस्कोचे आदेश जसेच्या तसे मानणे त्याला आवडत नसे. उलट मॉस्कोच्या नेतृत्वाला

चीनचे प्रश्न समजत नाहीत, असे त्याचे पक्के मत होते. याबाबतीत ली-लिसान व माओ हे एकाच विचाराचे असले, तरी ली-लिसानचा परिस्थितीचा अंदाज खूपच चुकीचा होता. लाल सैन्याच्या शक्तीविषयी त्याच्या कल्पना अवाच्या सवा होत्या. महत्त्वाच्या शहरांवर लाल सैन्याने हल्ले चढवले व त्याच वेळी उत्तरेत मोठमोठ्या शहरांतून कामगारांनी उठाव केला तर चीनमध्ये क्रांतीचा डोंब उसळण्याचा क्षण जवळ आलेला आहे, अशी त्याची भावना होती. त्याला जागतिक कम्युनिस्ट क्रांतीच्या संदर्भात चीन हा केंद्रबिंदू वाटत होता. यामुळे रशियाचे महत्त्व कमी होत होते आणि ली-लिसानवर मॉस्कोची यामुळे जास्तच इतराजी झालेली होती. ११ जूनला चिनी मध्यवर्ती कम्युनिस्ट पक्षाने केलेल्या ठरावात हे स्पष्टच झालेले होते :

"China is the weakest link in the ruling chain of world imperialism, it is the place above the volcano of the world revolution which is most likely to erupt. The chinese revolution may break out first setting of the world revolution, and the final decissive class war of the world."

(''जागतिक साम्राज्यशक्तीच्या साखळीतील चीन हा सर्वात कच्चा दुवा आहे. जागतिक क्रांतीच्या ज्वालामुखीच्या तोंडावर बसलेला हा देश आहे. प्रथम चिनी क्रांती होईल आणि त्यातून जागतिक क्रांती घडून, अखेरचे जागतिक वर्गयुद्ध सुरू होईल.'')

या ठरावानंतर ली-लिसान याला ताबडतोब मॉस्को येथे बोलावून घेण्यात आले. त्याच्यावरचे आरोप त्याला सांगण्यात येऊन त्याला दोषी ठरविण्यात आले. १९४५ पर्यंत ली-लिसान हा पुन्हा चीनमध्ये परतला नाही किंवा परतू शकला नाही !

चिनी कम्युनिस्ट पक्षाचा कब्जा करून पुढील लढा चालविण्याकरिता पंचविशीतील २८ चिनी बोल्शेव्हिक तरुण मॉस्कोहून मुद्दाम पाठविण्यात आले. या तरुणांच्या ध्येय-धोरणांचा तोंडावळा मॉस्कोशी मिळता-जुळता राहणार होता. या गटाचा व चाऊ-एन-लाय (हा अजून शांघायमध्येच होता.) यांचा संघर्ष सुरू झाला आणि अखेर जानेवारी १९३१ मध्ये या गटाला चिनी कम्युनिस्ट पक्षाचा कब्जा मिळाला. या गटाचे नेते होते वांग-मिंग आणि चईन. दोघांची वये त्या वेळी २३-२४ होती.

माओला आता चिनी मध्यवर्ती कम्युनिस्ट पक्षाचे जोखड असह्य झाले. ली-लिसान गेला, पण त्याची जागा मॉस्को मिंध्या २८ तरुणांनी घेतली. या गटाशी आता माओचा झगडा सुरू होणार होता. परंतु त्यापूर्वी त्याच्या लाल सेनेतच एक पुंडावा झाला !

पहिले कठोर पाऊल

माओच्या लाल राज्यातील शेतीविषयक धोरणे मंजूर नसलेला एक असंतुष्ट गट

सैन्यात होता. या गटाचे लष्करी नेते विचारविनिमयासाठी 'फूटईन' या गावी जमले. माओने या सर्वांना तिथेच अटक केली. या लोकांना मुक्त करण्यासाठी ८ डिसेंबर १९३० ला, लाल लष्करातील या गटाने फितविलेली एक बटालियन, तुंगकू येथे बंड करून उठली व नेत्यांच्या मुक्ततेसाठी 'फूटईन' गावावर चालून गेली.

लाल सेनेतच अशा तऱ्हेचा असंतुष्ट दंगेखोर गट वाढू देणे हे माओला मुळीच परवडणारे नव्हते. जोपर्यंत हा गट केवळ मतभेदांचे प्रदर्शन अधुनमधून करीत होता तोपर्यंत माओने त्याच्याकडे दुर्लक्ष केले. परंतु आता त्यांनी शस्त्र उचलून लाल सैन्यातच दुफळी माजविली. या बंडात सुमारे ४४०० सैनिक सामील झाले होते. ली-लिसानच्या शेतीविषयक मतांशी हा गट सहमत होता व ली-लिसानची मॉस्कोला हकालपट्टी झाल्याने या गटाने ही उचल केली होती.

क्रांतिकारक नेत्यांच्या ठिकाणी जे कठोर मन आणि अमानुष उपाय करण्याची तयारी लागते, ती माओच्या ठिकाणीही होती. माओने या बंडखोरांची कत्तल केली आणि यात सुमारे दोन ते तीन हजार लाल सैनिक व अधिकारी प्राणास मुकले. या कटातील लोकांना माओने दयामाया दाखविली नाही. मोठ्या प्रमाणावर माओने क्रांतीच्या हितासाठी केलेला हा पहिला रक्तपात होता. या गटाचा शोध लावून कटवाल्यांचा वेळीच काटा काढण्याचे काम ज्या लाल पोलिसांनी केले, त्यांच्याकडून माओची गुप्त-पोलीस संघटना आता निर्माण झाली.

स्टॅलिनप्रमाणे माओने स्वत:च्या वैयक्तिक महत्त्वाकांक्षेपोटी एखाद्या सहकाऱ्याची हत्या केल्याचे नमूद नाही. परंतु जेव्हा विरोधकांनी शस्त्राचार अंगीकारला व हिंसा करण्यावाचून गत्यंतर नाही अशी स्थिती झाली, अशा वेळी माओने कत्तलीला परवानगी दिली. ही हत्या अटळ होती ही एकच गोष्ट या हत्येची आवश्यकता सिद्ध करते. जर हा गट लाल सेनेत वाढला असता, तर कम्युनिस्ट क्रांती या कॅन्सरमुळे नक्कीच कालवश झाली असती.

पत्नीची आहुती

फार विवेक करावा अशी परिस्थिती राहिली होती कुठे ? माओ व चू-तेह यांना जिवंत वा मेलेले पकडणाऱ्यास प्रचंड बक्षिसे कोमिन्टांग सेनेने जाहीर केलेली होती. लाल सेनेच्या हातून चांगशा शहर कोमिन्टांग सेनेने जिंकले तेव्हा जुलै १९३० मध्ये माओची प्रिय पत्नी यांग-कुई-हुई आणि बहीण, माओच्या दोन्ही भावांच्या बायका, आणि मुलगा या सगळ्यांना कोमिन्टांग लष्करी सेनानी जनरल हो-चईन याने अटक केली. यातील बाकी सर्वांची हो-चईन याने सुटका केली असली तरी माओची पत्नी यांग-कुई-हुई व त्याची बहीण या दोघींना हो-चईन याने गोळ्या घातल्या ! माओने

यानंतर दोन लग्ने केली असली, तरी यांग-कुई-हुई हे त्याचे पहिले प्रेमस्थान होते आणि तिचा असा अंत होण्यापूर्वी तिच्यापासून माओला दोन मुलगे झालेले होते.

क्रांतीतील स्वाभाविक आहुती म्हणून या पत्नीच्या व बहिणीच्या हत्येकडे माओ पाहात होता. सर्व दोर आता तुटलेले होते. दयेची भीक त्याला आता नको होती. आणि शत्रूवर दया करण्याचे बंधन तो स्वत:ही आता मानणार नव्हता. कवीमनाचा हळवा माओ नावाचा तरुण आता इतिहासजमा झाला होता. चीनमधील कम्युनिस्ट क्रांतीचा एकमेव आधार, चिनी कम्युनिस्ट पक्षाचा एकमेव हयात संस्थापक आणि चीनमधील पहिल्या स्वतंत्र सोविएट राज्याचा चेअरमन, अशा तीन भूमिकांमुळे वज्रादपि कठोर असे काठिण्य त्याने आता व्यवहार म्हणून पत्करले होते !

माओ हा आता एका अर्थाने कियांगसीमधील लाल सोविएट राज्याचा एकमेव कर्ता पुरुष झाला. परंतु याचमुळे त्याच्यावर आता नवीन संकटे लवकरच कोसळणार होती. नानकिंग येथील चँग-कै-शेक सरकारला आता माओचा काटा काढणे हे एकमेव लक्ष्य समोर दिसू लागले. याच सुमारास चाऊ-एन-लाय हा शांघायहून माओला येऊन मिळाला.

एक लाख कोमिन्टांग सेनेची प्रचंड जमवाजमव करून चँग-कै-शेकने डिसेंबर १९३० मध्ये कम्युनिस्टांविरुद्धची पहिली नि:पात मोहीम हाती घेतली. लाल सैन्याची संख्या या वेळी ४०,००० च्या घरात गेलेली होती. तरीसुद्धा कोमिन्टांग सेना ही लाल सेनेहून संख्येने दुपटीपेक्षा अधिक होती.

सन-त्झूचे विचार

माओने, चिंगकांगशानच्या पहाडावरील वास्तव्यात ख्रिस्तपूर्व ५०० वर्षे चीनमध्ये होऊन गेलेल्या सन-त्झू (Sun-Tzu) या लष्करी तज्ज्ञाच्या लेखनाचा अभ्यास केलेला होता. सन-त्झू याच्या लष्करी संघर्षातील महत्त्वाचा सिद्धांत हा होता :

''एकापुढील एक लढ्यातून, आपल्या सैन्यापैकी अधिकाधिक अंश हा शत्रूच्या कमी कमी होत जाणाऱ्या संख्येविरुद्ध एकवटत गेल्यास, जय मिळविता येतो.'' हे लढाईत प्रत्यक्षात उतरविण्याचा मार्ग सांगताना सन-त्झू सांगतो :

''शत्रूच्या सैन्याचा व्यूह हेरून आणि स्वत: अदृश्य राहून, आपल्याला आपले सैन्य मोक्याच्या ठिकाणी एकवटून ठेवता येते आणि अशा परिस्थितीत शत्रू मात्र आपल्या सैन्याचे विभाग पाडून ठेवतो. म्हणजे शत्रूची शक्ती अनेक ठिकाणी विभागलेली असते व आपण मात्र मोठ्या संख्येने एकेक भागाचा समाचार घेऊ शकतो.''

चँग-कै-शेक च्या पहिल्या मोहिमेशी मुकाबला करताना माओने सांगितले :

"Our strategy is to pit one against ten and our tactics are to pit ten against one. This constitutes one of our principles for gaining mastry over the enemy.

"The enemy does not know when and where we shall act. This we keep secret. The Red Army generally operates by surprise attacks."

माओने आपल्या शब्दात सांगितलेला 'सन-त्झू'चा हा लढाईतील डावपेच त्यापूर्वी तीनशे वर्ष शिवाजी महाराजांनी आणि त्यानंतर संताजी-धनाजी यांनी मोगली सत्तेला नामोहरम करण्याकरिता वापरलेला होता. शिवाजी महाराजांनी लढाईच्या तंत्राचे सूत्रबद्ध लेखन केले नसले, तरी गनिमी काव्याच्या तंत्रात भारतीयांनी माओपासून शिकावे असे काहीही नाही ! मोठमोठ्या समजल्या जाणाऱ्या गोष्टी या नेहमीच अशा सोप्या, साध्या असतात. याचा दुसरा अर्थ असा, १९३० मधील चीनची परिस्थिती आणि १६३० मधील महाराष्ट्राची परिस्थिती ही जवळजवळ सारखी होती !

कोमिन्टांग सेनेचा पहिला बोजवारा

डिसेंबर १९३० मध्ये चँग-कै-शेकच्या फौजांनी सुरू केलेल्या या पहिल्या चढाईचा जानेवारी १९३१ मध्ये पुरता फज्जा उडाला. टॅन-टाओ-युवान आणि चँग-हुई-त्सान हे दोन कोमिन्टांग सेनानी या मोहिमेवर आले होते. तीन दिशांनी ज्युईचीनवर कोमिन्टांग सेना घसरू लागल्या.

पहिल्याच तडाख्यात लाल सेनेने चँग-हुई-त्सान याचे ९००० सैनिक त्याच्यासह पकडले. या पहिल्याच तडाख्यासरशी कोमिन्टांग सेनेचे इतर दोन विभाग पळत सुटले. त्यातल्या फक्त एकाचा लाल सैन्याने पाठलाग करून, हे सैन्यदल त्यांनी निम्मेशिम्मे गारद केले. पकडलेल्या कोमिन्टांग सेनापतीची चँग-हुई-त्सान याची जनता न्याया-लयापुढे चौकशी होऊन त्याला देहांत शासन देण्यात आले. या पहिल्या विजयाचे रहस्य माओ सांगतो :

"जानेवारी १९३१ पर्यंत (चँग-कै-शेकची) पहिली मोहीम संपूर्ण पराभूत झाली. लाल सैन्याने या मोहिमेपूर्वी जी तीन उद्दिष्टे साधली होती, ती साधली गेली नसती तर हे शक्य झाले नसते. एक : सर्व लाल सेनेचे एकसूत्रीकरण करून त्यावर मध्यवर्ती अधिकार झालेला होता. दोन : ली-लिसान 'लाइन' संपूर्ण नामशेष झालेली होती. आणि तिसरी गोष्ट : पक्षाने असंतुष्ट बोल्शेव्हिक विरोधकांवर संपूर्ण विजय मिळविलेला होता."

ह्या पराभवाने नानकिंग सरकारची झोप उडाली. शाहिस्तेखानाची बोटे तुटली होती ! कोमिन्टांग सैन्य अर्धमेल्या अवस्थेत मार खाऊन फटफजिती होऊन परतले होते. नानकिंग सरकारातील युद्ध-मंत्री जनरल हो-यिंग-चईन याने आता स्वतःच कम्युनिस्ट

नि:पाताचा विडा उचलला. चारच महिन्यात दुसरी मोहीम निघाली आणि त्याचे नेतृत्व जनरल हो-यिंग-चईन याने आपणाकडे घेतले.

दुसऱ्या चढाईची तीच गत

या दुसऱ्या प्राण-संकटाच्या वेळी लाल सैन्याची स्थिती आणखी कठीण झालेली होती. चँग-कै-शेकच्या पहिल्या मोहिमेला लाल सैन्याने पाणी पाजले, परंतु यात त्याचे १०,००० सैनिक कामास आलेले होते. मृतांची व जखमींचीही संख्या एकंदर संख्येच्या मानाने अर्थात मोठी होती. याउलट चँग-कै-शेकने दुसऱ्या नि:पात मोहिमेसाठी २,००,००० सैन्य एकत्रित करून पाठविले होते.

एप्रिल महिन्यातील अखेरचे पंचवीस दिवस आणि मे महिन्याचा पहिला आठवडा लाल सेना तुंगकू येथे दबा धरून बसली होती. फूटईनजवळ कोमिन्टांग सेनेचा एक तळ पडलेला होता. या ठिकाणी कोमिन्टांग सेनेच्या सुमारे ११ रेजिमेंट्स होत्या. तेथून चार मैलांवर कोमिन्टांग सेनेचा दुसरा मोठा तळ होता आणि फूटईनपासून बारा मैलांवर त्साई-टिंग-कई याच्या नेतृत्वाखाली चँग-कै-शेकच्या 'क्रॅक' डिव्हिजनपैकी, खास तयार केलेल्या तुकड्या सज्ज होत्या. पहिल्या मोहिमेच्या वेळी या 'तडाखेबाज' सैन्य-तुकड्यांपैकी एकही तुकडी मोहिमेवर आलेली नव्हती! फूटईनजवळच्या कोमिन्टांग सेनेच्या तळावर लाल सेनेने अचानक घाला घातला आणि जवळपासच्या परिसरात असलेल्या कोमिन्टांग सैन्याला काही सुगावा लागण्यापूर्वीच फूटईन येथे लाल सेनेने तेथील अकरा रेजिमेंट्सची चटणी उडविली!

पहिलाच दणदणीत विजय मिळताच लाल सेनेने पंधरा दिवसात सुमारे अडीचशे मैलांच्या पट्ट्यात शत्रूशी वेगवेगळ्या ठिकाणी पाच लढाया दिल्या आणि या पाचही ठिकाणी कोमिन्टांग सेना पळत सुटल्याचे दृश्य पाहून, त्साई-टिंग-कई याने आपल्या क्रॅक डिव्हिजनसह पळ काढला! दुसऱ्या नि:पात-मोहिमेची अशी वाताहात झाली. २०,००० बंदुकी दारूगोळ्यासह लाल सेनेच्या हातात पडल्या.

या प्रचंड विजयामुळे माओला जो अत्यानंद झाला, तो त्याने एका कवितेत नमूद करून ठेवला आहे. त्याचे इंग्रजी भाषांतर असे आहे :

A forest of rifles press forward

The flying generals sweep down from the void into battle

In fifteen days we have driven seven hundred li

Green and majestic are the waters of Kiangsi

And the mountains of Funkien like jade

We have swept through armies thousands strong

like rolling up a mat

Some one is weeping

How bitterly he regrets the strategy of step by step advance

भावार्थ सोपा आहे :

"बंदुकीचे रान पुढे सरकते आहे आणि अवकाशातून पंख लावून यावे तसे अचानक पुढे आलेले सेनानी तुटून पडताहेत शत्रूवर ! पंधरा दिवसात आम्ही सातशे ली मुसंडी मारली आहे. किआंगसीचे हिरवेगार पाणी थाटात वाहते आहे. समोर दिसणारे फुंकीनचे डोंगर आहेत पाचूचे, एखादी चटई गुंडाळावी तशी आम्ही सहस्त्रावधी शत्रूसेना मागे ढकलली आहे. कुणी तरी रडते आहे. एक एक पाऊल पुढे येण्याचा बेत फसला आहे याचे केवढे कटू दु:ख त्याला होते आहे."

शेवटच्या दोन ओळी या मोहिमेचा कोमिन्टांग सेनेचा कमांडर इन-चीफ हो-यिंग-चईन याला उद्देशून माओने लिहिलेल्या आहेत. कवी माओच्या शब्दांची ताकद मोठी आहे. अगदी थोड्या शब्दांत रणांगणाचे चित्र उभे करणे ही गोष्ट सोपी नाही. कविमन असलेले क्रांतिकारक हाताच्या बोटांवर मोजण्याइतकेदेखील नाहीत. सावरकर आणि माओ दोनच नावे नजरेपुढे येतात. माओला प्रत्यक्ष रणांगणावर कविता लिहाव्या लागल्या, तर सावरकरांना अंदमानच्या अंधार कोठडीत ! हा मात्र दैवाचा भाग.

तिसऱ्या मोहिमेला अपशकुन !

जुलै १९३१ मधील या दुसऱ्या मोहिमेच्या भयंकर अपयशामुळे जनरल चँग-कै-शेक हा स्वत:च आता नानचँग येथे दाखल झाला. माओ याने कोमिन्टांग सेनेच्या या तिसऱ्या चढाईचे समग्र वर्णन करून ठेवले आहे. माओ सांगतो :

"चँग-कै-शेक हा स्वत: कमांडर-इन-चीफ म्हणून रणात उतरला होता. त्याच्या हाताखाली तीन सेनानी होते. मध्य आघाडीवर जनरल हो-यिंग-चईन. उजवी बगल ही स्वत: चँग-कै-शेक सांभाळणार होता आणि डाव्या बगलेकडे चू-शाओ-लियांगची सेना होती. हो-यिंग-चईन व चँग-कै-शेक या दोघांच्या छावण्या किआन (Kian) या शहरीच होत्या.

"एकंदर सैन्य ३,००,००० होते. मुख्य फौज ही चँग-कै-शेकची होती. ती सुमारे एक लाख होती. या वेळी शत्रूने डावपेच बदलले होते. या वेळी सरळ आतपर्यंत घुसण्याचे तंत्र शत्रू अवलंबणार होता. कान नदीच्या दिशेने लाल सैन्याचा खतमा उडविण्याचा शत्रूचा विचार दिसत होता.

"दुसरी नि:पात मोहीम उधळली गेल्याला महिनाही झाला नव्हता, तोच ही तिसरी मोहीम अंगावर कोसळल्यामुळे लाल सेना दमलेली होती. अजून सेनेची डागडुजीही

पुरती झालेली नव्हती. त्सिंगकुवो या गावाजवळ सुमारे चार मैलांचा प्रदेश तुडवीत लाल सेना एकवटली होती.

"लाल सेनेने या वेळेस वापरलेले तंत्रही जरा वेगळे होते. प्रथम एका बिंदूपाशी उत्तर-दक्षिण खिंडार पाडायचे आणि मग त्या सैन्याने पश्चिमेकडे वळून दुसऱ्या बिंदूपाशी पिछाडीच्या बाजूने धडक द्यायची. लाल सैन्य पाठीवर आले की कोमिन्टांग सेना त्या ठिकाणी उत्तरेकडे तोंड धरून प्रतिकार करू लागे. म्हणजे कोमिन्टांग सेनेपैकी काही तुकड्या दक्षिणेकडे तोंड करून लढत असताना काहींची तोंडे उत्तरेकडे फिरलेली असत. याचा फायदा घेऊन मुख्य लाल सेना कोमिन्टांग सेनेतील कच्चे दुवे हेरून, त्या ठिकाणी चढाईचा पवित्रा घेत असे."

रोज सुमारे तीस मैल अंतर काटीत चँग-कै-शेकच्या सेनेचा मुख्य भाग हा सोविएट प्रदेशात खोलवर पुढे येताच, लाल सेनेने आपल्या वरील तंत्रानुसार हल्ला सुरू केला. चँग-कै-शेकच्या ३३ डिव्हिजन्सपैकी १७ डिव्हिजन्स सैन्याला लाल सेनेने खडे चारले. चँग-कै-शेकची सेना अशी १५ सप्टेंबरपर्यंत कुरतडली गेली तरी चँग-क्रॅक फौज सर्व शाबूत होती. लवकरच चँगच्या सेनेने सोविएट प्रजासत्ताकाची राजधानी ज्युईचीनवर धडक मारली असती यात शंका नाही. माओच्या सुदैवाने आणि चँग-कै-शेकच्या दुर्दैवाने नेमका याच वेळी मांचुरियात 'मुकडेन' येथे जपान्यांनी गोंधळ उडविला.

जपान्यांनी मांचुरियात सैन्य घुसवल्यामुळे चँग-कै-शेकने माओविरुद्ध केलेली मोहीम मागे घेतली. जपान्यांविरुद्ध चँग-कै-शेक काहीही करू शकत नाही, हे दृश्य जनतेपुढे येताच जनरल चँग-कै-शेक याने आपली अप्रियता झाकण्यासाठी व आपले अद्वितीयत्व प्रस्थापित करण्याकरिता पुन्हा एकदा 'सत्ता-संन्यास' जाहीर केला ! ऑक्टोबर १९३१ मध्ये, पूर्वी एकदा १९२७ साली त्याने केलेल्या नाटकाचा हा पुन्हा प्रयोग झाला. दोन महिने जेमतेम सत्तेपासून दूर राहिल्यानंतर जेव्हा नानकिंग सरकारातील त्याच्या हस्तकांनी पुनश्च त्याच्या नाकदुऱ्या काढल्या, तेव्हा चँग-कै-शेक जानेवारी १९३२ मध्ये पुनश्च सर्व कोमिन्टांग लष्कराचा 'कमांडर-इन-चीफ' झाला.

पदराआडचा दिवा !

किआंगसीमध्ये माओच्या नेतृत्वाखाली जन्माला आलेले चिमुकले लाल सोविएट राज्य हाच चीनमधील कम्युनिस्ट चळवळीचा एकमेव आशातंतू आता उरलेला होता. कम्युनिस्ट चळवळीच्या या नव्या अवताराचे रूप काय होते ? या अस्तित्वासाठी धडपडणाऱ्या छोट्या लाल स्वराज्यात कोणते जीवन-मरणाचे प्रश्न आ-वासून उभे झाले होते ? चिनी कम्युनिस्ट चळवळीची बीजे समजून घ्यावयाची तर या प्रश्नांची उत्तरे ठाऊक असली पाहिजेत. किआंगसी येथील सोविएट राज्याचा हा प्रयोग सुमारे अडीच-

तीन वर्षेच टिकला. कारण १९३४ मध्ये किआंगसीमधून लाल सैन्य हाकलले गेले व सुप्रसिद्ध 'लाँग मार्च' या प्रसिद्ध माघारीला माओने सुरुवात केली. परंतु अडीच-तीन वर्षांच्या कालखंडात या सोविएट राज्यात जे घडले तेच पुढे लाल चीन अस्तित्वात आल्यावर घडणार होते. यामुळे या अल्प काळात माओने साधले काय ? चुका काय केल्या ? शेतकरीवर्ग माओने जिंकला की नाही ? या प्रश्नांची उत्तरे शोधायलाच हवीत.

चँग-कै-शेक याच्या पाठोपाठ होणाऱ्या स्वाऱ्यांमुळे पदराखाली दिवा जपावा तसे हे छोटे राज्य वाचवणे प्रथम अगत्याचे होते. अद्यायावत शस्त्रास्त्रांनी सुसज्ज असलेल्या चँग-कै-शेक याच्या फौजा एका बाजूला आणि भाले-बरच्या असल्या प्राथमिक आयुधांनी लढणारे लाल सैन्य एका बाजूला, असा हा विषम लढा होता. स्वतंत्र राज्य म्हटले की ते सदैव जागरूक आणि शस्त्रसाठा असणे आवश्यक होते. यामुळे अहोरात्र आणि दिवसाचे चोवीस तास या छोट्या स्वतंत्र लाल राज्यात युद्धजन्य परिस्थिती राहात होती, याचा विलक्षण ताण सर्वांवर सतत होता. असे असूनही लाल सैन्य या कसोटीला उतरले याचे रहस्य सांगताना माओ म्हणतो :

"प्रथम पगारी म्हणून सैन्यात भरती झालेल्या सैनिकांचीच लाल सेनेत बहुसंख्या होती. परंतु एकदा लाल सेनेत सामील होताच त्यांची वृत्ती पालटून जात असे. सेनेचे पगारी स्वरूपच आम्ही प्रथम नष्ट करून टाकीत होतो. या सैनिकांना आम्ही हे पटवून देत असू की, ते दुसऱ्या कुणाकरिता लढत नसून स्वतःकरिता आणि जनतेकरिता लढत आहेत. लाल सैन्यात ठरलेला पगार हातावर देण्याचे बंद केले होते. पगार असा नव्हता. तांदूळ प्रत्येक सैनिकाला देण्यात येई. तेल, मीठ, भाज्या, सरपण या वरखर्चासाठी काही रक्कमही त्याला मिळत असे. परंतु सर्व स्थानिक सैनिकांना एक गोष्ट आम्ही देत होतो - ती म्हणजे त्याला जमीन मिळत असे !"

जमिनीचे फेरवाटप हे शेतकरी जिंकण्याचे माओचे अमोघ शस्त्र होते. जून १९३३ मध्ये या लाल राज्याचा अध्यक्ष म्हणून काढलेल्या एका आदेशात माओ म्हणतो :

"जमीनदार वर्ग हा क्रांतीचा प्रधान शत्रू आहे. सोविएट राज्याचे जमीनदारांबाबतचे धोरण एकच आहे - त्यांची संपूर्ण मालमत्ता जप्त करायची आणि जमीनदार हा वर्गच नष्ट करायचा !"

या मार्गाने माओच्या या सोविएट प्रजासत्ताकाने केवळ दीड-दोन महिन्यांत ज्युईचीन या राजधानीभोवतीच्या जिल्ह्यात सगळा शेतकरी वर्ग झपाटून टाकला. या जमिनीच्या फेरवाटपात ३००० जमीनदार आणि श्रीमंत शेतकरी हुडकून काढण्यात आले. यातल्या गडबड करू पाहणाऱ्या फक्त बारा जणांना लोकसाक्ष चौकशीनंतर ठार मारण्यात आले आणि सर्व प्रतिकार चिरडून टाकण्यात आला.

अर्थात हे सर्व निर्णय, माओ घेत नव्हता. हे सर्व निर्णय सरकारने घ्यावे व जनतेने फक्त सरकारचे हुकूम मानावे, हा व्यवहार माओला अभिप्रेत नव्हता. जमिनीचे फेरवाटप अथवा भूमिहीनांना जमिनीचे दान, हा केवळ राजकीय व आर्थिक कार्यक्रम म्हणनू माओने पुरस्कारला नव्हता. याच क्रियेतून शेतकऱ्यांचे शिक्षण त्याला घडवायचे होते. असे केले नाही तर आज भूमिहीन म्हणून पुढे येणारा, हात पसरणारा माणूस, उद्या संधी मिळताच दुसऱ्याची जमीन लुबाडायला मागे-पुढे पाहणार नाही हा मनुष्यस्वभाव माओला ठाऊक होता. म्हणून एखाद्या जमीनदाराची इस्टेट जप्त करण्याचा निर्णय असो, वा एखाद्या जुलमी पापाचारी श्रीमंत जमीनदाराचे डोके मारण्याचा निर्णय असो, हे सर्व निर्णय आणि प्रत्यक्ष जमीन वाटपाचे निर्णय, हे शेतकऱ्यांनी त्यांचे त्यांनीच घेतले पाहिजेत असा दंडक माओने निर्माण केला. माओने स्पष्टच सांगितले, ''अशा तऱ्हेचे निर्णय हे काही सरकारी सोविएट अधिकाऱ्यांनी घेतले तर त्यामुळे यात जनतेची प्रतिकारशक्तीच खच्ची होण्याचा धोका असतो.''

एखादा निर्णय कितीही चांगला असला, तरी त्याच्या प्रत्यक्ष अंमलबजावणीत क्षते निर्माण होतात आणि या क्षतांभोवती निरनिराळ्या समाजरोगांचे जंतू पुष्ट होत राहतात. हे टाळण्यासाठी या सर्व निर्णयांची जबाबदारी जनतेवरच टाकून, त्यांनाच त्या निर्णयाशी मानसिक-दृष्ट्या जखडून टाकण्याचे माओचे तंत्र अगदी नवीनच होते.

लाल राजवटीने जनतेचे प्रेम आणि विश्वास कसा संपादन केला हे सांगताना एडगर स्नो, या लाल चीनला भेट देणाऱ्या पत्रपंडिताने नमूद केले आहे :

''वर्षभराच्या अवधीत या लाल राजवटीत एकही बेकार माणूस नव्हता. अफूबंदी झाली होती. वेश्याव्यवसाय नामशेष झाला होता. अर्भकांची गुलाम म्हणून विक्री आणि सक्तीचे विवाहही बंद झाले होते. आणि मुख्य म्हणजे सामान्य कामकरी आणि शेतकऱ्यांचे जीवनमान खूपच सुधारलेले होते. हजार सहकारी सोसायट्या चालाव्या, आणि सामुदायिक साक्षरतेचा प्रयोग लोकांनी उचलून धरावा, या सर्व गोष्टींचा परिणाम म्हणून या नवजात राज्याकडे चिनी जनता आशेने पाहू लागली नसती तर ते आश्चर्य ठरले असते. परिस्थितीजन्य नरकात शिरलेले हे चैतन्याने पहिले किरण होते! नव्या जीवनाचा हा प्रथम साक्षात्कार होता.''

चिनी सोविएट प्रजासत्ताकाच्या आर्थिक आणि सामाजिक धोरणांवर माओची अशी घट्ट पकड निर्माण झाली खरी, परंतु प्रजासत्ताकाच्या सैनिकी संरक्षणाबाबत लाल नेत्यांत काही मतभेद होते. लाल सेनेने आपल्या स्वतंत्र राज्याची कक्षा वाढवण्यापेक्षा त्याचा परिणाम दृढमूल करण्याच्या दृष्टीने अजूनही गनिमी काव्याच्या तंत्रानेच चँग-कै-शेकशी युद्ध खेळावे असा माओचा आग्रह होता. परंतु चँग-कै-शेक हा केवळ अंतर्गत शत्रूच

आता इतरांच्या डोळ्यांपुढे नव्हता. जपानी आक्रमकांविरुद्ध हालचाल करणे आणि चीनमध्ये इतर ठिकाणी जी अशीच सोविएट प्रजासत्ताक स्वतंत्र राज्ये अस्तित्वात येण्याची शक्यता होती त्या त्या ठिकाणी संपर्क साधणे अगत्याचे आहे असा इतरांचा आग्रह होता. यात लो-वाँग-मिंग व चाऊ-एन-लाय अशा सारख्यांचा समावेश होता.

आपल्याच सरहद्दीत दबा धरून केवळ चँग-कै-शेकच्या आक्रमकांची सतत वाट पाहत राहणे कितपत उचित होते ? यामुळे सोविएट राज्यातील प्रजेला सतत युद्धाचा धोका आणि अखंड कष्ट, अडचणी सोसाव्या लागतात त्याचे काय ? शिवाय हे कसले स्वतंत्र राज्य - की जे सतत त्रास देणाऱ्या शत्रूचा कायमचा बंदोबस्त करू शकत नाही ? हे आणि अशांसारखे प्रश्न सतत पुढे येत होते. या सर्वांना माओजवळ तत्क्षणी उत्तरे होतीच असे म्हणता येणार नाही. माओचे म्हणणे, त्या काळात असे काही तरी असावे : ''काही कळ सोसू. वाट पाहू. नजीकच्या भवितव्यात अशी काही तरी परिस्थिती अचानक निर्माण होईल, की आपण आपले क्षेत्र वाढवू शकू.''

चौथ्या मोहिमेची दाणादाण

अखेर एप्रिल १९३३ मध्ये चँग-कै-शेकने २,५०,००० सैन्यानिशी कम्युनिस्टांच्या निःपाताची चौथी लढाई सुरू केली. लो-मिंग याने पुरस्कारलेले शत्रूला अंगावर न घेता, ज्युईचीन केंद्रापासून शक्यतो दूर, कोमिन्टांग प्रदेशात लढाई खेळण्याचे तंत्र लाल सेनेने या वेळी अंगिकारले. हे तंत्र यशस्वी ठरून जनरल चेन-चेंग या चँगे-कै-शेकच्या सेनानीचा दोन लढायांत प्रचंड पराभव झाला. सुमारे १३,००० कोमिन्टांग सैन्य लाल सेनेने पकडले. दारुगोळा आणि मोठ्या प्रमाणावर शस्त्रास्त्रे लाल सेनेच्या हाती पडली. जनरल चेन-चेंग याने चँग-कै-शेकला कळविले, ''कम्युनिस्टांशी लढणे हे आयुष्यभराचे काम ठरणारे आहे. ही चढाई मागे घेण्यात यावी !'' चौथी निःपात-मोहीमदेखील अशी फसताच, चँग-कै-शेकने जनरल चेन-चेंग याला बडतर्फ केले. परंतु मोहीम मागे घेण्यावाचून त्याला गत्यंतर उरले नाही.

चँग-कै-शेक चौथ्यांदा पराभूत झाला खरा, पण तो शहाणा होऊन परत फिरला होता ! याउलट लो-मिंग याच्या चढाईच्या धोरणाला लाभलेल्या या तात्पुरत्या यशाने असा एक गैरसमज प्रसृत झाला की, लाल सेनेची ताकद अमाप वाढली आहे ! कोमिन्टांग सेनेशी बरोबरीने मुकाबला करण्याची शक्ती आता लाल सेनेने पैदा केलेली आहे ! याचा दुष्परिणाम पाचव्या निःपात मोहिमेत लगेच प्रत्ययाला आला.

पाचवा अखेरचा यत्न

पाचव्या आणि अखेरच्या ठरलेल्या किआंगसी कम्युनिस्ट सत्तेच्या निःपात मोहिमेसाठी जनरल चँग-कै-शेक याने ९,००,००० सैन्य उभे केले. यातली ४,००,०००

फौज ही केवळ किआंगसी-फुंकीन क्षेत्रातच एकवटण्यात येणार होती. लाल सैन्याची या वेळची शक्ती तुलनेने अती अल्प होती. सर्व राखीव दलांसह सैनिकांची संख्या १,८०,००० होत होती. सुमारे २,००,००० लाल क्रांतिकारक या सैनिकांना मदत करू शकतील अशी आशा वाटत होती. परंतु प्रत्यक्ष लढणाऱ्या या सैनिकांत यामुळे भर पडणार नव्हती. प्रश्न होता युद्ध-साहित्याचा ! तोफा मुळीच नव्हत्या आणि बंदुका होत्या फक्त सुमारे १,००,००० ! ज्युईचीन येथे लो लहानसा दारुगोळ्याचा कारखाना सुरू करण्यात आला होता, त्या बंदुकीच्या गोळ्या, ग्रेनेडस्, बॉम्ब्स् लहानशा प्रमाणावर तयार होत होते. हाच काय तो या बंदुकांना आधार होता.

जनरल व्हॉन सेक्त या जर्मन सल्लागाराशी सल्लामसलत करून, जनरल चँग-कै-शेक याने या वेळी नवा व्यूह टाकला होता. रणनीती बदलली होती. कोमिन्टांग सेनेला शस्त्रे अमाप उपलब्ध होती. तांत्रिक विपुलता होती. परदेशातून शस्त्रास्त्रांचा पूर लोटत होता आणि मुख्य म्हणजे ४०० लढाऊ विमानांचा ताफा दिमतीला होता ! चँग-कै-शेकची तीन-चार विमाने लाल सेनेने पकडली होती. परंतु ही विमाने उडवायला लाल सेनेपाशी पेट्रोल कुठे होते ?

जनरल चँग-कै-शेकने या वेळी आपल्या सैन्याचा उपयोग लाल सेनेची कोंडी करून उपासमार घडविण्यासाठी केला, लहान लहान चौक्या निर्माण कराव्या आणि नवे रस्ते तयार करून चौक्यांचा चौफेर वेढा नीट परस्पर संपर्काने बांधला गेला की मग थोडे पुढे सरकावे. वर्तुळ आवळत जाण्याचे हे तंत्र यशस्वी होत चालले. सोव्हिएट प्रजासत्ताकाभोवती कोमिन्टांग सैन्याची प्रचंड भिंत निर्माण करण्यात चँगने यश मिळविले. यंत्रसज्ज विभाग, टँक दले आणि हवाई संरक्षण असल्याखेरीज सैन्य मोठ्या संख्येने पुढे सरकत नव्हते. यामुळे काही अंतर काटायलाही खूप वेळ लागत होता ही गोष्ट खरी असली, तरी माओची लाल राजवट हळूहळू गुदमरू लागली !

किआंगसी, फुंकीन, हुनान, क्वांगटुंग आणि क्वांगसी या सर्व अंगांनी कोमिन्टांग सैन्याचा वेढा आवळण्यास सुरुवात झाली. माओच्या राज्यात सर्वांची उपासमार सुरू झाली. मिठाचा कण उरला नाही. या परिस्थितीतही महिनोन् महिने हे चिमुकले लाल प्रजासत्ताक तग धरून राहिले, याची प्रमुख कारणे दोन : एक म्हणजे, नव्याने मालकी हक्क प्राप्त झालेल्या शेत-भूमीच्या संरक्षणासाठी शेतकरी जीवावर उदार होऊन उभा ठाकला आणि दुसरी गोष्ट, कोमिन्टांगचा विजय म्हणजे जमीनदारांच्या पाशातील गुलामीची पुनश्च सुरुवात ही गोष्ट शेतकऱ्यांना समजून चुकली होती. आकाशातून होणारा बॉम्बवर्षाव आणि उपासमार यांच्या कात्रीत सापडलेले माओचे लाल राज्य आसन्नमरण होत चालले आहे अशी चँग-कै-शेकची खात्री होत चालली. बॉम्बवर्षावात

हजारो माणसे मृत्यमुखी पडली होती आणि जो मुलुख कोमिन्टांग सेनेच्या कब्जात येत चालला होता त्यात घडविण्यात येणाऱ्या भीषण कत्तलीत डोकी मारलेल्यांची संख्या ५०,००० च्या घरात पोचली होती. गावेच्यागावे निर्मनुष्य करीत कोमिन्टांग फौजा चारी अंगांनी पुढे सरकत होत्या.

जपानविरुद्ध युद्ध ?

जनरल चँग-कै-शेक हा ज्युईचीन येथील माओच्या स्वतंत्र सत्तेवर अखेरचा मरणान्तिक प्रहार करण्याच्या पवित्र्यात असतानाच, माओच्या लाल राज्यात महत्त्वाची घडामोड झाली. चिनी सोविएट प्रजासत्ताकाने एप्रिल १९३२ मध्येच जपानविरुद्ध युद्ध घोषित केलेले असले, तरी प्रत्यक्षात 'प्रथम कोमिन्टांग सेनेचा पराभव' ही भूमिकाच त्यांना घ्यावी लागली होती, कारण जपान्यांविरुद्ध लढण्याचा मोकाच त्यांना मिळत नव्हता. जपान्यांशी लढाई उत्तरेत चालू होती आणि माओ तर किआंगसी प्रांतातच कोंडीत गुदमरला होता. यातून वाट काढण्यासाठी जानेवारी १९३३ मध्ये चिनी कम्युनिस्टांनी असे जाहीर केले होते की, ज्या कोमिन्टांग सेनानींना जपानविरुद्ध लढण्याची इच्छा असेल, त्यांच्याशी आमचा लष्करी समझोता तीन अटींवर होऊ शकेल : पहिली अट, लाल राज्यावरील लष्करी हल्ला बंद करण्यात यावा, दुसरी गोष्ट, लोकांना आपले सरकार कसे असावे हे ठरविण्याचा लोकशाही हक्क मान्य करण्यात यावा आणि तिसरी गोष्ट, जपानविरुद्ध लढण्यासाठी सर्वांना शस्त्रे देण्यात यावीत.

कोमिन्टांग लष्करातही असमाधान होतेच. अनेकांना असे दिसत होते की, उत्तरेत जपानी सैन्य देशाच्या सरहद्दीत खोलवर तळ ठोकून असताना, आपण आपल्याच बांधवांविरुद्ध रक्तपात करीत जपान्यांना विसरावे का, अशा विचाराच्या कोमिन्टांग सेनानींना दिलासा देणारे हे वक्तव्य लाल प्रजासत्ताकाने प्रसृत केलेले होते व त्याला भरपूर प्रसिद्धी लाभली होती.

फुंकीन येथे जनतेचे क्रांतिकारी सरकार त्साही-टिंग-कई याच्या लष्करी पाठिंब्यावर १९३२ मध्येच स्थापन झाले होते. शांघायच्या संरक्षणासाठी जपान्यांविरुद्ध लढा दिलेल्या चिनी वीरांचे हे सरकार कम्युनिस्ट सरकार नव्हते, परंतु चँग-कै-शेकच्या जपानधार्जिण्या धोरणाला कडाडून विरोध करणाऱ्या आणि हाती शस्त्र घेतलेल्या राष्ट्रवाद्यांचे हे सरकार होते. या सरकारने लाल प्रजासत्ताकाच्या या जपानविरोधी भूमिकेला प्रतिसाद दिला, व २६ ऑक्टोबर १९३३ ला फुंकीन क्रांतिकारी सरकार आणि ज्युईचीन येथील माओचे कम्युनिस्ट सरकार यांच्यात 'जपान विरोधी - चँग-कै-शेक-विरोधी' असा करारदेखील झाला.

परंतु चँग-कै-शेकच्या सैन्याने फुंकीन येथील राष्ट्रवादी क्रांतिकारक राज्याचा

ताबडतोब गळा धरला. किआंगसीमधील लाल राजवट काहीही करू शकली नाही. ही मोठी चूक झाली अशी कबुली माओने पुढे दिलेली असली, तरी काहींच्या मते फुंकीन येथील राष्ट्रवादी सरकारबद्दल माओच्या मनात त्या वेळीदेखील फारसा ओलावा नसावा ! चिनी कम्युनिस्ट इतिहासात फुंकीन राष्ट्रवादी सरकारबाबत लाल प्रजासत्ताकाने त्यावेळी नेमकी काय धोरण पत्करले होते व त्या धोरणात माओचा नेमका किती वाटा होता याविषयी निश्चित पुरावा सापडत नाही. १९३६ साली एका मुलाखतीत माओने स्पष्टपणे कबुली दिली ती अशी :

''फुंकीन येथील बंडाचा फायदा घेऊन लाल सेनेने त्याच क्षणी नानाकिंग आणि हँकौ या दिशेने धडक मारून कोमिन्टांग सेनेचा वेढा फोडायला हवा होता. हे घडले नाही ही आमची चूक झाली.''

फुंकीन येथील राष्ट्रवादी चिरडले गेले आणि काही काळातच आपणही चिरडले जाणार आहोत याची जाणीव मात्र कम्युनिस्ट नेत्यांना ताबडतोब झाली. १५ जुलै १९३४ या दिवशी माओ व चू-तेह यांच्या संयुक्त सहीने एक घोषणा या लाल राज्यात झाली ती अशी होती :

''एक सैन्य-तुकडी जपान्यांविरुद्ध लढण्यासाठी धाडण्यात येत आहे. या सैन्य-तुकडीला जर आम्ही पूर्वी जाहीर केलेल्या अटींवर सहकार्य देणाऱ्या सैन्यतुकड्या (अर्थात कोमिन्टांगच्या) भेटल्या, तर लाल सेना मोठ्या प्रमाणावर या संयुक्त जपान-विरोधी लढ्यात भाग घेण्यासाठी उत्तरेत जाण्यास निघेल.''

पुढे निघालेल्या या लाल पथकाचे नेतृत्व फँग-चिह-मिन याच्याकडे होते.

माओ व चू-तेह यांनी कोमिन्टांग सेनेचे धोरण चाचपण्यासाठी ही वाटचाल केली होती. हे जपानविरोधी लाल सैन्य-पथक, (ज्याचा कोमिन्टांगशी लढण्याचा इरादा नव्हता) किआंगसीमधून बाहेर पडले. चेकियांग-फुंकीन सरहद्दीवर याची कोमिन्टांग सैन्याशी गाठ पडली आणि कोमिन्टांग सेनेने या सैन्य-तुकडीची खांडोळी उडवली !

लाँग मार्च निघाला !

जपान्यांशी लढण्याकरिता म्हणून किआंगसीमधून बाहेर पडणाऱ्या लाल सेनेलाही कोमिन्टांग सैन्य उत्तरेकडे सरकू देऊ इच्छित नाही. ही गोष्ट स्पष्ट होताच माओने निर्णय घेतला. किआंगसीमधून बाहेर पडायचे ! ज्युईचीन राजधानी खाली करून लाल सेनेचे सर्वच्या सर्व तळ उत्तरेत हलविण्याचा हा निर्णय प्रत्यक्षात आणणे हे अतिशय कर्मकठीण होते. इतिहासातले हे पहिले 'डंकर्क' होते ! सुमारे ९०,००० माणसांचा काफिला, चारी अंगांनी कोमिन्टांग सेनेच्या बंदुका रोखलेल्या असताना आणि डोक्यावर चँग-कै-शेकची विमाने बॉम्ब-वर्षावासाठी घिरट्या मारत असताना, ही कोंडी फोडून बाहेर

पडण्याचा हा धाडसी प्रयोग होता. हे साहस अंगाशी आले तर चिनी कम्युनिस्ट चळवळीचा ग्रंथच आटोपणार होता. चढाई करताना जास्त लष्करी चातुर्य लागते त्यापेक्षा अशा मोठ्या प्रमाणावरच्या माघारीला लागते. लाल सेनेची ही प्रचंड माघार चिनी कम्युनिस्ट चळवळीच्या इतिहासात 'लाँग मार्च' या नावाचे अजरामर झाली ती उगीच नाही !

ऑगस्टच्या सुरुवातीलाच चिंगकांगशान येथील तळावर मागे ठेवलेल्या त्सिआवो-के या कम्युनिस्ट सेनानीला माओने आज्ञा केली की, त्याने हुनान-केचौ सरहद्दीजवळच्या हो-लुंग याच्या लष्कराला येऊन मिळावे. त्सिआवो-के हा चिंगकांगशान तळावून हो-लुंग याला येऊन मिळाल्याचे वृत्त हाती यायला ऑक्टोबर उजाडला. लगेच ९०,००० लाल सेना किआंगसी तळ सोडण्याची तयारी करू लागली. उत्तर किआंगसीमधून लाल सैन्य हळूहळू दक्षिण किआंगसीमध्ये मागे येऊ लागले व त्यांची जागा सैनिक नसलेल्या देशभक्त स्वयंसेवकांनी घेतली. या सर्व हालचाली रात्रीच्या गाढ अंधारात हुषारीने पार पाडण्यात आल्या. सर्व लाल सेना ही दक्षिण किआंगसीमधील 'युटू' या गावासमीप एकत्रित होईपर्यंत, असे काही घडते आहे याचा कोमिन्टांग सैन्याला पत्ताही लागू शकला नाही. हे सर्व सैन्य 'युटू'मधून बाहेर पडून काही मैल अंतर चालून गेल्यानंतर - काय घडते आहे याचा काहीसा अंदाज कोमिन्टांग सेनेला आला.

१६ ऑक्टोबर १९३४ च्या रात्री लाल सेनेच्या या प्रदीर्घ मोर्चाला सुरुवात झाली. सतत तीन रात्री वाटचाल करीत हे सैन्य दोन दिशांनी किआंगसी तळावरून बाहेर पडले. एक लोंढा पश्चिमेकडे आणि दुसरा दक्षिणेकडे मार्गस्थ झाला. चौथ्या दिवशी रात्री हुनान आणि क्वांगटुंग प्रांताच्या सरहद्दीवील त्सिनफेंग या ठिकाणी चँगच्या सेनेच्या चौक्यांवर लाल सेनेने आघात केला. मोठ्या संख्येने झालेल्या या अचानक हल्ल्यामुळे वेढ्याला चटदिशी खिंडारे पडली. पळत्या शत्रूचा पाठलाग करीत लाल सेनेने किल्ल्यांची आणि चौक्यांची छोटी साखळीच हस्तगत केली. पश्चिमेकडे आणि दक्षिणेकडे निसटण्याचे दरवाजे लाल सैन्याला मोकळे झाले ! बिनीच्या तुकड्या त्यातून बाहेर पडू लागल्या.

हा प्रचंड मानवी लोंढा केवळ सैनिकांचा नव्हता. सैनिकांबरोबर हजारो शेतकरी कियांगसीमधून बाहेर पडले. ही संख्या सुमारे १५,००० होती. यात तरुण होते, स्त्रिया होत्या, मुले होती. सर्वच काही कम्युनिस्ट झालेली माणसे नव्हती. ज्युईचीनच्या आसपासचे सर्व शस्त्रास्त्रांचे कारखाने खाली उतरवून सर्व यंत्रसामग्री गाढवांच्या आणि खेचरांच्या पाठीवरून सैन्याबरोबर निघालेली होती. जे जे म्हणून मौल्यवान होते आणि बरोबर घेण्यासारखे होते, ते ते सर्व या यात्रेबरोबर निघालेले होते. प्रवास पुढे पुढे सरकू

लागल्यावर त्यातल्या बऱ्याच गोष्टी अर्थात वाटेत टाकून द्याव्या लागल्या.

हा सर्व लोंढा कुठे निघाला होता ? कुठे जायचे हे एकदा नक्की ठरले असते म्हणजे पुढे काय करायचे हेदेखील ठरणार होते. जर जपानविरुद्ध लढायचे असेल तर लवकरच जास्तीजास्त उत्तरेला वाट काढणे आवश्यक होते. जर केवळ किआंगसी येथील तळ इतरत्र सुरक्षित जागी नेण्याचा प्रश्न असता तर मग झेश्वान प्रांतात चांग-कुओ-टाओ याने पाय रोवला होता त्याच ठिकाणी हा प्रवास संपवता येणार होता.

हे निर्णय घेणाऱ्या चार प्रमुख व्यक्ती होत्या. एक स्वत: माओ, लाल सैन्यप्रमुख, चू-तेह, राजकीय व्यवहार-प्रमुख चाऊ-एन-लाय आणि चौथी व्यक्ती म्हणजे कोमिन्टर्नने पाठविलेला कार्यकर्ता व लष्करी सल्लागार ओटो-ब्राऊ (Outo Braun). हुनानच्या वायव्य कोपऱ्यात तळ ठोकलेल्या हो-लुंग याला जाऊन मिळणे हा सहज तर्कानं सुचणारा प्रमुख पर्याय होता. याचसाठी उत्तर क्वांगसीमधील त्सियांग नदी ओलांडणे भाग होते. लाल सैन्याने ही नदी पार करण्याचा निर्णय घेतला. या नदीअलीकडे कोमिन्टांग सैन्याशी आठवडाभर लढाई करावी लागली आणि या लढाईत भयंकर हानी पत्करून जेव्हा लाल सेना नदीपार झाली, तेव्हा त्यांची निम्मी शक्ती संपलेली होती. एवढ्या संख्येने प्राणहानी होताच काही निराळा विचार करणे माओला भाग पडले. त्याने आग्रह धरला की, हो-लुंग याला जाऊन मिळण्याचा विचार सोडून देऊन लाल-सेनेने पश्चिमेकडे क्वेचौ प्रांताच्या दिशेने जावे. कारण मध्य हुनानमध्ये कोमिन्टांग सैन्याचा जोर फारच मोठा होता.

आत्तापर्यंत कोमिन्टांग सैन्याच्या चार फळ्या लाल सेनेने तोडल्या होत्या. प्रत्येक ठिकाणी हातघाईने रणकंदन घडले होते. २१ ऑक्टोबर १९३४ या दिवशी लाल सैन्य चँगच्या सैन्याची पहिली फळी पार करून हुनान प्रांतात शिरले. ३ नोव्हेंबरला हुनान प्रांतात दोन लढाया लाल सेनेने दिल्या. क्वांगटुंग, क्वांगसी, हुनान या प्रांतांत पाठोपाठ आणखी सहा लहान-मोठ्या लढाया दिल्यानंतर लाल सेना आता क्वैचौ प्रांतात शिरत होती. आत्तापर्यंतच्या नऊ लढायांमधील अनुभवाने माओने काही नव्या गोष्टी विचारार्थ पुढे आणल्या. पहिली गोष्ट म्हणजे, बरोबर असलेल्या प्रचंड सामानामुळे ५००० माणसे केवळ या सामानाची वाहतूक करण्यात गुंतलेली राहत होती. यामुळे प्रवासाची गती अगदी मंद राहत होती. अर्थात एका पराभवानंतर चँगच्या सेनेला पुन्हा जमवाजमव करून हल्ला चढवायला भरपूर उसंत मिळत होती. शिवाय किआंगसीमधून बाहेर पडल्यापासून सतत उत्तराभिमुख वाटचाल करीत राहिल्यामुळे माणसांचा आणि सैनिकांचा हा लोंढा वाटेत कुठे अडवून चेचायचा, याचा अचूक अंदाज चँग-कै-शेक याला बांधता येऊ लागला होता.

चँग-कै-शेकला बुचकळ्यात टाकणाऱ्या, फसव्या हालचाली करणे भाग होते. दुसरी गोष्ट, बरोबर घेतलेल्या सामानसुमानाचा मोह सोडायला हवा होता ! माओने आता या वाटचालीचे नेतृत्व स्वत:च्या हाती घेतले व भराभर निर्णय घेऊन ते अंमलात आणायला सुरवात केली. अगदी आवश्यक तेवढ्याच वस्तू आणि सामग्री जवळ ठेवून बाकीची फेकून देण्याचा आदेश त्याने दिला.

लाल सैन्य झेश्वान प्रांतात यांगत्सी नदी ओलांडण्याचा प्रयत्न करील याचा अंदाज चँग-कै-शेकला यायला फारसा वेळ मात्र लागला नाही. उत्तराभिमुख वाटचाल टाकून देऊन लाल सेना क्वेचौ प्रांतांकडे पश्चिमेकडे वळलेली पाहताच चँग-कै-शेक याने हुपै, अनवेई आणि किआंगसी प्रांतांतील आपले हजारो लोक यांगत्सीच्या रक्षणासाठी क्वेचौ प्रांतात एकत्रित करण्यास सुरुवात केली. ज्या ठिकाणी यांगत्सीवर पूल होते त्या त्या ठिकाणी मोठ्या संख्येने चँगची सेना पहारा देऊ लागली. सर्व तराफे, होड्या आणि बोटी या उत्तर किनाऱ्याला खेचून घेण्यात आल्या. सर्व रस्त्यांवर सैनिकी चौकी पहारे बसवण्यात आले. काही झाले तरी लाल सेनेला यांगत्सी नदी ओलांडू द्यायची नाही, असा निर्धार चँग-कै-शेकने केला. ही गोष्ट साधली, तर हे सर्व सैन्य तिबेटच्या दिशेला कोंडले जाईल आणि उपासमारीने शरण आणता येईल, असा विचार यामागे होता. आपल्या सैनिकांना आणि सेनानींना पाठविलेल्या आज्ञापत्रात जनरल चँग-कै-शेकने सांगितले होते -

"The fate of the Nation and the party depends upon bottling up the Reds south of Yangtze."

माओ सर्वाधिकारी

परंतु झेश्वान प्रांतातील ही लढाई जनरल चँग-कै-शेक याला सोपी जाणार नव्हती. याचे पहिले कारण असे की, या प्रांतावर राज्य चालत होते ते वाँग या लष्करी उमरावाचे ! हा प्रांत नानकिंग सरकारने कधीच कब्जात घेतला नव्हता. त्यामुळे जनरल चँग-कै-शेकची सगळी मदार होती ती वाँगच्या सहकार्यावर. लाल सेनेने पहिल्या झडपेसरशी झेश्वान प्रांतातील वू नदी पार करून गव्हर्नर वाँगची राजधानी झालेले शहर त्स्यूनई (Tsunlyi) कब्जात घेतले. याच ठिकाणी गव्हर्नर वाँगच्या राजवाड्यात कम्युनिस्ट पक्षाच्या उच्चाधिकारी मंडळाची (पॉलिटब्यूरोची) बैठक १९३५ च्या जानेवारीत झाली आणि चिनी कम्युनिस्ट पक्षाचा सर्वाधिकारी म्हणून सर्व सूत्रे माओच्या हाती सोपविण्यात आली.

कोणत्या विचित्र परिस्थितीत माओ हा चिनी कम्युनिस्ट पक्षाचा प्रमुख झाला हे लक्षात घेण्यासारखे आहे ! सर्वाधिकारी होण्यापूर्वीच या 'लॉंग मार्च'चे नेतृत्व

अनौपचारिकरीत्या त्याच्याकडे आलेच होते. या सुरू केलेल्या प्रदीर्घ वाटचालीचे भवितव्य यावेळी अतिशय नाजुक अवस्थेत होते. महिनाभरात कदाचित सर्वजण उपासमारीने खलास होण्याची शक्यताच अधिक होती. सगळा कम्युनिस्ट पक्षच वनवासी झालेला होता आणि या वनवासात असलेल्या पक्षावर माओला निरंकुश सत्ता प्राप्त होत होती ! या क्षणापासून बारभाईचा कारभार समाप्त होऊन सर्व कम्युनिस्ट क्रांतीचे भवितव्य माओच्या हाती आले असे म्हटले पाहिजे. या अत्युच्च-सन्मानाच्या वेळी माओच्या मनात प्रामुख्याने विचार आला असणार तो किआंगसी तळावर मागे राहून हौतात्म्य पत्करणाऱ्या आपल्या सहकाऱ्यांचा ! यातच त्याचा सख्खा भाऊ होता माओ-त्से-तान. दोनच महिन्यांनी मार्च १९३६ मध्ये तो चँगच्या सेनेशी लढताना मारला गेला. मागे राहिलेल्यांत दुसरी महत्त्वाची व्यक्ती होती ती म्हणजे चू-पई. बिचारा क्षयाने आजारी झाल्याने मागे राहिला हो. यालादेखील यथावकाश जनरल चँगच्या सेनेने पकडले आणि गोळ्या घालून ठार केले.

सर्वाधिकारी म्हणून सूत्रे हाती येताच लष्करी हालचालींची सूत्रेही आता पूर्णपणे माओच्या हाती आली. उत्तर झेश्वानमधील चँग-कुओ-टाओ याच्याशी हातमिळवणी करण्यासाठी लाल सेना निघाली आहे, असे जनरल चँग-कै-शेकला वाटू लागले होते. कारण क्वेचौ प्रांताच्या अगदी उत्तर टोकापर्यंत लाल सेना पोचलेली होती. यांगत्सी नदीवरील बंदोबस्त जास्तीत-जास्त काटेकोर करण्याकडे त्याचे लक्ष यामुळेच वेधलेले असताना माओने हुलकावणी दिली ! त्स्यूनई शहर खाली करून लाल सेनेने पुन्हा वू नदी ओलांडली. या वेळी जनरल चँग-कै-शेक हा स्वत: कुईयांग (Kueiyang) या ठिकाणी सपत्निक दाखल झालेला होता. लाल सैन्य वू नदी ओलांडून काही काळ क्वेचौ प्रांताबाहेर पडत आहे असा आभास निर्माण करून, लाल सेना एकदम कुईयांगवर घसरली ! यासाठी थोडी वर्तुळाकार वाकडी वाट माओला घ्यावी लागली. ही मोहीम आखताना माओ म्हणाला : ''जर या हालचालीमुळे मी चँगच्या फौजा युनान प्रांताबाहेर खेचू शकलो तर ही लढाई आपण नक्की जिंकू !''...आणि तसेच घडले !

हुलकावणी तर दिलीच

जनरल चँग-कै-शेकने मदतीसाठी युनानमधून आपल्या फौजा वर ओढल्या. युनान प्रांत मोकळा होताच लाल सेनेने कुईयांगवरच्या चढाईचे नाटक आवरते घेऊन, युनान प्रांतात शिरून उत्तरेकडे तोंड वळविले. लाल सेना युनान प्रांतातून सरळ वाट काढीत सिकँग प्रांतातून ऐश्वान प्रांताच्या सरहद्दीच्या बाजूला सरकू लागली. जनरल चँग-कै-शेकच्या आता लक्षात आले की आपल्यावर सरळ चाल करून येणाऱ्या लाल सैन्याच्या तुकड्या अती अल्प होत्या आणि बहुसंख्य लाल सेना युनानमधून आता वर सरकत

आहे. नानकिंगची विमाने या सैन्यावर बॉम्बवर्षाव करू लागली, परंतु माओने जनरल चँगला सफाईने हुलकावणी तर दिली होतीच.

युनान प्रांतात लेंगकाई या एकाच ठिकाणी लाल सैन्य यांगत्सी नदी ओलांडण्याची शक्यता होती. युनान प्रांताच्या एका अंगाला तिबेट आणि दुसरीकडे इंडोचायना व ब्रह्मदेश हे भूभाग येतात. हा प्रांत अतिशय भीतीदायक अशा उभ्या डोंगरकडांनी भरलेला आहे. मैलोन् मैल उंच अशा या डोंगरकाठातून यांगत्सी नदीचा फेसाळ प्रवाह खळाळत असतो. नदी ओलांडता येण्यासारखी एक-दोन ठिकाणेच या प्रांतात होती आणि त्या ठिकाणी जनरल चँगचे सैन्य पहारा देत होते.

जनरल चँगला पुन्हा आशा वाटू लागली की, आपण या लढाईत अखेर लाल सेनेवर मात करणार. जर लाल सैन्याला युनान प्रांतात आपण यांगत्सी ओलांडणे अशक्य करून टाकले आणि ते तर ठरवल्यासारखे आहे, तर हे सैन्य जाईल कुठे ? एकच रस्ता मोकळा आहे की जो या सैन्याला तिबेटच्या निर्जन, ओसाड प्रदेशात नेऊन सोडील !

नव्या उमेदीने जनरल चँग-कै-शेक बेत आखू लागला. नदीवरच्या सगळ्या होड्या उत्तर किनाऱ्यावर खेचून घेऊन जाळून टाकण्याचा फतवा त्याने सोडला. लाल सैन्याला कोंडीत पकडण्यासाठी तो जातीने सैन्याच्या हालचाली करू लागला.

लेंगकाई येथे नदी ओलांडता येईल या अंदाजाने लाल सैन्य वर सरकत होते. तेथे एकही होडी नव्हती. सर्व जाळण्यात आल्या होत्या. तेथे लाकडी पूल उभारण्याची खटपट लाल सैन्याने सुरू केली आहे अशी बातमी जनरल चँगच्या वैमानिकांनी त्याला सांगितली. हे काम सोपे नव्हते. यात महिनाभर तरी सैन्य अडकून पडेल या हिशोबाने जनरल चँग-कै-शेकच्या फौजा पाठलागावर निघाल्या.

परंतु लेंगकाईला पूल बांधत बसण्याइतके लाल सैन्य मूर्ख नव्हते ! हा सर्व देखावा होता. लेंगकाईच्या पश्चिमेकडे एक किल्ला होता. त्याचे नाव चावू-पिंग. या किल्ल्याजवळ यांगत्सी नदी ओलांडण्याची दुसरी जागा होती आणि या ठिकाणी समोरच्या किनाऱ्यावर सहा मोठ्या होड्या पाण्यात अजून तरंगत होत्या. शंभर मैलांवर पुढे गेलेले लाल सैन्य मागे कशाला येईल या हिशोबाने या ठिकाणच्या होड्या कोमिन्टांग सैनिकांनी जाळल्याच नव्हत्या !

हुकुमाची होडी माझी

कोमिन्टांग सैनिकांचे भरपूर गणवेष आत्तापर्यंतच्या लढायांत लाल सैनिकांच्या हाती लागले होते. हे गणवेष अंगावर चढवून लाल सैन्याची एक तुकडी एक सबंध रात्र आणि एक दिवस, ८५ मैलांची अतर्क्य अशी पायपीट करून चाबू-पिंग किल्ल्यासमोर दाखल झाली. गावातील सरकारी 'पाटला'ला त्यांनी झोपेतून उठवले. त्याला वाटले

हे कोमिन्टांग सैनिक आहेत. त्याने किनाऱ्यावरून आरडाओरड करून समोरच्या बाजूची एक होडी मागवली. कोमिन्टांग पोशाखातील सशस्त्र सैनिक त्या होडीत बसले. होडी पलीकडे लागली. लाल सैनिकांची झेश्वान प्रांतात पडणारी ही पहिली चोरपावले होती. पलीकडे असलेल्या किलल्याच्या तटाला बंदुका टेकवून सर्व कोमिन्टांग सैनिक पत्त्याचा डाव मांडून त्यात गर्क झालेले होते. त्यांच्या बंदुकांचा कब्जा करून लाल सैनिकांनी त्या सर्वांना ताब्यात घेतले. आपल्याला 'लाल दरोडेखोरां'नी पकडले आहे यावर त्या पत्तेप्रेमिकांचा क्षणभर विश्वास बसेना !

होड्या हस्तगत झाल्या. पूलबांधणीचे काम तसेच टाकून लाल सेनेचा लोंढा नऊ दिवसांत चावू-पिंग दुर्गाच्या साक्षीने नदीपार झाला. मग त्या होड्या लाल सैनिकांनी जाळल्या !

पाठलाग करणाऱ्या चँग-कै-शेकच्या फौजा यांगत्सीच्या दक्षिण किनाऱ्यावर काही आठवड्यांतच पोचल्या, तेव्हा खरोखरच सर्व होड्या जाळल्या गेल्या होत्या ! फक्त आता चँगच्या फौजा दक्षिण तीरावर शंख करीत होत्या आणि लाल सैन्य नदीपार करून त्यांच्या डोळ्यांदेखत झेश्वान प्रांतातून उत्तरेकडे दौडत होते.

जनरल चँगच्या हाती आलेला घास ओठापर्यंत जाऊ शकला नव्हता ! त्याचा संताप अनावर होणे साहजिकच होते. चावू-पिंग किल्ल्यातील काही कोमिन्टांग सैनिकांचा मूर्खपणा त्याला भोवला होता. विमानाने जनरल चँग-कै-शेक ताबडतोब झेश्वान प्रांतात चुंगकिंग येथे उतरला. अजून सगळे संपलेले नव्हते. यांगत्सीपेक्षा ओलांडायला कठीण अशी आणखी एक नदी लाल सैन्याच्या मार्गात अजून आडवी वाहत होती. तीच ही तातून नदी, जिच्या प्रवाहाच्या साक्षीने शिह-ताकाई याच्या नेतृत्वाखाली असलेल्या लाखाहून अधिक ताईपिंग बंडखोरांचा, मांचू सरदार त्सेंग-कुओ-फॅन याने बीमोड केला होता. ताईपिंग बंडखोरांच्या शिरकाणाने तातू नदीचे पाणी एकदा लाल झाले होते आणि लाल सैनिकांच्या रक्ताने हे पाणी पुनश्च लाल करण्याची संधी जवळ येत होती.

झेश्वान प्रांतातील जनरल चँगचे मांडलिकत्व पत्करलेल्या लष्करी धटिंगणांना जनरल चँगने सावध केले. प्रांतातील लष्करी उमराव लिऊ-त्सियांग आणि लिऊ-वेन-हुई यांना अणि आपले कनिष्ठ अधिकारी या सर्वांना जनरल-चँग-कै-शेकने आवाहन केले - "तातू नदीच्या काठी ताईपिंग बंडखोरांचे काय झाले ते आठवा. लाल सेनेची याच नदीच्या पात्रात आपण इतिश्री करू या !"

इतिहास फक्त चँग-कै-शेकला आठवत होता आणि माओला आठवत नव्हता असे थोडेच होते ? तातू नदीच्या दर्शनाबरोबर तेथे उडालेली ताईपिंग देशभक्तांची

कत्तलच माओला स्मरली. 'ताईपिंग-तिअन-को' शांततेचे आणि समृद्धीचे राज्य निर्माण करू पाहणारे परंतु वाट चुकलेले हजारो ताईपिंग बंडखोर १८६३ मध्ये याच तातू नदीच्या काठावर पराभूत झाले होते. याच ठिकाणी शिह-ताकाई पकडला गेला-मारला गेला होता, हे माओलाही स्मरत होतेच.

शिह-ताकाई याचा बहात्तर वर्षांपूर्वी जो भीषण पराभव या ठिकाणी झाला, त्याची कारणे मात्र वाचनाने माओला ठाऊक होती. तातू नदीच्या काठी शिह-ताकाई पोचला त्या दिवशी त्याला मुलगा झाला आणि या आनंदोत्सवाप्रीत्यर्थ तीन दिवस नदी-किनाऱ्यावर तो थांबून राहिला. या तीन दिवसांचा फायदा त्सेंग-कुओ-फेंन याने उठवला आणि तो पाठीवर येऊन थडकला. तातू नदी पार करणे शिह-ताकाईला मग शक्य नव्हते. चिंचोळ्या किनारपट्टीत शर्थीची लढाई देणेही त्याला शक्य झाले नाही, आणि कोंडीत पकडला जाऊन, ताईपिंग बंडखोरांचा हा अखेरचा सरदार इथे पराभूत झाला, इतिहासातून पुसला गेला.

ही चूक माओ थोडीच करणार होता ? त्याची पत्नी आणि बहीण मारली गेली होती. दोन मुलगे वाटचालीत बेपत्ता झाले होते. सगळे ममतेचे पाश तोडून ही मंडळी बाहेर पडलेली होती. पुत्रजन्मासाठीच काय पण आसन्नमरण पुत्रासाठीही विलंब करण्याची चूक माओ आणि लाल सैनिक करण्याची मुळीच शक्यता नव्हती !

* * *

२१

□

२० ऑक्टोबर १९३५ - तातू नदीवरील भीषण संग्रामानंतर लाँग मार्चची समाप्ती

'लाँग मार्च'च्या इतिहासात जर सर्वात रोमहर्षक प्रसंग कोणता असेल तर तो म्हणजे लाल सैन्याने तातू नदी ओलांडली तो प्रसंग होय. यांगत्सी पार करून लाल सैन्य झेश्वान प्रांतात शिरले, तेव्हा पहिली मोठी समस्या माओपुढे उभी ठाकली ती मात्र तातू नदीची नाही. ही अडचण थोडी निराळ्या स्वरूपाची होती. यांगत्सीच्या उत्तर काठापासून तो तातू नदीच्या दक्षिण काठापर्यंतच्या दुआबात आदिवासी जमाती वास्तव्य करून होत्या. 'नागालँड'प्रमाणे या प्रदेशाला 'लोलोलँड' म्हणत असत. कारण येथील प्रमुख जमात ही 'लोलो' जमात होती. तिबेटच्या सरहद्दीला पूर्वेकडे लागून असलेला हा चंद्रकौरी प्रदेश घनदाट अरण्याचा आणि डोंगरदऱ्यांचा प्रदेश होता.

आदिवासींना प्रेम द्या

या भू-भागाचे राजे म्हणून 'लोलो' जमात तेथे शतकानुशतके वावरत होती. चारी अंगांनी चिनी संख्येने वेढलेले असूनही पाण्यावरच्या तैलबिंदूसारखी ही रानटी जमात आचाराने आणि संस्कृतीने वेगळी राहिलेली होती. चिन्यांविषयी कसलाही ओलावा त्यांच्यापाशी शिल्लक उरलेला नव्हता. आपले स्वातंत्र्य हरण करू पाहणारी आणि लुटालूट करून परत जाणारी, पेकिंगच्या दिशेने वारंवार येणारी लष्करी धटिंगणांची टोळधाड त्यांना परिचयाची होती. या काहीशा गोऱ्या-गोमट्या कातडीच्या चिनी सैनिकांशी लोलो जमातीचे हाडवैर निर्माण झालेले होते.

जनरल चँग-कै-शेकला ही एक आशा वाट होती की, लोलोलँडमध्ये लाल सैन्य शिरताच त्यांची तेथील जमातीबरोबर बाचाबाची उडणार. यामुळे खच्ची झालेले लाल सैन्य कण्हत कुंथत तातू नदीच्या दक्षिण तीरावर येईल, तोपर्यंत आपल्या फौजा मोठ्या संख्येने आपण तातू नदीच्या उत्तर तीरावर सज्ज करू.

परंतु लाल सैन्याने यावर उपाय काढलेला असेल, याची जनरल चँगला कल्पना

नव्हती. क्वैचौ आणि युनान प्रांतांतून ही सैनिकी यात्रा येत असताना, काही आदिवासी जमातींचा अनुभव त्यांनी घेतलेला होता. त्यांना प्रेम दिले तर त्यांचे प्रेम मिळू शकते, हा अनुभव त्यांना आला होता. लाल सैन्य काही 'नेण्या'करिता आलेले नसून 'देण्या'करिता आले आहे, अशी खात्री पटताच हीच रानफुले त्यांच्या गळ्यात पडली होती. अनेक आदिवासी तरुण लाल सेनेत भरती झाले होते. लोलो जमातीशी कसे वागायचे याची सगळी योजना माओपाशी तयार झाली होती.

पूर्वी झेश्वान प्रांतातच राहिलेला आणि लोलो जमातीची भाषा बोलू शकणारा, त्यांचे रीतिरिवाज ठाऊक असलेला एक लाल सैनिक माओपाशी होता. लिऊ-पै-शेंग हे त्याचे नाव. याच्याकडे लोलो जमातीला वश करून घेण्याची कामगिरी सोपवण्यात आली. लोलो जमातीला वश करण्यासाठी काही खोटी आमिषे दाखवायची वा चांगुलपणाचे नाटक करायचे अशातला भाग मात्र मुळीच नव्हता. कारण वन्य जमातीबाबत लाल राजवटीचे स्पष्ट धोरण होते की, या जमातींना संपूर्ण अंतर्गत स्वायत्तता असायलाच हवी. लोलो जमात ज्या गोऱ्या-गोमट्या चिनी लष्करी उमरावांविरुद्ध सतत लढत आली होती, त्यांच्याविरुद्ध लाल सेनेचाही झगडा चालू होता, ही एकच गोष्ट लोलो जमातीला आणि लाल सैनिकाला एकत्र आणण्यास पुरेशी होती.

लिऊ-पै-शेंग याने आघाडीच्या पथकात पुढे जाऊन लोलो जमातीच्या प्रमुखांशी बोलणी केली आणि काही तासातच त्यांचा विश्वास संपादन केला तो या दोन गोष्टींमुळे. लगेच कोंबडी कापण्यात आली आणि तिचे रक्त जमातीच्या प्रमुखांबरोबर लिऊने प्राशन करताच लोलो जमातीचा आणि लाल सैन्याचा मिलाफ जाहीर झाला. गोऱ्या चिन्यांशी लढण्याकरिता लोलो जमात-प्रमुखांनी माओकडे बंदुकांची आणि गोळ्यांची मागणी केली. मोठ्या प्रमाणावर लाल सैन्याने या गोष्टी लोलोंना पुरवल्या.

जशी पाण्यात मासोळी !

लोलो वाटाड्यांच्या मार्गदर्शनासाठी लाल सैन्य घनदाट अरण्यातून पाण्यात मासोळी हिंडावी तसे मुक्तपणे पुढे सरकू लागले. झेश्वान प्रांतातले जनरल चँगचे साथीदार आणि लष्करी उमराव, लिवू-त्सिआंग आणि लिवू-वेन-हुई या दोघांना जी आशा वाटत होती की, जनरल चँग-कै-शेकची विमाने आकाशातून बॉम्बवर्षाव करून लाल सैन्याचा लोलोलँडमध्येच फडशा पाडतील ती धुळीला मिळाली. अरण्यात लाल सैन्याच्या होणाऱ्या हालचाली जनरल चँगच्या वैमानिकांना उमगत नाहीशा झाल्या होत्या. तातू नदीच्या काठचे आन-जेन-शेंग हे गाव येईपर्यंत लाल सेनेची सर्व वाटचाल ही हिरव्या पानांआड झाली आणि अगदी अखेरच्या दिवशी सर्व सैन्य आन-जेन-शेंग गावात प्रथमच उघड्यावर आले.

जावई ताटावरच सापडला !

आन-जेन-शेंग गावाला वेढूनच तातू वाहत होती. या ठिकाणी दक्षिण तीरावर एक होडी पाण्यात डुचमळत होती आणि पलीकडच्या तीरावरही दोन होड्या दिसत होत्या ! वस्तुतः सर्व होड्या नष्ट करण्याची आज्ञा असताना हे कसे घडले ? नदीपलीकडे असलेल्या कोमिन्टांग लष्करी अधिकाऱ्याचे सासर आन-जेन-शेंगला होते. बायको माहेरी आली होती आणि जावईबुवा आज सासरी जेवायला आलेले होते. यामुळे एक होडी इकडच्या काठाला लागलेली होती. खेड्यात कुठलीच गोष्ट खाजगी राहत नाही. लाल सेनेने जावईबुवांना अगदी ताटावरच पकडले आणि होडी ताब्यात घेतली.

पलीकडच्या किनाऱ्यावर जाऊन तेथे असलेल्या दोन होड्या ताब्यात घेणे अशक्य होते. यासाठी त्या होडीत सुमारे ७० लाल सैनिक चढले व त्यांनी होडी नदीच्या पात्रात ढकलली. उन्हाळ्याचे म्हणजे मे महिन्याचे दिवस असल्यामुळे बर्फ वितळून तातू नदीला खूपच पाणी आलेले होते. पाण्याचा वेग वाढला होता. पलीकडे असलेले शत्रूचे ठाणे आता जागे झाले होते व पलीकडच्या तीरावरून बंदुकीच्या गोळ्या सुटू लागल्या. दोन्ही बाजूंनी बंदुकीचे आवाज कडाडू लागले. तातूचे पाणी व्हायला सुरुवात झाली. पंधरा-वीस लाल सैनिकांची किंमत देऊन अखेर त्यांची होडी पलीकडे लागली. भारी संख्येने लाल सैन्य दिसत असल्यामुळे कोमिन्टांग सैनिकांनी लढाई टाकून पळ काढला.

तीन होडगी लाल सैनिकांच्या हाती आली होती. परंतु एका फेरीला तीन तास लागले होते. म्हणजे सहा तासात फक्त तीन-चारशे सैनिकच पलीकडे जाऊ शकले असते. तीन-चार रात्री आणि संबंध दिवस जरी फेऱ्या केल्या तरी जास्तीत-जास्त दोन हजारच सैनिक पलीकडे जाऊ शकत होते. पळून गेलेले शत्रुसैनिक मोठ्या संख्येने पलीकडच्या तीरावर परतण्याचा धोका स्पष्ट होता. असे झाले तर अलीकडच्या तीरावरून पलीकडे पोचलेल्या सैन्याची वाताहत डोळ्यांनी पाहावी लागणार होती. सर्वच्या सर्व लाल सैन्य कमीत कमी वेळात नदीपलीकडे नेता आले, तरच या संकटातून सुटका होण्याची शक्यता होती. माथ्यावर कोमिन्टांग विमाने घिरट्या घालू लागली होती. लाल सैन्य कुठे आहे याचा नेमकी सुगावा आता त्यांना लागला होता. पाठीवर शत्रू होता. समोरच्या तीरावर शत्रू होता. मध्ये प्रचंड दरी आणि उंच पहाडातून वाहणारी पुराने खळाळती तातू नदी लांबच लाब पसरलेली होती.

लिन-पिआओ, चू-तेह, माओ आणि चौ-एन-लाय यांनी आपसात विचारविनिमय करून निर्णय घेतला की, आन-जेन-शेंगच्या पश्चिमेला लुटिंग गावापाशी सुमारे ११० मैलांवर लिऊ राजाने तातू नदीवर बांधलेला जो लोखंडी साखळ्यांचा पूल होता-तिथे

नदी ओलांडायची !

काठावरचा प्रवास

हा निर्णय होईपर्यंत एक डिव्हिजन लाल सैन्य नदीपलीकडे गेलेले होते. त्या सैनिकांना नदीच्या उत्तर तीराच्या कडेने लुटिंग पुलाकडे चालत राहणाचा आदेश देण्यात आला व दक्षिण तीराच्या काठाकाठाने लाल सैन्याचा मुख्य लोंढा लुटिंगच्या दिशेने वाटचाल करू लागला.

नदीच्या दोन्ही खांद्यांवरून जाणाऱ्या लाल सैनिकांच्या रांगा, दोन्ही किनाऱ्यांवरून कधी इतक्या जवळ येत की, त्यांना एकमेकांशी सहज मोठ्याने बोलताही येत होते. रात्रभर वाटचाल चालू होती. मशाली पेटल्या होत्या आणि हजारो पलित्यांचा प्रकाश खोल वाहणाऱ्या नदीच्या पात्रावर गुलाल उधळावा तसा पसरत होता. मध्येच पाच-दहा मिनिटे विश्रांती घ्यावी. गाणी गावी. क्रांतीचा जयघोष करावा आणि त्या घोषात सगळा शीण बुडवून टाकला की पुन्हा नव्या जोमाने पावले उचलावी, अशा पद्धतीने नदीच्या दोन्ही अंगाला पलित्यांच्या रांगा पुढे पुढे सरकत होत्या. लुटिंगचा पूल कब्जात घेण्यात यश आले तर जगण्याची आशा होती. ते जमले नाही तर मृत्यू अटळ होता.

दोन दिवसांच्या पायपिटीनंतर उत्तर तीरावरचे सैनिक मागे पडले. कारण त्यांना वाटेत कोमिन्टांग सैनिकांचा प्रतिकार सुरू झाला. लढाया करण्यात आणि वाटेतील शत्रूंशी टेहळणी पथके नेस्तनाबूत करण्यात त्यांचा वेळ जाऊ लागला. दक्षिण तीरावरील लाल सैनिकांचा लोंढा अप्रतिहतपणे लुटिंग पुलाकडे वेगाने घरंगळत होता.

लुटिंग गावाजवळचा तातू नदीवरचा पूल हा सोळा जाड लोखंडी साखळ्यांनी दोन कडे जोडणारा मजबूत पूल होता. या ठिकाणी नदीचे पात्र तीनशे फूट रुंद होते आणि पुलाची लांबी तेवढीच होती. या पुलाची दोन्ही टोके दोन्ही कडेच्या पहाडांमध्ये रोवलेली होती. लोखंडी कड्यांवर लाकडाच्या मजबूत फळ्या टाकून पुलाचा मार्ग तयार केलेला होता.

लुटिंग पुलावरील रुधिराभिषेक !

२५ मे १९३५ उजाडला. पहाटे लाल सैन्याची पहिली पथके या पुलाच्या दक्षिण तीरावरील टोकाजवळ पोचली. तेव्हा त्यांना आढळून आले की, पलीकडच्या बाजूला शत्रूने उखळी तोफा आणि बंदुका सज्ज केलेल्या आहेत. काहीशा संख्येने लष्करी उमरावांचे आणि चँगचे सैन्य पलीकडच्या बाजूला जमा झालेले होते.

दक्षिण तीरावरील टोकाकडून अर्ध्या पुलावरच्या लाकडी फळ्या उखडून टाकून अर्धा पूल शत्रूने निकामी करून टाकला होता. एखादी खिंड लढवावी तसा हा पूल लढवण्याचा शत्रूचा विचार दिसत होता. लाल सैन्य कितीही मोठ्या संख्येने असले

तरी पुलावरून ते पलीकडे येऊ लागेल तेव्हा पुलाच्या चिंचोळ्या मार्गावर तोफांच्या आणि बंदुकीच्या भडिमारामुळे ते आत्मघात करून घेईल, ही गोष्ट उघड होती. जणू लाल सैनिकाच्या रुधिराचे अभिषेकपात्रच तातू नदीवर कुणी तरी पूर्वीच टांगून ठेवले होते ! हा पूल म्हणून हेतुत:च शत्रूने संपूर्ण नष्ट केलेला नव्हता. या पुलावरूनच लाल सेनेचा तातू नदीच्या पात्रात कडेलोट करण्याची वाट पाहत शत्रूसैन्य ताटकळत होते !

या खाईत उडी घेतल्यावाचून लाल सैन्याला मात्र दुसरा मार्गच कुठे होता ? नदी पार करायची तर काही तासांतच हा पूल ताब्यात घेणे अवश्य होते. जे प्रथम पुढे होतील त्यांच्या देहाची चाळणी होणार हे स्पष्ट दिसत होते. मशिनगनचा मारा सुरू झाला होता. तोफा धडाडू लागल्या होत्या. आत्मघातासाठी अहमहमिकेने जे शेकडो लाल सैनिक पुढे आले, त्यातले तीस निवडण्यात आले. पाठीवर हँडग्रेनेडस् आणि पिस्तुले बांधण्यात आली.

२५ मे ची दुपारी उजाडली. सायंकाळचा सुमार होत चालला होता. चारची वेळ होती. समोरून येणाऱ्या बंदुकीच्या गोळ्या चुकवण्याचा प्रयत्न करत हे तीस-जण, लोखंडी साखळ्यांना लोंबकळत पुलाखालून एकामागोमाग पलीकडे सरकू लागले. एकाला गोळी लागली आणि त्याचा रक्तबंबाळ देह नदीच्या पात्रात खोल भिरकावला गेला ! दुसरा पडला. तिसरा पडला. त्यांनी चुकवलेल्या बंदुकीच्या गोळ्या समोरच्या पहाडावर आपटून त्यांचे भीषण प्रतिध्वनी मध्येच उमटत होते. खालून वेगाने वाहणारी तातू नदी रक्ताने लाल होऊ लागली होती. पुलावरून रक्ताचा अभिषेक सुरू झाला होता. सैनिकांचे देह पाठोपाठ नदीच्या पात्रात किंकाळ्यांसह फेकत जात असतानाही इंचाइंचाने लाल सैनिक लोंबकळत पुढे सरकतच होते. मशिनगनन्सच्या भडिमारातही पुढचे पाऊल मागे न घेणारी ही माणसे पाहून शत्रू-सैनिकांना आश्चर्याचा धक्का बसत होता ! केवळ पोटासाठी आणि दोन वेळच्या घासासाठी लढणाऱ्यांना, माणसे अशी जिवाचे मोल फेकून लढू शकतात याची कधी कल्पनाची नव्हती ! हे दृश्य पाहूनच शत्रूचे अवसान गळत चालले होते.

एक लाल सैनिक पुढे सरकत अखेर जिवंतपणी पहिल्या लाकडी फळीपर्यंत पोचला ! फळीवर पालथे पडून पाठीवरचा हँडग्रेनेड त्याने मोकळा केला आणि तो नेम धरून समोर फेकला. धडाका उडाला ! धुराचा पहिला लोळ पलीकडच्या तीरावर हवेत उसळला लढाईला दोन्ही अंगांनी आता तोंड लागले. एकेक मशीनगन्स वाढत्या हँडग्रेनेडच्या माऱ्यामुळे थंडावू लागली. वीस लाल सैनिक निम्म्या पुलावरून या वेळी हँडग्रेनेडसूचा भडीमार करत होते. दहा-जणांना मात्र तातू नदीने तोपर्यंत पोटात घेतले होते.

पूल पेटवला, पण...

शत्रूने अखेरचा उपाय योजला. लाकडी फळ्यांपर्यंत पोचलेले लाल सैनिक आता झपाट्याने पुढे येणार हे लक्षात येताच, लाकडी फळ्यांवर पॅराफिनची पिंपे ओतून - उत्तर टोकाकडून शत्रूने पुलावरच्या उरल्यासुरल्या फळ्या पेटवून दिल्या ! पूल थडाडू लागलेला पाहताच पालथे पडून फळ्यांवरून हँडग्रेनेड फेकत असलेले लाल सैनिक उठले आणि त्यांनी आगीच्या ज्वालांतून हातबाँब भिरकावीतच झेपा घेतल्या. त्यांची जागा घेण्यासाठी लोखंडी कड्यांना लोंबकळत येणाऱ्या लाल सैनिकांची आता रांगच लागलेली होती.

शत्रूच्या सैनिकांची आता मात्र भंबेरी उडाली. लुटिंगच्या पुलाची ही लढाई. पन्नास-पाऊणशे सैनिकांच्या बदल्यात, लाल सैनिकांनी मारत आणली होती. याच सुमारास पलीकडच्या तीरावरून वाटचाल करीत असलेले लाल सैन्य पुलापाशी आले. एकच जयघोष उठला. शत्रू शस्त्रे टाकून पळू लागला.

पुलाची आग विझवण्यात आली. साखळ्यांवर नव्या फळ्या आणि बांबू आडवे टाकण्यात आले. काही तासांतच लाल सैन्य तातूपार झाले. इतिहासात अजरामर होणारा एक संग्राम संपला होता. चँगे-कै-शेकची पाचवी आणि अखेरची नि:पात मोहीम आता ओसरणार हाती.

पुलानजीक असलेले लुटिंग गाव काही तासच चँगच्या सैन्याने लढवले. काळोखाचा फायदा घेऊन मग शत्रूने पांगून पळायला सुरुवात केली. मध्यरात्रीपूर्वी लुटिंग गावावर लाल सैन्याचा कब्जा झाला.

नाही रक्त-नाही माया

यापुढे शेन्सी प्रांतात पोचेपर्यंत माओ-त्से-तुंगला फारसा प्रतिकार झालाच नाही. माओच्या या महान दिग्विजयाचे रहस्य समजावून घेतले पाहिजे. लष्करी उमरावांना हाताशी धरून त्यांच्या भाडोत्री सैनिकांच्या आधारावर चँग-कै-शेक या प्रांतातून लढत होता. भाडोत्री सैनिकांत लढायची जिद्द असणार कुठून ? 'मोले घातले लढाया - नाही रक्त नाही माया' असा सगळा मामला होता. लाल सैन्य आपल्या जीवनमरणाची खेळी खेळत होते. सर्वसामान्य लाल सैनिकांचे राजकीय शिक्षण माओने केलेले होते. मार्क्सवादाचा नवा धर्म त्यांना मंजूर होता. माओ हा त्यांचा प्रेषित होता, आणि मार्क्सवाद ही पोथी होती ! धर्मनिष्ठेच्या कडवेपणाने लाल सैनिक लढत होते. लढता लढता लाल सैनिक मरणार होता. तो दुसऱ्या कुणासाठी मुळी लढतच नव्हता ! तो लढत होता स्वत:साठी, स्वत:च्या भवितव्यासाठी, शतकानुशतकाच्या पिळवणुकीतून मुक्त होण्यासाठी. हा लढा फसला तर पुनश्च लष्करी धटिंगणांच्या आधारावर शेतकऱ्यांच्या

शोषणाला प्रारंभ होणार आहे, हे त्या सैनिकांच्या मनावर अगदी कोरले गेले होते. माओच्या राजवटीतील सुख आणि सन्मान याची चव त्यांच्यापैकी जवळ जवळ सर्वांनी अल्पकाळ तरी अनुभवली होती. 'ज्युई-चीन' च्या लाल राजवटीची स्थापना यासाठीच तर केलेली होती ! अगदी अल्पायुषी आणि लहानशा प्रमाणातही आदर्श जीवनाची गोडी अनुभवता येते. 'ज्युई-चीन'च्या अल्पायुषी लाल राजवटीचा पुनर्जन्म व्हावा, संबंध देशात माओची सत्ता यावी यासाठी प्रत्येकाचा अट्टाहास होता. शेवटचा दीस गोड व्हायचा तर अशा अखंड अट्टाहासाने झपाटले जावे लागते. मग तो दिवस उगवतो, आनंदवनभुवनावर उगवत्या सूर्याचे किरण पसरू लागतात !

'लाँग मार्च' अजून संपलेला नव्हता. झेश्वान प्रांतातील उंच बर्फाच्छादित पर्वतांची शिखरे ओलांडून दमली-भागलेली लाल सेना झेश्वानच्या वायव्येकडील सपाटीवर आली, तेव्हा जुलै महिना चालू होता. पाठीवर आता शत्रूचा पाठलाग नव्हता. मोकुंग या ठिकाणी लाल सेनेने विश्रांतीसाठी काही काळ थांबावे असे माओने ठरवले.

मोकुंग येथे रक्तदान

चँग-कुओ-ताओ याने हुपै आणि अनवेई प्रांतांच्या सरहद्दीवर एक लहानसे स्वतंत्र राज्य मार्क्सवादी प्रेरणा घेऊनच निर्माण केले होते. हा सुमारे चाळीस-पन्नास हजारांचा छोटा तळ होता. लाँग-मार्चवरील लाल सेनेची हानी अतिशय झालेली असल्याने सर्व लाल सेना आता एकत्रित करणे आवश्यक होते. चांग-कुओ-ताओ याला मोकुंग येते जाऊन मिळण्याची सूचना गेलेली होती. ऑगस्ट १९३५ मध्ये चांग-कुओ-ताओने आपला तळ हलवला आणि तो सर्व सैन्यिानिशी मोकुंग येथे माओला येऊन मिळाला. लाल सैन्याला हे नवे रक्तदान होते.

हुनान प्रांताच्या उत्तर भागात हो-लुंगने स्थापन केलेले 'सोविएट' अजून शाबूत होते. त्यालाही सूचना गेली की, शक्य तितक्या लवकर त्याने झेश्वान प्रांतात येऊन लाल सैन्याला मिळावे.

मतभेदाचे बळ

लाल सैन्य मोकुंग तळावर विश्रांती घेत असतानाच, एक मतभेदाचे नवे वादळ घोंरावू लागले. सर्वच लाल सैन्य शेन्सी प्रांतात न्यावे हा माओचा विचार होता. तिथे एक थोडेसे 'सोविएट' निर्माण झालेले होते. शेन्सी प्रांतात राहून जपानविरोधी लढ्यात लाल सैन्याला प्रत्यक्ष भाग घेता येणार होता आणि देशात जी जपानविरोधी लाट निर्माण करावयाची माओला इच्छा होती, ती अर्थपूर्ण करण्यासाठी शेन्सी प्रांतात जाणे आवश्यक होते.

परंतु तळावर नव्यानेच दाखल झालेल्या चांग-कुओ-ताओला शेन्सी प्रांताकडे

जायचे नव्हते. त्याच्या मनात असे होते की सिकँग प्रांतात शिरून तिबेटात आपले स्वतंत्र लाल राज्य स्थापन करावे. हा विचार त्याला अधिक संयुक्तिक वाटत होता. माओला प्रत्यक्षात विरोध करण्याइतका जोर चांग-कुओ-ताओपाशी निर्माण झाला, याचे कारण मात्र असे होते की, माओचा उजवा हात चू-तेह यालाही चँग-कुओ-ताओचाच विचार मान्य होता. पुढे चू-तेह याने असा खुलासा केला की, 'गोळी घालण्याची धमकी चँग-कुओ-ताओने दिली' म्हणून आपण त्याच्याबरोबर सिकँगकडे गेलो. परंतु हे सर्व खरे वाटत नाही. चू-तेह हा स्वत: झेश्वान प्रांतातला होता. आपण आपल्या प्रांताजवळ राहावे असे चू-तेह याला वाटत असेल किंवा माओच्या संमतीनेच तो चांग-कुओ-ताओबरोबर गेला असावा ! काही का असेना १९२८ पासून सतत सात वर्षे रामलक्ष्मणांप्रमाणे वनवासात एकत्र राहिलेली माओ-चू-तेह ही जोडी या वेळी फुटली. दोन मोठे तट पडले.

माओ, लिन-पियाओ, चौ-एन-लाय, आणि पेंग-ते-हुई हे चार प्रमुख नेते शेन्सीकडे जाण्यास निघाले आणि चांग-कुओ-ताओ, चू-तेह, लिऊ-पै-शेंग हे तिघे मात्र सिकँगकडे जाण्यास निघाले. लाल सैन्यही दोन प्रचंड गटांत विभागले गेले. माओमागे गेलेली सैन्यसंख्या होती, फक्त ३०,०००.

अखेरचा 'चरण'

'लाँग मार्च' चा अखेरचा चरण आता सुरू झाला होता. हा अखेरचा टप्पा माओच्या सैनिकांना अत्यंत कष्टाच्या उपासमारीचा आणि भयानक अनुभवाचा ठरला. या भागातील रानटी जमाती आपल्याश्या करणे मोठे कर्मकठीण झाले. त्यांची भाषा समजत नव्हती. लिऊ-पै-शेंग हा सिकँगकडे निघून गेला होता. यामुळे या आदिवासी जमातींशी संवाद साधणे लाल सेनेला जमले नाही. भीतीने ही माणसे दूर पळाली खरी, परंतु लाल सेनेला त्यांनी सारखा उच्छाद दिला. पर्वताच्या खिंडीतून सैन्य जाऊ लागले की ही माणसे पहाडाच्या टोकावरून मोठमोठे दगड त्यांच्या अंगावर लोटीत. पैसे पुढे करूनही धान्यधुन्य सेनेच्या हाती द्यायचेच नाही, हा या जमातीचा निश्चय टिकून राहिला !

मांत्झू या जमातीच्या राणीने तर सक्त आज्ञा काढली की, या प्रदेशात घुसलेल्या सैन्याशी जमातीपैकी कुणीही कसला संबंध ठेवता कामा नये. नाईलाजाने या प्रदेशातून जाताना माओच्या सैनिकांना मांत्झू शेतकऱ्यांच्या शेतांतील गहू आणि भाजीपाला जबरदस्तीने घ्यावा लागला ! यासाठी पैसे देऊ करूनही ही जमात सैन्याची उपासमार करू पाहत होती. एडगर स्नो या अमेरिकन पत्र पंडीताशी या प्रकारासंबंधी वनवासातच बोलताना माओ थट्टेने म्हणाला, ''एवढेच काय ते परकीयांचे ऋण आमच्या डोक्यावर आहे ! आज ना उद्या केव्हा तरी मांत्झू आणि तिबेटी लोकांकडून आम्ही जे जबरदस्तीने

घेतले, त्याची भरपाई आम्हाला करावयाची आहे.'' ("This is our only foreign debt and some day we must pay the Mantzu and Tibetans for the provisions we were obliged to take from them." p. 193. Red Star over China.) या उद्गारांवरून एक गोष्ट स्पष्ट दिसते की, १९४० सालापर्यंत तरी मांत्झूची भूमी व तिबेट, ही परकी भूमी आहे असे माओ निःसंदिग्धपणे सांगत होता !

जंगले तुडवून लाल सैन्य बाहेर पडले तो दलदलीचा गवताळ प्रदेश सुरू झाला. दलदल म्हणजे इतकी की, जरा पाऊल चुकले तर माणूस सरळच चिखलात संपूर्ण गाडला जाई.

दहा दिवसांच्या या प्रवासात मनुष्यवस्तीची एकही खूण सैन्याला दिसली नाही. पकडलेल्या टोळीवाल्यांना वाटाडे करून सैन्य फक्त पुढे जात होते इतकेच. इथे एकही झाड नव्हते. यामुळे सरपण नव्हते ! अन्न शिजवणार तरी कसे ? कधी कच्चे गहू आणि भाज्या खाऊन भूक भागवली जात होती. रात्री चिखलात आणि थंडीत कुडकडत संपत होत्या. अनेकांचे पाय सुजले होते. अनेकांना भयंकर डास आणि किडे चावून अंगावर फोड उठले होते. कदान्न खाऊन अनेकांना पोटाच्या व्याधीने जर्जर केले होते. हळूहळू धान्य संपले, मग बरोबरची घोडी मारून कच्चे मांस आणि रक्त पिण्याची पाळी आली. घोडी फस्त झाली, खेचरे संपली. कमरेचे चामड्याचे पट्टे खाऊन झाले. या सर्वांत भरीस भर म्हणून पाऊस कोसळू लागला. मोठ्या संख्येने सैनिक मरू लागले. व्याधींनी आणि साथींनी तडफडत अनेकांनी प्राण सोडले. चिखलात रुतून काही मेले.

अखेर कनसू प्रांताची हद्द लागली. इथे मुसलमानांची मोठी वस्ती. फक्त ७ ते ८ हजार लाल सैनिक आता उरले होते. या ठिकाणी 'मिनशान' डोंगरातून जाताना काही मुसलमान टोळ्यांनी लाल सेनेवर हल्ला चढवला. सुदैवाने हे टोळीवाले घोड्यावरून आले होते. आले आणि शेकडो घोडी लाल सेनेच्या हवाली करून बिचारे अल्लाघरी गेले ! लाल सेनेने या मुसलमान टोळीवाल्यांची लांडगेतोड उडवली.

आता एकच पर्वतची रांग ओलांडायची शिल्लक होती. 'लिऊपान, ३ पर्वताचा अखेरचा नैसर्गिक अडथळा ओलांडला की माओ शेन्सी प्रांतात उतरणार होता. या पर्वतावर पोचल्यावर, माओला आपल्या भावना अनावर झाल्या. त्याच्या मनात भराभर काव्यपंक्ती फेर धरू लागल्या. इथे लिहिलेली ही माओची कविता अतिशय अर्थपूर्ण आहे. तिचा इंग्रजी तर्जुमा पाहा :

The sky is high, the clouds are pale
We watch the wild geese flying south till they vanish
If we reach not the great wall, we are no true man

Already we have come two thousand leagues
High on the crest of Liupan Mountain
Our banners idly wave in the west wind
To-day we hold the long cord in our hands
When shall we bind fast the gray dragon?

लिऊपान डोंगराच्या शिखरावर असूनही माओला माथ्यावरचे आकाश उंचच होते. ढग मरगळलेले होते. जर आपण इतक्या प्रयासानंतर पेकिंग गाठू शकलो नाही तर आपण खरे पुरुषच नाही असे माओला वाटत होते. लिऊपानच्या शिखरावर पश्चिमेचे वारे पीत, फडफडणारे लाल निशाण कुणाला दिसत तरी आहे का ? उगाचच होणारी का ही फडफड होती ? जणू हातात लाल सैन्य-पथकांची लांबच लांब दोरी घेऊन माओ उभा होता. परंतु पूर्वेकडून येऊ पाहणारा करडा आक्रमक जपानी असूर फासात कधी आवळता येईल, हा एकच ध्यास त्याला त्या क्षणी अस्वस्थ करीत होता.

३६८ दिवसांच्या यातनामय यात्रेचा अखेरचा दिवस उजाडला. ६००० मैलांची अखंड वाटचाल संपली होती. २४ नद्या आणि १८ पर्वतांच्या रांगा ओलांडाव्या लागल्या होत्या. हातघाईची रणकंदने अनेक हुतात्म्यांचे दान घेऊन गेली होती. उरले-सुरले, थकले-भागलेले सात-आठ हजार लाल सैनिक माओबरोबर 'लिऊपान'चा डोंगर उतरू लागले. तो दिवस होता २० ऑक्टोबर १९३५.

* * *

२२

□

चँग-कै-शेक माओ चहात्यांच्या लष्करी नजरकैदेत : चॉ-एन-लायच्या मध्यस्थीने सुटका !

'लाँग-मार्च' संपला. १९३५ च्या ऑक्टोबरात लाल सेना शेन्सी प्रांतात पोचली. या सर्व प्रवासात माओने दोन सूत्रांचा सतत उद्घोष चालवला होता. 'चिनी माणसांनी चिन्यांशी लढता कामा नये' हे माओचे पहिले सूत्र होते आणि 'जपानला प्रतिकार करू' हे दुसरे सूत्र होते. भौगोलिकदृष्ट्या आणि राजकीयदृष्ट्या माओ आता अशा ठिकाणी उभा होता की, जपानचा कट्टर विरोधक ही त्याची भूमिका जनतेला सार्थ वाटावीच.

शेजारी लागून असलेल्या 'शान्सी' प्रांतात जपानचे हातपाय पोचलेले होते. जपानी सैन्याला प्रत्यक्ष रणात भिडण्याची संधी आता माओला मिळणार होती. आक्रमक जपानला माओच्या शेन्सी प्रांतातील आगमनाचा अर्थ बरोबर समजला होता. जनरल चँग-कै-शेक याला जपान सरकारने इशारे देण्यास सुरवात केली - ''जर कम्युनिस्टांचा कायमचा बंदोबस्त तुम्ही केला नाही तर तुमच्याशी केलेले सगळे समझोते मोडून आम्हाला चिनी कम्युनिस्टांबरोबर लढावे लागेल.'' जपानी या घटनेकडे नव्या आक्रमणाची संधी म्हणूनच पाहू लागले.

'मॉस्को' ! एक अडथळाच

जपानविरुध्द लढ्याचे नेतृत्व करण्यासाठी माओ उत्सुक होता. परंतु त्याच्या मार्गात दोन अडथळे होते : एक, कोमिन्टांग सैन्याचे आणि त्याचे वैर आणि दुसरा अडथळा मॉस्कोचे सतत येणारे दडपण.

जपानी आक्रमणाचा परिणामकारक प्रतिकार करायचा तर, लाल सैन्याला आणि कोमिन्टांग सेनेला परस्पर सहकार्य केल्याशिवाय अन्य मार्गच नव्हता. परंतु चीनच्या भूमीवरील जपानी आक्रमकाच्या अस्तित्वामुळे घडणारा हा सहकार म्हणजे काही अखेरचे मनोमीलन नव्हे, याची माओला आणि जनरल चँगला पुरती जाणीव होती.

माओ काय किंवा जनरल चँग काय, या दोघांनीही चिनी जनतेचे भवितव्य आपल्या कल्पनेप्रमाणे घडवण्यासाठी सत्तेचे संपूर्ण स्वामित्व हवे होते आणि यात दुसऱ्याला अंशात्मक वाटाही अंती देण्याची उभयतांची तयारी नव्हती.

माओचे सोविएट रशियाबरोबरचे संबंध अधिक नाजूक आणि गुंतागुंतीचे होते. स्टॅलिनच्या दडपणाला माओचा तर विरोध होताच, परंतु या विरोधातही दोन्ही देशांतील कम्युनिस्ट चळवळ ही जागतिक संदर्भात परस्पर पूरक ठरली पाहिजे, असा आग्रहदेखील कुठे तरी सतत मिसळलेला राहणार होता. चिनी कम्युनिस्ट चळवळीकडे स्टॅलिन काय दृष्टीने पहात होता ? चीनमधील कम्युनिस्ट चळवळ ही रशियाच्या तंत्राने आणि सल्लामसलतीनेच झाली पाहिजे, हा त्याचा प्राथमिक आग्रह होता. जर रशियाच्या राजकीय डावपेचांच्या दृष्टीने चीनमधील कम्युनिस्ट क्रांती ही मागे खेचावी लागत असेल, तर चिनी कम्युनिस्टांचे पाय ओढायलाही स्टॅलिन मागेपुढे पाहणारा नव्हता. लाल हुकुमशहाच्या या धोरणाविरुध्द उघडपणे बंड करण्याइतकी माओची ताकद वाढलेली नसली, तरी या धोरणाचा मुकाबला करण्याची तयारी करणे माओला भागच होते. त्याच्या मनात हा स्टॅलिनविरोध सतत जागृत होता.

ज्या शेन्सी प्रांतात लाल सेना शिरली होती, तो प्रांत बऱाचसा सुरक्षित प्रांत होता. मांचुरिया जपानने गिळंकृत केल्यावर तेथून हुसकलेला ख्रिश्चन जनरल फेंग-यू-शियांग याने जनरल चँगशी मैत्री ठेवलेली असली, तरी लाल सेनेचे शत्रुत्व ज्या पोटतिडकीने जनरल चँग करीत होता, ती द्वेषाची तिडीक फेंग-यू-शियांगने दत्तक घेतलेली नव्हती. तो स्वतः लष्करी उमराव परंपरेतील होता. शेन्सी प्रांतात त्याचे बस्तान होते. आणखी एक सैन्य जवळ असलेला लष्करी उमराव, याच दृष्टीकोनातून तो माओकडे पाहात होता ! आगळीक केल्याखेरीज हे लष्करी उमराव एकमेकांच्या वाटेला जात नसत. शेन्सी प्रांतात फेंग-यू-शियांगकडून माओला तूर्त तरी धोका नव्हता.

पाओ-आनचा स्वातंत्र्यवीर

याच प्रांतात उत्तर भागात एक छोटे लाल प्रजासत्ताक राज्य निर्माण होऊन काही काळ लोटलेला होता. १९२७ मध्ये जेव्हा कम्युनिस्ट-कोमिन्टांग बेबनाव झाला आणि जनरल चँगने कम्युनिस्टांची कत्तल सुरू केली, तेव्हा कम्युनिस्ट कार्यकर्ते देशभर विखुरले गेले. व्हाम्पोआ मिलिटरी अॅकेडमीत, चाऊ-एन-लायच्या हाताखाली तयार झालेला लिऊ-त्सू-तान हा तरुण याच पळापळीत शेन्सी प्रांताच्या उत्तर भागात आला. हीच त्याची जन्मभूमी होती. डोंगराच्या कुशीत वसलेल्या 'पाओ-आन' (पश्चिमेकडची शांती) या गावात एका मध्यमवर्गीय आईबापाच्या पोटी हा मुलगा जन्माला आला होता. व्हाम्पोआ अॅकेडमीत जाण्यासाठी त्याने आपले जन्मग्राम प्रथम सोडले. तेथून

तो कम्युनिस्ट शिरकाणाच्या वेळी प्रथम शांघायला कम्युनिस्ट पक्षाच्या कामासाठी गेला व १९२८ मध्ये तो 'पाओ-आन'ला परतलेला होता.

किआंगसीप्रमाणे शेन्सी प्रांतात स्वतंत्र लाल प्रजासत्ताक स्थापन करण्याची त्याची धडपड लगेचच सुरू झाली. १९२९ ते १९३२ या चार वर्षांत लिऊने अनेक धाडसाची कृत्ये पार पाडली. जनरल फेंग-यू-शियांग याच्या एका अधिकाऱ्याच्या घरी भोजनाच्या मिषाने जाऊन त्याने पंचवीस-तीस बंदुका लंपास केल्या. अशा मार्गाने शस्त्रे जमवत त्याने लहानसे सैन्य निर्माण केले. गल्लीतला मवाली हा जसा पोरे-टोरे गोळा करीत दादा होतो, तसाच हा प्रकार त्या वेळी चीनमध्ये सतत प्रत्ययाला येत असे. शस्त्रास्त्रे जमा केली, सैन्य जमवले, थोडी दादागिरी करायला सुरवात झाली तरी तिकडे फारसे कुणी लक्ष देत नसे.

परंतु १९३१ मध्ये लिऊने पाओ-आनवर अंमलच बसवला आणि स्वतंत्र राज्याचे लाल निशाण फडकवले ! आसपासची खेडी या राज्यात त्याने आणली. त्याच्यावर चाल करून येणारे लष्करी उमरावांचे सैन्य पराभूत होऊ लागले. प्रथम लिऊने जमीनदार आणि श्रीमंत शेतकऱ्यांचे खून पाडून, गरीब शेतकऱ्यांसाठी भूमी मोकळी केली. हा रक्तलांच्छित कालखंड फारच थोडा काळ टिकला. कारण एकदा दहशत निर्माण होताच लिऊचे काम सोपे झाले. सर्व गरीब आणि कंगाल शेतकरी वर्ग लिऊने जिंकला. शिवाय या लाल राज्यात रितसर कम्युनिस्ट पक्षाची स्थापना झाल्यामुळे, लिऊला पक्षाचे मार्गदर्शन लाभू लागले. किआंगसीचा आदर्श पुढे ठेवून पाओ-आनचे लाल प्रजासत्ताक मुळ धरु लागले. स्वतंत्र बँक सुरू झाली. पोस्ट ऑफिस सुरू झाले. ओबडधोबड आकाराची नाणी सुरू झाली. जमिनीचे फेरवाटप झाले. सहकारी संस्था स्थापन झाल्या. शाळा उघडल्या गेल्या.

१९३४ मध्ये लिऊ हा सैन्य घेऊन दक्षिणेकडे सरकला. प्रांताची राजधानी सिआन त्याने गाठली आणि शहरालाच वेढा दिला. याच सुमारास किआंगसीचा तळ सोडून माओचे लाल सैन्य उत्तरेकडे निघाल्याचे वृत्त लिऊला कळले. हा संपर्क त्याला रेडिओद्वारे साधता आला होता. सर्व आधुनिक गोष्टी त्याने पैदा केल्या होत्या. सिबानचा वेढा ताबडतोब ऊठवून लिऊ पुनः डोंगराच्या आडोशाला गेला. स्वतःची पंधरा हजार सेना होती. माओ येऊन मिळाला की शेन्सीतील लाल राज्याला नवी झळाळी लाभणार होती. तोपर्यंत वाट पहाणे अधिक शहाणपणाचे होते.

माओ शेन्सी प्रांतात पोचायला विलंब लागत होता. परंतु तत्पुर्वी १९३४ साल संपण्याच्या सुमारास होनान प्रांतातील तळ उठवून त्सू-है-तुंग याची लाल सेना शेन्सीच्या दक्षिण भागात शिरली. हे सैन्य सुमारे ८०० होते. २५ जुलै १९३५ ला लिऊचे सैन्य व

त्सू-है-तुंगचे सैन्य मिळून '१५ वी लाल सेना' (15th Red Army Corps) निर्माण करण्यात आली. त्सू-है-तुंग हा या लाल सेनेचा कमांडर झाला आणि व्हाईस कमांडरची जागा लिऊने पत्करली. शेन्सी प्रांतात उत्तरेत पाओ-आन येथे आणि दक्षिणेत चाओ-हुआ येथे असे दोन लाल ठळक ठिपके नकाशावर आता निर्माण झालेले होते.

माओ शेन्सी प्रांतात पाओ-आन येथे पोचला तेव्हा त्या प्रांतात ही परिस्थिती होती. लिऊने आणि त्सू-है-तुंगने माओचे प्रेमाने स्वागत केले. लाल सैन्याची संख्या आता चाळीस-पन्नास हजारांच्या घरात गेली होती. दोन-तीन महिने मात्र लगोलग काही करणे शक्य नव्हते. हा तळ अनेक वर्षे राहणार होता व त्या दृष्टीने सरकारी कचेऱ्या, लष्करी शिक्षणाच्या शाळा, छापखाने, दवाखाने, टेलिफोन यंत्रणा या सर्वांची उभारणी माओने हाती घेतली. शस्त्रांस्त्रांचा कारखाना उभा होऊ लागला. 'लाँग-मार्च' वाटचालीत लाल सेनेला मिठाची उपासमार सतत भासली होती. दैव काय विचित्र असते पहा ! शेन्सी प्रांतात खनिज मिठाची संपत्ती विपुल, मोठ्या प्रमाणावर हे मीठ लष्करी उमरावांच्या प्रदेशात आणि तेथून कोमिन्टांग राज्यात चोरुन मारुन धाडण्याचा धंदा हा सर्वांत तेजीत असलेला धंदा इथे आता सुरू झाला.

१९३६ साल उजाडले. जपान्यांविरुध्द ताबडतोब आघाडी उघडून कोमिन्टांग सैन्याच्या भूमिकेला शह लावणे ही अगदी अगत्याची बाब होती. लिऊच्या नेतृत्वाखाली लाल सैन्याने पीत-नदी (Yellow River) ओलांडून शान्सी प्रांतात जपान्यांवर हल्ला करण्याचे ठरविले. अर्थात हा हल्ला म्हणजे मैदानातील लढाई अभिप्रेत नव्हती. छापे घालून जपानी सेनेला नामोहरम करण्याचे तंत्र माओ रुजवू पाहणार होता. मार्च १९३६ मध्ये पहिला छापा घालण्याचा मान लिऊने पटकावला... आणि दुर्दैवाने या पहिल्याच चकमकीत लिऊ जखमी झाला. पीत-नदीवरील जपानी ठाणे कब्जात आले. परंतु लिऊच्या शरीरात बंदुकीच्या गोळया घुसल्या. जखमी अवस्थेत त्याला शेन्सीला आणण्यात आले आणि ज्या डोंगराच्या कुशीत त्याचे बालपण संपले होते, त्या डोंगरशिखरांवर अखेरची नजर फिरवीत लिऊ-त्सू-तानने या जगाचा निरोप घेतला ! वा-या-पाओ या ठिकाणी त्याचा अंत्यसंस्कार झाला आणि या भागाला माओने नाव दिले 'त्सू-तान-त्सिन.' माओच्या सहाय्यकर्त्यात लिऊ-त्सू-तानचे स्थान हे अत्यंत वेगळे आणि वैशिष्ट्यपूर्ण होते. कियांगसीपासून दूर उत्तर शेन्सीत त्याने माओकरता अशी एक गुहा स्वपराक्रमावर निर्माण करून ठेवली होती की, ज्या गुहेत बसून हा सिंहपुरुष सुरक्षितपणे डरकाळू शकत होता. हे स्थान माओला लाभले नसते तर कदाचीत माओचे यश आणखी बरीच वर्षे लांब गेले असते आणि नियतीचे कुणी सांगावे, कदाचित चीनच्या विस्तीर्ण भूभागावर पिवळा तारा चिन्हांकित लाल निशाण फडकलेही

नसते.

जपान्यांविरुध्द सुरू केलेल्या पहिल्याच लढाईत, लिऊसारखे मोहरे माओने गमावले. परंतु काही दिवसांतच माओशी मतभेद होऊन निघून गेलेले चँग-कुओ-ताओ आणि चू-तेह हे सगळा सैन्यसंभार घेऊन शेन्सी प्रांतात माओकडे आले. हुनानमधून जनरल हो-लुंग हादेखील आपली सेना घेऊन याच वर्षी माओला येऊन मिळाला.

आता जपान प्रधान शत्रू !

जपान हा आता प्रधान शत्रू आहे, ही गोष्ट माओने आपल्या सैनिकांपुढे वारंवार मांडण्यास सुरुवात केलेली होती. १९३५ च्या डिसेंबरात जपान्यांवर छापे घालण्याचा निर्णय पॉलिट्ब्यूरोच्या ज्या बैठकीत झाला त्या बैठकीत बोलतांना माओ म्हणाला :

"जपानविरोधी लढ्यात जे कुणी आपल्याला सहाय्य करतो म्हणतील, त्या सर्वांचे मी स्वागत करीन. मग ही शक्ती एखाद्या लष्करी उमरावाची असो, कोमिन्टांग सेनेची असो वा अन्य कुणा बूर्झ्वा राष्ट्रवाद्यांची असो."

शेन्सीतले इतर सरदार !

उत्तर चीनमध्ये शेन्सीच्या परिसरात लष्करी उमरावांचे प्राबल्य अजून शिल्लक होते. जनरल चँगने लष्करी उमरावांविरुध्द काढलेली मोहीम पेकिंगच्या परिसरात आल्यावर खूपच तडजोडीची मोहिम झालेली होती हे आठवत असेल. पेकिंगच्या दक्षिणेस हुपै प्रांतात चांग-सो-लीनचा मुलगा चांग-सुयेह-लिआंग हा लष्करी सरदार प्रबळ होता. लाख-दीड लाखावर मांचुरियातील सैनिकांची शिबंदी त्याच्याजवळ होती. 'यंग मार्शल' म्हणून सैन्यात तो लोकप्रिय होता. जपानने सप्टेंबर १९३१ मध्ये स्वारी केली, तेव्हा हा ३३ वर्षांचा तरुण राजधानी मुकडेन येथे नव्हता.

चांग-सो-लीनची गाडी उडवून जपान्यांनी त्याचा काटा काढल्यानंतर ३,००,००० मांचुरियन जनतेचा सर्वाधिकारी झालेला हा तरुण मुलगा, या वेळी पेकिंगच्या युनियन हॉस्पिटलात टायफॉईडने आजारी होता. चँगने त्याला सांगितले, "आपण लीग ऑफ नेशन्सकडे तक्रार नेलेली आहे. जपान्यांशी लढण्याचे कारण नाही !" यंग मार्शल मग तंदुरुस्तीसाठी युरोपच्या दौऱ्यावर गेला. हिटलर, मुसोलिनी, काऊंट सियानो, मॅकडोनल्ड यांना भेटला. १९३४ मध्ये युरोपातून तो परतला व हँकौ येथे असलेल्या मांचुरियातून हुसकलेल्या सेनेचा तो कमांडर झाला.

मध्यंतरीच्या काळात जपान्यांनी जेहोल घेतले. चाहर घेतले. लिग ऑफ नेशन्स माशा मारीत स्वस्थ होते. चँग-कै-शेक स्वस्थ होता. यंग मार्शलची लाल सेनेचा मुकाबला करण्याकरिता शेन्सी प्रांतात रवानगी झाली. जनरल चँगचा जपान्यांशी लढण्याचा विचार नाही. याउलट लाल सैन्याचा तोच मुख्य आग्रह आहे, हे लक्षात येताच शेन्सीत

स्थिरावलेल्या लाल प्रजासत्ताकाविषयी यंग मार्शलचे वैर मनोमन संपले होते.

खुद्द शेन्सी प्रांतात दोन लष्करी उमराव तळ ठोकून होते. यातल्या एकाचा उल्लेख पूर्वी आलेला आहे. फेंग-यु-शियांग ! शेन्सीच्या वायव्य भागात सुमारे अर्धा लाख सैन्य ठेवून याने आपले बस्तान मांडले होते. मंगेलियातून हा तपान्यांकडून हुसकला गेलेला होता. दक्षिण शेन्सी प्रांतात येन-सि-शान या उमरावापाशी ५० हजार सेना होती आणि तो देखील आपल्या मुलखाचा राजा होऊन बसला होता.

या दोन्ही लष्करी उमरावांनी जनरल चँग-कै-शेकशी समझोता केला असला, तरी चांग-सो-लीनचा मुलगा चांग-लियांग धरून या तिघांना वेगवेगळे ठेवून बलिष्ठ होऊ न देण्याची काळजी जनरल चँगला घ्यावी लागत होती. या तिघांचे आपसांत वैर राहील अशी व्यवस्था त्याला करावी लागे. या तीन सरदारांच्या आडोशाला आता माओचे 'सोविएट प्रजासत्ताक' मोठे होऊ पहात होते. या तिन्ही उमरावांचे जपानशी मनोमन वैर होते व जर संधी मिळाली तर हे सर्व लष्करी उमराव जपानविरुध्द उलटतील अशी आशा माओला वाटत होती. जपानविरोधी आघाडीत येण्याचे या उमरावांना उद्देशुनच माओने आवाहन केले होते. संशयाला जागा राहू नये म्हणून माओने पुढे खुलासाही केला :

"जर जपानविरोधी राष्ट्रीय सरकार निर्माण होत असेल तर त्यात या सर्वांना प्रतिनिधित्व मिळावे."

माओच्या अवाहनाला चँग-कै-शेककडून प्रतिसाद येत नव्हता. मंगोलियाच्या जनतेला याच सुमारास केलेल्या आवाहनात चँग-कै-शेकचा उल्लेख 'साम्राज्यवाद्यांचा कुत्रा' असा माओने केलेला आढळतो. जनरल चँगच्या आडमुठेपणामुळे माओ संतापला होता आणि त्याचाच हा परिणाम होता. मंगोलियन जनतेला उद्देशुन १९३५ च्या डिसेंबरात काढलेल्या पत्रकांत माओ म्हणतो :

"आमची खात्री आहे की आम्ही व इतर मंगोलियाच्या जनतेने संयुक्त लढा दिला तर जपानी सम्राज्यवादी व त्याचा इमानी कुत्रा चँग-कै-शेक यांना आपण उलथवून शकू."

मांचुरिया-मंगोलियातून हुसकलेल्या लष्करी सरदारांच्या मनात माओच्या या आवाहनाचा निश्चित परिणाम झालेला होता. मंगोलियन आणि मांचुरियन जनतेच्या सहकार्याने जपानला हुसकू पाहणारा माओ त्यांना जवळचा वाटू लागला नसता तरच नवल !

उमेत्सूचा लकडा

जपानी जनरल उमेस्तू याने ही परिस्थिती हेरुन जनरल चँग-कै-शेकमागे तगादा

लावला की माओचा व कम्युनिस्टांचा बंदोबस्त करणे जमत नसेल तर तसे सांगा, आम्ही काय ते करतो.

जपानचे आक्रमण वाढू नये आणि माओ व उत्तरेकडील लष्करी उमराव यांच्यात समझोता होऊ नये, यासाठी जनरल चँगला ताबडतोब कम्युनिस्ट निःपाताची नवी मोहिम हाती घेणे भाग होते.

१९३६ च्या मे महिन्यात जनरल चेन-चेंग याच्या नेतृत्वाखाली कोमिन्टांग सेनेची नवी चढाई जनरल चँगने आखली. मदतीसाठी शेन्सीतील लष्करी उमराव येन-सिशान आणि हुपैतील लष्करी उमराव 'यंग मार्शल' म्हणवणारा चांग-सुयेह-लियांग यांना निरोप गेले. लवकरच कम्युनिस्ट लाल सेना आणि कोमिन्टांग सेना यांच्यात चकमकी सुरू झाल्या.

लाल सेनेला काही विशिष्ट सूचना या वेळी मिळालेल्या होत्या. यानुसार चांग-सुयेह-लियांगचे जे सैनिक लाल सैन्याच्या हाती लागत, त्यांन पकडून त्यांच्या मनावर संस्कार करण्यात येत असत. मार्क्सवाद आणि माओच्या राज्यकारभाराचे अंतर्गत स्वरुप यासंबंधी या सैनिकांना पुरेसे प्रभावित केल्यानंतर, त्यांना सोडून देण्यात येत होते. अनेक सैनिक परत गेल्यानंतर माओसंबंधी चार चांगल्या गोष्टीच आपल्या सैन्यात सांगत. परिणाम असा झाला की, यंग मार्शलला माओच्या शत्रुत्वाचा फेरविचार करणे भाग पडले. ऑक्टोबरअखेर एकंदर अंदाज घेऊन माओने जाहीर केले :

"चांग-सुयेह-लियांगबरोबर आमचे शत्रुत्व असण्याचे कारण नाही. त्याच्या सैनिकांबरोबर आम्ही लढू इच्छित नाही. त्यांनी हल्ला केला तर मात्र आम्ही प्रतिकार करू."

यापूर्वीच ५ मे १९३६ ला नानकिंग सरकारकडे माओने सरळ तारेने याचना केली होती- "जपानविरोधी आघाडीत नानकिंग सरकारबरोबर सहकार्य करण्याची आमची इच्छा लक्षात घ्या !"

या तारेला जनरल चँगने उत्तरदेखील धाडले नव्हते.

आता जेव्हा जनरल चँगला खात्रीलायक अहवाल येऊ लागले, की 'यंग मार्शल'चे सैन्य माओविरुध्द लढत नाही, इतकेच नव्हे तर माओचे व 'यंग मार्शल'चे काही अंतस्थ बोलणे सुरू असावे असा संशय येतो, तेव्हा मात्र जनरल चँग एकदम सावध झाला.

आधुनिक राजकारणात वार्ताहर किती महत्त्वाच्या कामगिऱ्या बजावू शकतात, याचे यावेळी एक घडलेले उदाहरण पहा : मिस् नीम वेल्स ही अमेरिकन लेखिका याच ऑक्टोबरात 'यंग मार्शलची' मुलाखत घेण्यासाठी हुपै प्रांतात आलेली होती. तिने

आपल्या अहवालात लिहिले आहे -

"सियान भागात गंभीर परिस्थिती निर्माण होत आहे. या ठिकाणी 'यंग मार्शल'ची २,५०,००० फौज काही वर्षापूर्वी होती. ही सर्व फौज कट्टर जपानविरोधी होती. परंतु लाल सेनेविरुध्द लढण्याची कामगिरी त्यांना देण्यात आली. नानकिंग सरकारचे जपानविषयक शरणागतीचे धोरण पाहून या सैन्याचा क्षय होता-होता आता ते फक्त १,३०,००० उरलेले आहे ! सैन्यातील सर्व थरांत बंडपूर्व अस्वस्थता आढळते. या परिस्थितीमुळे असे बोलले जात आहे की, चांग-सुयेह-लियांग व चँग-कै-शेक यांचे संबंध बिघडलेले असून, लाल सेनेशी हातमिळवणी करून जपानविरोधी आघाडी निर्माण करण्याच्या प्रयत्नात 'यंग मार्शल' गुंतलेला आहे."

या अहवालाला भरपूर प्रसिध्दी त्यावेळी वृत्तपत्रांतून मिळाली.

जनरल चँग-कै-शेकने हा अहवाल वाचला असलाच पाहिजे. कारण तो तातडीने सियानला आला. परंतु त्याला अजूनही सुबुध्दी सुचत नव्हती. सियानला यंग मार्शलने चँग-कै-शेकपुढे जपानविरोधी आघाडीचा लेखी प्रस्ताव ठेवला. चँगने उत्तर दिले :

"चीनच्या भूमीवरुन अखेरचा लाल सैनिक हुसकल्याखेरीज आणि प्रत्येक कम्युनिस्ट तुरुंगाआड झाल्याखेरीज मी कसलाही विचार करायला तयार नाही ! हे झाल्यानंतरच रशियाबरोबर सहकार्य करणे शक्य होईल."

जनॅरलिझमोने नव्या चढाईची तयारी आरंभली. शंभर बॉम्बर विमानांचा ताफा सियानच्या विमानतळावर उतरला. शेन्सी प्रांताच्या तोंडावरच्या खिंडीत तुंगकून गावाजवळ दहा डिव्हीजन कोमिन्टांग सैन्य एकत्र करण्यात येऊ लागले. या सैन्याच्या दिमतीला टँक-दले होती, यंत्रचलित लष्करी वाहने होती, लॉऱ्या होत्या. चँग-कै-शेकचा स्वतःचा तळ लोयांग येथे होता.

इकडे लाल सैन्यावर कोसळण्यासाठी कोमिन्टांग फौजा सज्ज होत असताना सुईयुआन भागात जपानने नवे आक्रमण सुरू केले. (सुईयुआन म्हणजे इनर मंगोलिया) नानकिंग सरकारचे एकही विमान जपान्यांच्या समाचाराला तिकडे गेले नाही ! सियानजवळ जमा केलेली विमाने रोज न चुकता लाल प्रदेशावर मात्र बॉम्बफेक करू लागली.

नानकिंग सरकारने सुईयुआन भागातील जपानपुढे घेतलेल्या माघाराच्या बातम्या दडपून टाकल्या असल्या तरी सत्य बाहेर येतच राहिले.

यंग मार्शलची तडफड

'यंग मार्शल' हा 'इनर मंगोलिया'चा रहिवासी होता. त्याची बहुतेक सर्व सेना ही मंगोलियन होती. इनर मंगोलियात जपानचे नवे आक्रमण सुरू झाल्यामुळे बघ्याची भूमिका घेऊन जपानशी लढू पाहणाऱ्या लाल सेनेशीच लढत राहणे आम्हाला शक्य

नाही असे सांगणारे पत्र त्याने जनरल चँगला लिहीले. हे पत्र असे होते :

"युवर एक्सलन्सी, आपण माझ्या सैन्याला असे वचन दिलेले आहे की जर कधी जपानशी मुकाबला मरण्याची संधी प्राप्त झाली तर माझ्या सैनिकांना ती संधी देण्यात येईल. हे वचन जर आपण या वेळी पाळले नाही तर सैन्य ताब्यात ठेवणे मला कठीण जाईल. हे सर्व सैनिक केवळ मलाच नव्हे तर तुम्हालाही युवर एक्सलन्सी, विश्वासघातकी म्हणतील. सर्व सैन्य तिकडे पाठवता येत नसेल तर निदान माझ्या सैन्याचा काही भाग तरी जपानी सम्राज्यशाहीविरुध्द लढण्याकरीता पाठवण्याची अनुज्ञा द्या. मी स्वतः एक लाख सैनिकांसह तुमच्यामागे शेवटपर्यंत राहण्यास तयार आहे."

चँग-कै-शेकने या पत्राला किंमत दिली नाही. त्याने कळविले की, यंग मार्शलच्या सैन्यालाही प्रथम लाल सैनिकांशीच लढले पाहिजे.

सुईयुआन विभागात थातुरमातुर करून जपान्यांना अधिक बिथरु न देण्याचा जनरल चँगचा प्रयत्न चालू होता. देशभर जपानविरोधी नवी लाट उसळली होती. शांघायला गिरणी-कामगारांनी संप सुरू केला, वृत्तपत्रे आग ओकू लागली. विद्यार्थी-निदर्शकांचा धडाका उडाला. लेखणीच्या एका फटकाऱ्यासरशी जनरल चँगने चौदा राष्ट्रीय वृत्तपत्रांचा आवाज बंद केला !

'नॅशनल सॅल्वहेशन मूव्हमेंट' ही संघटना शांघायमध्ये गडबड करीत होती ! बॅंक-कारकून, लेखक, शिक्षक यांची ही राष्ट्रीय संघटना होती. या संघटनेच्या सात प्रमुख कार्यकर्त्यांना जनरल चँगने तुरुंगात टाकले.

परिस्थिती हाताबाहेर जात आहेसे पाहून यंग मार्शल स्वतः विमानाने लोयांग येथे जनरल चँगच्या भेटीला गेला. यंग मार्शलने चँगला विनवणी केली :

"शांघायच्या सात पुढाऱ्यांना मुक्त करा. ते माझे मित्र नाहीत की नातेवाईक नाहीत. परंतु त्यांच्या अटकेचा मी निषेध करतो, कारण ज्या तत्त्वांच्या हे पुढारी आज पुरस्कार करीत आहेत, तीच माझी तत्त्वे आहेत ! युवान-शिह-काईचा वेडेपणा आपण करू नका !"

जनरल चँग कडाडला -

"हा तुमचा दृष्टिकोन झाला. मी स्वतः सरकार आहे. ('I am the Government') मी जे केले आहे तेच क्रांतिकारी नेत्याला करावे लागते."

हे संभाषण चालू होते तेव्हा आसपास काही माणसे होती. त्यांना उद्देशुन यंग मार्शलने विचारले -

"माझ्या देशबांधवानो ! यावर विश्वास बसतो तुमचा ?"

जमलेली मंडळी उघडपणे काही बोलू शकली नाहीत. फक्त काही गुरगुर झाली.

जनरल चँगने मग यंग मार्शलला चुचकारणारे आश्वासन दिले -

"पुढल्या वेळी मी सियानला येईन, तेव्हा तुमच्या सैनिकांशी बोलेन. माझी योजना आणि डावपेच काय आहेत ते त्यांना समजावून सांगेन."

जनरल चँग सियानला येण्याचा मुहूर्त ठरेपर्यंत दोन अन्य घटनांनी यंग मार्शलला आणखी हादरे दिले.

ॲन्टि-केमिन्टर्न पॅक्ट

जर्मनी व जपानचा 'ॲन्टि-कोमिन्टर्न पॅक्ट' हा कम्युनिस्टविरोध करार झाल्याचे वृत्त आले. या करारावर नंतर इटलीनेदेखील सही केली. हुकूमशहांनी परस्परांच्या आक्रमणांना आशीर्वाद दिले. इटलीच्या अबिसिनीयातील साम्राज्याला जपानने सरकारी मान्यता दिली आणि या बदल्यात मुसोलिनीने मांचुरिया हा जपानचा असल्याचे जाहीर केले ! यंग मार्शल हा जेव्हा परदेशात गेला होता तेव्हा रोममध्ये काऊंट सिओनाचा तो दोस्त झालेला होता. परंतु इटालीच्या हुकूमशहाच्या या जावयाने अशी गोष्ट करावी, त्यामुळे त्याचा संताप वाढला. त्याने कडक शब्दात आपल्या सैनिकांपुढे काऊंट सियानो व मुसोलिनी यांची निर्भत्सना केली. यंग मार्शल उघडपणे विचारु लागला -

'जर्मन व इटालियन लष्करी अधिकारी चँग-कै-शेकचे सैन्य आणि वैमानिक तयार करत आहेत. चीनसंबंधी गुप्त माहिती या सल्लागारांमार्फत जपानला पोचत नसेल कशावरुन ? जपान-जर्मन कराराबद्दल जनरल चँग काहीच कसे बोलत नाही ?'

दुसरा दणका पाठोपाठ बसला. जनरल हू हा कोमिन्टांग सेनानी उत्तर कनसू प्रांतातून लाल सेनेवर चढाई करीत होता. लाल सैन्याचा प्रथम प्रयत्न होती का, जपानशी लढाई टाकून चिन्यांशीच लढणे गैर आहे, हे जनरल हूच्या सैनिकांना पटवून त्यांना फितवावे, परंतु हे जमत नाही अशी खात्री पटताच त्यांनी जनरल हूची लांडगेतोड करण्याचे ठरवले. लाल सेनेचा डिवचलेला सर्प उलटला तर चावू शकतो याची एकदा तरी निर्णायक प्रचीती कोमिन्टांग सेनेला घडवणे आवश्यक आहे.

जनरल हू दिमाखाने पुढे पुढे सरकत होता. 'होलिएनवान'च्या खोऱ्यात जनरल हू उतरताच लाल सेनेने माघार थांबवून सरळ लढाईला तोंड फोडले ! अरुंद दरीत कोंडलेल्या कोमिन्टांग सेनेची लाल सेनेने चौफेर लांडगेतोड सुरू केली. प्रतापगडाच्या खोऱ्यात अफजलखानाचे शिवाजी महाराजांनी जे केले, तेच होलिएनवानच्या खोऱ्यात जनरल हू चे लाल सेनेने केले ! हजारो बंदूका, मशिनगन्स, असंख्य घोडी आणि मोठा तोफखाना लाल सैन्याच्या हाती पडला. नोव्हेंबरातील ही गोष्ट.

यंग मार्शल विचार करू लागला, "प्रत्येक लाल सैनिक जर माणसांमाणसांचा विचार करायचा तर कोमिन्टांग सैनिकांपेक्षा शतपटीने वरचढ आहे. त्याची जिद्द, रग, झुंज

कौतुकास्पद आहे. या लाल सेनेचा पराभव करायला किती वर्ष लागतील ? एक-दोन-तीन-दहा-पंधरा ? आणि तोपर्यंत जपानशी कोण लढणार ?''

चँग-चे सियानला आगमन

या वातावरणात ७ डिसेंबर १९३६ या दिवशी सियानच्या विमानतळावर एक प्रचंड विमान उतरले आणि त्यातून जनॅरलिझमो चँग-कै-शेक याने बाहेर पाऊल टाकले.

तत्पूर्वी सियानमध्ये निळया डगलेवाल्या गुप्त पोलिसांचा सुळसुळाट झालेला होता. शहरातील अनेक विद्यार्थ्यांची व राजकीय कार्यकर्त्यांची कम्युनिस्ट असल्याच्या संशयावरुन धरपकड झाली होती. शहरात यंग मार्शलचे सैनिक नव्हते. शहराचा संपूर्ण कब्जा होता नानकिंगने नेमलेल्या शाओ या कोमिन्टांग गव्हर्नरचा !

विद्यार्थ्यांच्या धरपकडीमुळे ९ डिसेंबरला सरसकट अटकेच्या निषेधार्थ हजारो विद्यार्थ्यांनी मिरवणूक काढली. जनरल चँगच्या निवासाकडे जपानी आक्रमणाविरुध्द निषेधाच्या घोषणा करीत हा मोर्चा येऊ लागला असतांना, गव्हर्नर शाओ-लिट्झ याने विद्यार्थ्यांना पांगण्याची आज्ञा केली. धक्काबुक्की सुरू झाली. पोलीसांनी गोळीबार केला. यात दोन अल्पवयीन विद्यार्थी जखमी झाले. यंग मार्शल घटनास्थळी पोचल्यावर त्याने मध्यस्थी केली. विद्यार्थ्यांचे म्हणणे जनरल चँगच्या कानावर घालण्याचे आश्वासन त्याने दिले व विद्यार्थ्यांना घरोघर जाण्याची विनंती केली. यंग मार्शलच्या विनंतीबरोबर विद्यार्थी घरी परतले.

चँग-कै-शेकच्या कानावर या घटनेची हकिगत जाताच, त्याने यंग मार्शलला ''दोन्हीकडून बोलण्याचा साळसूदपणा खपणार नाही'' असा इशारा दिला.

नंतर जनरल चँगने आपला तळ सियान येथेच ठेवला आणि एकेका मंगोलियन सेनाधिकाऱ्याला बोलावून त्याचे म्हणणे काय ते विचारण्यास सुरवात झाली. धाक दाखविण्यात आला, परंतु व्यर्थ ! सर्वांनी जपानविरुध्द लढण्याकरीता आपल्याला धाडा हाच एक आग्रह धरला. जनरल चँगने सर्वांना एकच सांगितले - ''लाल सैन्याची घटका भरत आली आहे. या वेळी मला ठरलेल्या कार्यक्रमात बदल करता येत नाही.''

यंग-मार्शलने आता वेळ दवडण्यात अर्थ नाही हे हेरले व ११ डिसेंबरला रात्री त्याने सर्व डिव्हीजन कमांडरची गुप्त बैठक घेतली. १,७०,००० सैनिकांच्या या अधिकाऱ्यांनी निर्णय घेतला - ''चँग-कै-शेक आणि त्याचा गोतावळा यांना पकडायचे !''

बंडाला तोंड फुटत होते.

जनरल चँगला अटक !

यंग मार्शलने आखलेला हा चँगच्या अटकेचा कट अत्यंत सफाईने उरकण्यात

आला. चँग-कै-शेकने नानकिंग अथवा शांघाय येथे कम्युनिस्ट शिरकाणाचा कट केला होता, त्यापेक्षा या कटाची योजना शतपटीने अधिक शिस्तीत करण्यात आली होती.

१२ डिसेंबर १९३६ ! पहाटे चारच्या सुमारास यंग मार्शलच्या सैन्याने सियान शहराचा ताबा घेतला. चँग-कै-शेकच्या संरक्षणार्थ सियानमध्ये शिरलेल्या विद्यार्थ्यांच्या रक्तपाताला कारणीभूत झालेल्या गुप्त पोलीसांना पहाटेच्या साखरझोपेतच पकडण्यात आले. सियान गेस्ट हाऊसमध्ये जनरल चँगबरोबर आलेला अधिकारी मंडळींचा गोतावळा झोपलेला होता. त्यांनाही अटक करण्यात आली. सियानचा विमानतळ ताब्यात घेऊन तिथे नानकिंग सरकारची पन्नास विमाने होती, त्यावर पहारा बसला. सर्व वैमानिक पकडून ठेवण्यात आले. सकाळी सहा वाजायच्या आत हा सगळा मामला आटोपण्यात आला. रक्तपाताचा प्रसंगच आला नाही.

रक्त सांडावे अशी यंग मार्शलची इच्छाच नव्हती. कारण ही सत्ता-संपादनाची क्रांती नव्हती. यामागचा हेतू काही वेगळाच होता. चँगला पकडताना मात्र थोडासा रक्तपात करावा लागला. त्याचे असे झाले :

सियान शहरापासून दहा मैलांवर 'लिनटुंग' हे गाव होते. तिथे गरम पाण्याचे सुप्रसिध्द झरे होते. जनरल चँग-कौ-शेक हा ११ डिसेंबरच्या रात्री या ठिकाणी एका हॉटेलात मुक्कामाला गेलेला होता. यंग मार्शलने आपल्या शरीरसंरक्षक तुकडीचा कमांडर कॅप्टन सन-मिंग-चिऊ याच्यावर जनरॅलिझमोच्या अटकेची कामगिरी सोपविली होती. सव्वीस वर्षाचा हा धाडसी तरुण रात्री स्त्रीच गावाच्या अलिकडे ४ मैलांवर थांबला होता. तिथे दोनशे सैनिकांची तुकडी त्याची वाट पाहात होती. १२ डिसेंबर पहाटे ३ वाजता सन-मिंग-चिऊ सैन्य तुकडीसह लिनटुंग गावाच्या वेशीपर्यंत आला. पहाटे पाच वाजेपर्यंत हे सर्वजण तिथेच थबकलेले होते.

पाच वाजता पंधरा सैनिकांना घेऊन एक लॉरी दणाणत चँग उतरला होता त्या हॉटेलपाशी आली. सैनिकांनी उड्या मारताच तिथे पहारा करणाऱ्या सशस्त्र पाहेरकऱ्यांनी त्यांना अडवले आणि गोळीबाराला सुरवात झाली. पाठोपाठ कॅप्टन सन-मिंग-चिऊ सर्व सैनिकांसह तिथे पोचला. जनरल चँगच्या निवासावर चढाई सुरू झाली. मूठभर शरीरसंरक्षकांनी आणि पहारेकऱ्यांनी जो प्रतिकार केला तेवढ्या वेळात चँग मात्र त्या हॉटेलातून निसटला ! कॅप्टन सन हा चँगच्या खोलीत पोचला तेव्हा पलंगावर चँग नव्हता ! चँग निसटला आहे हे लक्षात येताच, त्याच्या शोधार्थ सैनिकांच्या तुकड्या वेगवेगळया दिशांनी पाठवण्यात आल्या. चँग जिथे उतरला होता त्या निवासामागे जो डोंगर होता त्या दिशेने चँग गेलेला असणार हे ओळखून कॅप्टन सनने काही सैनिकांसह तो डोंगर पालथा घालण्यास सुरुवात केली.

प्रथम चँगचा एक सेवक नजरेस पडला. चँग इथेच कुठे तरी आहे हे नक्की झाले ! थोडे पुढे जाताच कॅप्टन सनला चँग दिसला. एका प्रचंड शिळेच्या आडोशाला गुहा तयार झाली होती. त्या बेचक्यात चँग लपून बसलेला होता. ते दृश्य केविलवाणे होते. चँगच्या अंगात नाईट-शर्ट होता आणि अंगावरुन एक शाल गुंडाळलेली होती. पळताना ठेचाळल्यामुळे हातपाय खरचटलेले होते. एका ३० फुट खोल खड्ड्यात पडल्यामुळे ढोपरा-कोपरातून रक्त येत होते. थंडीने तो कुडकुडत होता. पळण्याच्या गर्दीत दातांची कवळी घ्यायला विसरल्यामुळे तोंडाचे बोळके दिसत होते.

चँगला पाहताच कॅप्टन सनने हात उचलून त्याला अभिवादन केले. चँगने त्याला ओळखले होते. अनेक वेळा यंग मार्शलबरोबर पाहिलेला हा उमदा तरुण त्याच्या माहितीचा होता. शिवाय हा सर्व उठाव कुणाचा आहे याचा बरोबर तर्क त्याने केलेला होता. त्यामुळे कॅप्टन सन जवळ येताच जनरल चँग-कै-शेकने त्याला ओरडून सांगितले-

''माझा मित्र असशील तर मला गोळी घालून मारुन टाक.''

कॅप्टन सनने सांगितले -

''तुम्हाला मारण्याची आमची इच्छा नाही. जपानविरुध्द तुम्ही आपला देशाचा लढा उभा करा, एवढीच आमची मागणी आहे.''

यंग मार्शलची चौकशी चँगने करताच, कॅप्टन सनने त्याला सांगितले, ''यंग मार्शल इथे आलेला नाही. शहरात सैनिकांनी उठाव केलेला आहे आणि केवळ तुम्हाला धोका पोचू नये म्हणून संरक्षणासाठी मी आलेलो आहे.''

जनरल चँगने हे ऐकून निःश्वास टाकला. त्याने कॅप्टन सनला म्हटले :

''मला चालवत नाही. तुम्ही एखादे घोडे आणा, म्हणजे मी डोंगर उतरु शकेन.''

''घोडे कशाला ? मी तुम्हाला पाठीवर घेतो. इथे घोडा मिळणे कठीण आहे.''

पाठीवरचा पांगळा !

जनरल चँगने थोडे आढेवेढे घेतले. त्याला संकोच वाटत होता. परंतु जेव्हा कॅप्टन सन त्याच्यापुढे वाकला, तेव्हा जनरल चँग त्याच्या पाठीवर बसला. पाठुंगळीला चँग-कै-शेक घेतलेल्या स्थितीत कॅप्टन सन हळूहळू डोंगर उतरु लागला. कॅप्टन सनच्या धिप्पाड पाठीला घट्ट मिठी मारुन बसलेला जनरल चँग-कै-शेक त्या वेळी कसा दिसला असेल ? त्याला त्या काही मिनिटांच्या वाटचालीत आपल्या राजकारणाचा आणि मुत्सद्देगिरीचा सगळा पांगळेपणा जाणवला असल्याखेरीज राहिला असेल काय ? टेकडीच्या पायथ्याशी चँग पाठीवरुन खाली उतरला. त्याचे बूट त्याच्या पकडल्या गेलेल्या सेवकाच्या हातात होते, ते त्याने चँगपुढे ठेवले.

एका लष्करी मोटारीत चँगला बसवण्यात आले आणि कॅप्टन सनसह ही मोटार

सियानच्या दिशेने धावू लागली.

मोटारीत कॅप्टन सेन त्याला म्हणत होता :

''झाले ते झाले ! जनरलसाहेब, आता आपण नवे पान उलटू या. तुमचा काय विचार आहे ? चीनपुढे अज एकच काम आहे, ते म्हणजे जपानला प्रतिकार करण्याचे. तुम्ही जपान्यांशी का लढत नाही ? सगळी शक्ती लाल सैन्याविरुध्द का लावता आहात ?''

''मी सरकार आहे'' - 'I am the Government' हे जनरल चँगचे आवडते पालुपद होते. यंग मार्शलला त्याने तेच ऐकवले होते.कॅप्टन सनला त्याने सांगितले :

''चिनी जनतेचा मी नेता आहे. राष्ट्राचे प्रतिनिधीत्व मी करतो. मी सरकार आहे. माझे धोरण आहे तेच बरोबर आहे.''

दुसऱ्याच्या पाठीवर बसलेले नेतृत्व टिकत नाही, हे अजून जनरल चँगला समजत कसे नव्हते ?

सियानला पोचल्याबरोबर यंग मार्शलचा पाहुणा म्हणून जनरल चँगची उत्तम बडदास्त ठेवण्यात आली. फक्त तो अटकेत आहे त्याची त्याला जाणीव देण्यात आली. पळून जाण्याचा प्रयत्न व्यर्थ आहे ! पळून जाण्याची आवश्यकताही नाही. कारण तुमच्या जिवाला धोका देण्याचा आमचा विचार नाही. या गोष्टी यंग मार्शलने त्याला स्पष्ट करून सांगितल्या.

काय घडते आहे याची बाहेरच्या जगाला लगेच कल्पना आली नाही. चिनी वृत्तपत्रांत मोठाले मथळे आले - 'चीनमध्ये क्रांती', 'चँगला अटक'. परंतु सोविएट पत्रांनी हा सर्व जपानचा कट असणार असा चुकीचा परंतु खात्रीलायक पुकारा केला. स्टॅलिनशहाला जनरल चँग-कै-शेक हाच चीनचा नेता म्हणून हवा होता. या अटकेमागे माओचा हात नव्हता ही गोष्ट उघड होती. यामुळे सर्वांचे लक्ष यंग मार्शल चांग-सुयेह-लिआंग हा आता पुढे काय करतो इकडे लागलेले होते.

यंग मार्शलने सियान रेडीओवरुन प्रथम खुलासा केला तो हा की, ''चँगच्या जिवाला धोका नाही.'' आपल्या निवेदनात त्याने सांगितले,''जनरॅलिझमोना आम्ही अशी विनंती केली आहे की त्यांनी काही काळ सियान येथेच थांबावे. त्यांच्या संरक्षणाची जबाबदारी आमची राहील. त्यांच्यापुढे आम्ही विचारार्थ ज्या प्रमुख गोष्टी मांडणार आहोत त्या अशा आहेत :

१) नानकिंग सरकारची ताबडतोब पुनर्रचना करून संमिश्र सरकार स्थापन करावे.

२) यादवी युध्द ताबडतोब बंद करून, जपानविरुध्द सशस्त्र प्रतिकार सुरू करावा.

३) शांघायमध्ये पकडलेल्या सातही पुढाऱ्यांची लगेच सुटका व्हावी.

४) सर्व राजकीय कैद्यांना माफी देण्यात यावी.

५) जनतेला सभा-स्वातंत्र्य जाहीर करण्यात यावे.

६) राजकीय संघटना करण्याचा आणि राजकीय स्वातंत्र्याचा अधिकार मान्य करण्यात यावा.

७) डॉ. सन्यत्-सेन यांनी मृत्यूपत्रात नमूद केलेल्या गोष्टी अंमलात आणाव्या.

८) चीनच्या राष्ट्रीय मुक्तीसाठी ताबडतोब एक सर्वपक्षीय परिषद बोलावण्यात यावी.

"या कार्यक्रमाला जनरल चँग-कौ-शेक यांनी पाठिंबा द्यावा असा आमचा आग्रह आहे."

नानकिंग रेडिओ मात्र जगाला सांगत होता - "चँग-कै-शेकला मांचुरियन सेनेने अटक केलेली असून त्याच्या जिवाला गंभीर धोका आहे."

या तर माओच्याच मागण्या !

यंग मार्शलने जनरल चँगपुढे मांडलेल्या आठ मागण्या वाचल्यानंतर कुणाच्याही हे लक्षात येत होते की, यातल्या बहुतेक मागण्या या गेल्या वर्षभरात माओने मांडलेल्या मागण्या होत्या. यंग मार्शल हा माओच्या कच्छपी लागला असल्याचा आरोप सिध्द व्हावा, अशाच या मागण्या होत्या. परंतु शेवटी मागणी काय आहे हे महत्त्वाचे असते ! ती कुणाच्या तंत्रा-मंत्राने केली ही गोष्ट दुय्यम असते. यात राष्ट्रीय हिताविरुध्द एक तरी मागणी होती काय ? यंग मार्शल व कम्युनिस्ट बोलणी झालेली होती यात शंकाच नाही. १९३६ च्या जानेवारीत यंग मार्शल विमानाने येनान येथे गेला होता. तिथून पाओ-आनला जाऊन त्याने चाऊ-एन-लायशी बोलणी केलेली होती. परंतु जनरल चँगला अटक करून सर्व गोष्टी धसाला लावण्याची ही जी कारवाई यंग मार्शलने केली होती ती मात्र त्याची एकट्याची जिद्द होती. म्हणूनच चँक-कै-शेकला ठार मारावे असा कम्युनिस्टांचा या वेळी आग्रह होता, असे जरी गृहीत धरले तरी ही गोष्ट कम्युनिस्ट या वेळी करू शकले नसते, ही गोष्टही उघड आहे. यंग मार्शलशी शत्रुत्व पत्करण्यात माओचाच आत्मघात होता. देशाचे हित तर नव्हतेच.

पाओ-आन येथे यंग मार्शलने पाठवलेले त्याचे खाजगी विमान उतरले तेव्हा सियानला वाटाघाटी करण्यासाठी या विमानात कम्युनिस्टांचे शिष्टमंडळ चढले. यात तिघेजण होते. शिष्टमंडळाचे नेतृत्व लाल राज्याच्या मिलीटरी कौन्सिलचा उपाध्यक्ष चाऊ-एन-लाय करीत होता.

चाऊ-एन-लाय सियानला दाखल झाला तो १४ डिसेंबर १९३६ या दिवशी. समझोता तिघांत होणार होता. कम्युनिस्ट, कोमिन्टांग आणि या दोघांच्या नेत्यांना

अखेर एकत्र धरून आणणारा मांचुरियन सेनाप्रमुख यंग मार्शल चांग-सुयेह-लियांग. परंतु जनरल चँग अजुन तोंड उघडायला तयार नव्हता. आपल्यामुळे सर्व अडते आहे ही जनरल चँगची समजूत नाहीशी करणे ही पहिली गोष्ट होती. आलास तर तुझ्यासह, नाही आलास तर तुझ्याशिवाय हीच भाषा घमेंडखोराना ताळ्यावर आणते. चाऊ-एन-लायने आणलेले लाल राज्याचे शिष्टमंडळ आणि यंग मार्शलसह सर्व कमांडर हे एकत्र बसले. त्याच दिवशी घोषणा झाली :

"संयुक्त जपानविरोधी आघाडी आम्ही निर्माण केली असून, या आघाडीत यंग मार्शलचे आणि जनरल यू-सुयेह-चुंगचे मिळून १,७०,००० सैन्य आणि ९०,००० लाल सैनिक सामील झालेले आहेत. यंग-मार्शल चांग-सुयेह-लियांग हा आघाडीच्या मिलिटरी कौन्सिलचा अध्यक्ष राहील व जनरल यू-सुयेह-चुंग हा उपाध्यक्ष राहील."

जनरल यू कोण ?

हा जनरल यू कोण ते सांगितले पाहिजे. १२ डिसेंबरला रात्री कनसू प्रांताची राजधानी लान-चौ येथे क्रांती झाली. तेथे नानकिंग सरकारची जी शिबंदी आणि फौज-फाटा होता, त्याला निशस्त्र करून जनरल यूने राजधानीचा आणि पाठोपाठ ४८ तासांत जवळजवळ सर्व प्रांताचा कब्जा केला होता. १५ डिसेंबरला संयुक्त वाटीघाटींसाठी तो सियानला पोचलेला होता.

हा समझोता जाहीर होताच, शेन्सी आणि कनसू प्रांतांचे चित्रच पालटून गेले ! सियान येथे तुरुंगात पडलेल्या चारशे राजकीय कैद्यांची मुक्तता करण्यात आली. वृत्तपत्रांवरील सर्व बंदी-हुकूम उठविण्यात आले. हजारो विद्यार्थी खेडोपाडी सभा घेऊ लागले. जपानविरोधी जाळ पसरवू लागले ! प्रचंड जाहीर सभांतून जपानविरोधी आघाडीतर्फे जनतेला प्रतिकारांचे, लढ्याचे आवाहन सुरू झाले. लाखलाखाच्या सभा होऊ लागल्या.

सर्व उत्तर शेन्सी प्रांत आता लाल सेनेने व्यापला आणि वेई नदीच्या दक्षिणेला, शेन्सी-होनान सरहद्दीवर आणि शेन्सी-शान्सी सरहद्दीवर, यंग मार्शलची आणि जनरल यू ची सेना मोर्चेबंदी करू लागली. लाल सेनेने आपल्या प्रदेशातील जमीन बळकाव मोहीम स्थगित केली. लाल सैन्याविरुध्द लढण्याचे मंगोलियन सेनेला मिळालेले सर्व आदेश यंग मार्शलने रद्दबातल ठरवले.

नानकिंग गोंधळले होते

एवढ्या महत्त्वाच्या घटना शेन्सी प्रांतात घडत असताना नानकिंग डोळ्यांवर कातडे ओढून बसले होते. सियानकडून येणाऱ्या बातम्या नानकिंग-शांघायमध्ये प्रसिध्द होऊ शकत नव्हत्या. नानकिंग सरकारने यंग मार्शल याला देशद्रोही घोषित केले आणि

जनरल चँगच्या सुटकेची मागणी केली. चीन देशभर काही काळ जी स्थिरावस्था निर्माण झाली त्याचा गुरुत्वाकर्षणबिंदू चँग होता. हा मूलाधार अटकेत पडताच नानकिंग सरकारमध्ये गोंधळाची स्थिती निर्माण होऊ लागली. नवे 'इशारे' होऊ लागले. नवी 'संगनमते' आणि 'खलबते' शिजू लागली. बहुतेकांची खात्री होती की, चँग-कै-शेक मारला गेलेला आहे. 'अॅसोसिएटेड प्रेस'मार्फत येणाऱ्या बातम्या मात्र खात्रीपूर्वक सांगत होत्या, चँग नुसता जिवंत नाही तर तो अधिक सुरक्षित आहे ! यंग मार्शलकडून त्याच्या केसालाही धक्का लागणार नाही.

सियान नभोवाणीवरुन सारखे सांगण्यात येत होते की, चँगविरुध्द हे बंड नाही ! उलट शांततेसाठी, देशहितासाठी, जपान्यांच्या उच्छेदनासाठी हे पाऊल उचलले गेले आहे. नानकिंग रेडिओ सियानच्या ध्वनीप्रक्षेपणात आवाजाचे अडथळे निर्माण करण्याचा फक्त उद्योग करत होता. एडगर स्नो यावेळी चीनमध्ये होता. माओशी बोलत होता. तो आपल्या पुस्तकात म्हणतो :

''यंग मार्शलच्या आठ अटी काय आहेत, याचा तपशील चीनबाहेर पाठवण्याचा मी प्रयत्न करत होतो. त्यामुळे पश्चिमात्यांना काही गोष्टींचा उलगडा वेळीच झाला असता. परंतु नानकिंगचे सेन्सॉर माझे शब्द बाहेर जाऊ देत नव्हते. माझे अहवाल दडपले जात होते. कोमिन्टांग सरकार नानकिंगहून संपूर्ण खोट्या बातम्या प्रसृत करीत होते. लाल सैनिक सियान शहर लुटीत आहेत, सियानच्या पोलीस प्रमुखास अंगात खिळे ठोकून सियानच्या वेशीवर येशूसारखा लटकवलेला आहे ! लाल सैनिक मुलीबाळींवर अत्याचार करीत आहेत ! यंग मार्शल जनरल चँगकडून आठ कोटी डॉलर्सची खंडणी मागत आहे ! यंग मार्शल हा सुप्रसिध्द दारुड्या, मवाली, कम्युनिस्ट आहे ! - या व अशांसारख्या बातम्या नानकिंगहून बाहेर पाठवल्या जात होत्या.''

यातले अक्षरही खरे नव्हते. आठवडाभर हा उद्योग नानकिंग सरकार करीत राहीले. मग त्यांची शिवीगाळ अपुरी पडू लागली. यंग मार्शलच्या आठ अटी जगात हळूहळू प्रसिध्द झाल्या. विचारवंतांचा, सूज्ञांचा पाठिंबा आणि सहानुभूती नानकिंग ज्यांना बदनाम करत होते त्यांनाच मिळण्यास सुरुवात झाली.

जनरल हो ने बाशिंग बांधले !

नानकिंगमध्ये जनरल चँगचा युध्दमंत्री जनरल हो-यिंग-चईन याची खात्री झाली की, सियानहून जनरल चँग काही जिवंत परत येत नाही. नानकिंगला असलेले इटालियन आणि जर्मन लष्करी सल्लागार त्याला भरीस घालू लागले की, ताबडतोब कम्युनिस्टां-विरुध्द नवी निःपात मोहिम सुरू करा. जनरल हो हा सत्ता हाती घेण्याची संधी थोडीच सोडणार होता ? त्याने २० डिव्हीजन सैन्य तातडीने हेनान-शेन्सी सरहद्दीवर जमा

करण्याच्या आज्ञा सोडल्या.

मादाम चंग-कै-शेक ही चँगची पत्नी नवऱ्यापेक्षाही अधिक हुशार होती. पूर्वाश्रमी ख्रिश्चियन-सुंग-मेईलिंग नावाने ओळखली जाणारी ही मुलगी अमेरिकेत शिक्षण झालेली सुविद्य तरुणी होती. परिस्थितीचा अचूक अंदाज तिला आला होता. कम्युनिस्टांविरुध्द या वेळी लढाई करणे याचा अर्थ चँगची कधीही सुटका होणार नाही असा होत होता. तिने जनरल हो ला फैलावर घेतला -

''युध्द सुरू केल्यानंतर थांबवणे तुमच्या हातात राहील काय ? चीन प्रदेश जगायचा तर जनरल चँग जिवंत असायला हवा ! तुमची माझ्या नवऱ्याला गोळ्या घातल्या जाव्या अशी इच्छा आहे की काय ?''

जनरल हो याला काही बोलता येईना. मान खाली घालून तो उभा होता.

''जर तुम्हाला काही करायचे असेल तर माझ्या नवऱ्याच्या सुटकेचे प्रयत्न करा - नाही तर स्वस्थ बसा !''

जनरल हो चे अवसान सरले. मादाम चँगने जनरल हो याला आवरले ही घटना पुढच्या समझोत्यास अत्यंत पोषक ठरली. मादाम चँग, चँगचा मेहुणा आणि बँकप्रमुख टी. व्ही. सुंग, कार्यकारी पंतप्रधान कुंग या तिघांनी नानकिंग सरकारमधील कम्युनिस्टां-विरुध्द नव्या मोहिमेचा होऊ लागलेला विचार सपशेल मोडून काढला.

सियान येथे नजरबंदीत आठवडाभर कालक्रमणा करणाऱ्या चँगला हळूहळू हे कळत चालले होते की, यंग मार्शलने जे जे केले ते खरोखरच त्याच्यावरील श्रध्देपोटी आणि प्रेमापोटी केलेले होते. आपले खरे विश्वासघातकी सहकारी नानकिंगमध्येच आहेत, याची त्याला कल्पना होती. जनरल चँग सियानला जे भोगत होता त्या अवस्थेला चिनी भाषेत पिंग-चिएन (Ping-chien) म्हणत असत. 'पिंग-चिएन' म्हणजे 'लष्करी पध्दतीने माणसाचे मन वळवणे.' चिनी राजकीय कोशात हा शब्द होता आणि अशी कैद चिनी इतिहासात अनेकांनी भोगलेली होती. ख्रिश्चन जनरल फेंग-यू-शियान याने त्साओ-कून याला असाच बंदीवान करून आपल्या मागण्या मान्य करायला भाग पाडले होते. कोमिन्टांग पक्षाचा जेष्ठ नेता हू-हान-मिन याला चँगने स्वतः अशीच 'लष्करी कैद' काही दिवसांपूर्वी लादलेली होती.

चीन देशावर लोकशाही कधीच नांदलेली नसल्याने, सरंजामशाहीतील ही नजरकैदेची हडेलहप्पी पध्दत वापरताना कुणाला त्याचे फारसे काही वाटत नसे. याचा अर्थ चँगच्या जिवाला अजिबात धोका नव्हता असा मात्र नाही. मांचुरियन सैन्यातील अनेक तरुण अधिकाऱ्यांनी बैठका घेऊन ठराव केले होते - ''चँगची जाहीर चौकशी करा आणि त्याला व सगळ्या कोमिन्टांग टोळीला फासावर चढवा !''

मादाम चँगची साक्ष

या सर्व प्रकरणांत माओची आणि कम्युनिस्टांची भूमिका काय होती ? माम चँग हिने आपल्या प्रसिध्द केलेल्या दैनंदिनीमध्ये स्पष्ट निर्वाळा दिलेला आहे :

"Quite contrary to the outside beliefs the Reds were not interested in detaining the Generalissimo."

चँगला पकडून ठेवण्याचीदेखील लाल नेत्यांना गरज वाटत नव्हती, ही गोष्ट विश्वास ठेवायला कठीण असली तरी सत्य होती. चँगची सुटका झाल्यानंतर माओने काढलेल्या पत्रकात म्हटले आहे :

''जर चँगला अडकवूनच ठेवला असता तर हे प्रकरण जपान्यांच्या पथ्यावरच पडले असते.''

गोष्ट सत्य होती. जर यादवी पुनः पेटली असती आणि जनरल चँग अटकेत राहिला असता, तर जपान्यांचेच अधिक फावणार होते. चँगच्या अटकेत माओला रस नव्हता. माओची पत्नी आणि बहीण यांना चँगच्या सैनिकांनीच गोळ्या घातल्या होत्या. वैयक्तिक हिशेब चुकते करण्याला माओने कधीच प्राधान्य दिलेले नव्हते. देशाचे हित हा एकमेव निकष होता आणि त्यासाठी काहीतरी समझोता घडून चँगची मुक्तता होणे आवश्यक आहे.

'पाओ-आन' येथे एडगर स्नोशी बोलताना माओने याविषयी अधिक खुलासा केलला आढळतो माओ म्हणाला :

''चीनचा स्वातंत्र्यलढा यशस्वी झाला तर जागतिक कम्युनिझमला मिळालेला तो आणखी एक विजय ठरणार आहे. साम्राज्यवादी शक्ती चीनमध्ये पराभूत झाल्या तर साम्राज्यवाद्यांचा मोठा आधारच नष्ट होईल. जर आमचा देश शत्रूने कब्जात घेतला तर सगळे संपणार आहे. ज्या जनतेचे स्वातंत्र्य हरण झालेले आहे, त्या देशातील क्रांतीचे ध्येय समाजवाद नसून स्वातंत्र्यलढा हेच असते. जर आमच्या देशालाच आम्ही मुकलो तर कम्युनिझमची चर्चा करणेही आम्हाला शक्य होणार नाही.''

डोनाल्ड साहेबांचे उपकार

सियानचा तिढा सुटणार कसा हा प्रश्न होता. यंग मार्शलनेच यातून मार्ग काढला. डब्ल्यू. एच्. डोनाल्ड हा ऑस्ट्रेलियन माणूस चँगचा मित्र होता. सल्लागार होता. नानकिंगला जाण्यापूर्वी तो यंग मार्शलचा सल्लागार होता. दोघांच्या विश्वासात असलेल्या डोनाल्ड याला यंग मार्शलने सियानला बोलावून घेतले. १४ डिसेंबरला डोनाल्ड विमानाने सियानला पोचला. साहेबाने मध्यस्थी केली.

चँग-कै-शेकचे पत्र घेऊन १८ डिसेंबरला यंग मार्शलचा दूत नानकिंगला आला. हे

पत्र युध्दमंत्र्याला म्हणजे जनरल हो याला होते. या पत्रात शांततेने प्रश्न सुटू शकेल असे स्पष्टपणे जनरल चँगने कळवले होते आणि वाटीघाटीसाठी टी. व्ही. सुंग याला पाचारण केले होते.

जनरल कू-त्सू-टंग या युध्द खात्यातील अधिकाऱ्यासह टी. व्ही. सुंग हा २० डिसेंबरला विमानाने सियानला पोचला.

चाऊ-एन-लायबरोबर एकत्र बसून बोलणी करायला चँग-कै-शेक तयार झाला होता ! सुंग येऊन पोचताच चँग, यंग मार्शल आणि चाऊ-एन-लाय यांच्यात वाटाघाटींना सुरुवात झाली. ज्या चाऊ-एन-लायचा पाठलाग करण्यात जनरल चँगने वर्षभर 'लॉग-मार्च'पाठोपाठ पायपीट केली होती, जो जिवंत वा मेलेला पकडणाऱ्याला दोन-चार लाख डॉलर्सचे बक्षीस जाहीर झाले होते, त्याच्याबरोबर वाटाघाटी करताना जनरल चँगला काय यातना झाल्या असतील याची कल्पना केलेली बरी ! चँग या वेळी कैदी होता आणि त्याचे बरेवाईट करण्याची ताकद चाऊ-एन-लायपाशी होती, यंग मार्शलपाशी होती.

२२ डिसेंबरला मादाम चँगला घेऊन डोनाल्डदेखील सियान येथे आला. वाटाघाटीत मादाम चँग सामील झाली.

जनरल चँगने आग्रह धरला तो दोन गोष्टींचा. पहिली गोष्ट, तो लेखी करारावर सही करणार नाही. दुसरी गोष्ट, ज्या योगाने नानकिंग सरकारची जनतेतील पत घसरेल, अशी कोणतीही गोष्ट मान्य केली जाणार नाही.

अब्रू गेली पण सुटका झाली !

कम्युनिस्टांनी आणि यंग मार्शलने पुढे ठेवलेल्या मागणीत नानकिंग सरकारची जनतेतील अब्रू धुळीला मिळेल असे होते काय ? जे काही होते ते नानकिंग सरकारची उरली सुरली पत तरी शाबूत ठेवील असेच होते ! जनरल चँग याला आपल्या अनुयायांपुढे मिरवायला जागा रहावी असे काही शिल्लक ठेवणे अवश्य होते. प्रत्येक समझोत्यात असे काही असतेच. फक्त केव्हा केव्हा एखाद्या करारावर सही केल्यानंतर, सही करणाऱ्यालाच शंका येऊ लागते की आपण केले हे लोकांना आवडेल की नाही ? नाही तर सर्व करारात मुखभंग लपवण्यासाठी काही ना काही राखून ठेवावे लागतेच.

कम्युनिस्टांच्या मागण्या शंभर टक्के जनरल चँगच्या गळी उतरवण्यात आल्या. यादवी युध्द थांबणार होते. जपानविरुध्द करायच्या युध्दात सर्व शक्ती पणाला लावली जाणार होती. तसे स्पष्ट तोंडी आश्वासन मादाम चँगच्या साक्षीने तिचा नवरा देत होता.

चाऊ-एन-लाय आणि यंग मार्शल यांनी जनरल चँगला सांभाळून घेतले. त्याच्या

अटी विनातक्रार मान्य केल्या. वाटाघाटी संपल्यावर यंग मार्शलने जनरॅलिझमोला सांगितले :

"युवर एक्सलन्सी, तुम्ही नानकिंगला जायला मोकळे आहात. तुम्हाला आणि मादाम चँग यांना मी स्वतः माझ्या विमानातून नानकिंगला पोचवणार आहे !"

२५ डिसेंबर १९३६ या दिवशी आपल्या बायको-मेव्हण्यासह, जनरॅलिझमो चँग-कै-शेक याने यंग मार्शल चालवत असलेल्या विमानात पाऊल ठेवले. नानकिंगचे बंदिवान 'सरकार' नानकिंगला निघाले होते !

* * *

२३

□

पर्ल हार्बर : महायुद्धाचा रंग पालटला !

सियानहुन सुटका होऊन नानकिंगला परतल्यावर तेथे जो या नाटकाचा अखेरचा प्रवेश सुरू झाला, तो केवळ एखाद्या 'अललडुर्र' नाटकातच शोभणारा होता. मी जिंकलो मी हरलो - या दोन्ही भूमिका चँग हा एकच नट बालिशपणे वठवू लागला. उत्तर भारतीय रामलीलेत ज्याप्रमाणे राम-रावणाच्या युध्दात राम आणि रावण एकमेकांच्या अंगाला स्पर्श न करता मोठमोठ्याने आरडाओरडा करतात, किंकाळ्या फोडतात आणि अखेर धरणीवर पडलेला रावण प्रेक्षकांच्या देखत उठून उभा राहून पुनः रामाचे पाय धरुन टाळी घेतो, तसा हा संगळा प्रकार होता.

मी जिंकलो !

विमानात यंग मार्शलबरोबर काय बोलणे झाले होते कुणास ठाऊक ! परंतु नानकिंगला पोचल्याबरोबर यंग मार्शलने 'मजवरी धरि अनुकंपा' म्हणत जनरल चँगला विनवले -

''एक्सलन्सी ! मी नानकिंगला आलो तो हातून घडलेल्या प्रमादाची शिक्षा भोगण्यासाठी ! मला शासन करा.''

यावर जनरल चँग म्हणाला :

''वत्सा, तुला पाश्चात्ताप होतो आहे ना ? मी मध्यवर्ती समितीला तुला दया करण्यासाठी शब्द टाकीन...''

जाहीर पत्रके काढून हे सर्व नानकिंगवासीयांना कळवल्यानंतर चँग-कै-शेकने आज्ञा सोडल्या.

१) नानकिंग सरकारच्या सर्व फौजा शेन्सी प्रातांतून मागे घेण्यात याव्या.

२) लाल सेनेविरुध्द त्यांना धडा शिकवण्यासाठी उपयोगात आणलेले सर्व उपाय मागे घेण्यात यावे.

३१ डिसेंबरला यंग मार्शलवरील आरोपांची चौकशी होऊन नेमलेल्या ट्रिब्युनलने त्याला दहा वर्षांच्या कारावासाची शिक्षा जाहीर केली ! १ जानेवारी १९३७ ला चँग-

कै-शेकने त्याला माफी जाहीर केली. लगेच टी. व्ही. सुंगचा पाहुणा म्हणून यंग मार्शल त्याच्याकडे रहायला गेला.

हा तमाशा करून जनरल चँग रजेवर गेला. रजेवर असतांना तातडीने त्याने राजीनामा पाठविला आणि तितक्याच तातडीने कोमिन्टांग पक्षाच्या सेंट्रल एक्झिक्युटिव्ह कमिटीने, देशाला चँगची नितांत गरज असल्याचे सांगून राजीनामा परत घेण्याची विनंती केली. चँगने राजीनामा परत घेतला आणि १५ फेब्रुवारी १९३७ ला एक्झिक्युटिव्ह कमिटीची बैठक बोलावली.

१० फेब्रुवारीला चिनी कम्युनिस्ट पक्षाने पाओ-आन येथून कोमिन्टांग एक्झिक्युटिव्ह कमिटीला तार पाठवली व समझोत्यासाठी चार गोष्टी मान्य करून टाकल्या :

१) कोमिन्टांगविरुध्द सर्व हालचाली बंद करण्यात आल्या आहेत.

२) यापुढे शेन्सी प्रांतातील राज्याचे नवे नामकरण करण्यात येत आहे. यापुढे या राज्याला 'चिनी प्रजासत्ताकाचा विशिष्ट प्रदेश' (Special Region of the Republic of China) असे आम्ही म्हणू. लाल सैन्याला रेड आर्मी न म्हणता या सैन्याचा उल्लेख यापुढे 'मुक्ती-फौज' (Liberation Army) असा आम्ही करू आणि ही फौज नानकिंग सरकारच्या फौजेचाच भाग म्हणून राहील.

३) आमच्या राज्यात आम्ही लोकशाही पध्दतीने निवडणुका घेऊ.

४) जमीन मालकांच्या जमिनी यापुढे जप्त करण्याचे आम्ही बंद करत आहोत.

कम्युनिस्ट पक्षाकडून आलेली तार चँगने १५ फेब्रुवारीच्या बैठकीत पुढे मांडलीच नाही. यापेक्षा महत्त्वाचे भाषण चँगने केले ! आपल्याला सियानमध्ये अटक कशी झाली, तिथे आपण कसे अभिमानाने वागलो, मरणाला सामोरे गेलो वगैरे वगैरे हकिगत चँगने 'मी जिंकलो !' या आवेशाने कथन केली. भाषणात 'जपानने नवे आक्रमण केले तर आम्ही ते सहन करणार नाही' असे चँगने सांगितले. लगेच युध्द करण्याची त्याची छाती होत नव्हती. परंतु हेही नसे थोडके. आतापर्यंत तो जपानविरुध्द काही बोलतच नव्हता. आता निदान अधिक आक्रमण केले तर लढेन, असे प्रच्छन्नपणे त्याच्या तोंडून बाहेर तरी आले होते.

२२ फेब्रुवारीला कार्यकारी मंडळाची ही प्रदीर्घ बैठक संपली. शेवटच्या दिवशी पास केलेल्या ठरावाची भाषा पाहा :

''कम्युनिस्टांना नव्याने आयुष्य सुरू करण्याची संधी आम्ही चार अटींवर देत आहोत : १) लाल सैन्य हे आमच्या फौजेचाच एक भाग रहावे. २) सोविएट राज्य बरखास्त करण्यात यावे. ३) डॉ. सन्यत्-सेनच्या त्रिसुत्रीला विघातक असा प्रचार क़म्युनिस्टांनी करू नये. ४) वर्ग-लढ्याची भाषा त्यांनी काढू नये.

आहे की नाही गंमत ? म्हणजे ज्या चार गोष्टी तडजोड म्हणून पत्करल्याचे आश्वासन देणारी माओची तार चँगच्या खिशात होती, त्याच नेमक्या चार गोष्टी अटी घालून कम्युनिस्टांकडून आपण मिळवीत आहोत असा आव जनरल चँग आणीत होता ! आणि ते शक्य होते याचे कारण - माओ नानकिंगपासून दूर शेन्सी प्रांतात होता.

बाधक नसलेली तत्त्वच्युती

१५ मार्चला नानकिंग सरकारशी या अटींवर सहकार्य करू असे आश्वासन देणारा जाहीरनामा कम्युनिस्ट पक्षाने पाओ-आन येथून काढला.

कोमिन्टांगशी या अटींवर समझोता करून माओने काय पदरात पडून घेतले ? ज्या अटींवर माओने हा समझोता घडवला त्या सरळ वाचल्या तर यात खूपच तत्त्वच्युती पत्करलेली दिसते. परंतु पुष्कळ वेळा कागदोपत्री पत्करलेली तत्त्वच्युती ही विशिष्ट परिस्थितीमुळे व्यवहारात मुळीच बाधक ठरत नाही.

सियान प्रकरणाचा फायदा उठवून लाल सैन्याने प्रथम कोठली गोष्ट साधली असेल तर वेई नदीच्या उत्तरेकडील सर्व शेन्सी प्रांत कब्जात घेतला. ७०,००० चौरस मैलांचा हा प्रदेश, ऑस्ट्रियाच्या दुप्पट क्षेत्रफळाचा होता ! अजूनपर्यंत एवढी विस्तीर्ण भूमी माओच्या कब्जात कधीही आलेली नव्हती. त्यामानाने सर्व लोकसंख्या अवघी २० लाखच होती. परंतु दारिद्र्य कमालीचे होते आणि विकासाची शक्यता मुळीच नव्हती.

हा प्रदेश मात्र मोक्याचा होता. इथून सिंकियांगशी (आउटर मंगोलियाशी) संबंध ठेवता येत होता तर जपानशी सुरू केलेल्या युध्दात माघारीचा प्रसंग आला तर हा प्रदेश अत्यंत मोलाचा ठरणार होता. एप्रिल, मे आणि जून या तीन महिन्यांत अनेक गोष्टी माओने साधल्या. चँगने आर्थिक कोंडी आता ढिली केलेली होती. बाहेरच्या जगाशी सोविएट राज्याचा उघड व्यापार सुरू होणार होता. कारण सरहद्दीवर तारा-चिन्हांकित लाल निशाण आणि कोमिन्टांगचे सूर्य-चिन्हांकित निळे निशाण एकमेकांवर विसावून आता फडकत होती.

पोस्ट खात्याचा व्यवहार सुरळीत सुरू झाला होता. सियान येथे कम्युनिस्टांनी अमेरिकेकडून अनेक लॉऱ्या खरेदी केल्या आणि महत्त्वाची ठिकाणे जोडणारी बस सगळीकडे धावू लागली. काय लागतील ते तंत्रज्ञ आणि सामुग्री उघडपणे बाहेरुन आत आणता येऊ लागली.

येनान येथे 'लू-त्सून' ग्रंथालय स्थापन करण्यात आले. जपानविरोधी विश्वविद्यालय (Anti-Japanese University) माओने येनानला हालवले. हे विद्यापीठ १ एप्रिल १९३६ मध्येच माओ, चाऊ-एन-लाय व पेंग-ते-हुई या तिघांनी सुरू केलेले होते. जपानविरुध्द लढण्यासाठी प्रशिक्षित तरुण तयार करणे हेच या विद्यापीठाचे प्रमुख

काम होते. या विद्यापीठात शिक्षण घेण्यासाठी आता इतर प्रांतातून हजारो विद्यार्थी येनानला लोटू लागले. सुमारे ५,००० विद्यार्थ्यांची सोय या ठिकाणी आता करण्यात आली. 'येनान' ही माओने आपल्या राज्याची नवी राजधानी घोषित केली.

जनरल चँगशी समझोता होऊनही माओचे येनानचे राज्य हे स्वायत्तच राहणार होते. त्याचे सैन्य होते, संघटना होती, पक्ष होता. काही म्हणता काही माओ हातचे जाऊ देणार नव्हता. बदल होणार होता तो फक्त नावात. 'लाल सैन्य' न म्हणता 'मुक्ती फौज' म्हणायचे आणि 'सोविएट प्रजासत्ताक' न म्हणता 'चिनी प्रजासत्ताकाचा विशिष्ट प्रदेश म्हणायचे - एवढीच काय ती तडजोड होती.

याशिवाय माओने दोन गोष्टी पत्करल्या होत्या. ही तरी तत्त्वच्युती होती काय ? लोकशाही, राष्ट्रवाद आणि जनकल्याण ही तत्त्वत्रयी मार्क्सवादी सिध्दांतात बसवताना पुस्तकी कम्युनिस्टांची ओढाताण होणार होती. वर्गलढा स्थगित करून तर माओने काही काळ मार्क्सवादी चालच थांबवली होती. यासंबंधी एक महत्त्वाची मुलाखत उपलब्ध आहे. अग्नेस स्मेडली या अमेरिकन तरुणीने १ मार्च १९३७ रोजी माओची येनान येथे मुलाखत घेतली. तिने अगदी सरळ प्रश्न विचारला -

"आपण संयुक्त आघाडी निर्माण केलीत याचा अर्थ चिनी कम्युनिस्टांनी वर्गलढा सोडला आणि ते आता साधे राष्ट्रवादी झाले, असाच होतो काय ?"

माओने उत्तर दिले :

"चिनी कम्युनिस्ट एका वेळी एकाच विवक्षित वर्गाच्या हितावर आपले लक्ष बांधून ठेवू शकत नाहीत. चिनी राष्ट्राचे भवितव्य ही आमची विवंचना आहे. आम्ही चिनी कम्युनिस्ट हे आंतरराष्ट्रीयवादी आहोत. जागतिक कम्युनिस्ट चळवळीला आमचा पाठींबा आहे, परंतु याचबरोबर आम्ही देशावर प्रेम करतो आणि देशरक्षण हे आमचे काम आहे. देशभक्ती आणि आंतरराष्ट्रीयता यांच्यात विरोध असण्याचे मुळीच कारण नाही. कारण स्वतंत्र झाल्याखेरीज आम्ही मुळी जागतिक कम्युनिस्ट चळवळीत भाग घेण्यास असमर्थ आहोत."

माओ या वेळी हेदेखील सांगत होता की, "आम्ही व कोमिन्टांग १९२७-२८ मध्ये एकत्रच काम करत होतो ! डॉ. सन्यूत-सेनची तत्त्वत्रयी आम्ही मानलेली होती. आम्हाला कुणी दूर लोटले ? कोमिन्टांगने आमच्या कत्तली केल्या तेव्हाच आम्ही दूर गेलो ना ?"

माओवाद भारी प्रतिस्पर्धी

या ठिकाणी माओचे वेगळेपण स्पष्टपणे समजून घेतले पाहिजे. बूर्झ्वा राष्ट्रवाद्यांशी सहकार्य करणे हे लेनिनलाही तडजोड म्हणून मान्य होते. स्टॅलिनने तर तो व्यवहार

चँगची बाजू घेऊन पुरस्कारलेलाच होता. माओ या घटनेकडे एक आगतिक शरणता म्हणून पहात नाही. सर्व चिनी बांधवांनी एकत्र येण्याचे स्वतंत्र मूल्य तो मानतो आणि हे मूल्य मार्क्सवादाला छेद देणारे आहे असे तो मुळी समजतच नाही. कोमिन्टांग सहकार्याच्या काळात १९२७-२८ मध्ये माओ कोणत्या हिरीरीने कोमिन्टांग पक्षाचे काम करीत होता हे आपण पाहिलेले आहे. डॉ. सन्यूत-सेनच्या तत्त्वत्रयीचा जय हा मार्क्सवादात अंतर्भूत आहे, अशाच भावनेने तो काम करीत राहिल्यामुळे, त्यावेळी त्याच्यावर राष्ट्रवाद्यांच्या आहारी गेल्याचा आरोप करण्यात येत होता. तो आरोप पुसून टाकण्याचा प्रयत्न माओने कधीही केला नाही. कारण आंतरराष्ट्रीयवादी आणि राष्ट्रवादी यांच्यात विरोध संभवतो हे मुळी तो मानीतच नाही.

गरज संपताच फेकून देण्याचे एक ओझे म्हणून तो कोमिन्टांग चळवळींकडे पाहात नाही तर कोमिन्टांग तत्त्वप्रणालीपासून मार्क्सवादाला धोका तो कसला असणार या आत्मविश्वासाने तो या वेळीही या सहकार्याकडे पाहात होता. मार्क्सवादाचे चिनीकरण करण्यासाठी म्हणून ज्या गोष्टी माओने पुढे अंगीकारल्या त्याची ही सुरुवात होती असे म्हटले पाहिजे.

नीट विचार केला तर आपल्या लक्षात येईल की, कोमिन्टांगबरोबरच्या सहकार्याचा ज्या बालसदृश्य साधेपणाने माओने पुरस्कार केला, त्यामुळेच तो प्रतिस्पर्धी म्हणून चँगला भारी ठरत चालला होता! चीनच्या भवितव्याशी त्याची सोयरीक आहे, देशाच्या हिताची त्याला प्रमुख विवंचना आहे, या गोष्टी जागृत झालेल्या शेतकरी जनतेच्या मनात त्याच्याविषयी वाढता आदर निर्माण करू लागल्या. या जाग्या झालेल्या जनता-जनार्दनाने, ज्या लाटेवर मार्क्सवादी माओला स्वार करून त्याला चीनचा अखेर सत्ताधीश केले, ती लाट जितकी राष्ट्रवादाची होती, तेवढीच ती सामाजिक क्रांतीची लाट होती. हे खरे माओचे मोठे असे वेगळे स्वतंत्र यश होते.

चाऊ-एन-लायशी बोलणी

जून उजाडला. नानकिंग सरकारची उन्हाळी राजधानी कुलींगला गेलेली होती. कुलींग येथून जनरल चँगचे विमान चाऊ-एन-लायला घेण्यासाठी येनानला आले. चाऊ-एन-लाय कुलींग येथे आला आणि चँगबरोबर त्याची प्रत्यक्ष बोलणी सुरू झाली. यापूर्वी अटींची देवाणघेवाण फक्त तारा पाठवून झाली होती. त्याला आता लेखी स्वरुप देण्याच्या दृष्टीने ही बोलणी होती.

जपानची लष्करशाही ही कोमिन्टांग-कम्युनिस्ट सहकार्याच्या बातम्या येऊ लागताच चीनचा ताबडतोब फडशा पाडण्यास अगदी उतावीळ झाली. सगळ्या चीनवर कब्जा करून आशिया खंडावर प्रभुत्व गाजवण्याची जपानची महत्त्वाकांक्षा होती ही गोष्ट

काही लपून राहिलेली नव्हती. जपानी सेनानी या गोष्टी उघडपणे बोलून दाखवत होते.

मांचुरियाचा घास जपानने पचवला होता. मांचुरिया आता मांचुरिया राहिलेला नव्हता. त्याचे नवे जपानी नामकरण रुढ झाले होते - 'मांचुकुओ'! इनर मंगोलियात जपानने हातपाय पसरुन जपानचे लष्करी षड्यंत्र आता चीनच्या समग्र भूमीवर झेप घेण्यासाठी अगदी आतुर झालेले होते.

जपानचा आघात

चीनवर हल्ला करण्याचा जपानी लष्करशाहीचा मुहूर्त ठरलेला होता. ७ जुलै १९३७ या दिवशी पेकिंग शहरातील मार्को-पोलो पुलापाशी असलेल्या जपानी तुकडीकरवी एक चकमक जपान्यांनी घडवून आणली आणि हे निमित्त करून जपानी सैन्याने पेकिंग-तिअनस्टन भागात सैन्य घुसवले !

या नव्या आक्रमणासरशी, चँग-कै-शेकच्या नव्या सूचनांनुसार, शांघाय शहरात लढाई पेटली. कोमिन्टांग सैन्याची जपान्यांशी टक्कर सुरू झाली.

शांघाय बंदाराच्या तोंडाशी व्हांगपू नदीत पूर्वीच पोचलेल्या बोटीतून जपानी लष्कर बंदरात उतरु लागले. तीन महिने जपान्यांना कोमिन्टांग लष्कराने दाद दिली नाही. परंतु अखेर अधिक सुसज्ज, अधिक क्रूर आणि शूर जपान्यांपुढे कोमिन्टांग लष्कर पराभूत झाले. ९ नोव्हेंबर १९३७ या दिवशी शांघाय पडले. चिनी सेना नानकिंगच्या दिशेने पळ काढू लागली !

जपानने हे नवे प्रचंड आक्रमण सुरू केले ७ जुलै १९३७ ला आणि शांघाय पडले नोव्हेंबर १९३७ च्या पहिल्या आठवडयात. जून १९३७ मध्ये कुलींग येथे वाटाघाटी करून चाऊ-एन-लाय येनानला परतला, तोच युध्द भडकल्याची बातमी आली. यामुळे चँग-कै-शेक याने वाटाघाटीचा घोळ आवरता घेऊन, २२ सप्टेंबर १९३७ या दिवशी, येनान सरकारबरोबर केलेल्या जपानविरोधी आघाडीवर घाईघाईने शिक्कामोर्तब केले.

हा समझोता अंमलात येऊन काही तास उलटण्यापुर्वीच लाल सैन्याने पीत नदी ओलांडून जपानी सैन्यावर गनिमी काव्याने छापे घालण्यास सुरुवात केली.

जपानी सेनानी जनरल तेराउची याचा अंदाज होता की, चिनी लष्कर फार फार तर एखादा महिना लढू शकेल आणि शरणागती देईल. यादवी युध्दात कोमिन्टांग सेना जो 'पराक्रम' आतापर्यंत करीत होती त्यावरुन हा अंदाज बाधण्यात आला होता. परंतु शांघायमध्ये कोमिन्टांग लष्कर ज्या पध्दतीने लढले ते पाहून जपानी बुचकळ्यात पडले. जपान्यांच्या हे लक्षात येत नव्हते की तेच लष्कर आता मातृभूमीच्या रक्षणासाठी म्हणून नव्या जोमाने लढत आहे. जीर्ण-शीर्ण चीनमध्ये, जपानी आक्रमकांच्या कृपेने एक राष्ट्रवादाचा स्फुलिंग जागृत होत होता. शांघायवर तुफानी बॉबफेक करूनच जपान्यांना

जय मिळवता आला.

येथ लोंबे संगिनीला -

जपान्यांनी त्वेषाने चिनी सैन्याचा नानकिंगपर्यंत पाठलाग केला. नानकिंगला वेढा घालण्यात आला. डिसेंबर १९३७ मध्ये नानकिंग सर झाल्यावर जपान्यांनी क्रौर्याची कमाल केली. अत्यंत अमानुषपणे ३०,००० सैनिक आणि नागरिकांची जपान्यांनी कत्तल उडविली. स्त्रियांवर बलात्कार केले. संगिनीला कोवळ्या अर्भकांची छानछोटी आतडी लोंबू लागली.

जपानी पंतप्रधान प्रिन्स कनोये याला सर्व चीनचा एकदम घास नको होता. त्याला हळूहळू भूमी पचवण्याची इच्छा होती. म्हणून जर्मन वकिलामार्फत चँग-कै-शेककडे जपान्यांनी शांतता प्रस्थापनेची बोलणी लावली.

पण जपानी क्रौर्याच्या ज्या बातम्या प्रसृत झाल्या होत्या आणि जपान्यांनी जो विश्वासघात सतत चालवला होता त्याचा परिणाम होऊन, चँग-कै-शेकने जपान्यांची शांततेची बोलणी झिडकारली आणि युध्द चालू ठेवण्याचा निर्धार प्रगट केला.

चँगचा जयजयकार !

सगळ्या चीनभर जनतेने चँगचा जयजयकार सुरू केला. त्यांना हवा होता त्या स्वरुपात, चिनी जनतेचा नेता म्हणून, जपान्यांशी मुकाबला करण्याकरीता, जनरल चँग आता उभा झाला होता, याचा हा परिणाम होता.

नानकिंग पडल्यावर चँगने राजधानी हँकौ येथे नेली. यानंतर चार महिन्यांनी (एप्रिल १९३८) नानकिंगच्या उत्तरेस २१० मैलांवर 'तैरचवांग' येथे जपानी सैन्याला पहिली माघार घ्यावी लागली. यामुळे पेकिंगपासून खाली येणाऱ्या जपानी सैन्याला शांघाय आणि नानकिंग येथील जपानी सैन्याशी हातमिळवणी करीपर्यंत थांबावे लागले. मग मात्र जपान्यांनी दुसरा दणका दिला.

जपानी सेनेची लाट दक्षिणेकडे पसरु लागली. ऑक्टोबर १९३८ अखेर हँकौ जपान्यांनी घेतले. चँग-कै-शैक याने हँकौ पडल्यावर राजधानी चुंगकिंग येथे नेली.

१९३८ साल संपले तेव्हा, जगात प्रसिध्द असलेली जवळ जवळ सर्व चिनी शहरे - पेकिंग, तिअनस्टीन, शिंगटो, शांघाय, नानकिंग, हँकौ आणि कॅन्टोन ही सर्व जपान्यांच्या हातात गेलेली होती. या दक्षिण चढाईला प्रारंभ करताना, इतका प्रदेश अल्प काळात हाती येईल याची जपान्यांना कल्पना नव्हती. परंतु चँग-कै-शेकला शरण आणण्याच्या नादात जपानी शहरामागून शहर कब्जात घेत गेले आणि त्यांच्या लक्षात आले की, शरणागती देण्याचा विचारही करण्याच्या मनःस्थितीत आता चँग नाही ! चुंगकिंगहून चँग-कै-शेकने जपान्यांशी युध्द चालू ठेवण्याचा निर्धारच व्यक्त केला.

टोकियोच्या निघृण भक्षकांनी चीनमधील आगेकूच आता थांबवली. चीनचा सर्व पूर्व किनारा जपान्यांच्या ताब्यात होता. चीनची संपूर्ण नाकेबंदी करून चीनला शरण आणणे शक्य होईल, अशी आशा जपानी पंतप्रधान प्रिन्स कनोये यांना आता वाटू लागली.

युरोपात युध्दछाया

१९३९ साल उगवले होते. युरोपात युध्दाचे ढग जमू लागले होते. ३० सप्टेंबर १९३८ ला म्युनिच येथे हिटलरने चेंबर्लेन साहेबांचा नक्षा उतरवला होता. चर्चिल उघडपणे कॉमन्समध्ये सांगत होते -

''आपला संपूर्ण असा लाजिरवाणा पराभव झालेला आहे. एका महाभयंकर संकटाच्या मध्यभागी आपण उभे आहोत. असे समजू नका की, म्युनिच शरणागती ही अखेरची घटना आहे. ही तर कुठे सुरुवात आहे !''

इंग्लड आणि फ्रान्स यांच्या साम्राज्यावर आघात करण्यासाठी जर्मनी सज्ज होत होता. युरोपात युध्द भडकेल अशी आशा जपान्यांना वाटत होती. तोपर्यंत वाट पहाणे इष्ट होते. अतीपूर्वेकडे इंग्लड, फ्रान्स व अमेरिका यांची भिती जपानला अधिक वाटत होती. चिनी त्याच्या खिजगणतीत नव्हते. चीनच्या युध्दात शक्ती खर्च करत राहिलो तर अतिपूर्वेकडे ब्रिटीशांच्या आणि फ्रेंचाच्या साम्राज्यावर आघात करायला शक्ती अपुरी पडेल या विचाराने जपानने अधिक आक्रमण स्थगित करून ठेवले. तूर्त अधूनमधून 'चुंगकिंग' शहरावर आणि चीनच्या अंर्तभागात यथेच्छ बॉम्बफेक करावी आणि युरोपात काय घडते याची वाट पहावी असा जपान्यांनी विचार केला.

युध्द म्हणजे हिंसक राजकारणच

एका वृध्द प्रशियन मुत्सद्दयाने म्हटले आहे : "War is a continuation of politics by other and more violent means." युध्द म्हणजे अन्य अधिक हिंसक मार्गाने चालू असलेले राजकारणच असते. या गोष्टीचा प्रत्यय चीन-जपान युध्दात जितक्या तीव्रतेने आला तितका अन्य युध्दात आलेला नव्हता.

कोमिन्टांग आणि कम्युनिस्ट या दोन विरोधी शक्ती जपानशी संयुक्त मुकाबला करण्यात गढलेल्या होत्या. दोघांची सैन्ये चीनच्या दोन वेगळ्या भागात आपल्या राजकीय प्रथेनुसार आणि लष्करी आज्ञांनुसार लढत होती. अशीच परिस्थिती दुसऱ्या महायुध्दानंतर युरोपातही निर्माण झालेली होती. जर्मनीने युगोस्लाव्हियाचा व फ्रान्सचा पराभव केल्यानंतर त्या ठिकाणी जर्मन सैन्याच्या पिछाडीला देशभक्तांच्या टोळ्या गनिमी युध्द खेळत होत्या. मार्शल टिटो हा यातूनच पुढे आलेला युगोस्लाव्ह नेता होता. या गनिमी युध्दाचे नेतृत्व करणारे नेते हे युध्द संपताच नेते ठरले. परंतु चिनी-

जपानी युध्दाचे वैशिष्ट्य हे की, तिथे मुळी युध्दाला तोंड लागले तेव्हाच दोन सेना होत्या ! आणि युध्द संपले तेव्हादेखील या दोन्ही सेनांचे अस्तित्व आहे तसेच राहणार होते.

चँग-कै-शेक हा जपान्यांशी समोरासमोर लढून जपानच्या अद्ययावत षड्यंत्रापुढे पराभूत झालेला होता. अगदी प्रत्येक लढाईत आक्रमणाचा जोर जपानी सेनेकडे होता आणि कोमिन्टांग सेना सतत संरक्षक युध्द करीत मागे मागे येत राहिली होती. आता जपान्यांनीच अधिक आक्रमण थांबवले होते आणि बैठे युध्द पत्करले होते. जपान्यां-विरुध्द युध्दात धडाडीने आणि पराक्रमाने इंचभर भूमीही हिसकण्याची, मुक्त करण्याची कामगिरी कोमिन्टांग सेना कधीही करू शकली नाही. कोमिन्टांग सैनिकही या वेळी देशभक्तीने भारला जाऊन लढत होता. मातृभूमीच्या रक्षणासाठी आपण लढत आहोत हा तेजस्वी विचार त्याच्याही मनात होता, परंतु कोमिन्टांग सेनेचे लष्करी नेतृत्व जपान्यांशी तुलना करता अतिशय निकृष्ट आणि भिकार ठरले. नानकिंग अणि शांघाय, हँकौ आणि कॅन्टोन या प्रत्येक ठिकाणी कोमिन्टांग जनरलनी आयत्या वेळी हाय खाल्ली, शरणागती दिली आणि लष्करी डावपेचांच्या अज्ञानाचेदेखील दारुण प्रदर्शन केले.

चँग-कै-शेकने जपान्यांची मनधरणी करणारे, अपमान गिळून लांगूल-चालन करणारे जे लाचार राजकारण अनेक वर्षे चालवले होते, त्याचाच हा वारसा सैन्यात उतरलेला होता. जे राजकारण राजकीय नेते करतात त्याचाच प्रतिध्वनी सैन्यात उमटत असतो ! घरच्या म्हातारीचे वर्षानुवर्षे काळ होऊन पराक्रमाच्या बढाया मारणारे चँगचे सैन्य जपानी सैनिकांपुढे निष्प्रभ झाले यात नवल मुळीच नव्हते. हीच अपेक्षा होती.

लाल सेना मार खाणारी नव्हती !

याउलट माओच्या सेनेच्या आघाडीची स्थिती होती. चँग-कै-शेकच्या प्रचंड संख्याशक्तीशी दीर्घ मुदतीचा लढा देत त्याला अखेर जेर केल्याचा अनुभव लाल सेनेपाशी ताजा होता. मातब्बर जपान्यांशी चिनी जनतेने युध्द कसे खेळायचे याचा संपूर्ण विचार माओने सेनेपुढे मांडलेला होता.

चाऊ-एन-लाय आणि चँग यांच्या वाटाघाटीनंतर लाल सैन्याचे नवे नामकरण 'एट्थ रुट नॅशनल रेव्होल्युशनरी आर्मी' असे झाले. हे सैन्य किती असावे यावर जनरल चँगने अंकुश ठेवलेला होता. राष्ट्रीय सरकारकडून फक्त ४५,००० सैनिकांचाच पगार व अन्नवस्त्र मिळणार होते.

चँगला वाटत होते की फक्त ४५,००० सैनिकांचाच पगार राष्ट्रीय सरकारने दिला म्हणजे लाल सैन्य संख्येने वाढायचे नाही. परंतु हा भाडोत्री सैनिकांचा हिशोब झाला ! माओचे सैन्य युध्दाच्या सुरुवातीलाच ८०,००० होते. हे सैन्य आणखी वाढणार होते.

ते वाढवायचेच हे तर माओचे धोरण होते. यासाठी फारसे काही करावे लागत नव्हते. लाल सैनिकांना - माओचा सैनिक होऊ पहाणाऱ्यांना पगार नव्हता. अन्नवस्त्र मिळणार होते. आवश्यक त्या गोष्टी उपलब्ध करण्यात येणार होत्या, शस्त्रे मिळणार होती, परंतु पगार मिळणार नव्हता. त्याची सैनिकांना क्षितीही नव्हती. माओकडून त्यांना जे मिळायला पाहिजे होते ते मिळत होते. स्वातंत्र्य-भक्त फक्त नेतृत्व मागत असतात - जिद्दीचे, करारी, संकटांना न डगमगणारे, आघाती-प्रत्याघाती. हे मिळाले की त्यांना आणखी काही नको असते. शेंबड्या आणि सतत नागवल्या जाणाऱ्या नेतृत्वाकडे शिपाई-प्यादी पगार मागतात, पगारवाढ मागतात, सगळे काही मागतात आणि इतके करून 'लढाई' होतच नाही ! 'पळाई' होते.

लाल सैन्याच्या हजार - दोन हजारांच्या तुकड्या पाडण्यात आल्या होत्या. शान्सी आणि होपई प्रांतांतून वाट काढीत या सैनिकी तुकड्या जपानी लष्करामागे अदृश्य होऊ लागल्या. भूमिगत राहून जपान्यांची रसद मारणे, छापे घालणे, पूल उडवणे, रस्ते तोडणे, गाड्या उलथवणे ही कामे लाल सैनिक धडाक्याने करू लागले. येनानच्या लष्करी विद्यापीठातून बाहेर पडलेले हजारो प्रशिक्षित तरुण अधिकारी या तुकड्यांचे नेतृत्व करायला विद्यापीठांतून सतत बाहेर पडत होते.

जपानी सेनेच्या पिछाडीस

जपानी सैन्याच्या पिछाडीस शान्सी, होपई, इनर मंगोलिया या विस्तीर्ण प्रदेशात जागोजाग लाल सैन्याच्या गनिमी तुकड्यांनी 'मुक्त प्रदेश' निर्माण करायला सुरुवात केली. ही छोटी छोटी स्वतंत्र राज्येच होती. जपान्यांचा हात इतक्या अंतर्भागात करारीपणाने पोचत नव्हता. जपान्यांच्या ताब्यातून मुक्त झालेली ही छोटी छोटी राज्ये हीच पहिली मुक्त भूमी ठरत होती.

चीन-जपान युध्द सात वर्षे चालू होते. या सात वर्षात माओच्या सैन्याची संख्या पाच लाखांच्या पुढे गेली ! जनरल लू-चेंग-त्सो या मांचुरियन मुक्ती-सैनिकाने आपल्या आठवणी सांगितलेल्या आहेत. त्याच्या आठवणी वाचल्या तर जपानी सैन्याच्या पिछाडीला काय घडत होते याचा अंदाज येतो. लू सांगतो :

"मध्य हुपै प्रांतात जपानव्याप्त प्रदेशात मी माझी तुकडी घेऊन शिरलो. माझ्या तुकडीत अनेक कॉलेज विद्यार्थी सैनिक म्हणून होते. नानपिंग आणि अनकुओ ही दोन गावे आम्ही ताब्यात घेतली होती. तिथली जपान्यांची सत्ता आम्ही नाहीशी केली. मी कोमिन्टांग सैन्य-तुकडीचा प्रमुख होतो, परंतु कम्युनिस्टांच्या यशस्वी तंत्रापासून आम्ही हे शिकलो की, गनिमी युध्द हे स्थानिक लोकांच्या पाठींब्याशिवाय खेळता येत नाही. यासाठी लोकशाही मार्गाची कास धरावी लागते. जनतेची दुःख समजून घेऊन त्यांना

दिलासा द्यावा लागतो.

"आम्ही गावातल्या गावकऱ्यांना एकत्र करून जिल्हा पातळीवर शासक निवडण्यास सांगितले. प्रत्येक गावात त्यांची मुक्तीसेना उभी केली. मिठाची सरकारी विक्री बंद करून ते फुकट वाटण्याची सक्ती केली आणि शेतकऱ्यांना सारा सूट जाहीर केली. शेजारच्या काओयांग जिल्ह्यात कम्युनिस्टांनी स्वतंत्र ग्रामराज्य स्थापन केले होते. त्यांच्याशी आम्ही संपर्क साधला. संयुक्त बैठक झाली आणि या सर्व मुक्त भागातील मुक्तीफौजेचा प्रमुख कमांडर म्हणून सर्वांनी मला निवडून दिले."

सन-चि-युवान या कम्युनिस्ट कार्यकर्त्याची हकिगत पाहू या :

"युध्द पेटताच पक्षाने मला पाओटींगजवळच्या माझ्या खेड्याकडे धाडले. तिथे पक्षाचे थोडे कार्य पूर्वी केले होते. मी त्या सर्वांना भेटलो. जपानविरोधी लढा उभा होऊ लागला. जपान्यांनी उभारलेल्या टेलीफोन तारा तोडण्यात येऊ लागल्या. पेकिंग-हँकौ मार्गावरचे रेल्वेचे रुळ उखडून, गावात लोहारांनी त्याची हत्यारे तयार करायला सुरुवात केली."

"मग लोक आपण होऊन कृती करू लागले. रेल्वे-स्टेशनवर फळांची पाटी घेऊन विक्रीसाठी जाणारा आमचा एक गावकरी होता. अंगाने धिप्पाड आणि मजबूत. जपानी सैनिकांनी त्याच्याकडून फळे घेतली आणि पैसे न देता त्याला हाकलून दिला. हे नेहमी घडत असे. यावर तो विचार करू लागला. एकदा एक जपानी सैनिक एकटा त्याच्या तडाख्यात सापडताच व त्याने असा प्रकार करताच फळांची टोपली त्याच्या तोंडावर हाणली आणि तो खाली पडताच त्याच्या डोक्यात दगड घातला. मेलेल्या त्या सैनिकाची बंदूक आणि काडतुसे घेऊन हा फळविक्या धावत आमच्या अड्ड्यावर आला. आम्हाला त्या दिवशी एक बंदूकधारी नवा सैनिक मिळाला !"

जपान्यांशी संबंध असणाऱ्यांचे गावोगाव खून पडू लागले. ठिकठिकाणी अशा गावकऱ्यांच्या आणि शेतकऱ्यांच्या गढ्या निर्माण होऊ लागल्या. काढलेल्या पिकाच्या एक-तृतीयांश भाग हा जमीनदाराला शेतकऱ्यांनी देण्याची कमाल मर्यादा जाहीर करण्यात येत असे. यामुळे शेतकरी खूष होता. या धामधुमीच्या काळातही काही तरी आयते मिळते म्हणून जमीनदारही शेतकऱ्यांशी प्रेमाने वागत होते. यामुळे जपान्यांना विरोध मात्र अधिक अधिक कडवा होत चालला होता.

माओची जपानविरुध्दची लढाई या मार्गाने दिवसेंदिवस जपान्यांना अधिक अधिक घायाळ करणार होती.

जग दखल घेऊ लागले

याच काळात जग माओची दखल घेऊ लागले. यापूर्वीच्या दशकात माओचे नाव

अधूनमधून वृत्तपत्रांत येत असे. त्यावरुन चीनमध्ये वावरणारा आणखी 'एक चिनी लुटारु' असा काहींचा गैरसमज आणि 'एक क्रांतीकारक नेता' असा काहींचा योग्य समज होत असला तरी दोन्ही प्रकारची माणसे अती अल्प होती. सर्वसामान्यांना माओ हे नाव अपरिचित होते. १९३७ साली एडगर स्नो या अमेरिकन पत्रकाराचे माओच्या जीवनाची ओळख सांगणारे आद्य पुस्तक 'रेड स्टार ओव्हर चायना' हे प्रसिध्द झाले. लगेच अनेक पत्रकारांनी आणि वार्ताहरांनी येनान यात्रा केली. या सर्वांनी या काळात रंगवलेले माओचे चित्र अतिशय धूसर होते.

पाओ-आन येथे माओला भेटल्यानंतर एडगर स्नोने लिहीले होते :

"आपण अशी कल्पनाही करू नका की माओ-त्से-तुंग हा चीनचा त्राता होऊ शकेल. छेः काहीतरीच ! त्राता हा एकमेव कधीही नसतो. परंतु एक गोष्ट तुम्हाला नाकारता येत नाही की, माओमध्ये तुम्हाला नियती घडवण्याची ताकद जाणवते. हा एक प्रकारचा अगदी प्राथमिक असा जोष असतो. या माणसात जे काही असामान्यत्व आहे त्याचा उगम कुठे आहे हे तुमच्या ध्यानात येते. लाखो चिनी बांधवाच्या - विशेषतः दरिद्री, भुकेल्या, पिळल्या गेलेल्या अज्ञानी परंतु कनवाळू अणि उदार अशा बंडखोरी शेतकरी वर्गाच्या आशा-आकांक्षा समजून घेऊन, त्याचे जे गूढ रसायन माओ व्यक्त करू शकतो, त्यात त्याच्या असामान्यत्वाचा उगम आहे. या दलितांच्या आकांक्षा आणि त्यांना पुढे रेटत असलेली माओची चळवळ, यातून चीनमध्ये काही शक्ती निर्माण होऊ शकली तर अगदी सखोल अशा ऐतिहासिक दृष्टीने माओ हा अतिशय थोर पुरुष गणला जाईल. परंतु पुढच्या इतिहासाचे भाकित मी करू इच्छित नाही."

चैतन्यशील एकांतप्रियता

एडगर स्नो याने माओसंबंधी लिहीताना अगदी सावधपणे १९३६ मध्येच हा असामान्य माणूस चीनची नियती घडविणारा पुरुष आहे हे प्रथमच सुचवल्यानंतर, अॅग्नेस स्मेडली या तरुणीने माओला भेटून आल्यानंतर लिहिलेल्या लेखात म्हटले होते :

"मला प्रथम माओ हा माणूसघाणा वाटला. तुसडा वाटला. परंतु माझे मत चुकीचे ठरुन ही सर्व त्याने पत्करलेली चैतन्यशील एकांतप्रियता ठरली. त्याच्या वृत्ती अंतर्मुख झालेल्या असत आणि यामुळे तो इतरांपासून वेगळा पडत होता. चू-तेहवर लोकांचे प्रेम होते, परंतु माओविषयी मात्र सर्वांना आदर वाटत असे."

१९३६ ते १९३८ या काळात माओला भेटून आलेल्या सर्व पाश्चात्यांना तो अतिशय ध्येयासक्त आणि यासाठी व्यक्तिगत सुखाकडे पाठ फिरवून वाटचाल करणारा देशभक्त असाच दिसला. माओच्या ठिकाणी असलेला चिनी शेतकऱ्यांचा भाबडेपणा

त्याच्या चालण्या-बोलण्यातून प्रगट होत असे. सिगारेट ओढताना तो झुरका घेताना खेडूत करतात तसा चमत्कारीक आवाज काढीत असे. उकडू लागले तर चार-चौघांदेखत अंगावरचे कपडे काढताना त्याला काही वाटत नसे.

या सर्व पाश्चात्त्य पत्रकार-लेखकांच्या लेखनातून माओची आणि त्याच्या अनुयायांची जी प्रतिमा चिनी जनतेपुढे आली, ती काही नैतिक मुल्ये निष्ठेने जपणाऱ्या स्वातंष्य-भक्तांची प्रतिमा होती. माओचे कौटुंबिक जीवन ही प्रतिमा विलक्षण उजळून टाकील असे नव्हते. तशा नैतिक अर्थाने माओची मुल्ये फार आकाशाला भिडणारी नव्हती. एकपत्नी राम वगैरे तो नव्हता !

माओचा संसार

१९२८ साली माओ पस्तीस वर्षांचा असताना माओच्या संबंधात एक अठरा वर्षांची तरुण मुलगी आली; तिचे नाव हो-त्सू-चेन. यावेळी माओचा यांग-कुई-हुई या गुरुकन्येबरोबर विवाह झालेला होता. १९३० मध्ये चांगशा येथे, यांग-कुई-हुई हिला जनरल हो ने ठार केले. यांग-कुई-हुई हिच्या मरणानंतर माओने हो-त्सू-चेन हीचा स्विकार केला. १९३० ते १९३९ या नऊ वर्षांच्या आयुष्यात माओला पाच मुले झाली. यातले एक मूल लाँग मार्च चालू असतानाच जन्म पावले होते ! लाँग मार्च सुरू झाला तेव्हा ही पोरवसदा पत्नी गर्भार होती. परंतु तरीही माओबरोबर मुलांसह तिने सर्व खडतर प्रवास पत्करला. १९३७ साली शेन्सीला पोचल्यावर तिला गंभीर आजार उद्भवला व औषधोपचारासाठी तिला रशियाला पाठविण्यात आले. माओची ही तिसरी पत्नी रशियात अंथरुणावर असतानाच, माओचा आणि लान-पिंग नावाच्या शांघायला नाटकात कामे करणाऱ्या सुस्वरुप नटीचा संबंध जडला. ही नाटक कंपनी येनानला नाटके करण्यासाठी त्या वेळी आलेली होती. माओने तिसऱ्या पत्नीशी घटस्फोट घेऊन लान-पिंग हिच्याशी चौथा विवाह केला. लान-पिंग हे या नटीचे नाटकात प्रसिध्द पावलेले नाव. तिचे खरे नाव होते चिआंग-चिंग.

लान-पिंगशी लग्न झाले तरी माओ जिला विसरु शकला नाही - ती म्हणजे त्याची दुसरी पत्नी यांग-कुई-हुई. अॅग्नेस स्मेडली या तरुणीला मुलाखत देताना १९३७ मध्ये माओने तिला प्रश्न केला - "तू कधी कुणा पुरुषावर प्रेम केले आहेस ? प्रेम केलेस म्हणजे काय प्रेम केलेस ? प्रेम या भावनेचा तुला समजलेला अर्थ काय ?" आपल्या द्वितीय पत्नीवर माओने केलेल्या काही कविता प्रसिध्द आहेत. एक कविता अॅग्नेसला माओने वाचून दाखवली. परंतु ती प्रसिध्द करण्यास मात्र नकार दिला.

माओचे खाजगी जीवन हे असे रगेल आहे, परंतु रंगेल नाही. प्रेमभावना त्याला समजू शकते, परंतु याकरिता 'एकपत्नीव्रत' वगैरेंची त्याला आवश्यकता वाटत नाही.

माओचा एक भाऊ माओ-त्से-तान हा १९३५ च्या चकमकीत मारला गेला हे सांगितलेले आहेच. माओ-त्से-मिन हा एकच भाऊ आता उरला होता. कियांगसीपासून येनानपर्यंत तो माओबरोबर होता. १९३८ साली त्याला माओने सिकियांग येथील लष्करी उमराव जनरल शेंग-शिह-त्साई याचा आर्थिक सल्लागार म्हणून पाठवले. हा उमराव त्या वेळी मॉस्कोचे प्यादे झालेला होता. पुढे जेव्हा १९४० नंतर चँग-कै-शेक व कम्युनिस्ट यांच्यात पुनश्च दुफळी झाली तेव्हा जनरल शेंग याने आपली निष्ठा चुंगकिंग येथून माओशी लढाई करणाऱ्या जनरल चँगला अर्पण केली ! या निष्ठेचे प्रदर्शन म्हणून सप्टेंबर १९४२ मध्ये माओ-त्से-मिन याला जनरल शेंगने पकडले व १९४३ साली त्याला ठार केले !

माओचे दोन लहान मुलगे 'लाँग मार्च' चालू असताना त्याने वाटेत एका शेत-कऱ्यांच्या स्वाधीन केले. या मुलांचा नंतर पत्ता लागू शकला नाही. बहुधा ते मारले गेले असावेत.

माओच्या कौटुंबिक जीवनाची ही कहाणी आहे. ही वाचत असताना लक्षात येते की, स्त्रीविषयक रुढ नैतिकता माओने पाळलेली नसूनही, त्याच्या जनमानसातील प्रतिमेला फारसा तडा गेलेला नाही. ही बहादुरी विशेष समजली पाहिजे. कारण या नैतिकतेचे नगारे वाजवून अनेकजण आपले राजकीय थोरपण सिध्द करण्याचा प्रयत्न करतात. अर्थात सर्वांच्या जोडीला नैष्ठिक ब्रह्मचर्य अथवा किमान एकपत्नीप्रेम माओने पत्करले असते, तर हे सर्व तो देशाकरताच करतो आहे असे भासवून, त्याला आपली प्रतिमा अधिकच गहिरी करता आली असती.

ग्रंथकर्तृत्वाचा कालखंड

१९३८ ते १९४० हा येनान येथील कालखंड माओच्या जीवनातील ग्रंथ-कर्तृत्वाचा कालखंड ठरला. या काळात त्याने अहवालरुपाने भाषणे म्हणून किंवा टिपणे म्हणून जे शिस्तबध्द लिखाण केले, त्याचे खंडच्या खंड आज प्रसिध्द आहेत. एवढी निर्मिती माओ करू शकला याचे एक कारण असे की, जपानविरुध्द प्रत्यक्ष युध्दात जाण्याचे त्याला आता कारण नव्हते. त्याला प्रेमाग्रहापोटी कोणी जाऊही देत नव्हते. असामान्य कर्तृत्व प्रगट केलेल्या माणसांना जीवनात जेव्हा स्वास्थ्याचा काही काळ लाभतो, तेव्हा ती माणसे बहुदा लेखनाकडे वळतात. लोकमान्यांचे 'गीतारहस्य', महात्माजींची 'आत्मकथा', सावरकरांची 'कविता', नेहरुंचे 'ग्लिम्प्सेस ऑफ वर्ल्ड हिस्टरी' हे सर्व अशाच काहीशा स्वास्थ्यात निर्माण झालेले ग्रंथ-कर्तृत्व आहे. अशी अनेक उदाहरणे जगाच्या इतिहासातही आढळतात.

१९३८ ते १९४० या काळातले माओचे लेखन हे दोन भागांत विभागता येते.

यातला एक भाग वस्तुतः तात्कालीक होता. यात जपानविरुध्द सुरू असलेल्या लढाईतील लष्करी प्रश्नांची चर्चा येते. दुसरा भाग हा माओच्या राजकीय चिंतनाचा आहे. हा जास्त महत्त्वाचा आहे.

लष्करी प्रश्नचर्चा

लष्करी प्रश्नांची चर्चा माओ मूलभूतपणे करतो. यामुळे त्याची उपेक्षा करता येत नाही. निरनिराळ्या स्तरांवरील युध्दाचा विचार माओने केलेला आहे. ही सर्व वस्तुतः येनानच्या लष्करी विद्यापीठात माओने दिलेली व्याख्याने आहेत. गनिमी युध्द, भूमिगत युध्दाचा परिसर, त्याची निवड आणि जोपासना आणि सर्वंकष जागतिक युध्द अशा सर्व प्रश्नांची चर्चा माओने केलेली आहे. ''गनिमी-युध्दात शत्रुचे १,००० सैनिक मारुन आपले ८०० गमावणे हा शहाणपणा नसतो.'' अशा सोप्या भाषेत माओ युध्दाची चर्चा करतो. शेतकरी, कामकरी आणि विद्यार्थीवर्गातून आलेल्या तरुणांपुढे आपण बोलत आहोत आणि जे सांगत आहोत ते काही महिन्यातच अंमलात आणावयाचे आहे याची माओला येनान येथील व्याख्यानात सतत जाणीव होती. माओ हा स्वतः युध्दात लढलेला होता. त्याचे लेखन काहीसे रांगडे वाटते, पण त्याच्या वृत्तीचे ते संपूर्ण निदर्शकही आहे. माओ एके ठिकाणी म्हणतो :

''शत्रू समोर आला की, त्याच्या हातातील शस्त्र पाहून, मांजरापुढे उंदराची अवस्था होते, तशी मृत्यूभयाने आपली स्थिती होण्याचे कारण नाही. शत्रूच्या गोटात शिरुन आपण त्याचा घातपात करू शकतो ! त्याच्या हातातील शस्त्र हिसकण्याचा मार्ग सापडू शकतो ! जर आपल्याला मरणाचे भय नसेल तर भीती वाटावी असे शत्रूपाशी असते काय ?''

''बेसिक टॅक्टिक्स'' (प्राथमिक डावपेच) या पुस्तकात माओचे लेखन ग्रथित केलेले आहे.

राजकीय चिंतन

सुरू झालेल्या लढ्याचे महत्त्व सांगताना राजकीय चिंतनात माओने केलेले एक विधान लक्ष वेधून घेणारे आहे. माओ म्हणतो - ''या लढ्यामुळे केवळ चीन व जपान यांच्याच भवितव्यावर परिणाम होणार नसून, सर्वच देशांच्या क्रांतीला यामुळे हातभार लागणार आहे. विशेषतः भारतासारख्या चिरडल्या गेलेल्या देशातील लोकांना याचा फायदा होणार आहे.'' चीन-जपान युध्दाच्या तीन अवस्था माओने अचूकपणे सांगितलेल्या होत्या. ''पहिल्या अवस्थेत चीनचा चौफेर पराभव होईल. दुसऱ्या अवस्थेत शक्तीचा समतोल राहील. ही अवस्था बराच काळ टिकेल आणि शेवटी चिनी भूमिगत सैनिक डाव उलथवून मात करतील.'' हे जेव्हा माओ आत्मविश्वासपूर्वक सांगत

होता, त्यावेळी पहिल्या अवस्थेची कुठे सुरुवात होती.

२१ ऑगस्ट १९३९ ला बर्लिन रेडीओवरुन रुसो-जर्मन अनाक्रमणाच्या कराराचे वृत्त जगाला कळले. जग हादरले. ''स्टॅलिनने जर्मनीच्या फ्यूररशी केलेली सौदेबाजी हे थंड काळजाने उरकलेले कृत्य होय.'' असे चर्चिल यांनी सांगून पुढे म्हटले होते : ''स्टॅलिनपुढे सर्वप्रथम एकच विचार होता - आपल्या देशाचे संरक्षण !'' माओने या वेळी काढलेले उद्‌गार त्याच्या स्वभावावर प्रकाश टाकतात. माओ म्हणाला : "Chamberlain the leader of the most reactionary country in the world is worse than Hitler." जपानला चीनविरुध्द बलात्कार करण्यास सतत प्रोत्साहन देत आलेल्या साम्राज्यशाहीचा प्रमुख चेंबर्लेन हा अत्यंत प्रतिगामी देशाचा पंतप्रधान आहे आणि तो हिटलरपेक्षाही अधिक धोकेबाज आहे असे जेव्हा माओ म्हणतो, तेव्हा त्याचा सरळ अर्थ माओ हा पुरुषार्थाचा उपासक होता ! हिटलरजवळ साम्राज्य नाही म्हणून तो लढतो आहे, परंतु हे करताना, आपल्या साम्राज्यावर सूर्य कधीही मावळत नाही, अशी किळसवाणी घमेंड मारणाऱ्या ब्रिटीश साम्राज्याला तो मोडकळीस आणणार आहे, ही गोष्ट लक्षात ठेवून माओ असे काही म्हणत होता. हिटलर नामशेष झाला पाहिजे हे तो नाकारीत नाही, परंतु चेंबर्लेनदेखील साम्राज्यवादी म्हणून अधिक धोकादायक आहे असे माओ म्हणत होता. या वेळी भारतातील मॉस्कोछाप कम्युनिस्ट काय म्हणत होते बरे ?

'चिनी क्रांती आणि कम्युनिस्ट पक्ष' हे पुस्तक पाठ्यपुस्तकाच्या धर्तीवर माओने डिसेंबर १९३९ मध्ये लिहिले. या पुस्तकातील मते या वेळी प्रसिध्दीसाठी नव्हती. या पुस्तकात माओने आपली मार्क्सवादी भूमिका स्वच्छ मांडली आहे. तो लिहितो :

''चिनी क्रांतीचे नेतृत्व हे शेतकरी-कामकरी वर्गाकडे आणि कम्युनिस्ट पक्षाकडेच असले पाहिजे.''

या वेळी कोमिन्टांग सहकार्याच्या अटी त्याच्यावर लादल्या गेल्या असल्याने प्रसिध्दीला द्यावयाच्या मजकुरात माओ आपली भूमिका मांडीत होता, ती काहीशी सर्वसंग्राहक अशी असे. परंतु या पुस्तकात माओने आपली मते अधिक स्पष्ट केली होती. युध्दकाल हा हिंसक मार्गाने आणि अन्य साधनांनी चालत असलेले राजकारणच असते, हे सूत्र माओ विसरला नव्हता. युध्दानंतर चीनच्या भूमीवर वर्चस्वाचा प्रश्न सोडवावा लागणार आहे, या निकडीकडे त्याने कधीही दुर्लक्ष केले नव्हते आणि यासाठी कदाचित कोमिन्टांगशी पुनः युध्द करावे लागेल ही शक्यताही त्याने नजरेआड केलेली नव्हती.

स्पेस फॉर टाइम !

नानकिंग-हँकौ-कॅन्टोन या लष्करी पराभवांच्या आणि माघारीच्या काळात चँग-कै-शेक आपल्या भाषणात सैनिकांना सांगत होता -

"कितीही मोठया प्रमाणावर हानी होत असली तरी युध्द चालूच ठेवले जाईल आणि या युध्दात आता आपले धोरण हे राहील : Exchange space for time. आपल्याजवळ भूमी विपुल आहे. आपण लढता लढता काही भूमी सोडून माघार घेऊ, परंतु या बदल्यात आपण जो वेळ काढू, त्यामुळे आपल्याला उसंत मिळेल आणि आपण अधिक परिणामकारक युध्दासाठी सिध्द होऊ शकू."

उसंत मिळविण्यासाठी भूमी देण्याच्या या धोरणाचा आता जपान्यांवर काही परिणाम होण्यासारखा नव्हता. युरोपात सप्टेंबर १९३९ मध्ये हिटलरने युध्द पेटवल्यापासून जपानचे लक्ष आंतरराष्ट्रीय घडामोडींकडे लागले होते. अधूनमधुन चँग-कै-शेककडे तहासाठी वावडी उडवावी आणि ती फुकट गेली की चुंगकिंगवर बॉम्बफेक करावी, एवढाच कार्यक्रम जपान्यांनी आता आखलेला होता.

चुंगकिंग येथे जनरल चँगचे सरकार गेले तेव्हा खऱ्या अर्थाने जनरल चँग यानेच या भूमीबदलाबरोबर कालमानाचा बदल अनुभवायला सुरवात केली ! देशाचा अंतर्भाग किती मागासलेला आहे, इथले जमिनीचे प्रश्न काय आहेत, इथे अन्याय किती मोठ्या प्रमाणावर आहे आणि चीनचा अंतर्भाग हा किनारपट्टीवरील शहरी जीवनापासून किती योजने दूर आहे, किती परका आहे याचे दर्शन चँगच्या राजवटीला होऊ लागले.

शांघाय, नानकिंग, हँकौ, कॅन्टोन येथून बाहेर पडलेला सर्व तरुण विद्यार्थीवर्ग, प्राध्यापक, डॉक्टर, तंत्रज्ञ, शास्त्रज्ञ यांनी येनानचा रस्ता पत्करलेला होता ! चुंगकिंगच्या कोसळत्या घराचा आडोसा त्यांची स्वच्छपणे नाकारला ! सगळे उरलेसुरले कर्तृत्व येनानला माओ खेचून घेत होता.

ज्या दिवशी वांग-चिंग-वेई या एकेकाळच्या जनरल चँगच्या बरोबरीने लढणाऱ्या आणि आता जपान्यांना वश झालेल्या जनरलच्या नेतृत्वाखाली जपान्यांनी नानकिंगमध्ये 'चिनी मांडलिक सरकार' (Puppet Govt.) निर्माण केले, तेव्हा लवकरच चँग-कै-शेक व जपान सरकार यांच्यात शांतता प्रस्थपित होणार अशा वावड्या सगळीकडे उडू लागल्या. याला चाप बसावा म्हणून माओचे येनानी सैन्य नव्या चढाईवर निघाले. ४,००,००० संख्येच्या घरात आलेले हे येनानी सैन्य उत्तर चीन मधील जपानव्याप्त प्रांतात चढाई करू लागले (२० ऑगस्ट १९३९).

मानेवरचे भूत

जपानविरुद्ध लढाई माओ करीत होता आणि सेनापती चँग चुंगकिंगला चिंतातूर होत चालला होता. त्याच्या चिंता निराळ्या होत्या ! युरोपात इंग्लड-फ्रान्स जर्मनीशी

युध्द पुकारुन बसली होती. जर्मनीशी अनाक्रमणाचा करार केल्यामुळे रशिया हा जर्मनीचा मित्र झाला होता. इंग्लड-फ्रान्सची आतापर्यंत चँगला संपूर्ण सहानभूती होती. काही मदत होती. आता त्यांना घरचेच थोडे होणार होते ! अशा परिस्थितीत चीन करत असलेली लढाई इंग्लड-फ्रान्सला युरोपातील लढाईचा पूरक भाग वाटल्याखेरीज आता या शक्ती चँगला काय म्हणून मदत करतील ? हा प्रश्न चँगपुढे होता. इंग्लड-फ्रान्सला खूष करायचे तर रशियाच्या जर्मनीशी झालेल्या अनाक्रमण करारामुळे बदनाम झालेल्या कम्युनिस्टांना आपण जर पुन्हा झोडपू लागलो, तर या आपल्या कृत्याचे जागतिक मूल्य इंग्लड-फ्रान्स यांना कळेल आणि मदतीचा ओघ आटणार नाही, हा विचार चँगच्या मनात रुजू लागला होता.

माओशी समझोता करून कोमिन्टांग खोड्यातच अडकल्यासारखे झाले होते ! जपानी सेनेच्या पिछाडीला माओची येनानी सेना जे युध्द खेळत होती, त्याच्या युध्द-समाप्तीनंतर सर्व फायदा कम्युनिस्टांना मिळणार होता. आजही येनानला जात्या दिवसागणिक तरुण चळवळ्यांचा लोंढा वाढतो आहे, केवळ ४५,००० सैनिकांचा पगार आपण देत असताना, माओची येनानी सेना आजच चार लाखांच्या घरात गेलेली आहे.

भुताची कल्पना जशी लहान मुलाच्या मनात अक्राळविक्राळ रुप धारण करते, तशी कम्युनिस्टांची भिती चँगच्या आणि त्याच्या गोतावळ्याच्या मनात अजस्त्र आकार घेऊन उभी झाली होती. समझोत्याच्या कोंडलेल्या बाटलीतून अंती बाहेर पडणारा संशयाचा राक्षस चँगची झोप उडवू लागला.

माओशी पुनश्च लढाई सुरू करण्यात व्यावहारिक फायदा आहे आणि शिवाय युध्दोत्तर कालात येऊ पाहणाऱ्या संकटाचा मुकाबला आहे, या संपूर्ण चुकीच्या विचाराने जनरल चँग पछाडला जाऊ लागला.

सुप्त यादवीची सुरुवात

चाळीस साल उजाडले तेव्हा युरोपात नकाशा पालटलेला होता. पोलंडचे युध्द जर्मनीने संपवले होते. फिनलंड रशियाला शरणागती देण्याच्या अवस्थेला आलेले होते. हिटलरची सैन्ये फ्रान्सवर कोसळण्याच्या तयारीत होती.

१९४० च्या जानेवारीत ‘ दि अनूफिनिश्ड् रेव्होल्यूशन इन चायना’ या पुढे १९४७ मध्ये प्रसिध्द झालेल्या पुस्तकाचा लेखक इपस्टिन हा चीनमध्ये फिरत होता. हाँगकाँग ते चुंगकिंग प्रवासात त्याने काय पाहिले ? इपस्टिन सांगतो :

‘‘हाँगकाँग सरहद्दीवर जो प्रकार मी पाहिला तो मला धक्का देणारा होता. जावा आणि मलायामधून काही चिनी विद्यार्थी तरुण जपानविरोधी लढ्यात भाग घेण्यासाठी

क्वांगटुंगकडे निघालेले होते. त्या भागात त्यांना असे आढळून आले की, एक कोमिन्टांग सेनानी, टंगस्टन हा महत्त्वाचा खनिज पदार्थ चोरुन जपान्यांना विकतो. आपण जे पाहिले ते या विद्यार्थ्यांनी वृत्तपत्रात नावानिशी प्रसिध्द केले. कोमिन्टांग पोलिसांनी त्या विद्यार्थ्यांना अटक केली !

"याच विभागात जपानविरुध्द लढणाऱ्या काही कम्युनिस्ट कार्यकर्त्यांना, जनावरांना बांधतात त्याप्रमाणे एकत्र बांधून, कोमिन्टांग सैनिक रस्त्यातून खेचून नेत असताना मी स्वतः पाहिले."

"क्वेचौ प्रांताची राजधानी क्वेइयांग येथे चिनी रेड-क्रॉस सोसायटीला, 'एट्थ रुट आर्मी' आणि 'न्यू फोर्थ आर्मी' (येनानी सेना) यांना औषधे पाठवायला कोमिन्टांग अधिकाऱ्यांनी बंदी केलेली आहे ही गोष्ट रेड-क्रॉस अधिकाऱ्यांनीच मला सांगितली.

हे प्रत्यक्ष अनुभव पुरेसे बोलके आहेत. येनान राजवटीचा दुस्वास चुंगकिंग राजवटीत आता अगदी कानाकोपऱ्यांत भरुन जाऊ लागलेला होता. येनान-चुंगकिंग यांच्यातील सर्व दुवे हळूहळू तोडण्यात येऊ लागले होते. येनानकडे जाऊ पाहणाऱ्या विद्यार्थ्यांना पकडून डांबून ठेवण्याचा सपाटा सुरू झाला होता.

काहीतरी ताबडतोब केल्याशिवाय ही एकतर्फी सुरू झालेली सुप्त यादवी उफाळल्या-शिवाय राहणार नव्हती. शहानिशा करण्यासाठी जून १९४० मध्ये येनान येथून माओचे प्रतिनिधी चुंगकिंगला आले आणि जनरल चँगशी त्यांनी पुनः बोलणी केली. जनरल चँगने सांगितले की, सर्व येनानी सेना ३१ डिसेंबर १९४० पूर्वी उत्तर कियांगसू प्रांतातून बाहेर पडून यांगत्सी नदीच्या पलीकडे गेली पाहिजे, म्हणजे संघर्ष होणार नाही. चीनची फाळणी चँगच्या मनात सुरूही झाल्याचा हा पुरावा होता.

येनानी प्रतिनिधींनी समझोत्याचे वातावरण टिकावे म्हणून ही गोष्ट मान्य केली. याप्रमाणे जवळ जवळ सर्व येनानी सैन्य यांगत्सीच्या उत्तरेस गेले. पण सुमारे ९,००० लाल सैन्य, काही कारणामुळे ३१ डिसेंबरपूर्वी यांगत्सी पलीकडे जाऊ शकले नाही.

४ जानेवारी १९४१ या दिवशी म्हणजे दिलेली मुदत संपून तीन दिवस उलटताच येनानी 'फोर्थ आर्मी'च्या या सैनिकांवर यांगत्सीच्या दक्षिण काठावर कोमिन्टांग सेनेने हल्ला चढवला आणि दहा दिवसांच्या झटापटीत जवळ जवळ हे सर्व सैनिक कापून काढले. या सेनेचा कमांडर रोह-टिंग याला कोमिन्टांग सेनेने अटकेत टाकले. पुढे १९४६ पर्यंत हा कमांडर अटकेतच राहीला.

हा जो प्रकार कोमिन्टांग सेनेने केला, त्यामुळे जपानविरोधी कोमिन्टांग-कम्युनिस्ट संयुक्त आघाडीची मृत्युघंटा वाजू लागली. या वेळी आपण स्वस्थ बसलो तर चँग-कै-शेक अधिक माजत जाणार आणि काही मोठा प्रतिकार करावा तर यादवी पेटणार

अशा कात्रीत माओ सापडला होता.

या घटनेचा गवगवा करून चँग-कै-शेकने येनानला कळवले की, 'फोर्थ आर्मी' ही बरखास्त करा, कारण माझे हुकूम मानण्यास तिने नकार दिलेला आहे.

हितकारक तेवढेच ऐकू

माओने या वेळेस काय केले पहा :

त्याने चँग-कै-शेकच्या या हुकुमाला केराची टोपली दाखवली आणि फोर्थ आर्मीची पुनः उभारणी करण्याकरता चेन-यी याची नेमणूक जाहीर केली. यामुळे जपानविरोधी युध्दाला हितकारक तेवढेच चुंगकिंग सरकारचे निर्णय आम्ही मानू, अन्य आज्ञा पाळायला आम्ही बांधलेले नाही, अशा आपल्या धोरणाचा चँगकडे खुलासा करण्याच्या सूचना चुंगकिंग येथे असलेला येनानचा प्रतिनिधी चाऊ-एन-लाय याला पाठविण्यात आल्या.

पुनश्च यादवी सुरू करण्यास एवढ्या अन्यायानंतरही नकार देऊन माओने चँग-कै-शेकशी येनान सरकारची बांधिलकी जपान-विरोधापुरतीच सीमीत करण्याची संधी साधली ! हा सर्व वृत्तांत वृत्तपत्रातून प्रसिध्द होताच पुनः एकदा येनान सरकारचे देशप्रेम, जपानविरोधाची त्याची धार आणि यासाठी प्रसंगी चँगला त्याची जागा दाखविण्याचे धारिष्ट्य, या सर्व बाबतीत जाणकार माओला दुवा देऊ लागले. चँगची अधिक छीः थू सुरू झाली. डॉ. सन्यत्-सेनची पत्नी मादाम सन्यत्-सेन हिने या सर्व प्रकरणात चँगला जाहीरपणे दोष दिला. यापेक्षा माओला अधिक कुणाचे प्रशस्तीपत्रक मिळू शकले असते ?

'चेंग-फेंग' चळवळ

एकीकडे युध्दात भाग घेणाऱ्या येनानी सैन्याच्या मार्गात निर्माण होणाऱ्या अडचणींचे निराकरण करीत असताना, माओ आणखी एका नव्या उद्योगात मग्न होऊ लागला होता.

हा उद्योग म्हणजे माओने येनान येथे हाती घेतलेली नवी वैचारिक चळवळ. चेंग-फेंग. चेंग-फेंग याचा अर्थ दोष काढून टाकणे. आपल्या विचारपध्दतीत दोष निर्माण होऊ शकतात याची जाणीव होणे हेच केवढे सुलक्षण होते ! युध्दजन्य परिस्थितीमुळे कम्युनिस्ट चळवळ विस्तीर्ण प्रदेशात जपानी सैन्याच्या पिछाडीस झपाट्याने पसरत चालली होती. नवा लोंढा सैनिक म्हणून, पक्ष-सदस्य म्हणून येनान येथे लोटलेला होता. सारखा लोटत होता.

स्टॅलिनने १९३९ साली ऑगस्टमध्ये हिटलरच्या गळ्यात गळा घातला आणि पाठोपाठ फिनलंडसारख्या देशाचे स्वातंत्र्य हरण केले. सोविएट नेत्यांच्या दृष्टिकोनातून याचे काहीही समर्थन असले, तरी मार्क्सवाद यामुळे बदनाम झालेला होता. सोविएट

नेत्यांचा मार्क्सवाद आणि आपलाही मार्क्सवाद हा एकच आहे, असे सांगणे, यात धोका निर्माण झाला होता. नाना शंका-कुशंका नवागतांच्या मनात निर्माण होणे शक्य होते. मार्क्सवादी विचार जो माओ चीनमध्ये पसरवू पहात होता, त्याच्यात काही वैचारिक दोष शिरण्याची ही वेळ होती. म्हणून माओने ही चळवळ आखली होती.

५ मे १९४१ या दिवशी येनानी लष्करी विद्यापीठातील विद्यार्थ्यांपुढे बोलताना माओने सूतोवाच केले. तो म्हणाला :

"मार्क्सवाद अथवा लेनिनवाद यावर विद्वान बोलू लागले, की ते प्रथम ग्रीसविषयी बोलतात. मग मार्क्स, एंजल्स्, लेनिन, स्टॅलिन यांची पाठ केलेली वचने धडाधडा सांगू लागतात. परंतु आपले स्वतःचे पूर्वज काय म्हणाले आहेत हे मात्र त्यांना आंठवत नाही !"

"आपल्या स्वतःच्या इतिहासातले आम्हाला काहीही ठाऊक नाही, हे सांगताना या विद्वानांना अभिमान वाटतो ! वस्तुतः शरम वाटायला हवी ! गेली काही दशके परदेशांतून शिकून आलेले विद्वान ही चूक करीत आहेत. हे विद्वान म्हणजे नुसते 'फोनोग्राफ' असतात. आपण स्वतः काही नवे निर्माण करायचे आहे याची त्यांना आठवण राहात नाही."

माओने सुरू केलेल्या या चेंग-फेंग चळवळीचा हेतू, चिनी साम्यवाद्यांनी स्वतःच्या देशाचा पूर्वेतिहास आणि परंपरा याकडे अधिक समंजसपणे पाहावे हा होता. चिनी क्रांतीकडे आणि त्यातून निर्माण होणाऱ्या प्रश्नांकडे स्वतंत्रपणे पाहाता येण्याची सवय चिनी साम्यवाद्यांनी अंगी बाणवली पाहिजे, हा माओचा प्रयत्न होता. विचार केला तर यात 'सोविएट-विरोधी' असे काय होते ? परंतु जर वेळीच चीनमधील कम्युनिस्ट चळवळ ही चीनमधील सामाजिक आणि राजकीय परिस्थिती ध्यानात घेवून, स्वतंत्रपणे पुढे रेटायची आहे याचे भान सुटले तर सोविएट क्रांतीचे 'फोनोग्राफ' देशात ठिकठिकाणी वाजू लागतील आणि सर्व अकलेचे गाठोडे मॉस्कोला आहे, असा गैरसमज पसरत जाईल, या दोषांपासून माओला चिनी साम्यवाद्यांना वाचवावयाचे होते.

येनानमध्ये जमलेले साम्यवादी विचारवंत आणि लेखक माओप्रमाणेच वृत्तपत्रांतून आपले विचार मांडत होते. माओची तक्रार होती की, विचार मांडण्यासाठी या मंडळींजवळ खरोखरच स्वतंत्र विचार आहेत का ? की केवळ सोविएट रशियाचे गुणगान, आणि त्यांच्या विचारधनाच्या 'कार्बन कॉप्या' तयार करणे हा चिनी क्रांतीचा अर्थ होता ? कम्युनिस्ट चळवळीचा व्यवहार (on practice) आणि 'अंतर्विरोध' (on contradictions) यासंबंधी दोन मोठी व्याख्याने माओने १९३७-१९३८ या काळात येनान येथे दिली. अगदी साम्यवाद पत्करलेल्या दोन राष्ट्रांतही सुसंवाद असलाच पाहिजे

असे म्हणता येत नाही. साम्यवादातही 'कायमची क्रांती-अवस्था (Permanent Revolution) टिकवली पाहिजे, असे विचार या दोन व्याख्यानात माओने मांडलेले आढळतात.

नवा मार्क्सवादी तत्त्वज्ञ

साम्यवादी चळवळीत माओ काही नवीन करू पाहात होता. आशयाचे वेगळेपण शोधीत होता. या लेखनातून मार्क्सवादी तत्त्वज्ञ या भूमिकेवर आपला हक्क नोंदवण्याचा माओचा प्रयत्न स्पष्ट दिसतो. मार्क्सवादी चळवळीची पोथी एकच असली तरी प्रेषित एकमेवच समजण्याचे कारण नाही. प्रवचन तर अगदी स्वतंत्र असू शकते, हे बिंबवण्याचा प्रयत्न माओने चालवल्याचे स्पष्ट जाणवते. माओ केवळ यामुळे मोठा ठरत नाही. परंतु हे लेखन चिनी इतिहासातील उदाहरणे देऊन आणि चिनी परंपरेत रुजलेल्या विदग्ध वाङ्मयातील संदर्भ देऊन माओने सजवलेले आहे. मार्क्सवादाची मूलतत्त्वे सांगितली गेली होती ती त्यापूर्वीच - कुणी मार्क्सच्या तोलाच्या चिनी पुरुषाने सांगून ठेवलेलीच आहेत असे सिध्द करण्याचा बालिश खटाटोप माओ करीत नव्हता. जादूगार पोतडीतून चीजा काढतो, त्याप्रमाणे चिनी इतिहासाच्या पोतडीतून मार्क्सवाद काढून दाखविण्याची ही काही बौध्दिक कसरत नव्हती. निदान स्वतःच्या मर्यादा माओ पूर्णपणे ओळखीत होता आणि राजकीय घटनाकडे चिनी कम्युनिस्ट म्हणून पाहताना चिनी वर्तमानाशी त्याचे संबंध आणि नेमके नाते हुडकून काढा, असे मात्र माओ ठामपणे यावेळी सांगत होता. त्याचे एक विधान असे आहे : ''रशियन क्रांतीपेक्षा, चीनमध्ये होणारी साम्यवादी क्रांती ही अधिक सुसंगत परंतु असामान्य गुंतागुंतीची आहे, अधिक खडतर प्रवासातून तिला जावे लागलेले आहे.''

हिटलर उलटला

१९४१ च्या जून महिन्यात, युरोपात हिटलर-स्टॅलिन मधुचंद्र संपला. आता सुरू होणारा लढा हा निर्णायक स्वरुपाचा आहे, दोन तत्त्वप्रणालीतील ही अखेरची झुंज आहे, या आत्मविश्वासाने हिटलरने २२ जून १९४१ ला पहाटे रशियावर हल्ला चढवला. १५०० मैलांच्या रुसो-जर्मन सरहद्दीवर हिटलरची सैन्ये रशियन प्रदेशात खोलवर मुसंड्या मारु लागली. सोविएट युनियन, ब्रिटन आणि फ्रान्स यांचे भवितव्य एकाच पारड्यात फेकले गेले.

हे घडेपर्यंत जनरल चँग दोलायमान अवस्थेत होता. सर्व येनानी सेना यांगत्सी पलीकडे ढकलण्याचा आदेश जेव्हा त्याने काढला, तेव्हा त्याच्या मनात एक शक्यता अशी डोकावत होती की जर फ्रान्सप्रमाणे हिटलरपुढे इंग्लडनेही अखेर गुडघे टेकले, तर मग जपानशी समझोता करून चीनमध्ये मार्क्सवादाचा निःपात करण्याची ऐतिहासिक

जबाबदारी आपल्याला पार पाडावी लागले. चँग-कै-शेकला हिटलर युध्द जिंकण्याची खात्री वाटत नव्हती, परंतु त्याचा युध्दमंत्री जनरल हो, याचे जर्मन, इटालियन सल्लागार त्याला सांगत होते की, हिटलरचा विजय हा आता फक्त काही दिवसांचा प्रश्न आहे ! आणि खरोखरच २२ जून १९४१, म्हणजे हिटलरने रशियावर चढाई करेपर्यंत हिटलरचा पराभव होणार तरी कसा हे मोठे प्रश्नचिन्ह सर्वांपुढे होते. जनरल हो चे म्हणणे होते की, ताबडतोब युध्द खेळून, येनानचे राज्य नकाशावरुन पुसून टाकण्याची हीच संधी आहे. चँग-कै-शेक याला ही गोष्ट घडायला हवी होती. परंतु एकदा त्याचे हात पोळलेले होते. अत्यंत सावधपणे चतुराईने ही गोष्ट करावी लागेल याची जाण त्याला होती. कोमिन्टांगमध्ये जनरल हो चे पाठीराखे काय करू पाहात आहेत याची चुंगकिंगस्थित चाऊ-एन-लायला चांगली कल्पना होती. म्हणूनच ४ जानेवारी १९४१ चा 'फोर्थ आर्मी'च्या ससेहोलपटीचा प्रसंग घडताच येनान सरकारने चँग-कै-शेककडे मागणी केली होती : ''जनरल हो याला युध्दमंत्री पदावरुन हाकला !'' चँगला मात्र जनरल हो पासून माओने वेगळा काढला होता. आता जर्मनविरुध्द रशिया युध्दात येताच हिटलरच्या विजयाची आशा जवळ जवळ लगेचच मावळू लागली. पहिल्या काही विजयानंतर हिटलरच्या सेना, स्टॅलिनग्राड, मॉस्को आणि लेनिनग्राड परिसरात प्रथमच हार खाऊ लागल्या. आता तर कम्युनिस्टांशी यादवी पेटवणे चँगला अधिकच अशक्य होत चालले !

कनोये गेला, टोजो आला !

जगात या वेळी घटना इतक्या वेगाने घडत होत्या की, आजचा निर्णय त्यावरील अक्षरे वाळण्यापूर्वी बदलावा लागत होत्या. ऑगस्ट १९४१ मध्ये जपानचा परराष्ट्रमंत्री मात्सुओका मंत्रिमंळाबाहेर फेकला गेला. जपान काहीतरी अघटित करू पाहते आहे याचा हा इशारा होता. जपानचा पंतप्रधान प्रिन्स कनोये याचे चीनमधील साम्राज्य-विस्ताराचे धोरणही जपानी सेनाधिकाऱ्यांना तसे मिळमिळीत वाटत होते. लष्करशाहीने जोर करताच, प्रिन्स कनोये यांचे मंत्रिमंडळ गडगडले. १६ ऑक्टोबर १९४१ या दिवशी जनरल हिडेकी टोजो हा जपानचा नवा पंतप्रधान झाला.

चीनमध्ये येनान सरकार आणि त्याची जपानी सैन्याला सतत कुरतडणारी पाच लाख भूमिगत सेना यांना धडा शिकवण्यासाठी जपान्यांनी 'थ्री-ऑल' चढाई आखली ! 'थ्री-ऑल' चढाई म्हणजे काय ? 'Kill all, burn all, loot all' सगळ्यांना ठार मारा, सगळे जाळून टाका, सगळे लुटून टाका ! असा सर्व भक्षक संहार जपानी सेनेने आखला.

शान्सी-चाहर-होपई या प्रांतात जपान्यांनी असे एकही खेडे ठेवले नाही की जे त्यांनी जाळले नव्हते ! तेरा वेळा जपानी सैन्य जून ते डिसेंबर १९४० या काळात या

विभागात अत्याचार मोठ्या प्रमाणावर करण्यासाठी चढाई करून आले. जपानी अत्याचारांच्या भीषण कहाण्या वाचून जगात सर्वत्र हळहळ पसरली होती. या भट्टीतून येनान सरकारच्या तलवारीचे पाते तावूनसुलाखून निघाले. त्याला अधिक धार चढली. अधिकच तेजाने ते तळपू लागले.

'पर्ल हार्बर' चा हाहाःकार

सहा महीने असे हाहाःकाराचे गेले आणि ७ डिसेंबर १९४१ या दिवशी जपान्यांनी 'पर्ल हार्बर'चा आकांत घडवला ! अमेरिका जपानविरुध्द युध्दात उतरली. दुसऱ्या दिवशी ८ डिसेंबर १९४१ ला इंग्लडनेही जपानविरुध्द युध्द पुकारले.

माओ आणि चँग यांचा जपानविरुध्दचा एकाकी लढा तत्क्षणी संपला. इंग्लड-अमेरिका आता सर्वतोपरी चीनला युध्दसहाय्य करणार होती. खांद्याला खांदा लावून लढणार होती. प्रश्न होता परकीय मदतीचा. इंग्लड-अमेरिकेने पुढे केलेला हात त्यांनी कुणाच्या हातात निर्भरपणे द्यायचा ? माओच्या की जनरल चँगच्या ? जनरल चँग जपान्यांविरुध्द लढत तरी होता का ? १९३७ साली माओ जपान्यांशी लढू लागला तेव्हा त्याच्या राज्याचे क्षेत्रफळ ३०,००० चौरस मैल होते आणि लोकसंख्या २० लाख होती. युध्दाची चार वर्ष अजून संपायची होती. या काळात माओच्या येनान राज्याचा पसारा ३ लाख चौरस मैल झाला होता आणि या भूभागात साडेनऊ कोटी लोक राहात होते.

आतापर्यंत अमेरिका चँगला आणि जपानला दोघांना शस्त्रे विकत होती. डॉलर देत होती. आत चीनमध्ये पाठवलेला प्रत्येक डॉलर महत्त्वाचा होता, प्रत्येक शस्त्र महत्त्वाचे होते. जपानच्या पराभवाची आता अमेरिकेलाच तातडी होती.

येनानला जाऊन आलेल्या अमेरिकन पत्रकारांनी, लेखकांनी, प्रवाशांनी निःसंदिग्धपणे अमेरिकन सरकारच्या हे निदर्शनास आणून दिले होते की, माओच्या येनान राजवटीत जे निरोगी वातावरण जाणवले त्याचा मागमुस चुंगकिंग राजवटीत दिसत नाही. येनानच्या शासनकर्त्यात आणि जनतेत जो नैतिक उत्थानाचा आग्रह दिसतो तशा ध्येयवादाचा चुंगकिंग राजवटीला स्पर्शही नाही.

या सर्व परिस्थितीचा विचार करणे अमेरिकेचे अध्यक्ष रुझवेल्ट यांना आता भाग पडणार होते. कारण जपानविरोधी लढ्यातील चीनची कर्तबगारी आता बहुमोलाची ठरणार होती.

* * *

२४

□

दुसरे महायुद्ध संपले : पण चीनमध्ये यादवी अटळ !

पर्ल हार्बर येथे जपान्यांनी जो अनर्थ घडवला आणि अमेरिकेविरुध्द युध्द पुकारले, त्याचा जनरल चँग याच्या चुंगकिंग राजवटीवर पहिला परिणाम हा झाला की, जनरल चँगने जपानविरुध्द युध्द पुकारले ! मांचुरिया, इनर मंगोलिया, चीनचा सर्व पूर्व किनारा, एवढा चीन जपान्यांच्या कब्जात गेलेला होता. चुंगकिंगवर जपानी विमाने आग ओकीत होती, व्याप्त प्रदेशाचा कब्जा करताना जपान्यांनी अनन्वित अत्याचार केले होते, परंतु जनरल चँगने जपानविरुध्द अधिकृत युध्द काही घोषित केलेले नव्हते ! हा सर्व प्रकार एक नुसते 'प्रकरण' आहे, 'चायना इन्सिडन्स' आहे, असे जपानी म्हणत होते आणि चँगचा 'डिफीडन्स' एवढा प्रचंड की जपानविरुध्द युध्द घोषित करण्याची छाती त्याला अजून झालेली नव्हती. चीन-जपान युध्दातला हा सर्वात हास्यास्पद प्रकार होता.

चँगचे महायुदात पदार्पण

आता १९४१ च्या डिसेंबरात जनरल चँगच्या चुंगकिंग येथील राजवटीने जे युध्द पुकारले ते फक्त जपानविरुध्द नाही ! जपान, इटली, जर्मनी या सर्वांविरुध्द युध्द घोषणा एकदमच झाली. चँग-कै-शेकचा परराष्ट्रमंत्री आणि पूर्वीचा इंग्लंडमधील वकील को-ताई-ची याने हा पुढाकार घेतला होता.

इटली-जर्मनीविरुध्द युध्दाचा पुकारा हा केवळ प्रदर्शनाचा भाग होता. कोमिन्टांग लष्कर जर्मनीला वा इटलीला कुठे लढाई देणार होते ? यामुळे चुंगकिंगमध्ये जे नाझी लष्करी सल्लागार होते त्यांना या युध्दघोषणेनंतर अटकदेखील झाली नाही ! ते इकडे तिकडे वावरु शकत होते आणि ज्यांना जपानमार्गे निसटायचे होते त्यांची जपानव्याप्त प्रदेशातून जनरल हो याने व्यवस्थित पाठवणी केली.

आतापर्यंत चँगची जपानविरुध्द लढाई हा एक फार्सच होता. रोज बायबल वाचणारा, पापाचरणाकडे पाहताना क्रुध्द होणारा, सर्व व्यसनांपासून अलिप्त असलेला आणि अमर्याद सत्ता हाती खेळवणारा चँग-कै-शेक, हा नेता म्हणून जनतेचे फारसे प्रेम कधीच

संपादन करू शकला नाही. कारण तो स्वतः लाचलुचपतीपासून मुक्त असला तरी सत्तानुषंगाने मिळणारी सर्व सुखे त्याने जवळ केलेली होती. तो कुठेही गेला की चुंगकिंग सरकार एखाद्या राजासारखी त्याची बडदास्त ठेवत असे. मागे पुढे संरक्षक, हुजरे, पाणक्ये यांचा ताफा - असा सर्व थाट असे. यांगत्सीच्या काठावर चुंगकिंगपासून काही अंतरावर त्याने छोटेखानी टुमदार निवास बांधला होता. त्याच्या निवासाचे नाव होते 'शांटुंग'. दिसायला हा निवास झोपडी होती, परंतु आत चकचकीत फरसबंदी, मोठ्या बाथरुम्स आणि सर्व विलासी वातावरण असे. अमेरिकन सरकारने त्याला वापरण्यासाठी एक खाजगी विमान दिले होते. अनेक अमेरिकन मोटारी दिल्या होत्या. त्याची मोटार चटकन लक्ष वेधून घेणारी मोठी दिमाखदार - सेडान मोटार होती.

डॉ. सन्यत्-सेनला गुरु मानणारा आणि त्याच्या तत्त्वत्रयींचा व विशेषतः लोकशाहीचा सतत जयजयकार करणारा चँग, स्वतःच्या हातात किती सत्तास्थाने राखून होता ? कोमिन्टांग पक्षाचा अध्यक्ष, राष्ट्रीय सरकारचा अध्यक्ष, मिलिटरी कौन्सिलचा अध्यक्ष, प्लॅनिंग कमिशनचा अध्यक्ष, न्यू लाईफ मूव्हमेंट या संस्थेचा अध्यक्ष, सेंट्रल ट्रेनिंग कोअरचा अध्यक्ष, कामंडर-इन-चीफ, सुप्रिम कमांडर, ही यादी कधीच कुणाला पूर्ण करता आलेली नव्हती. ही सर्व पदे चँग भूषवत असे. अशीच आणखी एखादी नाममात्र संस्था चालवावी तशा थाटात जपानविरुध्दचे युध्द चँगने आतापर्यंत चालवलेले होते.

खोटा बकवास

कम्युनिस्टांचा राग का, तर ते जनरल चँगला विचारीत नव्हते. त्यांचे राज्य निराळे होते, सैन्य निराळे होते आणि त्यांची शिकवणूकही निराळी होती. म्हणून चँगच्या दृष्टीने ते देशद्रोही होते, चीनचा घात करीत होते. जपानविरुध्द रीतसर युध्द जाहीर करण्यापूर्वी १९४१ मध्ये चँगने एका मुलाखतीत उद्‌गार काढले आहेत :

"मी जपानी आक्रमणाला पायबंद घातला हे महत्त्वाचे असेल, परंतु मी देशात कम्युनिझम पसरु दिला नाही हे अधिक महत्त्वाचे आहे !"

दोन्ही गोष्टी खोट्या होत्या! जपानने आक्रमण आवरते घेतले होते ते जपानी लष्करशाहीच्या मर्जीनुसार. चीनच्या अंतर्भागात किती जायचे हा जपान्यांच्या खुषीचा प्रश्न होता. कोमिन्टांग सैन्य राजधान्या बदलत पळत सुटलेले होते. जपानी पुढे यायचे थांबले म्हणजे ते चँगकडून हतबल झाले होते म्हणून नाही, तर त्यांना चीनमध्ये अधिक पुढे यायचे नव्हते म्हणून ! कारण त्यांना खाली सिंगापूरपर्यंत जाऊन इंग्लडचे साम्राज्य हिसकायचे होते. याचे श्रेय चँगने आपल्याकडे घेणे म्हणजे कपडे हिसकले जाऊन नागव्या झालेल्या माणसाने, लंगोटी वाचवल्याची मिजास मारण्याचा प्रकार होता.

अब्रू वाचवण्याचे असले पोरकट प्रयत्न लोकांना कधी फसवू शकतात काय ? आणि कम्युनिस्टांचे काय ? कम्युनिस्ट प्रभावाला चँगने पायबंद घातला - ही तर शुध्द थाप होती. सियानला झालेली फटफजिती विसरुन इतक्या लवकर जनतेला बाजारगप्पा सांगण्याचे चँगचे धाडस विलक्षण होते.

साठी ओलांडणारा चँग हा चीन देश आपली खाजगी मालमत्ता समजत होता. त्याचा हा विरलेला बुरखा फाडण्याची इच्छा मात्र त्याच्या गोतावळ्यातील कुणालाच होणार नव्हती, कारण ही भोवती जमा केलेली सर्वच माणसे चँगच्या पूर्व कर्तृत्वाने भारलेली आणि चँगच्या मानाने अतिशय क्षुद्र कर्तृत्वाची आणि वृत्तीची माणसे होती.

आशीर्वादाला म्हातारी !

एकच व्यक्ती अशी होती की, जी प्रसंगी चँगला चापू शकत होती. तिने प्रसंगी चापलेलेही होते. ही व्यक्ती म्हणजे मादाम सन्यत्-सेन. दिवंगत चिनी राष्ट्रपित्याची ही सहचाहरणीदेखील वृध्द झालेली होती आणि कुणी नमस्काराला आला तर आशीर्वाद देण्यापलिकडे धकाधकीच्या राजकारणात ती उतरु शकत नव्हती.

अधूनमधून आशीर्वादासाठी मादाम सन्यत्-सेनच्या निवासात जाऊन येण्याचा पायंडा चँगने मात्र ठेवलेला होता !

अशा या चुंगकिंग राजवटीतील कोमिन्टांग सैन्याची अवस्था तरी काय झालेली होती ! जनरल स्टीलवेल हा अमेरीकन सेनानी जेव्हा काही दिवसांतच चीनमध्ये पोचला, तेव्हा त्याला कोमिन्टांग सेनेची अन्नान्न दशा पाहून धक्काच बसला ! ही माणसे लढणार कशी ? या विचाराने तो अस्वस्थ झाला.

जपानचे लढाईतील पदार्पण धाडाकेबंदपणे होत होते. ब्रह्मदेश जपान्यांनी जिंकला आणि चुंगकिंग राजवटीला मदत पोचवणारी एकमेव नसच जपान्यांनी तोडली. सुप्रसिध्द 'बर्मा रोड' हा मार्ग आता बंद झाला. वॉशिंग्टनला पहिल्या महायुध्दातील पराक्रमी अमेरिकन सेनानी जनरल स्टीलवेल, हा चीन-ब्रह्मदेश-भारत या परिसरातील जपानविरोधी सैन्याचा कमांडर-इन-चीफ म्हणून चुंगकिंगला विमानाने येऊन पोहोचला होता.

जनरल स्टीलवेलला काय दिसले ?

गोरा साहेब हा कुठेही गेला तरी बहुतेक वेळा जे दिसले ते व्यवस्थित लिहून ठेवतो, या न्यायानुसार जनरल स्टीलवेल याने चुंगकिंगच्या हकिगती लिहून ठेवल्या व युध्द संपल्यावर १९४८ मध्ये 'स्टीलवेल पेपर्स' म्हणून हे सर्व लेखन प्रसिध्द झाले. यातल्या काही गोष्टी उद्‌धुत केल्यावाचून गत्यंतरच नाही.

चँगविषयी स्टीलवेल लिहितात :

"या माणसाच्या तोंडून, आमच्या देशातून जी मदत सतत येत होती त्याबद्दल म्हणा किंवा आमच्या अध्यक्षाविषयी म्हणा, कृतज्ञता व्यक्त करणारा एक शब्दही मी कधी ऐकला नाही. जी आर्थिक व लष्करी मदत येत होती, त्यात हेच नाही, तेच नाही, अशा त्याच्या सतत तक्रारी चालू असत आणि ब्रिटनला व रशियाला जितके देता त्या मानाने आम्हाला काहीच मिळत नाही असे तो म्हणत असे. आम्ही इतके वर्ष लढलो असे तो म्हणत असे. खरे सांगायचे तर १९३८ पासून या माणसाचे लष्करी कर्तृत्व शून्य होते."

जनरल स्टीलवेल येनानलाही लगेच भेट देऊन आला. येनान आणि चुंगकिंग राजवटीविषयी स्टीलवेल लिहितो :

"मी जे पाहिले त्यावरुन कोमिन्टांग व कम्युनिस्ट यांच्याबद्दल निदान तयार केले. कोमिन्टांग म्हणजे लाचलुचपत, गोंधळ, साठेबाजी, काळाबाजार, शत्रूलाच चोरुनमारुन मदत पाठविणारी हरामखोरी, चणचणीची अर्थव्यवस्था, भरमसाठ कर आणि अखंड कृतीशून्य बडबड ! कम्युनिस्ट म्हणजे कर कमी करण्याकडे कल, उत्पादनवाढीवर भर, जीवनमान सुधारलेले, राज्यकारभारात सामान्यजनांचा वाटा आणि बोले तैसा चाले ही वृत्ती.

"चँग-कै-शेक हे समजून घेत नाही की, चिनी जनता लाल राजवटीचे स्वागत करते आहे माणसाचे सर्व प्राथमिक हक्क पायदळी तुडवल्या जाणाऱ्या चँगच्या राजवटीला कंटाळलेली आहे."

आपली अगतिकता सांगताना जनरल स्टीलवेल लिहितो :

"युध्दात तुमचे जे दोस्त म्हणवतात त्यांचा स्वीकार ते आहेत त्या स्थितीतच करावा लागतो. जर्मनशी आम्ही लढतो आहोत, कारण ती राजवट नाझी आहे. एकच पक्ष, गेस्टॅपो या गुप्त पोलीस संघटनेचा आधार आणि तोल ढळलेला एक माणूस सर्वाधिकारी - अशी शत्रूची स्थिती आहे ! चीन हा आपला दोस्त आहे. इथे काय आहे ? एकपक्षीय सरकार, 'ताई-ली' या गुप्त पोलीस संघटनेचा सगळीकडे दरारा आणि फारसे शिक्षण नसलेला, मनाचा तोल ढळलेला एक माणून सर्वाधिकारी ! हा सगळा साचा प्राप्त गंभीर परिस्थितीत बदलणार कसा ? हा साचा बदलून घेणे शक्यच नाही. त्यासाठी या साच्याची संपूर्ण मोडतोडच करावी लागेल, ठिकऱ्या ठिकऱ्या कराव्या लागतील. हा धोका मी पत्करू शकत नाही. द्राक्षाचा वेल लोखंडी तारांच्या मांडवावर वाढतो. त्या मांडवाला तो वेल इतका बिलगून वेढे घालून बसलेला असतो की, नुसता वेल ओढून काढायचा म्हटले तर सगळा मांडवच मोडून पडायचा.

"हा खेळ चालू ठेवलाच पाहिजे. याकरिता मला विसंगत गोष्टींकडे कानाडोळाच

करावा लागणार. नाही तर लोक म्हणतील, इथली लढाई लुटुपुटुची होती. कुठल्याही खेळात टीकाकारांना भ्यावेच लागते.''

अमेरिकेची सेना येणार कशी !

ब्रह्मदेश, मलाया, सिंगापूर ही सर्व जपान्यांनी जिंकून घेऊन चीनची संपूर्ण कोंडी केलेली असल्यामुळे, जनरल स्टीलवेल यांना चँगची आघाडी जेमतेम जिवंत ठेवायचेच काम करावे लागत होते. जर मोठ्या प्रमाणावर अमेरिकन सैन्य चीनमध्ये आणायचे तर निदान पूर्व किनाऱ्यावरील एक तरी बंदर कोमिन्टांग सेनेने ताब्यात ठेवायला हवे होते. 'बर्मा रोड' खुला करणे हा एकच मार्ग जनरल स्टीलवेल याला दिसत होता. विमानांनी सैन्य आणायचे म्हटले तर चुंगकिंगपासून दूर विमानतळ बांधायला हवे होते. विमानतळापासून लढाई सुरू करायची त्या भागापर्यंत रस्ते बांधायला हवे होते... आणि विमानतळ म्हणजे काही विमानवाहू बोटी नव्हे. त्यांचे संरक्षण करावे लागते. विमानतळाची साखळी तयार केली तर बहुतेक अमेरिकन सैन्य या विमानतळाच्या रक्षणासाठी लागले असते ! मग लाढणारे सैन्य किती उरणार ?

जनरल स्टीलवेल याने चँग-कै-शेककडे अनेक वेळा विनंती केली, येनान राजवटीशी घनिष्ठ संबंध प्रस्थापित करू या. परंतु चँग-कै-शेक या गोष्टीला तयार नव्हता. 'लीज अँड लेन्ड' तरतुदीनुसार अमेरिकेकडून येणारी सर्वच्या सर्व मदत ही चुंगकिंग सरकारकडेच आली पाहिजे, हा त्याचा हेका कायम होता. येनानी सैन्याला अमेरिकन शस्त्रे द्यायला तर तो तयार होणेच शक्य नव्हते, कारण या निमित्ताने कोमिन्टांग सेनेला भरपूर प्रमाणात मिळणारी अमेरिकन अद्ययावत अस्त्रे हे कम्युनिस्टांशी लढाईनंतर होणाऱ्या झगड्यात त्याचे हुकुमी पान राहणार होते !

कैरो परिषदेत चँग

१९४३ सालात कैरो येथे झालेल्या दोस्तांच्या बड्या परिषदेला जनरल चँग व मादाम चँग यांना निमंत्रण मिळाले होते. विस्टन चर्चिल आणि अमेरिकन अध्यक्ष रुझवेल्ट यांच्याबरोबर झालेल्या वाटाघाटीत जनरल चँगने बर्मारोड मुक्त करण्यासाठी आघाडी उघडण्याचे मान्य केले. मात्र त्याची अट होती की, यासाठी ब्रिटीशांनी बंगालच्या उपसागरातून ब्रह्मदेशाच्या पश्चिम किनाऱ्यावर उतरुन दुसरी आघाडी उघडली पाहिजे. परंतु चर्चिल ब्रह्मप्रदेशात आघाडी उघडण्याचा शब्द पाळू शकले नाहीत ! कारण हिटलरची सैन्ये रशियात मार खाऊ लागली होती आणि युरोपात दुसरी आघाडी उघडणे अधिक आवश्यक होते.

१९४२ साल उगवले तेव्हा हिटलरची सैन्ये स्टॅलिनग्राडवर पंजा रोवून कॉकेशसची दारे ठोठावत होती. १९४२ सालच्या अखेरीस स्टॅलिनग्राडची लढाई हिटलर

गमावण्याच्या मार्गावर होता. २ फेब्रुवारी १९४३ ला स्टॅलिनग्राडचा भीषण रणसंग्राम संपला. रशियनांनी स्टॅलिनग्राडला जर्मन सैन्याचा प्रचंड पराभव घडवून आणला. १० जुलै १९४३ ला दोस्त सैन्य सिसिलीत उतरले, मुसोलिनी २४ जुलैला अधिकारावरुन फेकला गेला.

स्टॅलिन संशयग्रस्त होता. दोस्त सैन्य फ्रान्सच्या किनाऱ्यावर उतरणार तरी कधी ? इंग्लडमागे त्याचा दुसऱ्या आघाडीसाठी सारखा लकडा होता. हिटलरचा पराभव त्वरित घडवणे आवश्यक होते. १९४४ च्या जून महिन्यात नॉर्मंडीत दोस्तांची सैन्ये उतरण्याचे नक्की झाल्याने 'बर्मा रोड' खुला करण्याची ब्रिटीश कारवाई स्थगित झाली.

वॉलेस मिशन आले

जनरल स्टीलवेलकडून कोमिन्टांग सेनेसंबंधी निराशाजनक वृत्त अमेरिकेच्या अध्यक्षांच्या कानावर गेले असल्याने, चीनच्या भूमीवर अमेरिकन सैन्य गुंतण्यापूर्वी युरोपातील लढाई संपवावी असा अमेरिकेने निर्णय केलेला होता. जूनमध्ये युरोपात दुसरी आघाडी उघडली गेली आणि त्याच महिन्यात अमेरिकेचे उपाध्यक्ष हेन्री वॉलेस यांची चुंगकिंग भेट ठरवण्यात आली.

हेन्री वॉलेस चुंगकिंगला येताच त्याने येनान भेटीचा आग्रह धरला. जनरल स्टीलवेलचाही यात हात होता. चँग-कै-शेकला नाराज करून हेन्री वॉलेस येनान येथे गेला.

वॉलेस मिशनचे येनान येथे कम्युनिस्टांनी स्वागत केले. जनरल चू-तेह याने या कमिशनला मुक्त केलेल्या प्रदेशातून हिंडवले. अमेरिकन वैमानिकांना सर्व प्रकारचे सहकार्य कम्युनिस्टांनी देऊ केले. येनान येथे वॉलेस कमिशनच्या सत्काराचा कार्यक्रम झाला. तिथे चँग-कै-शेक याचा फोटोही लावलेला होता ! कमिशनचा एक सभासद उद्गारला :

"अरे बाप रे ! या ठिकाणी पण हा माणूस आहेच का ? जनरल चँग मध्ये अडमडला नाही तर येनान राजवटीला विश्वासात घेऊन आम्ही केवढा चमत्कार करू शकू !"

जनरल चू-तेह याने वॉलेस कमिशनबरोबर चर्चा करताना, एकदाही अमेरिकन मिशनकडे कसली याचना आपणहून केली नाही. मिशनच्या सदस्याने नमूद केले आहे :

"माझा यावर विश्वास बसला नसता; परंतु आज मला असा एक चिनी सेनानी भेटला की ज्याने संभाषणाची सुरुवात आम्हाला विमाने द्या, टँक्स द्या, दारुगोळा द्या अशा याचनेने केली नाही !"

जेव्हा वॉलेस मिशनपैकी कुणी तरी चू-तेहला प्रश्न केला की, "तुम्हाला आम्ही काय मदत करू शकतो ?"

तेव्हा चू-तेह म्हणाला, "आम्हाला छोट्या बंदुका द्या, शॉटगन्स द्या, हातबॉम्ब

ा."

'टाईम बॉम्ब' निघाला

हेन्री वॉलेस कमिशनच्या सदस्यांबरोबर जनरल स्टीलवेल चुंगकिंगला परतला तो संपूर्ण प्रभावित होऊनच. चुंगकिंग येथे पोचल्यावर त्याच्या लक्षात आले की, चँग-कै-शेक हा माओच्या राजवटीशी कसलाही सामोपचार करू इच्छित नाही, तेव्हा त्याने खिशात बाळगलेला 'टाईम बॉम्ब' काढला !

अध्यक्ष रुझवेल्ट यांचे ते चँगला पत्र होते ! या पत्रात प्रस्ताव होता की, जपान्यांशी लढणाऱ्या कम्युनिस्ट आणि कोमिन्टांग अशा सर्व चिनी सैन्याची सर्व सूत्रे जनरल स्टीलवेलकडे देण्यात यावी.

जनरल चँग-कै-शेक संतापाने लाल झाला ! सर्व चिनी सैन्याचा अधिकार अमेरिकन सेनानीकडे ! त्याने अध्यक्ष रुझवेल्ट यांना तार दिली ती मात्र मेख मारणारी होती. या तारेत चँगने कळवले, "अमेरिकेची जपान्यांविरुध्द लढण्याची सर्व योजना मला मान्य आहे, परंतु जनरल स्टीलवेलसारख्या उर्मट माणसाला परत बोलवा."

१० ऑक्टोबर १९४४ हा चिनी प्रजासत्ताकाचा वर्धापन दिन होता. (हे प्रजासत्ताक म्हणजे १९११ मध्ये डॉ. सन्यत्-सेनने स्थापन केलेले प्रजासत्ताक, जे चँगकडे आता आलेले होते.) या दिवशीच्या समारंभात भाषण करताना जनरल चँग याने जाहीर घोषणा केली -

"स्टीलवेल प्रकरणी मी इंचभरही तडजोड करणार नाही !"

माओने येनान येथून चँग-कौ-शेकच्या या वक्तव्याचे तीन तेरा काढणारे पत्रक प्रसिध्द केले. या पत्रकावरुन जनरल स्टीलवेलला सर्व चिनी सैन्याचा प्रमुख करण्याच्या प्रस्तावाला समझोत्याखातर माओने मान्यता दिलेली होती हे लक्षात येते. या पत्रकात माओने म्हटले :

"अशा राष्ट्रीय हिताच्या प्रसंगी, चार बड्या शक्तींपैकी एक राष्ट्रप्रमुख हा दुसऱ्या राष्ट्रप्रमुखावर असे तोंड टाकतो तेव्हा तो खरोखर प्रजासत्ताक चीनची इज्जत घालवतो ! परिस्थिती अशी आहे, कोमिन्टांग सरकार आणि त्याचे प्रवक्ते हे लाचखोर आणि कर्तव्यशून्य असल्याकारणाने काही मित्रांना असे वाटते की, या ठिकाणी दोस्तांची संयुक्त लष्करी 'हाय कमांड' निर्माण व्हावी. ही मागणी फेटाळण्याकरिता चँगने जपानविरुध्दचे युध्द स्वतःच्या हिंमतीवर, परकीयांच्या मदतीशिवाय आम्ही जिंकू शकतो, असा मोठा राष्ट्रभक्तांचा भाव आणावा हे तर चमत्कारिक आहे. कारण परकीयांची मदत ही जादूची कांडी समजून सतत त्याच्या मागे असणाऱ्यांच्या मुखात ही भाषा कशी तरी वाटते."

रुझवेल्ट यांची चूक

या वेळी अध्यक्ष रुझवेल्ट यांनी मोठीच चूक केली. त्यांनी जनरल स्टीलवेल यांना चीनमधून परत बोलावले. त्यांच्या जागी जनरल वेडमेयर यांची नेमणूक केली. असे करून अध्यक्ष रुझवेल्ट यांनी जनरल स्टीलवेल यांना फशी पाडले. जनरल स्टीलवेलने याच सुमारास अध्यक्ष रुझवेल्ट यांना स्पष्ट अहवाल धाडलेला होता :

''चीनच्या दुखण्यावर एकच इलाज आहे, तो म्हणजे चँग-कै-शेकची हकालपट्टी ! आहे हीच परिस्थिती राहिली तर युध्दातून जपान बाहेर होताच चीनमध्ये यादवी माजेल. आपण जर आताच कृती केली नाही, तर चीनमधील आपल्या प्रतिष्ठेला गंभीर धक्का पोचेल. आपल्या युध्द-प्रयत्नात चीन काडीची मदत करू शकणार नाही आणि चीनमध्ये युध्दानंतर गोधळ माजण्याची बीजे मात्र पेरली जातील.''

जनरल स्टीलवेलची भविष्यवाणी तंतोतंत खरी ठरली. याचे कारण, अध्यक्ष महाशयांनी चँगला उताणा पाडण्याऐवजी जनरल स्टीलवेलच्या पायाखालचे जाजमच ओढून घेतले ! या चुकीच्या धोरणाचा निषेध म्हणून, अमेरिकेचा चीनमधील राजदूत श्री. गाऊस याने राजीनामा दिला. पॅट्रिक हर्ले या चँगधार्जिण्या माणसाला चीनमध्ये राजदूताची वस्त्रे रुझवेल्ट यांनी दिली.

अमेरिकेचा नवा राजदूत तडक येनान येथे माओच्या भेटीला गेला. त्याच्या खिशात एक नवा पाच-कलमी कार्यक्रम होता. दोन दिवस बोलणी झाली. जर संयुक्त सरकार स्थापन होऊन त्यात कम्युनिस्टांना घेण्यात येईल, तर अशा संयुक्त सरकारच्या मिलिटरी कौन्सिलचे निर्णय येनानी सेना पाळील, हे लेखी आश्वासन माओने दिले. १० नोव्हेंबरला माओने संमतीदर्शक सही दिली.

परंतु चँग-कै-शेक याने संयुक्त सरकारला नकार दिला ! २४ डिसेंबरला माओने हर्ले यांना तार पाठवली : ''राष्ट्रीय सरकार उत्सुक दिसत नाही. बोलणी चालू ठेवण्यात अर्थ नाही.''

१९४५ साल सुरू झाले तेव्हा पश्चिम आघाडीवरील आर्देन्स येथे खेळलेला चढाईचा जुगार हिटलर हरला होता आणि पूर्व आघाडीवर रशियन भूमी आणि पोलंड मुक्त होऊन, रशियाच्या लाल सेना जर्मनीला भिडल्या होत्या. अखेरच्या चढाईची जमवाजमव करीत होत्या. मार्च १९४५ ला दोस्त सैन्याने ऱ्हाईन नदी ओलांडली व जर्मनीवर पश्चिमेकडूनही दोस्त सैन्याचा लोंढा घसरला.

जपान्यांनी रेल्वेच उचलून नेली

मध्यंतरीच्या काळात जपान्यांनी चीनमध्ये नवी मुसंडी मारली. क्वेचौ प्रांतात ही चढाई सुरू करून जपान्यांनी चुंगकिंग आणि कुमिंग या दोन मोठ्या अमेरिकन तळांना

धोका निर्माण केला. या चढाईचा प्रतिकार करण्यासाठी, चँगने आपले दहा टक्केच सैन्यदल पाठवले. ज्या तुकड्यांना ही आज्ञा मिळाली ते आश्चर्यचकित झाले ! त्यांना वाटले की, नेहमीप्रमाणे आता पुनः भूमी देऊन योग्य वेळेचीच वाट पाहण्याचे धोरण आचरावयाचे आहे. कोमिन्टांग सेनेची दशा झालेली होती. फुकट मरण्यासाठीच आपण निघालो आहोत याबद्दल त्यांची खात्री होती. या तुकड्यांबरोबर रणांगणावर गेलेला लेखक इप्स्टीन याने लिहिले आहे :

''एक ट्रक भरुन सैनिक आघाडीकडे चालले होते. ते तक्रार करत होते की, पूर्वसूचना नाही, काही नाही ! एकाएकी त्यांना आघाडीकडे पाठवण्यात येत होते. एका तुकडीचा कमांडर सांगत होता - पाच आठवडे आम्ही पायपीट करीत चालत निघालेलो आहोत. वाटेत आमच्या खाण्यापिण्याची व्यवस्था काही नाही. या माणसाला इप्स्टीनने विचारले, 'तुमचा दर्जा कोणता ?' तो म्हणाला, 'मी मेजर आहे. पण तसा त्याला काही अर्थ नाही. आमच्या सैन्यात इतर सैन्यांप्रमाणे आता काहीही व्यवस्था उरलेलीच नाही !''

पुढे आलेले जपानी सैन्य चुंगकिंग न घेता मागे गेले, कारण त्यांना मोठी चढाई सतत चालू ठेवण्याची जरुरच वाटत नव्हती. जातांना मात्र त्या भागातले सर्व रेल्वे रुळ त्यांनी उखडून लॉऱ्या भरुन बरोबर नेले. सैनिकांची गाडी रुळावरुन पुढे गेली की ते रुळ गोळा करीत सुटत. शेकडो मैलांची रेल्वेच जपानी सैनिकांनी उचलून नेली !

अमेरिकेकडे फेब्रुवारी १९४५ मध्येच जनरल चू-तेह याने २० मिलियन डॉलर कर्ज मागितले होते. या पैशाचा विनियोग नानकिंग सरकारचे भुकेले सैन्य येनानकडे खेचण्यासाठी करू असे आश्वासन चू-तेह देत होता. परंतु हा प्रयत्नदेखील नवा अमेरिकन राजदूत हर्ले याने पाठिंबा न दिल्यामुळे फसला. सर्व कर्जे आणि मदत जनरल चँगच्या चुंगकिंग राजवटीमार्फतच दिली जातील, हे धोरण म्हणून त्याने चू-तेह याला कळवले.

१२ एप्रिल १९४५ या दिवशी वयाच्या अवघ्या ६२ व्या वर्षी अध्यक्ष रुझवेल्ट हे जॉर्जिया येथे निधन पावले. माओने लगेच १३ एप्रिलला अध्यक्ष ट्रुमन यांना दुखवट्याचा संदेशही धाडला.

येनान राजवट आणि अमेरिका यांच्यातील सख्य लवकरच संपुष्टात येणार होते याची या वेळी कुणाला फारशी कल्पना नव्हती.

व्यक्तिपूजेला प्रारंभ

एप्रिल १९४५ मध्ये येनान येथे कम्युनिस्ट पक्षाची सातवी कॉंग्रेस भरली. या कॉंग्रेसने चिनी लाल क्रांतीचा शिल्पकार व तत्त्वज्ञ म्हणून माओ-त्से-तुंग याचा जाहीरपणे स्वीकार केला. चिनी कम्युनिस्ट पक्षाने या कॉंग्रेसमध्ये पक्षाची घटना बदलली. नव्या पक्ष-

घटनेच्या उपोद्घातात "माओचे विचार हे पक्ष-कार्याच्या मार्गदर्शनासाठी नितांत आवश्यक आहेत" असे स्वच्छपणे नमूद करण्यात आले. या काँग्रेसमध्ये लियू-शाओ-ची याने माओवर स्तुतिसुमने उधळताना सांगितले :

"माओ हा केवळ चीनच्या इतिहासातील सर्वात थोर क्रांतिकारक आणि मुत्सद्दी नाही, तर तो फार मोठा विचारवंत आणि वैज्ञानिक आहे."

माओची सुरू झालेली ही पूजा मॉस्को कम्युनिस्टांना अर्थात आवडली नाही. परंतु प्रत्यक्ष राष्ट्र-व्यवहारात अजून काही मतभेद निर्माण झालेला नव्हता. माओने आपल्या अहवालात सातव्या काँग्रेसपुढे हे स्पष्ट केले की, चीनमध्ये संयुक्त सरकार सत्तेवर यायला हवे. स्टॅलिनचेदेखील हे मत होते की, चिनी कम्युनिस्ट व चँग-कै-शेक यांच्यात समझोता व्हायला हवा.

संयुक्त सरकार ही कायम स्थिती नव्हे. अंती चीनमध्ये कम्युनिस्ट सरकार यायला हवे हेदेखील स्टॅलिन मान्य करीत होता परंतु या विशिष्ट घटकेला असे काही उघड म्हटले तर मॉस्को-चुंगकिंग संबंधात बिघाड येईल, अशी भिती त्याला वाटत होती. युरोपात युध्द संपले होते. ८ मे १९४५ ला जर्मनी शरण आलेला होता. तरीही चीन-जपान युध्द अजून प्रदीर्घ चालणार आहे अशी सर्वांप्रमाणे स्टॅलिनचीही समजूत होती.

अणु-बॉम्बचा जन्म

'अणु-बॉम्ब' जन्माला आला आहे ही गोष्ट स्टॅलिनला अजून कळलेली नव्हती. 'पोस्टडॅम' येथे २४ जुलै १९४५ या दिवशी बड्यांची परिषद भरली होती. "अगदी नवीन पध्दतीचा एक बॉम्ब आम्ही बनवला आहे" असा अणुबॉम्बचा उल्लेख स्टॅलिनपाशी ट्रूमन यांनी केला होता. परंतु स्टॅलिनला वाटले होते, 'नवा बॉम्ब ? असेल थोडा अधिक विध्वंसक. कशाला फार चौकशी करा ?'

५ ऑगस्टला हिरोशिमावर अणुबॉम्ब पडला, ८ ऑगस्टला रशियाने जपानविरुध्द युध्द पुकारुन मांचुरियात सैन्य घुसवले. ९ ऑगस्टला नागासाकीवर दुसरा अणुबॉम्ब पडताच जपानने १० ऑगस्ट १९४५ या दिवशी शरणागती दिली.

जपान शरण आला त्याच दिवशी चँग-कै-शेकचा परराष्ट्रीय वकील टी. व्ही. सुंग हा मॉस्कोत, मैत्री-तहाच्या वाटाघाटीसाठी आलेला होता. असा मैत्री तह करण्याचे याल्टा परिषदेत ठरले होते. या तहानुसार रशियाने चुंगकिंग सरकारला असे लेखी आश्वासन दिले की, मांचुरियात रशियाने व्यापलेल्या प्रदेशात लढाई संपूर्ण थांबली की, हा सर्व प्रांत रशिया, चुंगकिंगच्या राष्ट्रीय सरकारच्या सैन्याच्या हवाली करील. तहाची बोलणी चालू असताना मार्शल स्टॅलीन टी. व्ही. सुंगला म्हणाला, "तहावर लगेच सही करून टाका, नाही तर तुमच्या आधी चीनी कम्युनिस्टच मांचुरियात येतील."

मांचुरियासाठी झगडा :

आता काय घोटाळा झाला तो पाहा :

मांचुरियाचा कब्जा येनानी सैन्याने झपाट्याने घ्यावा अशी आज्ञा माओने सोडलेली होती. जपान्यांनी आणि त्यांनी निर्माण केलेल्या फितूर मांडलिकांनी सर्व ठिकाणी येनानी सैन्याकडे शरणागती स्वीकारावी, म्हणजे मांचुरियात असलेले जपानी सैन्याचे सर्व शस्त्रास्त्र-साठे आपल्या हातात पडतील, यासाठी ही गोष्ट त्वरेने घडवण्याचे आदेश त्याने दिलेले होते. १० ऑगस्ट १९४५ ला चू-तेह याने मांचुरियातील शहरे, गावे येनानी सैन्य कब्जात घेईल असे जाहीर केले.

चँग-कै-शेकने येनानी सैन्याला हुकूम दिला, ''असाल तिथेच थांबा. जपानी सैनिकांना निःशस्त्र करणे आणि त्यांच्याकडून प्रदेशाचा ताबा घेणे हे तुमचे काम नाही. याची व्यवस्था चुंगकिंग सरकार करत आहे.'' ११ ऑगस्टला जपानच्या मांडलिक फितुरांना चँग-कै-शेकने आवाहन केले, ''आपली निष्ठा यापुढे चुंगकिंग राजवटीकडे यायला हवी. चुंगकिंग राजवट हेच चीनचे अधिकृत सरकार आहे.''

माओने पत्रक काढले, ''कोमिन्टांग सेनेने पराभूत होऊन पळ काढला तेव्हा जपान्यांशी लढले कोण ? जपान्यांशी चिनी लाल सैनिक अखेरपर्यंत लढत होते. शत्रूची शरणागती स्वीकारण्याचा अधिकार चिनी लाल सैन्याचा आहे.'' माओने दोस्तांनाही विनंती केली, ''जपान्यांशी युध्दबंदीच्या वाटाघाटी होतील तेव्हा चू-तेह यांचा प्रतिनिधी तिथे बोलवा.''

मांचुरिया हा चीनच्या सर्व प्रदेशातील अत्यंत पुढारलेला भाग झालेला होता. जपान्यांनी या भागात लहान-मोठे उद्योगधंदे निर्माण केले होते. शेती सुधारली होती. रेल्वेचे जाळे प्रांतभर पसरले होते. सोयाबीन हे येथील मुख्य पीक. त्याचा मोठा व्यापार होता. लोखंडाच्या खाणी, पोलादाचे कारखाने जपान्यांची देणगी होती. भारताप्रमाणे मांचुरियाचा भौतिक विकास हा मांचुरियावर प्रदीर्घ काळ राज्य करणाऱ्या परक्या जपानी राज्यकर्त्यांनी घडवून आणलेला होता.

या विकासाची किंमत अशा राजवटीत सामान्य जनतेलाच फक्त द्यावी लागते. मांचुरियाची खेड्यापाड्यातील जनता गरीबच होत गेलेली होती. मांचुरियाचे लोक हे मोठे चिनी देशभक्त होते. याच मांचुरियातून ससैन्य परागंदा झालेल्या 'यंग मार्शल'ने सियान येथे चँग-कै-शेकला अटकेत टाकून, कोमिन्टांग-कम्युनिस्ट यांच्यात सहकार्य व्हावे यासाठी सर्व प्रयत्न केलेला होता.

यावेळी चँग-कै-शेकला 'यंग मार्शल'ची पुनः आठवण झाली. यंग-मार्शल सर्व युध्दकाळात चुंगकिंग येथे चँगच्या नजरकैदेत होता. मांचुरियात जाऊन तिथल्या जनतेला

चुंगकिंग राजवटीकडे वळवण्याची कामगिरी यंग मार्शल करू शकेल हे चँगने हेरले. त्याने यंग मार्शलला मांचुरियात जात असशील तर तुझ्यावरची सर्व बंधने उठवली जातील असे आमिष दाखवले.

यंग मार्शलने ही कामगिरी पत्करण्यास साफ नकार दिला !

चँग-कै-शेकची यंग मार्शलने निराशा केली. ज्याच्या हाती मांचुरियाचा ससा तो पारधी ठरणार आहे की गोष्ट स्पष्ट होती. वातावरण गढूळ होत चालले होते. यादवी अटळ झाली होती.

चीनचे सरकार म्हणून, युध्दकाळात रशिया व अमेरिकेने सर्व व्यवहार चँगबरोबर केलेला होता. दोन सर्वभौम राष्ट्रांचे व्यवहार फक्त दोन देशातील सरकारेच करू शकतात. देशात सरकार कोणते असावे हे त्या देशातील लोकांनी ठरवायचे असते. यामुळे जनरल मॅकआर्थर या अमेरिकेच्या सुप्रीम कमांडरने जपानी सैन्याला आदेश दिला, ''जपानी सैन्याने मांचुरियात रशियन सैन्याकडे आणि इतर सर्वत्र चँगच्या सैन्याकडे शरणागती द्यावी.''

ससा-कासवाची शर्यत

याल्टा करारानुसार आणि १० ऑगस्टला मॉस्कोत जो मैत्री करार रशियाने चुंगकिंग राजवटीशी केला त्यानुसार मांचुरियातदेखील रशियन सैन्याकडून कब्जा चुंगकिंग राजवटीलाच मिळणार होता. अमेरिकन विमाने भरभरुन, चँगचे सैन्य उत्तर मांचुरियात उतरवू लागली. लिन-पियाओचे लाल सैन्य दक्षिण मांचुरियात घुसण्यासाठी पायी निघाले होते.

ससा-कासवाची ही शर्यत होती. कोमिन्टांग लष्कर विमानातून मांचुरियात ओतले जात होते, परंतु विमाने किती लष्कर आणणार ? लिन-पियाओचे लाल सैन्य मोठ्या प्रमाणावर दक्षिण मांचुरियात तत्पूर्वी शिरणार असा रंग दिसत होता. चँग-कै-शेकने स्टॅलिनला विनंती केली :

''आम्ही संपूर्ण कब्जा करीपर्यंत रशियाने मांचुरिया खाली करू नये. ठरल्या वेळेपेक्षा आणखी थोडे दिवस राहिलात तरी चालेल !''

कराराप्रमाणे रशिया यालाही बांधलेला होता.

मांचुरियातील यादवी टाळण्यासाठी चँगवर अमेरिका व रशियाचे दडपण आले, की त्याने माओशी वाटाघाटी करून प्रश्न सोडवावा. करारमदार सर्व चँगला अनुकूल असले, तरी मांचुरियातील वातावरण माओलाच अनुकूल आहे याची समजही चँगला देण्यात आला. चँगचा नाईलाज झाला. त्याने माओला ऑगस्ट १९४५ अखेर येनान येथे तार पाठवली :

"माझी विनंती आहे की आपण वाटाघाटीसाठी चुंगकिंगला यावे."

विमानात पहिले पाऊल

माओला परिस्थितीचा अचूक अंदाज होता. वाटाघाटीचे निमंत्रण त्याने पत्करले. ज्या चँगला, माओ टोपणनावाने वृत्तपत्रातून हुकुमशहा आणि देशघातकी म्हणत होता त्याचे निमंत्रण माओने स्वीकारले. चुंगकिंगला जाण्यापूर्वी पक्षांतर्गत वाचनासाठी माओने एक परिपत्रक लिहिले. या परिपत्रकात माओने आपला चुंगकिंग-भेटीचा निर्णय स्पष्ट केलेला आढळतो. माओने या परिपत्रकात लिहिले आहे :

"द्रुतगतीने शरणागती जपान्यांवर कोसळल्यामुळे, परिस्थिती एकदम पालटली आहे. जपान्यांकडून शरणागती घेण्याचे सर्वस्वी हक्क चँग-कै-शेकने मिळवलेले आहेत. या घडीला चीनमधील सर्व शहरे व महत्त्वाचे दळणवळणाचे सर्व मार्ग आपल्या हातात नाहीत. परंतु यावर एखादी राजकीय सोडवणूक निघू शकेल. कारण सोविएट रशिया, अमेरिका व ब्रिटन यांना चीनमध्ये यादवी व्हावी असे वाटत नाही. अशी शक्यता आहे की, काही अटींवर कोमिन्टांग सरकार, चिनी कम्युनिस्ट पक्षाचे कर्तृत्व आणि वाटाही मान्य करील."

अगदी निघण्यापूर्वी एका पाहुण्याशी बोलताना येनान येथे माओ उघडपणे म्हणाला :

"Mr. Chiang considers that in general there cannot be two Suns in the sky nor can people have two sovereigns. But I don't care. I am determined to give him two Suns to look at !"

("चँगला वाटते की, सर्वसाधारणपणे ज्याप्रमाणे आकाशात दोन सूर्य असू शकत नाहीत, त्याप्रमाणे जनतेची दोन सार्वभौम सरकारेही एकाच देशात असू शकत नाहीत. पण मला त्याची पर्वा नाही. त्याला दोन सूर्य पाहायला लावायचेच हा माझा निर्धार आहे.")

१९२६ सालानंतर पुढल्या वीस वर्षात माओ हा चँगला भेटलेला नव्हता. चिनी राजकारणातील केवळ दोन प्रतिस्पर्धी विचारसरणीचे हे दोघे प्रतिनिधी नव्हते, तर या दोन विचारसरणी त्यांनीच देशात प्रसृत केलेल्या होत्या. तेच त्यांचे जन्मदाते होते.

३० ऑगस्ट १९४५ या दिवशी माओने प्रथमच विमानात पाऊल टाकले. आकाशातून होणारे आपल्या मातृभूमीचे दर्शन हे अधिकच गहिरे असते. कालिदासाने जे कल्पनेने अनुभवले ते माओचे कवीमन प्रत्यक्ष अनुभवत होते. पांढरी शुभ्र बर्फमय शिखरे, शेतात डुलणाऱ्या पिकांचे हिरवेगार चौकोन, नद्यांच्या निळसर-पांढऱ्या रेषा त्याच्या डोळ्यांपुढे सरकत होत्या. या प्रवासात माओने आपली सुप्रसिध्द कविता लिहिली. तिचे शीर्षक आहे 'स्नो' (हिम). चुंगकिंग विमानतळावर उतरतानाच माओने

ही कविता प्रसिध्दीला दिली. विमानतळावर त्याला पाहण्याकरता चिनी आणि परदेशी वार्ताहरांची प्रचंड गर्दी जमलेली होती.

परंतु या कवीचे पाय जमिनीला अगदी घट्ट चिकटलेले होते. कल्पनेची भरारी काव्यात ठीक असते, राजकारणात त्यामुळे स्वप्नाळू नेत्यांकडून देशाचा घात होण्याची शक्यता अधिक ! माओच्या बाबतीत हे शक्य नव्हते. 'पाओ-आन'च्या गुहेतील एकांत त्याच्या कवीमनाला आवडला असला, तरी निवांतपणे राजकारणातील गाठी मारणेही त्याला जमत होते.

चषक भिडले, मने भिडली नाहीत

माओ चुंगकिंग येथे ४३ दिवस वाटाघाटी करीत होता. परस्परांना खाने आयोजित झाले. दोघांचे मद्यांचे चषकही एकमेकांना भिडले, भिडली नाहीत ती मने. खाने घेतानाही मतभेदांची रानेच वाढली.

दोन्ही पक्षांची वाटाघाटी फिसकटल्याचे खापर आपल्या डोक्यावर फोडून घेण्याची इच्छा नव्हती. कम्युनिस्टांना मध्यवर्ती राष्ट्रीय सरकारात घ्यायला चँग तयार नव्हता आणि हे त्याच्या गळी उतरवण्याइतके कम्युनिस्टांचे बळ देशभर नव्हते. जपानकडून येनानी सेनेने मुक्त केलेले काही प्रदेश सोडून देण्यास माओ तयार झाला आणि फक्त वीस डिव्हीजन सैन्यच ठेवण्याची अटही त्याने मान्य केली. परंतु संयुक्त सरकार स्थापन होत नसेल, तर भक्कम लष्करी बळाचा स्वतंत्र लाल ठिपका चीनच्या नकाशात ठेवलाच जाईल असे माओने आग्रहपूर्वक सांगितले. हे लष्करी बळ ठेवायचे म्हणजे त्याचा तळ आला आणि हा भू-भाग स्वायत्त, स्वतंत्र राहील, या बाबतीत तडजोड संभवतच नाही, असे माओने स्पष्ट केले. याचा अर्थ चुंगकिंग राजवटीच्या पोटात येनानचे स्वतंत्र राज्य तूर्त तरी राहणार असा होत होता. तात्पर्य, 'आहे तीच परिस्थिती' (Status quo) राहणार, यापलीकडे वाटाघाटीचा रथ हलेना.

वाटाघाटी वांझोट्या ठरल्या तरी संयुक्त पत्रक काढावे लागतेच. एखाद्या समितीचे पिल्लू बाहेर पडते, जे आता जमले नाही ते पुढे केव्हा तरी जमेल असे मधाचे बोट ठेवावे लागते. हे सगळे चुंगकिंगला झाले. ढोबळ शब्दांचा अर्थहीन समझोता प्रसिध्द झाला. घटनात्मक सरकार लवकरच स्थापन करण्यासाठी एक सर्वपक्षीय समिती नेमली गेली. देशाच्या प्रगतीसाठी 'शांतता, लोकशाही आणि ऐक्य' हाच मार्ग होय असे संयुक्त पत्रकात सांगण्यात आले.

मुख्य प्रश्न तसेच लोंबकळत राहिले होते. १० ऑक्टोबर १९४५ या दिवशी माओने चुंगकिंग सोडले व तो येनानला परतला. चौ-एन-लाय मात्र अजून चुंगकिंगलाच राहिलेला होता.

संयुक्त पत्रकावरची शाई वाळली नाही तोच चकमकींना तोंड लागले. कुरबुरी सुरू झाल्या. मांचुरियात तवा तापू लागलेला होता. चीनमध्ये यादवी होणार हे ऐकून स्टॅलिनला काय वाटते ? या बाबतीत त्याचे मत काय होते ?

जाहीरपणे स्टॅलिन त्या वेळी काही बोलला नाही. परंतु युगोस्लाव्ह नेता कॉर्डेज हा आपल्या आठवणीत सांगतो :

''स्टॅलिन मला त्या वेळी म्हणाला की, चिनी कम्युनिस्टांना मी चँगच्या सरकारात सामील होऊन लाल सैन्य विसर्जित करण्याचा सल्ला दिलेला होता. चीनमध्ये सशस्त्र उठाव यशस्वी होण्याची शक्यता नाही !''

सशस्त्र उठाव यशस्वी होईल की नाही या बाबतीतला स्टॅलिनचा अंदाज खोटा ठरून, माओ बरोबर ठरला. परंतु त्या वेळी रशियाच्या मांचुरिया-नीतीत लगेच बदल झाला.

रशियन सैन्य आतापर्यंत चू-तेहला सर्व प्रकारे मदत करून दक्षिण मांचुरियातील महत्त्वाच्या प्रदेशात त्यांचा सुलभ प्रवेश व्हावा म्हणून गुप्तपणे मदत करत होते. नोव्हेंबरमध्ये रशियाने धोरण बदलले. नेमके उलटे केले. सर्व मदत चँगच्या सेनेला मिळू लागली.

परिस्थिती हाताबाहेर चालली होती, माओने जरुर पडली तर चँगविरुद्ध पुनः शस्त्र उचलण्याचा निर्णय घेतलेला होता. १३ ऑगस्ट १९४५ या दिवशी येनानला भाषण करताना माओने येनानी लष्करी विद्यापीठातील तरुणांना सांगितले होते :

''अणुबॉम्बने युध्दाचे निकाल लागू शकतील काय ? देशातील जनता लढत नसेल तर केवळ ॲटमबॉम्बने फारसे काही साधले जाणार नाही. दोन अणुबॉम्ब टाकूनही शरण न आलेला जपान मांचुरियात सोविएट सेना शिरताक्षणीच शरण कसा आला ? आपल्यापैकी काही कॉम्रेडनाही असे वाटते की, अणुबॉम्ब हा सर्वशक्तिमान आहे. परंतु ही चूक आहे.''

माओ, अणुबॉम्ब स्फोटानंतर आठवडाभरातच हे सांगत होता. यावरुन एकतर अणुबॉम्बमुळे झालेल्या हानीचा संपूर्ण अहवाल त्याला कळलेला नसावा किंवा जपानच्या पराभवाचे श्रेय अमेरिकेला नाकारण्याचा हा एक प्रयत्न असावा. एक गोष्ट मात्र निश्चित की, अणुबॉम्बला भिऊन माओ चँगविरुध्दची लढाई टाळायला मुळीच तयार नव्हता. चँगच्या वतीने अमेरिका अणुबॉम्ब वापरील असे एक तर त्याला वाटत नसावे किंवा अणुबॉम्ब वापरला तरीही चँगविरुध्दची यादवी शेवटाला नेण्याची त्याची तयारी असावी.

रक्तपाताला प्रारंभ

मांचुरियात रक्तपाताला सुरुवात झाली होती.

यादवी टाळण्याचा प्रयत्न म्हणून अमेरिकेच्या अध्यक्षांनी डिसेंबर १९४५ मध्ये शांतता-प्रयत्नांत मध्यस्थी करण्यासाठी जॉर्ज मार्शल यांना चीनमध्ये पाठवले. १५ डिसेंबरला ट्रुमन यांनी जाहीर आवाहन केले -

"चीनमधील सध्याचे चँगचे सरकार हे एकाच पक्षाचे सरकार आहे. चीनमध्ये राष्ट्रीय ऐक्य कसे घडवून आणायचे हे चिनी जनतेने ठरवायचे आहे. यात परक्या देशाचा हस्तक्षेप योग्य नाही. यासाठी प्रथम चीनमध्ये ताबडतोब 'युध्दबंदी' झाली पाहिजे."

अमेरिकेचे सेक्रेटरी ऑफ स्टेट बायरन्स व रशियाचा परराष्ट्रमंत्री मोलोटोव्ह यांनी संयुक्त आश्वासन दिले :

"चीनमधून अमेरिकेचे व रशियाचे सैन्य मागे घेतले जाण्याबाबत एकमत झालेले आहे."

२२ डिसेंबर १९४५ ला मार्शलसाहेब चीनमध्ये पोचल्याबरोबर काही प्रयत्नानंतर दोन्ही पक्षांनी युध्दबंदी घोषित केली (१० जानेवारी १९४६). मार्शल याचे शांतता-प्रयत्न एकीकडे चालू असताना, अमेरिका विमानमार्गे आणि जलमार्गे चँगच्या सैन्याला लष्करी मदत पाठवत राहिली आणि पुढील युध्दाच्या दृष्टीने मोक्याच्या जागेकडे पोचण्यासाठी अमेरिकेचे सैन्य, चँगच्या सेनेला सर्व मदत करू लागलेले होते. ही गोष्ट इतक्या उघडपणे चालू होती की 'चायना विकली रिव्हू' या शांघायमधून प्रसिध्द होणाऱ्या साप्ताहिकाने लिहिले :

"जनरल मार्शल हे इथे अमेरिकेचे मध्यस्थ म्हणून आलेले आहेत की, अमेरिकेच्या व चँगच्या संयुक्त सेनेचे येनानविरुध्दच्या निःपात मोहिमेचे कमांडर म्हणून आलेले आहेत याचा नक्की उलगडा आम्हाला झालेला नाही !"

शांततेची आशा नाही हे नक्की होताच, चुंगकिंग येथे बराच काळ राहिलेला चाऊ-एन-लाय हा देखील डिसेंबर १९४५ मध्ये येनानला परतला. जपानची शरणागती घेण्यासाठी मोठ्या प्रमाणावर अमेरिकन सैन्यही तिअनस्टिन व पेकिंग या दोन ठिकाणी तोपर्यंत आलेले होते.

जनरल मार्शल हा खूपच निःपक्षपातीपणाने आपले काम करत होता. चीनला लोकशाही मार्गावर आणण्याचा त्याचा प्रयत्न होता. लोकशाही मार्गाने गेल्यास यादवी टाळता येईल असे मार्शलला वाटत होते. ११ मार्च १९४६ ला जनरल मार्शल अमेरिकेला परतला.

या वेळी एक घटना घडली. रशियाने जाहीर केल्याप्रमाणे आपले सैन्य मांचुरियातून

काढून घ्यायला ताबडतोब सुरुवात केली. १४ एप्रिल १९४६ ला मांचुरियातील चांगचून हे शहर रशियन सेनेने खाली केले. ताबा कोमिन्टांग सेनेकडे दिला होता. १५ एप्रिलला लाल सेनेने हल्ला चढवून चांगचून धोक्यात आणले. जनरल मार्शलकरवी वाटाघाटींच्या घोळात कम्युनिस्टांना अडकवून सर्व मोक्याच्या जागा चँगच्या सेनेच्या घशात सारण्याचा डाव अमेरिका खेळत आहे, असा संशय आता माओला आलेला होता. यामुळे युध्दबंदी मोडून शहरावर येनानी सेनेने गंडांतर आणले.

१७ एप्रिलला जनरल मार्शल पुनः विमानाने चीनमध्ये धावले. १८ एप्रिलला चांगचून कम्युनिस्टांनी जिंकले. पुनः जनरल मार्शल यांनी युध्दबंदी घडवली.

लोकशाहीचा मुलामा

चँग-कै-शेकने आता आपल्या राजवटीला लोकशाहीचा मुलामा देण्याचे धोरण स्वीकारले. अमेरिकेला खूष करून आपल्याकडे संपूर्णपणे वळवण्याचा तो एकच मार्ग होता. त्याने जनरल मार्शलच्या सूचनेप्रमाणे, 'जनरल असेंब्ली' ची बैठक बोलावली. या बैठकीला घटना तयार करण्यासाठी सर्व पक्षांना निमंत्रण होते.

एकीकडे चँग राष्ट्रीय असेंब्लीची बैठक बोलावीत होता आणि दुसरीकडे त्याच्या पोलिसांनी कम्युनिस्ट असल्याच्या आरोपावरुन सर्व प्रमुख शहरातून राजवटीच्या टीकाकारांची धरपकड चालवली होती. 'डेमोक्रॅटीक लीग' ही मध्यमवर्गीय लोकशाही भक्तांची संघटना होती. लीगचा चँगला विरोध होता. घटना-समितीने घटना तयार केली तर निवडणुका झाल्यावर या निवडणुकीत चँगचा पराभव करण्याची उमेद लीग बाळगून होती. चँगला या लीगची भीती वाटू लागली व या संघटनेच्या पुढाऱ्यांची चँगने ससेहोलपट सुरू केली. त्यांचे खून पडू लागले. मारला गेलेला माणूस हा कम्युनिस्टधार्जिणा ठरवला की पोलिसांचे काम भागत होते.

लोकशाही राजवट निर्माण करण्याच्या चँगच्या सापळ्यात अडकायचे नाही असे 'डेमोक्रेटिक लीग'ने देखील ठरवले. लीगने व कम्युनिस्टांनी नॅशनल असेंब्लीवर बहिष्कार पुकारला !

जनरल मार्शलने आता यादवी टाळण्याचा नाद सोडून दिला. ७ जानेवारी १९४७ या दिवशी जनरल मार्शल अमेरिकेला परतला. सेक्रेटरी ऑफ स्टेट म्हणून त्याची नेमणूक झाली होती. जनरल मार्शलने अपल्या अहवालात दोन्ही बाजूंना दोष दिला. वाटाघाटी मोडल्याचे खापर मार्शलने कम्युनिस्टांवर फोडले. त्याने म्हटले आहे :

"नॅशनल असेंब्ली भरवू नका आणि १३ जानेवारी १९४६ या दिवशी जी लष्करी स्थिती होती ती कोमिन्टांग सेनेने पुनः निर्माण करावी, या दोन मागण्या करून, कम्युनिस्टांनी वाटाघाटी मोडून टाकलेल्या आहेत."

माओची मागणी बरोबर होती. १३ जानेवारी १९४६ म्हणजे युध्दबंदीपासून जानेवारी १९४७ पर्यंतच्या काळात अमेरिकन सैन्य व शस्त्रास्त्रे विपुल प्रमाणात चँगकडे आलेली होती. चँगला मांचुरियात सैन्य नेण्यासाठी अमेरिकेने सर्व मदत केली होती. आता चँगचे पारडे जड केल्यानंतर, नॅशनल असेंब्लीच्या लोकशाही प्रयोगात कम्युनिस्ट अडकले तर आणखी काही दिवसांनी त्यांची स्थिती आणखी बिकट होणार होती. लढाई अटळच असेल तर ती ताबडतोब झालेली बरी, असे कम्युनिस्ट नेत्यांना वाटत होते.

दुतोंडी मार्शलसाहेब

परंतु जनरल मार्शलच आपल्या अहवालात सुरुवातीला सांगतो :

" कोमिन्टांगची प्रतिगामी राजवट ही चीनवरील त्यांची सरंजामी हुकमत टिकवण्याच्या प्रयत्नात आहे आणि यासाठी मोठ्या प्रमाणावर अमेरिकेचे साहाय्य अपेक्षित आहे. याउलट कम्युनिस्ट उघडपणे सांगतात की, ते मार्क्सवादी आहेत, आणि कम्युनिस्ट पध्दतीचे राज्य स्थापन करण्याचा त्यांचा मनोदय आहे."

म्हणजे चँगला लोकशाहीची कदर नाही, आपली सरंजामशाही प्रतिगामी हुकूमशाही घट्ट करण्याकरीता तो अमेरिकेचा उपयोग करत आहे, असे हा अमेरिकन साहेबच सांगतो आणि अशा या चँगच्या जाळ्यात माओ फसला नाही, अशी हा मार्शलसाहेब ओरड करतो ! चँगला कम्युनिस्ट नको होते, परंतु लोकशाही आणून सत्ता 'डेमोक्रेटिक लीग'कडे तरी त्याने का जाऊ दिली नाही ? चँग लोकशाही दडपू लागला, तेव्हाच कम्युनिस्टांना मार्ग मोकळा झाला, हा यातून निघणारा निष्कर्ष आहे. लोकशाही राजवटीत कम्युनिझममध्ये अंतर्भूत असलेल्या पक्षीय हुकूमशाहीचे आकर्षण बोथट करण्याचे सामर्थ्य निश्चित असते.

निदान मादाम सन्यत्-सेन काय सांगत होती इकडे तरी चँगने लक्ष द्यायला हवे होते. मादाम सन्यत्-सेनने इशारा दिला होता :

"आपला देश यादवीच्या तोंडावर उभा आहे. प्रतिगाम्यांना आशा वाटते आहे की, अमेरिकेला यात गुंतवून जगाला यात ओढता येईल. यादवीचे ऐक्य साधणार नाही; स्वातंत्र्य येणार नाही, भाकरीचा प्रश्नही सुटणार नाही !"

"शेतकरी कम्युनिस्टांना पाठिंबा देतील, कारण ते त्यांना जमीन देतात, कर कमी करतात. जी लढाई प्रतिगामी नक्कीच जिंकू शकणार नाहीत ती का पेटवण्यात येते आहे ? कारण त्यांना आशा आहे, या यादवीतून अमेरिका व रशिया यांच्यात युध्द पेटेल आणि मग चिनी कम्युनिस्टांना चिरडून टाकता येईल. जगाला युध्दाच्या खाईत ढकलणारी चूड आमच्या भूमीत पेटलेली आहे."

चीनचा राष्ट्रपिता ठरलेल्या डॉ. सन्यत्-सेनच्या सहधर्मचारिणीच्या या इशाऱ्याकडे चँगने लक्ष दिले नाही. त्याच्या कानात हा आवाज शिरणे शक्य नव्हते. कारण त्याच्या कानात जपानी येण्यापूर्वी वीस वर्षांपूर्वी कोमिन्टांग सैन्याने जो उत्तर-दिग्विजय केला होता, त्या वेळच्या टापांचे आवाज आताही घुमत होते. जपान्यांसमोर कोमिन्टांग सैन्य पराभूत झाले आणि गेल्या काही वर्षांत आता सेनेची सर्व उभारी खचून गेलेली आहे, ही गोष्ट त्याला दिसत नव्हती. सडून दुर्बल झालेल्या पौरुषाचा दर्पच त्याला उद्दाम करत होता.

महायुध्दाच्या उफाळणाऱ्या ज्वालांच्या पार्श्वभूमीवर चँग-कै-शेकची सावली राक्षसासारखी वाढलेली होती. जगातल्या तीन प्रचंड 'ए-बी-सी' शक्तीपैकी आपण एक आहोत अशी त्याची भावना होती. अमेरिका-ब्रिटन-चीन ! तेहरान परिषदेला बोलावणे आले, परंतु याल्टा व पोट्सडॅम या महत्त्वाच्या परिषदांतून आपल्याला बड्यांनी वगळले होते, याचा नीट अर्थ चँगला समजला नव्हता. ४५ कोटींच्या देशावर सर्वाधिकार आणि अत्याधुनिक अमेरिकन शस्त्रास्त्रे आणि कर्जे यांची अमाप मदत, या भांडवलावर येनानची राजवट चिरडून टाकायला उशीर तो काय लागणार, या भ्रमात चँग होता.

लढाया केवळ या भांडवलावर जिंकल्या जात नाहीत. यापेक्षा एक गोष्ट अधिक लागते - नैतिक धैर्याचे अधिष्ठान ! मग जी जिद्द निर्माण होते त्यातून पराक्रम घडतो. चँगला हे समजायला आणखी दोन वर्षे लागणार होती. तूर्त तो स्वप्ने पाहात होता.

यशाची-वैभवाची-मार्क्सवाद्यांना चिरडण्याची...!

* * *

२५

□

माओ-चँग यादवी

''यादवीत शेतकरी वर्ग कम्युनिस्टांना पाठिंबा देईल !'' मादाम सन्यत्-सेन चँग-कै-शेकला बजावून सांगत होती; ती का ? चीनमधील सर्व शेतकरी वर्ग माओकडे वळावा अशी कोणती किमया माओने घडवली होती ? १९४७ मध्ये चँग-कै-शेकच्या राजवटीवर अखेरचा आघात करणारी जी यादवी सुरू झाली, त्याला असलेली चिनी मार्क्सवादी नेत्यांच्या कर्तृत्वाची संपूर्ण पार्श्वभूमी माहीत असल्याखेरीज या यशाचे रहस्य समजू शकणार नाही. याकरिता थोडे मागे जाणे भाग आहे.

शेन्सी सोविएटचे अंतरंग

'लॉग मार्च' संपला. शेन्सी भागात सोविएट प्रजासत्ताक निर्माण झाले. एकंदर चार छोटी छोटी लाल राज्ये चीनमध्ये निर्माण झालेली होती. यातले एक शेन्सी प्रांतातच होते. परंतु माओ तिथे पोचेपर्यंत याची माहिती जगाला नव्हती. दक्षिण चीनमधील किआंगसी प्रांतातले एक ज्युईचीन येथील राज्यच काय ते माओच्या अधिकारात होते. परंतु या राज्याचाही बाह्य जगाशी कधी संबंध आला नाही. चीनच्या अंतर्भागात असलेल्या या किआंगसी-सोविएटमध्ये एकाही परदेशी पाहुण्याचे पाऊल कधी पडलेले नव्हते.

शेन्सी प्रांतात पोचल्यानंतर माओने तेथे असलेले सोविएट मोठे केले. अनेक अर्थांनी मोठे केले ! ते होते कसे ? शेतकऱ्यांचा या राजवटीला पाठिंबा होता काय ? या राज्यात अधिकार स्थिरावल्यानंतर किती प्रमाणात 'समाजवाद' अंमलात आला ? माओचे राजकीय विचार काय आहेत ? हा चू-तेह कोण ? लिन-पियाओ कोण ? चाऊ-एन-लाय कोण ? या प्राथमिक प्रश्नांची उत्तरेदेखील १९३६ पर्यंत शेन्सी प्रांताबाहेर कुणाला ठाऊक नव्हती. एडगर स्नो हा पहिला अमेरिकन पत्रकार सर्व धोके पत्करून १९३६ मध्ये या शेन्सी सोविएट राज्यात पोहोचला.

सियान ही शेन्सी प्रांताची राजधानी. हिच्या उत्तरेला १५० मैलांवर स्नोला पोचायचे

होते. लाल राज्याच्या उत्तरेला चीनची प्रसिध्द भिंत होती. पूर्व आणि पश्चिम सरहद्दी पीत नदीच्या पाण्याने आखलेल्या होत्या. या भागात पोचण्यासाठी रेल्वेने जावे लागत होते. सियान ते लोचूआन हा रेल्वेप्रवास संपल्यावर लाल राज्यात पोचण्यासाठी पुढे बराच पायी प्रवास करावयाचा होता. या पहिल्या रेल्वे प्रवासात स्नोला जे दोन शेतकरी भेटले त्यांचे बोलणे स्नोच्या मनात खिळून पडलेले होते. त्यातला एक तरुण पोरगा होता आणि दुसरा वाकलेला पांढरी दाढी वाढवलेला म्हातारा शेतकरी होता. स्नो या तरुणाला म्हणाला -

''झेश्वान प्रांतात लाल दरोडेखोरांचा त्रास फार असेल ?''

त्या तरुणाचे शब्द त्याला आठवत होते :

''दरोडेखोर ? पाहावे तसे ते असते ! श्रीमंत जमीनदार त्यांना घाबरतात, पण शेतकऱ्यांना त्यांची भीती वाटत नाही. आमच्या वडिलांनी पत्रात मला लिहिले आहे की, लाल लोकांनी अफू बंद केली, सावकारी नष्ट केली. जमिनी शेतकऱ्यांना वाटल्या. हे खरे आहे की - त्यांनी फार माणसेदेखील मारली !''

शेजारी बसलेल्या पांढऱ्या दाढीचा वृध्द एकदम उसळून म्हणाला :

''शा पू कुओ ! पुरेशी मारली नाहीत ! आणखी मारावयास हवी होती.''

स्नोची सियान येथे गाठ पडली ती चांग-सुयेह-लियांग या यंग मार्शल नावाने ओळखल्या जाणाऱ्या मांचुरियन सरदाराशीच. चँग-कै-शेकला 'लाँग मार्च'च्या काळात ससैन्य मदत करणारा हा माणूस, या वेळी चँगवरचा विश्वास डचमळलेल्या अवस्थेत होता. माओच्या राज्याशी त्याने संबंध जुळवले होते. पाओ-आन येथे लिन-पियाओ याने चालवलेले लष्करी विद्यापीठ पाहून तो प्रभावित झालेला होता. लाल सैन्यातील अधिकारी निर्भयपणे सियान येथे येऊन यंग मार्शलच्या 'तुंगपेई' (म्हणजे मांचुरियन) सैनिकांना शिक्षण देत असत. चँग-कै-शेक याला याची गंधवार्ता नव्हती. तो या भ्रमात होता की, शेन्सी सोविएटची चारी बाजूंनी कोंडी झालेली आहे व लाल राजवटीत बेसुमार उपासमार चालू आहे.

परंतु या गोकुळात त्याच्या राजवटीचे वधकरी सुखात वाढत होते. लिन-पियाओ हा तिशीदेखील न ओलांडलेला तरुण 'रेड आर्मी अॅकेडमी' या संस्थेचा प्रमुख होता. हीच अॅकेडमी पुढे येनान येथे नेण्यात आल्यानंतर 'जपानविरोधी लष्करी विद्यापीठ' झाली. पाओ-आनपासून जवळच ही अॅकेडमी या वेळी होती. १७ ते २८ वर्षे वयाच्या स्त्री व पुरुषाला या विद्यापीठात प्रवेश होता. सुदृढ आणि निर्व्यसनी असणे ही एकच मुख्य अट होती ! या विद्यापीठातील शिक्षणक्रमाचा विस्तार पाहून एडगर स्नो थक्क झाला ! पोलिटिकल इकॉनॉमी, लेनिनवाद, लोकशाही, पक्षसंघटना, जपानी लष्करी

शिक्षणाचे स्वरुप, जपानविरोधी युध्दातील उद्भवणारे प्रश्न, असे सगळे विषय तिथे शिकवले जात होते - लष्करी शिक्षणाची पुरवणी म्हणून !

लाल सैनिकांचे जीवन

लाल सैनिकांचे जीवन कसे होते ? पाओ-आनच्या परिसरातील सैनिक हे मोठमोठ्या डोंगरकुशीतील गुहांतून राहात असत. गोबीच्या पठारावर धूळ अजिबात नसली तरी मध्य आशियातील 'ऑडॉस' व 'अलाशान' पठारांवरुन उडत येणारी सुपीक धूळ हजारो वर्षे शेन्सी, शान्सी, कनसू, निंगशिया प्रांतातील डोंगरकडांवर साचत गेली व त्याचे तीन-तीनशे फुट जाडीचे थर निर्माण होऊन डोंगरातून या विस्तीर्ण गुहा निर्माण झालेल्या होत्या. या धुळीला (Loess) म्हणतात. माओ हा स्वतः अशाच एका गुहेत या काळात पाओ-आन येथे राहात होता. मजल्यावर मजला असावा तशा या गुहा असतात आणि अशा या गुहांतून लाल सैनिकांचे वास्तव्य होते.

आघाडीवरचे सैनिक हे जमीनदारांच्या गोठ्यांतून, तबेल्यातून किंवा घाईघाईने उभारलेल्या कुडाच्या झोपड्यांतून राहात. झोपायला चटईदेखील नसे. एखादा जाड पत्रा, गोणपाट असे काही जे मिळेल त्यावर सर्व भागवले जाई. टेबले नव्हती. खुर्च्या नव्हत्या. मोठमोठे दगड, विटा ही त्यांची आसने होती.

प्रत्येक तुकडीबरोबर त्यांच्या स्वैपाकी असे. अन्न अगदी साधे असे. बाजरी, ज्वारी, वा नाचणीची भाकरी, कोबी, कधी थोडे मांस तर कधी डुकराची चरबी हे सर्वसाधारण जेवण असे. चहा, कॉफी अथवा ताज्या भाज्यांचा स्वाद जवळजवळ कधीच कुणाला लाभत नसे. गरम केलेले पाणी हे एकच पेय होते ! आणि पाणी गरम करूनच प्यायले पाहिजे अशी सक्त ताकीद होती.

पहाटे पाचपासून सैनिकांचा दिवस सुरू होत असे. तासभर व्यायाम, न्याहारी, दोन तास लष्करी कवायत, जेवण, दोन तास राजकीय वर्ग, दोन तास खेळ, सायंकाळचे जेवण हा दिवसभराचा कार्यक्रम रात्री नऊला संपत असे. प्रत्येक तुकडीसाठी एक 'लेनिन क्लब' तयार करण्यात येत असे. या जागेत मार्क्स व लेनिन यांची छायाचित्रे असत. लष्करी हालचालींची प्रात्यक्षिके मातीच्या बाहुल्यांकरवी इथे मांडलेली असत. 'लॉग मार्च'मधील महत्त्वाच्या लढाया, कोमिन्टांग सेनेबरोबरच्या लढाया यात दाखवलेल्या होत्या.

एका कोपऱ्यात लेखन-वाचनाची सोय असे. लाल नेत्यांनी तयार केलेली पाठ्यपुस्तके इथे अभ्यासासाठी मांडलेली असत.

भिंतीवर भित्तीपत्रके लावलेली असत. साक्षरता प्रयत्न, वृत्तपत्रलेखन हे सर्व सैनिकांनीच करावे असा दंडक होता. या पत्रिकेतून नव्या कविता, महत्त्वाच्या बातम्या,

जन्ममृत्यूच्या विशेष घटना या दिलेल्या असत.

याच 'लेनिन क्लब'मध्ये 'पिंग-पाँग' (टेबल-टेनिस) टेबल हटकून आढळत असे. या खेळावर सैनिकांचे निरतिशय प्रेम असे व प्रत्येक तुकडीतील 'टेबल-टेनिस चॅम्पियनशिप' मिळवण्यासाठी मोठी चुरस असे. काही काही क्लबमधून ग्रामोफोन होते. असे हे सर्व साहित्य नव्याने कब्जात घेतलेल्या प्रदेशातील श्रीमंत जमीनदारांच्या घरातून आणलेले असे किंवा कोमिन्टांग सैनिकांकडून हिसकावलेले असे. परंतु ही सर्व लूट या 'लेनिन कल्ब'मध्ये सर्वांच्या उपयोगासाठी ठेवलेली असे.

सुदृढ शरीरे आणि मने असलेले, शिस्तबध्द आणि राजकिय शिक्षणाने मार्क्सवादी झालेले हे लाल सैन्य माओने व लिन-पियाओ यांनी असे घडवलेले होते.

न्यायपूर्ण जमीन-वाटप

शेन्सी प्रांतातील वास्तव्यात माओ, लिन-पियाओ, चाऊ-एन-लाय, आणि चू-तेह या चार प्रमुख नेत्यांशी प्रदीर्घ चर्चा करून आणि सामान्य नागरिकात व शेतकऱ्यात मिसळून एडगर स्नो याने आपला अभ्यासपूर्ण निष्कर्ष काढला. तो सांगतो :

"मार्क्सवाद्यांनी ज्या आर्थिक सुधारणा घडवून आणल्या त्यातल्या शेतकऱ्यांच्या दृष्टीने चार प्रमुख होत्या - जमिनीचे न्यायपूर्ण वाटप, सावकारीचे उच्चाटन, शेतसाऱ्याचे नाहीसे केलेले ओझे आणि सरंजाम वर्गाचा बिमोड, या त्या चार गोष्टी होत."

'चिनी सोविएट प्रजासत्ताक' हे कागदोपत्री जरी शेतकरी आणि कामकरी यांचे राज्य असले, तरी प्रत्यक्षात शेन्सी प्रजासत्ताकात ९९ टक्के शेतकरीच होते. कामकरी सदरात येत होते ते म्हणजे शिक्षक, डॉक्टर, तंत्रज्ञ आणि बुध्दिवादी समाज. जमीनदार वर्गाविरुध्द मुद्दाम प्रयत्नाने निर्माण केलेला वर्गद्वेष वगळता, या शेन्सी प्रजासत्ताकात इतर वर्गकलह अजिबात नव्हता. ग्रामराज्याची कल्पना इथे प्रत्यक्षात उतरलेली होती. सर्व सोविएट प्रतिनिधींची निवड मतदानाने होत होती.

परंतु सरकारी अधिकाऱ्यांची घट्ट साखळी हाच केवळ या शेन्सी सोविएटचा आधार नव्हता ! सोविएट सरकार, कम्युनिस्ट पक्ष, आणि लाल सेना या तिघांच्या कार्यात विलक्षण सुसूत्रता होती. प्रत्येक नागरिक स्त्री, पुरुष वा मूल हा या तीनपैकी एका तरी चक्रात अडकवला जात होता.

'आमचे राज्य !'

शेतकऱ्यांना हे सर्व आवडत होते का ? एडगर स्नो सांगतो :

"मी असे ऐकत होतो की चिनी शेतकऱ्याला बंधने आवडत नाहीत. तो बेशिस्त असतो आणि स्वतःच्या कुटुंबाव्यतिरिक्त त्याला कशात रस नसतो. परंतु मला हे मान्य केले पाहिजे की ज्या ज्या शेतकऱ्यांशी मी बोललो, त्या सर्वांचा सोविएट राज्याला

आणि लाल सैन्याला पाठिंबा होता. काही लहान-सहान तक्रारी असत, नाही असे नाही, परंतु मी जेव्हा त्यांना विचारी की पूर्वी होती ती परिस्थिती तुम्हाला हवी का ? तेव्हा मात्र सर्वजण सांगत की, सध्या आहे इतकी चांगली स्थिती त्यांना कधीच लाभलेली नव्हती. मला मुख्य गोष्ट ही आढळली की, ही सर्व माणसे बोलताना सोविएट प्रजासत्ताकाचा उल्लेख 'आमचे राज्य' असा करत होती. चीनच्या ग्रामीण भागात हे सर्व प्रथमच घडत होते.''

या गोष्टींचा उत्तम प्रत्यय देणारी गोष्ट म्हणजे खेड्यापाड्यांत लाल सैन्य अजिबात नव्हते ! खेड्यांच्या रक्षणाची सर्व जबाबदारी शेतकऱ्यांनी उचलली होती. यासाठी शेतकऱ्यांच्या स्वयंसेवक संघटना होत्या. सर्व लाल सैन्य हे जपान्यांशी लढण्यासाठी गेलेले आहे, याचा अभिमान प्रत्येकाला वाटत होता. सैन्याविषयी अभिमान ? चीनमध्ये हे यापूर्वी शक्यच नव्हते. लष्करी संरजामदारांचे सैन्य यायचे, लुटालूट करायचे, अत्याचार करायचे ! या सैन्याचा प्रतिकार करण्यासाठी पेकिंगचे सैन्य यायचे. मग ते पुनः लुटालूट करायचे, अत्याचार करायचे, हे सगळे चित्रच मुळी आता आमूलाग्र बदलले होते.

भूमीहीनांना जमीन मिळाली की, पहिल्या वर्षी त्याला सारा नसे. मग पिकाची प्रतवारी ठरवून ५ ते १७ टक्के सारा त्याला पुढे द्यावा लागे. ज्या जमिनी लागवडीखाली कधी आणलेल्याच नव्हत्या, त्या लागवडीखाली आणायला सुरुवात झाली होती. धान्य उत्पादन वाढत होते. गुरे धष्टपुष्ट होत होती. सुखाची चव शेतकऱ्यांच्या ओठावर फिरु लागलेली होती.

जमीनदार कुणाला म्हणावयाचे ? जो सधन शेतकरी, आपला उत्पन्नाचा बहुतेक भाग हा कुळांना दिलेल्या जमिनीवरील खोतीच्या रुपाने वसूल करीत असे आणि जो स्वतः जमीन कसत नसे, तो जमीनदार ठरवला जाई ! पैसे कर्जाऊ देणारे सावकार याच वर्गात आणलेले होते.

शेतीसंबंधी बी-बियाणांचे, धान्य-व्यापाराचे सर्व व्यवहार आता सहकारी सोसायट्यांमार्फत उरकले जात होते. चिनी शेतकऱ्यांच्या जीर्ण मनोवृत्तीत समाज-जीवनाचे मूल्य असे रिचवले जात होते.

सोविएट राज्यात समाजाची सांस्कृतिक प्रगती कशी काय साधली जात होती ? एडगर स्नो सांगतो :

''पाश्चिमात्य प्रमाण लावले तर सांस्कृतिक विकास शून्य होता ! परंतु अगदी प्राथमिक समाजशत्रू गारद करण्यात आले होते. उत्तर शेन्सीमधून अफू हद्दपार झालेली होती ! सोविएट प्रदेशात शिरल्यानंतर प्रवासात मला एकही अफूचे रोपटे दिसले नाही. सरकारी व्यवहारात लाचलुचपत औषधाला नव्हती. भिकारी कुठे नजरेस पडत नव्हता.

बेकार कुणाला राहू दिले जात नव्हते. पाय लाकडी खोड्यात अडकवणे, अनेक बायका करणे, या गोष्टी गुन्हा म्हणून शिक्षा-पात्र होत्या. वेश्याव्यवसायास बंदी होती.''

आता ही जर कोणाला 'संस्कृती' वाटत नसेल तर गोष्ट निराळी !

अर्थव्यवस्था

या सोविएट राज्याची अर्थव्यवस्था काय होती ? दोन प्राथमिक गरजा भागवणे हे अर्थव्यवस्थेचे प्रमुख काम होते. एक, लाल सेनेचे पोषण आणि आवश्यक ती शस्त्रे उपलब्ध करणे आणि दुसरी गोष्ट, राजवटीतील शेतकरी वर्गाला ताबडतोब दुःखमुक्तीचा दिलासा देणे.

यामुळे सुरुवातीच्या या 'शेन्सी' काळात, अर्थव्यवस्थेत खाजगी भांडवलदार, सरकारी भांडवल आणि प्राथमिक समाजवादी व्यवस्था ही सर्व सामावलेली होती. खाजगी भांडवलदारांना जमीन व धान्योत्पादन या बाबतीत बरीच सूट देण्यात आली होती. म्हणजे अगदी मार्क्सवादी दंडक लागू करण्यात आलेले नव्हते. परंतु तेलाच्या विहिरी, मिठाच्या खाणी, कोळशाच्या खाणी या सर्व सरकारी मालकीच्या करण्यात आलेल्या होत्या. गुरेढोरे, कातडी, कापूस, लोकर, कागद अशा सर्व वस्तूंचा व्यापार 'सोविएट'ने आपल्या हाती ठेवलेला होता. सर्व सहकारी संस्थात समाजवादी तत्त्वानुसार सामूहीक व्यवहारांना प्राधान्य होते.

शेन्सी-सोविएटबरोबर व्यापार करायला चँग-कै-शेकने बंदी केलेली असली, तरी कोमिन्टांग अधिकाऱ्यांना वश करून व्यापार राजरोस चालू झालेला होता. सोविएटने आपल्या नोटा छापल्या होत्या आणि चांदीची व तांब्याची नाणी पाडली होती. सोविएट राज्यात हेच चलन चालत असे, परंतु सरहद्दीवरच्या भागात कोमिन्टांग चलनही स्वीकारले जात असे. सोविएट नोटांवर घोषणा छापलेल्या असत त्या अशा : 'यादवी थांबवा !', 'जपानविरोधासाठी एक व्हा', किंवा 'चिनी क्रांतीचा विजय असो !'

कोमिन्टांग राज्यातून सोविएट राज्यात माल आणताना, बाहेरच्या व्यापाऱ्यांना कोमिन्टांग चलनात पैसे द्यावे लागत. यासाठी दोन्ही चलनांचा दर ठरवलेला होता. कोमिन्टांगचा एक डॉलर द्यायचा झाला तर त्याऐवजी सोविएट चलनातला सव्वा डॉलर दिला जाई अथवा घेतला जाई. ही माल-खरेदी सहकारी खरेदी-विक्री संस्थांमधूनच केली जात असल्यामुळे यावर संपूर्णरित्या सोविएटचे नियंत्रण होते.

असा हा अर्थमंत्री

लिन-पई-चू हा 'सोविएट'चा अर्थमंत्री. १९३७ साली ५५ वर्षांचा वृध्द होता. माओच्या लाँग मार्चबरोबर शेन्सीला येण्यापूर्वी, कोमिन्टांग कम्युनिस्ट युतीच्या काळात चँग-कै-शेकचा सरकारी सहकारी मंत्री होता. १९२७ साली तो हाँगकाँगमार्गे रशियात

निसटला व चार वर्षांनी किआंगसी येथे येऊन माओला मिळाला होता. त्याची वयात आलेली मोठी मुलगी आणि मुलगा १९२७ च्या यादवीत मारली गेली की बेपत्ता झाली हे त्याला नक्की ठाऊक नव्हते.

डोळ्याला चष्मा, त्याची एक काडी बेपत्ता, यामुळे सुतळीने चष्मा कानावर अडकवलेला, डोक्यावर लाल तारा अडकवलेली माओ-कॅप, अंगात विटलेला सैनिकी पोषाख, असे याचे पहिले दर्शन एडगर स्नो याला घडले. एके दिवशी तो अचानक एडगर स्नो ज्या डोंगराच्या कुशीत उतरला होता तिथे आला. एका फळकुटावर तो बसला आणि गप्पा सुरू झाल्या. स्नोने विचारले :

"सोविएट सरकार जर कसलेही कर वसूल करीत नाही तर मग सरकारला उत्पन्न तरी काय ?"

लिन म्हणाला :

"आम्ही गरीब जनतेला करांचा त्रास देत नाही. पण खाजगी व्यापारी, जमीनदार यांच्याकडून आम्ही भरपूर वसुली करतो. त्यांचा जादा पैसा जप्त करतो. दहा-पंधरा टक्के कर घेतो. याशिवाय जनतेकडून आम्हाला राजीखुशीने मदत म्हणून बराच पैसा मिळतो. फक्त पैसाच नाही, कपडे, अन्न या स्वरुपातही मदत येते. सरकारी व्यापारामुळे काही उत्पन्न होते. सहकारी संस्थांना नफा झालाच तर आमच्याकडे येतो. पण मुख्यतः श्रीमतांकडून सक्तीने वसुली हेच आमचे उत्पन्न आहे !"

"म्हणजे ज्याला सर्वसाधारणपणे 'लूट' म्हणतात ते तुमचे उत्पन्न आहे !"

लिन मोठ्याने हसला आणि म्हणाला :

"कोमिन्टांग या मार्गाला लुटालूट म्हणते. गरीब जनतेला कराच्या रुपाने पिळणे ही जर लूट असेल तर अशा शोषकांना लुटणे हीदेखील लूट म्हणायला हरकत नाही. पण आम्ही कोमिन्टांग सेनेसारखी लुटालूट करीत नाही. पहिली गोष्ट, 'फायनान्स कमिशनर'च्या आदेशाशिवाय जप्ती होत नाही. जप्त केलेली प्रत्येक वस्तू सरकारात जमा होते आणि समाजाच्या हिताकरताच ती वापरली जाते. जर कुणी खाजगी लूटमार केली तर त्याला जबर शिक्षा होते. तुम्ही कुणाही सामान्य नागरिकाला विचारा की, लाल सैनिक पैसे-मोजल्याखेरीज कधी एक तरी वस्तू उचलतो का ?

या अर्थमंत्र्यांचा पगार होता महिना पाच डॉलर !

शिक्षण-व्यवस्था

अर्थमंत्री पाहिला, आता शिक्षणमंत्री (लाओ-त्सू) कसा होता ते पाहा :

याचे नाव त्सू-तेह-लिह. चांगशा येथील 'नॉर्मल स्कूल'मध्ये, माओ विद्यार्थी असताना, हा प्राध्यापक त्याला गणित शिकवत होता. ५० व्या वर्षी याने प्राध्यापकाचा

पेशा… र मुलाचा संसार आणि घर सोडले ! हा फ्रान्सला गेला. एक वर्ष लियाँ येथे शिकला. तीन वर्ष पॅरिस विद्यापीठात चिनी विद्यार्थ्यांना गणित शिकवत राहिला. परत आला तो मार्क्सवादी बनून. १९२७ साली जीव बचावून रशियात निसटला. दोन वर्षांनी परत आला तो थेट किआंगसी प्रांतात माओकडे. आता ६० वर्षांचा असलेल्या (१९३६ साली) या वृध्दाने माओबरोबर लाँगमार्च संपवला. शेन्सी सोविएटमध्ये या प्राध्यापकाकडे माओने साक्षरता प्रसाराची मोहीम सोपवली होती. एडगर स्नोला त्याने सांगितले :

''आम्ही इथे पोचलो तेव्हा या भागात ९५ टक्के निरक्षरता होती. पृथ्वीच्या पाठीवरील हा अत्यंत मागासलेला भाग असेल ! अहो, इथल्या प्रांतातील काही माणसे 'पाणी' हे माणसाच्या शरीराला घातक आहे असे मानणारी होती ! एकदा जन्मल्यानंतर आणि एकदा लग्नाच्या दिवशी अशी काय ती आयुष्यात दोनच वेळा ही माणसे आंघोळ करीत असत ! निरक्षरतेपेक्षा इथली संस्कृती अशी फार मागासलेली होती.

''इथे आम्हाला अनंत अडचणी आहेत. आमच्याजवळ साधने फार तुटपुंजी आहेत. आमची छपाई-यंत्रे लाँग मार्चमध्ये मोडली. आता लिथोग्राफवर भागवावे लागते. चारी बाजूंनी कोंडी असल्याने पुरेसा कागद मिळत नाही. या सगळ्यावर मात करण्याचा प्रयत्न चालू आहे. पण शेतकरी लवकर शिकतो. एकदा पटले की त्याप्रमाणे ते सवयी बदलतात. आमच्या राज्यात आता एकाही मुलीचे पाय लाकडी खोड्यात अडकवलेले तुम्हाला दिसणार नाहीत. तरुण मुली तर 'बॉब' करू लागल्या आहेत. अनेकजण लिहावयाला शिकत आहेत. इथे २०० प्राथमिक शाळा आम्ही चालू केल्या आहेत. एक उच्च शिक्षणाची शाळा आहे. एक शेतकरी शाळा आहे. एक विणकामाची शाळा आहे.''

या सर्व शिक्षणात तूर्त भर लष्करी शिक्षणावर होता. लष्करी अॅकेडमीला जोडून घोडदळाचे विद्यालय, रेडिओ तंत्रशिक्षणाची शाळा, वैद्यकीय शाळा, नर्सेस तयार करण्याची शाळा, इंजिनीयरिंगची शाळा - अशा सर्व तांत्रिक शिक्षणाची सोय होती. म्हणजे एक तर शिक्षण सैनिक तयार करणारे होते किंवा सैन्यामागचे तंत्रज्ञ तयार करणारे होते ! ज्या परिस्थितीत हे राज्य वाढत होते त्याचा विचार करताना शिक्षणाचा भर योग्य गोष्टीवरच दिलेला होता.

समाजशिक्षणाचा मुख्य भरदेखील राजकीय शिक्षणावर होता. वाङमय, काव्य, बागकाम शिकवायला तूर्त प्राधान्य नव्हते. समाज-शिक्षणाच्या वर्गात अशी घोकंपट्टी चालत असे :

"हे काय आहे ?"

"हे लाल निशाण आहे."

"हे काय आहे ?"

"हा गरीब माणूस आहे."

"लाल निशाण कशाकरता असते ?"

"लाल सेनेचे ते निशाण आहे."

"लाल सैन्य कशाकरता असते ?"

"लाल सैन्य हे गरीब माणसांचे सैन्य असते."

सर्व प्राथमिक शिक्षण अशा राजकीय शिक्षणाच्या अनुषंगाने दिले जाई. चिनी मार्क्सवादाचे लढाऊ राजकारण या शिक्षणातून शेतकऱ्यांच्या मनात पूर्णपणे बिंबत असे.

उद्योगनगरांची निर्मिती

लाँग मार्चबरोबर शेन्सीमध्ये अनेक गोष्टी आल्या होत्या. यात 'लेथ' होते, टर्निंग मशिन्स होती, 'डाय' होते, डझनभर 'सिंगर' शिवण्याची यंत्रे होती, झेश्वान प्रांतातून आणलेले सोने-रुपे होते, लिथोग्राफचे ठोकळे होते, छपाईची यंत्रे होती. या सर्वांच्या बळावर शेन्सी प्रांतात पाओ-आन येथे तयार युनिफॉर्मचा कारखाना, बुटांचा कारखाना, कागदाचा कारखाना असे कारखाने सुरू झाले. होलिएन्वान (कनसू प्रांत) रंगाचा कारखाना आणि टिंग-पईन (चिनी भिंतीनजीक) येथे कोळशाची खाण सुरू झाली होती. निंगशिया प्रांतात खनिज मीठ शुध्दीचा कारखाना येन-चीह येथे निघाला तर युंग-पिंग येथे तेलाच्या विहिरी खोदण्यात येऊन पॅराफिन, व्हॅसलिन, मेण, पेट्रोल या गोष्टी तिथे हळूहळू तयार होऊ लागल्या.

सर्व चीनमध्ये उत्तर शेन्सी प्रांतातच तेल-साठे होते. शेन्सी सोविएटने आणखी दोन विहिरी खोदून उत्पादन ४० टक्यांनी वाढवले. ज्या भागात पूर्वी अफूची लागवड होत होती तिथे आता कापसाची लागवड मोठ्या प्रमाणात होऊ लागली.

पाओ-आनच्या उत्तरेस वू-चि-चेन हे शेन्सी प्रांताचे मोठे औद्योगिक शहर म्हणून लवकरच गजबजू लागले. शेन्सी सोविएटचे मँचेस्टर म्हणून या शहराचा नावलौकिक होणार अशी चिन्हे १९३६ सालीच दिसत होती. या ठिकाणी लाल सैन्याचा शस्त्रास्त्रनिर्मितीचा मुख्य व्याप होता. कनसू प्रांताशी जोडलेल्या व्यापारी रस्त्यावरील हे प्रमुख ठिकाण होते. या शहरातील अर्धी घरे ही छपरांची, भिंतींची घरे होती तर निम्मी घरे ह्या निसर्गनिर्मित गुहा होत्या. या ठिकाणी प्रमुखतः बंदुका तयार होत होत्या. हॅन्डग्रेनेडस्, ट्रेंच मॉर्टर्स, बंदुकीच्या गोळ्या, पिस्तुले, काडतुसे हे अपुषांगिक उत्पादन

इथे होई. कोमिन्टांग सेनेकडून हिसकलेल्या अमेरिकन आणि परदेशी शस्त्रांची डागडुजी करण्याकरता इथे स्वतंत्र वर्कशॉप होते. मशिनगन्स्, ऑटोमॅटिक पिस्तुले, अशा गोष्टी इथे दुरुस्त करून पुनः लाल सेनेकडे रवाना होत असत.

या शस्त्रास्त्र कारखान्याचा डायरेक्टर हो-त्सि-यांग हा छत्तीस वर्षाचा अविवाहित गृहस्थ होता. जपान्यांनी मुकडेन येथे जो शस्त्रास्त्र कारखाना काढला होता, त्या कारखान्यात हा काही वर्षे तंत्रज्ञ म्हणून नोकरीला होता. सप्टेंबर १९३१ मध्ये तो शेन्सीत शिरला व आता तो लाल राजवटीला सामील झाला होता.

या चू-चि-चेन गावातच सैनिकी गणवेषाचा, बुटांचा आणि औषधांचा असे आणखी तीन कारखाने होते. एक शस्त्रास्त्र कारखाना सोडला तर या तिन्ही कारखान्यांत बहुसंख्येने १८ ते २५ वयाच्या तरुण मुली काम करीत होत्या. या सर्व कनसू, शेन्सी, शान्सी प्रांतातल्या होत्या. त्यांचे केस 'बॉब' केलेले होते आणि बहुतेकांचे नवरे वा बाप हे आघाडीवर सैनिक म्हणून वावरत होते. या कामगार स्त्रियांची मुले सांभाळण्याकरता इथे एक खास नर्सरी होती. या कामगार स्त्रियांना बाळंतपणाच्या काळात चार महिने भर पगारी रजा देण्यात येत असे.

१९३६ सालात ज्या वेळी शेन्सी सोविएट अगदी बाल्यावस्थेत होते, तेव्हाची ही स्थिती आहे. अगदी प्राथमिक सुखसोईच देणारी ही राजवट असली तरी सर्वांचे जीवन आनंदाचे होते. स्वच्छ डोंगराळ हवा, उघड्यावरील कामधाम, काळजीमुक्त मने यामुळे हे सोविएट जनतेपुढे नव्या आशा निर्माण करीत होते. महत्त्वाची गोष्ट होती की, आपल्या श्रमातून कुणी इमले उठवीत नाही याची खातरजमा प्रत्यक्षातच असल्याने आपण आपल्या देशासाठी, निशाणासाठी श्रमत आहोत अशी सर्वांची भावना होती.

एडगर स्नो याला १९३६ साली घडलेले माओच्या शेन्सी सोविएट राजवटीचे दर्शन असे मोठे उत्साहवर्धक आणि सुंदर होते. राजकीय, सामाजिक, आर्थिक आणि शैक्षणिक आघाडीवर हे सोविएट निर्धारपूर्वक ठामपणे पावले टाकीत होते.

मुक्त प्रदेशातले तंत्र

१९३८ मध्ये यंग मार्शलच्या धाडसी प्रयत्नांमुळे कोमिन्टांग व कम्युनिस्ट यांची जपानविरोधी संयुक्त आघाडी निर्माण झाली. 'शेन्सी सोविएट-प्रजासत्ताक' याचे नवे नामकरण झाले. 'शेन्सी-कनसू-निंगशिया सरहद्द विभाग' (Border Region) नाव बदलले, परंतु निशाणी बदलली नाही. व्यवस्था बदलली नाही. सोविएट कचेऱ्या, लष्करी ॲकॅडमी ही येनान येथे आली. येनान नवी राजधानी झाली. लाल सैन्य येनानी सैन्य म्हणून शेन्सी प्रांतात जपानी सैन्याच्या पिछाडीस झिरपले. जपानव्याप्त प्रदेशात लहान लहान मुक्त प्रदेश निर्माण होऊ लागले.

टेंग-फा हा जपान्यांकडून मुक्त केलेल्या प्रदेशातील चळवळीचा एक प्रमुख नेता होता. तो सांगतो :

"आम्ही मुक्त केलेल्या नव्या खेड्यात पोचलो की जाहीर करीत असू. 'शेतकऱ्यांना आणि कामगारांना आपल्या संघटना करण्याचा अधिकार आहे.' जर तिथल्या लोकांना याचा अनुभव नसला तर इतरत्र काय झाले हे आम्ही त्यांना सांगत असू. प्रचार करत असू. गावातल्या श्रीमंत जमीनदाराला आता आमच्या सैनिकांचा आधार नव्हता. भूमिहीन बंड करू लागले, जमीन मागू लागले की पेचप्रसंग यायचा. जरुर लागली तर आम्ही मध्यस्थी करून शेतकऱ्यांच्या लढ्याला पाठींबा देत असू. क्रांतीच्या इतिहासातील ही विलक्षण परिस्थिती होती. लोकांना प्राथमिक लढा करावा लागत नव्हता ! लाल सैन्याच्या विजयामुळे ही मुक्तता शेतकऱ्यांना आपसूक प्राप्त होत होती. लोकांना निर्भय करून त्यांचा आत्मविश्वास जागृत करणे हे आमचे पहिले काम असे. प्रचार होताच, परंतु त्यापेक्षा प्रचितीचा परिणाम मोठा असे. क्रांती ही वरुन किसान कायदे लादून होत नाही, ती जागृत शेतकऱ्यांनीच करावी लागते."

शेतकऱ्यांची मनोवृत्ती ध्यानी ठेवून माओने सामुदायिक शेतीचा आग्रह तूर्त लादला नव्हता. प्रत्येकाचे शेत स्वतंत्र होते. स्वामित्व अबाधित होते. परंतु शेतांना बांध नव्हते. फक्त खुणा केलेल्या होत्या आणि नांगरणी, पेरणी, कापणी, मळणी ही परस्पर सहकार्याने घडवली जात होती.

बंदुकीच्या नळीतून सगळे जन्म पावले

राजकीय, सामाजिक, आर्थिक आणि सांस्कृतिक या सर्व आघाड्यांवर सुसूत्रता राखण्याचे काम माओचा पक्ष करीत होता. लिग-फेंन हा पक्षाचा राजकीय व्यवहार-प्रमुख सांगतो :

"आमची कामे तीन प्रकारची आहेत : जपान्यांशी सशस्त्र लष्करी लढा, युध्दोत्पादन - यातच धान्योत्पादनही येते आणि सांस्कृतिक प्रगती. सैन्य लढू शकते ते बाकीचे दोन कार्यक्रम यशस्वी झाले तरच ! आपल्या भागातील लोकांच्या उडचणी समजावून घेऊन जो कोणी आपली सर्व शक्ती या प्रश्नांच्या सोडवणुकीसाठी खर्च करतो तो उत्तम पक्ष कार्यकर्ता, हे आम्ही सारखे मनावर बिंबवत असतो."

माओने दावा केलेला आहे -

"सोविएट रशियात कम्युनिस्ट पक्ष-कार्यकर्त्यांतून त्यांचे लाल सैन्य निर्माण झाले. परंतु आमच्या मुक्ती फौजेनेच मुळी पक्ष निर्माण केलेला आहे ! असे असले तरी पक्षावर बंदुकीचे वर्चस्व आम्ही कधीही चालू देत नाही. ही गोष्ट खरी आहे की, येनान हे बंदुकीच्या आधारावरच निर्माण झाले. बंदुकीच्या नळीतून सगळे काही जन्म पावले.

शेतकऱ्याला जमीनदाराच्या जोखडातून सुटण्याकरता बंड करावे लागले. मत देण्याचा अधिकार, भाषणस्वातंत्र्य या फार पुढच्या गोष्टी आहेत. जगण्यासाठी, किमान जिवंत राहण्यासाठी हे बंड होते. त्या वेळच्या शेतकऱ्यांच्या जीवनाची कल्पना करा. संशय आला की कोमिन्टांग राजवट माणसांना जिवंत पुरत होती ! भांडवलशाही वगैरे शब्द शेतकऱ्याला समजतदेखील नव्हते. परंतु कोमिन्टांगची सरंजामशाही राजवट त्याच्या गळ्याला तात लावीत होती - आणि या राजवटीचा आधार बंदुका होत्या !''

जी राजवट बंदुकीच्या आधाराने शोषण करीत होती, तिथे शेतकऱ्याकडे राजकीय सत्ता कशी येणार होती ? बंदुकीच्या नळीतूनच येणार ! परंतु या 'तबकडी'चा आवाज सगळीकडे करता येईल काय ? माओला बंदुकीचा आधार घेतल्यावाचून गत्यंतरच नव्हते - आणि त्याने तो घेतला. जपान्यांशी लढताना तर यामागचे देशप्रेम, स्वातंत्र्य-लढ्याचे आवाहनही जबर होते. जपान पराभूत झाला. मग तरी यादवी संपायला हवी होती. चँग-कै-शेकने मुक्त निवडणुका देशभर होऊ दिल्या असत्या, 'डेमोक्रॅटीक लिग'सारख्या संघटना बेकायदा ठरवून त्यांचा गळा घोटला नसता, तर चँग सत्तेवरुन नक्कीच हुसकला गेला असता ! मग यादवी टळली असती. जपान्यांशी लढताना 'चिन्यांशी चिन्यांनी लढू नये !' हा उद्घोष करणाऱ्या माओला, यादवी कशाला करावी लागली असती ? परंतु सत्ता बंदुकीच्या नळीतून गेली तरच माओकडे जाईल, मी ती लोकशाही निर्णयानुसार सोडणार नाही, ही चँग-कै-शेकची मिजास होती ! तशी त्याची गर्जना होती. कारण ही यादवीची लढाई आपणच जिंकणार याबद्दल चँगला मुळीच संदेह नव्हता.

हा संदेह फारच थोड्यांना होता ! घटना घडून गेल्यानंतर त्या तशा घडणेच कसे अपरिहार्य होते हे सांगता येते. असे 'पश्चात् बुध्दीचे द्रष्टे' खूप मिळू शकतात. परंतु १९४७ मध्ये यादवी सुरू झाल्यानंतर वर्षभर माओचा अखेर जय होईल अशी शाश्वती कुणीच देत नव्हते ! बाहेरुन पाहणारे बुध्दीला जास्तीत जास्त ताण देऊन इतकेच सांगत होते - चीनची फाळणी होईल !

कारण शेजारच्या तितक्याच विस्तीर्ण देशात यादवी टाळण्यासाठी फाळणी जवळ जवळ नक्की ठरत आली होती. हत्याकांडाला शरण जाऊन तिथे पांडवांनी शस्त्रसंन्यास जाहीर केला ! फक्त मुहूर्त ठरवायचा होता.

भारतीय राजदूताने काय पाहिले ?

चीनमध्ये भारताचे दूत म्हणून त्यावेळी के. पी. एस. मेनन होते. जवाहरलाल नेहरु यांनी सप्टेंबर १९४६ मध्ये काळजीवाहू सरकारचे नेतृत्व पत्करल्यानंतर भारताचे चीनमधील पहिले वकील म्हणून हे मेनन चीनला रवाना झाले. त्यांनी १९४७ ते १९४८

या वर्षांत नेहरुंना लिहिलेली पत्रे आता प्रसिध्द झालेली आहेत. मार्च १९४७ ते १९४८ या यादवी काळाचे भारताच्या राजदूताला घडलेले चीनचे दर्शन या पत्रांतून आपल्याला घडते. प्रत्यक्ष यादवीचा संघर्ष विस्ताराने सांगण्यापूर्वी या पत्रांतील काही महत्त्वाचा भाग पाहू :

१८ मार्च १९४७ चे पत्र

''कोमिन्टांगच्या कार्यकारी समितीचे अधिवेशन चालू असल्याने जनरॅलिझमो फार गडबडीत आहे. जनरॅलिझमोने स्वतःच जाहीर केले की, कम्युनिस्टांबरोबर तडजोड होण्याची आशा संपूर्ण मावळलेली आहे. कम्युनिस्टांचे हे चौफेर बंड दडपून टाकण्याचा त्याचा निर्धार आहे.

''मादाम चँग हिने १८ तारखेला सायंकाळीच मला भेट दिली. मादामने विचारले की, तुमच्या देशात कम्युनिझम कितपत पसरतो आहे ? मी सांगितले की, काही ठिकाणी संपामागे त्यांचा हात दिसतो परंतु त्याची भीती फारशी नाही. आमचे राष्ट्रीय सरकार धीटपणे समाजवादी धोरण अंगीकारुन कम्युनिझमला नक्की दूर ठेवील.'' यावर मादाम चँग म्हणाली :

''आम्हाला कम्युनिस्टांशी लढावे लागत आहे. नाही तर आम्ही रशियाच्या हातातले बाहुले होऊ. परंतु यात माझ्या देशबांधवांची जी हत्या होत आहे त्यामुळे माझे अंतःकरण दुःखी आहे.''

३० मार्च १९४७ चे पत्र

''खात्यांची खांदेपालट करून सोशल डेमोक्रॅटीक पक्षसारख्या पक्षाचे प्रतिनिधी सरकारात घेण्याची धडपड चालू झाली आहे. या सर्वामागे राजकारण आहे ! चीनचे राष्ट्रीय सरकार हे उदारमतवादी होत असल्याची अमेरिकेची खात्री पटल्याशिवाय ५०,००,००,००० डॉलर्सचे अमेरिकेचे कर्ज मिळणार नाही. कोमिन्टांगमधील प्रतिगामी गट जोरात आहे, तोपर्यंत खऱ्याखुऱ्या सुधारणा होणे मात्र शक्य नाही.

''या महिन्यातील सर्वांत नाट्यपूर्ण घटना म्हणजे येनान पडले ! अर्थात या विजयाला फारसे लष्करी महत्त्व नाही. हे कम्युनिस्टांचे मुख्य ठाणे होते आणि तिथे बराच काळ कम्युनिस्ट नेते राहात होते. यापेक्षा शहराचे दुसरे काहीच महत्त्व नाही. कोमिन्टांगला मात्र हा विजय मानसिकदृष्ट्या महत्त्वाचा वाटणे साहजिकच आहे. कम्युनिस्टांबाबत सांगायचे तर येनानहून इतरत्र जावे लागणे हे काही त्यांना नवीन नाही. त्यांच्या डावपेचातला हा नेहमीचाच भाग आहे.

१९ मे १९४७ चे पत्र

''शेन्सीमधून कम्युनिस्ट शान्सी प्रांतात गेले आहेत. तिथे मात्र त्यांचा लढाई देण्याचा

विचार दिसतो. शान्सीची राजधानी ताई-युवान कम्युनिस्टांनी घेरलेली आहे.

"आर्थिक परिस्थिती दिवसेंदिवस खालावत आहे. चिनी डॉलरची पत फार घसरली आहे. धान्यासाठी झेश्वान प्रांतात च्गंग-टू येथे दंगा झाल्याचे वृत्त आहे. १९४३ साली आपल्याकडे बंगालमध्ये तीस लाख लोक कसे गरिबीने मेले, परंतु दणकट चिन्यांना असे मरणे हा काही कर्माचा भाग वाटत नाही ! त्यांनी धान्य लुटण्याचा प्रयत्न केला. यामुळे गोळीबार झाला.

"सिकियांगमध्ये गव्हर्नरविरुध्द बंड झाल्याची बातमी आहे. हा स्वतः अफू तयार करून गबर झाला होता. परंतु लोकांना मात्र अफू तयार करू देत नव्हता. क्वांगटुंग प्रांताचा गव्हर्नर ली-चिन-शेन हा कोमिन्टांग पक्षातील डाव्यांची आघाडी करून लष्करी क्रांती करू पाहतो आहे, असे दिसते. आत्ताच रेडिओवर बातमी आली आहे की, 'आऊटर मंगोलिया'प्रमाणे 'इनर मंगोलियाने' स्वायत्तता जाहीर केली आहे."

१ जून १९४७ चे पत्र

"नानकिंगमध्ये परवा ३००० विद्यार्थ्यांनी निदर्शने केली. अनेक विद्यापीठांतून हरताळ चालू आहे. विद्यार्थ्यांची मागणी आहे की, व्यक्तिस्वातंत्र्याची गळचेपी थांबवा, यादवी युध्द बंद करा आणि लाचलुचपत करणाऱ्यांना कडक शासन करा.

"येथील 'येन-चिंग विद्यापीठ-पत्रिका' या नियतकालिकात प्रसिध्द झालेल्या खालील कविता विद्यार्थ्यांच्या मनोभूमीवर प्रकाश टाकतात.

DEMOCRACY

You are the 'people', I am the 'rule'
What I say, you must do you fool.
You plough the fields in heat and rain,
I build the barns and store your grain
You place the brick and lay the tile
But I move in and live with style.

COMMUNIST

I skin you and eat you,
I strip you and beat you,
And if my orders you resist
Then of-course you are a communist !

१ ऑगट १९४७ चे पत्र

"चलन झपाट्याने गडगडत आहे. एका चिनी वृत्तपत्रात प्रसिध्द झालेली माहिती

खाली देत आहे. ती अत्यंत बोलकी आहे :

१९३७ साली १०० चिनी डॉलर्सना २ गाई मिळत होत्या.

१९३९ साली १०० चिनी डॉलर्सना १ गाय मिळत होती.

१९४० साली १०० चिनी डॉलर्सना १ वासरु मिळत होते.

१९४३ साली १०० चिनी डॉलर्सना १ कोंबडी मिळत होती.

१९४५ साली १०० चिनी डॉलर्सना १ मासा मिळत होता.

१९४७ साली १०० चिनी डॉलर्सना आगपेटीच्या २० काड्या मिळतात.

१९४८ साली १०० चिनी डॉलर्सना काय मिळू शकेल ते परमेश्वर जाणे !''

१० ऑगस्ट १९४७ चे पत्र

अमेरिकेचा जनरल वेडमेयर हा उत्तर चीन व मांचुरियाचा दौरा करून आला.

इथल्या 'सेंट्रल डेली न्यूज'पत्राने जी माहिती प्रसिध्द केली ती खळबळजनक आहे. ''मार्च १९४६ ते फेब्रुवारी १९४७ या काळात नानकिंग सरकारने जे अब्जावधी डॉलरचे परकी चलन वाटले, त्यातले ८७ टक्के चलन हे 'यांगत्सी डेव्हलपमेंट कॉर्पोरेशन' या कार्पोरेशनला देण्यात आले. ही कॉर्पोरेशन कुंग आणि सुंग या दोन कुटुंबाच्याच मालकीची आहे.'' (यातला टी. व्ही. सुंग हा चँग-कै-शेकचा मेव्हणा होता !)

८ सप्टेंबर १९४७ चे पत्र

''जनरल वेडमेयर याने अमेरिकेला जाता जाता चांगली लाथ झाडली आहे. आपल्या अहवालात कोमिन्टांग सरकारची सतत भिक्षांदेही, पराभूत मनोवृत्ती, परक्यांना सतत दोष देण्याचा स्वभाव आणि सरकारमध्ये भरणा झालेले नालायक आणि लाचखाऊ अधिकारी - या सर्वांना त्याने दोष दिला आहे.

''डॉ. एच्. आर. कुंग हा गेली १० वर्षे अर्थमंत्री होता. त्याने जमा केलेला पैसा अमाप आहे हे लोकांना माहीत आहे. त्याने नुकतेच असे जाहीर केले की, अमेरिकेतील बँकेत त्याचे फक्त ३०,००० डॉलर्स आहेत. यामुळे अनेकांची करमणूक झाली.''

२० सप्टेंबर १९४७ चे पत्र

''डॉ. टी. व्ही. सुंग यांनी 'यांगत्सी कॉर्पोरेशन'मध्ये गुंतवलेली स्वतःची ३० कोटी डॉलर्स ही रक्कम युध्दात मारल्या गेलेल्या सैनिकांच्या विधवा स्त्रिया व अनाथ झालली मुले याच्या दुःख निवारणासाठी देणगी दिल्याचे जाहीर केले. या देशभक्तीबद्दल 'चायना प्रेस' या पत्राने डॉ. सुंग यांच्यावर स्तुतिसुमने उधळली. पाठोपाठ डॉ. सुंग याला कांगटुंग प्रांताचा गव्हर्नर नेमण्यात आले आहे.''

''एवढा पैसा डॉ. सुंगपाशी कसा जमला ? याचे उत्तर मात्र कोणीही देत नाही. लोकही हा प्रश्न विसरुन जातील.''

२७ ऑक्टोबर १९४७ चे पत्र

''शांटुंगची राजधानी त्सिनान येथे गेलो होतो. शहरात जिकडे तिकडे सैनिक होते. वाळूची पोती रचून गढ्या तयार केल्या होत्या. शहराभोवती खंदक खणण्याचे काम चालू होते. याच शहरापासून उत्तरेस तिअनस्टिनला, पूर्वेस त्सिंगटोला, दक्षिणेत सूचौ आणि नानकिंगला आणि पश्चिमेस सिनान रेल्वे मार्ग जातात. परंतु हे सर्व मार्ग कम्युनिस्टांनी उद्ध्वस्त केले आहेत. शहरापासून १० मैलांच्या पलीकडे जाणे धोक्याचे होते.''

''मांचुरियात सरकारी फौजांची दाणादाण उडत आहे.''

३ नोव्हेंबर १९४७ चे पत्र

''अमेरिका आता कम्युनिस्टांशी लढण्याकरीता सरकारी फौजा शिक्षण देऊन तयार करू लागली आहे. मॅनिला, ओकिनावा आणि पॅसिफिकमधील सर्व अमेरिकन युध्दसाहित्य चिनी सरकारला मिळत आहे.

''ब्रिटीश शिष्टमंडळाशी बोलताना चँग-कै-शेक यांनी सांगितले की, चीनच्या भिंतीअलीकडील प्रदेशातील सर्व कम्युनिस्टांचा वर्षभरात नायनाट होईल. परंतु मांचुरियाबद्दल काही नक्की सांगता येत नाही.

''सगळ्यांचे लक्ष आता अमेरिका काय करते इकडे आहे. जनरल वेडमेयर इथून गेल्यापासून सर्वांना वाटू लागले आहे की, जर चीनला कम्युनिझमपासून वाचवायचे असेल तर चीनला मदत केली पाहिजे.

''डेमोक्रॅटिक लिग ही कम्युनिस्टांची शेपूट ठरवून चँगच्या सरकारने ती बेकायदा ठरवली आहे. नॅशनल असेंब्लीच्या निवडणुका तोंडावर आलेल्या आहेत. या निवडणुकात आता लीगला भाग घेता येणार नाही.''

१८ नोव्हेंबर १९४७ चे पत्र

''हिवाळा सुरू झाल्याने मांचुरियातून लढाई आता उत्तर चीनमध्ये सरकली आहे. चिनी भिंतीच्या आत, शिन-चियाचुंग हे महत्त्वाचे रेल्वे जंक्शन कम्युनिस्टांच्या हातात पडले आहे. होपई प्रांताची राजधानी पाओटिंगच्या दिशेने कम्युनिस्ट रेटा देत आहेत, तेथून पेकिंग ७५ मैलांवर आहे.

''डेमोक्रॅटीक लीग बेकायदा ठरवली गेली याच्या निषेधार्थ पेकिंग विद्यापीठाच्या ४७ प्राध्यापकांनी निषेधाचे पत्रक काढले आहे. काही विद्यापीठांतून विद्यार्थ्यांनी निषेध व्यक्त केला आहे.

''आर्थिक संकट वाढत आहे. काल अमेरिकेच्या एका डॉलरला ५४,००० चिनी डॉलर्स अधिकृत दराने मिळत होते ! परंतु काळ्या बाजारात ८५,००० चिनी डॉलर्स

मिळत होते. मी स्वतः लक्षाधीश झालेलो आहे. कारण माझा पगार ५,३०,००,००० चिनी डॉलर्स आहे.

"३० कोटी डॉलर्सचे कर्ज अमेरिकेने जाहीर केले. हे फारच कमी असून, खरी गरज ३०० कोटी डॉलर्सची आहे, असे नानकिंग सरकारचे म्हणणे आहे."

१ डिसेंबर १९४७ चे पत्र

"नॅशनल असेंब्लीच्या निवडणुका २०, २१, २२ नोव्हेंबरला झाल्या. 'लोकशाहीची प्रभात' असे याचे वर्णन करण्यात येत आहे. परंतु हे सर्व डोळ्यात धूळ फेकणे आहे. महत्त्वाच्या विरोधकांचा आवाज बंद करण्यात आलेला आहे. त्यांनी निवडणुकीत भागच घेतलेला नाही."

२ एप्रिल १९४८ चे पत्र

"मादाम चँग व जनरॅलिझमो यांचा निरोप आहे की, आपण कुलिंग येथे त्यांच्या सहवासात काही दिवस काढावे. तुम्हाला तेथे आवश्यक ती विश्रांती घेता येईल."

९ एप्रिल १९४८ चे पत्र

"युध्द संपल्यानंतरच्या दोन वर्षांत अमेरिकेने यादवीग्रस्त चीनमध्ये कोमिन्टांग सेनेसाठी शस्त्रांचा सतत मोठा रतीब ठेवलेला आहे. जपान्यांशी लढण्याकरिता पूर्वी पाठविलेल्या मदतीपेक्षा ही मदत मोठी आहे.

"परंतु काही कळत नाही ! या शस्त्रांपैकी बरीचशी कम्युनिस्टांच्याच हाती पडत आहेत. कोमिन्टांग आणि कम्युनिस्ट जनरल यांच्यामध्ये हा मोठा व्यापारच चालतो !

गंमतीने इथे असे सांगतात की, माओ-त्से-तुंगने ट्रूमन यांना तार केली आहे - 'चँग-कै-शेकला अधिक शस्त्रे पाठवू नका ! आमच्याजवळ ती आता फार जमा झाली आहेत !'

"मी चँग-कै-शेक यांचा निरोप घ्यायला गेलो होतो. तेव्हा मला प्रथमच हे जाणवले की, पायाखालची वाळू सरकू लागल्याची चँगला जाणीव झालेली आहे."

१५ एप्रिल १९४८ चे पत्र

"हे माझे चीनमधून पाठवलेले अखेरचे पत्र. मादाम सन्यत्-सेन आम्हाला निरोप देण्यासाठी शांघायला विमान तळावर आली होती. गेली काही वर्षे ही वृध्दा निवृत्त जीवन जगत आहे. चीनमध्ये जे चालले आहे ते पाहून तिला बरे वाटत नाही. डॉ. सन्यत्-सेनला आनंद झाला असता अशा या घटना नक्कीच नाहीत.

"विमानातून मी मादाम सन्यत्-सेनची दूर जाणारी मूर्ती पाहात असताना माझ्या मनात विचार येत होता की, ही तेजस्वी स्त्री जर लादून घेतलेल्या निवृत्तीतून बाहेर पडली तर ती इतिहास पुन्हा उजळून टाकील. मी विमानातून पाहात होतो. मादाम

सन्यत्-सेनची आकृती मागे मागेच जात राहिली होती.''

'लेटर्स फ्रॉम चायना' या श्री. मेनन यांच्या पुस्तकातला हा अल्प भाग अशासाठी उद्धृत केला आहे की, पृष्ठेच्या पृष्ठे लिहूनही जे सांगता येणार नाही ते या पत्रातील काही मजकुरातून अधिक चांगले ध्वनित होईल. कारण प्रत्यक्ष घटना घडत असताना झालेली प्रतिक्रिया अधिक बोलकी असते.

महाभारत म्हटले की त्यात एक डोळ्यावर पट्टी बांधलेली सत्प्रवृत्त गांधारी असते. मादाम सन्यत्-सेनला याचसाठी दीर्घायुष्य लाभले असावे !

* * *

२६

□

नव्या चिनी श्रद्धेचा जनक - राष्ट्रपिता माओ !

दुसऱ्या महायुध्दामुळे जग किती शहाणे झाले कुणास ठाऊक, परंतु चँग-कै-शेक त्यापासून फारसे काही शिकला नाही. मार्क्सवादाचा निःपात करताना हिटलर, मुसोलिनी इतिहासजमा झाले होते आणि ही राहिलेली कामगिरी व निःपाताची जबाबदारी आता आपणावर पडलेली आहे, आपणच अखेरची आशा आहोत, अशा आविर्भावात जनरॅलिझमोने यादवी पेटविली होती.

पोथी लागते : प्रेषित लागतो

दोन्ही पक्षांची लढणारी माणसे एकाच वंशाची होती, एकाच प्रदीर्घ संस्कृतीचा वारसा दोन्हीकडील सैन्य मिरवीत होते. इतकेच नव्हे तर माओ व जनरॅलिझमो हे दोघे स्वतःला डॉ. सन्यत्-सेनचे वारसदारच म्हणवत होते. मग तोच चिनी तरुण, जनरल चँगकरता लढताना निष्प्रभ ठरत होता आणि माओचा लाल सैनिक म्हणून लढताना प्रभावी ठरत होता, तो कसा ? कारण माणसाच्या ठिकाणी असलेली सुप्त शक्ती फार मोठी असते. या शक्तीला प्रज्वलित करण्यासाठी माणसांना एखादी श्रध्दा द्यावी लागते, एखादा मंत्र द्यावा लागतो आणि मग अशी ध्येयासक्त माणसे त्याकरता जिवावर उदार होऊन लढतात.

एखादा वंश किंवा जात ही शतकानुशतके षंढ किंवा पराक्रमी असत नाही. एखादी पिढी ज्या पध्दतीने वाढविली जाते त्याप्रमाणे ती भासू लागते. माओ अखेर विजयी झाला याचे कारण चिनी शेतकऱ्याच्या हातात त्याने एक नवी श्रध्दा देणारी पोथी ठेवली आणि त्या अनुषंगाने होणारी प्रेषिताची वाटचाल करताना तो स्वतः मुळीच उणा पडत नाही.

'व्हर्सायच्या तहाच्या चिंध्या करू' ही हाक लोकांना हिटलरने दिली. बाहेरचा शत्रू त्याने राष्ट्रवादासाठी राबवला आणि अंतर्गत शत्रू म्हणून मार्क्सवाद्यांकडे बोट केले. हाक नेहमी सहज समजणारी असावी लागते. माओ असाच सोप्या आवाहनांनी

लोकांपर्यंत पोचलेला होता. 'जपान्यांचा पराभव करू' ही घोषणा माओने शेतकरी कामकऱ्यांना, विद्यार्थ्यांना दिली आणि त्यांचा राष्ट्रवाद उफाळून आला. अंतर्गत शत्रू म्हणून माओने आसपासचे आर्थिक आणि सामाजिक अन्यायाचे भीषण स्वरुप राबवले.

अन्यायाविरुध्द संतापून उठणे ही मानवी मनाची एक उदात्त ईर्ष्या असतेच. माओसारख्या चाणाक्ष पुरुषाने, हातात शस्त्र दिलेला शेतकरी नव्या धर्माचा कडवा अभिमानी करून टाकला. असे भारलेले लाल सैन्य आता सुरू झालेल्या यादवीत माओच्या पाठीशी होते, हे त्याच्या अंतिम यशाचे रहस्य आहे. यादवीत नेहमी जय त्या व्यक्तीचा होतो - की जी भल्याबुऱ्या मार्गाने गरीब जनतेचा पाठिंबा खेचू शकते.

सेनानी म्हणूनही माओ सरस

लष्करी डावपेचातही लाल नेतृत्त्व, जनरॅलिझमोपेक्षा अधिक सरस ठरले. माओने लाल सेनेला बजावले होते :

"डावपेच जुनेच खेळावयाचे होते. शहरे जिंकण्याचा अट्टाहास करायचा नाही. खेडोपाडी आपली शक्ती आहे ! कारण तिथे आपले स्वागत आहे. ग्रामराज्याचे किल्ले करू. शहरांच्या नसा तोडणारे छापे मारु. उपासमारीने शहरे शरण आणू. सुरुवातीला मात्र शहरांचा नाद धरायचा नाही."

मांचुरियात कोमिन्टांग सेना अमेरिकन विमानातून आली. तिथे प्रथम शहरांचा कब्जा केला. शहरात सुखसोई होत्या. वाहने होती. सर्व गोष्टी मिळत होत्या. मुकडेन, चांगसून ही महत्त्वाची शहरे कोमिन्टांग सेनेने व्यापली. लिनपियाओचे २३,००० च्या घरात असलेले लाल सैन्य मुकडेनच्या उत्तरेस खेडोपाडी विखुरले. येनानचा मोह माओला नव्हताच. राजधानी घेतली की राज्य बुडाले, असे समजुन चँगच्या फौजा येनानवर येणार हे माओला दिसत होते. जशी किआंगसी सोडली तसे येनान सोडावयाचे होते. आज इथे तर उद्या तिथे अशीच लढाई माओ खेळणार होता.

उत्तरेस चिनी भिंतीच्या आत 'शिचॅग-चुंग' या गावाशेजारी माओचा सर्व तळ हालला. अपेक्षेप्रमाणे मार्च १९४७ मध्ये कोमिन्टांगने नाट्यपूर्ण जाहिरात केली : 'येनान पडले. माओ पळाला - संपला !'

१९४७ च्या हिवाळ्यात PLA - 'People's Liberation Army' (जनतेची मुक्तीफौज) हे नवे नामकरण झालेली लाल सेना चढाईसाठी तयार झाली. लिन-पियाओने गावामागे गावे घेत मुकडेन, किरीन आणि चांगसून या मांचुरियातील तिन्ही शहरात कोमिन्टांग सेनेला कोंडून धरले. या तीन शहरांव्यतिरिक्त सगळा मांचुरिया लिन-पियाओने कब्जात घेतलेला होता. कारण यंग मार्शलबरोबर लाल सेनेत दाखल झालेली सगळी ५०,००० सेना ही मांचुरियातली होती. प्रत्येक खेडे नि खेडे या सेनेला पाठ होते.

लाल सैन्याचे नवे नामकरण हेतुतः केलेले होते. चँगविरुध्द फक्त कम्युनिस्ट लढत आहेत, हे चित्र जनरल चँग दाखवू पहात होता. जे स्टॅलिनच्या कम्युनिस्ट नीतीला कंटाळले होते, ते सर्व यापुढे विनाकारण जनरॅलिझमोला मदत करणारे ठरणार होते म्हणून माओने सैन्याचे नाव बदलले. आता ही 'मुक्तीफौज' होती. जनरॅलिझमो चँगच्या सडक्या राजवटीला कंटाळलेल्या प्रत्येकाने या मुक्ततेत भाग घ्यायला हवा होता - नव्या नावाचे हे आवाहन होते.

याच अनुरोधाने डिसेंबर १९४७ मध्ये लिन-पियाओच्या सैनिकांचे विजयाबद्दल अभिनंदन करताना माओ उद्गारला :

"चँग-कै-शेकच्या २० वर्षाच्या प्रतिगामी राजवटीचा अंत करण्याचा क्षण जवळ आलेला आहे. पारडे आता आपल्या बाजूला झुकले आहे."

चँगचे रक्तदान !

१९४८ साल उजाडले तेव्हा खरोखरच पारडे माओकडे झुकलेले होते ! यादवीला सुरुवात झाली, तेव्हा लाल सेनेचे कोमिन्टांग सेनेशी प्रमाण १:४ होते, आता ते १:२ झालेले होते ! याला कारणे होती.

चलनफुगवटा आणि लाचलुचपत यामुळे कोमिन्टांग राजवटीतील जनतेचे काय हाल सुरू झाले होते, ही गोष्ट श्री. मेनन या भारतीय राजदूताच्या पत्रांवरुन सहज लक्षात आली असेल. धान्याचा दुष्काळ, विद्यार्थ्यांचे संप, आर्थिक संकटाचा भस्मासुर - अशा सर्व बाजूंनी जर्जर झालेल्या राजवटीत आता लष्करी शस्त्रास्त्रांच्या व्यवहारातही काळाबाजार शिरलेला होता ! अमेरिकेतून मिळालेली शस्त्रास्त्रे कम्युनिस्टांना विकण्याचा आणि खेळता पैसा हातात निर्माण करण्याचा कोमिन्टांग सेनेतील अधिकाऱ्यांनीच सपाटा लावला होता. या व्यवहाराला माओ गंमतीने 'Blood Transfusion' (रक्तदान) म्हणत असे. शस्त्रास्त्रे ही सैन्याच्या नाडीला रक्तपुरवठा करत असतात. लाल सैन्याला कोमिन्टांग सैनिकच 'रक्तदान' करीत होते. ज्यांना हे जमत नव्हते ते उपासमारीला आणि त्रासदायक अनुभवांना कंटाळून, सरळ लाल सैन्याला जाऊन मिळत होते. मोठ्या प्रमाणावर कोमिन्टांग सैन्याची रीघ आता माओच्या तळाकडे लागलेली होती.

जनरॅलिझमो चँग-कै-शेकच्या लढाईत कुणाला रस होता ? जे चँगच्या आसपास अधिकारावर होते ते सुंग आणि कुंग यांना ! लक्षावधी डॉलर अमेरिकेत आणि परदेशी बँकांत स्वतःच्या नावावर जमा करण्याच्या सतत प्रयत्नात ही मंडळी होती. या गोष्टीवर चर्चा वृत्तपत्रात होत होती आणि जो तो जमेल त्या स्तरावर संपूर्ण निलाजरेपणाने पैसे करत सुटलेला होता. चँगकरता ही माणसे थोडीच लढणार होती ?

८ नोव्हेंबर १९४८ या दिवशी लाल सेनेने मुकडेन जिंकले. माओने जाहीर केले :

"अपेक्षेपेक्षा कमी वेळात आपण हे युध्द जिंकणार आहोत. आणखी फार तर एखादे वर्ष लागेल."

'चेन-यी'चा मर्मप्रहार

डिसेंबर १९४८ अखेरपर्यंत जवळ जवळ सर्व मांचुरिया आणि उत्तर चीन कम्युनिस्टांच्या कब्जात आला. हुआई-हाई या ठिकाणी डिसेंबर १९४८ मध्ये पासष्ट दिवसांच्या रणकंदनानंतर कोमिन्टांग सेनेचे पानिपत झाले !

जनरल चेन-यी याच्या सैन्याने चँगला हा मर्मटोला दिलेला होता. ३३ डिव्हिजन्स सैन्य म्हणजे जवळ जवळ ३,२०,००० सैनिक या लढाईत कोमिन्टांगने गमावले. यानंतर कोमिन्टांग लष्कर पुन्हा कधीच उठून नीट उभे राहू शकले नाही. एप्रिल १९४८ मध्येच पेंग-ते-हुई याने येनानचा पुन्हा कब्जा केला. माओने लिन पियाओला सूचना पाठवली : "पेकिंग आणि तिअनस्टिन घेण्याच्या भानगडीत पडू नका. कोमिन्टांग तुकड्या पळत सुटल्या आहेत. त्यांना ठिकठिकाणी गाठून त्यांचा फडशा पाडा. दक्षिण चीनमध्ये त्यांना निसटू देऊ नका."

जानेवारी १९४९ च्या मध्याला लाल सेना २९ तासांच्या लढाईनंतर तिअनस्टिनमध्ये शिरली. पेकिंगचा कोमिन्टांग जनरल फू-त्सोई याने लढाई न करताच शरणागती दिली !

शुभ-वर्तमान

डर्क बोड (Derk Bodde) हा पेन्सिल्व्हानिया विद्यापीठात चिनी भाषा शिकविणारा प्राध्यापक, पेकिंगमध्ये लाल सेना शिरली त्या वेळी तिथे होता. काही कृतनिश्चयाने ही सर्व माणसे त्या वेळी कशी भारलेली होती ही गोष्ट त्यांच्या दैनंदिनीवरुन स्पष्ट होते.

२६ जानेवारी १९४९ (पेईपिंग)

"मुक्तता !

"हा एकच शब्द ज्याच्या त्याच्या तोंडात आहे. जनरल फू-त्सोई याचे कोमिन्टांग सैनिक कुठे कुठे दिसतात, परंतु ते हळूहळू शहरातून पळण्याच्या विचारात आहेत. 'एट्थ रुट आर्मी' चे लाल सैनिक अजून माझ्या नजरेस पडलेले नाहीत. परंतु सर्व भिंती आणि टेलिफोनचे खांब पोस्टर्सनी मढवल्या स्थितीत आहेत. 'शांतता राखा', 'नवा चीन निर्माण होतो आहे.' अशा घोषणा या पत्रकांवर आहेत. माझ्या मनात याबद्दल मुळीच संदेह नाही की सर्व जनता ही कम्युनिस्टांनी जवळजवळ आपलीशी केलेली आहेच. ताण संपल्याचा, दिलासा मिळाल्याचा आनंद सर्वत्र भरलेला आहे आणि तो शब्दात वर्णन करणे कठीण आहे."

३ फेब्रुवारी १९४९ (पेईपिंग)

"जनरल येह-चिन-यिंग याच्या नेतृत्वाखाली सात जणांचे अधिकार मंडळ शहरात

कारभारासाठी कटिबध्द झाले आहे. पेईपिंग शहरात बाहेरून अन्न घेऊन येणाऱ्या बैलगाड्यांच्या लांबच लांब रांगा लागलेल्या आहेत. धान्याच्या किंमती खाली येत आहेत. जुन्या राजवटीतले सोन्याचे 'कोमिन्टांग युवान' बदलून नव्या राजवटीची नाणी व नोटा वाटण्याचे काम पुढल्या २० दिवसांत संपेल. यासाठी 'कोमिन्टांग सेंट्रल बँक' आता 'जनता बँक' झाली आहे.

"आज शहरात लाल लष्कराचे, विजयाचे विशेष संचलन झाले. हजारो विद्यार्थी, प्राध्यापक आणि विविध संघटना या संचलनात सामील झालेल्या होत्या. लाल निशाणे आणि माओ-त्से-तुंगची छायाचित्रे हजारोंच्या संख्येने संचलनात होती. मुक्ती फौज हे अर्थात संचलनाचे महत्त्वाचे आकर्षण होते. घोडदळ, पायदळ, लष्करी वाहनांचा ताफा, काही ट्रक्स, ट्रकवर ठेवलेल्या तोफा, बंदुका, मशिनगन्स, ॲम्ब्युलन्सेस, जीप्स यांचे हे परिणामकारक प्रदर्शन होते. बहुतेक लष्करी सामुग्री ही अमेरिकेने कोमिन्टांगला दिलेली सामुग्री होती. नव्या निर्माण होणाऱ्या चीनच्या लष्करी बळाचे हे पहिले प्रदर्शन दैदिप्यमान होते."

४ मार्च १९४९ (पेईपिंग)

"लाल सैन्य शहरात आल्याला ४२ दिवस झाले. आता 'मधुचंद्र' संपलेला आहे.

"शहरात वेढा पडला होता तेव्हापासून शहरात साचलेला प्रचंड कचरा आता हळूहळू हालवला जातो आहे. कोमिन्टांग सैन्याने बरीच मोडतोड जागोजाग केली आहे, ती दुरुस्त केली जात आहे. शहराभोवतालची भिंत आता सर्वांना मोकळी करण्यात आली आहे. कुणीही बाहेर जाऊ शकतो, आत येऊ शकतो. शहरातील सार्वजनीक बागा, वस्तुसंग्रहालये, कन्फ्युशिअसची मंदिरे ही सर्व ठिकाणे स्वच्छ होऊन सर्वांना खुली झाली आहेत. शहरात बेकार कोण आहेत, घरे नसलेले कोण आहेत, या सर्वांची नोंदणी सरकारने सुरू केली आहे.

"सरकारी दुकाने धान्य, कोळसा, कापड या वस्तूंची विक्री करीत आहेत. या दुकानांनी सर्व शहर व्यापायला सुरवात केली आहे. खाजगी व्यापाऱ्यांकडील माल अधिक दर्जेदार असला तरी किंमती फार आहेत. सर्व सरकारी नोकरांचा पगार नव्या सरकारी धान्य-किंमती लक्षात घेऊन ठरवला जात आहे. पेट्रोलची टंचाई असल्याने रस्त्यांवर फारशा मोटारी दिसत नाहीत.

"फेब्रुवारीच्या दुसऱ्या आठवड्यातच उत्तरेचे लाल चीन सरकार शिह-चिह-चुआंग येथून पेईपिंगमध्ये आले. कोमिन्टांग सैनिकांपैकी ज्यांना लाल सेनेत दाखल व्हायचे असेल त्यांना दाखल व्हायला मोकळीक आहे, परंतु ज्यांना घरी जायचे असेल त्यांना ३ महिन्यांचा पगार देऊन सरकारी खर्चाने घरी पोचवण्याची सवलत जाहीर झाली

आहे. कोमिन्टांग जनरल फू-त्सोई हा स्वत: कुठे तरी उपनगरात राहात आहे.

"गेल्या रविवारी आम्ही तिघेजण मित्र पेई-हाई भागात फिरत होतो. तिथल्या एका पुरातन मंदिराबाहेरुन जात असतांना तेथील दगडी चौथऱ्यावरुन खाली पाडलेली तीन प्रचंड ब्रॉन्झची धूपदाने आम्ही पाहिली. काही मिनिटे गेली असतील, तिथून ८-१० लाल सैनिक जात होते, त्यांनी ही धुळीत लोळणारी धूपदाने पाहिली. तेसुध्दा आमच्यासारखेच फिरायला आलेले होते. परंतु या सैनिकांनी पाठीवरच्या बंदुका, अंगावरची ब्लँकेट तशीच ठेऊन लगेच ती अवजड धूपदाने दगडी चौथऱ्यावर चढवण्याची खटपट सुरू केली. ती धूपदाने इतकी मोठी व अवजड होती की दोरांनी उचलल्याखेरीज ती वर चढवणे शक्य नव्हते. परंतु या सैनिकानी ती लोटत लोटत एका पायरीपाशी नेली. रेटा देऊन एक एक उभे केले आणि ती सर्व पाहता पाहता दगडी चौथऱ्यावर ठेवली !

"कुणाचाही वरुन हुकूम नसताना, कसलाही वैयक्तिक लाभ नसताना, शाबासकीची अपेक्षा नसताना, या सैनिकांनी जाता जाता एक सामाजिक काम चट्दिशी उरकले होते. मला वाटते, शतकाच्या काळात चिनी सैन्यांकडून अशी एखादी सत्कृती प्रथमच घडत होती !"

शांततेचे सूतोवाच

पेकिंग लाल सैन्याच्या हवाली झाले. कोमिन्टांग सेनेला समुद्रमार्गे दक्षिण चीनमध्ये निसटण्याचा मार्गच बंद करण्यात आला होता. जर लाल सैन्य याच जोशात दक्षिण चीनवर घसरले असते तर लढाई काही दिवसांतच संपणार होती.

परंतु १ जानेवारी १९४९ ला नानकिंगहून शांततेसाठी हालचाली सुरू झाल्या. जनरॅलिझमो चँगने २१ जानेवारीला आपल्या अध्यक्षपदाचा राजीनामा, अध्यक्ष ली-त्सुंग-जेन यांच्या हाती ठेवला आणि जाहीर केले, "माझी शांतता प्रस्थापित करण्याची इच्छा आहे. यासाठी मी दूर होतो आहे."

जनरल चँग-कै-शेक हा आता चीनमधून निसटून तैवान गाठण्याची तयारी करू लागला होता. पुढचे पन्नास दिवस पेकिंग येथे कोमिन्टांग मध्यस्थांनी कम्युनिस्टांशी वाटाघाटी करण्यात घालविले. बोलणी पेकिंग येथे सुरू होती. लढाई काही काळ बंद झाल्यासारखी झाली.

२० एप्रिलला माओने शांततेसाठी पुढे केलेल्या अटी नानकिंग सरकारने अमान्य असल्याचे सांगितले. त्याच दिवशी लाल सैन्याने यांगत्सी नदीवरील तीनशे मैलांच्या आघाडीवर एकदम चढाई सुरू केली. याच नदीने लाँग मार्चमध्ये त्यांना दक्षिणेकडे बराच काळ अडवले होते. परंतु आता लाल सैन्य यांगत्सी ओलांडून चौफेर सुटले.

नव्या चिनी श्रद्धेचा जनक - राष्ट्रपिता माओ ! । ४६३

ज्या चँगबरोबर २५ वर्षे माओ झगडत होता त्याला आता मोकळा सोडण्याचा त्याचा इरादा नव्हता ! चँग आता मागत होता चीनची फाळणी ! "उत्तरेत माओचे राज्य राहील. यांगत्सीखाली दक्षिणेत बिगर कम्युनिस्ट माणसे राहतील."

कसल्याही स्वरुपाची देशाची फाळणी केली तरी साम्राज्यवादी शक्ती तो देश अधिक खच्ची करण्याची यंत्रणा निर्माण करतात. माओने ही सूचना फेटाळली आणि देशाचा संपूर्ण ताबा मागितला. आणखी युध्द करावे लागले तरी ते करायचे, त्याची किंमत मोजायची, पण फाळणी नाही, हा माओचा ठाम निश्चय होता. वाटाघाटी कोसळणार हे माओला ठाऊक होते. लाल सैन्य यांगत्सीच्या तीरावर फक्त इशाऱ्याची वाट पाहात होते.

२३ एप्रिलला नानकिंगवर लाल निशाण फडकले !

जगाच्या लष्करी इतिहासातील हा एक चमत्कारच होता. चीनसारख्या विस्तीर्ण, अवाढव्य देशात लाल सैन्य अवघ्या वर्षभरात प्रचंड लाटेसारखे कानाकोपऱ्यात पसरले.

नानकिंगहून कोमिन्टांची राजधानी कॅन्टोनला गेली. परंतु देशोदेशीच्या वकिलाती नानकिंगलाच राहिल्या. सर्वांना हे कळून चुकले होते की, चँगची राजवट आता अखेरचे आचके देत आहेत. त्याच्याबरोबर कुठे कुठे पळणार आणि पळून करायचे काय ?

परंतु या वेळी रशियात, चीनमध्ये काय घडते आहे हे नीट न समजलेली एक व्यक्ती होती. रशियाचा लाल हुकूमशहा स्टॅलिन याचा अजून चँगच्या अंतिम विजयावर विश्वास होता ! रशियाचा राजदूत कॅन्टोनला चँगबरोबरच पळाला होता. माओने जिंकलेल्या प्रदेशातील सोविएट वकिलाती स्टॅलिनने बंद करण्याचा आदेश सोडलेला होता.

२१ सप्टेंबरला पेकिंग येथे सर्व लोकशाहीवादी पक्ष, निरनिराळ्या लोक संघटना आणि सर्वमान्य कार्यकर्ते यांची 'राजकीय विचारविनिमय परिषद' (New Political Consultation Conference) भरली. जानेवारी १९४६ मध्ये जर कोमिन्टांशी समझोता होता तर अशी बैठक भरवण्याचे माओने मान्य केले होते. ही बैठक सात दिवस चालू होती. या बैठकीला निरनिराळ्या पक्षांचे १४२ प्रतिनिधी जमले होते. यात कम्युनिस्ट फक्त १६ होते. ३० सप्टेंबरला माओ-त्से-तुंग याची नव्या राजवटीचा अध्यक्ष म्हणून एकमताने निवड झाली. तत्पुर्वी २७ सप्टेंबरला 'पेईपिंग' नाव बदलून ते 'पेकिंग' असे करण्यात आले. पेई म्हणजे उत्तर. 'पेईपिंग' म्हणजे उत्तरेचे पठार. पेईपिंग म्हणजे उत्तरेची 'राजधानी'. नानकिंग ही यापुढे राजधानी नाही, ही गोष्ट स्पष्ट करणारा हा बदल होता. ('नान' म्हणजे दक्षिण. नानकिंग म्हणजे दक्षिणेची राजधानी असा होतो. 'हो' म्हणजे नदी, हे लक्षात घेतले तर होनान, होपई या नावांचे अर्थदेखील सुलभ होतात.)

नव्या निशाणाचा जन्म

चेअरमन म्हणून निवड होताच माओने या राजकीय परिषदेपुढे भाषण केले. तो भाषणाला उभा राहीला तेव्हा त्याचा कंठ दाटून आला होता. पंचवीस वर्षांच्या प्रदीर्घ तपश्चर्येनंतर अनेकांच्या हौतात्म्यामुळे हा दिवस उजाडला होता. १९२७ ते १९३४ या काळात स्टॅलिनने कोमिन्टर्नला एकदाही पक्षप्रमुख म्हणून माओचा विचार करू दिला नव्हता ! जे अनेक सहकारी मारले गेले होते त्यांच्या आठवणीने मात्र तो सद्‌गदित झाला असावा. माओने आपल्या देशप्रेमाच्या भावना आवरीत कातर आवाजात सांगितले :

"चिनी जनता आता उभी राहिली आहे. हे राष्ट्र अपमानित अवस्था यापुढे कधीही अनुभवणार नाही."

१ ऑक्टोबर १९४९ या दिवशी पेकिंग येथे तिएन-आन-मेन या चौकात चेअरमन माओने जनतेच्या प्रजासत्ताकाचा जन्म झाल्याची द्वाही फिरविणारे लाल निशाण फडकवले. या गडद लाल निशाणावर डाव्या कोपऱ्यात एक पिवळा तारा होता आणि त्याखाली अर्धवर्तुळाकार आणखी चार लहान लहान पिवळे तारे होते. यातला पिवळा मोठा तारा हा 'चीनची कम्युनिस्ट पार्टी' ही देशाची भाग्यविधाती झाली आहे याचे द्योतक होते. भोवतालचे चार लहान तारे हे शेतकरी, कामकरी, किरकोळ बूर्झ्वा, आणि राष्ट्रवादी मध्यमवर्ग याचे प्रतिनिधी होते.

दोनच आठवड्यांनी कॅन्टोन पडले (१५ ऑक्टोबर १९४९). सुईच्या अग्रावर राहील एवढीही सत्ता मार्क्सवाद्यांना चिनी भूमीवर नाकारणारा चीनचा एके काळचा पुरुषसिंह निर्वासित होऊन फोर्मोसा (तैवान) बेटावर पळून गेला !

काय घडले आणि कसे घडले हे पुरतेपणी उमगायच्या आत माओ-त्से-तुंग हा जवळ जवळ साठ कोटी लोकसंख्येच्या चीन देशाचा सर्वाधिकारी झालेला जगाला दिसला. जीर्णशीर्ण चीनला नरकातून लाल ताऱ्याकडे नेऊ पाहणाऱ्या जीवनातला एक महत्त्वाचा टप्पा पूर्ण झाला होता. बंदुकीच्या नळीतूनच सत्ता माओने खेचून आणली होती. जग स्तिमित झाले होते !

संमिश्र सरकार

माओने जे सरकार बनवले त्यात बिगर कम्युनिस्ट नेत्यांना आणि विचारवंताना स्थान दिलेले होते. सहा उपाध्यक्ष (व्हाईस चेअरमन) नेमलेले होते. त्यात एक जागा मादाम सन्यत्-सेन हिला देण्यात आली होती. डेमोक्रॅटिक लिग पक्षाला एक जागा आणि 'रिव्होल्युशनरी कोमिन्टांग' पक्षाला एक जागा दिलेली होती.

माओचे पहिले सरकार हे अशा रीतीने संमिश्र सरकार होते. नजिकच्या भविष्यात

माओ धीराने, सबुरीने सर्व गोष्टी घेणार होता, याचे हे निदर्शक होते.

माओने या क्षणापर्यंत चीन बाहेर पाऊल टाकलेले नव्हते. स्वतः खऱ्या अर्थाने शेतकऱ्याचेच जीवन आतापर्यंत जगत राहिल्याने आणि अनुभवल्याने, शेतकरी वर्गाच्या गरजा आणि बौद्धिक आकांक्षा यांची माओला चांगली ओळख होती. एखाद्या चिनी कादंबरीतील नायकासारखा किंवा चिनी रंगभूमीवरील ऑपेरातील गायकासारखा, तो शंभर टक्के चिनी होता. देशी होता. पाश्चात्य विद्याविभूषितांना आणि विचारवंतांना तो काहीसा रांगडा भासून त्याचे मार्ग चमत्कारीक वाटणे साहजिक होते.

माओचा मार्ग सोपा नव्हता. चीनमध्ये भारताप्रमाणेच प्रांताभिमान शाबूत होता. हुनान प्रांताला, शेन्सी प्रांताला, किआंगसी प्रांताला माओ जवळचा वाटला, तरी इतर अनेक प्रातांना तो आवडत होता अशातला मुळीच भाग नव्हता. परंतु जीर्ण-शीर्ण देशाने प्राप्त करून घेतलेल्या झळाळीची दिप्ती टिकवून धरण्याचा माओचा प्रयत्न आणि चीनच्या हिताचा प्रामुख्याने विचार, हे माओच्या कार्यक्रमाचे भाग सर्वांनाच माओकडे खेचून घेणारे होते.

अक्राळविक्राळ समस्या

माओच्या नेतृत्वाखाली सत्ताधीश झालेल्या चिनी कम्युनिस्टांपुढे तीन महत्त्वाच्या समस्या उभ्या होत्या :

१) शतकभराच्या लढायांमुळे देश छिन्नविच्छिन्न झाला होता. या विस्तीर्ण देशात राष्ट्रीय एकात्मता निर्माण करणे, ही पहिली मोठी समस्या होती. १९११ सालापासून या देशाला स्थिर केंद्र सत्तेचा अनुभवच नव्हता. १९२७ साली कोमिन्टांगनेदेखील असाच लष्करी विजय संपादन केलेला होता, तरी देशात भावनात्मक एकात्मता निर्माण करणे त्या राजवटीला जमलेले नव्हते. कम्युनिस्टांना हे जमणार होते का ?

२) दुसरी अडचण देशाच्या आर्थिक अविकासाची होती. जे थोडेफार उद्योगधंदे होते ते सर्व युध्दामुळे नामशेष झाले होते.

३) तिसरे भीषण संकट होते ते लोकसंख्येच्या बेसुमार वाढीचे. शेतीमधून अधिक उत्पादन झाल्याखेरीज या अवाढव्य जनतेच्या पोटाची, खळगी भरणार नव्हती.

याव्यतिरिक्त शहरात ओतणारा माणसांचा लोंढा, अमर्याद निरक्षरता, सर्वांना काम उपलब्ध करण्याची जबाबदारी असे अनुषांगिक अक्राळ-विक्राळ प्रश्न होतेच.

नवा कन्युशिअस माओ !

चिनी इतिहासाला आतापर्यंत ओळखीचा नसलेला एकात्मतेचा चिवट धागा देशभर निर्माण करण्यात चिनी कम्युनिस्टांनी अतुलनीय असे यश लवकरच मिळवले. हे राष्ट्रीय ऐक्य पोलादासारखे अभेद्य कसे होऊ शकेल, याचे गणित माओने अचूक बांधले होते.

चिनी इतिहासातून जे शिकण्यासारखे होते ते चिंतनाने त्याने आत्मसात केलेले होते. चिनी सम्राट हे परकीय वंशाचे असून केवळ नामधारी राजे कधीच नव्हते. परकी चिनी सम्राटांनी चीनवर अनेक वर्षे अबाधितपणे राज्य केले, याचे कारण - एक अनभिषिक्त राजा चिनी माणसाच्या हृदयसिंहासनावर अधिष्ठित होता. त्याचे नाव कन्युशिअस. माओपूर्व चीनमध्ये कन्युशिअसचा प्रभाव काय होता तो आपण पाहिलेला आहे. कन्युशिअसचा धर्म मागे सारुन, एका नव्या धर्माची - मार्क्सवादाची मुहूर्तमेढ चीनमध्ये आता रोवली जात होती. जीवनाच्या सर्व अंगोपांगांवर वर्चस्व गाजवणारा 'नवा कन्युशिअस' निर्माण झाल्याखेरीज देशाचे ऐक्य उभे राहणार नव्हते. माओने स्वतःची व्यक्तिपूजा मोठ्या प्रमाणात मांडली अथवा 'माओ विचार' ही एकच पोथी सर्वांच्या हातात दिली, अशी टीका नेहमी केली जाते. परंतु हे माओने केलेले नसून, कम्युनिस्ट पक्षाने हे केले आहे. हे सर्व माओने घडू दिले, याचे कारण चीनचा नवा कन्युशिअस या स्वरुपात लोकांच्या मनःपटलावर कब्जा मिळवण्याचे सामर्थ्य, कर्तृत्व आणि योग्यता ही फक्त माओपाशीच आहे, याबद्दल त्याचे शत्रूही शंका घेणार नव्हते. या विराट व्यक्तीपुजेतून काय दुःख निर्माण झाले ते पुढल्या प्रकरणांतून मांडले जाणार आहेच. मात्र हे दुःख केवळ व्यक्तीपूजेतून निर्माण झालेले नसून, कम्युनिस्ट तत्त्वज्ञानाचा तो अविभाज्य भागच आहे. माओ हा चिनी जनतेला कन्युशिअसमान वाटतो, त्याचे नाते स्टॅलिनच्या प्रतिमेपेक्षा कन्युशिअसच्या प्रतिमेशी अधिक मिळते-जुळते आहे ही गोष्ट कुणाला नजरेआड करून चालणार नाही. माओला हे ठाऊक आहे की, केवळ संघटना ही राष्ट्रैक्य निर्माण करीत नाही. या संघटनेला काही सामाजिक बैठक लागते. शेतकरी आणि कामकरी वर्गाचे हित हा जर तो सामाजिक आधार असेल, तर काही व्यक्तीभोवती या सामाजहिताचे उद्गाते म्हणून ही सर्व प्रोरणा केंद्रित झाली तरी फारसे बिघडत नाही.

पक्षसत्तेचे वाटप

लॉंग मार्चच्या दिव्यात चिनी कम्युनिस्ट पक्षाच्या वरिष्ठ नेतृत्वाचा जन्म झालेला आहे. रशियन कम्युनिस्ट पक्षात ऑक्टोबर क्रांतीच्या नेत्यांना जे आगळे स्थान आहे, तेच चिनी कम्युनिस्ट पक्षात 'लॅाग मार्च'मधील नेतृत्वाला लाभलेले आहे. कम्युनिस्ट पक्षाची वरिष्ठ कार्यकारिणी सात जणांची ठरली. माओ, चू-तेह, चाऊ-एन-लाय, लिऊ-शाओ-ची, लिन-पियाओ, चेन-यून आणि तेंग-त्सिआवो-पिंग हे ते सात नेते होत.

पक्षाचे सर्व निर्णय घेणारे सुमारे १०० सभासदांचे वरिष्ठ मंडळ, ज्याला हल्ली रशियात 'प्रिसिडियम' म्हणतात, त्यालाच चिनी कम्युनिस्ट 'पॉलिट्ब्यूरो' याच जुन्या नावाने

संबोधतात. वरील सात जणांव्यतिरिक्त इतर अनेकजण 'पॉलिट् ब्यूरो'चे सभासद आहेत. प्रांतिक पक्ष प्रमुखांशी संपर्क ठेवण्याचे काम पॉलिट् ब्यूरोला जोडलेले 'सचिवालय' करते. एक विभाग जो पक्षशिस्त सांभाळतो तोदेखील 'पॉलिट्ब्यूरो'ला जोडलेला असतो. सैन्यात जो कम्युनिस्ट पक्षाचा राजकीय विभाग असतो, त्यावर नियंत्रण ठेवणारा दुसरा एक विभागही 'पॉलिट् ब्यूरो'शी संलग्न असतो.

प्रांतिक पक्षाचे चिटणीस हे कम्युनिस्ट सत्ता यंत्रणेतील क्रमाने तिसरे सत्ताधारी होत.

देशातल्या प्रत्येक कारखान्यात, सामुदायिक शेती केंद्रात, शाळांत, सरकारी कार्यालयांत, सैन्यविभागात पक्षाची कमिटी काम करते. या सर्व ठिकाणांचे जवळजवळ सर्व प्रमुख अधिकारी हे कम्युनिस्ट असतात. कम्युनिस्ट पक्ष हा सर्व देशात अशा रीतीने प्रत्येक क्षेत्रात पोचवल्याबरोबर चीन देशाला आवश्यक ती एकात्मता निर्माण झालेली आहे. म्हणजे प्रमुखतः ही पक्षनिष्ठा आहे. हा पक्ष देशाचा भाग्यविधाता आहे आणि या पक्षावरील प्रेमाचे सर्व केंद्रीकरण हे माओ या व्यक्तीभोवती करण्यात आलेले आहे.

सरकारी यंत्रणा

आता सरकारी यंत्रणा कशी उभी करण्यात आली आहे ते पाहू. आपण ज्याला जिल्हा म्हणतो त्याच्या लहान अंशाला चीनमध्ये 'त्सिआंग' म्हणतात. काही 'त्सिआंग' मिळून 'त्सिन' तयार होतो. 'त्सिआंग' हा साधारणपणे ७,००० लोकवस्तीचा असला तर ३०-३२ 'त्सिआंग' मिळून एक 'त्सिन' होतो. काही 'त्सिन' मिळून ज्याला आपण प्रांत म्हणतो तो होतो. असे २९ राजकीय प्रांत सोईसाठी पाडलेले आहेत.

मात्र १९४९ साली राज्यकारभाराच्या दृष्टीने सर्व देशांचे प्रथम फक्त सातच विभाग पाडण्यात आले. पेकिंग येथून दूरदूरच्या प्रदेशावर ताबा ठेवणे सुरुवातीला कठीण असल्याने, या सर्व विभागांना बरीच स्वायत्तता दिलेली होती. १९५४ साली जेव्हा घटना तयार झाली, तेव्हा हे सात विभाग रद्द करण्यात आले. आता फक्त राज्यकारभाराची प्रांतवार रचनाच ठेवण्यात आली आहे. हे सर्व प्रांत म्हणजे कोमिन्टांग राज्य असताना होते तेच प्रांत, किरकोळ फरकाने कायम करण्यात आले. या प्रांतांना खूपच आर्थिक व इतर स्वातंत्र्य माओने ठेवले याचे कारण, सर्व प्रांतात कम्युनिस्ट पक्ष हाच एकमेव कार्यक्षम पक्ष होता आणि प्रांतिक राजकारणाला अनिष्ट वळण लागणार नाही, याची काळजी कम्युनिस्ट पक्ष घेऊ शकत होता. या प्रत्येक प्रांतात लष्करी आणि मुलकी कारभारासाठी दोन मंडळे निवडली जातात. हेच प्रांतिक सरकार असते. 'पॉलिट् ब्यूरो'चे अवयव हीच पेकिंगस्थित केंद्र सत्ता होय. या 'पॉलिट् ब्यूरो'वर प्रांतातून

प्रतिनिधी निवडून गेलेले असतात.

पक्ष, सरकार आणि सैन्य या तिन्ही गोष्टींवर कम्युनिस्ट पक्षाची घट्ट पकड निर्माण करण्यात माओला अशा सूत्रबध्द मार्क्सवादी रचनेमुळे सुरुवातीच्या काही वर्षांतच यश आले व देशापुढील अक्राळविक्राळ प्रश्नांच्या सोडवणुकीचा मार्ग तात्काळ मोकळा झाला.

ही प्रतिमा निराळी आहे !

ली-लीसान याने अनेक वर्षे माओशी पक्षांतर्गत झगडा केलेला होता. कोमिन्टर्नचा आणि स्टॅलिनशहाचा पाठिंबा असल्यामुळेच त्याने हे केलेले होते. माओ त्याला फार वर्षे ओळखत होता. 'देशभक्त पाहिजे' अशी माओने तरुणपणी जाहिरात दिली, तेव्हा पुढे आलेल्या तरुणातील हा एक होता, हे माओ विसरला नव्हता. मॉस्कोहून ली-लीसान आता परतलेला होता. माओने पहिले संमिश्र सरकार बनवले त्यात ली-लीसान याला मजूर-मंत्री म्हणून समाविष्ट केले. वांग-मिन याने मध्यवर्ती कम्युनिस्ट पक्षयंत्रणेचा ताबा माओला मिळू नये म्हणून सायास केले होते. याला पॉलिट् ब्यूरोचा सभासद निवडायला माओने अनुमती दिली. 'लाँग मार्च'च्या काळी अगदी आणी-बाणीच्या प्रसंगी चँग-कुओ-ताओ हा अनुयायांसह दुफळी माजून सिकँगकडे निघून गेला होता हे आठवत असेल. १९३८ साली हा येनान सरकारचे शत्रुत्व पत्करून सरळ चँग-कै-शेकच्या दरबारात सामील झाला होता.

यादवी संपली तेव्हा चँग-कुओ-ताओ हा हाँगकाँगमध्ये निसटला होता. तिथे त्याने आश्रय घेतला होता. हाँगकाँग येथे जेव्हा त्याची प्रकृती ढासळून त्याने अंथरुण धरल्याचे वृत्त आले, तेव्हा माओने मादाम चँग-कुओ-ताओ हिला बोलावून मुलाबाळांसह हाँगकाँग येथे जाण्याची सर्व व्यवस्था केली. चँग-कुओ-ताओने आपल्या आठवणी लिहून त्या एका अमेरिकन प्रकाशकाला विकल्या होत्या. त्यात कम्युनिस्ट राजवटीसंबंधी खूपच टीका आहे. परंतु माओने उद्गार काढले :

"चँग-कुओने पूर्वी क्रांतीत काही वाटा उचलला आहे. त्याने जे जिहिले आहे तेदेखील इतके वाईट नाही."

चँग-कै-शेकबद्दलही माओ कधी त्वेषाने वा द्वेषाने बोलत नाही. चीनच्या सिंहासनावर अखेरचा सम्राट 'प्यू-यी' हा बसण्याची जेवढी शक्यता त्या काळी होती, तेवढीही चँग-कै-शेक पुनश्च चीनमध्ये सत्ताधीश होण्याची नाही, हे त्याचे एक कारण असले तरी याशिवाय दोन कारणे आहेत. चीनमध्ये लष्करी धटिंगणांना नेस्तनाबूत करण्याची कामगिरी चँग-कै-शेकने एके काळी बजावली आहे याबद्दल माओ काहीसा कृतज्ञ राहू इच्छितो आणि 'तैवान' बेट हे चीनची भूमी नाही असा दावा अमेरिकेची

तशी भर असतानाही चँगने अजून केलेला नाही. हयातभर त्याला माओ सुखाने राहू देईल असाच रंग दिसतो. चँग-कै-शेकच्या मृत्यूनंतर मात्र तैवान बेटाचा कम्युनिस्ट चीन कब्जा केल्याखेरीज राहणार नाही हे स्पष्ट दिसते.

माओची चिनी जनतेच्या मनातील आजची प्रतिमा ही बाहेरच्यांना वाटते तशी जुलमी हुकुमशहाची नाही. चेंगिजखान, औरंगजेब, हिटलर अथवा स्टॅलिन यांच्या प्रमाणे तो क्रौर्यकर्मा भस्मासुर असा कुणाला भासत नाही. एखाद्या प्रांताला, गावाला व शहराला स्वतःचे नाव देण्यास त्याने सक्त विरोध नोंदवलेला आहे. स्वतःचा जन्मदिवसही देशात तो साजरा करू देत नाही ! शिक्षक, राजकारणी, योध्दा, मुत्सद्दी, कवी आणि या सर्व गुणांनी अलंकृत असा 'राष्ट्रपुरुष' वा 'राष्ट्रपिता' हेच त्याचे चिनी जनमानसांतील आजचे रुप आहे. कम्युशिअस, मार्क्स, डॉ. सन्यत्-सेन, बुध्द ही सर्व अवतारस्वरुप माणसे या एका पुरुषाच्या जीवनात सामावलेली चिनी जनतेला दिसतात. मग हे चीनबाहेर कुणाला आवडो वा न आवडो !

* * *

२७

□

स्टॅलिनचे राक्षसी रुप क्रुश्चेव्हने उघडे पाडले : माओची सावध प्रतिक्रिया !

मार्क्सने असे आग्रहपूर्वक सांगितले होते की युरोपात कामगारांचे क्रांतीप्रयत्न फसण्याचे कारण पूर्वीचे शासन मोडून टाकल्यानंतर आपली वर्गीय हुकमत स्थापन करण्याची त्यांनी नीट काळजी घेतली नाही. सत्ताग्रहणानंतर अंमलात आणण्याचा हा प्राथमिक मार्क्सवादी कार्यक्रम सांगितलेला आहे. कामगारवर्गाच्या एकाधिपत्याला विचाराने अथवा अत्याचाराने विरोध करणारे वर्ग अथवा गट असतील त्यांचे निष्ठुरपणे निर्दालन केले पाहिजे, या कार्यक्रमावर जोर देणे मग अपरिहार्यच होते.

जनतेचे लोकशाही एकाधिपत्य

माओने घडवलेली क्रांती ही कामगारक्रांती नव्हती. ती प्रामुख्याने किसानक्रांती होती. खेड्यापाड्यात तिचा जन्म झाला आणि शहरात ती नंतर पोहोचली हे आतापर्यंतच्या निवेदनातून सांगितले गेले आहे. चिनी जनतेच्या प्रजासत्ताकाचा १ ऑक्टोबर १९४९ या दिवशी जन्म होण्यापूर्वी, ३० जून १९४९ हा चिनी कम्युनिस्ट पक्षाचा अठ्ठाविसावा जन्मदिन आला. या निमित्ताने माओने (On the People's Democratic Dictatorship) 'जनतेचे लोकशाहीप्रधान एकाधिपत्य' हा निबंध प्रसिध्द केला होता. माओच्या विचारधनात हा अतिशय महत्त्वाचा विचार मानण्यात येतो.

या लेखनात माओने भविष्याचे जे चित्र रंगवले आहे त्याचे रंग गडद असले तरी ते एकात एक मिसळलेले आहेत.

चिनी जनतेच्या फार मोठ्या भागाला या लेखनानुसार देशाच्या राजकीय व आर्थिक व्यवहारात स्थान दिले गेलेले होते. हा समाज प्रमुखतः चार वर्णाचा सांगितलेला होता : शेतकरी वर्ग, कामकरी वर्ग, किरकोळ बूर्झ्वा आणि राष्ट्रीय वृत्तीचे बूर्झ्वा. या सगळ्यांचा यात समावेश होतो. मार्क्सवादी बूर्झ्वा कुणाला म्हणतात ? अगदी सोपी व्याख्या सांगायची तर जो वर्ग स्वतःच्या उत्पादनाने शरीर-कष्टावर भाकरी मिळवत नाही तो सर्व वर्ग. माओने 'राष्ट्रीय बूर्झ्वा' कोण हे स्पष्ट केलेले आहे. हा वर्ग

साम्राज्यवाद्यांकडून दडपला जातो आणि नोकरीचे बंधन पत्करून श्रीमंत अधिकारी होण्याची इच्छा-आकांक्षा बाळगल्यामुळे या शृंखलांचा दास असतो. क्रांतिकार्यात हा भाग घेऊ शकतो, परंतु याचे आर्थिक हितसंबंध प्रस्थापित शासनाशी इतके निगडीत असतात की, उघड विरोधाचे धैर्य याच्यापाशी बहुधा नसते. या वर्गाच्या अशा दुभंगलेल्या व्यक्तिमत्त्वामुळे काही काही वेळा हा वर्ग क्रांतिकार्यात पुढाकार घेताना दिसतोही. परंतु इतर वेळी तो प्रस्थापित सत्तेशी जमवून घेत राहतो. किरकोळ बूर्झ्वा वर्गात शिक्षक, लेखक, प्राध्यापक हा बुद्धिवादी वर्ग आणि विद्यार्थी, छोटे व्यापारी, हस्तकौशल्य असलेले कारागीर आणि वैद्यकीसारखा व्यवसाय करणारे लोक येतात. क्रांतिकार्याला ही सर्व मंडळी अनुकूल असतात, मदत करतात, प्रचार करतात. या वर्गाची सर्वतोपरी मदत क्रांतिकारांना मिळत असते. या वर्गातील मुख्य दोष म्हणजे, शत्रुपक्षाच्या अमिषांना ह्या वर्गातील मंडळी बळी पडण्याचा धोका असतो.

या सर्व वर्गाहून निराळा असा आणखी एक वर्ग माओने सांगितलेला आहे, तो म्हणजे बेकार मवाल्यांचा वर्ग (Vagrants Class). या वर्गाला सन्मानाने जगण्याचा मार्ग जीवनात सापडलेला नसतो. चोऱ्या कराव्या, मवालीपणा करावा, भीक मागावी, वेश्या व्यवसायात चार पैसे मिळवावे असे समाजविघातक उद्योग करीत हा वर्ग जगत असतो. हा वर्ग कुणीही विकत घेऊ शकतो. विकासापेक्षा विध्वंसाकडे आणि काही जोडण्यापेक्षा तोडण्याकडे यांची सहजवृत्ती असल्याने यांचा क्रांतिकार्यात संबंध आला तर फार जपून या वर्गाला हाताळावे लागते.

माओच्या समाज-कल्पनेत हे सर्व येत होते. यात येत नव्हते फक्त प्रतिक्रियावादी (Reactionaries) आणि मोठमोठे जमीनदार (Landlords). जनतेचे लोकशाहीप्रधान एकाधिपत्य म्हणजे काय हे सांगताना माओने लिहिले होते :

"ज्या लोकांना आपण स्वातंत्र्य, संघटना-स्वातंत्र्य, लेखन-स्वातंत्र्य हे सर्व अधिकार दिलेले आहेत, त्यांनीच या लोकशाहीत भाग घ्यावयाचा आहे. मतदानाचा अधिकार फक्त या लोकांना राहील. प्रतिक्रियावाद्यांकरीता हुकूमशाही-सदृश असे जे संयुक्त शासन असेल तेच 'जनतेचे लोकशाही-प्रधान एकाधिपत्य.'

हे सांगितल्यावर माओ हे स्पष्ट करतो :

"बूर्झ्वा वर्गांना एकाच अटीवर, लोकशाहीचा संपूर्ण अधिकार दिलेला आहे. ही अट म्हणजे त्यांनी चांगली वर्तणूक ठेवली पाहिजे."

या निबंधाच्या अखेरीस माओने बजावले आहे -

"समाजवाद आणण्याची वेळ येईल तेव्हा - म्हणजे खाजगी उद्योगधंद्यांचे राष्ट्रीयकरण करण्याची वेळ येईल तेव्हा, राष्ट्रीय बूर्झ्वा वर्गाचे शिक्षण आणि साचा या बाबतीत

पुढचे पाऊल टाकू. जनतेच्या हातात बळकट शासनाधिकार असताना हा वर्ग बंड करील अशी भीती बाळगण्याचे कारण नाही.''

पहिली मॉस्को-वारी

१६ डिसेंबर १९४९ या दिवशी माओने मॉस्कोला प्रस्थान ठेवले. लेनिनच्या राजधानीत, स्टॅलिनच्या गुहेत, कम्युनिझमच्या या मक्केत, माओचे पहिले पाऊल पडत होते. स्टॅलिन आतापर्यंत माओकडे पाठ फिरवून बसला होता. सत्तरी ओलांडणाऱ्या स्टॅलिनला चीनसारख्या प्रचंड लोकसंख्येच्या देशातील कम्युनिस्ट चळवळींच्या या यशाचे भीतीयुक्त कौतुक वाटत होते. वाटाघाटी अनेक अडचणींना तोंड देत पुढे जात राहिल्या. १४ फेब्रुवारी १९५० या दिवशी चीन-रशिया यांचा 'मैत्रीचा आणि परस्पर साहाय्याचा करार झाला. ३० वर्षे या कराराचे आयुष्य ठरले होते ! जर जपानने चीनशी भांडण काढले तर रशिया या करारानुसार चीनला मदत करणार होता. वस्तुतः दोन अणुबॉम्ब डोक्यावर पडून घायाळ झालेला जपान, कशाला आता इतक्यात चीनच्या वाटेला जाणार होता ? परंतु आपला एक उपचार म्हणून जपानचा उल्लेख होता इतकेच. ६ कोटी अमेरिकन डॉलर्स इतके कर्ज रशियाने पुढची ५ वर्षे प्रत्येक वर्षी चीनला देण्याचा वायदा झाला. पोर्ट आर्थर आणि दाईरेन ही चिनी बंदरे १९५२ पर्यंत रशियाकडेच राहतील, या गोष्टीला माओने मान्यता दिली. आऊटर मंगोलियाचे प्रजासत्ताक हे स्वतंत्र व सार्वभौम राहील, या गोष्टीलाही माओने मान्यता दिली. स्टॅलिनला हे राज्य दोघांमध्ये 'बफर' म्हणून हवे होते आणि माओला या क्षणी उत्तर सीमेवर भांडणतंटा नको होता. १७ फेब्रुवारीला माओने मॉस्को सोडले.

चिनी शेतकऱ्यांचा दृष्टिकोन आधुनिक करणे आणि त्यांना विज्ञानसन्मुख करणे ही खरी काळाची गरज होती. हे करायचे तर ती एक प्रकारची सांस्कृतिक क्रांतीच घडवण्यासारखे होते आणि राजकीय क्रांतीपेक्षा ही क्रांती अधिक बिकट होती. 'लाँग-मार्च' त्या मानाने कमी कष्टाचा आणि लहान होता, हा 'मार्च' त्याहून कठीण होता. प्रदीर्घ होता.

देहांत शासनाचे राजकीय बळी !

लाल सैन्य खेड्यापाड्यातून पुढे सरकत होते तेव्हा माओने स्वतः, शेतकऱ्यांचे असंख्य वर्षे शत्रुत्व केलेल्या आणि त्यांच्या शोषणाने गबर झालेल्या जमीनदारांना देहांत प्रायश्चित्त घडवण्यासाठी शेतकरीवर्गाला प्रोत्साहन दिलेले होते. एक दोन नव्हे, पुष्कळच जमीनदार मारायला हवेत असेही तो सांगत होता. माओ हा काही अहिंसेचा उपासक नाही. दुसऱ्या व्यक्तीचा खून करणाऱ्या माणसाला देहान्त शासन द्यावे ही गोष्ट सर्वांनाच मान्य असते. परंतु आर्थिक शोषणाने वर्षानुवर्षे सामाजिक गुन्हा केलेल्यांना

'देहान्त शासन' दिले पाहिजे, असे संतापात कुणी म्हणत असले, तरी प्रत्यक्षात सहसा तसे घडत नाही. १९४७ सालीच भारतानेही स्वातंत्र्य मिळवले होते व संतापाच्या भरात पंडित जवाहरलाल नेहरूंनी 'काळाबाजार करणाऱ्यांना खांबाखांबाला फाशी दिले पाहिजे' असेही उद्‌गार जाहीरपणे काढले होते. परंतु प्रत्यक्षात तसे कुणाला फाशी दिल्याचे ऐकिवात नाही ! हिंसेचा हा असा वापर एखादा शासक जेव्हा करतो तेव्हा हे शासन ज्यांना द्यावयाचे असते त्याच्या हकिकती आणि पूर्वायुष्येही तितकीच क्रौर्यपूर्ण आहेत, याबद्दल जनतेची खात्री पटली असली पाहिजे.

या हिंसक शिक्षेला कायदेशीर कोर्टाचे अधिष्ठानही नसते. लोक जमतात. जमीनदाराला पकडून आणतात. त्याच्या दुष्कृत्यांचा पाढा वाचतात आणि त्याला ठार करतात ! या पध्दतीने हे प्रकार करण्यास माओने परवानगी दिलेली होती. कारण नव्या शासनाची 'दहशत' निर्माण केल्याखेरीज पाऊल पुढेच पडणार नव्हते. या हत्येचे प्रमाण आणि स्वरुप कसे होते ? नवा मानवी जीव या जगात येताना जो नैसर्गिक रक्तपात अटळपणे मातेला सहन करावा लागतो, तसा आणि प्रमाणाने तेवढाच हा रक्तपात होता. १९४८ नंतर मात्र माओने 'वारेमाप हत्या टाळा' असे सक्त इशारे दिलेले आढळतात. खेड्यापाड्यातील शेतकरी वर्गाची मानसिक बैठक आमूलाग्र बदल-ण्यासाठी या हिंसेचा माओला भरपूर उपयोग झाला. अंधारात लपून छपून जमीनदारांचे खून पाडायला माओची संमती नव्हती. त्याला पकडून आणून त्याची दुष्कृत्ये जाहीरपणे सांगा, ती सिध्द करा आणि मग हिंसा करा, अशी त्याची सक्त ताकीद होती. कारण हिंसेइतकीच, ती का घडली हे सर्व गावकऱ्यांना कळण्यावर त्याचा भर होता. असा अंदाज आहे की, एकंदर जमीनदारांच्या संख्येच्या अर्धा टक्का जमीनदारांची हत्या करण्यात आली. तरीसुध्दा ही संख्या काही हजारांच्या घरात जावी, यावरुन जमीनदारांविरुध्द ठिकठिकाणी किती द्वेष भरलेला होता, त्याच्या अवाढव्यतेची कल्पना येते. रुद्र याचकाच्या वेषात येतो तेव्हा त्याला ओळखले नाही, तर तो क्रुध्द स्वरुपात अखेर आल्याशिवाय कसा राहील ?

सर्वांना एक कायदा

मध्ययुगीन चिनी समाजात अखंड अन्यायाची धनी झाली होती ती चिनी स्त्री ! १९३१ सालापासून विवाहविषयक कायद्यात सुधारणा काय हव्यात हे माओने लेखनातून सांगितले होते. विद्यार्थीदशेपासून कुटुंबातील जाचाला कंटाळून, दारिद्र्याला कंटाळून, उपासमारीला कंटाळून आत्महत्या करणाऱ्या असंख्य स्त्रिया माओने पाहिलेल्या होत्या. ३० एप्रिल १९५० या दिवशी माओच्या सरकारने 'नवा विवाहविषयक कायदा' सर्वत्र लागू केला. या कायद्यानुसार कुटुंबात सर्व बाबतीत स्त्रीला समानधिकार देण्यात आला.

एकापेक्षा अधिक लग्नाला बंदी झाली, घटस्फोट सोपा करण्यात आला. या कायद्यात चिनी मुसलमानांनाही अडकवण्यात आले. निधर्मी शासनाचा हाच अर्थ असतो ! एकत्र कुटुंबाचा घट्ट धागा आणि त्यापोटी स्त्रीची वंचना, फसवणूक आणि गुलामी हा सरंजामशाही चीनचा चिवट धागा होता. माओने हे पाश तोडून टाकले.

बोले तैसा चाले

संततीनियमनाच्या प्रकाराची आपली कल्पना आणि माओची कल्पना यात फरक आहे ! इतरांना सांगण्यापूर्वी आपल्या पक्षातील कार्यकर्त्यांनी आणि सभासदांनी याचे आदर्श निर्माण करावे, असा माओने प्रयत्न केलेला आहे. चीनमध्ये कम्युनिस्ट पक्षाचे सुमारे २ कोटी सभासद आहेत. यंग कम्युनिस्ट म्हणून अडीच-तीन कोटी मुलांची नोंद आहे. एक मुलगा व एक मुलगी हा आदर्श संसार. दोन्ही मुली झाल्या तरच आणखी एका अपत्याचा विचार हा नियम कम्युनिस्ट पक्ष-सदस्यांना पाळावा लागतो ! कम्युनिस्ट मुलीने २३ वर्षे झाल्यानंतर व कम्युनिस्ट मुलाने २६ ते ३० वर्षापर्यंतच्या काळातच विवाह करावा असे पक्षाचे बंधन आलेले आहे. स्त्रीने मागणी केली तर 'गर्भपात' कायदेशीर धरला जातो.

गोऱ्या मिशनऱ्यांना 'चले जाव'

गोऱ्या मिशनऱ्यांनी चीनच्या अंतर्गत राजकारणात खूपच बरावाईट भाग घेतलेला होता, हे यापूर्वीच्या निवेदनात प्रसंगाप्रसंगाने सांगितले गेलेले आहे. माओने मार्क्सवादी शासन देशात जरा स्थिरावताच १९५१ साली सर्व गोऱ्या मिशनऱ्यांना चीनबाहेर हाकलले. बहुसंख्य मिशनरी देश सोडून चालते झाले. जे गेले नाहीत अशा मूठभरांना माओने नाईलाजाने तुरुंगात टाकले.

लेनिनचे एक वचन प्रसिध्द आहे : ''सर्व प्रकारचा विचार पालटून टाकता येतो आणि धार्मिक विचार हादेखील याला अपवाद नाही.'' चीनमधील बहुसंख्य ख्रिश्चन हे कॅथॉलिक धर्मपंथाचे होते. गोरे मिशनरी देश सोडून जाताच मिशनने चालवलेल्या शाळा बंद करण्यात आल्या. चिनी कॅथॉलिक धर्मगुरुंनी देशातील फक्त चर्चेसचे अधिकार आपल्याकडे घेतले. सर्व प्रांतातून कम्युनिझम मान्य असलेल्या कॅथॉलिक पंथीय तरुणांची एक संघटना - 'असोसिएशन ऑफ कॅथॉलिक पेट्रियट्स' शासनाच्या आशीर्वादाने निर्माण झाली. 'यूथ ऑफ चायना' या नियतकालिकाने या संघटनेच्या सभासदांना चेतना दिली :

''जगासंबंधी विज्ञाननिष्ठ विचारांचा प्रसार करा. यामुळे अंधश्रध्द माणसेही विज्ञानभिमुख निरीश्वरवादी होऊन, समाजवादाच्या प्रसाराचे अग्रदूत होतील.''

कॅथॉलिकांच्या चर्चमधून सरकारी धोरणाच्या चर्चेसाठी आणि विचारासाठी

आठवड्यातून एक दिवस, या नवविचाराच्या तरुणांनी मुक्रर करून घेतला.

कुठल्याही धर्माचा प्रभाव कितीही खोलवर गेलेला असला, तरी अशा धर्मांधतेपुढे शरण न जाता, कणखरपणाने आणि प्रसंगी दंडाचा वापर करून शासनाने समाजविरोधी धार्मिक विचार पालटून टाकलेच पाहिजेत. विज्ञाननिष्ठा, या एकाच कसोटीवर सर्वांना प्रयत्नाने आणले पाहिजे. माओचे शासन मुसलमान वा ख्रिश्चन अशा अल्पसंख्याकांच्या मतांचे मिंधे नसल्या कारणाने, माओ हे करू शकत होता. एकाधिपत्य शासन हे समाजहितैषीच्या हाती असले तर ते अशा सत्कृत्यांसाठी नक्कीच परिणामकारक रितीने वापरता येते.

पुढचे जवळजवळ सर्व वर्ष घरसफाईच्या दृष्टीने संपूर्णपणे वाया गेले. २५ जून १९५० या दिवशी उत्तर कोरिया व दक्षिण कोरिया यांच्यात युध्द पेटले. उत्तर कोरियाच्या बाजूने चिनी सैन्य (स्वयंसेवक या नावाखाली) लढाईत उतरले ते नोव्हेंबर १९५० मध्ये ! या चिनी सैन्याने युनो व अमेरिकन फौजांना अडवून धरले. त्यांचे काही पराभवही केले. ३८ अक्षांशावर उत्तर कोरियाची सेना व चिनी सेना पोचताच, माओने युध्दतहकुबी जाहीर केली, कारण कोरिया युध्दाचे क्षेत्र वाढविण्यात माओला या वेळी रस नव्हता. (३० मार्च १९५३ या दिवशी कोरियाची फाळणी कायम होऊन युध्द समाप्त झाले. या पूर्वी तीन आठवडे स्टॅलिन निधन पावला होता.)

दोन नव्या मोहिमा

२१ फेब्रुवारी १९५१ ला माओने एक कायदा प्रसृत केला. प्रतिक्रांतिकारकांना फक्त देहान्त शासन मिळू शकत होते. अशा गुन्ह्यांची कक्षा खूपच वाढवण्यात आली. मोठे जाळे फेकले गेले. हेतू हा की, पापाचरण करणारे कुणी यातून निसटू नयेत. दोन मोहिमा माओने पुरस्कारल्या 'तीन शत्रूंविरुध्द मोहिम' आणि 'पाच शत्रूंविरुध्द मोहिम'. माओने घोषणा हाती ठेवल्या की लाल सेनेची आणि शासनाची खेडोपाडी पसरलेली सर्व यंत्रणा त्याप्रमाणे पाऊल उचलत असे. पुनः मोठे हत्याकांड आता घडणार होते. गावकऱ्यांसमोर आरोपपत्र दाखल होऊन माणसांना ठार करण्यात येणार होते. ही माणसे कोण होती ?

'लाच खाणारे, देशाच्या संपत्तीचा नाश करणारे आणि हेतुतः जनहित डावलणारे नोकरशाही सेवक' या तीन शत्रूंविरुध्द पहिली मोहीम होती. दुसरी मोहीम आणखी पाच समाजशत्रूंविरुध्द होती. 'लाच देणारे, कर चुकवणारे, अफरातफर करणारे, सरकारी मालाची चोरी करणारे आणि देशातील गुप्त माहिती बाहेर पाठवणारे.' या पाच गुन्हेगारांविरुध्द दुसरी सुरी सज्ज झाली होती.

पहिली मोहीम ही चँगच्या नोकरशाहीत इस्टेटी केलेल्या मंत्र्यांसाठी आणि

सेवकांसाठी प्रामुख्याने होती आणि दुसरी मोहीम हरामखोर व्यापारी आणि अफरातफर करणारी जी कारखानदार मंडळी होती, त्यांच्यासाठी होती.

हे गुन्हे पुरेसे समाजघातक आहेत की नाही ? हे गुन्हे करणारे एखाद्या खुनापेक्षा मोठा गुन्हा करतात की नाही ? शासनाला बदनाम करणाऱ्या सर्वांना आणि देशाला घातक असणाऱ्या प्रवृत्तींचा बदोबस्त इतक्या कडकपणे व्हायला पाहिजे, तरच सामान्य सज्जनांना जगता येईल, ही गोष्ट खरी की नाही ? या सर्व प्रश्नांची उत्तरे होकारार्थी असतील, तर या मंडळींना देहान्त शासन झाले, वा तुरुंगात डांबण्यात आले याबद्दल कुणी अश्रू ढाळण्याचे कारण नाही !

सर्वांना जनता न्यायालयापुढे शिक्षा न देता, कोर्टकचेऱ्या, पुरावे, अपीले, वकिलांची भाषणे, या चक्रात माओने सापडायचे ठरवले असते, तर चीनसारख्या प्रचंड देशात एवढा एकच उद्योग त्याला आयुष्यभर पुरला असता आणि अनेकजण प्रत्यक्षात कायद्याच्या फटीतून निसटलेसुध्दा असते.

परंतु या मोहिमांच्या बाबतीत हत्येचे प्रमाण खूपच आवरते होते. तुरुंगवासाच्या शिक्षा अधिक होत्या, याचे कारण जमीनदारी ही माओला संपूर्ण नष्टच करायची असली, तरी व्यापार आणि शासनाची नोकरशाही, ही फक्त शुध्द करायची होती. अधिकाराचा दुरुपयोग करण्याची कोणाची यापुढे छाती होऊ नये एवढीच जरब यासाठी पुरेशी होती.

कोमिन्टांग राजवटीतील सगळे सुंग आणि कुंग यात संपुष्टात आले. या लोकांनी काय भयानक प्रमाणात स्वतःच्या तुंबड्या भरल्या होत्या हे निवेदनात आलेलेच आहे. या दोन्ही मोहिमांचे उद्‌घाटन करताना माओने भाषणात सांगितले होते :

"सर्व जनतेला, राजकीय कार्यकर्त्यांना माझी हाक आहे की, त्यांनी एकजुटीने पुढे यावे. निशाणे मिरवावीत आणि ढोल वाजवीत सर्वांनी लाचलुचपत, नासधूस आणि नोकरशाही प्रवृत्ती याविरुध्द एक प्रचंड आणि सर्वंकष लढा उभा करावा."

माओ ही आवाहने करतानाही युध्दाची भाषा वापरीत होता, ती या लढ्यांचे महत्त्व जनमानसावर बिंबवण्यासाठी.

स्तुती की उपहास ?

१९५३ फेब्रुवारीत माओ शासनाने पहिली पंचवार्षिक योजना सुरू झाल्याचे जाहीर केले. यासाठी सोविएट रशियातून तंत्रज्ञांची आणि पैशाची मदत आलेली होती.

महिनाभरातच मार्शल जोसेफ स्टॅलिन मॉस्कोत मृत्यू पावला. आंतरराष्ट्रीय कम्युनिस्ट चळवळींच्या नेतृत्वाचे सिंहासन अचानक मोकळे झाले. स्टॅलिनने माओला क्रांतीसाठी काहीही साहाय्य केले नव्हते. किआंगसी सोविएट माओने स्थापन केले, ते स्टॅलिनला पसंत नव्हते. पार्टी लाईन भलतीकडेच जात होती ! चँग-कै-शेक हाच जपानविरोधी

आघाडीचा नेता राहावा हा स्टॅलिनचा आग्रह होता आणि अखेरच्या यादवीत करारानुसार स्टॅलिनने मांचुरियात चँगचे सैन्य आणले होते. या सर्व पार्श्वभूमीवरही माओच्या घडणीत स्टॅलिनचा विरोधी भक्तीचा तरी वाटा होताच. स्टॅलिनच्या मृत्यूनंतर माओने वाहिलेली श्रध्दांजली ही उपहास-गर्भ होती की सोविएट रशियाने माओ शासनाला अखेर जी मदत करायला सुरुवात केली होती, त्याची ती परतफेड होती हे नीटसे कळले नाही.

या श्रध्दांजलीत माओ लिहीतो :

''कॉम्रेड स्टॅलिन यांना चिनी जनतेविषयी किती प्रेम वाटत होते हे प्रत्येकाला ठाऊक आहेच. चिनी क्रांतीची शक्ती अमर्याद आहे, यावर त्यांचा विश्वास होता. चिनी क्रांतीला आपल्या दिव्य ज्ञानाने (Sublime wisdom) स्टॅलिनने हातभार लावलेला होता. लेनिन, स्टॅलिन यांच्या सिध्दांतानुसार गेल्याने आणि सोविएट युनियन व इतर देशातील क्रांतिकारक शक्तींच्या पाठिंब्यामुळे काही वर्षांपूर्वी चिनी कम्युनिस्ट पक्ष आणि चिनी जनतेने ऐतिहासिक विजय प्राप्त केलेला आहे.''

एखाद्याविषयी फार काही चांगले बोलता येण्यासारखे नसले की चाणाक्ष वक्ता ज्याप्रमाणे मृतविषयी बोलताना 'त्याच्या कार्याची महती आपण सर्व जाणताच' असे म्हणून मार्ग काढतो, तसाच हा प्रकार दिसत होता ! नाही तरी चिनी क्रांतीला मार्शल स्टॅलिनच्या दिव्य ज्ञानाचा असा कोणता लाभ झालेला होता ?

स्टॅलिनच्या मृत्यूनंतर मॉस्कोत जी सत्तास्पर्धा झाली त्यात अखेर क्रुश्चेव्हने सर्वांवर मात करून तो सोविएट सरकारचा व सोविएट कम्युनिस्ट पक्षाचा सर्वाधिकारी झाला. १९५४ च्या ऑक्टोबरात क्रुश्चेव्हने पेकिंग स्वारी केली. बरोबर बुल्गानिन होता. पोर्ट आर्थर आणि दाईरेन ही बंदरे चीनच्या ताब्यात दिली जातील ही घोषणा त्याने केली आणि वाढत्या स्वरुपात आर्थिक मदतीचे आश्वासन माओला दिले.

क्रुश्चेव्हने माओशी दृढतेने चांगले संबंध रुजवायला सुरुवात केली आणि असे वाटू लागले की चीन-रशिया सहकार्य आता आंतरराष्ट्रीय क्षेत्रात खूपच वाढेल. परंतु हे घडू शकले नाही. कारण क्रुश्चेव्हने एक बॉम्ब टाकला !

मॉस्कोत सोविएट कम्युनिस्ट पक्षाची विसावी काँग्रेस फेब्रुवारीत १९५६ मध्ये भरली. या गुप्त बैठकीपुढे भाषण करताना क्रुश्चेव्हने स्टॅलिनच्या अमानुष कृत्यांचा पाढा वाचला ! या राक्षसाने किती निरपराध आणि गुणी माणसांची हजारोंच्या संख्येने हत्या केली आणि स्वतःची व्यक्तिपूजा बांधण्यासाठी अनेकांना कसे आयुष्यभर यातना-तुरुंगात बंदिस्त केले, याची ती कहाणी ऐकत असताना, सर्वांच्या अंगावर शहारे आले. लेनिनच्या शेजारी क्रेमलिनमध्ये पडलेले स्टॅलिनचे शव क्रुश्चेव्हने उखडले आणि त्याला क्रेमलिनबाहेर 'सहा बाय तीन'ची जागा दिली ! जगाला अनेक वर्षे असा संशय

होताच. स्ट्रॉट्स्कीच्या छळामागे आणि खूनामागे स्टॅलिनच होता, याबद्दलही कुणाच्या मनात संशय नव्हता परंतु पुरावा पुढे येत नव्हता. क्रुश्चेव्हने स्टॅलिनच्या दुष्कृत्यांचा बुरखा टराटरा फाडला आणि त्याचा खून चढलेला क्रौर्यपूर्ण चेहरा लोकांना दाखवला !

चिनी जनतेला स्टॅलिनचे झालेले हे सत्त्वहरण मान्य नव्हते, अशातला भाग नाही. क्रुश्चेव्हच्या भाषणाचे चिनी वृत्तपत्रातून स्वागतच झाले.

परंतु माओला संताप आला तो क्रुश्चेव्हचा ! हा माणूस आतापर्यंत स्वस्थ राहीला होता आणि आता स्टॅलिनच्या मृत्यूनंतर सर्व जबाबदारी त्याच्या गळ्यात टाकून मोकळा होऊ पाहत होता. स्टॅलिननंतर कम्युनिस्ट चळवळीचे नेतृत्व आणि सिंहासन मोकळे पडले होते, त्यावर अधिकार सांगण्याइतका क्रुश्चेव्हही थोर नाही, हे सांगण्याची संधी माओने सोडली नाही.

माओने लिहिले :

''आज छाती बडवून, टेबलावर मुठी आपटून, स्टॅलिनला शिव्यांची लाखोली वाहणारा हा क्रुश्चेव्ह, स्टॅलिनच्या हयातीत सोविएट कम्युनिस्ट पक्षांच्या नेतृत्वात सहभागी होता ! मग या प्रकरणात क्रुश्चेव्ह महाशय स्वतःचे स्थान काय ठरवितात ? खुनी वा दरोडेखोराला मदत करणाऱ्याचीच त्याचीही भूमिका होती ना ? की याच भूमिकेतला हा एक मूर्ख आणि वेडा माणूस होता ?''

पुढे एप्रिल १९५६ मध्ये मिकोयानशी बोलतांना माओने सांगितले :''स्टॅलिनच्या गुणांचे पारडे त्याच्या ठिकाणच्या अवगुणांपेक्षा जड आहे.'' माओचे म्हणणे होते : स्टॅलिनचे मूल्यमापन अशा आक्रस्ताळेपणाने करून चालणार नाही. इतिहासाच्या दृष्टीकोनातून त्याची कारकीर्द तपासावी लागेल, त्याच्या कृत्यांचे सर्व दृष्टीने मूल्यमापन करावे लागेल. त्याचे चुकले असेल, परंतु आपण चुकत आहोत हे त्याला कळलेच नसावे. त्याच्या सर्व चुका या आंतरराष्ट्रीय कम्युनिस्ट चळवळीतील फुटीमधूनही निर्माण झालेल्या असतील.''

माओच्या या टीकेबाबत याहून दुसरे एक कारण कुणी सांगतात. स्टॅलिनच्या व्यक्तीपूजेवर क्रुश्चेव्हचा हल्ला होता. कम्युनिझमचे रुप अधिक मानवी करण्यासाठी अशा पूजा उपयुक्त नव्हत्या. त्याच्या या प्रयत्नातील स्टॅलिनवरचा हल्ला हा एक प्राथमिक भाग होता. आणि माओची व्यक्तीपूजा तर चीनमध्ये ऐन भरात होती ! यामुळे क्रुश्चेव्हची व्यक्तीपूजेवरील हल्ल्याची झळ माओलाही पोचली असावी.

यातही थोडे तथ्य असू शकेल. परंतु माओची ही टीका बरोबर होती की, जर तुम्ही स्टॅलिनचे गेल्या पंचवीस वर्षातील सगळे कार्य म्हणजे ती एक चुकांची आणि पातकांची माळच होती असे म्हणू लागलात, तर यामुळे इंटरनॅशनल कम्युनिस्ट चळवळीवरच ते

शिंतोडे ठरतात. स्टॅलिन ही व्यक्ती इतकी पातकी असूनही या आंतरराष्ट्रीय मार्क्सवादी चळवळीचे २५ वर्षे नेतृत्व करू शकते याचा दुसरा अर्थ काय होतो ?

रशियात सुरू झालेल्या स्टॅलिनच्या निंदेमुळे, माओची परिस्थिती फारच चमत्कारीक झाली होती. कारण फेब्रुवारी १९५३ मध्ये पहिल्या पंचवार्षिक योजनेला प्रारंभ करताना माओने आपल्या देशबांधवांना आदेश दिला होता :

"रशियातील अनुभवांचा अभ्यास करा आणि त्यांचे अनुकरण करा !"

यानंतर महिन्याभरातच स्टॅलिनचे निधन झाले होते व सत्तास्पर्धेत विजयी झालेला क्रेमलिनचा नवा सत्ताधीश तर आता सांगू लागला होता की, 'स्टॅलिनचे कार्य ही एक चुकांची आणि पातकांची माळ होती !' स्टॅलिन प्रेमाने नव्हे, परंतु स्वतःची जनमानसातील प्रतिमा झाकाळू नये यासाठी तरी माओला स्टॅलिनच्या टिकाकारांवर शस्त्र धरणे आवश्यक झाले होते.

* * *

कन्फ्युशियस
(इ.स. पूर्वी पाच शतके, राजा-प्रजा यांची कर्तव्ये सांगणारा साधुतुल्य पुरुष)

राणी झालेली रखेली : येहोनाला

मांचू प्रासाद जाणारा
चार्लस गॉर्डन

कर्तबगार प्रशासक
ली-हुंग-चँग
(१८५१-१८६४)

डॉ. सन्यत्-सेनला खेळवणारा
लष्करी हुकुमशहा
युवान-शिह-काई
(मृत्यू : ६ जून १९१६)

चांग-सो-लीन
मांचुरियातील लष्करी धटिंगण
(मृत्यू : ४ जून १९२८)

चांग-सो-लीनचा प्रतिस्पर्धी - जनरल वू-पई-फू

जनरल वू-पई-फू

डॉ. सन्यत्-सेन : नानकिंग सरकारातील मंत्र्यांसह (१९१२)

औट घटकेचा राजा :
युवान-शिह काई
(जानेवारी १९१६)

मादाम सन्यत्-सेन
डॉ. सन्यत्-सेन

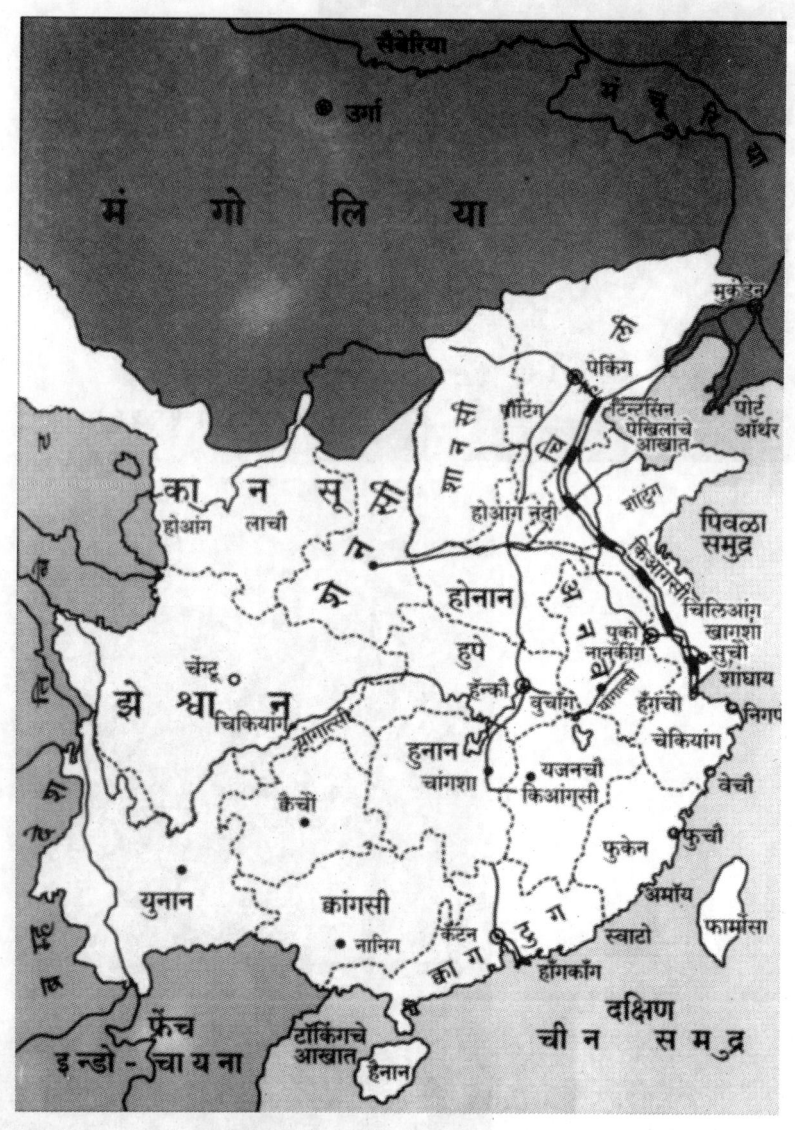

दक्षिण चीन समुद्र प्रदेश

कम्युनिस्ट चीन व भारताचा सीमा प्रदेश

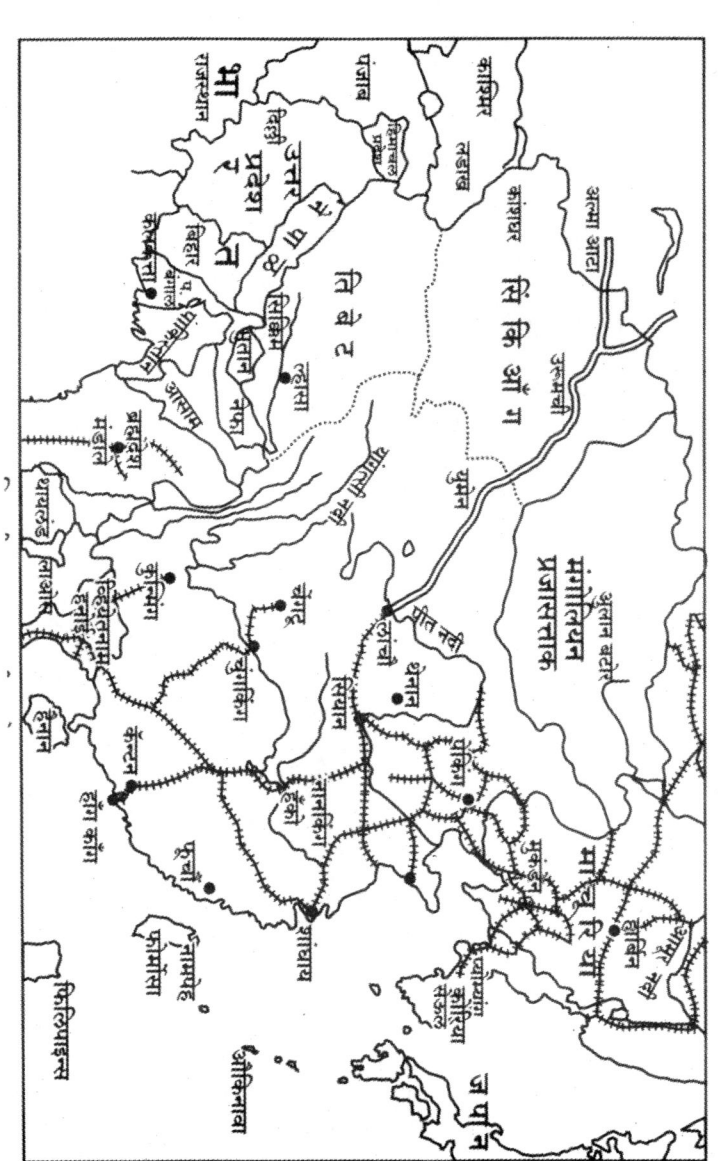

चीनमधील कम्युनिस्ट पक्षाचा
संस्थापक व माओचा
मार्क्सवादी गुरू :
ई-ता चाओ

१९११ च्या क्रांतीतील नवा स्पर्श :
शेंडी तुडली पण पारंबी तुटली नाही !

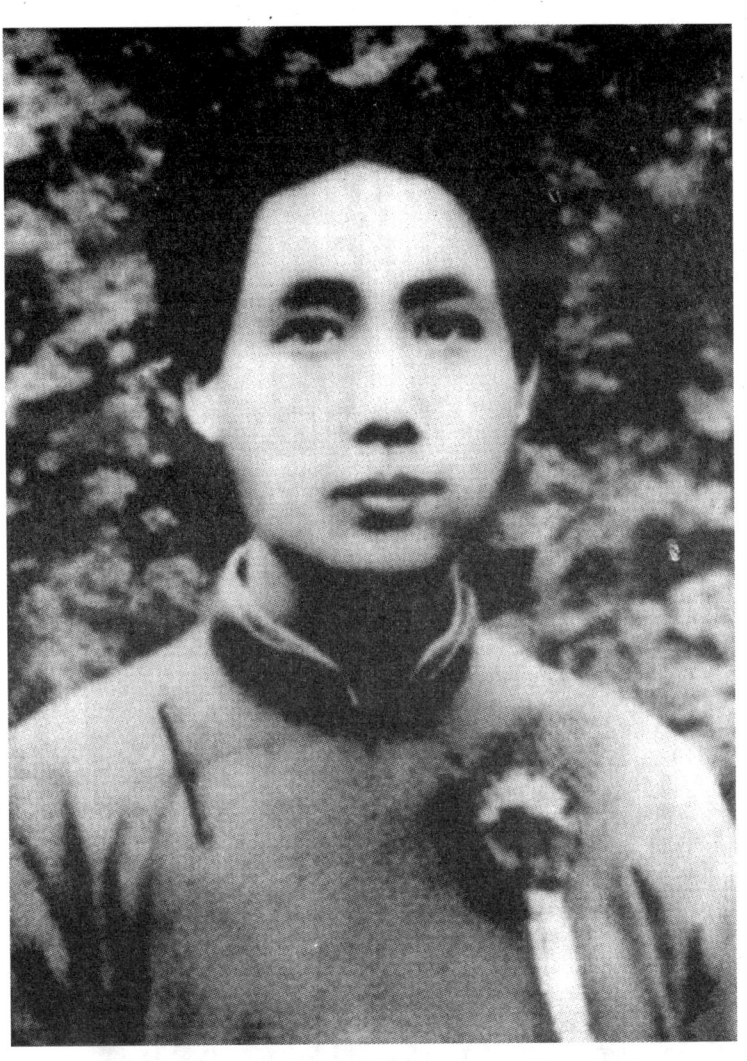

माओ-त्से-तुंग (१९१९)

''जीवनातल्या सामान्य गोष्टींची चर्चा आम्ही करत नसू...''

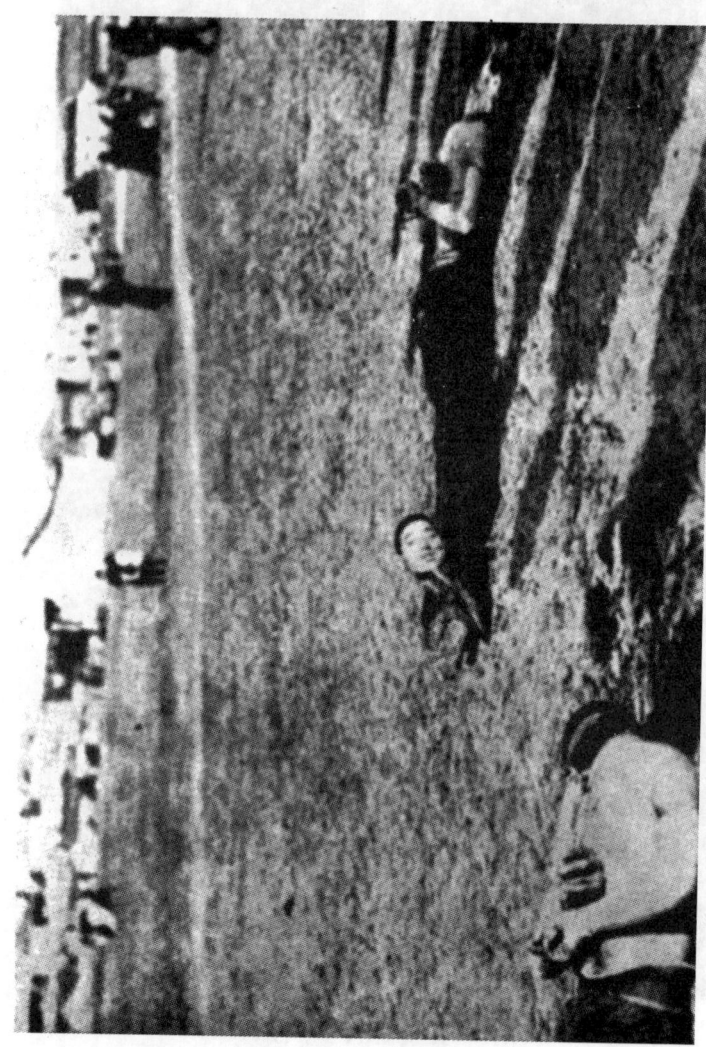

कम्युनिस्टांच्या शिरकाणाला सुरुवात : शांघाय १२ एप्रिल १९२७

पाओ-आन सोविएट सरकार प्रमुख : चेअरमन माओ-त्से-तुंग (१९३६)

मानवेंद्र रॉय : स्टॅलिनने माओला पाठवलेला सल्लागार

बियान येथे अटकेत पडलेला जनरल चँग व मादाम चँग (डिसेंबर १९३६)

प्रमुख माओ सहकारी :
चौ-एन-लाय

चषक भिडले-मने भिडली नाहीत. माओ-चँग भेट (चुंगकिंग १० ऑक्टोबर १९४५)

मादाम सन्यत्-सेन, डॉ. सन्यत्-सेनचे दोघे बंधू व चँग-कै-शेक
डॉ. सन्यत्-सेनच्या अंत्यसंस्काराप्रसंगी (पेकिंग : १२ मार्च १९५५)

पाओ-आन येथील लष्करी
अकादमीचा अध्यक्ष : लिन-पियाओ (१९३६)

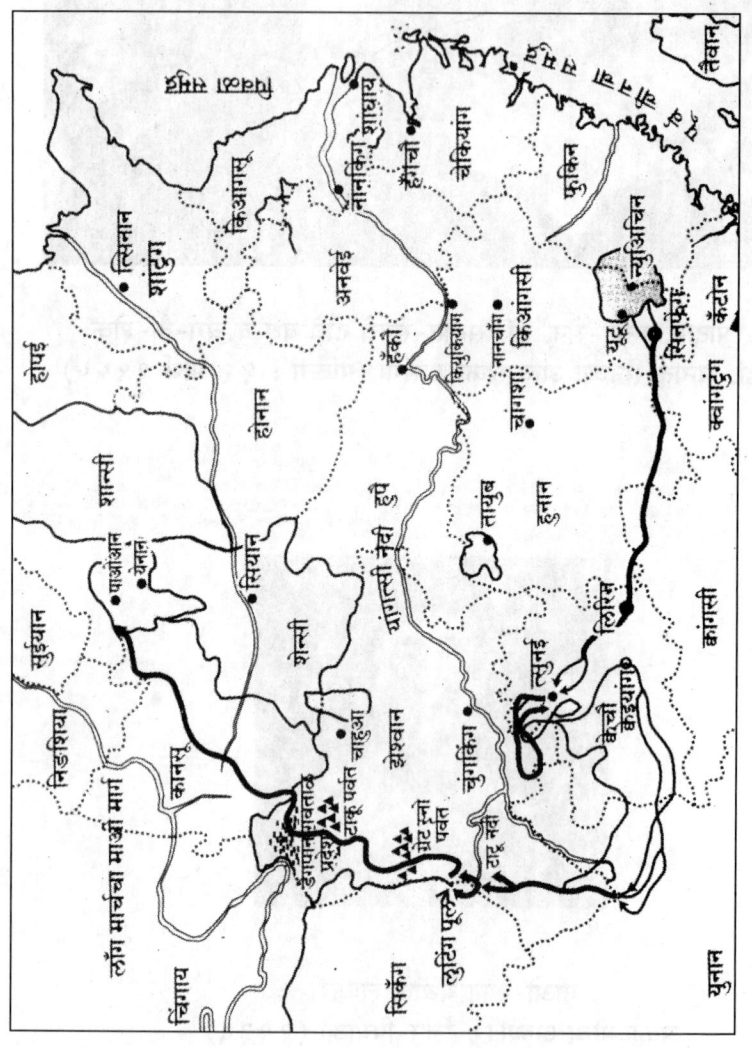

लाँग मार्चचा माओ मार्ग

तातू नदीवरील या पुलावर रुधिराभिषेक झाला. (२५ मे १९३५)

जनरल चू-तेह लाल सेनेचा सरसेनानी

"माझे राष्ट्र यापुढे अपमान सहन करणार नाही..." १ ऑक्टोबर १९४९

बंदुकीच्या नळीतून माओचे आवाहन
कोमिन्टांग सेनेची शरणागती : एप्रिल १९४६

माओची पत्नी लान-पिंग व माओ
मादाम सुकार्नो हिच्या स्वागतप्रसंगी : (पेकिंग, १९६२)

पेकिंग येथे भारतीय चित्रपट कलावंतांचे स्वागत : नोव्हेंबर १९५५
पहिली रांग : बिमल रॉय, पंतप्रधान चौ एन् लाय, पृथ्वीराज कपूर,
चेअरमन माओ, कामिनी कौशल व राजा परांजपे.
मागील रांग : बलराज सहानी व शेजारी उपपंतप्रधान चेन-यी

पंतप्रधान चौ-एन्. लाय

कम्युनिस्ट चीनचा शिल्पकार : माओ

२८

□

संतांना साधले नाही ते मार्क्सवादाने करून दाखवले !

चीनमध्ये मार्क्सवादी क्रांती होण्यापूर्वी, लिन-युटांग या सुप्रसिद्ध लेखकाने "माझा देश आणि माझे देशबांधव" (My Country and My People) या आपल्या पुस्तकात म्हटले होते :

"माझे बांधव शूर सैनिक आहेत, परंतु नेते म्हणून भिकार आहेत, ते उत्तम व्यापारी आहेत, पण त्याचबरोबर कुठेतरी व्यवहारशून्यही आहेत. ते सुसंस्कृत नागरिक आहेत, पण कमनशिबी राजकारणी आहेत, उत्कृष्ट लोकशाहीनिष्ठा त्यांच्यापाशी असूनही प्रजासत्ताकाचा खेळखंडोबा त्यांना टाळता येत नाही."

एवढे सांगितल्यावर लिन-युटांग प्रश्न करतो की, असे का झाले होते ? या प्रश्नाचे उत्तर त्यानेच पुढे दिले होते. एखाद्या द्रष्ट्याने सांगावे तसे सांगितले होते :

"राष्ट्रनिर्मितीसाठी काही पद्धत अंगिकारावी लागते आणि तिचाच तर संपूर्ण अभाव माझ्या देशात आहे."

जी काही पद्धत लागते ती माओने उपलब्ध केली. मार्क्सवादाने सर्व चिनी सद्गुणांना एकदम झळाळी लाभली. पाच-सहा वर्षांत देशातील गोंधळ समाप्त होऊन सगळीकडे शिस्त लागली. लाच-लुचपत संपून सरळ व्यवहार सुरू झाला.

नव्या चीनचे दर्शन

रोबेर गिलँ (Rober Guillain) हा फ्रेंच पत्रकार १९५५ साली लाल चीनमध्ये देशभर दौरा करून आला. या प्रवासात त्याने जे पाहिले त्यावर आधारलेले 'Blue Ants' (निळ्या मुंग्या) हे त्याचे पुस्तक महत्त्वाचे गणले जाते. १९३७-३८ मध्ये जपान्यांनी चीनवर मोठे आक्रमण सुरू केले - तेव्हा हा पत्रकार चीनमध्ये होता. पुनः माओचे सैन्य शांघायमध्ये शिरले, तेव्हा एप्रिल १९४९ ते नोव्हेंबर १९४९ हे महिने त्याने चीनमध्ये काढले होते. १९५५ साली हा पुनः एकदा चीनमध्ये गेला. दक्षिणेतील कॅन्टोनपासून ते उत्तरेत मांचुरियापर्यंत आणि पूर्वेकडील शांघायपासून तो पश्चिमेला चुंगकिंगपर्यंत त्याने सर्व लाल चीन जवळून पाहिला.

रशियात वावरताना ज्याप्रमाणे सर्वत्र 'लोखंडी पडदा'(Iron Curtain) जाणवतो त्याप्रमाणे लाल चीनमध्ये 'बांबूचा पडदा' (Bamboo Curtain) जाणवत असेल, अशी सर्वसाधारण अपेक्षा होती. आपल्या पुस्तकात सुरुवातीलाच रोबेर गिलँ सांगतो : ''पहिली गोष्ट, मला पेकिंगचा व्हिसा अगदी सहज मिळाला. मी टोकियोला होतो. तेथून पेकिंगला तार देताच लगेच मला व्हिसा देण्यात आला.''

''माझ्या हालचालींवर बंधने होती का ? तसे म्हणता येणार नाही. दोन महिन्यात मी आठ हजार मैल प्रवास केला. मला सर्व औत्सुक्य असलेल्या गोष्टी पाहता आल्या की नाही ? पाहता आल्या. माझ्यामागे गुप्त पोलीसांचा ससेमिरा होता काय ? मला तसेच वाटत नाही. जर असे काही असते तर ते मला कुठे ना कुठे समजलेच असते. मला कुठेही छायाचित्रे घेता येत होती, लेखनाची टिपणे करता येत होती आणि हे सर्व घेऊन मला तपासणीदेखील न करता चीनबाहेर जाऊन देण्यात आले.

''बांबू पडदा वगैरे नाही, परंतु एक अगदी विरळ असे आच्छादन मोठ्या कौशल्याने माझ्या दृष्टीसमोर धरण्यात आले होते. दोन महिन्यात अगदी एकांतात, कुणीही साक्षीदार हजर नाही, अशा स्थितीत मी कुणाशीही बोलू शकलो नाही. एकदम वाटेल त्या घरात मला शिरता येत नव्हते. जर विवक्षित प्रकारच्या चिनी माणसाला भेटण्याची इच्छा मी प्रदर्शित केली तर तो माणूस, चिनी अधिकारी निवडीत होते. चिनी दुभाष्या तर सारखा माझ्याबरोबर होता आणि त्याची सारखी नजर माझ्यावर होतीच. म्हणजे हा दुभाष्यादेखील गुप्त पोलीस होता असे काही म्हणावयाचे नाही, पण त्याचे अस्तित्व पुरेसे निरुत्साही करणारे मात्र होते. कारण मी जे प्रश्न विचारत असे, त्याची उत्तरे देणाऱ्याला हे सतत लक्षात ठेवावे लागे, की तो काय सांगतो आहे याला त्याचाच एक चिनी बांधव साक्षीदार आहे. माझा ठिकठिकाणचा सर्व कार्यक्रम अगदी घड्याळाच्या काट्याबरोबर पूर्व-नियोजित केलेला असे.''

भौतिक जीवनाची गरुडझेप

चीन देश पाच-सहा वर्षांच्या लाल राजवटीखाली ओळखू न यावा इतका बदलला होता. चीनमधील भौतिक जीवनात कल्पना करता येणार नाही अशी प्रगती झालेली होती. गर्तेतून हा देश नक्की बाहेर आलेला होता. आपल्या प्रवासात चीनने केलेल्या सर्व भौतिक प्रगतीचा आढावा घेताना गिल लिहितो :

''पीत नदीवर धरणे बांधून उत्तरेची खोरी सुपीक करण्याच्या योजना तयार झाल्या आहेत. पुढल्या वीस-तीस वर्षांचे हे काम आहे. आज उजाड असलेल्या या खोऱ्यांतून लवकरच कापूस आणि धान्यधुन्य पेरले जाईल. खेडोपाडी वीज पसरेल. परंतु पुढे काय घडेल याविषयी न बोलता मी या घटकेला काय काय निर्माण झाले आहे तेवढेच

सांगतो.

"पहिली गोष्ट, आता राजवट खोल मूळ धरून उभी आहे. चीनमध्ये कम्युनिस्ट पक्षाचा अस्त होईल अशी आशा पाश्चिमात्यांनी करण्यात अर्थ नाही. फार तर अशी आशा करायला हरकत नाही, की पुढील उत्क्रांतीत ही राजवट भांडवलदारी जगाशी, आज आहे एवढा कडवटपणा ठेवणार नाही.

"दुसरी गोष्ट म्हणजे आज सर्व चीनचे पूर्णपणे एकीकरण झालेले आहे. उत्तर-दक्षिण चीनची यादवी आणि शत्रूंनी ठिकठिकाणी निर्माण केलेले घरभेदे यांच्या जुन्या आठवणी, या सर्व आता केवळ स्वप्नवत वाटतात. निरनिराळ्या अनंत बोली-भाषा चीनमध्ये वापरात होत्या याची कम्युनिस्ट राजवटीला कसलीही अडचण वाटलेली नाही ! आज पेकिंगमध्ये जी भाषा जशी बोलली जाते, तशीच ती चीनच्या काना-कोपऱ्यात बोलली जाते. हे सर्व या राजवटीने कसे साधले ? इतक्या थोड्या वर्षांत कसे साधले ? ठिकठिकाणी कम्युनिस्ट पक्षाने ज्या असंख्य पक्षसंघटना निर्माण केल्या, त्या सर्वांना एकत्र ठेवणारा कम्युनिस्ट तत्त्वज्ञानाचा धागा घट्ट असल्यामुळे ही एकात्मकता साधली गेलेली आहे.

"सर्वसामान्य माणसाचे जीवनमान आज उंचावलेले आहे. भिकारी, चोर, दराडेखोर, टगे, अफू, सट्टा, वेश्याव्यवसाय यात गुंतलेले मवाली, या समाजपृष्ठावरील सर्व दुर्गुणी आणि व्यसनी वर्गाचा संपूर्ण अस्त झालेला आहे. या सर्वांचा झालेला संपूर्ण अस्त हा आजच्या चीनचा सर्वांत आश्चर्यकारक असा विशेष आहे.

"काही वर्षांपूर्वी ज्या चीनमध्ये लाचलुचपत आणि नालायक अधिकारी यांचा सुळसुळाट होता, तिथे आज लाचलुचपत औषधालाही नाही आणि सरकारी संस्थांचे व्यवहार तर सर्वांत चोख आणि उत्कृष्ट आहेत. पॅरिसमधील वा लंडन-न्यूयॉर्कमधील रस्त्यांशी स्पर्धा करावी असे या देशातील रस्ते आज स्वच्छ आहेत. स्वच्छ बसेस अगदी वेळच्या वेळी सर्वत्र उतारूंची ने-आण करताना दिसतात.

"सर्वत्र प्रचंड बांधकामे सुरू आहेत. यांगत्सीवरील धरणाच्या कामावर मी गेलो होतो. साठ मैल लांबीचे एमबँकमेन्ट बांधण्यासाठी ५०,००० मजूर खपत होते. १९५४ च्या पुरात हँकौ शहराची होणारी नासधूस या एमबँकमेन्टमुळेच झाली नाही.

"शहरातील ९० टक्के मुले आज शाळेत जातात. खेड्यापाड्यांतून हे प्रमाण ५२ टक्के आहे. तीन पंचवार्षिक योजना पूर्ण होतील, तेव्हा देशातील संपूर्ण निरक्षरता नाहीशी होईल.

"१९४९ सालापासून वस्तूंच्या किंमती राजवटीने रोखलेल्या आहेत. स्थिर आहेत. देशात आता कुणीही काम नाही म्हणून बेकार नाही ! किनाऱ्याजवळील मोठ्या बंदरातून

किरकोळ बेकारी आढळली, परंतु अमेरिकेने चीनवर जो व्यापारी बहिष्कार चालू ठेवलेला आहे त्याचा ह्या परिणाम आहे.

"शास्त्रशुद्ध पद्धतीने चीनमध्ये गरिबी हटवण्यात आलेली आहे. पूर्वीच्या अगदी दारिद्र्यातील दरिद्री माणसाजवळही आज अन्न, वस्त्र, निवारा आढळतो. शहरातून कामगारांना चांगली घरे उपलब्ध करण्यात आली आहेत. घरबांधणीबाबतीत सरकारने मोठेच यशस्वी प्रयत्न केले आहेत, यात शंकाच नाही.

"आज एकाही प्रांताला दुष्काळाची भिती नाही. जर अवर्षणाने किंवा निसर्गामुळे एखाद्या प्रांतात दुष्काळग्रस्त स्थिती आली, तर माओचे शासन त्या परिस्थितीशी चांगला मुकाबला करू शकते. इतर प्रांतातून धान्य उपलब्ध करण्यात येते. तांदूळ, गव्हाचे पीठ, साखर आणि तेल यांचे रेशनिंग आहे, तरी पण देशात कोठेही अन्नाचा दुष्काळ मात्र नाही.

"सर्वसामान्य कामगाराला ४० ते ६० 'युआन' एवढा महिन्याला पगार मिळतो. म्हणजे सुमारे सात ते दहा पौंड मिळतात (१०० ते १५० रुपये). जपानमध्ये कामगाराला जे मिळते, त्यापेक्षा हे वेतन खूपच कमी आहे. परंतु कनिष्ठांच्या आणि वरिष्ठांच्या वेतनातील फरकही अतिअल्प आहे. अगदी कारखान्यांचा डायरेक्टर असला तरी त्याला महिन्याला जास्तीतजास्त फक्त २०० 'युआन' मिळतात. मला असे सांगण्यात आले की, धान्य व वस्तूंच्या किंमती लक्षात घेता, ज्याला महिन्याला ४० 'युआन' मिळतात तो माणूस चार खाणाऱ्या तोंडांचे कुटुंब पोसू शकतो.

"सर्वसाधारणपणे मागासलेल्या देशात (आशियातील) राष्ट्रीय उत्पन्नाच्या २ किंवा ३ टक्के भागच राष्ट्रीय भांडवली खर्चात पुनः गुंतवणे त्या देशांना शक्य होते. परंतु चीनमध्ये राष्ट्रीय उत्पन्नाच्या २० टक्के भाग मोठमोठ्या नव्या योजनांत टाकला जातो. याचा अर्थ लोकांचे जीवनमान फार वाढू न देता, कम्युनिस्ट राज्यकर्त्यांनी विकासाची कमान चढती ठेवलेली आहे.

"स्टॅलिन युगात म्हणजे जवळजवळ ३० वर्षे रशियातील जनतेचे जीवनमान सीमितच ठेवण्यात आले होते. चैनीच्या आणि इतर गरजांच्या वस्तू निर्माण न करता सर्व जनतेला या त्यागात समाविष्ट करावे लागले होते. तेव्हा कुठे रशियाचे औद्योगीकरण स्टॅलिनला साधता आले. चिनी कम्युनिस्टांना याची जाणीव आहे की, चीनला अशी पन्नास वर्षे तरी किमान काढावी लागतील. दोन किंवा तीन चिनी पिढ्या यात खर्ची पडतील. सुखासीनतेचा त्याग या पिढ्यांना करावा लागेल."

रोबेर गिलँ याने वर्णन केलेली १९५५ पर्यंतची लाल चीनची ही भौतिक प्रगती आश्चर्यकारक आणि कौतुकास्पद आहे. परंतु दुसऱ्या महायुद्धापूर्वी हिटलर आणि

मुसोलिनी यांच्या देशांना भेटी देणारे प्रवासीदेखील त्यांनी देशात घडवलेल्या प्रगतीचे असेच कौतुक करत नव्हते काय ? ही भौतिक प्रगती सांगून ज्यांनी ज्यांनी त्या राजवटीच्या राजकीय हेतूचेही कौतुक केले, ते सर्व लवकरच पस्तावले.

मार्क्सवादी व्यवहाराचे स्वरुप

लाल चीनने अल्प काळात जी प्रगती साधली ती आपल्याला साधता येईल, अशी मुक्त लोकशाही राजवटीने कधी स्वप्नातही आशा करू नये ! याचे कारण मार्क्सवादी सर्वंकष राजवट आपल्या नागरिकांच्या केवळ श्रमांवर वर्चस्व मागत नाही, तर ती विचारांवरही वर्चस्व मागते. श्रमिकांच्या केवळ हातापायांवर त्यांना नियंत्रण पुरेसे होत नाही तर त्यांच्या मेंदूवरही त्यांना कब्जा मिळवावा लागतो. लाल चीनमध्ये प्रस्थापित झालेला माओचा मार्क्सवाद हा रशियातील मार्क्सवादी राजवटीपेक्षा थोडा अधिक सौम्य, अधिक व्यवहारी, अधिक उदार असला तरी अखेर तो मार्क्सवादी व्यवहार आहे, ही गोष्ट विसरता येत नाही. रोबेर गिलँ याने या मार्क्सवादी व्यवहाराचे नेमके स्वरुप फार सुंदर मांडले आहे. तो लिहितो :

"The communist system is intolerant in its very essence. Whenever it is patient, it is only in the knowledge, that it will not be the one to yield. Whenever possible it economises in violence, but it always keep in reserve a brutality which knows no pity, when it meets opponents who will not bow to it."

(''मूलतः कम्युनिस्ट राजवट ही सहनशील नसते. जेव्हा जेव्हा ती सहनशील वाटते, तेव्हादेखील आपण कसलीही तडजोड शेवटी करणार नाही, याबद्दल तिच्या मनात शंका नसते. जिथे जिथे शक्य असेल तिथे कमीत कमी हिंसा करण्याचा ती प्रयत्न करते. पण जेव्हा या राजवटीपुढे मुळीच न वाकणारे विरोधक तिच्या समोर ठाकतात, तेव्हा त्यांच्यासाठी म्हणून वापरण्यासाठी त्यांनी दयाशून्य क्रौर्य राखून ठेवलेले असते'')

या राजवटीचा कल असतो तो मात्र मोडण्यापेक्षा वाकवण्याकडे आणि हत्या न करता विरोध निकालात काढण्याकडे.

निळ्या निळ्या मुंग्या

रोबेर गिलँ याला लाल चीन हा एखाद्या प्रचंड वारुळासारखा भासला. एक मुंगी आणि दुसरी मुंगी यात फरक करणे कठीण होते. फक्त या मुंग्या निळ्या निळ्या होत्या... Blue Ants !

सगळा चीन हा फिक्कट निळ्या सुती कापडाच्या गणवेशात गुरफटला गेलेला होता. यच्चयावत सर्व कोट्यावधी चिनी माणसांच्या अंगावर एकाच रंगाचा एकाच

प्रकारचा गणवेश असे. कॉमिसार पद्धतीचा गळ्यापर्यंत बटणे असलेला निळा सुती अंगरखा, निळा सुती पायजमा, अंगरख्याच्या डाव्या खिशात एक चोपडी आणि पेन. डोक्यावर त्याच कपड्याची माओ-कॅप ! मुलांचा जो पोषाख तोच मुलींचा पोषाख. मुलींच्या चेहऱ्यावर कसली रंगरंगोटी नाही ! एका व्यक्तीसारखीच दुसरी व्यक्ती. जणू निळ्या शाईच्या समुद्रातून बुचकळून काढावा, तसा हा जनसंमर्द वाटतो.

ही गोष्ट मान्य केली पाहिजे की हा सुती अंगरखा आणि पायजमा हा अतिशय स्वस्त व सर्वांना परवडणारा पोशाख आहे. काहींच्या अंगावर उंची कपडे आणि अनेकांच्या अंगावर फाटकी लक्तरे यापेक्षा ही स्थिती चांगली आहे. परंतु हे सर्व मान्य केले तरी प्रश्न राहतो की, सर्व कपड्यांची पद्धत एकच का आणि रंग फक्त निळाच का ? काळा, हिरवा, पिवळा, गवती, करडा हा रंग कुणालाच कसा आवडला नाही ? अगदी आपण हे मान्य केले की, चिनी जनतेला निळ्या रंगाची पुरातन अपूर्वाई होती, तरीही कोट्यावधींना निळा रंगच फक्त आवडतो असे म्हणता येईल का ?

लाल राजवटीने निळा सुती कपड्यातला विशिष्ट पद्धतीचा पेहराव ही देशप्रेमाची खूण बनवली आहे. खादीचा पोषाख अंगावर असला की जसा गांधी युगात तो मनुष्य देशभक्त समजला जाई, सर्व गुण त्याला चिकटले जात, त्याचप्रमाणे निळ्या रंगाचा सुती गणवेश अंगावर चढवला की, ती व्यक्ती चीनमध्ये कम्युनिस्ट अथवा निदान मार्क्सवादाची चाहती तरी समजली जाऊ लागली.

या 'निळ्या मुंग्या' आता रस्त्यावर गोंगाटदेखील करीत नसत. भांडणतंटे नाहीत, घासाघीस नाही. अनुषंगाने हेदेखील आलेच की, बुद्धिमत्तेपेक्षा व्यवहारात आता आज्ञाधारकपणा यालाच सगळे महत्त्व आले ! लाल राजवट देशात येणाऱ्या पुस्तकांवर कडक निर्बंध ठेवते. यामुळे लाल राजवटीला जे ज्ञान प्रक्षोभक वा अहितकारक नाही अशी खात्री वाटते, तेवढेच ज्ञान सर्वांपर्यंत पोचते आणि 'पीपल्स डेली' छापते तेवढ्याच परदेशी बातम्या त्यांना ठाऊक असतात !

ही सर्व माणसे आज पूर्वीपेक्षा दुःखी आहेत असे म्हणणे वस्तुस्थितीला धरून होणार नाही. परंतु एका छापाची, एका ठशाची, एका रंगाच्या गणवेषाची, त्याच प्रश्नांची तीच उत्तरे देणारी, चांगुलपणा आणि देशभक्ती या गुणांची निमिषमात्रही आठवण न विसरणारी, ही लक्षावधी-कोट्यावधी माणसे पाहताना, लोकशाही राजवटीतून येणाऱ्या प्रवाशाला मात्र सारखे वाटत राहते की लाल राजवटीने या माणसांचे हे काय केले ? ही सर्व सुखी माणसे असतील, पण खिदळणारी, रागावणारी, हमरीतुमरीवर येणारी, प्रसंगी शिव्या देणारी, लहानसहान लबाडीसुद्धा करणारी, निसर्ग-लेकरे ही आता नक्की उरली नाहीत ! फार सज्जन, फार गंभीर, जबाबदारीने फार वाकलेली अशी ही कळसूत्री

बाहुली, एखाद्या कळपासारखी वाटतात - मुंग्यांसारखी भासतात. एक-सुरी, एक-रंगी !

ही गोष्ट अनेकांनी सांगितलेली आहे की, माओ राजवटीची एक बाजूही अशी दोषास्पद आहे. रोबेर गिलँ तर अनेक उदाहरणे देतो.

एका पदवीधर तरुणाशी झालेली त्याची ही प्रश्नोत्तरे पाहा :

"तुम्हाला 'युनायटेड स्टेटस्' विषयी काय वाटते ?"

"ते युद्ध पिपासू आहेत."

"अमेरिकेत शांततेचे चाहते कुणीच नाहीत का ?"

"आहेत ना ! अमेरिकन जनतेविषयी आम्हाला प्रेम वाटते. त्यांना शांतीच हवी आहे."

"मग युद्ध कोणाला हवे आहे ?"

"अमेरिकेच्या नेत्यांना !"

"हे नेते कोण ?"

"डल्लेस."

"आणखी कोण ?"

"आणखी खूप आहेत, पण त्यांची नावे आठवत नाहीत."

"अध्यक्षांविषयी काय ? त्यांना युद्ध हवे आहे की शांतता ?"

"आय-सेन-हावर ना ? त्यांना युद्धच हवे आहे !"

एक पदवीधर तरुण ही उत्तरे देतो आहे ! रोबेर गिलँ पुढे सांगतो :

"जर आपण विचारलेल्या प्रश्नाला आजच्या चिनी माणसाजवळ पूर्व-नियोजित ठराविक उत्तर नसेल तर तो गप्प बसतो. अशावेळी नेहमी मिळणारी उत्तरे म्हणजे, 'मला नक्की माहीत नाही', किंवा 'मी विचारुन सांगेन.' चिनी माणसाच्या हे लक्षात आले आहे की, नव्या राजवटीची त्यांच्याकडून एकच अपेक्षा आहे की, कसलाही निराळा स्वतंत्र राजकीय विचार त्यांनी करू नये ! या बाबतीत त्यांचे डोके अगदी रिकामे हवे ! जर या राजवटीत सुखासमाधानाने राहण्याची इच्छा असेल, तर ही विचारशून्यता पत्करली पाहिजे, हे त्याला आता मनोमन पटले आहे. विचार करण्याचा मक्ता चिनी माणसाने समुदायाकडे दिलेला आहे, कम्युनिस्ट पक्षाला दिलेला आहे. पक्षाचे मंडळ, पक्षाची कार्यकारिणी, पक्षाचे अधिवेशन, पक्षाच्या बैठका, यात काय तो सगळा विचार होतो ! सामान्य चिनी नागरिकांचे मस्तक हे एखादया 'वायरलेस सेट'सारखे झालेले आहे. पेकिंगहून योग्य विचार, बरोबर शब्दात ध्वनिक्षेपित झाले की, ते या मस्तकांतून सहक्षेपित होतात !"

संतांना साधले नाही ते मार्क्सवादाने करून दाखवले ! । ५११

पंख कापलेले पत्रकार

मॉरिसिओ या फिलीपाईन्समधून चीन-भेटीसाठी गेलेल्या पत्रकाराने काही चिनी पत्रकारांना प्रश्न केला :

"तुम्हाला सरकारवर टीका करण्याचे स्वातंत्र्य आहे का ?"

पत्रकारांनी जबाब दिला :

"आम्ही सरकारी धोरणांवर कधीच टीका करीत नाही. कारण ते नेहमीच बरोबर असते !"

नेहमीच बरोबर असणाऱ्या गोष्टी जगात फार थोड्या आहेत ! राज्य शासन ही नक्कीच त्यातली चीज नाही. असे असताना चिनी वृत्तपत्रकारांनी आता असे सांगावे, याचा अर्थ काय होतो ?

सहनशील साहित्यिक

पत्रकारांची ही मनोवृत्ती आहे, तर लेखकांची काय अवस्था आहे ? शेन्सी प्रांताच्या सियान या राजधानीच्या शहरात फु-त्साही हा कवी राहतो. तिथल्या 'लिटरी अॅन्ड आर्टस् सर्कल'चा तो उपाध्यक्ष आहे.

याला रोबेर गिलॅने विचारले :

"तुमच्या संस्थेचे कार्य काय ?"

"लेखकांना मार्गदर्शन करणे ! मार्गदर्शन जसे त्यांच्या लेखनाबाबत असते तसे त्यांच्या व्यक्तिगत जीवनाबद्दलही असते."

फू-त्साही यांनी पुढे सांगितले :

"लेखकाचे हस्तलिखित आम्ही मागवतो. आमच्या सभासदात त्याची चर्चा होते. आम्ही लेखकालाही चर्चेसाठी बोलावतो. सुधारणा काय हव्यात त्या आम्ही सुचवतो. लेखकाला आपली कलात्मक समज वाढवण्यासाठी फेडरेशन साहाय्य करते. परंतु महत्त्वाची गोष्ट म्हणजे, आम्ही लेखकाला विचाराने आणि आशयाने योग्य त्या मार्गावर ठेवतो !"

हे कसे घडते याचे उदाहरण म्हणून फू-त्साहीने सांगितले :

"नुकतीच आम्ही एका लेखकाची ग्रामीण कादंबरी दुरुस्त केली. चार महिने चर्चा चालू होती. लेखक स्वतः शेतकऱ्याचा मुलगा होता. त्याने कादंबरीत हिरवीगार शेते, क्षितिज व्यापणारे निळेभोर आकाश, झाडे यांची खूपच वर्णने केली होती. परंतु त्या मानाने जमीन सुधारणांबाबत फारच कमी लिहिले होते. आम्ही त्याला सांगितले की, वाचकाला रस आहे तो शेतीच्या समाजवादीकरणात आणि सहकारी चळवळीत. शेतकऱ्यांच्या ज्या सहकारी संस्था आम्ही सुरू केल्या आहेत, त्यांच्या वाढीसंबंधी

कादंबरीच्या नायकाने विस्तृतपणे बोलले पाहिजे. लेखकाने आमचा सल्ला मानला, आणि पुन्हा कादंबरी लिहिली. ''

रोबेर गिलॅने पुढचा प्रश्न केला :

''लेखकाच्या लेखनात तुम्हीही मदत करता, परंतु तुम्ही म्हणालात खाजगी जीवनातही मार्गदर्शन करतो, ते कसे काय ?''

''सांगतो.'' फु-त्साही उत्साहाने सांगू लागला, ''आम्ही लेखकांना कारखान्यात म्हणा किंवा सहकारी शेती चालू असते अशा ठिकाणी पाठवतो. हे कशाकरता ? माओ-त्से-तुंग यांनी म्हटले आहे की, लेखकाने विषयासाठी आणि अभिव्यक्तीसाठी सामान्य कष्टकरी जनतेत स्वतःला बुडवून घेतले पाहिजे तरच त्यांना समाजवादाचे सत्यनिष्ठ दर्शन घडेल.''

नवे मॅन्डरिन

यु-पिंग-पो या प्राध्यापकाने 'दि ड्रीम ऑफ दि रेड चेम्बर' या प्रणयकथेसाठी एक जुनी प्रणयकथा निवडली होती. १९४९ पूर्वी कादंबरी प्रसिद्ध झाली होती व हिची इतर भाषांतून भाषांतरेदेखील झालेली होती. १९५२ साली या कादंबरीची पुनः आवृत्ती निघाली. परंतु आता जमाना पालटलेला होता. ऑक्टोबर १९५४ मध्ये या कादंबरीविरुद्ध 'पीपल्स डेली' या पत्रांत टीका सुरू झाली. प्राध्यापक यू यांचे म्हणणे असे होते की, जेव्हा मार्क्सवाद चीनमध्ये पोचलेला नव्हता, तेव्हाची ही कथा असल्यामुळे त्याच्यावर मार्क्सवादी टीका गैरलागू आहे. परंतु मार्क्सवादी केवळ वर्तमानावर अंकुश ठेवू इच्छीत नाहीत, त्यांना सर्व गतकाळच्या निवेदनावरही अंकुश ठेवायचा असतो. यु-पिंग-पो याला चहूबाजूंनी शत्रू-मित्रांनी प्रेमळ धमकावण्या देण्यास सुरुवात होताच हा प्राध्यापक वाकला. त्याने कबुली दिली : ''माझ्या कादंबरीत बरेच दोष आहेत !''

प्राध्यापक यु-पिंग-पो याच्या मदतीला एक कांदबरीकार आला, हू-फेंग. हा बऱ्यापैकी कादंबरीकार. चीनचा गॉर्की अशी त्याची ख्याती. लू-त्सून या प्रख्यात साहित्यिकाचा हा शिष्य म्हणवत असे. मताने कम्युनिस्ट, परंतु यु-पिंग-पो याच्यावर अन्याय होतो हे पाहताच हा खवळला ! त्याने 'फेडरेशन ऑफ लिटररी ॲन्ड आर्टस् सर्कल'च्या म्होरक्यांना जाहीरपणे "War Lords of Literature" ('साहित्यातील लष्करी झोटींग') अशी शिवी हासडली. या सर्व साहित्य झोटींगांचा दादा जो चाऊ-यांग या टीकेमुळे संतापला. चाऊ-यांग याने १९५० मध्ये जनतेचे नवे साहित्य (The People's New Literature) या नावाचे पुस्तक प्रसिद्ध केलेले होते. या पुस्तकात हा चाऊ-यांग लिहितो :

''वाङ्मय हे संपूर्णतः राजकीय असले पाहिजे. मार्क्सवाद जनतेत रिचवणे हे त्याचे

ध्येय असावे. ज्या वाङ्मयातून हे घडत नाही ते सरंजामशाही वाङ्मय. विशेषतः विदग्ध नाट्यकृती यांचे पुनर्लेखन केले पाहिजे. वाङमयाचे कार्यच मुळी पक्षाची आणि सरकारची धोरणे जनता आपली म्हणून पत्करते, याचे विश्लेषण करणे हे आहे...''

असे सांगणाऱ्या चाऊ-यांग ने, हू-फेंगविरुद्ध त्याच्या धिक्काराची मोठी मोहीमच आखली. मॉस्को येथे लेखकांच्या परिषदेला हजर राहून चाऊ-यांग हा नुकताच परतलेला होता. फेब्रुवारी १९५५ मध्ये 'लिटररी मॅगेझिन' आणि 'पीपल्स डेली' पत्रांतून हू-फेंग यांच्यावर आरोप व्हायला सुरुवात झाली. हु-फेंग हा अखेर मोडला व त्याने 'पीपल्स डेली' पत्रात आपल्या चुकांची कबुली दिली ! परंतु एवढ्याने हे प्रकरण संपले नाही. १८ मे १९५५ या दिवशी हू-फेंगविरुद्ध 'शासन उलथवण्याचा कट' केल्याचा आरोप करण्यात आला. याचे कारण हू-फेंगला पाठिंबा असलेले जे सुमारे ६०-७० लेखक होते, त्यांचीही सुधारणा होणे अवश्य होते. हू-फेंग याने यापैकी काहींना लिहिलेल्या पत्रात साहित्यावरील या कम्युनिस्ट आक्रमकांना 'नवे मॅन्डरिन' म्हटले होते. एका पत्रात 'लेखकांच्या मस्तकात शासनाचे पाच सुरे मारले आहेत ते म्हणजे मार्क्सवाद, समाजीकरण, राजकारण, वाङमयीन ध्येयाचा पुनर्विचार आणि अधिकृत लेखनशैली' असे म्हटले होते.

एका पत्रात तर 'हे शासन उद्या कुणी खोकला तरी त्याची न्यायालयीन चौकशी करील !' असा उपहासदेखील होता. ही सर्व पत्रे 'पीपल्स डेली' पत्रांतून प्रसिद्ध होताच, हू-फेंग याच्याविरुद्ध जनता जनार्दनाच्या जागोजाग सभा होऊ लागल्या. हू-फेंगच्या काही मित्रांनी आत्महत्या केल्या, असे म्हणतात. बुद्धिवादी वर्गातील 'हू-फेंगिस्ट' शोधून काढण्याची चळवळ विद्यार्थ्यांनी हाती घेतली. सहा आठवडे विद्यापीठे बंद होती. शुद्ध मार्क्सवादावर आलेले संकट निवारण्यासाठी सर्वांनी उच्चरवाने हू-फेंगचा निषेध सुरू केला. हू-फेंग ने पुनः एक पश्चात्तापदग्ध निवेदन प्रसिद्ध केले.

हसावे की चिडावे ?

माणसांच्या प्रेरणा आणि प्रवृत्ती बदलण्याच्या या भाबड्या मार्क्सवादी प्रयत्नांची हकीगत वाचत असताना, हसावे की चिडावे हेच कळत नाही ! मार्क्सवादी चष्म्यातून ही सतत चुका शोधण्याची, पुनर्विचाराची, आग्रही शासकीय यंत्रणा केवळ बुद्धि-वाद्यांपुरती म्हणजे लेखक, पत्रकार, कवी यांच्यापुरती मर्यादित नाही. कारखान्यांतून, सहकारी शेतीसंस्थांतून, सोसायट्यांतून, अधिकाऱ्यांच्या कृती व निर्णय हेदेखील अशाच सामुदायिक पद्धतीने तपासले जातात. अशा उत्पादनक्षेत्रांत ही पद्धत खचितच उपयोगी ठरते. परंतु धान्याचे अथवा लोखंडी सामानाचे उत्पादन व वाङ्मय निर्मिती यांत मार्क्सवादी शासन फरक कसा मानीत नाही ? सगळा व्यक्तिगत विचार निपटून

काढणाऱ्या आणि त्या ठिकाणी सर्व सामुदायीक विचारांची पेरणी करू पाहणारे हे कम्युनिस्ट शासकीय यंत्र नेहमी काय साधते ? माओपूर्व काळात स्त्रियांचे पाय लाकडी खोड्यात अडकवून ते लहानखोर सुंदर करण्याची चाल होती. या नव्या कम्युनिस्ट शासनात चिनी माणसांची डोकीच लाकडी खोड्यांत बंदिस्त करण्याचा हा खटाटोप कुणालाच बोचत नाही ?

मार्क्सवाद हे औषध आहे !

या गोष्टी जनता सहन करते याची काही कारणे स्पष्ट आहेत. पहिली गोष्ट, मार्क्सवाद तपासून कधी जनता तो पत्करीत नाही. माओच्या ज्या कृती आणि उक्ती या चिनी जनतेने पत्करल्या, त्या मार्क्सवादी आहेत की केवळ समाजवादी आहेत, याची चौकशी गांजलेल्या अडाणी शेतकरीवर्गाने थोडीच केली होती ? या माणसाने आज सर्व चीन देशात पूर्वी कधीही कुणी पाहिले नव्हते, अनुभवले नव्हते, असे प्राविण्य अनेक क्षेत्रात निर्माण केलेले आहे. या माणसाने देशातला सर्व गोंधळ समाप्त करून तिथे आज एक अशी व्यवस्था निर्माण केली आहे की, ज्यामध्ये गरीब वर्गाची पिळवणूक समाप्त होऊन सर्वांच्या अंगावर अंगभर कपडा आणि पोटाला दोन घास देणारी परिस्थिती निर्माण केली आहे. तिसरी गोष्ट या माणसाचे सर्व आवाहन चिनी माणसाच्या देशभक्तीला आहे. कोरियात आपण पाश्चात्यांची जिरवली, अमेरिकेने आर्थिक कोंडी केली तरी आपण त्याला दाद दिलेली नाही, आज अणुबॉम्बदेखील आपण निर्माण करू शकतो. आपण यापुढे जगात कुणाकडून अपमान सहन करून घेण्याचे कारण नाही. या आणि अशा प्रकारच्या चेतना हा माणूस सतत पुरवतो आहे. यापेक्षा सामान्य नागरिकाला अधिक काय हवे असते ? आपण फार तर असे म्हणू की, ज्या चिनी माणसांनी आपला देश नालायकी, लाचखोरी आणि व्यक्तिगत स्वार्थ यापायी शतकानुशतके साम्राज्यवाद्यांची भोगभूमी होऊ दिला, त्याचे प्रायश्चित्त म्हणून किंवा त्याची किंमत म्हणून त्यांना आज मार्क्सवादी शासन पत्करावे लागले आहे ! मार्क्सवाद हे एकच या सर्व रोगांवरचे रामबाण औषध होते आणि ते त्यांना रिचवावे लागले आहे. मार्क्सवाद हे सामाजिक रोगांवरचे औषध आहे 'टॉनिक' नाही ! औषध हे रोग्यांना घ्यावेच लागते. मागासलेल्या आणि सर्व प्रकारच्या सामाजिक दुर्धर रोगांनी पिडलेल्या समाजाला जर कमीत कमी वेळात जगातल्या पुढारलेल्या देशांशी पैजा घेईल असे सामर्थ्य आणि उभारी निर्माण करावयाची असेल, तर त्यासाठी जनतेने खूप काळ सर्वंकष शासनाच्या अधीन झाल्याखेरीज अन्य पर्याय नसतो. अशा अगतिकतेतूनच चिनी जनतेने माओला पत्करलेला आहे.

प्रेरणेचे स्वातंत्र्य नसणे, प्रतिभेचे पंख कापण्याचे बंधन पत्करावे लागणे, टीकेचे

स्वातंत्र्य नसणे, शासकीय विसंगतीतून निर्माण होणाऱ्या विनोदाला मुक्तपणे हसण्यावर-देखील बंदी असणे ही सर्व दुःखें आहेत आणि ती पुरेशी अस्वस्थ करणारीही आहेत. परंतु ही अखेर माणून म्हणून जगण्याचे सर्व प्राथमिक अधिकार लाभलेल्यांची दुःखे आहेत ! म्हणूनच अशा सर्व दुःखांची समग्र नोंद केल्यानंतरही रोबेर गिलँ सांगतो :

"It would be far nearer the truth to say that by and large, the system has been accepted by the masses."

(''चिनी जनतेने, ही कम्युनिस्ट राजवट काहीही दोष असले तरी मनाने स्वीकारली आहे असे म्हणणे, हेच सत्याला धरुन होईल.'')

संतांनी तरी काय साधले आहे ?

पा-चिन हा चिनी कम्युनिस्ट लेखक स्पष्टच सागतो :

''ख्रिश्चन धर्माने काही कर्तृत्वशाली संत निर्माण केले आहेत, ही चांगली गोष्ट आहे. पण या संतांना समाजात बदल करणे अथवा मानवाला सुधारणे या गोष्टी जमल्या का ? लोकांनी टाळ्या वाजवल्या, पोपने त्यांना ईश्वरी अंश ठरवले ! परंतु सर्व दुर्गुण मात्र पूर्वीच्याच दिमाखाने समाजात वावरत राहिले ना ? कारण या संतांनी जो उत्तम व्यवहार सांगितला, तो लोकांवर लादण्याचा त्यांनी प्रयत्नच केला नाही. आम्हाला बदलायचे आहे ! संतांची आम्हाला मुळी जरुरीच नाही ! कारण लोकांना चांगले वागायला भाग पाडण्याची ताकद आमच्यापाशी आहे. कुणी वाईट मार्गाने जाऊच शकणार नाही, असा पक्का बंदोबस्त आम्ही करतो. जर कुणी माणूस अशा वाईट मार्गाने निघालाच तर ते लगेच आम्हाला कळते आणि आम्ही त्याला अडवू शकतो.''

सामाजिक दुर्धर रोग नाहीसे करण्यासाठी संतांपेक्षा मार्क्सवादाने अधिक भरीव कामगिरी केलेली आहे हा दावा मान्य केल्यावाचून गत्यंतर राहात नाही. मार्क्सवादी क्रांती झालेल्या देशात संपत्तीची स्पर्धा आणि वांशिक द्वेष ह्या गोष्टी जेवढ्या प्रमाणात नाहीशा झालेल्या आहेत त्याच्या आसपासही बिगर मार्क्सवादी देश पोचू शकलेले नाहीत. पा-चिन याचा हा दावादेखील खरा आहे की, सर्वसामान्य चिनी नागरिक हा आज कमालीचा प्रामाणिक झालेला आहे.

या देशात देहविक्रय होत नाही !

कुणी असे म्हणतील की, हा बदल एकाएकी झाल्यामुळे विश्वासार्ह नाही ! शिवाय ही सज्जनता दंडाच्या भयाने आलेली आहे. परंतु बिगर मार्क्सवादी देशातील बहुतांश सज्जनता हीदेखील दंडभयानेच टिकवलेली असते ना ? आज सर्व आशिया खंडात चीन हा एकच देश असा आहे की, ज्या देशाची एकही मुलगी देहविक्रयासाठी खिडकीत बसत नाही ! रोबेर गिलँ याने अशा एका 'पतितोद्धार' संस्थेला भेट दिली. एके काळी

धंदा करणाऱ्या स्त्रिया छोट्या-छोट्या झोपडीवजा निवासातून यावेळी राहात होत्या. या सर्व मुलींना, स्त्रियांना हातमागाचे शिक्षण दिले जात होते. या संस्थेच्या प्रमख म्हणून असलेल्या मुख्याध्यापिकेला रोबेरने विचारले :

"जे कुणाला जमले नाही ते यश आपण मिळवलेले आहे. हे आपण कसे करू शकला ?"

मुख्याध्यापिका म्हणाली :

"अगदी सोपी गोष्ट आहे, यात कठीण काय आहे ? जर एखादी स्त्री शरीरविक्रयाच्या मार्गाने जाऊ लागली तर त्या आळीतील आमच्या पक्षाच्या 'स्ट्रीट कमिटी'कडे तक्रार नोंदविली जाते. ही तक्रार शेजारीपाजारी नोंदवतात. 'स्ट्रीट कमिटी'कडून जिल्हा कमिटीकडे तशी नावानिशी तक्रार आली की आम्ही लगेच कारवाई करतो !"

खरेच, हे किती सोपे होते ! प्रत्येकाने आसपासची व्यक्ती काय करते यावर पाळत ठेवली तर हे सहज घडू शकते, नाही का ? एक तथाकथित पातकी स्त्री रस्त्यात दिसताच लोक दगड मारु लागले, तेव्हा येशूने बजावले होते की, जो कुणी पापविरहीत असेल त्यानेच दगड मारावा ! एकही दगड तेव्हा मारला गेला नव्हता. दोन हजार वर्षांपूर्वीची ही गोष्ट होती. आता या लाल राजवटीत प्रत्येक आळीकराचे हे जणू कर्तव्य झाले आहे की, संशय येताच अशा स्त्रीला त्याने दगड मारलाच पाहिजे ! जे येशूला जमले नाही, ख्रिश्चन धर्माला जमले नाही, बुद्धाला जमले नाही, ते चीनमध्ये मार्क्सवादी राजवटीने घडवले आहे हे सत्य नाही काय ? हे सत्य आहे. पण संतांची आपल्या राजवटीला गरज नाही असे जेव्हा चिनी कम्युनिस्ट सांगतात तेव्हा ते माणसाच्या ठिकाणी असणाऱ्या सदसद्विवेकबुद्धीचे अस्तित्वही नाकारतात आणि विचार-स्वातंत्र्यालाही नख लावतात. कम्युनिस्ट राजवटीत माणसाच्या नशिबात येणारी ही विचारशून्यावस्था हीच माणसाची एक पराकोटीची अधोगती ठरत नाही काय ?

जर संतांचा पराभव अटळ असला तर –

भारतात महात्मा गांधी, विनोबाजी यांच्यासारखे विचारवंत मार्क्सवाद टाळून समाजपरिवर्तनाची उमेद बाळगतात. चोरी करणे, भिक्षा मागणे, हे जसे आज सभ्य माणसाला कमीपणाचे वाटते, त्याचप्रमाणे संपत्ती ग्रहण करणे वाटू लागेल अशी त्यांना आशा वाटते. यासाठी ते अपरिग्रह सांगतात, पैशाची प्रतिष्ठा टिकू नये म्हणून कांचनमुक्तीचा प्रयोग करू पाहतात, श्रम-प्रतिष्ठा टिकवण्यासाठी भंगी-मुक्तीसारखी आंदोलने करतात. मार्क्सवादाला सामावून घेणारा विचार सांगताना विनोबा एके ठिकाणी म्हणतात :

"मला तरी कांचनमुक्ती आणि शरीर-परिश्रम या दोन गोष्टींतच हिंदुस्थानची

सोडवणूक दिसते, गांधी-विचारांचे सार दिसते, साम्यवादाशी मेळ दिसतो, भांडवलशाही आणि मार्क्सवादावर तोडगाही दिसतो.''

भारतीय संस्कृतीच्या प्रवाहात आलेल्या संतसदृश विचारवंतांना अंतरीचा ज्ञानदिवा मालवू पाहणारी कम्युनिस्ट राजवट ही भयप्रद वाटली नाही तरच आश्चर्य ! शोधायचे काही शिल्लकच उरले नसले तर मानवाच्या प्रजोत्पादनाला काही अर्थच उरणार नाही ! विचारशून्यावस्था ही मरणापेक्षाही भयंकर अवस्था होय.

अगदी पारतंत्र्यातही, ब्रिटिश राजवटीने लोकमान्य टिळक, स्वातंत्र्यवीर सावरकर, महात्मा गांधी, पंडित नेहरु यांना अनेक वर्षे कारागृहात बंदिस्त केले तेव्हादेखील, त्यांची शरीरे कोंडली तरी त्यांची मने त्यांना कोंडता आलेली नव्हती. या तुरुंगाच्या गजाआड ग्रंथनिर्मीती झाली. विचारधन फुलले.

हे सगळे निर्विवाद असले तरी पा-चिन यांचा मूळ प्रश्न आजही तितकाच महत्त्वाचा आहे.

''या संतांना समाजात बदल करणे अथवा मानवाला सुधारणे या गोष्टी जमल्या का ?''

जर संतांचा सतत पराभवच होत जाणार असेल तर हिंसक क्रांतीशिवाय पर्याय काय राहतो ? कारण मानवाच्या सहनशक्तीलाही काही मर्यादा असते ! मार्क्सचे एक वचन आहे : ''माणसाला दुःख भोगू द्या, पण ते माणसांचेच दुःख असावे.'' चीनमध्ये बहुसंख्य जनता पशुतुल्य दुःखे भोगत होती. मुठभर लष्करी झोटिंगानी आणि परकीय साम्राज्यवादी शक्तींनी चिनी जनतेला ज्या एका खोल गर्तेत नेस्तनाबूत करून टाकलेले होते, तिचे सर्व चित्रण केले गेलेले आहे. अन्न-वस्त्र-निवारा या प्राथमिक गरजाही भागत नव्हत्या. मार्क्सच्या वचनाचा अर्थ हा होता की, माणसांची सर्व दुःखे नाहीशी होणे शक्य नाही. असूया, द्वेष, मत्सर यामुळे निर्माण होणारी मानवी दुःखे कदाचित राहतीलच. परंतु कुणाच्याही वाट्याला पशुजीवन येणार नाही अशी व्यवस्था करणे शक्य आहे. इंग्लड अथवा फ्रान्समध्ये जन्म घेतलेला मार्क्सवाद रशिया आणि चीन या देशात फक्त रुजला, याचे महत्त्वाचे कारण हे होते की, हिंसक क्रांतीशिवाय पर्याय राहू नये, असा सर्व चांगुलपणाचा भीषण पराभव या देशात घडलेला होता ! चिनी जनतेने जे सर्वभक्षक पाप समाजात वाढू दिले, त्याचे निराकरण करण्यासाठी त्यांना आज कम्यनिझम पत्करावा लागलेला आहे.

मार्क्सला समाजपरिवर्तन हवे होते ते कशासाठी ? माणूस बदलावा यासाठीच.

कुटुंबात माणूस जिव्हाळ्याने वागतो. पैशाचा रोखठोक व्यवहार कुटुंबात चालत नाही. परंतु या लक्ष्मणरेषेबाहेर माणूस पडला की पैशाच्या लोभाने झपाटला जातो.

संपत्तीची ही हाव माणसाला अमानुष करते. एखाद्याला उपरती होते, मग तो म्हातारपणी दानें करीत सुटतो. परंतु यामुळे संपत्तीच्या अमानुषतेची मिठी सैल होत नाही.

संपत्तीच्या लोभाने माणसाला सोडून गेलेली ही माणुसकी समाज परिवर्तनाच्या अवस्थेत माणसाला परत मिळवून द्यायची हे मार्क्सचे ध्येय होते.

सूर्यफुलाने सूर्यप्रकाशाकडे वळावे तितक्या सहजतेने भारुन चिनी जनतेने माओवाद पत्करला - मार्क्सवाद पत्करला आहे. परंतु हिंसक क्रांतीला पर्यायच असू नये अशी परिस्थिती काही माओने निर्माण केलली नव्हती. ते पाप इतरांचे होते. अमर्याद भूमी बळकावून श्रमिकांना देशोधडीला लावणाऱ्यांचे होते. लष्करी झोटिंगाचे होते. लोकशाहीच्या मारेकऱ्यांचे होते. चँग-कै-शेकच्या लाचलुचपत आणि काळा बाजार यांसारख्या रोगांनी लडबडलेल्या भ्रष्ट राजवटीचे होते ! अशी 'अधर्माची ग्लानी' सर्वत्र पसरली की अटळपणे अवतरणारा मार्क्सवाद हाच मग त्रस्त जनतेला 'परमेश्वर' वाटतो !

* * *

२१

□

'कम्यून्स'चा प्रयोग फसला

सप्टेंबर १९५४ मध्ये चिनी प्रजासत्ताकाने नवी घटना मंजूर केली. या घटनेच्या प्रास्ताविकातच म्हटलेले होते :

"योजनाबद्ध आर्थिक रचनेकडे आणि समाजवादाकडे हळूहळू वाटचाल करता यावी अशी परिस्थिती आता निर्माण झाली आहे."

३० जून १९४९ रोजी प्रसिद्ध झालेल्या माओच्या ज्या महत्त्वपूर्ण निबंधाचा उल्लेख पूर्वी केला आहे, त्यात माओने सूचना दिलेली होती : "समाजवाद आणण्याची वेळ येईल तेव्हा या बाबतीत पुढचे पाऊल टाकू..."

समाजवादाकडे वाटचाल

१९५५ च्या ऑक्टोबर महिन्यात माओने हे पुढचे पाऊल उचलले. कम्युनिस्ट पक्षाच्या कार्यकर्त्यांपुढे ३१ जुलै १९५५ रोजी माओने जे भाषण केले होते, ते ऑक्टोबरात सर्वत्र लेखी प्रसृत करण्यात आले. हे प्रसृत करण्यापूर्वी ४ ऑक्टोबर ते ११ ऑक्टोबर हा आठवडा प्रजासत्ताकाच्या मध्यवर्ती समितीने यावर प्रदीर्घ विचारविनिमय केलेला होता. असे काही घडणार आहे याची कुणकुणही १ ऑक्टोबर १९५५ या दिवशी क्रांति-दिनानिमित्त पेकिंगमध्ये भरलेल्या समारंभात हजर राहणाऱ्या देशी-परदेशी पत्रप्रतिनिधींना लागू शकली नव्हती.

या पत्रकातील सुरुवातीचेच माओचे शब्द होते :

"आज चिनी खेड्यापाड्यातून समाजवादी चळवळीची एक नवी लाट फुटू पाहते आहे. परंतु पायाला चिंध्या गुंडाळलेली म्हातारी जशी रस्त्याने कण्हत-कुंथत चालते, त्याप्रमाणे आपले काही कॉम्रेड्स वाटचाल करताना सतत विव्हळताना दिसतात, की इतर सगळे फारच वेगाने जाऊ पाहात आहेत ! त्यांची अशी कल्पना आहे की गवताच्या काडीला मिठी मारुन, कारण नसताना विव्हळून, अखंड तक्रारी करीत राहून, अनंत गोष्टी वर्ज्य करून अथवा कागदी घोडे नाचवून या समाजवादी चळवळीला सुदृढ मार्गी लावण्याचेच काम ते जणू करत आहेत !

"नाही, हा मार्ग योग्य नाही. हे चालणार नाही."

१९५४ ची घटना मान्य करून चिनी प्रजासत्ताकाने चेअरमन माओला प्रभावळीतून मागे ढकलले आहे, अशा भ्रमात जग असतानाच माओने हा दणका दिला होता. बरेच दिवस माओ हा झळाळीपासून दूर राहिला असल्याने जे तर्कवितर्क जगात सुरू झाले होते ते सर्व निमिषार्धात थंडावले. माओने या पत्रकानुसार, पक्षाच्या मध्यवर्ती समितीने घेतलेला निर्णय अधिक धाडसी केला होता. मध्यवर्ती समितीने १९५५ च्या सप्टेंबरात असे ठरवले होते की शेतकऱ्यांच्या सामुदायिक सोसायट्यांची संख्या ५० टक्क्यांनी वाढवायची. माओने या पत्रकात आग्रह धरला :

"पन्नास टक्क्याने भागणार नाही. वाढ शंभर टक्के हवी आहे. आज ६,५०,००० सोसायट्या आहेत, त्या १९५६ च्या वसंतऋतूपर्यंत १३,००,००० झाल्या पाहिजेत."

सहा-सात वर्षांत माओचा शब्द हा आता कायदा झाला होता. माओच्या या निर्णयाचा स्पष्ट अर्थ होता की, शेतीची खाजगी मालकी यापुढे माओला ठेवावीशी वाटत नव्हती ! २,५०,००,००० शेतकरी आतापर्यंत सोसायट्यांतून गोवलेले होतेच. आता ही संख्या ५,००,००,००० होणार होती. या सोसायट्यांमधून जमीन अणि अवजारे ही ज्या त्या सभासदांची असत. बाकी प्रत्यक्षात ते सोसायटीचे पगारी मजूर राहात असत. हे नावापुरते स्वामित्वदेखील माओला अंती नष्ट करावयाचे होते.

माओ याची कारणे अशी सांगतो की, शहरातील कामगार हा समाजवादी झाला असताना, शेतकरीही समाजवादी करता आला नाही, तर समाजवादाच्या पाठीत हा वर्ग वार करण्याची शक्यता असते. माओची आतापर्यंतची वाटचाल ही सामान्य तर्काला धरुन झालेली नव्हती, तरीही तो प्रत्येक वेळी बरोबर ठरत आलेला होता. ज्या शेतकरी वर्गाच्या प्रेमावर माओने चीनमध्ये मार्क्सवादाची लाट पसरवली, त्या वर्गाचे प्रेम या नव्या कार्यक्रमानंतरही मिळत राहीलच असा माओचा विश्वास होता. नाही तर हे साहस त्याने कसे पत्करले असते ?

माओच्या या आदेशानंतर दोन महिन्यांच्या आत २,००,००,००० नवे शेतकरी आपल्या खाजगी जमीनमालकीवर हळूहळू गदा येणार आहे याची स्पष्ट कल्पना असतानाही, नव्या सोसायट्यांचे सभासद झाले. नव्या ७,००,००० सहकारी सोसायट्या देशात निर्माण झाल्या.

माओने जेव्हा प्रथम जमीनवाटप केले तेव्हा ते निरनिराळ्या प्रांतांत निरनिराळ्या वेळी घडलले होते. कधी या वाटपाचा आग्रह तीव्र होता तर कधी परिस्थितीनुसार तो थोडा ढिला करण्यात आला होता. यामुळे जमीनवाटपात अनेक प्रकारची विषमता आलेली होती. जमिनीचा कस न ठरवता केलेले वाटप हे काहींना फार फायदेशीर तर

काहींना अन्यायकारक झालेले होते. माओने आता या विषम वाटपातून पुढे येऊ पाहणारे संकट शेतकरी सोसायट्या दुप्पट करून कौशल्याने टाळले होते.

शंभर फुले फुलू देत

१९५७ च्या हिवाळ्यात (१८ जून १९५७) माओने एक नवी घोषणा चिनी मार्क्सवाद्यांना दिली. माओ म्हणाला, ''शंभर फुले उमलू द्या''(Let hundred flowers bloom). माओची आता समजूत झाली होती की चिनी जनतेला आपल्या स्वातंत्र्याच्या योग्य मर्यादा समजलेल्या आहेत. म्हणून तो म्हणाला की ''आता वैचित्र्य येऊ दे !'' खुशाल शेकडो प्रकारची फुले फुलू देत. माओच्या दृष्टीने मार्क्सवाद हाच एक सत्य विचार होता... आणि जर विवक्षित मर्यादित स्वातंत्र्यात तो निरनिराळ्या दृष्टिकोनातून तपासला गेला तरी तो अंती तावूनसुलाखून बाहेर पडेलच. जे आज कम्युनिस्ट विचार मानीत नाहीत असे जे बुद्धिवादी, लेखक, संपादक, असतील त्यांना स्वातंत्र्याच्या मर्यादा सांभाळून मार्क्सवादाला खुशाल तपासू दे ! मार्क्सवादाची चौकट ढिली करण्याचा काही हा प्रयत्न नव्हता.

पण हा प्रयोग अंगाशी येऊ लागला ! टीकाकारांनी मुळी कम्युनिस्ट पक्षांच्या हातात जे सर्व सत्तेचे केंद्रीकरण झाले होते त्यावरच झोड सुरू केली. मार्क्सवादाच्या चीनमधील अस्तित्वाचे ऋण मान्य करून, टीकेची थोडी झिमझिम होईल, काहीसे सुखद चार शिंतोडे अंगावर पडतील अशी नेत्यांची अपेक्षा होती. परंतु व्यक्तिस्वातंत्र्याची ही राजवट गळचेपी करते, या मुद्याभोवती टीकेचे मोठे वादळ चौफेर रोंरावू लागले. नुकतेच युरोपात हंगेरीत काय घडले होते ? हंगेरीत प्रतिक्रांतिकारकांचा पंथभ्रष्टांचा आणि फेर-विचारवाल्यांचा (Revisionist) जोर होऊन अखेर क्रुश्चेव्हला तिथे रणगाडे घुसवायला लागले होते ! माओने हा मुक्त टीकेचा - 'शंभर फुलांचा' प्रयोग लवकरच संपवला.

पुनश्च करड्या शिस्तीचा अंमल सुरू झाला. जे उजव्या विचारसरणीचे प्राध्यापक-लेखक होते त्यांना 'श्रमप्रतिष्ठा' लक्षात आणून देण्यासाठी त्यांची संडास-सफाईसारख्या कामांवर नेमणूक करण्यात आली. माओने निष्कर्ष काढला की, चीनच्या वर्तमान अवस्थेत मुक्त टीकेचा प्रयोग परवडणार नाही.

दुसरी मॉस्को-भेट

या वातावरणातच नोव्हेंबर १९५७ मध्ये मॉस्को येथे आंतरराष्ट्रीय कम्युनिस्ट आणि कामगार संघटना यांची बैठक झाली. या बैठकीसाठी चिनी प्रतिनिधी गेले, त्यांचे नेतृत्व स्वतः माओने केले. या बैठकीत माओने आपली सुप्रसिद्ध घोषणा केली.

''पूर्वेचे वारे पश्चिमेवर मात करते.''

यातील पूर्व म्हणजे राजकीय पूर्व-रशिया व चीन ही मार्क्सवादी राष्ट्रे. याच बैठकीला

सुरुवात होण्यापूर्वीच रशियाचा पहिला स्फुटनिक अंतराळात झेपावला होता.

मॉस्कोमधले आपले वास्तव्य माओने गाजवले ते मात्र अणुयुद्धाच्या चर्चेतील वक्तव्याने. माओने विचार मांडले : ''मी हा प्रश्न एका परदेशातील नेत्यांशी चर्चिला. (ही व्यक्ती म्हणजे पंडित जवाहरलाल नेहरु असे म्हणतात) या नेत्यांचे म्हणणे असे होते की जर अणुयुद्ध झाले तर सर्व मानवजात नष्ट होईल. मी म्हणालो, जर दुर्दैवाने ही पाळी आलीच आणि अर्धी मानवजात मरण पावली तरी उरलेली अर्धी उरेल. परंतु त्या वेळी साम्राज्यवाद हा जमीनदोस्त झालेला असेल आणि सर्व जग त्या वेळी समाजवादी बनलेले असेल. आम्ही चिनी माणसे शांततेसाठी उत्सुक आहोत. पण जर साम्राज्य-वाद्यांनी युद्ध लादलेच तर मग पर्याय उरत नाही. मनाचा दृढ निर्धार करून अखेरपर्यंत लढावेच लागेल. जर प्रत्येक दिवशी युद्धाच्या भीतीने तुम्ही थरथर कापत राहिलात आणि अखेर युद्ध आलेच तर तुम्ही काय करणार आहात ?''

या बैठकीसाठी माओ जाण्यापूर्वी महिनाभर मॉस्को-शासकांकडून अण्वस्त्रांची गुपिते शास्त्रज्ञांकडे आलेली होती असे म्हणतात ! अणुबॉम्बची गुपिते एक तर रशियाने चीनला पुरवली किंवा त्यांनी ती शोधून काढली. अण्वस्त्रनिर्मिती हा चीनच्या दृष्टीने आता फक्त काही महिन्यांचा प्रश्न उरला होता. यामुळेच जगात विचारवंतांना अस्वस्थ करणारे हे उद्‌गार माओने काढलेले होते. सर्वसाधारण समजूत अशी होती की अण्वस्त्रांचा वापर अमेरिकेने ज्या क्षणी केला, त्या क्षणापासून लष्करी युद्धांना यापुढे फारसा अर्थ उरलेला नाही. सैन्याने जय आणि पराजय या गोष्टी काळाच्या विस्तीर्ण जलाशयावरच्या केवळ लाटा असतात, परंतु अण्वस्त्रांनी या जलाशयाचा तळच उद्‌ध्वस्त केला असल्याने, यापुढे महायुद्धाची भाषा कुणी करणार नाही ! माओ मात्र आता सांगत होता की अणुयुद्धालादेखील आमची तयारी आहे. अण्वस्त्रयुद्धात अर्धे जग नष्ट झाले तरी चिनी उरतील, कारण आम्ही मानवजातीच्या संख्येचा एवढा मोठा भाग आहोत की अशा युद्धातही शेवटी आम्हीच शिल्लक राहू आणि हे नंतर उरणारे आमचे जग अधिक सुंदर असेल. त्यात भांडवलशाहीचा अंशही नसेल.

कम्यून्सचा प्रयोग

१९५८ सालच्या अखेरीस चीनची अर्थव्यवस्था बरीच सावरलेली होती. आता शेतकऱ्यांच्या जीवनात ट्रॅक्टर पोचले होते. जनावरांच्या मानेवरचे जू उतरवून यंत्रयुगाचा स्पर्श चिनी शेतकऱ्यांना होऊ लागला होता. आता नवे प्रश्न निर्माण झाले होते. यंत्रांचा वापर करून धान्योत्पादन वाढवायचे तर सामुदायिक शेतीचा प्रयोग हातात घ्यायला हवा होता. हा प्रयोग कठीण होता. कारण आतापर्यंत शेतकऱ्याचा मालकी हक्क मिणमिणता का होईना पण शाबूत होता. त्याच्या जमिनीच्या कक्षा निश्चित होत्या.

सोसायटीच्या व्यवहारात त्याच्या जमिनीच्या क्षेत्राप्रमाणे आणि कसाप्रमाणे त्याला वाटा मिळत होता. शेतकरी सामुदायिक जीवनाला तयार होईल काय ? जर अशी सक्ती केली तर तो धान्य-उत्पादनात पूर्वीइतकाच रस घेऊ शकेल काय ?

यासाठी पूरक म्हणून माओने १९५८ च्या अखेरीस चीनमध्ये कम्यून्सचा (सामुदायिक जीवनाचा) प्रयोग देशभर सुरू केला. प्रत्येक व्यक्तीपर्यंत आता शासनाचा हात जाऊन पोचला. सर्व उत्पादनसाधने आणि वितरणसाधने लाल शासनाच्या हातात एकवटली गेली. मार्क्सवादाचा अंतिम हेतू जर हळूहळू सत्तेचे क्षयीकरण करून, दंडविहीन शासनव्यवस्था निर्माण करणे हा असेल तर हे स्वप्न प्रत्यक्षात कसे येणार होते ?

हा कम्यूनसचा प्रयोग नेमका काय होता हे सांगितले पाहिजे. ज्या शेतीच्या सोसायट्या (Agricultural Producer's Co-operative - APC) १९५५ साली प्रचंड संख्येने निर्माण झाल्या होत्या, त्यांच्या विलीनीकरणातून ही 'कम्यून्स' तयार होणार होती. १८७१ मध्ये 'अल्पायुषी ठरलेले' पॅरिसचे कम्यून किंवा डिसेंबर १९२७ साली कॅन्टोन येथे अल्पकाळ टिकलेले 'कॅम्टोन कम्यून' ही सशस्त्र कामगारांनी निर्माण केलेली सामुदायिक जीवनपद्धतीवर आधारलेली स्वतंत्र राज्ये होती. या अर्थाने माओ निर्माण करीत होता ती 'कम्यून्स' नव्हती. मग या सामुदायिक जीवनाच्या प्रयोगाला 'कम्यून्स' हे नाव का पडले ? तर 'कम्यून' याचा अर्थ 'सशस्त्र समाज' ! शेतकरी वर्गाला हा प्रयोग हातात घेण्यापूर्वी शस्त्रवाटप करण्यात आले होते. आपण केवळ शेतकरी नसून आपत्‌कालात सैनिकही आहोत याचा विसर पडू नये व लाल सेनेशी या 'सशस्त्र समाजा'चा संबंध राहून वचक राहावा या दोन गोष्टी साधण्यासाठी हे शस्त्रवाटप झालेले असावे.

'चिंघाय प्रांतातील 'लोटू' या 'त्सिन' मधील एका कम्यूनचे हे वर्णन पाहा :

"सात शेतीच्या सोसायट्या (APC) विलीन करून हे 'कम्यून' तयार झाले. यात ५२४ घरे येत होती. ३००३ माणसे या 'कम्यून'मध्ये राहणार होती. प्रत्येक कामकरी व्यक्तीला १२ मौ (mow) एवढ्या क्षेत्रफळाची जमीन मशागतीसाठी मिळणार होती. १००० प्रौढ कामकरी होते. ३००० मेंढ्या होत्या. ५० फळझाडे होती. कम्यूनचे क्षेत्रफळ सुमारे १७ चौ. मैल होते."

अपयश आणि माघार

एखादी प्रचंड लष्करी छावणी असावी तसे या 'कम्यून'मधील जीवन असते.

क्रुश्चेव्ह हा एकीकडे मार्क्सवादाचा चेहरा-मोहरा थोडा हसरा, थोडा सहनशील करण्याचा प्रयत्न करीत असताना रशियातदेखील अजूनपर्यंत न झालेला 'कम्यून्स'चा प्रयोग माओने हाती घ्यावा हे पाहून क्रुश्चेव्हने माओच्या या धाडसाची जाहीरपणे टिंगलच

सुरू केली ! माओला ताळ्यावर आणण्यासाठी त्याच्यावर आर्थिक असहकाराचे दडपण आणले गेले. सोविएट रशियाने दिलेली सर्व मदत ही चिनी कम्युनिस्ट भलभलत्या प्रयोगात उधळीत आहेत, हे कारण देऊन 'सोविएट तंत्रज्ञ' चीनमधून बाहेर पडले. तेव्हापासून चीन-रशिया संबंध बिघडलेले आहेत.

परंतु कम्यून्समुळे उत्पादन न वाढता ते घटले ! १० डिसेंबर १९५८ ला कम्युनिस्ट पक्षाच्या मध्यवर्ती कमिटीने, अधिक कम्युन्स निर्माण न करण्याचा निर्णय घेतला.

शाओशान भेट

१९५९ च्या उन्हाळ्यात माओ आपल्या जन्मग्रामी गेला. 'शाओशान'च्या रस्त्यातून फिरताना त्याच्या डोळ्यासमोर असंख्य आठवणी गर्दी करीत होत्या. बत्तीस वर्षांपूर्वी हे गाव सोडून माओ बाहेर पडला. दहा वर्षाचा माओ वडिलांविरुध्द भडकला की त्याची आई त्याला म्हणत असे - "आपल्या चिनी लोकांत असे वागत नाहीत !" परंतु माओने त्याचवेळी ठरवले होते, की, गरीबपणाने सहन करीत राहणाऱ्याचा छळ आणि अपमान वाढत जातो. प्रतिकाराशिवाय कुणी नांगी टाकत नाही. तेव्हापासून गेली तीस-बत्तीस वर्षे माओ सारखा झगडत राहिला आाणि चिनी लोकांचा छळ संपला होता. दुःख, दैन्य संपले होते. बाकी आता तसे कुटुंबातले कुणीच उरलेले नव्हते. माओच्या मुलांपैकी एक मुलगा माओ-ॲन-यिंग हा कोरियाच्या लढाईत मारला गेल्यानंतर आता फक्त एकच मुलगा उरला होता. यांग-कुई-हुई हिचा हा एकच धागा उरला होता.

शाओशानला असताना माओने मनातल्या भावनांचा कल्लोळ आपल्या कवितेत मांडला आहे. सुरुवातीच्या ओळी इंग्रजी भाषांतरात अशा आहेत :

"My memories of the past are unchanging, I curse the inexorable flux of time. Only because so many sacrificed themselves, did our wills become strong."

चिनी लोकांत शतकानुशतके जसे कुणी वागले नव्हते, तसा माओ वागल्यामुळे देशाचे चित्र पालटले होते. माओच्या जुन्या आठवणी जशाच्या तशा होत्या आणि काळ मात्र इतका पुढे जावा याचा माओला विषाद वाटत होता. शाओ-शानला आता पूर्वीप्रमाणे भूकेकंगाल शेतकऱ्यांचे चेहरे नव्हते ! जिकडे तिकडे लाल निशाणे वाऱ्यावर फडफडत होती. शतकानुशतकांत चिनी शेतकरी कधी असल्या स्वाभिमानाने फुललेला कुणी पाहिलेला नव्हता - आणि हे सर्व शक्य झाले होते - लक्षावधीच्या असीम त्यागानंतर, हौतात्म्यानंतर !

* * *

३०

□

माओवादाचे मर्म : सतत क्रांतिसन्मुख अवस्था देशात हवी

"I recognise no God, except the God that is to be found in the hearts of the dumb millions."

- Mahatma Gandhi

माओक्रांतीचे आणि त्यानंतरच्या एका दशकाचे चित्र आणि चरित्र आता सांगून झाले आहे. माओचा कम्युनचा प्रयोग यशस्वी झाला का फसला ? माओने चार वर्षांपूर्वीच घेतलेल्या सांस्कृतिक क्रांतीचे परिणाम मार्क्सवादाला पोषक ठरतील की नाही ? या प्रश्नांची निश्चित उत्तरे आताच देता येणार नाहीत. १९६६ साली माओने सुरू केलेल्या 'सांस्कृतिक क्रांती' या सुधारणा-चळवळींमुळे पुन्हा एक गोष्ट सर्वांच्या प्रत्ययास आली की तरुणांना चेतवण्याचे माओचे सामर्थ्य अजून अबाधित आहे. 'जुने जाऊ द्या मरणालागुनि' या हाकेबरोबर रेड-गार्डस् विद्यार्थ्यांनी कम्युनिस्ट पक्षात जे जे गंजून चालले होते त्या सर्वांना मोडीत काढले. यामुळे चीनमध्ये निर्माण झालेला धुरळाही आता खाली बसला आहे या चळवळीत २८० लहान मोठे सरकारी मंत्री शासनातून हाकलून काढले गेले. २००० वरिष्ठ अधिकारी वर्गापैकी ७०० जणांची धिंड काढून रेड-गार्डसूनी आणि विद्यार्थ्यांनी त्यांची छिःथू केली. आपल्याच पक्षातील जुना ढाचा मोडून तोडून फेकून देण्याची आणि नव्या उमलल्या तरुणांना वाव देण्याची ही माओ-पद्धत योग्य की अयोग्य ?

अगदी अलीकडच्या घडलेल्या घटनांचा जो काही अभ्यास करावयाचा असेल तो माओच्या टीकाकारांनी चालू ठेवला असणार. परंतु इतिहास ठरावा एवढ्या या घटना जुन्या झालेल्या नाहीत. एडगर स्नो १९६५ साली, त्या वेळी ७३ वर्षांच्या झालेल्या माओला भेटून आल्यावर त्याने जगाला सांगितले -

"I saw Mao as an ageing warrior, deeply conscious of his mortality and aware that he must soon step down."

("माओ हा अतिवृद्ध होत चाललेल्या रणयोद्ध्यासारखा मला दिसला. आपल्या

आयुष्याला सीमा आहे याची त्याला संपूर्ण कल्पना आहे आणि लवकरच आपल्याला सत्तेवरून खाली यायचे आहे याची जाणीव त्याला आहे.'')

माओनंतर सत्ता कुणाकडे जावी याची स्पर्धा आताच सुरू झाली आहे असे काही सांगतात आणि लिन-पियाओ हा त्याचा वारस आहे असा निर्वाळा देतात. काहीजण माओ ठणठणीत असून आपल्या पश्चात काय पद्धतीने शासन चालावे यासाठी तो सर्व प्रकारची योजना करीत आहे असेही सांगितले जाते. माओ शतायुषी ठरो वा त्याचे आयुष्य लवकर संपो, एक गोष्ट निश्चित आहे की, चीनच्या राजकारणावर त्याचा ठसा अनेक वर्षे राहणार आहे.

या दृष्टीने माओवाद म्हणून जो काही 'वाद' निर्माण झालेला आहे त्याचा विचार हाच माओचे इतिहासातील स्थान पाहताना समजावून घेणे महत्त्वाचे आहे. त्याच्या अखेरच्या क्षणापर्यंत कृती तपासत बसणे यासाठी आवश्यक नाही.

माओ : एक संपूर्ण अनुभव

माओ-त्से-तुंग हे एका संपूर्ण अनुभवाचे नाव आहे. या अनुभवानुसार जे काही प्रतीत होते तो नुसता मार्क्सवादाचा अविष्कार नाही तर त्यात चिनी प्रवृत्तीचे वैशिष्ट्यही दडलेले आहे.

बहुमताचा कारभार म्हणजे ती लोककल्याणाची राजवट असतेच असे नाही. मते मोजणारी लोकशाही ही खरी नव्हे. लोकशाहीत गरीबांची मते श्रीमंतांच्या हातात राहतात, म्हणून गरीबांच्या मतदानाला किंमत नाही, हे सर्व मार्क्सवादी सिद्धांत माओ पत्करतो. साम्यवादात गरीबांविषयी जो पराकाष्ठेचा कळवळा असतो तो तर माओपाशी होताच, परंतु मार्क्सवादी म्हणून वावरताना तो लेनिन-स्टॅलिनचा अनुभव फेकून देतो. म्हणतो, हे चीनमध्ये चालायचे नाही. चिनी पुराणातील कथात योद्धे आहेत, सरदार आहेत, विद्वान आहेत, परंतु शेतात राबणारा शेतकरी एकाही कथेचा नायक नाही, हा बारकावा अगदी लहानपणी शोधून काढणारा माओ, तरुणपणी शरीरे सुदृढ नसली तर कोण आपल्याला विचारणार या विचाराने तळमळताना दिसतो. चीनमध्येच शिकण्या-सारखे खूप आहे, म्हणून तो परदेशात जाण्याचे नाकारतो. चीनबाहेर शिकण्यासारखे फारसे नाही हे त्याचे मत त्याने पुढे फारसे कधी बदललेले दिसत नाही !

सोविएट रशियातील क्रांतीच्या पाश्चात्यविद्याविभूषित 'ग्रामोफोन-तबकड्या' तेव्हादेखील वाजवल्या जात होत्या की ''औद्योगिक कामगार हाच क्रांती करू शकतो, शेतकऱ्याला ते शक्य नाही, कारण मनाने तो स्थितीप्रिय असतो. भूमीच्या मालकी हक्काशी जखडलेला असतो.'' माओने सांगितले, ''रशियात तसे असेल. इथली प्रचीती मी घेणार आहे. ''तो तडक किआंगसी येथे जातो आणि ठिपक्याएवढे परंतु

स्वतंत्र सोविएट राज्य स्थापन करतो. यशस्वी होतो. पुन्हा परागंदा होतो. अंती क्रांती घडवून आणतो. माओचे विचार आणि कृती ही संपूर्ण मार्क्सवादी असूनही ते संपूर्ण चिनी आहेत ते या अर्थाने.''

शासनप्रमुख झाल्यानंतरही त्याचे स्टॅलिनशी पटत नाही. क्रुश्चेव्हशी पटत नाही. रशियामध्ये फसलेला, बदनाम झालेला कम्यूनचा प्रयोग तो हट्टाने करून दाखवतो. चिनी परंपरेचे, इतिहासाचे, वस्तुनिष्ठेचे त्याचे भान कधी सुटत नाही आणि नव्याने प्रयोग करण्याचे सातत्य त्याने आजतागायत टिकवलेले आहे. माओ हा काही केवळ राजकीय लढ्याच्या लाटेवर स्वार होऊन सत्ताधीश झाला नाही. आपण हे पाहिले आहे की, ही लाट जितकी राष्ट्रवादाची होती तितकीच ती सुधारणांची, सामाजिक बंडाचीही लाट होती.

लाल चीन आज भारताच्या तिप्पट पोलाद उत्पादन करतो. अणुबॉम्ब त्याने पैदा केला आहे. अंतराळ-स्पर्धेतही लाल चीन आता उतरलेला आहे. सर्व भौतिक प्रगती लाल चीनने साधलेली आहे. रशियातील आणि आफ्रिकेतील देशांना ज्या गोष्टी अजून परदेशांतून आयात कराव्या लागतात त्या सर्व वस्तू, मोटारी, अवजड यंत्रसामुग्री, शास्त्रीय उपकरणे - ही लाल चीन स्वतःच्या देशात बनवतो.

म्हणजे शासक म्हणून जेवढे यश याच कालखंडात भारतासारख्या देशातील शासनाने मिळविले आहे, त्यापेक्षा माओचे यश दुपटी-तिपटीहून अधिक आहे. तरीही माओ सतत क्रांतीसन्मुख अवस्था (Perpetual Revolution) टिकवण्यासाठी आणि निर्माण करण्यासाठी धडपडतो, याचे कारण त्याला राजकीय क्रांतीपेक्षा सांस्कृतिक क्रांती महत्त्वाची वाटते. समाज सारखा ढवळत ठेवला तर सद्गुणांची जोपासना होते हे त्याचे सूत्र आहे. लॉर्ड ॲक्टन या इंग्लिश इतिहासकाराने एकच अमर सत्य सांगितले आहे : ''सत्ता ही माणसाला भ्रष्ट करते आणि निरंकुश सत्ता ही अमर्याद भ्रष्ट करते.'' दुर्गुणांना थारा देणारे शासन चीनमध्ये पुन्हा कधीही जन्मच पावू नये हा सगळा माओचा अट्टाहास आहे. खटाटोप आहे.

सुप्रसिद्ध फ्रेंच लेखक आंद्रे मालरो याने १९६८ मध्ये माओची प्रदीर्घ मुलाखत घेतली. 'ॲन्टि मेमॉयर्स' या त्याच्या पुस्तकात ती समाविष्ट आहे. या मुलाखतीत माओला लेखकाने म्हटले आहे :

''चौदा महिने मी चीनमध्ये काढले. मिस्टर चेअरमन, आपण जे भवितव्य तरुणांसाठी निश्चित करू पाहात आहात त्याच दिशेने सर्व तरुण विद्यार्थी वाटचाल करीत आहेत असे मला आढळले.''

माओने सांगितले :

"तुम्ही एक बाजू पाहिली. दुसरी तुम्हाला दिसली नसेल. अनेक संघर्ष शिल्लक आहेत. शेतीचे प्रश्न आहेत. औद्योगिक क्षेत्रातले आहेत. कम्युनिस्टांपुढे आता दोनच मार्ग आहेत : एक समाजवादी रचना बांधीत राहणे किंवा पंथभ्रष्टता व फेरविचारवाद पत्करून अधिक सुखे जवळ करणे. आम्ही आता फक्त एक मापटी तांदूळ दिवसाला प्रत्येकाला मिळण्याच्या स्थितीपर्यंत पोचलो आहोत. आम्ही आज फेरविचारवाद पत्करला तर भाताचे ते मापटेही हातातून हिरावले जाईल. लाचलुचपत डोके वर काढते आहे, बुद्धिजीवींचे औद्धत्य वाढते आहे. हात न मळवता, परीटघडीचे कपडे घालून जगण्याची इच्छा जागृत होत आहे. हे सर्व पक्षात आणि पक्षाबाहेरदेखील घडत आहे."

दुसऱ्या एका प्रश्नाला उत्तर देताना माओ म्हणाला :

"फेरविचार पत्करणे म्हणजे क्रांतीचे मरण होय. एक संबंध अट्टाहासी पिढी निर्माण झालेली आहे. केवळ अट्टाहास हा गाईच्या शेणाइतक्यादेखील किंमतीचा नसतो. यातून काहीही निर्माण होऊ शकते. पंथभ्रष्टतादेखील ! इतरांना काय दिसत असेल ते असो, मला यात धोक्याची परिस्थिती दिसते."

शासन आणि परिवर्तन

ज्या वेळी देश परकीय वर्चस्वाखाली असतो, तेव्हा राज्यसत्ता हाती येताच सामाजिक परिवर्तन सुलभ होईल असे सांगण्यात येते. हे प्रमेय आता कोसळू लागले आहे की काय ? प्रत्यक्षात काय होते आहे ? ज्यांच्या हाती राजकीय सत्ता असते, त्यांचा सामाजिक दृष्टिकोन कसाही असला तरी राज्यसत्ता हाती राहील अशा कलाकलानेच ती सत्ता वापरणे महत्त्वाचे ठरते आणि समाजाचे परिवर्तन बाजूला पडते.

सामाजिक दृष्टिकोन आणि प्रत्यक्ष व्यवहार यामध्ये सत्तासंपादनाचा व्यवहार मोठी दरी निर्माण करतो, एक निराळाच नवीन सत्ताधारी वर्ग - New class - निर्माण होतो. ही गोष्ट मिलोवन जिलास याने प्रथम मांडली असे म्हटले जाते. माओ शासनप्रमुख राहून या प्रवृत्तीचा मुकाबला करण्याचा सतत प्रयत्न करताना दिसतो.

गांधी फक्त अपवाद

शासनप्रमुख राहून माणूस बदलण्याचा हा प्रयोग अनेकांनी आपापल्या कल्पनांनुसार केला. रुझवेल्ट, लाईड जॉर्ज, लेनिन, स्टॅलिन, हिटलर, माओ, नेहरु ही अगदी अलीकडची नावे. यांना प्रदीर्घ सत्ता हातात ठेवता आली. कार्ल मार्क्सने कधी सत्ता अनुभवली नाही. परंतु त्याने जे 'औषध' लिहून दिले, ते 'विवाक्षित प्रकारचे शासन हवे' हेच होते ना ? म्हणजे मार्क्स हा पुन्हा सत्तेकडेच जातो. एक नाव मात्र असे आहे, की - जो पुरुष सत्तेपासून कटाक्षाने दूर राहिला आणि तरी त्याने माणूस बदलण्याचा केलेला प्रयत्न हा हजारो वर्षानंतरही आठवला जाईल ! हे नाव महात्मा गांधींचे आहे.

माओ हा गांधींच्या किती जवळ येतो हे पाहणे मनोरंजक ठरते. परंतु तत्पूर्वी मार्क्सवादाविषयी गांधी काय म्हणतात ते पाहा : पुण्याला अखेरचा तुरुंगवास भोगत असताना महात्माजींनी मार्क्सचे वाङ्मय वाचले, आणि नंतर ते म्हणाले :

"I think I could have written Marx, better than Marx, provided of course, I had the necessary scholarship which I do not have. He has the knack of making even simple things more difficult"

(''मला वाटते, मी मार्क्सवाद मार्क्सपेक्षा अधिक चांगला लिहीला असता. अर्थात यासाठी लागणारी विद्वता आणि व्यासंग माझ्यापाशी नाही. अगदी सोप्या गोष्टी कठीण करण्याची हातोटी दिसते.'')

म. गांधीचे चिटणीस श्री. प्यारेलाल यावर त्यांना म्हणाले :

''मार्क्सवादी म्हणतात, जगातून युद्ध नाहीसे करायचे तर खाजगी मालमत्ता नष्ट केली पाहिजे.''

गांधींनी सांगितले :

''हे अर्धसत्य आहे. हेलेन ऑफ ट्रॉयमुळे ट्रोजन युध्द झाले ना ? रजपुताच्या लढाया काय खाजगी मालमत्तेमुळे झाल्या ? हावरेपणा, संपत्ती संपादनाची आसक्ती, वासना आणि दुराभिमान यांची अंतःकरणातून हकालपट्टी करायला हवी. समाजातून युद्ध नाहीसे करायचे तर रात्रंदिवस या युद्धाचा प्रसंग आपल्या अंतःकरणात जागृत असला पाहिजे.''

हे वाचणाऱ्याला प्रश्न पडतो की, मार्क्समुनी हा सोप्या गोष्टी कठीण करून सांगण्याच्या कलेत पारंगत ठरला, तर गांधीजी हे कठीण गोष्टी अतीसोप्या तर करीत नाहीत ?

मात्र या संदर्भात हे लक्षात येते की, माओचा मार्क्सवादी गुरु लि-ता-चाओ यानेही हेच प्रतिपादिले होते, मार्क्सवादाला इतर कल्पनांची जोड दिल्याखेरीज भागणार नाही. आत्म्याची वैचारिक सृजनशीलता जपली पाहिजे. गांधीजींना अधिक चांगला अभिप्रेत असलेला मार्क्सवाद असाच काहीतरी असावा.

देशात जो सर्वांत पिडीत आहे, दुबळा आहे, त्याच्या हृदयात असलेली दुःखे हा एकच परमेश्वर गांधी मानीत होते आणि माओने परमेश्वराचे अस्तित्व नाकारुनही चीनमध्ये शतकानुशतके जमीनदारांच्या गुलामगिरीत पिचत पडलेल्या आणि लष्कराच्या धटिंगणांनी नडलेल्या गरीब शेतकऱ्यांचा उद्धार हाच आपल्या चिंतनाचा आयुष्यभर विषय केलेला होता. स्त्रियांचा आदर दोघांनीही हिरीरीने पुरस्कारलेला आहे. साम्राज्यवादी शक्तींशी एकीकडे लढत असतानाच सामाजिक परिवर्तनाचे धडे दोघांनी

अनुयायांना दिलेले आहेत. पैशाची प्रतिष्ठा दोघांनाही मान्य नाही. साधी राहणी दोघांनाही विलक्षण प्रिय होती. 'समुदायाचा लढा' हेच प्रखर शस्त्र होय, ही दोघांच्या मनातली खूणगाठ कायम होती. समाजाला निर्भय केल्याखेरीज, त्याची मरणाची भीती काढून टाकल्याखेरीज ही लढाई दोघांनाही खेळता आली नसती. दोघांनी आपल्या लढाईत पाश्चात्य गोरे पत्रकार कौशल्याने राबवले. मार्क्सवादी माओने वर्गांचे अस्तित्व मान्य केले, परंतु वर्गवारी करताना फक्त प्रदीर्घ पापाचरणामुळे सामावून घेण्यास अशक्य अशा वर्गांनाच नष्ट केले. गांधीजींना वर्गकलह मान्य नसला तरी वर्गांचे अस्तित्व त्यांनी नाकारलेले नाही. त्यांचा मार्ग करुणेचा असल्याने त्यांनी वर्गकलहाचे अस्तित्व हिंसेने नाहीसे करण्यास फक्त नकार दिलेला आहे. परिणामकारक अहिंसा गांधीना अभिप्रेत होती, परंतु ज्यांना हे जमत नसेल त्यांनी भ्याडपणा पत्करण्यापेक्षा शूराची हिंसा पत्करावी, असे त्यांनी अनेक वेळा स्पष्ट केले होते. माओला हिंसा वर्ज्य नाही - नव्हती. बंदुकीच्या नळीतूनच सत्ता येते, असे त्याचे सिद्धांतवजा मतही प्रसिद्ध आहे. परंतु लेनिन-स्टॅलिनची ग्रामोफोन रेकॉर्ड चीनमध्ये चालणार नाही असे जेव्हा माओ म्हणतो, तेव्हा त्याचीही तबकडी इतरत्र वाजवली तरी चालू शकेल असा दावा त्याला करता येत नाही. तसे त्याने म्हटल्याचे कुणी सांगत नाही. यामुळे चेअरमन माओला जरी कुणी आपल्या पंथाचे 'अध्यक्षपद' देऊ केले, तरी तो सांगेल - 'बाबांनो, तुमच्या देशातली परिस्थिती मला माहीत नाही. एखादा देशी चेअरमन बघा.' हे दत्तकविधान माओ कधीही स्वीकारणार नाही.

हा पुरुष विसरला जाणार नाही

माओचे मोठेपण तर यात आहे की, मार्क्सवादाची पोथी आणि व्यवहार सांगताना त्याने दृष्टीपुढे निर्माण केलेल्या समाजचित्राला चिनी परंपरेतून आलेल्या कल्पना आणि विचार यांची अशी सुंदर डूब दिली की - त्याच्या देशबांधवांनी त्याला या वाटचालीत प्रचंड प्रमाणावर साथ दिली. परंतु ही डूब होती. मार्क्सवाद आणि चिनी कल्पना या त्याला एकरूप करता आलेल्या नाहीत. म्हणून तर तो अजून निश्चित नाही. काहीसा चिंतेत आहे. पण यामुळे त्याच्या इतिहासातील स्थानाला धक्का पोचतो असे मुळीच नाही.

राजसत्तेचा दुरुपयोग कसा आवरता येईल ही एक अतिप्राचीन समस्या आहे. एक गोष्ट तर स्पष्ट आहे की - राजसत्तेचा माओने अजुन तरी दुरुपयोग केलेला नाही.

एडगर स्नो ला जानेवारी १९६५ साली माओ म्हणालेला आहे :

"आणखी हजार वर्षांनी मार्क्स, एंजल्स, लेनिन हेदेखील काहीसे टिंगलीचे विषय ठरतील."

काही शतकानंतर माओ हा मार्क्सप्रमाणेच कालबाह्य जरी ठरला, तरी तो विसरला जाणे कठीण आहे. क्रांतिकारी पद्धतीने जगाच्या रंगभूमीचा दीर्घकाळ कब्जा केलेल्या व्यक्तींत माओची गणना करावीच लागेल. क्रांतिकारकांना एवढे यशदेखील दुर्मिळ असते !

* * *

परिशिष्ट : क्रांतीनंतरचा चीन

१९४९ :

जानेवारीमध्ये चिनी कम्युनिस्ट, बीजिंग - ही चीनची राजधानी (मूळ नाव पेकिंग) कब्जात घेतात.

१-१०-१९४९ :

'दी पीपल्स रिपब्लिक ऑफ चायना' - राजवटीची स्थापना.

डिसेंबर १९४९ :

माओची मॉस्को भेट. चीन-रशिया मैत्री करार करून माओ फेब्रुवारी १९५० ला चीनला परत.

१९५२ :

लाचलुचपत, उधळपट्टी आणि सनदी नोकरशाही या तीन शत्रूंविरुद्ध चीनमध्ये मोहिम सुरू.

१९५३ :

कोरियाची फाळणी होऊन, कोरियातील युद्ध थांबले. चीनमध्ये सहकारी शेती संस्था सुरू करण्यात आल्या.

१९५५ :

माओने 'सोशॅलिस्ट अपसर्ज इन चायनाज् कंट्रिसाईड' या निबंधलेखनाला सुरुवात केली.

१९५६ फेब्रुवारी :

क्रुश्चेव याने स्टॅलिनचे वस्त्रहरण केले. माओ क्रुश्चेवच्या या कृतीबद्दल अतिशय नाराज झाला, परंतु '१०० फुले फुलू द्या' या बुद्धिवंतांना मोकळेपणाने, कम्युनिस्ट पक्षावर टीका करण्यास प्रोत्साहन देणाऱ्या मोहिमेची सुरुवात माओने केली.

१९५७ :

माओची पत्नी जियांग सोविएट युनियनमधून चीनला परत.

१९५८ :

'ग्रेट लीप फॉरवर्ड' या चळवळीला सुरुवात. क्रुश्चेवची चीनला गुप्तपणे जुलै-ऑगस्टमध्ये भेट. कम्युन्सची ठिकठिकाणी निर्मिती सुरू. माओने क्वेमॉय व मात्सू बेटांवर तोफा डागल्या.

१९५९ :

अन्नधान्याच्या टंचाईमुळे चीन दुष्काळग्रस्त, संरक्षणमंत्री म्हणून पेंग याचे जागी लिन-

पियावो याची नेमणूक.

१९६० :

दुष्काळ चालूच.

१९६१ :

दुष्काळ चालूच.

१९६२ :

लिवू-शाओची याची उघड टीका - दुष्काळ हा मानवनिर्मित आहे. लिन-पियावो याने मात्र माओची स्तुतीच केली.

१९६३ :

माओ पत्नी जियांग हिची टीका - 'चीनची कला आणि संस्कृती यावर भांडवलदारांची प्रभाव आहे.'

१९६४ :

माओ वचनांचे पुस्तक - 'लिटल् रेड बुक' याची पहिली आवृत्ती प्रसिद्ध. माओच्या व्यक्तीपूजेचा प्रारंभ, लिन-पियावो हा याचा जनक.

१९६५ :

डेंग झिओपिंग याने खेड्यापाड्यातील पक्षकार्यकर्त्यांमधील भ्रष्टाचाराविरुद्ध मोहिमेचे सुतोवाच केले.

१९६६ :

'महान सांस्कृतिक क्रांती'साठी तिअेनमिन चौकात जमलेल्या लक्षावधी रेड गार्डस्ना माओचे मार्गदर्शन. सर्वत्र गोंधळाला सुरवात.

१९६७ :

'सांस्कृतिक क्रांती'च्या नावाखाली चीनमध्ये ठिकठिकाणी चकमकी. लिअु-शाओची बदनाम.

१९६८ :

लिअु-शाओची याची पक्षातून हकालपट्टी व अटक. आजारी अवस्थेत व उपचाराविना तुरुंगात निधन. १९८० मध्ये पुनर्मूल्यांकन करून - प्रतिष्ठित नेता म्हणून मान्यता !

१९६९ :

एप्रिलमध्ये कम्युनिस्ट पक्षाची नववी काँग्रेस संपन्न. आठव्या काँग्रेसने घेतलेले अनेक निर्णय फिरवण्यात आले. माओ हा सर्वश्रेष्ठ नेता व 'माओची वचने' ही देशाची मार्गदर्शक तत्त्वे असा निर्णय घेण्यात आला. माओचा वारसदार म्हणून लिन-पियावो याला मान्यता.

१९७० :
डिसेंबरात एडगर स्नो याला भेटण्यास माओने होकार दिला. स्नो याला माओने सांगितले की अमेरिकेचे अध्यक्ष निक्सन यांना भेटीसाठी निमंत्रण द्यायला आपण तयार आहोत.
१९७१ :
जुलैमध्ये किसिंजरने बीजिंगला गुप्त भेट दिली. लिन-पियावोविषयी माओ संशयग्रस्त. परिणामी लिन-पियावो. पत्नी व मुलगा एका एका विमानातून सोविएट युनियनला जाण्यासाठी पळाली. विमान 'आऊटर मंगोलियात' कोसळून सर्व प्रवासी ठार.
१९७२ :
२१ फेब्रुवारीला माओला भेटायला निक्सन याचे आगमन. परस्पर सहकार्याचे संयुक्त पत्रक निघाले. चाऊ-एन-लाय कॅन्सरने आजारी.
१९७३ :
डेंग-झिओपिंगचे बीजिंग येथे उप-पंतप्रधान म्हणून आगमन.
१९७४ :
माओपत्नी जियांग व माओ मतभेद विकोपाला गेले. माओची प्रकृती ढासळत चालल्याची लक्षणे - रक्तवाहिन्यांत अडथळा सुरू.
१९७५ :
डेंग झिओपिंग पक्षाचे उपाध्यक्ष म्हणून अधिकृतपणे नेमणूक. पॉलिटब्यूरोला माओच्या आजाराचे निदान कळवण्यात आले.
१९७६ :
८ जानेवारीला चाऊ-एन-लायचे निधन. हुआ-कुओफेंग याची पंतप्रधान म्हणून चाऊ-एन-लायचे जागी निवड. माओला मे व जूनमध्ये पाठोपाठ दोन हृदयविकाराचे झटके.
२७ जुलैच्या मध्यरात्री बीजिंग शहराला मोठा धरणीकंपाचा अनुभव.
९ सप्टेंबरला माओ-त्से-तुंग याचे निधन.
६ ऑक्टोबरला माओ पत्नी जियांग व तिचे तीन सहकारी या चौघांची 'चांडाळ चौकडी' म्हणून तुरुंगात रवानगी.
(शान-चानकुवा, याओ-वेनयुवान, वाँगहाँगवेन व माओ-पत्नी मिळून ही चौकडी होती.)
१९७८ :
डेंग झिओपिंग हा माओच्या जागी 'चेअरमन' डेंग (वय ९३) यांचे १९-२-९७ या दिवशी निधन झाले.

निवेदनाचे प्रमुख आधार ग्रंथ –

The Political History of China	Li chien-Nung
Red Star Over China	Edgar Snow
The Unfinished Revolution in China	I Epstein
China Readings Vol. 1, 2, 3	Edited by Franz Schurmann and Orville Schell
Selected Works of Mao Tse-tung	Abridged by Bruno Shaw
The New Class	Milovan Djilas
Mao Tse-tung	Stuart Schram
The Blue Ants	Robert Guilain
The China Quarterly	Contemporary China Institute Publications
The Cultural Revolution in China	Joan Robinson
The Private life of Chairman Mao	Dr. Zhisui Li

* * *